ജ്ഞാനവാസിഷ്ഠം

കേരളഭാഷാഗദ്യം

Malayalam Language
Jnhanavaasishtam
(Non-Fiction)
by
Kavungal Neelakandapilla

♦

Published in September 2021
by Kairali Books Private Limited
Thalikkavu Road, Kannur.
Ph : 0497-2761200
E-Mail : Kairalibooksknr@gmail.com

♦

Cover Design
Akbar Perumpilavu

♦

31/21-22/Sl.No.1222/POD100/NS 18.6
ISBN. 978-93-49726-76-5

ജ്ഞാനവാസിഷ്ഠം

കേരളഭാഷാഗദ്യം

കാവുങ്ങൽ നീലകണ്ഠപ്പിള്ള

കൈരളി ബുക്സ്

പ്രസ്താവന

ശ്രീവാല്മീകി പ്രണീതമായ ബൃഹദ്യോഗവാസിഷ്ഠത്തിൽ നിന്നും ശ്രീമദഭിനന്ദപണ്ഡിതരാൽ സംഗ്രഹിക്കപ്പെട്ട ലഘുയോഗവാസിഷ്ഠത്തിന്റെ പരിഭാഷയാണ് ജ്ഞാനവാസിഷ്ഠം എന്ന ഈ പുസ്തകം. ജ്ഞാനവാസിഷ്ഠം എന്ന പേര്, യോഗജ്ഞാനങ്ങൾക്ക് അഭേദം കല്പിക്കകൊണ്ടോ മറ്റോ വിവർത്തകന്മാർ നിശ്ചയിച്ചതായിരിക്കാം. വളരെക്കാലത്തിനുമുമ്പുതന്നെ ഈ ഗ്രന്ഥത്തിന് കേരളഭാഷയിൽ കിളിപ്പാട്ടുരീതിയിലുള്ള ഒന്നു രണ്ടു വിവർത്തനങ്ങൾ ഉണ്ടായിട്ടുണ്ട്. ആദ്യമായി ഈ ഗ്രന്ഥത്തിലേക്ക് എനിക്ക് പ്രവേശം ലഭിച്ചതും ശ്രീമാൻ ശാമുമേനവൻ അവർകളുടെ ലളിതസുകുമാരമായ കിളിപ്പാട്ടുവഴിയാണ്. അതിൽ ചില ഭാഗങ്ങൾക്ക് അർത്ഥം ഗ്രഹിക്കാൻ സാധിക്കാതെ അക്കാലത്ത് ഞാൻ കുഴങ്ങീട്ടുള്ളതിന്റെ രഹസ്യം ദുർഗ്രഹമായ മൂലഗ്രന്ഥം വായിച്ചപ്പോൾ എനിക്കു ബോദ്ധ്യപ്പെട്ടിട്ടുമുണ്ട്.

ഭാരതഭൂമിക്കും ഹിന്ദുക്കൾക്കും ഉള്ള അഥവാ ഉണ്ടെന്ന് നാം അഭിമാനിക്കുന്ന മാഹാത്മ്യം വേദാന്തശാസ്ത്ര തേജോവീചികൾ തെളിച്ചുകാട്ടുന്ന വസ്തുതത്ത്വവിവേകത്തിന്റെ വിമലശക്തിയിൽ പ്രതിഷ്ഠാപിതമാണ്. ഈ വസ്തുത ഇംഗ്ലണ്ട്, ജർമ്മനി, ബെൽജിയം മുതലായ പാശ്ചാത്യരാജ്യങ്ങളിലെ പണ്ഡിതന്മാർപോലും സമ്മതിച്ചു തുടങ്ങീട്ടുണ്ട്. തെറ്റും ശരിയും തിരിച്ചറിഞ്ഞു പ്രവർത്തിക്കാനും തിയ്യതു തള്ളി നല്ലത് സ്വീകരിക്കാനും ഉള്ള ബോധമാണ് വിദ്യാഭ്യാസത്തിന്റെ പരമലക്ഷ്യമെങ്കിൽ പാഠപദ്ധതിയിലെ അഗ്രിമസ്ഥാനം വേദാന്തത്തിനു തന്നെ സൽക്കരിക്കാതെ തരമില്ല. പക്ഷെ, പലരും ധരിച്ചിരിക്കുന്നതുപോലെ, കടിച്ചാൽപ്പൊട്ടാത്ത കുറേ സാങ്കേതിക സംസ്കൃതപദങ്ങളെക്കൊണ്ടുള്ള വെറും ചെപ്പടികളിയല്ല വേദാന്തം. വേലയും തൊഴിലുമില്ലാത്ത ഏതാനും ഭസ്മരുദ്രാക്ഷധാരികളുടെ ഉപജീവനത്തിനുണ്ടാക്കിയിരിക്കുന്ന പ്രസംഗഗ്രന്ഥവുമല്ല. ഇഹപരലോകങ്ങളിൽ ഭയവും ബാധയുമേൽക്കാതെ ജീവാത്മാവിനെ സംരക്ഷിക്കുന്നതിനും നിത്യനിർവാണപദത്തിലേക്ക് അതിനെ ആരോഹിപ്പിക്കുന്നതിനും വേണ്ട ഉദ്ബോധന തത്വങ്ങളാണ് വേദാന്തത്തിൽ അടങ്ങിയിരിക്കുന്നത്.

എന്നാൽ കുറച്ചൊക്കെ ഒരുണർവും വിചാരവുമുള്ളവർക്കല്ലാതെ, ഈ തത്വങ്ങൾ മനസ്സിലാക്കി ശീലത്തിൽ പകർത്താൻ സാധിക്കയില്ല. ചിന്താശക്തി വ്യാപരിപ്പിക്കാൻ കഴിയാത്തവർ വായിച്ചുപോയാൽ, ദേഷ്യപ്പെട്ട് ദൂരത്തുവലിച്ചെറിഞ്ഞില്ലെങ്കിൽ ഭാഗ്യമെന്നേയുള്ളു. ഗഹനാർത്ഥമാകകൊണ്ട് അവർക്ക് അത്രത്തോളം നീരസം തോന്നാം.

ആധിവ്യാധികൾ ബാധിക്കാതെയും ഹീനദീനവൃത്തികൾ ആചരിക്കാതെയും, മരണത്തെത്തന്നെ ഭയപ്പെടാതെയും സ്വതന്ത്രമായി മനഃസാക്ഷിയെ മുൻനിർത്തി സസുഖമായും സമരസമായും ജീവിതം നയിക്കുന്നതിനും നിസ്സങ്കല്പത്വം മുതലായ അമാനുഷപ്രഭാവങ്ങൾ സമ്പാദിക്കുന്നതിനും, ശാരീരികമായും മാനസികമായും അനുഷ്ഠിക്കേണ്ടതും അറിഞ്ഞിരിക്കേണ്ടതുമായ തത്ത്വങ്ങളെ സമഗ്രമായി പ്രതിപാദിക്കുന്ന ഒരു ശാസ്ത്രമുണ്ടെങ്കിൽ അതു വേദാന്തമാണ്. ഇതിലെ മൂലതത്ത്വങ്ങളിൽ പലതും-പ്രപഞ്ചനശ്വരത, ആത്മനിത്യത, നിഷ്കാമകർമ്മത മുതലായവ പരിഷ്കൃതസമുദായമായ പാശ്ചാത്യമണ്ഡലവും പല കാലങ്ങൾക്കു മുമ്പേ അറിഞ്ഞുകഴിഞ്ഞിട്ടുണ്ട്. ഷേക്സ്പീയർ, കാർലൈൽ, ഗോൾഡ്സ്മിത്ത്, ലാങ്ഫെല്ലോ തുടങ്ങിയ പ്രസിദ്ധ ഇംഗ്ലീഷ് സാഹിത്യകാരന്മാരുടെ ഗ്രന്ഥങ്ങൾ ഇതിലേക്കു സാക്ഷ്യം വഹിക്കുന്നു. ആത്മേശ്വരപരമായ ചിന്തയിൽ ആരംഭിച്ച്, ആത്മാനാത്മാവിവേചനത്തിൽ വികസിച്ച് ആത്മൈകൃത്തിൽ ലയംപ്രാപിച്ചിരിക്കുന്ന വേദാന്തശാസ്ത്രതത്ത്വങ്ങൾ ചിന്തകന്മാർ ജീവിച്ചിട്ടുള്ള സകല സമുദായത്തിലും ഉദ്ഭവിച്ചിരിക്കാൻ ഇടയുണ്ട്. ആചാരവിചാരങ്ങളെ നിർദ്ദോഷമാക്കുന്നതിന് മനുഷ്യവർഗ്ഗം ആരാധിച്ചുവരുന്ന മതം എന്ന വിശ്വാസവിശേഷത്തിന്, തെളിവും വെളിവും നിലവും നൽകാൻ സഹായകമായ ബോധം, വേദാന്തതത്വപരമാണെന്നു നിസ്സംശയം പറയാം. ഇങ്ങനെ ലോകത്തുള്ള സകല സാഹിത്യങ്ങളിലും വേദാന്തതത്ത്വങ്ങളുടെ സ്ഥൂലമായ ഒരു സ്പർശമെങ്കിലും ഇല്ലാതെ ഇരിക്കുന്നില്ല. പക്ഷേ ആഴത്തിലുള്ള പ്രഭുതത്ത്വങ്ങൾ നിരാവരണം ചെയ്വാൻ പലർക്കും സാധിക്കുന്നില്ലെന്നേയുള്ളു.

വേദാന്തത്തിനു പൊതുവായുള്ള ഒരാക്ഷേപം സാധാരണ ജനങ്ങൾക്കു ഗ്രഹിക്കത്തക്ക ലളിതരീതിയിലല്ല, ആ ശാസ്ത്രത്തിന്റെ പ്രതിപാദനമെന്നുള്ളതാണ്. ഈ ന്യൂനതയെ പരിഹരിക്കുമാറ് മധുരകഥകൾ ഉദാഹരിച്ച് ചോദ്യോത്തരരൂപത്തിൽ വാല്മീകിമഹർഷി പ്രണയിച്ചിട്ടുള്ള വാസിഷ്ഠരാമായണത്തിന്റെ പ്രാമുഖ്യം ആർക്കുതന്നെ അപലപിക്കാം! അതിനെ ഭാഷാന്തരീകരിക്കാനുള്ള ഉദ്യമം മഹാർഹ

മായ ഒന്നാണെന്ന്, മഹാജനസമക്ഷം ഞാൻ പ്രഖ്യാപിക്കണമെന്നില്ല. ഭാഷയിൽ മുമ്പേതന്നെ വാസിഷ്ഠത്തിന് വിവർത്തനങ്ങൾ ഉണ്ടായിരിക്കെ ഈ ആവർത്തനത്തിനാവശ്യമുണ്ടോ, എന്നാണെങ്കിൽ, സാധാരണന്മാർക്കു വായിച്ചറിയുന്നതിനു ഗദ്യരൂപത്തിലുള്ള പ്രതിപാദനം കിളിപ്പാട്ടുകളേക്കാൾ ഉപകരിക്കുമെന്നു സമാധാനപ്പെടാവുന്നതാണ്.

തർജ്ജിമയ്ക്കായി ആരംഭിച്ചപ്പോൾതന്നെ മി. ശാമു മേനവന്റെ കിളിപ്പാട്ടുകൂടി ഞാൻ വരുത്തി അപ്പഴപ്പോൾ ഒത്തുനോക്കാനായി സമീപത്തുവച്ചിരുന്നു. ബൃഹദ്യോഗവാസിഷ്ഠവും കൈവശമുണ്ടായിരുന്നതിനാൽ, അതിൽ അവിടവിടെ രസികങ്ങളെന്നുതോന്നിയ ചില വിശേഷാൽ പദ്യങ്ങൾകൂടി, ചമൽക്കാരത്തെ ഉദ്ദേശിച്ചുമാത്രം തർജ്ജമ ചെയ്ത്, ആദ്യഭാഗങ്ങളിൽ ചേർക്കാനും ഇടയായിട്ടുണ്ട്. ഗ്രന്ഥവിസ്തരഭയത്താൽ സൂച്യുപാഖ്യാനം മുതൽ, ലഘുയോഗവാസിഷ്ഠത്തിന്റെ ശരിത്തർജ്ജമയാണു സ്വീകരിച്ചിട്ടുള്ളത്. ഞാൻ ഒത്തുനോക്കിവന്ന കിളിപ്പാട്ടിൽ ചില പദ്യങ്ങൾ അവിടവിടെയായി വിട്ടിരിക്കുന്നതും ഒട്ടധികം പദ്യങ്ങൾ മറ്റുപ്രകാരത്തിൽ വ്യാഖ്യാനിച്ചിരിക്കുന്നതും കാണ്മാനിടയായിട്ടുണ്ട്. ഒടുവിൽ ശാസ്ത്രഗ്രഹണഫലനിർദ്ദേശം മുതൽ 200 പദ്യങ്ങളോളം സംസ്കൃതവ്യാഖ്യാനമേ ഇല്ലാതെ മൂലഗ്രന്ഥത്തിലുണ്ട്. അവ പകുതിയോളം കിളിപ്പാട്ടിൽ വിട്ടുകളഞ്ഞിരിക്കയാണ്. കിളിപ്പാട്ടും ഗദ്യവിവർത്തനവും ഒരുമിച്ചുവച്ചു വായിക്കുന്നവർക്ക് ഈ ഭേദഗതികൾ സ്പഷ്ടമായിക്കാണാം. വ്യാഖ്യനഭേദത്തിന്, ദിങ്മാത്രമായി നാലഞ്ചു ഉദാഹരണങ്ങൾ താഴെ കാണിക്കാം.

I മൂ--പരിവ്രാഡ്ധർമ്മിണം രാജൻ!
സോനുയാതി തപസ്വിനം.86. (സർഗ്ഗം 1)
(കിളി) സന്ന്യാസിമാരെക്കണ്ടാൽ പിന്നാലെ പോകുമവൻ
(ഗദ്യം) കുമാരൻ - ആകപ്പാടെ, സന്ന്യാസവൃത്തിയോടുകൂടിയ ഒരു തപോധനന്റെ രീതിയാണെടുത്തിരിക്കുന്നത്.

II മൂ--മനോരമാകർഷതി ചിത്തവൃത്തിം
കദർത്ഥസാദ്ധ്യാക്ഷണഭംഗുരാ ച
വ്യാളാവലീഗാത്രവിവൃത്തദേഹാ
ശ്ചഭ്രോർത്ഥിതാ പുഷ്പലതേ വ ലക്ഷ്മിഃ.
20 (സർഗ്ഗം 2)
(കിളി) രന്ധ്രത്തിൽനിന്നുണ്ടായപൂവള്ളിയെന്നപോലെ
സന്തതം ചേതോഹരയായിട്ടുള്ളൊരുലക്ഷ്മി

വ്യാളസഞ്ചയഗാത്രവിവൃത്തശരീരയാ-
ണാലോചിക്കുകിലേറ്റം ചിത്തത്തെ ഹരിച്ചീടും
പണിയുണ്ടഹോപാരം സ്വാധീനത്തിങ്കലാവാൻ
ക്ഷണഭംഗുരയുമാണില്ല സംശയമേതും

(ഗദ്യം) ജീവനെപ്പോലും പണയംവച്ചുള്ള സാഹസപ്രവൃത്തികളാൽ കൈവശപ്പെടുത്താൻ കഴിയുന്നതും അല്പകാലംമാത്രം നില നില്ക്കുന്നതും സർപ്പങ്ങളാൽ ചുറ്റപ്പെട്ട തണ്ടോടുകൂടിയതു മായി പാഴുകിണറുകളിൽ മുളച്ചുനില്ക്കുന്ന പുഷ്പലതപോ ലെ മനോഹരിയായിട്ടാണ് ലക്ഷ്മി ചിത്തവൃത്തിയെ വശീക രിക്കുന്നത്.

III മൂ:--കിഞ്ചിൽ സംസ്കൃതബുദ്ധീനാം
ശ്രുതം ശാസ്ത്രമിദം യഥാ
മൌർഖ്യാപഹം തഥാ ശാസ്ത്ര-
മന്യദസ്തി ന കിഞ്ചന--53

മുമുക്ഷുവ്യവഹാരപ്രകരണം.

(കിളി) അല്പമാത്രം പഠിപ്പുള്ളവരീശാസ്ത്ര-
മഭ്യസിച്ചാൽ മഹാമൂഢരായ്തീർത്തിടും
അന്യശാസ്ത്രങ്ങൾ പഠിച്ചാലതുപോലെ
വന്നീടുകില്ലെന്നറിക രഘുപതേ.

(ഗദ്യം)അല്പംമാത്രം പഠിച്ചവർക്കും ഈ ശാസ്ത്രം അജ്ഞാനനാശ നമാണ്. ഇത്ര മഹത്വം മറ്റൊരു ശാസ്ത്രത്തിനുമില്ല.

IV മൂ.--അകൃത്രിമം സുഖം കീർത്തിം
ആയുശ്ചൈവാഭിവാഞ്ഛതാ
സർവാഭിമതദാനേന
പൂജനീയാഗുണാന്വിതാഃ (സർഗ്ഗം 7)

(കിളി) നല്ലൊരുഗുണമാർന്നു വാണീടുംമാനുഷന്മാർ
ചൊല്ലാർന്നസൌഖ്യംശ്രേയസ്സായുസ്സിത്യാദിയെല്ലാം
സോല്ലാസംകൊടുത്തും സംപൂജ്യന്മാരായിടുന്നു
തെല്ലുമേയതിന്നില്ല സന്ദേഹം നിരൂപിച്ചാൽ

(ഗദ്യം)അകൃത്രിമമായ സുഖമോ കീർത്തിയോ ആയുസ്സോ ആഗ്രഹി ക്കുന്നവൻ, ഗുണവാന്മാരെ സർവാഭീഷ്ടങ്ങളും നൽകി പൂജി ക്കേണ്ടതാണ്.

V മൂ:--കൌ ഭവന്തൌ മഹാബുദ്ധീ
ദുർബുദ്ധീ വാ സമാഗതൌ

മദ്ഗ്രാസപദമാപന്നൌ
ക്ഷണാന്മരണകോചിതൌ--66 (സർഗ്ഗം 7)

(കിളി) അത്യന്തംബുദ്ധിമാന്മാരായീടും നിങ്ങളെ ദുർ-
ബുദ്ധികളാണെന്നു ഞാനുൾത്താരിലോർത്തീടുന്നേൻ
മരിപ്പാനൊരുങ്ങിക്കൊണ്ടിന്നിനിക്കിരയായി-
ത്തെരിക്കെന്നിങ്ങുവന്നൊരീനിങ്ങളാരാകുന്നു?

(ഗദ്യം) അപമൃത്യുവെ വരിക്കാൻ സന്നദ്ധരെന്നപോലെ എന്റെ വായിൽ വന്നകപ്പെട്ടുകഴിഞ്ഞു; നിങ്ങൾ ആത്മജ്ഞാനത്താൽ ബുദ്ധിവികാസം സിദ്ധിച്ച പൂജ്യന്മാരോ, അജ്ഞാനജഡിലമായ അന്ധബുദ്ധിയോടുകൂടിയവരോ, ആരാണെന്നു പറയുവിൻ!

VI മൂ.--സ്പൃഷ്ടവ്യാസാ (ദേഹാത്മദൃഷ്ടിഃ) ന ഭവ്യേന
ശ്വമാംസേനേവ പുക്കസീ. 17. (സർഗ്ഗം 18)

(കിളി) ശിഷ്ടനായുള്ളവൻ തന്നാലൊരിക്കലും
സ്പൃഷ്ടവ്യയല്ലായതെന്നറിഞ്ഞീടുനീ
കണ്ടമാംസങ്ങളെത്തിന്നുകൊണ്ടീടുന്ന
ചണ്ഡാലി നായിന്റെമാംസം തൊടില്ലഹോ
ആയതുപോലെയിദ്ദേഹോഹമെന്നതു
നീയകറ്റീടുകവേണം രഘുപതേ!

(ഗദ്യം)മോക്ഷേച്ഛുവായവൻ ദേഹാത്മഭാവനയെ, നായിറച്ചി കയ്യിൽ വച്ചിരിക്കുന്ന ചണ്ഡാലിയെ എന്നപോലെ തൊടാൻതന്നെ പാടില്ല.

ഇതുപോലെ അനവധി ഉദാഹരണങ്ങൾ എടുത്തു കാണിക്കാനുണ്ട്. എതാണ് ശരിയെന്നു നിശ്ചയിക്കാനുള്ള ശക്തി എനിക്കില്ലതാനും. അതുകൊണ്ട്, മൂലത്തിലെ പാഠഭേദത്താലോ, വ്യാഖ്യാനഭേദത്താലോ മറ്റോ സംഭവിച്ചിട്ടുള്ള ഈ വിഭിന്നപ്രതിപാദനങ്ങളുടെ പരിശോധനഭാരം, ഉദാരമതികളായ വിദ്വജ്ജനങ്ങളിൽ സവിനയം സമർപ്പിച്ചുകൊള്ളട്ടെ!

ചില മൂലശ്ലോകങ്ങളുടെ ഗഹനതയും സംസ്കൃത വ്യഖ്യാനത്തിന്റെ അപൂർണ്ണതയും അനുഭവപ്പെട്ടതോടുകൂടി ഭാഷാന്തരീകരണത്തിനുള്ള ഉദ്യമം കുറേ സാഹസമായിപ്പോയി എന്ന് ഞാൻ പശ്ചാത്തപിച്ചിട്ടുണ്ട്. എങ്കിലും നല്ലപോലെ പരിചിന്തിച്ചും വ്യാഖ്യാനാന്തരങ്ങളെ അപേക്ഷിച്ചും, മനസ്സിനു സമ്മതമായ അർത്ഥം ഗ്രഹിക്കുന്നതിനു ചെയ്തിട്ടുള്ള ശ്രമം ഫലിച്ചിട്ടുണ്ടെന്നാണ് എന്റെ വിശ്വാസം. വല്ല വ്യതിയാനമോ പ്രമാദമോ അർത്ഥകല്പനയിൽ വന്നുപോയിട്ടുണ്ടെങ്കിൽ മഹാ

ജനങ്ങൾ ക്ഷമിച്ചു വേണ്ട ഉദ്ബോധനം നൽകി എന്നെ അനുഗ്രഹിക്കണമെന്നപേക്ഷയുണ്ട്.

അത്യുർജ്ജിതംവസ്തു, ചലഞ്ചചിത്തം
അതഃ പ്രമാദഃ സുലഭഃ പ്രണേ തുഃ
പ്രമാദിനൌ ലേഖകമുദ്രകൌ ച
ക്വാത്യന്തികീ പുസ്തകതേ വിശുദ്ധിഃ

എന്ന ഏ. ആർ. തിരുമനസ്സിലെ പദ്യം ഈ അവസരത്തിൽ സ്മരണീയമാകുന്നു.

മൂലഗ്രന്ഥത്തിലെ പദ്യങ്ങൾക്കോരോന്നിനും ഏതോ ഒരർത്ഥമെങ്കിലും ഞാൻ ഗ്രഹിച്ചിട്ടുണ്ടെന്നും അതിനെ സാധാരണ ജനങ്ങൾക്കു മനസ്സിലാകത്തക്കവണ്ണം മലയാളത്തിലെഴുതിത്തീർക്കാൻ സാധിച്ചിട്ടുണ്ടെന്നും, ഉള്ള വിശ്വാസത്താൽ മാത്രം കൃതാർത്ഥത ഭാവിച്ചുകൊണ്ട്, വിനയാദരപുരസ്സരം, ഈ ലഘുസാഹിത്യപുഷ്പത്തെ പണ്ഡിത പാദാരവിന്ദങ്ങളിൽ ആരാധിച്ചുകൊള്ളുന്നു.

വിദ്വജ്ജനവിധേയൻ
പരിഭാഷകൻ

ഓം ശ്രീരാമചന്ദ്രായ നമഃ

ജ്ഞാനവാസിഷ്ഠം

കേരളഭാഷാഗദ്യം

1
വൈരാഗ്യപ്രകരണം

സ്വർല്ലോകത്തിലും അന്തരീക്ഷത്തിലും ഭൂമിയിലും ഉള്ളിലും പുറത്തും ഒരുപോലെ വിളങ്ങിനിൽക്കുന്ന ചിന്മാത്രസ്വഭാവമായ നിത്യാനന്ദജ്ഞാനപ്രകാശത്തെ, സർവചരാചരങ്ങളായും സർവത്തിനും ആത്മാവായും സ്ഥിതി ചെയ്യുന്ന ആ പ്രഭുചൈതന്യത്തെ, ഞാൻ നമസ്കരിക്കുന്നു. ലോകോപകാരാർത്ഥം വാല്മീകിയാൽ രചിക്കപ്പെട്ട വാസിഷ്ഠമെന്ന ജ്ഞാനശാസ്ത്രം ബ്രഹ്മാദി ത്രിമൂർത്തികളാലും സമസ്ത വേദശാസ്ത്രങ്ങളാലും അരുളപ്പെട്ട ആത്മജ്ഞാനതത്വങ്ങൾ മുഴുവൻ അന്തർഭവിച്ചതാകുന്നു. വാല്മീകി മഹർഷിശ്രേഷ്ഠന്റെ വായ്മലരിൽനിന്ന് ഊറി ഒഴുകി വസിഷ്ഠന്റെ ഹൃദയപുടത്തിൽ തിങ്ങിവാർന്ന് നിത്യമുക്തനായ ഭഗവാൻ രാമചന്ദ്രന്റെ കാതുകളെ കുളിർപ്പിച്ചുകൊണ്ട് ഉള്ളിൽകടന്നു കരൾക്കാമ്പിനെ കഴുകി സുഖിപ്പിച്ച മധുരസമായ ഈ മഹാശാസ്ത്രം ജ്ഞാനികളാൽ തദ്രൂപമായി ഗ്രഹിക്കത്തക്കതും മനോമാലിന്യം നീങ്ങാത്ത അജ്ഞന്മാർക്ക് അനുഭവപ്പെടാത്തവിധം അഗാധവുമാണ്. അതുകൊണ്ട്, ഗുരുമുഖത്തിൽനിന്നും ഈ ശാസ്ത്രം ഗ്രഹിക്കുന്നതിന്നധികാരി അത്യന്തം അജ്ഞാനി അല്ലാതെ, എന്നാൽ ആത്മജ്ഞാനിയായിത്തീരാതെ, മദ്ധ്യമനിലയിൽ ഇരിക്കുന്നവനാണ്. അതായത് ദൈവമേ! ഞാൻ സംസാരബന്ധത്തിൽ അകപ്പെട്ടു വലഞ്ഞു കഴിഞ്ഞുകൂടുന്നു; എന്നാണാവോ ഇതിൽനിന്നും മുക്തനായി നിത്യനിർവാണസുഖമനുഭവിക്കാൻ എനിക്കു സംഗതി എന്നാഗ്രഹിക്കുന്ന പുണ്യശീലനാണ്.

സർവജ്ഞാനനിധിയും കവികുലകോകിലവുമായ ഭഗവാൻ വാല്മീകിമഹർഷിയെ ഒരിക്കൽ ബ്രഹ്മനിയോഗമനുസരിച്ച് ഭരദ്വാജൻചെന്നു വണങ്ങി സ്വാമിൻ! പരിശുദ്ധ സത്വഗുണമൂർത്തിയായ രാമചന്ദ്രൻ ജീവന്മുക്താവസ്ഥയെ പ്രാപിച്ചതിൽപിന്നെ സംസാരദുഃഖത്തിലുൾപ്പെട്ട്, ശോകരാഗാദികൾക്കു വശംവദനായി കഴിഞ്ഞു കൂടിയതെങ്ങനെ എന്നു സദയം അരുളിചെയ്യണമേ എന്നപേക്ഷിച്ചു. വാല്മീകി മന്ദഹാസ

സുമുഖനായി ഭരദ്വാജനെനോക്കി പറഞ്ഞു:- വത്സാ! നിന്റെ ചോദ്യം ഉപപന്നമത്രേ. പരമസുഖപ്രദാനമഹിമയോടുകൂടിയതുമാണ്. വിശേഷിച്ചും നീ മോക്ഷസുഖത്തെക്കുറിച്ചു ചോദിക്കത്തക്ക അധികാരിയാണെന്നും കാണ്കയാൽ ഞാൻ പറയാം. അതുവഴി നിന്റെ മായാമോഹങ്ങളെല്ലാം അസ്തമിക്കും. ഹേ! സാധോ! ആകാശത്തിൽ വാസ്തവത്തിലില്ലാത്ത നീലനിറം തോന്നുന്നതുപോലെ അവിദ്യാദോഷത്താൽ വിശുദ്ധബ്രഹ്മത്തിൽ പ്രപഞ്ചഭ്രമമുണ്ടാകുന്നു. ആ ഭ്രമത്തെ അതിനു കാരണമായ അവിദ്യാവാസന നശിപ്പിച്ച് വീണ്ടും ഓർക്കാത്തവിധത്തിൽ മറക്കണം; അതാണുത്തമം. അപ്രകാരം വിസ്മരിക്കുന്നതിനു പരമാർത്ഥജ്ഞാനത്താൽ ഹൃദയശുദ്ധി ഭവിക്കാതെ സാധിക്കുകയില്ല. വസ്തുത ഈ ദൃശ്യപ്രപഞ്ചം മിഥ്യയാണെന്നുള്ള ബോധത്താൽ എന്നേക്കുമായി അതു മനസ്സിൽ നിന്നു മായുന്നതെപ്പോഴോ അപ്പോൾ പരമമായ നിർവാണ നിർവൃതി ലഭിക്കും. അല്ലാതെ അപരജ്ഞാനത്തെ ഉണ്ടാക്കുന്ന അനാത്മശാസ്ത്രപ്പടുകുഴികളിൽ വീണുഴലുന്ന ഭവാദൃശന്മാരായ അജ്ഞന്മാർക്ക് പല കല്പങ്ങൾകൊണ്ടും മോക്ഷലബ്ധിയുണ്ടാകയില്ല. ജന്മബീജങ്ങളായ വാസനകളുടെ നിർമ്മൂലപരിത്യാഗംതന്നെ മോക്ഷമെന്നു പറയപ്പെടുന്നു. സൽക്കർമ്മങ്ങളാലും ഉപാസനശ്രവണാദികളാലും ദിവസംതോറും മനസ്സിനെ ശുദ്ധീകരിക്കുന്നതു വാസനകൾ ക്ഷയിക്കുന്നതുവരെ വേണ്ട അനുഷ്ഠാന ക്രമമാകുന്നു. തണുപ്പുമുഴുവൻ മാറുമ്പോൾ മഞ്ഞുതുള്ളിയെന്നവണ്ണം വാസന മുഴുവൻ ക്ഷയിച്ചുകഴിഞ്ഞാൽ മനസ്സു നശിക്കുന്നു. നേരിയ നൂലിഴ മുത്തുമണികളെ ധരിക്കുന്നതുപോലെ പഞ്ചഭൂതസമുദായത്താൽ ആരബ്ധമായ ഈ ശരീരം വാസനയാലാണു വഹിക്കപ്പെടുന്നത്. വാസന, ശുദ്ധിയെന്നും മലിനയെന്നും രണ്ടുവിധമുണ്ട്. മലിന ജന്മത്തെ ഉണ്ടാക്കുന്നതും, ശുദ്ധ അതിനെ നശിപ്പിക്കുന്നതുമാകുന്നു. അജ്ഞാനക്ഷേത്രത്തിൽ മുളച്ചു രാഗദ്വേഷാദി വളങ്ങളാൽ തഴച്ചു അഹങ്കാരമാകുന്ന കൃഷിക്കാരന്റെ ശുശ്രൂഷകളാൽ പുഷ്ടിപ്പെട്ടു വളരുന്ന മലിനമായ വാസനയാണ് പുനർജ്ജന്മത്തെ ഉണ്ടാക്കുന്നതെന്നു വിദ്വാന്മാർ പറഞ്ഞിരിക്കുന്നു. തത്വജ്ഞാനത്താൽ അജ്ഞാനക്ഷേത്രത്തെ ദഹിപ്പിച്ച് അതിൽ അന്തർഭവിച്ചിരിക്കുന്ന ജന്മാന്തരവാസനാബീജത്തെ വറുത്തു മുളയ്ക്കാത്ത വിധത്തിലാക്കി ദേഹധാരണത്തിനായിമാത്രം ധരിക്കപ്പെടുമ്പോൾ ആ വാസനയെ ശുദ്ധയെന്നുപറയും. പ്രാരബ്ധശേഷത്തെ തീർക്കാനായിമാത്രം അവസാനദേഹത്തെ വഹിക്കുന്നവരായ ജീവന്മുക്തന്മാരിൽ പുനർജ്ജന്മത്തിനു ഹേതുഭൂതയല്ലാത്ത ശുദ്ധവാസന വണ്ടിച്ചക്രത്തിന് ഉരുൾച്ചയെങ്ങനെയോ അതു

പോലെയിരിക്കുന്നു. ശുദ്ധവാസനയോടുകൂടിയ പരമാത്മബോധികൾക്കു പിന്നെ ജന്മദുഃഖമില്ല. മഹാത്മാക്കളായ അവരെ ജീവന്മുക്തന്മാരെന്നു പറയുന്നു. മഹാമതിയായ രാമൻ ജീവന്മുക്തിപദത്തെ പ്രാപിച്ചതേതു പ്രകാരത്തിലാണെന്നു ഞാൻ നിനക്കു പറഞ്ഞുതരാം. അതുകേട്ടാൽ ജരാമരണാദിദുഃഖങ്ങളൊന്നുമുണ്ടാകുകയില്ല. എന്നുമല്ല സർവ്വജ്ഞാനങ്ങളും സർവദാ സിദ്ധിക്കുകയും ചെയ്യും.

സുകുമാര ശരീരനായ രാമൻ ഗുരുകുലവാസം കഴിഞ്ഞു സ്വഭവനത്തിൽ വന്നതിനുശേഷം യാതൊരുഭയവും വ്യസനവുമില്ലാതെ ലീലാലോലനായി സുഖിച്ചുതാമസിച്ചു. ഇങ്ങനെ കുറേക്കാലം കഴിഞ്ഞപ്പോൾ ഗുണശാലിയായ രാമന് പുണ്യതീർത്ഥങ്ങളും പുണ്യാശ്രമങ്ങളുമെല്ലാം ഒന്നു ചുറ്റിസഞ്ചരിച്ചുകണ്ടാൽ കൊള്ളാമെന്നുള്ള അഭിനിവേശം ജനിച്ചു. തൽഫലമായി, നഖരങ്ങളാൽ വിളങ്ങുന്ന പിതൃപാദങ്ങളെ കേസരവിരാജിതമായ പത്മദ്വയത്തെ രാജഹംസമെന്നപോലെ ഗ്രഹിച്ച്, വിനയപൂർവ്വമുണർത്തിച്ചു. താത! പുണ്യതീർത്ഥങ്ങളും ദേവാലയങ്ങളും മഹർഷിമാരുടെ തപോവനങ്ങളും ദർശിക്കണമെന്ന് ഞാൻ ആഗ്രഹിക്കുന്നു. സദയം അനുവദിക്കണം. ഇപ്പോൾ ആദ്യമായിട്ടാണ് ഞാനൊരഭിലാഷം തിരുമനസ്സറിയിക്കുന്നത്. അതു സഫലമാക്കാതെ നിരസിക്കരുതേ. അങ്ങേ സമീപത്തിൽ വന്നപേക്ഷിച്ചവരാരും മനോഭംഗത്തോടെ മടങ്ങിപ്പോയിട്ടില്ല.

പ്രഥമമായ ഈ അഭ്യർത്ഥനയെ ദശരഥൻ വസിഷ്ഠമഹർഷിയുമായി ആലോചിച്ച്, അനുവദിക്കയാൽ സന്തഷ്ടനായ രാമചന്ദ്രൻ സഹോദരന്മാരോടുകൂടി വേഷഭൂഷാദികളണിഞ്ഞ് ശുഭമുഹൂർത്തത്തിൽ തീർത്ഥാടനത്തിനായി പുറപ്പെട്ടു. പുരസ്ത്രീകളുടെ നേത്രഭൃംഗങ്ങളാൽ പാനം ചെയ്യപ്പെടുന്ന സൗന്ദര്യാമൃതംവഹിച്ചു ഗ്രാമീണ സ്ത്രീകൾ വാരിവിതറുന്ന പൂമഴയുമേറ്റുപോയി. സാനുജനായ രാമൻ കോസലമണ്ഡലത്തെക്കടന്നു നാനദിക്കുകളിലും സഞ്ചരിച്ചു; വിവിധങ്ങളായ തപോവനങ്ങളും നദികളും ധർമ്മാരണ്യങ്ങളും പുണ്യക്ഷേത്രങ്ങളും തീർത്ഥങ്ങളും കുലപർവതസ്ഥാനങ്ങളും ദേവബ്രഹ്മർഷി സത്തമന്മാരുടെ പുണ്യാശ്രമങ്ങളും നാലുപുറത്തുമുള്ള സമുദ്രതീരങ്ങളും സന്ദർശിച്ച് സകല ഭൂഭാഗങ്ങളിലും വിഹരിച്ചു. അനന്തരം ദേവകിന്നരമനുഷ്യമാനിതനായി പരമശിവൻ കൈലാസത്തെ ലക്ഷ്യമാക്കി തിരിച്ചുവരുന്നതുപോലെ മടങ്ങി തന്റെ രാജധാനിയിൽ എത്തിച്ചേർന്നു; അവിടെ പുരവാസികളാൽ വികിരണം ചെയ്യപ്പെട്ട പുഷ്പവൃഷ്ടിയാൽ മാനിതനായി മണിഭവനത്തെ പ്രാപിച്ചു. രാമാഗമനം പ്രമാണിച്ചു പുരവാസികൾ ഏഴെട്ടുദി

വസംവരെ പട്ടണത്തിൽ ഉത്സവാഘോഷം നടത്തിക്കൊണ്ടിരുന്നു. സഞ്ചാരകാലത്തു താൻ സന്ദർശിച്ച ദേശങ്ങളുടെ സ്ഥിതിഗതികളും ദേശാചാരങ്ങളും മറ്റും ശ്രീരാമൻ വർണ്ണിച്ചു മറ്റുള്ളവരെ കേൾപ്പിച്ച് സുഖിച്ച് സന്തോഷാപ്ളുതനായി വസിച്ചു. കാലത്തേ എഴുനേറ്റാൽ സന്ധ്യാനുഷ്ഠാനങ്ങളെല്ലാം വിധിപ്രകാരം നിർവ്വഹിച്ചതിനുശേഷം സഭയിലെഴുന്നള്ളിയിരിക്കുന്ന ഇന്ദ്രതുല്യനായ പിതാവിനെ ചെന്നു നമസ്കരിക്കും. വസിഷ്ഠാദികളാൽ അലംകൃതമായ ആ സദസ്സിൽ ഏഴരനാഴിക പകൽ വരെ ജ്ഞാനഗർഭങ്ങളും വിചിത്രങ്ങളുമായ ഓരോരോ കഥകൾകേട്ടു രസിച്ചുകൊണ്ടിരിക്കും. പിന്നീട് പിതാവിനോടനുവാദംവാങ്ങി സൈന്യസമേതം പുറപ്പെട്ട് പന്നി, പോത്തു മതലായ ദുഷ്ടമൃഗങ്ങൾ നിറഞ്ഞ കാടുകളിൽ നായാട്ടുചെയ്ത് സായാഹ്നത്തിൽ ഗൃഹത്തിലെത്തും. സ്നാനാദി കർമ്മങ്ങൾ കഴിച്ച് മിത്രങ്ങളോടും ബന്ധുക്കളോടും ചേർന്നു ഭക്ഷിച്ച് സ്നേഹിതന്മാരുമായി സല്ലാപസുഖത്തിലേർപ്പെട്ടു രാത്രി കഴിച്ചുകൂട്ടും. ഇപ്രകാരമായിരുന്നു തീർത്ഥയാത്ര കഴിഞ്ഞുവന്നതിൽപിന്നെ ശ്രീരാമന്റെ ദിനചര്യകൾ.

അയോദ്ധ്യയിൽ സുഖമായി താമസിച്ചു രാജയോഗ്യമായ വ്യവഹാരത്താൽ മനോഹരവും സുജനങ്ങളുടെ ഹൃദയത്തെ കുളിർനിലാവുപോലെ സുഖിപ്പിച്ച് അമൃതുപോലെ അനുഭവരസത്തെ ഉണ്ടാക്കുന്നതുമായ ആചാരങ്ങളോടുകൂടി ദിവസങ്ങളെ നയിച്ചു. ശ്രീരാമനു പതിനാറാമത്തെ വയസ്സായി. രാജാവ് മന്ത്രിമാരുമായി പുത്രന്മാരുടെ വിവാഹം സംബന്ധിച്ച ആലോചനകൾ നടത്തിത്തുടങ്ങി. എന്നാൽ ശ്രീരാമന്റെ ഹൃദയം ദിവസംതോറും വിഷയഭോഗങ്ങളിൽ വിരക്തമായി വരികയായിരുന്നു. അതുനിമിത്തം രാപ്പകൽ ദുഃഖിതനായി, തെളിഞ്ഞ വെള്ളമുള്ള പൊയ്ക ശരൽക്കാലത്തിൽ വറ്റിക്കുറയുന്നതുപോലെ ശരീരം ദിവസംപ്രതി ശോഷിച്ചുവന്നു. നീണ്ടിടംപെട്ട കണ്ണുകളോടുകൂടിയ മുഖം, വണ്ടിണകളിയാടുന്ന വിടർന്ന വെൺതാമര എന്നപോലെ വിളറിവെളുത്തു. മിക്ക സമയവും കൈത്തലങ്ങളെ കവിളിന്മേൽ ഊന്നി പത്മാസനമുറപ്പിച്ചു ചിന്താവശനായി ആരോടും ഒന്നും സംസാരിക്കാതെ മനസ്സിൽ ദുഃഖഭാരത്തെ വഹിച്ചു ചിത്രത്തിലെഴുതപ്പെട്ടവനെപ്പോലെയിളകാതെയിരിക്കും. പരിജനങ്ങൾ ദുഃഖിതരായിവന്നു വണങ്ങി വീണ്ടും അപേക്ഷിക്കുന്ന ഉപദ്രവം സഹിക്കവഹിയാതെയാകുമ്പോൾ മ്ലാനമുഖനായി എഴുന്നേറ്റു നിത്യകർമ്മങ്ങളനുഷ്ഠിക്കും. രാമന്റെ ദുഃഖാവസ്ഥ സഹോദരന്മാർക്കു വലുതായ അന്തസ്താപത്തിനു കാരണമായി. കളിച്ചും രസിച്ചും കഴിയേണ്ട രാജകീയസുഖാനുഭവയോഗ്യരായ പുത്രന്മാർ വാടിയ താമര

പ്പൂക്കൾപോലെ കുണ്ഠിതപ്പെട്ടിരിക്കുന്നതുകണ്ട് ദശരഥന് ആധി വർദ്ധിച്ചു. അദ്ദേഹം രാമനെ വിളിച്ചു മടിയിലിരുത്തി മകനേ! നിന്റെ ഹൃദയത്തിൽ ഏതോ വലുതായ ഒരു ചിന്ത കടന്നുകൂടിയിരിക്കുന്നതായി തോന്നുന്നു. അതെന്താണ്? എന്നോടു പറയുമോ? എന്നു വാത്സല്യപൂർവം ചോദിച്ചു. എനിക്ക് ഒരു വിചാരവും ഇല്ല എന്നുമാത്രം പറഞ്ഞിട്ടു ശ്രീരാമൻ പിന്നെയും മൗനം ദീക്ഷിച്ചിരിപ്പായി. ഈ സമാധാനംകൊണ്ടു ദശരഥൻ തൃപ്തിപ്പെട്ടില്ല. അദ്ദേഹം കുലഗുരുവായ വസിഷ്ഠമുനിയെക്കണ്ടു വൃത്താന്തമറിയിച്ചപ്പോൾ മുനി പറഞ്ഞു:- രാജാവേ രാമൻ ദുഃഖിക്കുന്നതു കാരണമില്ലാതെയല്ല. അതുസംബന്ധമായി താങ്കൾ മനസ്സിനെ ദുഃഖിപ്പിച്ചിട്ടാവശ്യമില്ല. സത്തുക്കൾക്കു തക്ക കാരണംകൂടാതെ കോപമോ വിഷാദമോ സന്തോഷമോ ഉണ്ടാകയില്ല. താമസിയാതെ എല്ലാം ശരിയായിക്കൊള്ളും .

ഈ സമാധാനം കേട്ടുവെങ്കിലും സന്ദിഗ്ദ്ധമനസ്കനായി രാജാവ് ഓരോരോ പരിഹാരമാർഗ്ഗങ്ങൾ ആലോചിച്ച് ദിവസങ്ങൾ നയിച്ചുവന്നു. കുറച്ചുകാലംകഴികെ, ഒരുദിവസം വിശ്വാമിത്രമഹർഷി ദശരഥനെ കാണ്മാനായി അയോദ്ധ്യയിലെഴുന്നള്ളുകയുണ്ടായി. ഭൂലോകത്തിൽ അവതാരംചെയ്ത സാക്ഷാൽ ആദിത്യനാരായണനെപ്പോലെ ആപാദമസ്തകം ബ്രാഹ്മതേജസ്സാലും ക്ഷാത്രതേജസ്സാലും ഉജ്ജ്വലനായി സന്ധ്യാഭ്രം അചലഭിത്തിയെന്നപോലെ ജരാജഠരങ്ങളും തപഃപ്രസരരൂക്ഷങ്ങളുമായ ജടക്കൂട്ടങ്ങൾ പറ്റിച്ചേർന്ന തോളുകളോടുകൂടി ഉപശാന്തവും കാന്തവും ഊർജ്ജിതവും പ്രശാന്തദീപ്തവുമായ ആകാരത്തെ ധരിച്ച് കയ്യിൽ ചിരപരിഗൃഹീതമായ കമണ്ഡലുവും വഹിച്ചു മുൻപിൽ ആവിർഭവിച്ച മഹർഷിയെ കണ്ടയുടനെ ദശരഥൻ സംഭ്രമാകുലനായി എഴുന്നേറ്റ് ദൂരത്തുവച്ചുതന്നെ ശിരസ്സിനെ നമിച്ചു ചെന്നു കിരീടരത്നങ്ങളാൽ ഭൂഭാഗം പ്രകാശിക്കുമാറ് സാഷ്ടാംഗ നമസ്കാരം ചെയ്തു. ദേവേന്ദ്രനെ ആദിത്യഭഗവാനെന്നപോലെ മഹർഷി കോസലേശനെ മധുരവാക്കുകളാൽ ആശീർവദിച്ചു. അനന്തരം വസിഷ്ഠാദികളായ ബ്രാഹ്മണരും വിശ്വാമിത്രനു സ്വാഗതം പറഞ്ഞ് സാദരം സ്വീകരിക്കയായി. ദശരഥൻ പ്രശ്രയപൂർവ്വം അഭിമതനായ തന്റെ അതിഥിയെ മാനിച്ച് ഭഗവൻ! പ്രതീക്ഷിച്ചിരിക്കാതെ ലഭിച്ച നിന്തിരുവടിയുടെ സമാഗമത്താൽ താമരപ്പൂക്കൾ ആദിത്യോദയത്താലെന്നപോലെ ഞങ്ങൾ അനുഗൃഹീതരായി; അനാദിയും അക്ഷയവുമായ പരമപുരുഷാർത്ഥസുഖം ഞങ്ങൾക്കു ലഭിച്ചു. ധന്യന്മാരുടെ അഗ്രഭാഗത്തിൽ സ്ഥാനവും ലഭിച്ചു എന്നു പ്രശംസിച്ചുകൊണ്ട്, സ്വന്തം കൈകൊണ്ടുതന്നെ അർഘ്യവും പാദ്യ

വും വഹിച്ചുചെന്നു പ്രദക്ഷിണപൂർവ്വം മഹർഷിയെ യഥാവിധി പൂജിച്ച് കൂട്ടിക്കൊണ്ടുപോയി ഭദ്രാസനത്തിൽ ഉപവേശിപ്പിച്ചു. എന്നിട്ട് സന്തോഷത്തോടെ സാഞ്ജലിഹസ്തനായി നിന്നു പറഞ്ഞു:- മുനീശ്വര! ഭവദീയമായ ഈ ആഗമനം എനിക്ക് സാക്ഷാൽ അമൃതു തളിച്ചതുപോലെ സുഖത്തെത്തരുന്നു. ചുടുവെയിലിൽ അടിപെട്ടു കിടക്കുമ്പോൾ മഴപെയ്ത പോലെയും കൺകുരുടന് കാഴ്ചകിട്ടിയപോലെയും സന്തതിയില്ലാതെ ദുഃഖിക്കുന്നവനു സൽപുത്രനെ ലഭിച്ചപോലെയും ഉള്ള സന്തോഷം അങ്ങേ ആഗമനംകൊണ്ട് എനിക്കുണ്ടാകുന്നു. കൈവിട്ടുപോയ ഇഷ്ടവസ്തുവിന്റെ ലാഭവും മരിച്ചവന്റെ പുനരാഗമനവും കൈവന്നാലുണ്ടാകുന്ന സന്തോഷം ഇതുമൂലം എനിക്കുണ്ട്. ആകാശത്തിൽ യഥേഷ്ടം സഞ്ചരിക്കാനുള്ള സാമർത്ഥ്യം ഒരാൾക്കു ലഭിച്ചാൽ എന്തൊരാഹ്ലാദവും കൗതുകവും തോന്നുമോ, അങ്ങേ സന്ദർശനംകൊണ്ട് ആ മനഃസ്ഥിതി എനിക്കിപ്പോൾ ഉണ്ടായിരിക്കുന്നു. സാക്ഷാൽ ബ്രഹ്മദേവൻ തന്നെ എഴുന്നള്ളിവന്നതുപോലെ നിന്തിരുവടിയുടെ ആഗമനത്തെ ഞാൻ കരുതുന്നു. അങ്ങേ ദർശനത്താൽ ഗംഗാജലാഭിഷേകത്താലെന്നപോലെ എന്റെഹൃദയം തണുക്കുന്നു. നിരാമയനും രാഗഹീനനും ഇച്ഛാഭയക്രോധരഹിതനുമായ അങ്ങ് ഇപ്പോൾ എന്നെ കാണ്മാനായി വന്നതിൽ എനിക്ക് അത്ഭുതമാണുണ്ടാകുന്നത്. ദേവസദൃശനായ അവിടുന്ന് എഴുന്നള്ളുകയാൽ ഈ ഭവനം ഒരു പുണ്യക്ഷേത്രമായി. ഞാൻ പാപങ്ങളെല്ലാമൊഴിഞ്ഞു പരിശുദ്ധനായി; അമൃതമയമായ ചന്ദ്രമണ്ഡലത്തെ പ്രാപിച്ചതുപോലെയുള്ള സുഖത്തിനു പാത്രീഭൂതനുമായി. ഹേ മുനിശ്രേഷ്ഠാ! എന്തൊരർത്ഥത്തെ ഉദ്ദേശിച്ചാണ് അവിടുന്നിപ്പോൾ എഴുന്നള്ളിയത്? ഞാൻ അങ്ങേയ്ക്ക് സർവഥാ അധീനനായ ഒരു ദാസനാണ്. ദൈവനിർവിശേഷമായി അങ്ങേ ഞാൻ പൂജിക്കയും മാനിക്കയും ചെയ്യുന്നു. ഏതൊരിഷ്ടമാണോ അങ്ങേയ്ക്ക് എന്നെക്കൊണ്ടു സാധിക്കേണ്ടത്, അതു സാധിച്ചുവെന്ന് ഓർത്തുകൊള്ളുക .

ധന്യധന്യമായ രാജാവിന്റെ ഈ നിവേദനം മഹർഷിയെ രോമാഞ്ചഭരിതനാക്കി. അദ്ദേഹം സന്തോഷസുമുഖനായി മൃദുസ്വരത്തിൽ പറഞ്ഞു: രാജാവേ! സൂര്യവംശജാതനും വസിഷ്ഠശിഷ്യനുമായ താങ്കൾക്ക് യുക്തമായ വാക്കാണിത്. എന്നാൽ ധർമ്മ്യമായ ഒരു സംഗതിക്ക് താങ്കളുടെ സഹായം എനിക്കാവശ്യകമായിരിക്കുന്നു. ഞാൻ ജ്ഞാനനിഷ്ഠായോഗ്യത സിദ്ധിക്കുന്നതിനായി ഇപ്പോൾ ഒരു യാഗം ആരംഭിച്ചു നടത്തിവരുന്നു. അതിനെ വനവാസികളായ ചില ഭയങ്കരരാക്ഷസന്മാർ വിഘ്നപ്പെടുത്തുന്നുണ്ട്. എപ്പോഴെപ്പോൾ ദേവന്മാരെ യജിക്കാനായി

ഞാൻ ഭാവിക്കുന്നുവോ അപ്പോഴെല്ലാം വിഘ്നകർത്താക്കളായി ആ ദുഷ്ടന്മാരും വന്നെത്തും. ഇങ്ങനെകഴിഞ്ഞു വരികയാണ്. കോപാഗ്നിയിൽ അവരെ ഭസ്മമാക്കി യാഗരക്ഷചെയ്‌വാനും നിവൃത്തിയില്ല. കോപത്തെ ത്യജിച്ചു നടത്തേണ്ട ഒരു യാഗമാണ്. അതുകൊണ്ട് താങ്കൾ എന്റെ യാഗത്തെ അവിഘ്നമായി നിറവേറ്റി ഇഷ്ടത്തെ സാധിക്കണം. സാക്ഷാൽ ഇന്ദ്രനെപ്പോലെ വീര്യമുള്ള മത്തശാർദൂലവിക്രമനായ നിന്റെ ജ്യേഷ്ഠ പുത്രൻ രാമൻ രാക്ഷസന്മാർക്കു കാലനാണ്. അവനെക്കൂടി അയച്ചുതന്നാൽ ഞാൻ യാഗത്തെ സമാപ്തി വരുത്തിക്കൊള്ളാം. ശൂരനും സത്യപരാക്രമനുമായ രാമകുമാരൻ എന്റെ രക്ഷയിലിരിക്കുമ്പോൾ ആത്മീയമായ ദിവ്യതേജസ്സുകൊണ്ട് ദുഷ്ടരക്ഷസ്സുകളെ ഉന്മൂലനം ചെയ്‌വാൻ ശക്തനായി ഭവിക്കും. രാക്ഷസവധാനന്തരം ത്രൈലോക്യപൂജ്യനാകത്തക്ക പല ശ്രേയസ്സുകളും ഞാൻ രാമനു ദാനം ചെയ്യാം. കോപിച്ചാൽ ഹാലാഹലംപോലെ ഭയങ്കരന്മാരും രണശൂരന്മാരുമായ ആ രക്ഷഃപരിഷകളെ വധിക്കാൻ മറ്റാരും ശക്തന്മാരാകയില്ല. പുത്രസ്നേഹത്താൽ എന്റെ ഈ അപേക്ഷയെ നിരസിക്കയില്ലെന്നു വിശ്വസിക്കുന്നു. ലോകത്തിൽ മഹാത്മാക്കളായവർ ഏതൊന്നുതന്നെ ദാനം ചെയ്‌വാൻ മടിക്കും? ബോധികളായ എന്നെപ്പോലെയുള്ളവർ സന്ദിഗ്ദ്ധകാര്യങ്ങളിൽ പ്രവർത്തിക്കുകയില്ല. രാമന്റെ മാഹാത്മ്യം എനിക്കും വസിഷ്ഠാദികളായ മറ്റു ദീർഘദർശികൾക്കും അറിയാവുന്നതാണ്. അവന്റെ കയ്യാൽ രാക്ഷസന്മാർ നിശ്ശേഷം നാമാവശേഷന്മാരാകുമെന്നുറപ്പായി വിശ്വസിച്ചുകൊള്ളുക. ധർമ്മവും മഹത്വവും യശസ്സും രക്ഷിക്കപ്പെടേണ്ടവയാണെന്നു നിന്റെ മനസ്സിലുണ്ടെങ്കിൽ സംശയിക്കാതെ എന്നോടൊന്നിച്ചു രാമനെ അയച്ചുതരണം. കാലത്തിൽ ചെയ്യുന്ന കാര്യം ലഘുവായാലും മഹാഫലപ്രദമായിരിക്കും. അകാലത്തിലായാൽ ഗുരുവായ കാര്യവും വിഫലമായിത്തീരുകയേ ഉള്ളു. അതുകൊണ്ടു മന്ത്രിമാരോടും വസിഷ്ഠനോടും ആലോചിച്ചു രാമചന്ദ്രനെ എന്നോടൊന്നിച്ചയയ്ക്കുക!"

വിശ്വാമിത്രന്റെ ഈ അഭ്യർത്ഥനകേട്ട് ദശരഥൻ ഒരുമുഹൂർത്തം നിശ്ചേഷ്ടനായിരുന്നു. എന്നിട്ട് ദീനഭാവത്തിൽ പറഞ്ഞു:- സ്വാമിൻ! രാമന് ഇനിയും പതിനാറുവയസ്സു തികഞ്ഞില്ല. ഘോരരാക്ഷസന്മാരോട് യുദ്ധം ചെയ്‌വാനുള്ള ശക്തി അവനിൽ ഞാൻ കാണുന്നില്ല. ഇക്കാണപ്പെട്ട തികവുള്ള അക്ഷൗഹിണീസൈന്യത്തിന്റെ അധിപതിയായ ഞാൻ സൈന്യസമേതം നിന്തിരുവടിയോടൊന്നിച്ചു പുറപ്പെട്ടുവന്നു രാക്ഷസന്മാരോടു യുദ്ധം ചെയ്യാം. രാമൻ ബാലനല്ലേ? അവനെ ഇപ്പോൾ യുദ്ധക്കളത്തിലയച്ചാൽ സൈന്യങ്ങളുടെ ബലാബലങ്ങളറിവാൻതക്ക

ശക്തിയുണ്ടാകയില്ല. അന്തഃപുരമല്ലാതെ ഇതുവരെ യുദ്ധഭൂമി അവൻ കണ്ടിട്ടില്ല. പൂങ്കാവുകളിലും വള്ളിക്കുടിലുകളിലും കൂട്ടുകാരായ രാജാക്കന്മാരോടുകൂടി കളിച്ചുനടന്നുകഴിഞ്ഞിട്ടേയുള്ളു. വിശേഷിച്ചും ഇപ്പോൾ അവൻ എന്റെ ഭാഗ്യദോഷത്താൽ മഞ്ഞുമൂടിയ താമര പോലെ വിളറി വെളുത്തു മെലിഞ്ഞു ക്ഷീണനായിരിക്കുന്നു. ഊണും കളിയും കുളിയുമൊന്നുമില്ലാതെ മനസ്സിനേതോ അസ്വാസ്ഥ്യം ബാധിച്ച് മൗനം ദീക്ഷിച്ചു കഴിഞ്ഞുവരികയാണ്. ഇങ്ങനെ ആധിപിടിച്ച് ദേഹം ക്ഷയിച്ചിരിക്കുന്ന ബാലനായ അവനെ രാക്ഷസന്മാരോടു യുദ്ധം ചെയ്വാൻ ഞാനെങ്ങനെയാണ് പറഞ്ഞയയ്ക്കേണ്ടത്? രാക്ഷസന്മാർ പ്രായേണ ക്രൂരന്മാരും മായായുദ്ധവിശാരദന്മാരുമാണ്. അവരോട് ഈ പുരുഷപ്രായം തികയാത്ത ബാലൻ യുദ്ധം ചെയ്യണമെന്നു പറയുന്ന യുക്തി ദുസ്സഹമായി തോന്നുന്നു. മാത്രമല്ല, രണ്ടു നാഴികപോലും രാമനോടു വേർപെട്ടിരിക്കാൻ ഞാൻ ശക്തനല്ല. ഒൻപതിനായിരം വത്സരംവരെ പുത്രരില്ലാതെ കഴിഞ്ഞുവന്ന എനിക്ക് അശ്വമേധം, പുത്രകാമേഷ്ടി മുതലായ പല യാഗങ്ങളും പുണ്യകർമ്മങ്ങളും അനുഷ്ഠിച്ചതിന്റെ ഫലമായിട്ടാണ് നാലു പുത്രന്മാരുണ്ടായത്. കോമളനായ രാമൻ അവരിൽ പ്രധാനനാണ്. അവനെ പിരിഞ്ഞാൽ അവന്റെ അനുജന്മാർ ജീവിച്ചിരിക്കുമോ എന്നും സംശയം. അങ്ങനെയുള്ള രാമനെ രാക്ഷസന്മാരോടെതിർക്കാനായി നിന്തിരുവടി കൊണ്ടുപോകുന്നപക്ഷം ഞാൻ പുത്രവിഹീനനായി ഭവിക്കും. പുത്രശോകത്തെ സഹിക്കാൻ കഴിവില്ലാതെ മരിക്കാനും സംഗതി വരുന്നതാണ്. രാക്ഷസന്മാരെ നിഗ്രഹിച്ചു യാഗത്തെ രക്ഷിക്കണമെന്നുള്ള അഭിമതം മാത്രമേ അങ്ങേയ്ക്കുള്ളെങ്കിൽ അതിലേക്കു സായുധനായി ഞാൻ സൈന്യസമേതം ഉടനേ പുറപ്പെട്ടു വരാവുന്നതാണ്. ഇനി രാമനെ അയയ്ക്കുന്നതായാലും അവൻ എതിർക്കേണ്ട രാക്ഷസന്മാർ ആരാണെന്നും ആരുടെ പുത്രന്മാരാണെന്നും, അവർ എത്ര ആൾ ഉണ്ടെന്നും, മറ്റുമറിയേണ്ടതുണ്ട്. എന്നിട്ടുവേണം യുദ്ധയാത്ര നിശ്ചയിക്കാൻ അത്യന്തം വീര്യവാനായ രാവണൻ എന്ന പ്രസിദ്ധ രാക്ഷസനാണ് യാഗത്തെ മുടക്കാൻ വന്നിരിക്കുന്നതെങ്കിൽ അവനോടെതിർക്കാൻ ഞങ്ങൾ ശക്തരല്ല. ഓരോ കാലത്തിൽ ഓരോരുത്തർക്കാണ് വീര്യവിഭൂതികൾ ലോകത്തിൽ കണ്ടുവരുന്നത്. ഇപ്പോൾ ദുഷ്ടനായ ആ രാക്ഷസരാജനോളം വീര്യമോ വിഭുത്വമോ ഉള്ളവർ ലോകത്തില്ല. ബ്രഹ്മവിധി അപ്രകാരമെന്നല്ലാതെ അതിലേക്ക് മറ്റൊരു സമാധാനവും ഞാൻ കാണുന്നില്ല. ദേവന്മാരോ അസുരന്മാരോ ഗന്ധർവന്മാരോ എന്നല്ല യക്ഷനാഗകിന്നരാദികളോ ആരുംതന്നെ രാവണനോടെതിർക്കാൻ ഇക്കാലത്തു

ശക്തന്മാരല്ലാതെ തീർന്നിരിക്കുന്നു. പിന്നെ സാധാരണ മനുഷ്യരുടെ കഥ എന്താണു പറവാനുള്ളത്. അവൻ സജ്ജനങ്ങളുടെ ശ്രേയസ്സുകളെ നിശ്ശേഷം സംഹരിച്ചിരിക്കുന്ന ഒരു കാലൻതന്നെയാണ്. രാക്ഷസരാജനോടെന്നല്ല അവന്റെ പുത്രന്മാരോടായാലും എതിർനില്പാൻ പ്രയാസമാണ്. ഇനിയും ചില കൂട്ടരെക്കുറിച്ചു പറയാം. മധുപുത്രനായ ലവണൻ എന്ന അസുരനോ സുന്ദോപസുന്ദന്മാരുടെ പുത്രന്മാരായ മാരീചനും സുബാഹുവുമോ യാഗത്തെ ദ്വേഷിക്കാൻ വന്നിരിക്കയാണെങ്കിൽ അവരെയും ജയിക്കാൻതക്ക വീര്യവിഭൂതികൾ ഞങ്ങൾക്കില്ല. രാമന്റെ ആധുനികസ്ഥിതി നോക്കുകയാണെങ്കിൽ അവൻ വൃദ്ധന്മാരെപ്പോലെ ശോഷിച്ചു ദീനനായിരിക്കയുമാണ് .

ഇപ്രകാരം ഉണർത്തിച്ചിട്ട് ആ വാക്കുകളെ മുനിസഹിക്കുമോ കോപിച്ചു ശപിക്കുമോ എന്നുള്ള ശങ്കാഭയത്തിരമാലകളുടെ ഇടയിൽ അകപ്പെട്ട് വിചാരസമുദ്രത്തിൽ നിമഗ്നനായി സ്നേഹവിവശമായ നോട്ടത്തോടുകൂടി മുമ്പിൽ ഇരിക്കുന്ന രാജാവിനെ വിശ്വാമിത്രൻ നോക്കി കോപത്തോടെ പറഞ്ഞു-- രാജാവേ! താങ്കൾ ചെയ്യാമെന്നെന്നോടു പ്രതിജ്ഞ ചെയ്തതിനെ ഇപ്പോൾ ചെയ്കയില്ലെന്നോ പറയുന്നു? സിംഹയോനിയിൽ ജനിച്ചിട്ട് മാനിനെപ്പോലെ പ്രവർത്തിക്കുവാനിച്ഛിക്കയാണെന്നു തോന്നുന്നു. സത്യപ്രതിജ്ഞമായ രഘുവംശത്തിന് ഈ രീതി ഒട്ടും ചേരുന്നതല്ല. ചന്ദ്രബിംബത്തിൽനിന്ന് ഉഷ്ണരശ്മികൾ ഒരിക്കലും ഉദ്ഗളിക്കുന്നില്ല. പ്രതിജ്ഞയെ പാലിക്കാൻ താങ്കൾക്കു ശക്തിയില്ലെങ്കിൽ ഞാൻ വന്നവഴിയേ തിരിച്ചുപൊയ്ക്കൊള്ളാം. ഹേ കാകുൽസ്ഥാ! താങ്കൾ അസത്യവാദിയായി ഇവിടെ ബന്ധുജനസമേതം സുഖിച്ചുതാമസിച്ചുകൊള്ളുക.

മഹാത്മാവായ വിശ്വാമിത്രൻ ഈവിധം കോപപരീതനായി ചമഞ്ഞപ്പോൾ ഭൂമിദേവി ഭയവിഹ്വലയായി വിറച്ചു. എന്തെല്ലാമാണ് വരുന്നതെന്ന് ശങ്കിച്ചു ദേവന്മാരും ഭയപ്പെട്ടു. ലോകബന്ധുവായ വിശ്വാമിത്രമഹർഷി കോപിച്ചതുകണ്ടപ്പോൾ വിവേകിയും പ്രശാന്തനുമായ വസിഷ്ഠൻ ദശരഥനെ നോക്കി "രാജാവേ! താങ്കൾ ത്രൈലോക്യഗുണഭൂഷിതനായി ധർമ്മംതന്നെ മൂർത്തീഭവിച്ചതുപോലെ ഇക്ഷ്വാകുവംശത്തിൽ ജനിച്ച ആളാണ്. ദശരഥൻ ധർമ്മധുരന്ധരനാണെന്നുള്ള യശസ്സ് ദിഗന്തങ്ങളിൽ വ്യാപിച്ചുകൊണ്ടിരിക്കുന്നു. അധർമ്മപരമായ ഏതൊരു പ്രവൃത്തിയും താങ്കൾ ചെയ്തുകൂടാത്തതാണ്. ചെയ്യാമെന്നു പ്രതിജ്ഞചെയ്തത് പിന്നെ ചെയ്യാതെ ഇരുന്നാൽ അതു ലോകസ്ഥിതിഹേതുവായ ധർമ്മത്തെ ധ്വംസിക്കുന്നതിനു സമമാണ്. ഭുവനമാന്യനായ മ

ഹർഷിയുടെ വാക്കിനെ മാനിച്ച് രാമനെക്കൂടെ അയയ്ക്കുന്നതാണ് നന്ന്. സത്യസംഗരനായി ഇക്ഷ്വാകുവംശജനായിരിക്കുന്ന താങ്കൾ വാക്കിനെ ലംഘിക്കാൻ തുടങ്ങിയാൽ അതിനെ പിന്നെ പാലിക്കാൻ ആരാണ്? താങ്കളെപ്പോലെയുള്ള വിജ്ഞന്മാരുടെ പ്രവൃത്തി കണ്ടിട്ടാണ് സാധാരണ ജനങ്ങൾ നീതിയെ ലംഘിക്കാതെ ഇരിക്കുന്നത്. നീതിവിരുദ്ധമായ പ്രവൃത്തി താങ്കൾ ഒരിക്കലും ചെയ്തുകൂടാ. അമൃതകലശം ചൂഴവും അഗ്നിയാലെന്നപോലെ പുരുഷസിംഹനായ ഈ മഹർഷിയാൽ രക്ഷിതനായിരിക്കുമ്പോൾ ശ്രീരാമൻ അസ്ത്രശിക്ഷ കഴിച്ചവനായാലും അല്ലെങ്കിലും അവനെ ജയിക്കാൻ രാക്ഷസന്മാർക്കു സാധിക്കയില്ല. മഹർഷി അമാനുഷമഹിമാവായ തപോനിധിയാണ്. ദിവ്യാസ്ത്രങ്ങൾ അദ്ദേഹത്തെപ്പോലെ അറിഞ്ഞവരാരും ലോകത്തിലില്ല. ദേവാസുരന്മാരിലോ ഋഷികളിലോ മനുഷ്യരിലോ അദ്ദേഹത്തിനു തുല്യനായി വേറെ ഒരു പുരുഷൻ ഇല്ല. അദ്ദേഹത്തിന്റെ അഭീഷ്ടത്തിനു വിരുദ്ധമായി പ്രവർത്തിക്കുന്നത് ഒരിക്കലും ശുഭമായി വരികയില്ല."

ഇങ്ങനെ വസിഷ്ഠമുനി ഓരോ ഉപദേശങ്ങൾ ചെയ്തതുകേട്ട് ആശ്വസ്തനായ ദശരഥൻ ദ്വാരപാലനെനോക്കി രാമലക്ഷ്മണന്മാരെ വേഗത്തിൽ തന്റെ സമീപത്തിൽ ആനയിക്കാൻ കല്പനകൊടുത്തു. അവൻ അന്തഃപുരത്തിൽ പോയി ഒരു മുഹൂർത്തം കഴികെ തിരിച്ചുവന്നു പറകയാണ്. "ദേവ! രാത്രിയിൽ താമരയിൽ അകപ്പെട്ട വണ്ടുപോലെ കുമാരൻ അന്തഃപുരത്തിൽ ദുഃഖിതനായിരിക്കുന്നു. ഒരു കാൽനാഴികയ്ക്കകം വന്നേയ്ക്കാം പൊയ്ക്കൊള്ളു എന്ന് എന്നോട് പറഞ്ഞിട്ട് പിന്നെയും ധ്യാനത്തിൽ ലയിച്ചു, അടുക്കൽ ആരും ചെന്നുകൂടാ, നിന്നുകൂടാ എന്നൊക്കെയാജ്ഞാപിക്കുന്നു. മനസ്സിലേതോ കഠിനവിഷാദം കുടികൊണ്ടിരിക്കുന്നതുപോലെ തോന്നുന്നു."

ദ്വാരപാലകന്റെ വാക്കുകൾകേട്ട് ദശരഥൻ രാമഭൃത്യന്മാരെ വിളിച്ചുവരുത്തി, എന്റെ രാമൻ എവിടെ? എങ്ങനെയിരിക്കുന്നു? എന്നു ചോദ്യം ചെയ്തു. അവർ ദുഃഖമടക്കവയ്യാതെ തൊണ്ടയിടറിപ്പറഞ്ഞു. പ്രഭോ! കുമാരന്റെ അവസ്ഥകണ്ട് ഞങ്ങൾക്കുതന്നെ വളരെ ദുഖമുണ്ട്. ബ്രാഹ്മണരുമായി പോയി തീർത്ഥയാത്ര കഴിഞ്ഞുവന്നതിൽപിന്നെ കോമളനായ ആ തിരുമേനിക്ക് ഒരു മുഖത്തെളിച്ചം കണ്ടിട്ടില്ല. ഞങ്ങളുടെ വീണ്ടുംവീണ്ടും ഉള്ള പ്രാർത്ഥന സഹിക്കാതാകുമ്പോൾ വിരസഭാവത്തിൽ എഴുന്നേറ്റ് നിത്യകർമ്മങ്ങൾ കഴിച്ചാലായി, കഴിക്കാതെ തന്നെ ഇരുന്നാലായി. ആഭരണങ്ങളിലോ വിനോദസാധനങ്ങളിലൊ ഒന്നും കുമാരനാശയില്ല. പുരസ്ത്രീകൾ നൃത്തമാടുന്നതു കാണുമ്പോൾ ഹേ! എന്തൊ

രു മനശ്ശല്യമാണിത്. ഇവരെന്തു ഗോഷ്ടികളാണു കാട്ടുന്നത് എന്ന് കുമാരൻ പറയുന്നു. സമ്പത്തെന്ത്? ആപത്തെന്ത്? അവ സാധിച്ചാലെന്ത്? ഇല്ലെങ്കിലെന്ത്? എല്ലാം അസത്ത്; ഇങ്ങനെ ഉരുവിട്ടുകൊണ്ട് എപ്പോഴും മൗനിയായിത്തന്നെയിരിക്കുന്നു. പുഷ്പരത്നാദിമഞ്ജരികളെ അളകങ്ങളിൽ ചൂടി, പുതുപ്പുഞ്ചിരിനിലാവാടിയ മുഖപത്മങ്ങളോടുകൂടി ബാലസ്ത്രീകൾ സമീപത്തിൽ ചെന്നാലും മാൻപേടകൾ കാട്ടുവൃക്ഷച്ചുവട്ടിൽ ചെല്ലുന്നതുപോലെ തന്നെ; ഒരു ഭാവഭേദവുമില്ല. എപ്പോഴും തനിയേ ഇരിക്കുന്നതിനു കുമാരൻ ഇഷ്ടപ്പെടുന്നു. വസ്ത്രധാരണത്തിലോ പാനാശനത്തിലോ അശേഷം ഇഷ്ടമില്ല. ആകപ്പാടെ സന്യാസവൃത്തിയോടുകൂടിയ ഒരു തപോധനന്റെ രീതിയാണെടുത്തിരിക്കുന്നത്. ചിരിയോ, കരച്ചിലോ, പാട്ടോ, സംസാരമോ ഇല്ല. എപ്പോഴും കപോലത്തിൽ കയ്യുമൂന്നി പത്മാസനം ഉറപ്പിച്ചിരിപ്പാണ്. ദിവസംതോറും വിളറി വെളുത്ത് മെലിഞ്ഞുവരുന്നു. അമ്മമാരോ ഭൃത്യന്മാരോ മറ്റു വല്ലവരുമോ എന്തെങ്കിലും ചോദിച്ചാൽ ഉത്തരം പറകയില്ല. സുഖാനുഭോഗങ്ങൾ എത്ര ക്ഷണഭംഗുരങ്ങൾ, അവയിൽ മനസ്സുവയ്ക്കരുതേ എന്ന് അടുത്തിരിക്കുന്ന സ്നേഹിതന്മാരോട് പലപ്പോഴും പറയുന്നു ആപത്തിനു ഹേതുഭൂതമായ ധനത്തെ എന്തിനാഗ്രഹിക്കുന്നു എന്നു പറഞ്ഞിട്ട് കുമാരൻ സർവസ്വവും കോരിവാരി അർത്ഥികൾക്കു ദാനംചെയ്യുന്നു. ഇതു സമ്പത്താണ്; ഇത് ആപത്താണ് എന്നുള്ള ഭേദഭാവന മനസ്സിലെ അജ്ഞാനംകൊണ്ടുണ്ടാകുന്ന ഒരു വ്യാമോഹമാണെന്നു മുറയ്ക്കു പാടുന്നതു കേൾക്കാം. സുഖപ്രാപ്തിക്കുള്ള പദത്തെ ലഭിക്കുന്നതിനുപകരിക്കാത്ത പ്രവൃത്തികളാൽ പഴുതേ ഞാൻ കാലം കഴിച്ചല്ലോ കഷ്ടം! എന്നും ഇടയ്ക്കിടെ പറയുന്നുണ്ടാവും. ശത്രുമിത്രോദാസീനന്മാരിലാകട്ടെ ആത്മാവിലാകട്ടെ രാജ്യത്തിലാകട്ടെ കുമാരനാസ്ഥയില്ല. എന്നാൽ ശരിയായ ആലംബം ലഭിച്ചിട്ടുമില്ല. ഇങ്ങനെ മൂഢനുമല്ല മുക്തനുമല്ല എന്ന നിലയിൽ കുമാരൻ അകപ്പെട്ടിരിക്കുന്നല്ലോ എന്നു ഞങ്ങൾ വ്യസനിക്കുന്നു. ഇപ്രകാരം പുത്രന്റെ ഹൃദയത്തിൽ മുളച്ചു വളർന്ന് ചിന്താകാർശ്യാദികളാകുന്ന ശാഖകൾ വിസ്താരത്തിൽ വീശിനില്ക്കുന്ന ആപൽപാദത്തെ ഖണ്ഡിക്കുന്നതിന് സദയം അവിടുന്ന് ഉദ്യമിക്കണമേ! വെറും വേദാന്തമാർഗ്ഗത്തിൽ തന്നെ മനസ്സു ലയിച്ചിരിക്കുന്ന കുമാരൻ സമഗ്രമായ വിഭവസമൃദ്ധിയോടുകൂടിയ ഈ സംസാരത്തെ പ്രതികൂലവിഷംപോലെയാണു വെറുത്തിരിക്കുന്നത്. ഇനി ആ തിരുമേനിയെ സംസാരവ്യവഹാരത്തിൽ ഏർപ്പെടുത്തതക്ക സാമർത്ഥ്യം ലോകത്തിൽ ആർക്കെങ്കിലും ഉണ്ടാകുമെന്നും തോന്നുന്നില്ല."

ഈ വാക്കുകൾ കേട്ടു വിശ്വാമിത്രൻ പറഞ്ഞു. ഹേ രാജപുരുഷന്മാരേ! നിങ്ങൾ വേഗത്തിൽ ശ്രീരാമനെ ഇവിടെ കൂട്ടിക്കൊണ്ടു വരുവിൻ! അവൻ മനശ്ചാഞ്ചല്യത്തോടെ മൗനം ദീക്ഷിച്ചിരിക്കയാവാം. കൂട്ടം പിരിഞ്ഞിരിക്കുന്ന മാനിനെ മാനുകൾ സ്നേഹപൂർവ്വം ഇണക്കിക്കൊണ്ടുപോയി സമൂഹത്തിൽ ചേർക്കുന്നതുപോലെ നിങ്ങൾ അവനെ ഈ സഭയിൽ ഹാജരാക്കണം. ആപത്തോ രാഗമോ നിമിത്തമുണ്ടാകുന്ന മനസ്സിന്റെ ജഡപ്രകൃതിയാണ് മോഹമെന്നത്. എന്നാൽ രാമചന്ദ്രന്റെ മോഹത്തിനുകാരണം അവ രണ്ടുമല്ല. മനസ്സിനു വിവേകമുണ്ടായി വൈരാഗ്യമുദിച്ചിട്ടു ശുഭലക്ഷണമായ പരമാർത്ഥബോധം ഉദയം ചെയ്തിരിക്കുന്നതിന്റെ കാന്തിക്കതിരുകൾ സംസാരതമസ്സിനെ നശിപ്പിച്ചു തുടങ്ങിയതാണ്. ക്ഷണത്തിൽ ഇവിടെ വരുത്തിയാൽ അവന്റെ മനോമോഹത്തെ ഞങ്ങൾ തീർത്തുകൊള്ളാം. യുക്തികൾകൊണ്ടു കുമാരന്റെ മോഹം നീക്കിക്കഴിഞ്ഞാൽ അവൻ ഞങ്ങളെപ്പോലെ നിത്യാനന്ദാനുഭൂതിക്ക് അധികാരിയായി ജീവന്മുക്താവസ്ഥയിലിരുന്ന്, ലോകവ്യവഹാരം നടത്താതിരിക്കയില്ല. ഇപ്പോൾ കാണുന്ന മൗനവും മനോദുഃഖവും പിന്നെ ഉണ്ടാകയില്ല. കാര്യകാരണതത്വങ്ങളറിഞ്ഞു മനനാദികളാൽ ജ്ഞാനപ്രകാശമുണ്ടായി സുഖദുഃഖാദികളിൽ ഭേദഭാവന ഇല്ലാതെ വർണ്ണാശ്രമധർമ്മവിധിപ്രകാരം ലൗകികവ്യവഹാരങ്ങളെ അവിച്ഛിന്നമായി നടത്തിക്കൊണ്ടുതന്നെയിരിക്കും."

ഇങ്ങനെ പറഞ്ഞിരിക്കത്തന്നെ രാമചന്ദ്രൻ പിതാവിനെ കാണ്മാൻ സഭാസ്ഥാനത്തിൽ ഹാജരായി. ഇന്ദ്രൻ ദേവസംഘത്താൽ എന്നപോലെ രാജാക്കന്മാരാലും വസിഷ്ഠവിശ്വാമിത്രന്മാരാലും പരിവൃതനായി സഭയിലെഴുന്നള്ളിയിരിക്കുന്ന പിതാവിന്റെ സമീപത്തിൽ ചെന്ന് ആദ്യമായി നമസ്കരിച്ചു. അനന്തരം വസിഷ്ഠവിശ്വാമിത്രന്മാരെ, വിപ്രന്മാരെ, ബന്ധുക്കളെ, ഗുരുഭൂതന്മാരെ ഇങ്ങനെ യഥാക്രമം വണങ്ങി ശോഭനഹൃദയനായ കുമാരൻ വിനയംപൂണ്ടു നിന്നു. സഭാസ്ഥിതന്മാരായ രാജാക്കന്മാർ തനിക്കുചെയ്ത നമസ്കാരത്തെ ദൃഷ്ടികൊണ്ടും ശിരസ്സുകൊണ്ടും മധുരവാക്കുകൾ പറഞ്ഞും അംഗീകരിക്കയുമായി. സ്നേഹാധീനനായ ദശരഥൻ താമരപ്പൂവിൽ രാജഹംസമെന്നപോലെ പുത്രന്റെ മൂർദ്ധാവിൽ ചുംബനം ചെയ്തിട്ട് മടിയിലിരിക്കാൻ വാത്സല്യപൂർവ്വം വിളിച്ചു. ഗുരുജനസമക്ഷം അതു യുക്തമല്ലെന്നു തോന്നുകയാൽ രാമചന്ദ്രൻ, ഭൃത്യജനങ്ങൾ തറയിൽ വിരിച്ച വസ്ത്രത്തിന്മേലിരുന്നു. പുത്രന്റെ മനോധർമ്മത്തെ മാനിച്ച് ദശരഥൻ പറഞ്ഞു:-- "പുത്രാ! വിവേകത്തെ പ്രാപിച്ചവനും കല്യാണനിലയവുമായ നീ ബുദ്ധിമോഹമുണ്ടാ

ക്കി മൂഢനെപ്പോലെ ദുഃഖത്തിനിടംകൊടുക്കരുത്. വൃദ്ധന്മാരുടെയും ബ്രാഹ്മണരുടെയും ഗുരുവിന്റെയും ഉപദേശംകേട്ടു മോഹത്തെ മനസ്സിൽനിന്നും അകറ്റി ഇരിക്കുന്നതാണ് നിന്നെപ്പോലെയുള്ള ഒരു രാജകുമാരന്റെ ധർമ്മം. എങ്കിൽമാത്രമേ പുണ്യപദത്തിന് നീ അർഹനാകയുള്ളു; ഹേ! രാഘവ! മോഹപ്രസരം മനസ്സിനെ ബാധിക്കാതിരിക്കുന്നിടത്തോളമേ കാര്യക്ഷമങ്ങളല്ലാത്ത ആപത്തുകൾ ദൂരത്തു സ്ഥിതി ചെയ്യുകയുള്ളു."

ഉടനേ വസിഷ്ഠൻ പറകയായി: രാജപുത്ര! ജയിക്കാൻ വിഷമമായവയും ഉപദ്രവകാരികളുമായ വിഷയശത്രുക്കളെ കീഴടക്കിയ നീ ശൂരൻതന്നെ. എന്നാൽ പരമാർത്ഥബോധിയല്ലാത്തവനെപ്പോലെ, അജ്ഞന്മാർക്ക് ഉചിതമായ ആപൽകല്ലോലങ്ങൾ നിറഞ്ഞ വ്യാമോഹക്കടലിൽ മുഴുകാൻ കാരണമെന്ത്?

അനന്തരം വിശ്വാമിത്രൻ, രാമചന്ദ്രനെ നോക്കി, "രഘുകുമാരാ! വീടിനെ എലി എങ്ങനെയോ അതുപോലെ നിന്റെ ഹൃദയത്തെ ആധികൾ തുളച്ചുകയറിയിരിക്കുന്നതായിക്കാണുന്നു. അവ എന്തുമൂലമുണ്ടായിയെന്നും, എന്തർത്ഥത്തെ കാംക്ഷിച്ചാണെന്നും, അവയുടെ സ്വരൂപമെന്തെന്നും, വ്യാപ്തി എത്രമാത്രമെന്നും പറയുക! പരിഹാരമുണ്ടാക്കാം. ഒരു വിധത്തിലും നീ അനുചിതങ്ങളായ ആധികൾക്കു പാത്രീഭവിക്കേണ്ടവനല്ല. വസ്തുതകൾ പറഞ്ഞാൽ എളുപ്പത്തിൽ നിന്റെ അഭിമതം സാദ്ധ്യമാവുകയും ആധികൾ മേൽക്കാലഹൃദയത്തെ ബാധിക്കാതിരിക്കയും ചെയ്യുന്നതാണ്" എന്നുപറഞ്ഞു.

ഉചിതാർത്ഥവിലാസം ഗർഭിച്ച വിശ്വാമിത്രവചനങ്ങൾകേട്ട് തന്റെ അഭിമതാർത്ഥം സാധിതപ്രായമായിക്കരുതിയ രാമചന്ദ്രൻ ദുഃഖങ്ങളകറ്റി മേഘഗർജ്ജനം കേട്ട മയിൽപോലെ സന്തോഷിച്ചു.

(വൈരാഗ്യപ്രകരണത്തിൽ, വൈരാഗ്യോൽപത്തി പ്രതിപാദനം എന്ന ഒന്നാംസർഗ്ഗം കഴിഞ്ഞു.)

ജഗദ്ദോഷപ്രകാശം

രാമചന്ദ്രൻ ഇപ്രകാരം ആശ്വസ്തനായിട്ട്, മഹർഷിയെനോക്കി, പരിപൂർണ്ണാർത്ഥത്തിൽ പ്രൗഢമനോഹരമായ വചനങ്ങളെപ്പറഞ്ഞു. ഭഗവാനേ! ഞാൻ അജ്ഞനാണെങ്കിലും നിന്തിരുവടി ചോദിക്കകൊണ്ട് ഉള്ളതുപോലെ അറിയിക്കാം. സത്തുകളുടെ വാക്ക് ലംഘിക്കത്തക്കതല്ലല്ലോ. പിതാവിന്റെ ഈ രാജധാനിയിൽ ജനിച്ചു വളർന്ന്, വിധിപ്ര

കാരം വിദ്യകളുമെല്ലാം അഭ്യസിച്ച്, സദാചാരപരനായി കഴിഞ്ഞുവരവേ, എനിക്കു തീർത്ഥ യാത്രചെയ്താൽ കൊള്ളാമെന്ന് ഒരഭിലാഷംതോന്നി. ഉടനെ പിതാവിനോട് അനുവാദംവാങ്ങി അലയാഴി ചൂഴ്ന്ന ഈ ഭൂതല ത്തിലെങ്ങും ചുറ്റിനടന്ന് അവിടവിടെയുള്ള പുണ്യസ്ഥലങ്ങളെ ദർശി ച്ചു. സഞ്ചാരകാലത്ത് എന്റെ മനസ്സിന് ഒരുമാറ്റം സംഭവിച്ചു. സംസാരം എത്ര നിസ്സാരം! എത്ര അർത്ഥഹീനം! ഇത്യാദി വിചാരങ്ങൾ വിവേക ത്താൽ മനസ്സിൽ കടന്നുകൂടുകയാൽ തിരിച്ചുവന്നിട്ടും പ്രാകൃതികനെ പ്പോലെ ജീവിതത്തെ നയിക്കാൻ എനിക്കു സാധിച്ചില്ല. സുഖാനുഭോഗ ങ്ങളിൽ വിരസതതോന്നി ഞാൻ ഇങ്ങനെ വിചാരിക്കാൻ തുടങ്ങി.

ഭൂമിയിൽ എന്തൊരു സുഖമാണ് മനുഷ്യർക്ക്? ഈ സംസാരസ്ഥി തിയെന്ത്? ലോകർ മരിക്കാനായി ജന്മമെടുക്കുന്നു. ജനിക്കാനായി മ രിക്കയും ചെയ്യുന്നു. ഇക്കാണപ്പെട്ട ചരാചരങ്ങളിൽ അഭിമാനിക്കപ്പെ ടുന്ന ചേഷ്ടിതങ്ങളും സുഖഭോഗങ്ങളുമെല്ലാം ക്ഷണഭംഗുരങ്ങളാണ്. അവ പ്രായേണ ആപത്തുകൾക്കു ഹേതുവും ദുരന്തദുഃഖത്തെയുണ്ടാ ക്കുന്നവയുമാണ്. ഇരുമ്പാണികൾ എന്നപോലെ അവയ്ക്കു തമ്മിൽ സം ബന്ധമില്ല. സംബന്ധം തോന്നുന്നതു മനസ്സിന്റെ കല്പനകൊണ്ടു മാ ത്രമാണ്. വാസ്തവത്തിൽ ഈ പ്രപഞ്ചംതന്നെ മനസ്സങ്കല്പത്തിന്റെ വി ലാസമാകുന്നു. മനസ്സ് വാസ്തവത്തിൽ അസത്തുമാണ്. വനത്തിൽ കാ ണപ്പെടുന്ന മൃഗതൃഷ്ണ മൃഗങ്ങളെ എന്നപോലെ മനസ്സ് പരമാർത്ഥ സുഖം ലവലേശമില്ലാത്ത ഭോഗങ്ങളിലേക്ക് മൂഢന്മാരെ ആകർഷിക്കു ന്നു. ഈ രാജ്യംകൊണ്ടോ ഭോഗങ്ങളെക്കൊണ്ടോ എനിക്കെന്തു ഫലം? ഞാനാര്? ഈ പ്രപഞ്ചത്തിന്റെ വാസ്തവസ്വരൂപമെന്ത്? എന്തിനായിട്ടി തു പ്രകാശിക്കുന്നു. മിഥ്യയായത് മിഥ്യയായിത്തന്നെ ഭവിച്ചുകൊള്ളട്ടെ. അതുകൊണ്ടാർക്ക് എന്തുദോഷം? ഹേ മഹർഷേ! മേൽപറഞ്ഞപ്രകാര മുള്ള വിചാരങ്ങളാൽ നിർജ്ജലഭൂമികളിൽ വഴിയാത്രക്കാർക്കെന്നപോ ലെ എല്ലാറ്റിലും എനിക്ക് അരതിയാണുണ്ടാകുന്നത്. പരമാർത്ഥബോധ മില്ലാത്തവരും പരമാർത്ഥത്തെ അന്വേഷിക്കാത്തവരുമായ മനുഷ്യർ തു ളയുള്ള മുളയിൽ കാറ്റൂതുമ്പോൾ പലതരത്തിൽ ശബ്ദങ്ങൾ പുറപ്പെടു ന്നതുപോലെ ശബ്ദിച്ചുകൊണ്ടു നടക്കുന്ന അചേതന വസ്തുക്കളാണെ ന്നുതന്നെ പറയാം. വാസ്തവത്തിൽ ഈ പ്രപഞ്ചം അസത്താണെന്നും മൂലപ്രകൃതിയുടെ വികാരവിശേഷത്താൽ തോന്നിച്ച് മൂഢന്മാരെ വ്യാ മോഹിപ്പിക്കുന്നതാണെന്നും എനിക്ക് മനസ്സിലായി. അതിൽ സുഖമെ ന്ത്? ദുഃഖമെന്ത്? ജീവിതംതന്നെ എന്തിന്? ഇത്യാദിവിചാരങ്ങൾ എന്റെ മനസ്സിനെ ദുഃഖിപ്പിച്ചുകൊണ്ടേ ഇരിക്കുന്നു. ഈ ദുഃഖം എങ്ങനെ ശമി

ക്കുമെന്നുള്ള ചിന്ത, കോടരത്തിൽ കത്തിയെരിയുന്ന അഗ്നികൊണ്ട് വാടുന്ന മരംപോലെ എന്നെ ദഹിപ്പിച്ചുകൊണ്ടിരിക്കുന്നു. കല്ലുകൾപോലെ കടുപ്പമുള്ളതും ഒന്നുകൊണ്ടുമലിഞ്ഞുവാർന്നു പോകാത്തതുമായ സംസാരദുഃഖങ്ങൾ എന്റെ ഹൃദയത്തിൽ ഒരു മുടിപ്പഴുതുപോലുമില്ലാത്ത വിധത്തിൽ തിങ്ങി നിറഞ്ഞിരിക്കുകയാണ്. എന്നാൽ ബന്ധുജനങ്ങളെ ഭയപ്പെട്ട് കണ്ണുനീരൊഴുക്കി കരയുന്നില്ലെന്നേയുള്ളു. ചിന്താസമൂഹത്തെ ഓരോ ഭ്രമണത്തിലും ചുറ്റും വിതറി കുന്നിപ്പിച്ചുകൊണ്ടിരിക്കുന്ന ചക്രങ്ങളായ ധനങ്ങൾ ദാരിദ്ര്യം, ശത്രുപീഡ, രോഗം മുതലായ ആപത്തുകളിൽപെട്ട് ഉഴലുന്നവനെ പല കുട്ടികളോടുകൂടിയ ഭാര്യ താമസിക്കുന്ന വീട് എങ്ങനെയോ അതുപോലെ എനിക്കു മനസ്സിന് ദുഃഖത്തെ ഉളവാക്കുന്നു. കൂടാതെ മനോവൃത്തിയെ മോഹിപ്പിക്കുകയും ഗുണങ്ങളെ ഖണ്ഡിപ്പിക്കുകയും ദുഃഖങ്ങളെ ഉല്പാദിപ്പിക്കുകയും വഞ്ചന പ്രവർത്തിപ്പിക്കുകയും ചെയ്യുന്നു. ഈ സംസാരത്തിൽനിന്നു വിട്ടുപോകാതെ പലവിധത്തിലുള്ള സുഖങ്ങളെയും ഉണ്ടാക്കുകകൊണ്ട് മൂഢജനങ്ങളാൽ ഉൽകൃഷ്ടയെന്നു കല്പിക്കപ്പെട്ടിരിക്കുന്ന ലക്ഷ്മിയും മനോമോഹത്തെ ഉണ്ടാക്കുന്നവളാണ്. വധം, ബന്ധനം, നരകം മുതലായ അനർത്ഥങ്ങൾക്കു കാരണഭൂതയുമാണ്. അവൾ ഉത്സാഹനടനത്തോടുകൂടിയ ആഗ്രഹങ്ങളാകുന്ന ഓളങ്ങളെ ഒന്നിനുമേലേ ഒന്നായി തള്ളിച്ചുകൊണ്ട് ഊക്കോടെ സഞ്ചരിക്കുന്ന മഴക്കാലത്തെ നദിയാണെന്നുതന്നെ പറയാം. ദുഷ്പ്രവൃത്തികളാൽ വർദ്ധിക്കപ്പെട്ട ചിന്താസന്താനങ്ങളാകുന്ന തിരമാലകളെ ആ നദി വഹിക്കുന്നു. സമ്പൽസ്വരൂപയായ ഈ ലക്ഷ്മി ഒരിടത്തും ഉറച്ചുനില്ക്കാത്ത ഒരു ദുർഗയത്രേ. അവൾ രാജപ്രകൃതിപോലെ ഗുണദോഷവിചാരം ചെയ്യാതെ പാർശ്വവർത്തിയെത്തന്നെ ആശ്രയിച്ചുകൊണ്ടിരിക്കുന്നു. ഏതേതു കർമ്മങ്ങളുടെ ഫലം രാജ്യലോഭം, ഹിംസ, അനൃതം മുതലായ ദോഷങ്ങളാകുന്ന സർപ്പത്തിന്റെ വിഷത്തെ വർദ്ധിപ്പിക്കുന്നതിനു പാലുപോലെ ഭവിക്കുന്നുവോ ദ്യൂതം, യുദ്ധം, വാണിജ്യം മുതലായ അതതുകർമ്മങ്ങളാൽ അവൾ വർദ്ധനയെ പ്രാപിക്കുന്നു. നേരേമറിച്ചു യാഗദാനാദി പുണ്യകർമ്മങ്ങൾ അവൾക്കു ക്ഷയത്തെ ഉണ്ടാക്കുന്നവയാകുന്നു. വാതസമൂഹത്താൽ മഞ്ഞെന്നപോലെ ഈ ലക്ഷ്മിയാൽ ദുസ്സഹനാക്കിച്ചെയ്യാതിരിക്കപ്പെടുന്നതുവരെ മാത്രമേ ഒരു മനുഷ്യൻ അന്യന്മാരോടും സ്വജനങ്ങളോടും ദയ, ദാക്ഷിണ്യം, സ്നേഹം മുതലായ ഗുണങ്ങൾ ഉള്ളവനായി ഇരിക്കയുള്ളു. വിദ്വാന്മാർ ശൂരന്മാർ കൃതജ്ഞന്മാർ ദയാശീലന്മാർ സദ്വൃത്തന്മാർ ഇവരെല്ലാം പാംസുമുഷ്ടിയാൽ രത്നങ്ങളെന്നപോലെ സമ്പത്തിനാൽ മലിനീകരിക്കപ്പെ

ടുന്നു. ജനങ്ങളാൽ നിന്ദിക്കപ്പെടാത്ത സമ്പന്നനും ആത്മപ്രശംസ ചെയ്യാത്ത ശൂരനും സമദൃഷ്ടിയായ പ്രഭുവും ലോകത്തിൽ വളരെ ദുർല്ലഭംതന്നെ. ഈ ലക്ഷ്മിയാകട്ടെ ദുഃഖസർപ്പങ്ങൾ അധിവസിക്കുന്ന ഒരു ഭയങ്കരഗുഹയും മഹാമോഹജനങ്ങൾക്കു ഉല്പത്തിസ്ഥാനമായ വിന്ധ്യപർവതവുമാകുന്നു. സൽക്കാര്യസാരസങ്ങൾക്കു രാത്രിയും ദുഃഖകൈരവങ്ങൾക്കു ചന്ദ്രികയുമാണ്. ദയാദൃഷ്ടി എന്ന ദീപത്തെ പൊലിക്കുന്ന കൊടുംകാറ്റാണ്. വൈരാഗ്യവള്ളികളെ വാട്ടുന്ന കാമരാഗദ്യുലൂകങ്ങളെ ഉന്മിഷിപ്പിക്കുന്ന ഇരുളുമാണ്. വിവേകമാകുന്ന ചന്ദ്രന് ഇവൾ രാഹുവിന്റെ കരാളദംഷ്ട്രകളാകുന്നു. ജീവനെപ്പോലും പണയംവച്ചുള്ള സാഹസികപ്രവൃത്തികൾകൊണ്ടു കൈവശപ്പെടുത്താൻ കഴിയുന്നതും അല്പകാലംമാത്രം നിലനിൽക്കുന്നതും സർപ്പങ്ങളാൽ ചുറ്റപ്പെട്ട തണ്ടോടുകൂടിയതുമായി പാഴുകിണറുകളിൽ മുളച്ചുനില്ക്കുന്ന പുഷ്പലതപോലെ മനോഹരിയായിട്ടാണ് ലക്ഷ്മി ചിത്തവൃത്തിയെ വശീകരിക്കുന്നത്.

ആയുസ്സ് തളിരിന്റെ നുനിയിൽ ഇറ്റിനിൽക്കുന്ന വെള്ളത്തുള്ളിപോലെ അകാലത്തിൽ ശരീരത്തെ വിട്ടുപൊയ്ക്കളയുന്നു. വിഷയങ്ങളാകുന്ന സർപ്പങ്ങളുടെ സംസർഗ്ഗംകൊണ്ടു ശിഥിലമായ മനോവൃത്തിയോടുകൂടിയവരും ആത്മാവിൽ പ്രൗഢമായ വിവേകത്തോടുകൂടാത്തവരുമായ മനുഷ്യർക്ക് ആയുസ്സ് ആയാസകാരണമാകുന്നു. അറിയേണ്ടതിനെ അറിഞ്ഞു പരമാർത്ഥപദത്തിൽ മനസ്സിനെ രമിപ്പിച്ച് ലാഭത്തിലും അലാഭത്തിലും ഒരുപോലെ മനഃസ്ഥിതിയോടുകൂടിയിരിക്കുന്നവർക്ക് അതു സുഖത്തെ ചെയ്യുന്നതായിരിക്കും. പരിമിതാകാരമായ ദേഹാദിയെ ആത്മത്വേന അഭിമാനിച്ചു വസിക്കുന്ന ഞങ്ങൾ സംസാരമേഘത്തിലെ മിന്നൽപിണറുകളായി അപ്പോഴപ്പോൾ പ്രകാശിച്ചു മറയുന്ന ചപലമായ ആയുസ്സിൽ സുഖികളായി ഭവിക്കുന്നില്ല. കാറ്റിനെ പിടിക്കുന്നതും ആകാശത്തെ ഖണ്ഡിക്കുന്നതും തിരമാലകളെ കെട്ടിനിറുത്തുന്നതും യുക്തമാണെന്നിരുന്നാൽതന്നെയും ആയുസ്സിൽ അഭിലാഷം വയ്ക്കുന്നതു യുക്തമായിരിക്കയില്ല. ശരൽക്കാലത്തിൽ കാണപ്പെടുന്ന അല്പമായ മേഘംപോലെ, എണ്ണയില്ലാതുള്ള ദീപംപോലെ, ഇളകിക്കൊണ്ടിരിക്കുന്ന തിരപോലെ, ആയുസ്സു ക്ഷണേന മറഞ്ഞുപോകുന്നു. മനോവിശ്രാന്തി ഇല്ലാതെ തൃഷ്ണാകുലനായി ഭവിച്ചിരിക്കുന്ന മനുഷ്യൻ വെറുതേ ദുഃഖത്തിനായിത്തന്നെ ദീർഘായുസ്സിനെ ഇച്ഛിക്കുന്നു. അത് *അശ്വതരി ആത്മനാശത്തിനായി ഗർഭത്തെ ഇച്ഛിക്കുന്നതുപോലെയാകുന്നു. സംസാരസംഭ്രമണത്തിൽ പ്രസിദ്ധമായ ഈ ദേഹവല്ലി സൃഷ്ടിസാഗരത്തി

*പെൺകഴുതയിൽ കുതിരയ്ക്കുണ്ടാകുന്ന പെൺസന്തതിയാണ് അശ്വതരി

ലെ നീർപ്പതപോലെ അത്യന്തം അസ്ഥിരയാണ്. ഈ ദേഹസന്ധാരണത്തിൽ എന്റെ മനസ്സാഗ്രഹിക്കുന്നില്ല. യാതൊന്നുകൊണ്ടു പ്രാപ്യമായ പരമപുരുഷാർത്ഥം പ്രാപിക്കപ്പെടുന്നു, യാതൊന്നുനിമിത്തം എന്നേയ്ക്കുമായി ദുഃഖനിവൃത്തി ഭവിക്കുന്നു, യാതൊന്നു ശ്രേഷ്ഠമായ ജീവന്മുക്തിസുഖത്തിനു സ്ഥാനമായും ഭവിക്കുന്നു അതുതന്നെ ജീവിതമെന്നു പറയപ്പെടുന്നത്. വൃക്ഷങ്ങൾ മുളച്ചുവളർന്ന് അവയുടെ ജീവിതത്തെ നയിക്കുന്നുണ്ട്. മൃഗപക്ഷികളും അതതിനുചിതമായ വിധത്തിൽ ജീവിക്കുന്നുണ്ട്. അതുകൊണ്ടെന്ത്? മനസ്സ് അനിത്യവസ്തുക്കളിൽ ഭ്രമിക്കാതെ പരമാർത്ഥബോധത്തോടുകൂടി വാസനാബന്ധത്തെ അറുത്തു ജീവിക്കുന്നവൻ ആരോ അവൻതന്നെ യഥാർത്ഥത്തിൽ ജീവിക്കുന്നവൻ. വീണ്ടും ഒരു ജന്മമുണ്ടാകാതെ ഇരിക്കത്തക്കവണ്ണം സാധുജീവിതത്തെ ആരു നയിക്കുന്നോ അവനെയാണ് ജനിച്ചവൻ എന്നു പറയുന്നത്. അല്ലാത്തവർ മുതുകഴുതകൾ തന്നെയാണ്. അവിവേകിയായവന് ശാസ്ത്രം ഭാരമായിത്തോന്നും. രാഗിക്ക് ആത്മജ്ഞാനം ഭാരമായും, ശാന്തത സിദ്ധിക്കാത്തവന് മനസ്സ് ഭാരമായും, ആത്മബോധം ഇല്ലാത്തവന് ശരീരം ഭാരമായും ഭവിക്കും. രൂപം, ആയുസ്സ്, മനസ്സ്, ബുദ്ധി, അഹങ്കാരം, സ്ഥിരപ്രവൃത്തി ഇവയെല്ലാം ഭാരവാഹിക്കു ഭാരം എങ്ങനെയോ അതുപോലെ ദുഷ്ടബുദ്ധിയായവനു ദുഃഖത്തെ ഉണ്ടാക്കുന്നു. രോഗങ്ങളായ പക്ഷികൾക്കു കുടിപാർപ്പുസ്ഥലം പോലെയിരിക്കുന്നത് വിശ്രാന്തിയും പൂർണ്ണതയുമില്ലാത്തതും ആപത്തുകളുടെ വിളഭൂമിയും ശ്രമത്തെ ഉണ്ടാക്കുന്നതുമാണ്. ശരീരമാകുന്ന പൊത്തിൽ വിശ്രമിച്ച് വിഷത്തിന്റെ എരിപൊരി വളർത്തുന്ന ഉഗ്രങ്ങളായ രോഗസർപ്പങ്ങളാൽ കാറ്റെന്നവണ്ണം ആയുസ്സു ഭുജിക്കപ്പെടുന്നു. അടുത്തിരിക്കുന്ന എലിയെ പൂച്ച എന്നപോലെ ആയുസ്സിനെ അത്യാർത്തിയോടെ വിഴുങ്ങാനായി മരണം എപ്പോഴും നോക്കിക്കൊണ്ടിരിക്കയാണ്. ആയുസ്സിൽ സുഖാനുഭവകാലമായ യൗവനവും ശരീരത്തിൽ കുറച്ചുനാൾ ഇരുന്നിട്ട് ദുർജ്ജനത്തെ സജ്ജനമെങ്ങനെയോ അപ്രകാരം നിന്ദാഭാവത്തിൽ ഉപേക്ഷിച്ചു പൊയ്ക്കളയുന്നു. ജീവന്മുക്തന്മാർക്ക് പ്രസിദ്ധമായ സുഖമോ സ്ഥിരതയോ ഇല്ലാത്തതും ഏറ്റവും തുച്ഛവും ഗുണഹീനവും മരണപാത്രവുമായ ഈ ആയുസ്സുപോലെ വർജ്ജ്യമായി ലോകത്തിൽ ഒന്നുമില്ല.

മഹർഷേ! ഇനി അഹങ്കാരത്തെക്കുറിച്ചു പറയാം. വെറുതേ അജ്ഞാനത്തിൽനിന്നും മുളച്ച് വെറുതേതന്നെ വളരുന്നതും വെറുതേ ഉപദ്രവിക്ക ശീലമുള്ളതുമായ ദുരഹങ്കാരശത്രുവിനെ ഞാൻ ഭയപ്പെട്ടിരിക്കയാണ്. ശാരീരങ്ങളായ ദുഃഖങ്ങൾ അഹങ്കാരത്താൽ ഉണ്ടാകുന്നു മാനസി

കദുഃഖങ്ങളും അങ്ങനെതന്നെ. ആഗ്രഹങ്ങൾക്കും കാരണം അഹങ്കാരം ഒന്നുതന്നെയാണ്. ഈദൃശമായ അഹങ്കാരം ഒരു രോഗംപോലെ എന്നെ ബാധിക്കുന്നു. അഹങ്കാരമെന്ന അത്യുഗ്രനായ ദീർഘകാലവൈരിയുടെ അധീനതയിലകപ്പെടുകകൊണ്ട് എനിക്കു ഭക്ഷണമില്ല; ജലപാനവുമില്ല. പിന്നെയല്ലേ സുഖഭോഗാനുഭവം! അഹങ്കാരവശാൽ എന്നാൽ ഏതേതു ഭുജിക്കപ്പെട്ടോ, ഹോമിക്കപ്പെട്ടോ, ചെയ്യപ്പെട്ടോ അതെല്ലാം അവസ്തുവാണ്. അഹങ്കാരത്തോടുകൂടായ്ക മാത്രമാണ് വസ്തു. അഹംഭാവമുള്ളപ്പോൾ ഞാൻ ആപത്തിൽ അകപ്പെട്ടു ദുഃഖിക്കുന്നു. ഇല്ലാത്തപ്പോൾ സുഖിയായും ഭവിക്കുന്നു. അതുകൊണ്ട് അഹങ്കാരത്തോടുകൂടാതെയിരിക്കുന്നതുതന്നെ ശ്രേഷ്ഠമെന്നു ഞാൻ വിചാരിക്കുന്നു അഹങ്കാരക്കാറ് വർദ്ധിക്കുന്നതിന്റെ തോതനുസരിച്ചാണ് തൃഷ്ണയാകുന്ന കുടകപ്പാലപ്പൂങ്കുല ഉല്ലാസത്തെ പ്രാപിക്കുന്നത്. അഹങ്കാരവിടൻ ആ തൃഷ്ണയെ ചരടാക്കീട്ട് അനവധി ജന്മപരമ്പരകളായ മുത്തുകളെ അതിൽ കോർത്ത് ജീവികളുടെ കഴുത്തിൽ ചാർത്തുന്നു. ഈ അഹങ്കാരശത്രുവാണ് പുത്രമിത്രകളത്രാദികളെ മന്ത്രതന്ത്രപ്രയോഗങ്ങളൊന്നുമില്ലാതെ ജനങ്ങളിൽ കൂട്ടിക്കുരുക്കി ബന്ധിക്കുന്നത്. അഹം എന്ന പദം എപ്പോൾ മൂലച്ഛേദം ചെയ്യപ്പെടുന്നു അപ്പോൾ എല്ലാ ദുരാധികളും താനേ നീങ്ങുന്നു. മനസ്സാകുന്ന ആകാശത്തിൽനിന്ന് അഹം എന്ന കാറൊഴിയുമ്പോൾ മനഃശാന്തിക്കു വിഘാതമായ മോഹമെന്ന മൂടൽമഞ്ഞ് ക്ഷണത്തിൽ പോയി മറയും. ഹേ മഹർഷേ! നിരഹങ്കാരവൃത്തിയാണെങ്കിലും ആത്മബോധമുദിക്കായ്കകൊണ്ടു ദുഃഖിതനായിരിക്കുന്ന എനിക്കെന്താണിനി ഉചിതമെന്നുള്ളത് നിന്തിരുവടി അരുളിച്ചെയ്യണം. സർവ്വ ആപത്തുകൾക്കും കാരണവും അസ്ഥിരവും ഹൃദയസ്ഥവും ഉത്തമഗുണങ്ങളിൽനിന്നു വേർപെട്ടിരിക്കുന്നതും ദുഃഖസമൂഹങ്ങൾ ചൂഴ്ന്നതും ആയ അഹംകൃതിപദത്തെ വിവേകദാർഢ്യത്താൽ ഞാൻ ആശ്രയിക്കാതെ കഴികയാണ്. മറ്റാശ്രയിക്കപ്പെടേണ്ടവ ഏവ എന്ന് എനിക്കുപദേശിച്ചുതരണം.

എന്റെ ഹൃദയം മുമുക്ഷുക്കളാൽ അവശ്യം അനുഷ്ഠിക്കപ്പെടേണ്ടതായ സാധുസേവനത്തെ വിട്ട് കാമാദിദോഷങ്ങളാൽ ദുർബലമായി വായുപ്രവാഹത്തിലകപ്പെട്ട മയിൽപ്പീലിത്തണ്ടിനു തുല്യം ചലിച്ചുകൊണ്ടിരിക്കുന്നു. ഊരിൽ തെണ്ടിത്തിരിഞ്ഞു നടക്കുന്ന പട്ടിയെപ്പോലെ, ഒരു കാര്യവുമില്ലാതെ വളരെനേരം അങ്ങോട്ടുമിങ്ങോട്ടും ഉഴന്നോടിനടക്കുന്നു. ചിലേടത്തു ഒന്നും കിട്ടുകയില്ല; ചിലപ്പോൾ ധാരാളം കിട്ടിയാൽതന്നെയും വട്ടിയിൽ വെള്ളം ഒഴിച്ചതുപോലെ നിറവുണ്ടാക

യില്ല. ദുരാശാതനൂവാൽ കെട്ടപ്പെട്ട ശൂന്യമായ എന്റെ മനസ്സ് കൂട്ടംപിഴ ച്ചുപോയി വലയിൽ അകപ്പെട്ട മാനെന്നവണ്ണം ഒരിക്കലും സമാധാനപ്പെ ട്ടിരിക്കുന്നില്ല. ഭോഗലാഭോത്സാഹങ്ങളാകുന്ന തിരമാലകളാൽ ഉണ്ടാക്ക പ്പെട്ട നീർച്ചുഴികളോടും പരവഞ്ചനാദി കുടിലത്വങ്ങളാകുന്ന ക്രുദ്ധജ ന്തുക്കളോടും കൂടിയ മനോരൂപമായ മഹാർണ്ണവത്തെ ലംഘിക്കാൻ ഞാൻ ശക്തനാകുന്നില്ല. പെൺപട്ടിയോടു ചേർന്ന് ആൺപട്ടി ശവത്തെ ത്തിന്നുന്നതുപോലെ ക്രൂരനായ മനസ്സ് തൃഷ്ണ എന്ന സഹധർമ്മിണി യോടുകൂടി ജഡപ്രിയനായ എന്നെ ഭക്ഷിച്ചുകൊണ്ടിരിക്കുന്നു. അങ്ങു മിങ്ങുമില്ലെന്നുള്ള നിലയിൽ ഇടയ്ക്കുവച്ച് അധഃപതിക്കാനും ശൂന്യസ്ഥാ നത്തിൽ കിടന്ന് ഉഴലാനുമായി, ഉണങ്ങിയ പുൽക്കൊടിയെ കൊടുങ്കാ റ്റെങ്ങനെയോ അതുപോലെ മനസ്സു വളരെദൂരം എന്നെ കൊണ്ടുപോ കുന്നു. സംസാരസമുദ്രത്തെക്കടന്നുപോകണമെന്നാഗ്രഹിക്കുന്ന എന്നെ ദുഷ്ടമനസ്സ് അതിനു സമ്മതിക്കാതെ തടുത്ത് ആ സമുദ്രജലത്തിൽത ന്നെ മുക്കിപ്പിടിച്ചുവച്ചിരിക്കുന്നു. കിണറ്റിൽ താഴോട്ടും മേലോട്ടും പോ യും വന്നുമിരിക്കുന്ന വെള്ളം വലിക്കാനുള്ള കയറു കിണറ്റുവായ്ത്തടി യെ എന്നവണ്ണം ദുഷ്ടമായ മനസ്സ് എന്നെ ചുറ്റി ബന്ധിച്ചിരിക്കുന്നു. കു ട്ടികളെ ഭയപ്പെടുത്താനുണ്ടാക്കുന്ന വേതാളപ്രതിമ, പരമാർത്ഥത്തിൽ ഉപദ്രകാരിയല്ലെന്നു പ്രായമാകുമ്പോൾ ആ കുട്ടികൾക്കുതന്നെ അറി യാവുന്നതാണെങ്കിലും തല്ക്കാലം അവരെ അതു പീഡിപ്പിക്കുന്നതു പോലെ ദുഷ്ടമനസ്സ് എന്റെ അജ്ഞതയാൽത്തന്നെ എന്നെ പീഡിപ്പി ക്കുന്നു. തീയേക്കാൾ ചൂടേറിയതും കൊടിയ പർവതത്തേക്കാൾ കട ന്നുകയറാൻ വിഷമമായതും വജ്രത്തേക്കാൾ കാഠിന്യമുള്ളതുമായ മന സ്സാകുന്ന പിശാചത്തെ കീഴടക്കുക ദുസ്സാധംതന്നെ. കടൽവെള്ളം കു ടിച്ചു വറ്റിക്കാനും മേരുപർവതത്തെ പിഴുതെടുക്കാനും സാധിക്കുമെന്നി രുന്നാലും മനോനിഗ്രഹം സാധിക്കാത്ത ഒരു കാര്യം തന്നെ. എല്ലാ അ നർത്ഥങ്ങൾക്കും കാരണം മനസ്സാണ്. മനസ്സുള്ളപ്പോൾ മൂന്നുലോകവു മുണ്ട്, ഇല്ലെങ്കിൽ ഒന്നുമില്ലതന്നെ. അതുകൊണ്ട് പ്രയത്നപ്പെട്ടും മന സ്സാകുന്ന ഈ രോഗത്തെ ചികിത്സിച്ചു ഭേദപ്പെടുത്തുകതന്നെ വേണ്ടി യിരിക്കുന്നു. മലകളിൽനിന്നു കാടുകൾ ഉണ്ടാകുന്നതുപോലെ മനസ്സിൽ നിന്നാണ് പലവിധത്തിലുള്ള സുഖദുഃഖങ്ങൾ ഉത്ഭവിക്കുന്നത്. വിവേക ത്താൽ മനസ്സു ക്ഷയിച്ചുകഴിയുമ്പോൾ സുഖദുഃഖങ്ങൾ ഒഴിഞ്ഞുപോ കുമെന്നു ഞാൻ വിചാരിക്കുന്നു.

ഹൃദയത്തിലെ പരമാർത്ഥബോധത്തെ ആവരണം ചെയ്യുന്ന തൃഷ് ണയാകുന്ന ഒരിക്കലും ഒടുങ്ങാത്ത രാത്രിയുടെ ഉദയം നിമിത്തം ജീവാ

ത്മാകാശത്തിൽ രാഗാദി ദോഷരൂപങ്ങളായ മൂങ്ങപ്പക്ഷികൾ സഞ്ചരിക്കു ന്നു. വ്യാമോഹതിമിരം നിറഞ്ഞു ശൂന്യമായ എന്റെ മനക്കൊടുങ്കാട്ടിൽ ആശാപിശാചിക നൃത്തംചെയ്തുകൊണ്ടിരിക്കുന്നു. വൈരാഗ്യവിവേകാ ദിഗുണസമ്പത്തുകളെ സംബന്ധിച്ച കാര്യങ്ങളിൽ ഞാൻ ഏതൊരുത്സാ ഹത്തെ ചെയ്യുന്നുവോ അതിനെ തോൽവാറിനെ എലി എന്നപോലെ തൃഷ്ണ കരണ്ടുമുറിച്ചുകളയുന്നു. നീർച്ചുഴിയിൽ അകപ്പെട്ട കരിയില പോലെയും കാറ്റിലകപ്പെട്ട ഉണക്കപ്പുല്ലുപോലെയും ആകാശത്തിലെ ശ രന്മേഘശകലംപോലെയും ചിന്താചക്രത്തിൽ വീണു ഞാൻ ഭ്രമിക്കു ന്നു. തൃഷ്ണയാകട്ടെ ലഹരിപിടിച്ച കുതിരയെപ്പോലെ വളരെദൂരം മു മ്പോട്ടോടിയും ഉടനേ തിരിഞ്ഞോടിവന്നും മറ്റൊരു വഴിയേ പാഞ്ഞും തിരിഞ്ഞും ദിഗന്തങ്ങളിൽ സംഭ്രമിച്ചുകൊണ്ടിരിക്കുന്നു. വലയിലകപ്പെ ട്ടു കൂട്ടിലേക്കു തിരിച്ചുപോകാൻ നിവൃത്തിയില്ലാതെ വിഷമിക്കുന്ന പ ക്ഷികളെപ്പോലെ ആശയാകുന്ന പാശത്തിൽ കുടുങ്ങി പരമാർത്ഥരൂപ ത്തെ പ്രാപിക്കാൻ കഴിവില്ലാതെ ജനങ്ങൾ മോഹിക്കുകയാണ്. ഹേ മു നീശ്വര! തൃഷ്ണയെന്നു പേരായ തീജ്വാല ഏറ്റിട്ട് അമൃതുകൊണ്ടുപോ ലും ശമനം കിട്ടുമോ എന്നു സംശയിക്കത്തക്കവിധത്തിൽ ഞാൻ ദഹി ച്ചുപോയിരിക്കുന്നു. ഈ തൃഷ്ണയാകട്ടെ ധൈര്യശാലികളെപ്പോലും ഭ യപ്പെടുത്തുന്നതും കണ്ണുള്ളവരുടേയും കാഴ്ച മറയ്ക്കുന്നതും മനസ്സ ന്തുഷ്ടിയുള്ളവരെ ദുഃഖിപ്പിക്കുന്നതുമായ കാളരാത്രിതന്നെയാണ്. കു ടിലത, സുഖസ്പർശത, ഒടുവിൽ വിഷവൈഷമ്യത്തെ ഉണ്ടാക്കൽ, തൊ ട്ടാലുടൻ ദംശിക്ക ശീലം ഇവയാൽ സർപ്പിണിയെപ്പോലെയാണ്. വൃദ്ധ യായ വേശ്യയെപ്പോലെ അടക്കമില്ലാതെ എല്ലാവരുടെയും പിന്നാലെ ചെന്നിട്ട് അഭീഷ്ടസിദ്ധിയുണ്ടാകാതെ മടങ്ങിപ്പോരുന്നു. തനിക്കു വേഗ ബലാദികൾ മതിയാകയില്ലെന്നുള്ള ഗുണദോഷം നോക്കാതെ വേഷം കെട്ടി അരങ്ങത്തുചെന്നു ഗോഷ്ടികൾ കാണിക്കുന്ന വൃദ്ധനർത്തകിയെ പ്പോലെ ആകാത്ത കാര്യങ്ങളിലും ലജ്ജയില്ലാതെ പ്രവേശിക്കുന്നു. ച പലയായ മർക്കടിയോ എന്നു തോന്നുമാറ് എത്താത്തദിക്കിൽ ആഞ്ഞു ചാടുകയും തൃപ്തിവന്നാലും ഫലമിച്ഛിക്കുകയും ഒരിടത്തുറച്ചിരിക്കാതെ സഞ്ചരിക്കയും ചെയ്യുന്നു. മനത്താമരയിലെ പെൺവണ്ടായ ഈ തൃഷ് ണ കുറച്ചുനേരം പാതാളത്തിൽ കുറേനേരം ആകാശത്തിൽ പിന്നീടു ദിക്കുഞ്ജങ്ങളിൽ ഇങ്ങനെ മാറി മാറി സഞ്ചരിച്ചുകൊണ്ടിരിക്കുന്നു. സം സാരദോഷങ്ങളിലെല്ലാറ്റിലുംവച്ച് ദീർഘദുഃഖത്തെച്ചെയ്യുന്നത് തൃഷ്ണ യാകുന്നു. അന്തഃപുരത്തിലിരിക്കുന്നവരെയും ഇതു മഹാസങ്കടത്തിൽ തള്ളിമറിക്കുന്നു. വിചിത്രവർണ്ണത, ഗുണമില്ലായ്ക, കുടിലദീർഘത, ശൂ

ന്യസ്ഥാനത്തിലെ ഇരുപ്പ്, വസ്തുവില്ലായ്ക, ആധാരമില്ലായ്ക ഇവ നോക്കിയാൽ മഴവില്ലിനോട് ഇതിനു സാമ്യം കല്പിക്കാവുന്നതാണ്. തൃഷ്ണയാകുന്ന വിഷൂചികയ്ക്ക് സിദ്ധമന്ത്രം ചിന്തയെ ഉപേക്ഷിക്കുന്നതാണെന്നു പറയപ്പെട്ടിരിക്കുന്നു. ചിന്തയെ ഒഴിക്കുന്നതുകൊണ്ടു ദുഃഖങ്ങളിൽനിന്നു നിവൃത്തി ലഭിക്കുന്നു. തൃഷ്ണയും രോഗപീഡയും സ്ത്രീയും ഗംഭീരനായ പുരുഷനെപ്പോലും അധീനനാക്കി അടിമപ്പെടുത്തുന്നു. ഇടിത്തീയ്, ചുട്ടുപഴുപ്പിച്ചെടുത്ത ഇരിമ്പിലെ തീപ്പൊരി, വാളിന്റെ വായ്ത്തല ഇവയ്ക്കൊന്നിനും ഹൃദയസ്ഥയായ തൃഷ്ണയെപ്പോലെയുള്ള തീക്ഷ്ണതയില്ല. മഹാമേരുവെപ്പോലെ ഗംഭീരനും, ശൂരനും, വിദ്വാനും, സ്ഥിരസ്വഭാവനുമായ പുരുഷശ്രേഷ്ഠനേയും ഒരു നിമിഷനേരം കൊണ്ടു തൃഷ്ണ പുല്ലുപോലെ നിസ്സാരനാക്കിക്കളയുന്നു.

ദേഹദൂഷണം

നനഞ്ഞ കുടൽമാലകളാലും ഞരമ്പുകളാലും നിറയപ്പെട്ടതും വികാരമുള്ളതും എപ്പോഴെന്നറിയാതെ വീണു പോകുന്നതുമായി കാണപ്പെടുന്ന ദേഹവും ഈ സംസാരത്തിൽ ദുഃഖകാരണമായിത്തന്നെ ഇരിക്കുന്നു. അല്പംകൊണ്ടു സന്തോഷിക്കുകയും അല്പംകൊണ്ടു ദുഃഖിക്കുകയും ചെയ്യുന്നതും വൃത്തികെട്ടതും ഗുണമില്ലാത്തതുമായ ഈ ശരീരംപോലെ ഒരു ദയനീയാവസ്ഥ ലോകത്തിൽ വേറെയില്ല. അഹങ്കാരിഗൃഹസ്ഥന് താമസിക്കാനുള്ള വീടാണു ശരീരം. അതു ഭൂമിയിൽ വീണുപോകട്ടെ അഥവാ സ്ഥിരമായി നിലനിൽക്കട്ടെ. രണ്ടായാലും എനിക്കെന്താണ്! നിരനിരയായിക്കെട്ടിയ ഇന്ദ്രിയപ്പശുക്കളോടും കാര്യഭരണത്തിനായി അങ്ങിങ്ങോടി നടക്കുന്ന തൃഷ്ണയാകുന്ന ഗൃഹമേധിനിയോടും, രാഗദ്വേഷാദികളാകുന്ന മറ്റംഗങ്ങളോടും കൂടിയ ദേഹമാകുന്ന ഗേഹത്തിൽ എനിക്കിഷ്ടമില്ല. പൃഷ്ഠാസ്ഥികളാകുന്ന തടികളാൽ ഞെരുക്കപ്പെട്ട പുറവാതിലോടുകൂടിയതും മലം, മൂത്രം, അന്നരസം മുതലായവ പ്രസരിക്കുന്നതിനുള്ള ദീർഘപേശികളാൽ കെട്ടപ്പെട്ടതുമായ ദേഹഗേഹത്തെ ഞാൻ ഇഷ്ടപ്പെടുന്നില്ല. ദുഃഖമെന്ന കുട്ടികിടന്നു നിലവിളിക്കുന്നതും സുഖമായിക്കിടക്കാൻ തീപ്പൊരി നിറച്ച പഞ്ഞിമെത്തകൾ വിരിച്ചിട്ടുള്ളതും ദുർമോഹച്ചുടുവ്രണമുള്ള ദാസിയോടു കൂടിയതുമായ ദേഹമാകുന്ന ഗേഹത്തിൽ എനിക്കിഷ്ടമില്ല. നല്ല വായു അകത്തു കടന്നാലുടനെ ദുർഗന്ധിയായി വെളിക്കുപോകുന്നു. അറപ്പുതോന്നുന്ന പീളയും വെള്ളവും പുരണ്ട കണ്ണുകളായ ജനാലകൾ സജ്ജീകരിച്ചിരി

ക്കുന്നു. അങ്ങനെയുള്ള ദേഹഗേഹത്തിൽ എനിക്കിഷ്ടമില്ല. എപ്പോഴു മിളകിക്കൊണ്ടും, ദുഷിച്ച നീരൊഴുകിയിരിക്കുന്നതും മലം പുരണ്ടതു മായ വാതിൽപ്പടിയോടുകൂടിയ പുറമേ പല്ലെന്ന നാമത്തിൽ അസ്ഥിശ കലങ്ങൾ രണ്ടുവരിക്കു നിരത്തി ഭയങ്കരമായ ഉൾവാതിലുമായി കാണ പ്പെടുന്ന ദേഹഗേഹത്തിൽ എനിക്കിഷ്ടമില്ല. അകത്തു മലഭൂയിഷ്ഠങ്ങ ളായ യന്ത്രങ്ങളുടെ സഞ്ചാരത്താൽ ഇളകിക്കൊണ്ടിരിക്കുന്നു, മിനുപ്പു ള്ള തൊലിയാൽ മൂടിക്കെട്ടിവച്ചിരിക്കുന്നു, മനസ്സെന്ന എലി എപ്പോഴും തുരന്നുമറിക്കുന്നു. ഇത്തരം ദേഹഗേഹത്തിൽ എനിക്കിഷ്ടമില്ല, എല്ലാ ആധിവ്യാധികളുടേയും താമസസ്ഥലവും ജരാനരകളുടെ അക്രമണ സ്ഥാനവുമായ ദേഹഗേഹത്തെ ഞാൻ ഇഷ്ടപ്പെടുന്നില്ല. ചെളിയിൽ പൂ ന്തിപ്പോയ ആനയെ ദുർബ്ബലനായ ഒരുവനു പിടിച്ചു കയറ്റാൻ കഴിയു ന്നില്ല. അതുപോലെ ദേഹമാകുന്ന ഗേഹത്തെ ധരിക്കുന്നതിന് അണു പ്രാണിയായ ഞാൻ ശക്തനാകുന്നില്ല. സമ്പത്തുകൊണ്ടും രാജ്യംകൊ ണ്ടും ദേഹംകൊണ്ടും ഫലമെന്ത്? പലവിധത്തിലുള്ള മനോരഥങ്ങളെ ക്കൊണ്ടും ഫലമെന്ത്? ഇവയെല്ലാം ഏതാനും ദിവസങ്ങൾക്കുള്ളിൽ കാ ലത്താൽ നശിക്കപ്പെടും. അകവും പുറവും നോക്കിയാൽ രക്തമാംസാ ദ്യമേദ്ധ്യവസ്തുക്കളാൽ രൂപവല്കരിക്കപ്പെട്ടതായി നശിക്കതന്നെ ശീ ലമായിരിക്കുന്ന ഈ ദേഹത്തിന് ഏതൊരു വകുപ്പിലാണ് ഗുണംപറയാ നുള്ളത്. സമ്പന്നനും ദരിദ്രനും പണ്ഡിതനും പാമരനും എല്ലാവർക്കും വാർദ്ധക്യം മരണം മുതലായ ദേഹധർമ്മങ്ങൾ ഒരുപോലെതന്നെയാ ണ്. ദുഃഖസുഖാദികളുടെ അനുഭവപരിധിക്കും അല്പംപോലും വ്യത്യാ സമില്ല. പുണ്യമോ ജ്ഞാനമോകൊണ്ട് ആത്മാവിനെ പരിഷ്കരിച്ചാൽ ദേഹത്തിന്റെ മാലിന്യത്തേയും അസ്ഥിരത്വത്തേയും മാറ്റാൻ നിവൃത്തി യില്ല. ശരീരത്തിൽ ആസ്ഥയോടുകൂടിയവർ എന്നല്ല ഈ പ്രപഞ്ചംത ന്നെ സത്യമെന്നു കരുതുന്നവർ മോഹമെന്ന കള്ളിന്റെ ലഹരിയാൽ മ തി മറന്നവരാണ്. അവരെ വീണ്ടും ധിക്കരിക്കതന്നെ വേണം. ഞാൻ ദേ ഹത്തിന്റെ അല്ല, ദേഹം എന്റെ അല്ല, ഞാൻ ദേഹമല്ല എന്നീ മനോ ബോധമാർക്കുണ്ടോ അവരാണു പുരുഷന്മാരിൽവച്ചുത്തമന്മാർ. ശരൽ കാലത്തിലെ മേഘം മിന്നൽപിണർ ഗന്ധർവനഗരം തുടങ്ങിയുള്ള അ നിത്യവസ്തുക്കൾ സ്ഥിരങ്ങളാണെന്നു കരുതുന്നവൻ ദേഹത്തേയും സ്ഥിരമാണെന്നു വിശ്വസിച്ചുകൊള്ളട്ടെ എന്നു ഞാൻ പറയുന്നു. ഹേ മ ഹർഷേ! ക്ഷണഭംഗുരങ്ങളെന്നു പ്രസിദ്ധിയുള്ള മിന്നൽ ശരന്മേഘം മു തലായവയെക്കാളും ദോഷസാമഗ്രികളുടെ ആധിക്യംകൊണ്ടത്യധികം ഭംഗുരമായ ഈ ദേഹത്തെ പുല്ലുപോലെ കരുതിത്തള്ളീട്ട് ഞാൻ സുഖ

ത്തെ അടയുന്നു.

വിവിധകർത്തവ്യത്തിരമാലകൾ നിറഞ്ഞതും ചഞ്ചലസ്വരൂപവുമായ ഈ സംസാരസമുദ്രത്തിൽ മനുഷ്യജന്മം ലഭിച്ചാലും സുഖകാലമെന്നു വിചാരിക്കപ്പെട്ടുവരുന്ന ബാല്യം ദുഃഖനിരന്തരമാണെന്നു കാണാം. അശക്തി, ആപത്തുകൾ, ഭക്ഷണാദികളിലുള്ള ആഗ്രഹം, സംസാരിക്കാൻ പാടില്ലായ്ക, ഗുണദോഷജ്ഞാനമില്ലായ്ക, കളികൾക്കുള്ള ആശ, കളിയാട്ടങ്ങൾ, ഇച്ഛാഭംഗത്താലുള്ള ദീനത്വം ഇവയെല്ലാം ബാല്യത്തിലുണ്ടായിരിക്കുന്നു. കാര്യഭാരങ്ങളൊന്നുമില്ലായ്കകൊണ്ട് സുഖകാലമത്രേ ബാല്യമെന്നു പറയുന്നവർ മൂഢബുദ്ധികളാകുന്നു. മനസ്സു പ്രകൃത്യാ ചപലമാണ് ബാല്യം, ചാപല്യത്തിനു പ്രസിദ്ധവുമാണ്. രണ്ടും ഒന്നുചേർന്നാൽ പിന്നെ ഉണ്ടാകാവുന്ന അനർത്ഥങ്ങളെ കുറിച്ചു പറവാനെന്ത്? സ്ത്രീകളുടെ കണ്ണും, മിന്നൽക്കൊടിയും, തിരയും, തീജ്വാലയും ചാപല്യം അഭ്യസിച്ചതു ശിശുക്കളുടെ മനസ്സിൽ നിന്നുതന്നെയാണോ എന്നു സംശയിക്കാം. ദുഃഖഭൂയിഷ്ഠങ്ങളായ എല്ലാ ദോഷങ്ങളും ദുരാധികളും സമ്പന്നനെ ദരിദ്രന്മാർ എന്നപോലെ ബാലനെ ആശ്രയിച്ചു ജീവിക്കുന്നു. ശ്വാവിനെപ്പോലെ അല്പം കൊണ്ട് വശപ്പെടുകയും അല്പംകൊണ്ട് ഭാവഭേദത്തെ പ്രാപിക്കയും അശുദ്ധവസ്തുക്കളെ ഇഷ്ടപ്പെടുകയും ചെയ്യുന്നതു ബാലന്മാരുടെ ശീലമാകുന്നു. വിശന്നു കരയുമ്പോൾ ലോകം മുഴുവൻ കുഞ്ഞിനുതരാം കരയാതെ എന്നർത്ഥമില്ലാതെ വല്ലവരും പറഞ്ഞാൽത്തന്നെ അതു വിശ്വസിച്ചു ബാലന്മാർ സന്തോഷിക്കുന്നു. ആകാശത്തിൽ നില്ക്കുന്ന ചന്ദ്രനെ കയ്യിൽ കിട്ടണമെന്ന് ആഗ്രഹിക്കുന്നു. ഇങ്ങനെ തീരെ തിരിച്ചറിവില്ലാത്ത, ബാല്യദശ ശുഭകരമായി ഭവിക്കുന്നതെങ്ങനെ എന്നറിയുന്നില്ല. ഗുരുവിൽ നിന്നു ഭയം, മാതാവിലും പിതാവിലും നിന്നു ഭയം, പരിചയമില്ലാത്ത ജനങ്ങളെ ഭയം, മൂത്തസഹോദരങ്ങളിൽനിന്നു ഭയം ഇങ്ങനെ ശൈശവം ആകപ്പാടെ ഭയത്തിന്റെ ഇരിപ്പിടമാണ്. സകല പാപങ്ങളും ഹൃദയത്തെ ദുഷിപ്പിച്ചുകൊണ്ടിരിക്കുന്ന അവിവേകനടന്റെ വാസഗൃഹമായ ബാല്യം ആർക്കും ഭയത്തെ അല്ലാതെ ദുഃഖത്തെ ചെയ്കയില്ല.

ഇപ്രകാരം ബാല്യാനർത്ഥങ്ങൾ കഴിഞ്ഞാൽ കാമപ്പിശാചു മനസ്സിൽ കടന്നുകൂടി സുഖഭോഗാദികളിലുള്ള സംഭ്രമംനിമിത്തം അധഃപതനത്തിനായി യൗവ്വനത്തെ പ്രാപിക്കുന്നു. അവിടെ അനവധി വിലാസങ്ങൾ ഉദിക്കുന്നതും ഇളകിക്കൊണ്ടിരിക്കുന്നതുമായ തന്റെ മനോവൃത്തികൾക്കധീനമായിട്ടു മന്ദബുദ്ധിയായ അവൻ ദുഃഖത്തിനു മേൽ ദുഃഖം അനുഭവിക്കുന്നു. മനപ്പൊത്തിനുള്ളിൽ കുടിയിരുന്നു പലപല വിഭ്രമങ്ങളെ ഉദി

പ്പിക്കുന്നതായ കാമപ്പിശാചു ബാധിച്ചു വിവേകം നശിച്ചു പരവശനായി ത്തീരുന്നു. മധുരവും ഹൃദ്യവും എന്നാൽ തിക്തവും നിന്ദാഹേതുവും ദോഷങ്ങൾക്ക് ഭൂഷണവും കള്ളിന്റെ ഓളത്തള്ളലിനു തുല്യവുമാണ് യൗവ്വനമെന്നു പ്രസിദ്ധിയുണ്ട്. ഹേ മഹർഷേ! അതു ബുദ്ധിമാന്മാർ അ ഭിലഷിക്കത്തക്കതാണെന്നു എനിക്കു തോന്നുന്നില്ല. ഒരുവന്റെ ബുദ്ധി എത്രയോ നിർമ്മലയും പരിഷ്കൃതയും പരിശുദ്ധയുമായിരുന്നാലും മ ഴക്കാലത്തെ ആറ്റുവെള്ളംപോലെ യൗവ്വനത്തിൽ ഒന്നു കലങ്ങുകതന്നെ ചെയ്യും. ശരീരമാകുന്ന നിർജ്ജലഭൂമിയിലെ യൗവ്വനമെന്ന മൃഗതൃഷ് ണയിൽ ലയിച്ചു മനോമൃഗം ഓടി ഓടി വിഷയക്കുണ്ടിൽ വീണു വിഷ മിക്കുന്നു. മൂർദ്ധന്യനിലയിലേക്കു യൗവ്വനം കയറിപ്പോകുന്തോറും സ ന്താപകരങ്ങളായ കാമങ്ങളും നാശത്തിനായിട്ടു വർദ്ധിച്ചുവർദ്ധിച്ചുവരും. അവൾ സുന്ദരി; സ്തനങ്ങൾ പീനങ്ങൾ, അവളുടെ വിലാസങ്ങൾ മ നോഹരങ്ങൾ, മുഖം രമ്യം ഇത്യാദി ചിന്തകളാൽ യൗവ്വനം പാഴിൽ ക ളഞ്ഞിട്ട് ജനങ്ങൾ വാർദ്ധക്യത്തെ പ്രാപിക്കുന്നു. അഭിമാനംകൊണ്ടു ള്ള അജ്ഞാനത്താൽ മദോന്മത്തമായ യൗവ്വനത്തെ ആരൊരുത്തൻ അ ഭിലഷിക്കുന്നുവോ ദുർബുദ്ധിയായ അവൻ അചിരേണ പശ്ചാത്താപനി മഗ്നനായി ഭവിക്കുന്നു. സദാചാരങ്ങളെ ലംഘിക്കാതെ യൗവ്വനസങ്കട ങ്ങളെ സുഖമായി കടന്നുപോകുന്നവനാണ് പൂജ്യനും മഹാത്മാവുമാ യവൻ. പുരുഷൻ എന്നു പറയേണ്ടതും അവനെത്തന്നെയാണ്. വിനയ ത്താൽ അലംകൃതമായി സാധുചര്യകളോടുകൂടി കരുണയെ മുൻനിറു ത്തി മനസ്സടക്കം സൗജന്യം മുതലായ ഗുണങ്ങളെ വെടിയാതെ നയി ക്കപ്പെടുന്ന ശോഭനമായ യൗവ്വനദശ ഈ ഭൂമിയിൽ ആകാശവനമെന്ന പോലെ കണ്ടുകിട്ടാൻ വളരെ ദുർല്ലഭംതന്നെ.

സ്ത്രീദൂഷണം

പെരുഞരമ്പ്, അസ്ഥി, മുട്ടുകൾ ഇവ കലർന്ന മാംസപ്പാവപോ ലെയിരിക്കുന്ന സ്ത്രീയുടെ യന്ത്രലോലമായ ദേഹപഞ്ജരത്തിൽ ശോ ഭനമെന്ന് ഏതൊന്നു വിചാരിക്കപ്പെടാം! കണ്ണുതന്നെ വിയോജിപ്പിച്ചുനോ ക്കുക, തൊലി, മാംസം, രക്തം, കണ്ണുനീർ മുതലായവ ഒന്നുചേർന്നു കാണപ്പെടുന്ന ആ ചെറുഗോളങ്ങളിൽ മനസ്സിനെ സന്തോഷിപ്പിക്കാനെ ന്തിരിക്കുന്നു. വെറുതയല്ലേ ആളുകൾ മോഹിക്കുന്നത്. മേരുക്കുന്നിന്റെ താഴ്വരയിൽകൂടി ചുറ്റിവളഞ്ഞൊഴുകുന്ന ജലപ്രവാഹംപോലെ മുത്തു മാലയുടെ ഭൂഷണരസികത്വം ഏതൊരു തൈക്കൊങ്കക്കുന്നിൽ കാണ പ്പെടുന്നുവോ, ആ കൊങ്കകൾ ഒടുവിൽ ചുടുകാട്ടിൽ വച്ചു ചോറ്റുരുള

പോലെ നായ്ക്കളാൽ വിഴുങ്ങപ്പെടുന്നു. തലമുടിക്കെട്ടാകുന്ന കരിംപുകയെ മേൽഭാഗത്തു ധരിച്ചു തൊട്ടുകൂടാൻ പാടില്ലാത്തവണ്ണവും മോഹനതേജോവിലാസത്തോടുകൂടിയുമിരിക്കുന്ന പാപാഗ്നിജ്വാലകളായ സ്ത്രീകൾ പുരുഷന്മാരെ തൃണംപോലെ വേഗത്തിൽ ദഹിപ്പിച്ചുകളയുന്നു. ഒരു നോട്ടത്തിൽ സരസകളെങ്കിലും പരമാർത്ഥത്തിൽ നിരസകളായ ഈ സ്ത്രീകൾതന്നെയാണ് അതിദൂരത്തിൽ കാലപുരിയിൽ ഭയങ്കരമായി കത്തി എരിയുന്ന രൗരവാഗ്നിക്കു കോമളരൂപങ്ങളായ വിറകുകൾ, ഇവർ ബോധമില്ലാത്ത പുരുഷപക്ഷികളെ കുരുക്കുന്നതിനു കാമദേവനാകുന്ന കാട്ടാളൻ സംസാരക്കാട്ടിൽ പരക്കെ വിരിച്ചിരിക്കുന്ന വലകളാണ്. ജന്മമെന്ന ചെറുപൊയ്കയിൽ ഭോഗസാധനങ്ങളായ ചെളിയിൽ സഞ്ചരിക്കുന്ന മനുഷ്യമത്സ്യങ്ങൾക്ക് അവരവരുടെ ദുർവാസന ചൂണ്ടൽക്കയറും, സ്ത്രീകൾ ചൂണ്ടയിൽ കോർത്ത ഇരയുമാകുന്നു. കുതിരയ്ക്കു ലായംപോലെയും ആനയ്ക്കു കെട്ടുകുറ്റിപോലെയും സർപ്പത്തിനു മന്ത്രംപോലെയും സ്ത്രീകൾ പുരുഷന്മാർക്കു ഒരു ബന്ധനംതന്നെയാണ്. ഹേ മുനീശ്വരാ! ദോഷരത്നങ്ങളെല്ലാം ഉരുക്കൂട്ടിവച്ചിരിക്കുന്ന ചെപ്പും ദുഃഖകണ്ണികൾ കോർത്ത ചങ്ങലയുമായ ഈ സ്ത്രീജനത്തിനെ ഞാൻ തീരെ വെറുക്കുന്നു. ഇവിടെ മാംസം, ഇവിടെ രക്തം, അവിടെ അസ്ഥി ഇങ്ങനെ മോഹനമെന്നു ഗണിക്കപ്പെടുന്ന സ്ത്രീയുടെ ഓരോ അവയവവും അതിന്റെ പരമാർത്ഥരൂപത്തിൽ ഗ്രഹിക്കുന്നതായാൽ ഏതാനും ദിവസങ്ങൾകൊണ്ട് അവളിലുള്ള ഭ്രമം അസ്തമിക്കും. സ്ത്രീകളിൽ ഭ്രമിച്ച് അവർക്കധീനനായിത്തീരുന്ന മൂഢൻ പിടിയാനയോടുകൂടി കൊപ്പത്തിൽ അകപ്പെട്ടു കിടക്കുന്ന കൊമ്പനെപ്പോലെ നിത്യദുഃഖിയാണ്. ഭാര്യയുള്ളവന് ഭോഗേച്ഛയുണ്ടാകുന്നു. ഇല്ലാത്തവന് അതുണ്ടാകുന്നതുമില്ല. അതിനാൽ ദുഃഖഭൂയിഷ്ഠമായ ഭോഗത്തിൽനിന്നു നിവർത്തിക്കുന്നതിനായി ബുദ്ധിമാന്മാർ സ്ത്രീകളെ ഉപേക്ഷിക്കേണ്ടതാകുന്നു. സ്ത്രീയെ ഉപേക്ഷിക്കുന്നതു ലോകത്തെ ത്യജിച്ചതിനു തുല്യവും ലോകത്യാഗം സുഖത്തിനു കാരണവുമാകുന്നു. ജന്മം, മരണം, രോഗം, ജര മുതലായ സങ്കടങ്ങളെ ഭയപ്പെടുന്നതുകൊണ്ട് ഞാൻ ആരംഭത്തിൽ മാത്രം സുഖകരവും പിന്നീട് ഭയങ്കരവും വണ്ടിന്റെ ചിറകടിപോലെ ചഞ്ചലവുമായ ഭോഗത്തെ ആഗ്രഹിക്കുന്നില്ല; പരമമായ പദത്തെ പണിപ്പെട്ടും പ്രാപിക്കണമെന്നാണ് എന്റെ മോഹം. ഞാൻ ശാന്തിയെ ആശ്രയിച്ചിരിക്കുന്നു.

കളികളിലുള്ള കൗതുകവും ആഗ്രഹവും തീരുന്നതിനുമുമ്പുതന്നെ ബാല്യത്തെ യൗവ്വനം വന്നു വിഴുങ്ങുന്നു. സ്ത്രീസുഖഭോഗാദികളിൽ

തൃപ്തി അടയുന്നതിനുമുമ്പ് യൗവ്വനത്തെ വാർദ്ധക്യം ഗ്രസിച്ചുകളയുന്നു. അന്യോന്യമുള്ള അവയുടെ കാർക്കശത്വം എത്രമാത്രം! വാർദ്ധക്യമാകട്ടെ താമരപ്പൂക്കളെ മഞ്ഞുമഴപോലെയും ശരൽക്കാലത്തെ മഞ്ഞുതുള്ളികളെ കാറ്റുപോലെയും തീരസ്ഥവൃക്ഷങ്ങളെ പുഴയിലെ ഒഴുക്കുത്തുപോലെയും ദേഹത്തെ നശിപ്പിക്കുന്നു. അനായാസേന പീഡിപ്പിക്കുന്ന വാർദ്ധക്യം മനുഷ്യനെ ബാധിക്കുമ്പോൾ സപത്നിയാൽ വഞ്ചിതയായ വരാംഗനയെന്നപോലെ ബുദ്ധി ഓടി ദൂരെപ്പോയി മറയും. വാർദ്ധക്യത്തിന്റെ ബാധ വർദ്ധിച്ച് ദേഹത്തിനു വിറയും ഇന്ദ്രിയങ്ങൾക്കു ശക്തിക്കുറവും സംഭവിക്കുന്ന അവസരത്തിൽ അവനെ ഭാര്യയും പുത്രന്മാരും ഭൃത്യന്മാരും ബന്ധുക്കളും സ്നേഹിതന്മാരും ഭ്രാന്തനെയെന്നവണ്ണം അവമതിച്ചുകളയും. വാർദ്ധക്യത്തിൽ മുതുമപിടിച്ചു വിലക്ഷണനായി ക്ഷീണിച്ച് ഗുണങ്ങളും പരാക്രമങ്ങളുമെല്ലാം അസ്തമിച്ച ഒരു മനുഷ്യനെ ഓരോ സുഖഭോഗങ്ങളിലുള്ള അഭിലാഷം കഴുകുപക്ഷി ഉന്നതവൃക്ഷത്തെയെന്നപോലെ പറ്റിച്ചേരുന്നു. ആ അഭിലാഷം മനസ്സിനെ ചുട്ടുചുട്ടെരിക്കുന്നതും ദീനത്വവും ദോഷങ്ങളും അധികമുള്ളതും എല്ലാ ആപത്തുകൾക്കും ഉറ്റ ചങ്ങാതിയും ഒരവസാനവുമില്ലാത്തതുമായിട്ടു വാർദ്ധക്യത്തിൽ വളർന്നുകൊണ്ടേ ഇരിക്കുന്നു. ഉണ്ണാനും ഉലാവാനും മറ്റു ഓരോ സുഖഭോഗങ്ങൾക്കും മനസ്സിൽ സരസമായി ഉദിക്കുന്ന ആഗ്രഹത്തെ നിറവേറ്റാൻ ശക്തിയില്ലാതെ വിഷണ്ണനായി മനസ്സു ദഹിച്ചുതുടങ്ങും. കഷ്ടം! മരിച്ചുചെന്നാൽ ഇനി എന്തെല്ലാമാണോ ഞാനനുഭവിക്കേണ്ടത് എന്നിങ്ങനെ പരിഹാരമില്ലാത്തവിധം ഘോരമായ ഭയവും വാർദ്ധക്യത്തിൽ വർദ്ധിക്കും. ശിരസ്സാകുന്ന കുമ്പളങ്ങായെ ജര എന്ന ചാമ്പൽ പൊതിയുമ്പോൾ ഉടമസ്ഥനായ കാലൻ പാകമായോ എന്നു നോക്കീട്ടു ക്ഷണേന ഭക്ഷിക്കും. മരണരാജാവിന്റെ എഴുന്നള്ളത്തിനു മുമ്പേ ജരയാകുന്ന വെള്ളച്ചാമരവും വീശി ആധിവ്യാധിസൈന്യങ്ങൾ അകമ്പടി സേവിച്ചു പുറപ്പെടുന്നു. വാർദ്ധക്യവെൺകളി പൂശിയ ദേഹമാകുന്ന അന്തഃപുരത്തിന്റെ ഉള്ളിൽ അശക്തിയും ആർത്തിയും ആപത്തുമാകുന്ന സ്ത്രീകൾ സുഖമായിത്താമസിക്കുന്നു. വാർദ്ധക്യം ബാധിച്ചാലും അതിനെ വച്ചുകൊണ്ട് ദുഃഖഭൂയിഷ്ഠമായ ജീവിതത്തെ ഇവിടെ നയിക്കണമെന്നു ചിലർക്കുള്ള ദുരാഗ്രഹം എത്ര പരിഹാസ്യം! ആരാലും ജയിക്കപ്പെടാൻ കഴിയാത്ത ഈ ജര എല്ലാ അഭിലാഷങ്ങളേയും തിരസ്കരിക്കുന്നതാണല്ലോ.

ഓരോരോ സങ്കല്പസുഖങ്ങളിൽ വ്യാമോഹിക്കകൊണ്ട് മൂഢബുദ്ധികൾ ഈ സംസാരകുഹരത്തിൽ കിടന്നു ഭൂതത്തെ വർദ്ധിപ്പിച്ചു

കൊണ്ടിരിക്കുന്നു. പരമാർത്ഥബോധികൾക്ക് ഈ മായാപഞ്ജരത്തിൽ ആസ്ഥ എങ്ങനെയുണ്ടാകാനാണ് ! കണ്ണാടിയിൽകാണുന്ന പഴംതിന്നാൻ ബാലന്മാരല്ലാതെ ആഗ്രഹിക്കുമോ? വല്ലതും അല്പമായ ഒരു സുഖഭാവന ഈ സംസാരത്തിൽ ഉണ്ടായാൽതന്നെയും ദ്വാരമുഖത്തിലെ ചിലന്തിവലയെ എലി എന്നപോലെ കാലൻ ഉടനേ അതിനെ നശിപ്പിക്കുകയായി. സമുദ്രത്തിലെ വെള്ളപ്പൊക്കത്തെ ബഡവാഗ്നിയെന്നപോലെ സർവഭക്ഷകനായ കാലൻ വിഴുങ്ങിക്കളയാത്തതായി യാതൊന്നും ഈ ലോകത്തിൽ ഭവിക്കുന്നില്ല. വിശ്വത്തെ ഉള്ളിലാക്കി വിശ്വരൂപനായി സ്ഥിതിചെയ്യുന്ന കാലൻ ബലം ബുദ്ധി വൈഭവം ഇത്യാദിയാൽ വലിപ്പമുള്ള ഭൂതങ്ങളെപ്പോലും നിശ്ചിതകാലത്തിൽ കൂടുതൽ ഒരു നിമിഷംപോലും താമസിക്കാൻ സമ്മതിക്കുന്നില്ല. കോമളന്മാരെയും ശുഭചരിതന്മാരെയും മേരുപർവതംപോലെ ഗൗരവമുള്ളവരെത്തന്നെയും ഗരുഡൻ പാമ്പുകളെ എന്നപോലെ ഭക്ഷിച്ചുകളയുന്നു. സമുദ്രത്തെ, മഹാമേരുവെ, ഇന്ദ്രനെ എന്നുവേണ്ട പുല്ല് പുഴു ഇല മണ്ണ് മുതലായവയെ എല്ലാം കാലൻ തന്റെ ഉദരംഭരണത്തെമാത്രം ലാക്കാക്കി സ്വന്തരൂപത്തിൽ ആക്കിത്തീർക്കാൻ ഉദ്യമിക്കുന്നു. മഹാകല്പങ്ങളാൽ ബ്രഹ്മാണ്ഡവൃക്ഷങ്ങളിൽനിന്നും ദേവാസുരപക്ഷങ്ങളെ ഉലർത്തി വീഴിക്കുന്നു. ഇവൻതന്നെ ഘുമഘുമശബ്ദം പുറപ്പെടുവിച്ചുകൊണ്ടിരിക്കുന്ന ജനുജാലമശകങ്ങളെ ഉള്ളിൽ വഹിച്ച് അടർന്നുവീഴാറായ ബ്രഹ്മാണ്ഡങ്ങളെന്ന അത്തിപ്പഴങ്ങളെ വഹിക്കുന്ന വൃക്ഷമായി സ്ഥിതിചെയ്യുന്നു. തന്റെ സൂര്യദൃഷ്ടിതുറന്ന് ഇമവെട്ടാതെ നോക്കി പാകമായോ എന്നു പരിശോധിച്ചിട്ട് ജഗത്താകുന്ന ജീർണ്ണവനത്തിൽനിന്നും ലോകപാലഫലങ്ങളെ പറിച്ചു ഭക്ഷിക്കുന്നു. ജീർണ്ണിച്ച പ്രപഞ്ചക്കുടിലിൽ ചിതറിക്കിടക്കുന്ന ഗുണവത്തുകളായ ലോകരത്നങ്ങളെ ഓരോരോന്നോരോന്നായി പെറുക്കിയെടുത്ത് മൃത്യുവെന്ന ചെപ്പിന്റെ ഉഗ്രകോടരത്തിന്നുള്ളിൽ നിക്ഷേപിക്കുന്നു. വിദ്യാവിനയസമ്പന്നന്മാരായ ഏതാനും സജ്ജനങ്ങളെ അലങ്കാരത്തിനോ എന്നു തോന്നുമാറ് അല്പകാലം തന്റെ ദേഹത്തിൽ ധരിച്ചിട്ടു നശിപ്പിക്കുന്നു.

ഈ കാലനെ മൃഗയാദിവിനോദരസികത്വമുള്ള ഒരു രാജപുത്രനാക്കിക്കല്പിച്ച് വർണ്ണിക്കുന്നതായാൽ ദീനങ്ങളും മൂഢങ്ങളുമായ ജീവിവർഗ്ഗമൃഗവൃന്ദങ്ങൾ നിറഞ്ഞ പഴകിയ ലോകങ്ങളാകുന്ന കൊടുങ്കാടുകളിൽ ഇവൻ നായാട്ടുവിനോദം നടത്തുകയാണെന്നു പറയാം. അവിടവിടെ ബഡവാഗ്നിപത്മങ്ങൾ വിലസുന്ന കല്പാന്തമഹാസമുദ്രം അവന്റെ മോഹനമായ കളിത്താമരപ്പൊയ്കയായി ഭവിക്കുന്നു. എരിവ്, കയ്പ്, പുളിപ്പ് തുടങ്ങിയ പല രസങ്ങളുള്ള ഭൂതങ്ങളാകുന്ന കറി

കളും ഓരോ സമുദ്രരൂപത്തിൽ സ്ഥിതിചെയ്യുന്ന പാലും തൈരുംചേർന്ന ജഗത്താകുന്ന പഴഞ്ചോറ് അവനു പ്രഭാതഭക്ഷണമായിത്തീരുന്നു. വ്യാഘ്രിയെപ്പോലെ രക്തദാഹമുള്ളവളും സഞ്ചാരത്തിൽ സമർത്ഥയുമായ തന്റെ സഹധർമ്മിണി കാളരാത്രിയെ മറ്റു മാതൃഗണത്തോടുകൂടി സംസാരവനത്തിൽ യഥേഷ്ടം കളിയാടി സഞ്ചരിച്ചുകൊള്ളാൻ അവൻ നിയോഗിച്ചിരിക്കുന്നു. എന്നിട്ട് അതിമഹത്തായ തന്റെ കരതലത്തിൽ ഭൂതലപാലനപാത്രത്തെ മോൽഭാഗത്തു ഭൂവർലോകം തുടങ്ങിയുള്ള കാമലോല്പല കല്ഹാരപുഷ്പമാലകൾ ചാർത്തിവച്ചിരിക്കുന്നു. ഭയങ്കര ധ്വനിയും ദുസ്സഹകരഘട്ടനശബ്ദവും തടിച്ച തോളുകളെ വഹിക്കുന്ന കുടിലസടകളുമുള്ള നരസിംഹമൂർത്തി അവന്റെ ഭുജപഞ്ജരത്തിലിരിക്കുന്ന കളിപ്പക്ഷിയാകുന്നു. കയ്യിൽ കളിക്കുയിൽ കുഞ്ഞാക്കിപ്പിടിച്ചിരിക്കുന്നത് *ചുരവീണപോലെ മധുരമായ ആകൃതിയോടും ധ്വനിയോടും കൂടി സ്വച്ഛമായ ശാരദാകോശത്തിന്റെ ശോഭയെ വഹിക്കുന്ന സംഹാരഭൈരവമൂർത്തിയെത്തന്നെ. എന്നിട്ട് സംഹാരക്രിയാരൂപമായ ചാപത്തെ കയ്യിൽ ധരിച്ച് ഇടിനാദംപോലെ ഉച്ചൈസ്സായ അട്ടഹാസഞാണൊലികൾ നിരന്തരമായി മുഴക്കിക്കൊണ്ട് സർവത്ര വിളങ്ങുന്നു. ഇളകിക്കൊണ്ടിരിക്കുന്ന ലക്ഷ്യങ്ങളിൽപോലും താൻ ഒന്നിളകിയാലും ശരി, ലാക്കുതെറ്റാതെ എയ്തുകൊള്ളിച്ച് വില്ലാളികളിൽ ശ്രേഷ്ഠൻ എന്ന നിലയെ വഹിച്ചിട്ട് വിഷയചപലങ്ങളായ ജന്തുമർക്കടങ്ങളെ എയ്തുവീഴ്ത്തി ഉജ്ജ്വലശരീരനായി മൃഗയാവിനോദത്തെ നടത്തുന്നു. ഈ കാലൻ അത്യന്തം വിസ്താരമുള്ള ജഗന്മണ്ഡലത്തെ തന്റെ നൃത്തശാലയാക്കിച്ചെയ്തിട്ട് സ്വയം കാളരാത്രിയായി ഭവിച്ച് അത്യുഗ്രവും നിരന്തരവുമായ നൃത്തം ചെയ്യുന്നു. അപ്രതിഹതമായ സംഹാരശക്തിയോടുകൂടിയ അവളുടെ നടനസമയത്തു ദേവന്മാരോടുകൂടെ ലോകാന്തരങ്ങളും ഓരോ അവയവങ്ങളിലെ ഭൂഷണങ്ങളായി വിളങ്ങുന്നു. കെട്ടഴിഞ്ഞ തലമുടി ആകാശത്തിൽനിന്നും പാതാളംവരെ നീണ്ടുകിടക്കുന്നു. പാപച്ചരടിൽ കോർത്തു കലകലശബ്ദം മുഴക്കുന്ന നരകസമൂഹച്ചിലമ്പുകൾ തന്റെ പാതാളപാദത്തിൽ അണിയുന്നു. യമനാകുന്ന മുഖപട്ടത്തിൽ ജീവികളുടെ ശുഭാശുഭകർമ്മരൂപമായ കസ്തൂരിപ്പൊട്ട് ചിത്രഗുപ്തൻ ചാർത്തുന്നു. ഒരു കാതിൽ ഹിമവൽപർവതം അസ്ഥിമുദ്രികയായും മറ്റതിൽ മഹാമേരു സ്വർണ്ണഭൂഷണമായും ഭവിക്കുന്നു. സൂര്യചന്ദ്രന്മാരെ ഗണ്ഡമ

*സംഹാരഭൈരവൻ ബ്രഹ്മാണ്ഡമാല ധരിക്കക്കൊണ്ട് പല ചുരക്കായുടെ ആകൃതി കടത്തിൽ ഘടിപ്പിക്കപ്പെട്ടിരിക്കുന്നു. ആ രൂപവും സ്വരവും സാധാരണന്മാർക്ക് ഭയങ്കരമെങ്കിലും തദപേക്ഷയോ ഉഗ്രനായി കാലപുരുഷന് മധുരമായിരിക്കുമെന്ന് വിവക്ഷ.

ണ്ഡലങ്ങളിൽ ഇളകിക്കൊണ്ടിരിക്കുന്ന കുണ്ഡലങ്ങളാക്കി ധരിക്കുന്നു. ലോകാലോകപർവതനിര അരയിൽ ചാർത്തിയിരിക്കുന്ന ഉടഞാണായി സ്ഥിതിചെയ്യുന്നു. ആ ദേവി പർവതങ്ങൾ പിളർക്കുന്ന ശബ്ദം പോലെ ഗംഭീരമായി ഗർജ്ജിച്ചുകൊണ്ടു പിൻപുറത്തു തൂങ്ങിക്കിടക്കുന്ന വിഭ്രാന്തങ്ങളായ സുബ്രഹ്മണ്യന്റെ മയിലുകളോടും വിസ്താരമുള്ള കൺകുഴികൾ മൂന്നിൽനിന്നും പുറപ്പെടുന്ന ഓങ്കാരശബ്ദത്താൽ ഭയങ്കരമായി, തൂങ്ങി ഇളകുന്ന ജടയും ചന്ദ്രക്കലകളും ചേർന്നതായ ഹരശിരസ്സുകളോടും നല്ലനല്ല മന്ദാരപുഷ്പങ്ങൾ തിരുകിച്ചേർത്ത പാർവതീദേവിയുടെ തലമുടിക്കുലച്ചാമരങ്ങളോടും നടമാടുന്ന മലകളോ എന്നു തോന്നത്തക്കവണ്ണമുള്ള കാലഭൈരവമൂർത്തിയുടെ ഉദരങ്ങളാകുന്ന ചുരക്കുടുക്കകളോടും ശബ്ദം പുറപ്പെടുവിക്കുന്ന ആയിരത്തിഏഴു സുഷിരങ്ങൾചേർന്ന ഇന്ദ്രദേഹഭിക്ഷാപാത്രങ്ങളോടും ഉണങ്ങിയ അനവധി അസ്ഥികൂടഖട്വാങ്ഗങ്ങൾ ധരിച്ചും ആകാശം നിറയത്തക്കവണ്ണം നിന്നുകൊണ്ട് വിശ്വരൂപത്തിലുള്ള ശിരസ്സുകളായ താമരപ്പൂമാല നൃത്തസമയത്തു തുള്ളിക്കളിക്കുമാറ് അണിഞ്ഞുകൊണ്ട് താൻതന്നെ തനിക്ക് ഭയഹേതുവാകത്തക്കവണ്ണം പ്രളയകാലങ്ങളിൽ നടമാടുന്നു. ഒടുവിൽ സർവവും സംഹൃതമായി എന്നു കണ്ടാൽ നൃത്തത്തെ അവസാനിപ്പിച്ച് ഏകരൂപനായി പ്രകാശിക്കുന്ന കാലപുരുഷൻ ചിരകാലം വിശ്രമിക്കുന്നു. സൃഷ്ടികാലം ആസന്നമാകുമ്പോൾ ബ്രഹ്മാദി ദേവന്മാരോടുകൂടി ഭുവനങ്ങളേയും ദേവാദികളേയും പ്രകാശിപ്പിച്ചു വീണ്ടും പ്രവൃത്തി തുടങ്ങുന്നു.

ഹേ മുനീശ്വരാ! കാലാദികളുടെ ചരിത്രം ഇപ്രകാരമിരിക്കേ എന്നെപ്പോലെയുള്ളവർക്ക് സംസാരത്തിലെന്തൊരാസ്ഥയാണുണ്ടാകുന്നത്. എല്ലാ പ്രാണികളും ഇവിടെ തുച്ഛമായ ഐശ്വര്യത്തോടു കൂടിയവയാണ്. വിഷയസുഖങ്ങൾ ദുഃഖത്തിനോ ആപത്തിനോ ആയി ഉല്പദിക്കുന്നു. ആയുസ്സ് വളരെത്തുച്ഛവും മരണത്തിന്റെനില കർക്കശവും ആയിരിക്കുന്നു. നിമിഷനേരം തികച്ചുനിൽക്കാതെ ഓടിപ്പോകുന്നതാണ് യൗവനം. ബാല്യം മൂഢത്വങ്ങൾ അധിവസിക്കുന്ന ഭവനമാണ്. മനുഷ്യരെല്ലാം വിഷയാശയാൽ ദൂഷിതന്മാരായിരിക്കുന്നു. ബന്ധുക്കൾ സംസാരത്തെ കെട്ടിയുറപ്പിക്കുന്ന കയറുകളാണ്. ഭോഗങ്ങൾ സംസാരരോഗങ്ങളായും തൃഷ്ണ മൃഗതൃഷ്ണികയായും കാണപ്പെടുന്നു. ഓരോരുത്തർക്കും അവരവരുടെ ഇന്ദ്രിയങ്ങളാണ് ശത്രുക്കൾ. ജ്ഞാനാദിലക്ഷണയുക്തമായ സദ്വസ്തു ദേഹഗേഹാദിരൂപേണ പ്രതിഭാസിക്കുന്നു. പരമാർത്ഥത്വേന ഗണിക്കപ്പെട്ടുവരുന്ന അതുകൾ മിഥ്യാഭൂതങ്ങളെന്നു സിദ്ധമാണ്. മനസ്സുതന്നെ മനസ്സിന് ശത്രുവായി അതിനെ പീഡിപ്പിക്കുന്നു. അതു നിമി

ഷംതോറും അഹങ്കാരത്തെ ആശ്രയിക്കുന്നു. ഇവിടെ കാണപ്പെടുന്ന യാതൊരുപദാർത്ഥവും നിത്യമല്ല. നിത്യനായ പരമാത്മാവിനെ ആരും അറിയുന്നില്ല. ബുദ്ധി എപ്പോഴും ഉള്ളിൽ ചൂടുപിടിച്ചു തപിച്ചുകൊണ്ടിരിക്കുന്നു. രാഗരോഗികളെ എല്ലായിടത്തും കാണാം. വിരാഗിയായ ഒരുത്തനെ കണ്ടുകിട്ടാൻ പ്രയാസംതന്നെ. പുരുഷാർത്ഥസാധനമായ യൗവനം വിഫലാശകളിൽ മുഴുകി സജ്ജനസംസർഗ്ഗത്തിന് സംഗതിവരാതെ കഴിഞ്ഞുകൂടുന്നു. അതുനിമിത്തം മോക്ഷമാർഗ്ഗം തെളിയുന്നില്ല. ആത്മജ്ഞാനമുദിക്കുന്നതുമില്ല. മനസ്സ് മോഹവലയിൽ അകപ്പെട്ടു വിഷമിക്കുന്നു. സന്തോഷത്തിന്റെ ലേശംപോലും അതിലില്ല. ഉജ്ജ്വലയായ കരുണയുടെ കണികപോലും ഉദിക്കുന്നില്ല. നീചവൃത്തികൾ സ്വയമേവ ദൂരത്തുനിന്നാഗമിക്കുകയും ചെയ്യുന്നു. ധൈര്യം അധൈര്യമായി മാറുന്നു. ദുഃഖവും സുഖവും ഉയർച്ചയും താഴ്ചയും മാറിമാറി ഉണ്ടായിക്കൊണ്ടിരിക്കുന്നു. ദുർജ്ജനാശ്ലേഷം ധാരാളവും സജ്ജനസമാഗമം ദുർല്ലഭവുമാണ്. സകല പദാർത്ഥങ്ങളും ആഗമാപായികളായി കാണപ്പെടുന്നു. അവറ്റിലുള്ള ഭാവനയാണ് സംസാരബന്ധത്തെ ഉണ്ടാക്കുന്നത്. ഇങ്ങനെ പുരുഷാർത്ഥസാധനത്തിന് വിപരീതമായ ഒരു മാർഗ്ഗത്തിലേക്ക് ഭൂതപരമ്പര നയിക്കപ്പെടുന്നു. ദേവദാനവാദികളേവരും നശിക്കുന്നവരാണ്; ധ്രുവൻതന്നെയും സ്ഥിരജീവിയല്ല. എന്നെപ്പോലെയുള്ളവർക്കു പിന്നെ എന്തൊരാസ്ഥയാണിവിടെ? ദിക്കുകൾപോലും ഒടുവിൽ തിരോഭവിക്കുന്നു. ദേശങ്ങളും അങ്ങനെതന്നെ. പ്രചണ്ഡങ്ങളായ പർവതങ്ങൾ പൊടിഞ്ഞു ധൂളികളായി മറയുന്നു. പിന്നെ എന്നെപ്പോലുള്ളവർക്ക് എന്തൊരു സ്ഥിരതയാണ്! സ്വർഗ്ഗവും ആകാശവും ഭൂമിയും അസത്തയ്ക്കു വിഷയമായി ഭവിക്കുന്നു. സമുദ്രങ്ങൾ വറ്റിവരളുന്നു. നക്ഷത്രങ്ങൾ ചിതറി വീണുപോകുന്നു. സിദ്ധയോഗീശ്വരന്മാരും ഒടുവിൽ നശിക്കതന്നെ ചെയ്യുന്നു. പിന്നെ എന്നെപ്പോലുള്ളവരുടെ കഥ എന്ത്? ബ്രഹ്മവിഷ്ണ്വീശ്വരന്മാർതന്നെ കഥാവശേഷന്മാരാകുന്ന സ്ഥിതിക്ക് എന്നെപ്പോലുള്ളവർക്ക് ഇവിടെ എന്തൊരു സ്ഥാനമാണ്? കാലംപോലും പരമാത്മാവിനാൽ ആക്രമിക്കപ്പെടുന്നു. അതേശക്തിയാൽ നിയതിയും നശിക്കുന്നു. അനന്തമായ ആകാശം ലയിച്ചടങ്ങുന്നു. അഹോ! പിന്നെ മാദൃശന്മാരുടെ കഥയെന്ത്? കേൾക്കാനോ പറവാനോ അറിയാനോ ശക്യനല്ലാതെ മായാസഹായനായിരിക്കുന്ന പരമാത്മാവ് ലോകത്തെ മിഥ്യാഭ്രമങ്ങൾക്ക് വശംവദമാക്കിച്ചെയ്യുന്നു. ഇതാ ഉത്സവം വന്നു, വസന്ത ഋതു വന്നു; ഇങ്ങോട്ടു യാത്രയാണ്; അവർ ബന്ധുക്കളാണ് ഇതു സുഖമാണ്, അതു വിശേഷഭോഗമാണ്; എന്നിങ്ങനെ ഓരോ വികല്പങ്ങളിൽ

ഭ്രമിച്ച് ചഞ്ചമനസ്സുകളായി മരിച്ചുപോകുന്നു. വിവേകിയായവൻ അങ്ങുമിങ്ങുമലഞ്ഞ് വൃഥാ സമയം കഴിച്ചുകൂട്ടി വൈകുന്നേരം വീട്ടിൽ ചെന്നാൽ ഇന്നു സൽക്കഥാശ്രവണത്തിന് സംഗതിയായില്ലല്ലോ എന്നു പശ്ചാത്തപിക്കും. അതുനിമിത്തം ഉറക്കം വരികയുമില്ല. പുത്രന്മാരും ഭാര്യയും സമ്പത്തുമെല്ലാം ആദ്യം അമൃതുപോലെ രുചിക്കുമെങ്കിലും അവസാനം വിഷത്തേക്കാൾ പീഡാകരമാണെന്നു തോന്നും. തങ്ങൾ സമ്പാദിക്കുന്ന സുഖസാമഗ്രികൾ അനുഭവിക്കാൻ ആളുകൾക്ക് പലപ്പോഴും സംഗതി ആകയില്ല. ശത്രു പരാജിതനായി സമ്പത്തും ധാരാളം ലഭിച്ചാൽ അനല്പമായ സുഖം മനസ്സിനുണ്ടാകുന്നു. അപ്പോൾ ആകസ്മികമായി മൃത്യു കടന്നുകൂടി ആക്രമിച്ചുകൊണ്ടുപോകുന്നു. തീർത്ഥസ്നാനം ക്ഷേത്രദർശനം മുതലായ പുണ്യയാത്രകൾക്കായി ജനങ്ങൾ നാനാദിക്കുകളിൽനിന്നും ഒരുമിച്ചുവന്നുകൂടുന്നില്ലേ? അതുപോലെയാണ് പുത്രമിത്രാദി സമ്മേളനമെന്നുപറയാം. ആയുഷ്കാലഗണനയും അർത്ഥവത്താണെന്നു തോന്നുന്നില്ല. കല്പസമൂഹങ്ങൾ ഒരുമിച്ചു ചേർത്തു കണക്കാക്കുമ്പോൾ ബ്രഹ്മാക്കന്മാർ, കല്പനിമിഷത്തിലെ ജീവികളാകുന്നു. അതുകൊണ്ട് കലാമാലിയായ കാലജാലത്തിൽ ആയുസ്സിന് ലഘുത്വമോ ദീർഘത്വമോ കല്പിക്കുന്നത് യുക്തവും സത്യവുമല്ല. ജനങ്ങളെല്ലാം കാമാസക്തരും കുത്സിതകലകളിൽ പ്രവർത്തിക്കുന്നവരുമാണ്. അല്ലാത്ത സാധുക്കളെ സ്വപ്നത്തിൽപോലും കണ്ടുകിട്ടാൻ പ്രയാസം. കർമ്മങ്ങൾ ദുഃഖസമ്മിളിതങ്ങളും പുരുഷാർത്ഥസാധനവിരുദ്ധങ്ങളുമായിരിക്കുന്നു. ഈ നിലയിൽ ജീവിതം നയിക്കേണ്ടതെങ്ങനെയെന്നു മനസ്സിലാകുന്നില്ല. ദിവസങ്ങളും സമ്പത്തുകളും ക്രിയകളുമെല്ലാം നശ്വരങ്ങൾതന്നെ. വന്ദ്യന്മാരായ മഹാത്മാക്കളും ഒടുവിൽ നാശമടയുമെന്നു സിദ്ധമാകുന്നു. അതിൽ കവിഞ്ഞതാണോ നമ്മുടെ ഗതി? ബ്രഹ്മാവിഷ്ണു മഹേശന്മാരും സമസ്തഭൂതജാതികളും സമുദ്രാഗ്നിയെ വെള്ളം എന്നപോലെ നാശത്തെത്തന്നെ അനുധാവനം ചെയ്യുന്നു. ആപത്തുകൾ ക്ഷണംകൊണ്ടു കടന്നുകൂടുന്നു. സമ്പത്തും അതുപോലെതന്നെ. ജനന മരണങ്ങളും ക്ഷണികങ്ങളാണെന്നു സിദ്ധം. മഹർഷേ, ക്ഷണികമല്ലാതെ ലോകത്തിലെന്താണുള്ളത്? ഭീരു ശൂരനെകൊല്ലുന്നു. ഒരുവൻ പലരെ മൃതിപ്പെടുത്തുന്നു. പ്രാകൃതന്മാർക്ക് പ്രഭുത്വം സിദ്ധിക്കുന്നു. ഇങ്ങനെ ജഗത്തുമുഴുവൻ വിപരീതമായി ആവർത്തിക്കുന്നു. മനസ്സ് ദോഷദാവാഗ്നിയിൽ അകപ്പെട്ട് ദഹിച്ചുപോകകൊണ്ട് പൊയ്കയിൽ മൃഗതൃഷ്ണ ഭവിക്കാത്തതുപോലെ, എനിക്കു ഭോഗാശയുദിക്കുന്നില്ല. ജീവിതത്തെയും മരണത്തെയും ഞാൻ മാനിക്കുന്നില്ല. ഇപ്പോൾ എങ്ങനെ

കാണപ്പെടുന്നോ അതേവിധം താപരഹിതനായി സ്ഥിതി ചെയ്യുന്നുണ്ട്. എന്റെ ബുദ്ധി ഈ അവസരത്തിൽ ചികിത്സിച്ചു ശരിപ്പെടുത്താത്തപക്ഷം ഇനി എപ്പോഴാണതിനു സമയം? സാമാന്യവിഷത്തെയല്ല വിഷം എന്നുപറയുന്നത്. വിഷയവിഷത്തെയാണ്. വിഷം ഒരു ദേഹത്തെ നശിപ്പിക്കുന്നതിനു മാത്രമേ ശക്തമാകയുള്ളു. വിഷയം പലജന്മങ്ങളെ നശിപ്പിക്കുന്നതാണ്. സുഖമോ ദുഃഖമോ, ബന്ധുമിത്രാദികളോ, ജീവിതമോ മരണമോ അഭിജ്ഞാനഹൃദയത്തെ ബന്ധിക്കുന്നതിനു പര്യാപ്തമല്ല. ആയുസ്സാകട്ടെ കാറ്റടിച്ചിളകുന്ന മേഘത്തിലെ വെള്ളത്തുള്ളിപോലെയാകുന്നു. ഭോഗങ്ങൾ മേഘസമൂഹമദ്ധ്യത്തിൽ തെളിഞ്ഞു മറയുന്ന മിന്നൽപോലെ ചഞ്ചലങ്ങളാണ്. യൗവ്വനം നിമിഷംപോലും നിലനിൽക്കുന്നതല്ല. അതിനെ വെള്ളത്തിന്റെ ഒഴുക്കിനോടുപമിക്കാം. ഈ വസ്തുതകളെല്ലാം ചിന്തിച്ചുനോക്കി നിത്യശാന്തിക്കായി ഞാൻ വിവേകലോഹകാരനാൽ നിർമ്മിക്കപ്പെട്ട വൈരാഗ്യമുദ്ര മനസ്സിൽ ധരിച്ചിരിക്കുന്നു. എന്നിട്ടും ജീവേശ്വരാധീനയായ ബുദ്ധി ഭർത്തൃഗൃഹത്തിൽ താമസിക്കുന്ന പരാഭിലാഷിണിയായ സ്ത്രീയെന്നപോലെ, സമാധാനപ്പെട്ടിരിക്കുകയോ ഇഷ്ടംപോലെ വെളിയിൽ സഞ്ചരിക്കുകയോ ചെയ്യുന്നില്ല. സ്വാമിൻ! ഇനി എനിക്ക് സന്ദേഹങ്ങളൊന്നും ബാധിക്കാതവണ്ണം പരമാർത്ഥസദ്രൂപവും നിർദുഃഖവും ഭ്രമരഹിതവും നിരുപാധികവുമായ ശോഭനസ്ഥാനമേതാണെന്നു പറഞ്ഞുതരണം. ജലസ്പർശമേൽക്കാതെ സമുദ്രത്തിൽ മുഴുകാൻ സാധിക്കയില്ല. അതുപോലെ ലൗകികവ്യവഹാരങ്ങളിൽ ഏർപ്പെടാതെയുള്ള സംസാരവാഴ്ച സാദ്ധ്യമല്ല. ഗുരോ! വാസനാസ്നേഹത്തോടുകൂടിയ ഒരുവൻ സംസാരാഗ്നിയിൽ പതിച്ചാലും; തീയിൽവീണ പാരദംപോലെ; ദഹിക്കാതിരിക്കുന്നതിനുള്ള നില ഏതാണെന്ന് എന്നെ മനസ്സിലാക്കണം. ഏതൊന്നുകൊണ്ടാണോ സാധുക്കൾ ദുഃഖനിവൃത്തിയെ പ്രാപിച്ചത് അതിനെ എന്റെ മോഹനിവൃത്തിക്കായി ഉപദേശിച്ചുതരണം. നിരഹങ്കാരനായി സന്ദേഹങ്ങളകന്ന് ഉൽകൃഷ്ടമായ ആ വിശ്രാന്തിപദത്തെ ആരോഹിക്കാൻ എനിക്കു സംഗതിയാകത്തക്ക ഒരുപായമില്ലെങ്കിൽ, അഥവാ, ഒരാൾ എനിക്കതുപദേശിക്കാനില്ലെങ്കിൽ, ഞാനിനി ഉണ്ണുകയോ ഉടുക്കുകയോ കുടിക്കുകയോ കുളിക്കുകയോ യാതൊന്നും ചെയ്കയില്ല. സമ്പത്തിലും ആപത്തിലും കാര്യാദികളിൽ പ്രവർത്തിക്കയില്ല. ഏതുപ്രകാരത്തിലും ഈ ശരീരം ഉപേക്ഷിക്കണമെന്നല്ലാതെ മറ്റൊരാഗ്രഹമില്ല. ആശങ്കയും മമത്വവും മത്സരവും വെടിഞ്ഞ് മൗനിയായിത്തന്നെ വസിക്കും.

വിവേകത്താൽ വികസിച്ച ഹൃദയത്തോടുകൂടിയ സോമാഭിരാമനാ

യ രാമൻ ഇപ്രകാരം പറഞ്ഞിട്ട്, മേഘസമക്ഷം കേകാരവം പുറപ്പെടുവിച്ചു ക്ഷീണിച്ച മയിലെന്നപോലെ മൗനത്തെ അവലംബിച്ചു.

ഇതി മോക്ഷോപായേ വൈരാഗ്യപ്രകരണേ
ജഗദ്ദോഷപ്രകാശോ നാമ ദ്വിതീയസർഗ്ഗഃ.

ശുകവൃത്താന്തം

മോഹ നിവൃത്തികരങ്ങളായ രാമവചസ്സുകൾ കേട്ട് വിസ്മയത്താൽ സഭാസ്ഥിതന്മാരുടെ നയനങ്ങൾ വികസിച്ചു. ആ അമൃതഗീരുകൾ കേൾക്കാൻ ഉൽക്കണ്ഠിതങ്ങളോ എന്നുതോന്നുമാറ്, രോമങ്ങൾ വസ്ത്രങ്ങളെത്തുളച്ചുകയറി കൊൾനില കൊള്ളുകയുമായി. സിദ്ധന്മാർ സാധുവാദം മുഴക്കി പൂമഴ തൂകിത്തൂകി ആകാശത്തിൽ നിരന്നു. ഏകദേശം അരനാഴികകൊണ്ട് പുഷ്പവർഷം ശാന്തമായപ്പോൾ, ആ ദിവ്യന്മാർ അന്യോന്യം പറയുന്ന അനുമോദനവാക്കുകൾ സഭാസ്ഥിതന്മാരുടെ കർണ്ണപുടങ്ങളിൽ പതിച്ചു. അകല്പകാലം ദ്യോവിൽ ചുറ്റിസ്സഞ്ചരിക്കുന്ന നമുക്ക് ഇതുപോലെ കർണ്ണരസായനമായ വാങ്മാധുരി ആസ്വദിക്കാൻ സംഗതിയായില്ല. ശാന്തിപീയൂഷമൊഴുകുന്നതും, പരമപുരുഷാർത്ഥസാധനവുമായ രഘുരാജന്റെ മനോഹര ഗീരുകളാൽ ഇപ്പോൾ നാം ഉദ്ബോധിതരായി. ഇങ്ങനെ പ്രസ്താവിച്ചുകൊണ്ട് ആ മഹാജനങ്ങൾ സർവസമക്ഷം രാജസദസ്സിൽ അവതരിച്ചു. മഹർഷിമാരുൾപ്പെടെയുള്ള സദസ്യന്മാരെല്ലാം സിദ്ധസംഘത്തെമാനിച്ചു സന്തുഷ്ടരായി എഴുനേൽക്കയും വസിഷ്ഠനും വിശ്വാമിത്രനും യഥാവിധി ആ മഹാത്മാക്കളെ പൂജിക്കയും ചെയ്തു. അവരും വസിഷ്ഠവിശ്വാമിത്രന്മാരെ അർഹമായ വിധത്തിൽ പൂജിക്കാതിരുന്നില്ല. ദശരഥനും ആദരപുരസ്സരം തന്റെ ആതിഥ്യന്മാരെ ആരാധിച്ചു. പുണ്യശീലന്മാരായ ആ മഹാത്മാക്കൾ കുശലപ്രശ്നാദികളാൽ രാജാവിനെ സംഭാവിക്കയും ചെയ്തു. അനന്തരം പുരോഭാഗത്തിലെത്തി നമസ്കരിച്ച രാമചന്ദ്രനെ സാധുവാദത്താലും പുഷ്പവൃഷ്ടിയാലും അനുഗ്രഹിച്ചിട്ട് സഭാദ്ധ്യക്ഷന്മാരെ നോക്കി "രാമവാക്യം കല്യാണഗുണസംപൂർണ്ണവും പരമമായ വൈരാഗ്യരസം ഗർഭിച്ചതുമാണ്. നിരംകുശദൌരാത്മ്യത്തോടുകൂടിയ ഈ സംസാരത്തിൽ സാരവസ്തു ദുർല്ലഭം തന്നെ. സർവലോകങ്ങളെയും ചമൽക്കരിക്കുന്ന രാമഹൃദയത്തിലെ അഭിലാഷം ഇവിടെ സാധിച്ചുകൊടുക്കേണ്ടത് നമ്മുടെ

കർത്തവ്യമാണ്. അല്ലെങ്കിൽ മുനിമാരായ നമ്മൾ ഹതബുദ്ധികളാണെന്നുവരും" എന്നു പറഞ്ഞു. ഉടനെ പുരഃസ്ഥിതനായ രാമചന്ദ്രനെ നോക്കി വിശ്വാമിത്രൻ "കുമാര! അഭിജ്ഞനായ നീ ഇനി അറിയേണ്ടത് ഒന്നുമില്ല. ബുദ്ധിവികാസത്താൽ സർവവും ഗ്രഹിച്ചിരിക്കുന്നു. വ്യാസഭഗവാന്റെ പുത്രനായ ശുകമഹർഷി അറിയേണ്ട തത്വം അറിഞ്ഞിട്ടും സംശയനിവൃത്തിവരാതെ ഒരിക്കൽ വിഷമിച്ചു. അതുപോലെ തത്വബോധിയായ നീയും വെറുതെ സംശയിക്കയാണ്. ഒടുവിൽ ശുകൻ സ്വസ്ഥനായതുപോലെ ബുദ്ധിക്കൊരു വിശ്രാന്തി ലഭിക്കേണ്ട ആവശ്യമേ നിനക്കും ഇനിയുള്ളൂ" എന്നരുളിച്ചെയ്തു.

ശ്രീരാമൻ ചോദിച്ചു-- "സ്വാമിൻ! വ്യാസപുത്രൻ ജ്ഞാതജ്ഞേയനായിട്ടും ബുദ്ധിക്കു വിശ്രാന്തി ലഭിക്കാതിരുന്നതെന്തുകൊണ്ട്? പിന്നീട് വിശ്രാന്തിയെ പ്രാപിച്ചതെങ്ങനെ? സദയം അരുളിച്ചെയ്യണം."

ഹേ രാമ! നിന്റെ ഈ അവസ്ഥയ്ക്കു സദൃശമായ ഒരവസ്ഥയാണ് ശുകനു വന്നുകൂടിയത്. ആ പുണ്യാത്മാവിന്റെ പവിത്രചരിത്രം ഞാൻ പറയാം. കേട്ടാൽതന്നെ ജന്മാവൃത്തി ഉണ്ടാകയില്ല. സംസാരയാത്രയെക്കുറിച്ച്, ശുകമഹർഷി നിന്നെപ്പോലെ ചിന്തിക്കാൻ തുടങ്ങി തൽഫലമായി വിവേകമുദിക്കയും കാലക്രമേണ സത്യവസ്തുവെ അറിയുകയും ആയി. എന്നിട്ടും മനസ്സിന് വിശ്രാന്തിയുണ്ടാകാതെ ഇതുതന്നെയോ സത്യവസ്തു എന്ന സംശയം ബാധിച്ചുകൊണ്ടേയിരുന്നു. അദ്ദേഹത്തിന്റെ മനസ്സ് പലേ വികാരത്തോടുകൂടിയ ഭോഗങ്ങളെ, ഭൂതലജലത്തെ ചാരുകമെന്നപോലെ വെറുത്തു. ഒരിക്കൽ അദ്ദേഹം മഹാമേരുവിൽ താനേ ഇരുന്നരുളുന്ന സ്വപിതാവായ ബാദരായണനെ ചെന്നുവണങ്ങി 'ഗുരോ! ഈ സംസാരാഡംബരങ്ങൾ എങ്ങനെയുണ്ടായി? അതു നശിക്കുന്നതെങ്ങനെ? അതിന്റെ അളവെന്ത്? ആർക്കുള്ളത്? ഉണ്ടായതെപ്പോൾ?' എന്നിങ്ങനെ ചോദിച്ചു. വ്യാസൻ ഉചിതമായ വിധത്തിൽ മറുപടി പറഞ്ഞു. ജ്ഞാനസ്വരൂപത്തെ നിർദ്ദേശിച്ച്, സംസാരശമനപ്രകാരങ്ങൾ വഴിപോലെ അറിയിച്ചപ്പോൾ, ഇതുമുമ്പേതന്നെ ഞാൻ അറിഞ്ഞിരിക്കയാണല്ലോ എന്നൊരനാദരമാണുണ്ടായത്. പുത്രന്റെ അഭിപ്രായം അന്തരാ ധരിച്ച വ്യാസമഹർഷി, 'ഹേ ശുക! പരമാർത്ഥതത്വം സൂക്ഷ്മമായി ഞാനറിഞ്ഞിട്ടില്ല. നിനക്കു സമ്മതമാകാഞ്ഞതിൽ അത്ഭുതമില്ല. ഭൂമിയിൽ ജനകൻ എന്നൊരു രാജാവു വസിക്കുന്നു. മഹാ തത്വജ്ഞനാണ്. നീ പോയി അദ്ദേഹത്തെക്കണ്ടു ചോദിച്ചാൽ സന്ദേഹങ്ങൾ തീരും എന്നു പറഞ്ഞു.

ശുകൻ അപ്പോൾതന്നെ അവിടെനിന്നും പുറപ്പെട്ടുപോയി വിദേഹരാജധാനിയിലെത്തി താൻ കാണ്മാൻ വന്നു നില്ക്കുന്നു എന്നു ദ്വാരപാ

ലൻ മുഖേന അറിയിച്ചപ്പോൾ ജനകരാജൻ മഹർഷിയുടെ വൈരാഗ്യാദിസാധനങ്ങളുടെ സ്ഥൈര്യത്തെയും വിശ്വാസത്തെയും പരീക്ഷിക്കണമെന്നു കരുതി, ശരി! നിൽക്കട്ടെ എന്നുമാത്രം പറഞ്ഞു. ഏഴുദിവസം മുഴുവൻ അവിടെത്തന്നെ നിൽക്കേണ്ടിവന്നു. എട്ടാംദിവസം ശുകനെ അങ്കണമുറ്റത്തു വരുത്തിത്താമസിപ്പിച്ചു. അവിടെയും ഏഴുദിവസമായപ്പോൾ ഭക്ഷണാദികൾ കഴിഞ്ഞതിനുമേൽവേണം രാജാവിനെക്കാണ്മാനെന്നു പറഞ്ഞ് അന്തഃപുരത്തിൽ കടത്തി ഏഴുദിവസം വസിപ്പിച്ചു. പരീക്ഷാർത്ഥം ഉന്മദകളായ സ്ത്രീകളെക്കൊണ്ട് ഉപചരിപ്പിച്ചു ഭുജിപ്പിക്കയും മറ്റു സുഖസാമഗ്രികളാൽ സൽക്കരിക്കയും ചെയ്തു. എന്നാൽ ആദിയിലെ ദുഃഖമോ അനന്തരസുഖങ്ങളോ മഹർഷിയുടെ മനസ്സിളക്കാൻ ശക്തമായില്ല. ഇളങ്കാറ്റു പർവ്വതത്തെ ഇളക്കുകയുണ്ടോ? അദ്ദേഹം മിണ്ടാതെ സുമനസ്സും സ്വച്ഛനുമായി, സന്തുഷ്ടിപൂണ്ടു പൂർണ്ണചന്ദ്രനെപ്പോലെ വിളങ്ങി. പരീക്ഷണത്താൽ പരിപക്വസ്വഭാവനാണെന്നു മനസ്സിലാക്കിയ ജനകൻ ശുകനെ സമീപത്തുവരുത്തി സ്വാഗതം പറഞ്ഞു നമസ്കരിച്ചു. കൃതകൃത്യനായ മഹർഷേ! ആത്മസുഖസിദ്ധിയാൽ സർവമനോരഥങ്ങളും സാധിച്ചു കഴിഞ്ഞ നിന്തിരുവടി. എന്തൊരഭീഷ്ടസാദ്ധ്യം ഉദ്ദേശിച്ചാണ് എഴുന്നള്ളിയത്?

ഈ ചോദ്യം കേട്ട് ശുകൻ-- ഗുരോ! ഞാൻ ഇപ്പോൾ ആഗമിച്ച കാര്യം മറ്റൊന്നുമല്ല. ദുസ്തരമായ സംസാരം ഉത്ഭവിച്ചതെങ്ങനെയെന്നും അതു നിശ്ശേഷം ഇല്ലാതാകുന്നതിനു വഴിയെന്തെന്നും അറിഞ്ഞാൽ കൊള്ളാമെന്നുണ്ട്. ഉള്ളതുപോലെ പറഞ്ഞുതരണം എന്നപേക്ഷിച്ചു. ജനകരാജൻ, വ്യാസമഹർഷി മുമ്പു പറഞ്ഞുകൊടുത്ത തത്വങ്ങൾതന്നെയാണ് ഉപദേശിച്ചത്. ശുകന് ആശ്ചര്യവും സന്ദേഹവും ജനിച്ചു. നാഥാ! ഈ തത്വം വിവേകത്താൽ ഞാൻ സ്വയം ഗ്രഹിച്ചതാണ്. എന്നിട്ടു സമ്മതമാകായ്കകൊണ്ട് പിതാവിനോട് ചോദിക്കയുണ്ടായി. അദ്ദേഹവും പറഞ്ഞതിങ്ങനെതന്നെ. ആചാര്യഭൂതന്മാരായ നിങ്ങളുടെ അഭിപ്രായവും ശാസ്ത്രജ്ഞാനത്താൽ എനിക്കുണ്ടായ ബോധവും, ഈ വിഷയത്തിൽ ഒന്നുതന്നെയെന്നു മനസ്സിലാകുന്നു. അവരവരുടെ സങ്കല്പത്തിൽ നിന്നാണ് സംസാരമുണ്ടാകുന്നത്. സങ്കല്പം നശിക്കുമ്പോൾ നശിക്കയും ചെയ്യുന്നു. അതു കേവലം നിസ്സാരമെന്നുതന്നെ എനിക്കു ബോധ്യമാണ്. പരമാർത്ഥവും അചഞ്ചലവുമായ വസ്തു അങ്ങു പറഞ്ഞതുതന്നെയെങ്കിൽ അതിനെ ഉപദേശദ്വാരാ ദൃഢപ്പെടുത്തണം. പലതരത്തിൽ ഭ്രമിക്കുന്ന എന്റെ ഹൃദയം, ഇപ്പോൾ നിന്തിരുവടിയുടെ ഉപദേശത്തെ വിശ്വസിച്ചുകഴിഞ്ഞിരിക്കുന്നു.

ജനകൻ പറഞ്ഞു:--മഹർഷേ! താങ്കൾ സ്വയംഗ്രഹിച്ചതും പിന്നീടു പിതാവിങ്കൽനിന്നു ശ്രവിച്ചതുമായ തത്വമല്ലാതെ ജ്ഞേയമായി യാതൊന്നുമില്ല. അവിച്ഛിന്നജ്ഞാനസ്വരൂപനായ പരമപുരുഷൻ ഏകൻ മാത്രമേ പരമാർത്ഥത്തിലുള്ളു. ബദ്ധനും മുക്തനുമാകുന്നത് അവനവന്റെ സങ്കല്പത്തിന്റെ ഭാവാഭാവമനുസരിച്ചാണ്. സങ്കല്പമുള്ളവൻ സംസാരബദ്ധൻ; ഇല്ലാത്തവൻ മുക്തനുമാണെന്നു സാരം. മഹർഷേ! ഭോഗ്യങ്ങളിൽ എന്നല്ല, സകല ദൃശ്യങ്ങളിലും അരതി ഭവിക്കക്കൊണ്ട്, അങ്ങ് ജ്ഞേയമായ തത്വം അറിഞ്ഞ് സമ്പൂർണ്ണചിത്തനായി പ്രാപിക്കേണ്ടതെല്ലാം പ്രാപിച്ചുകഴിഞ്ഞു. ഇനി ബാഹ്യവിഷയങ്ങളിൽ പതിക്ക ഉണ്ടാകയില്ല. സംസാരഭ്രാന്തിയെ ഉപേക്ഷിക്കുക!

മഹാത്മാവായ ജനകനാൽ ഇപ്രകാരം അനുശാസിക്കപ്പെട്ട ശുകൻ മൗനിയായി ദൃശ്യമാലിന്യരഹിതമായ ചിദാത്മാവിൽ വിശ്രമിച്ചു. ശോകവും ഭയവും ആയാസവും അസ്തമിച്ച് ആശകളും സംശയങ്ങളും തീർന്നു. അനന്തരം യാത്ര വഴങ്ങി മേരുശിഖരത്തെ പ്രാപിച്ച് നിർവികല്പസമാധിസ്ഥനായി പതിനായിരം വത്സരം വസിച്ചു. ഒടുവിൽ നിസ്സ്നേഹദീപംപോലെ നിർവാണമടയുകയും ചെയ്തു. സങ്കല്പകളങ്കം നിശ്ശേഷം നീങ്ങി വിശുദ്ധനായ ആ വിശിഷ്ടതാപസൻ നിവാസനനായി സമുദ്രത്തിൽ വെള്ളത്തുള്ളിയെന്നപോലെ നിത്യനിർമ്മല ബ്രഹ്മപദത്തിൽ ലയിച്ചു. ഹേ രഘുരാമ! വ്യാസപുത്രന്റെ സംശയം മാറ്റുകമാത്രം ചെയ്തപ്പോൾ സർവമുക്തനായതുപോലെ നിന്നെസംബന്ധിച്ചും കേവലം സന്ദേഹനിവാരണമേ ഇവിടെ കർത്തവ്യമായുള്ളു. ജ്ഞേയത്തെ അറിഞ്ഞ മനസ്സിന്റെ അടയാളം ഭോഗങ്ങളെ അഭിലഷിക്കായ്കയുണ്ട്. ഭോഗവാസനകൊണ്ട് അജ്ഞാനജമായ ബന്ധം ദൃഢപ്പെടുകയും ആ വാസനയറ്റാൽ ബന്ധം ശിഥിലമാകയും ചെയ്യുന്നു. വാസനാനാശംതന്നെ മോക്ഷമെന്നും വാസനയുടെ ദാർഢ്യം ബന്ധമെന്നും ബോധികൾ പറയുന്നു. യശസ്സുമുതലായ ശ്രേയസ്സുകൾക്കുവേണ്ടിയല്ലാതെ ഭോഗങ്ങളെ വെറുക്കുന്നവൻ ആരോ അവൻ ജീവന്മുക്തനാണ്. ഹേ മുനീശ്വരന്മാരേ! രാമൻ ഏതൊന്നിനെ അറിയുന്നുവോ അതുതന്നെ സദ്വസ്തുവെന്നുള്ളതു സാധുമുഖത്തുനിന്നു കേട്ടാൽ അവൻ ചിത്തവിശ്രാന്തിയടയുന്നതാണ്. ഭഗവാൻ വസിഷ്ഠമഹർഷിതന്നെ കുമാരന്റെ മനശ്ശാന്തിക്കുവേണ്ടി യുക്തികൾ ഉപപാദിക്കട്ടെ. അദ്ദേഹം ത്രികാലവേദിയും സർവസാക്ഷിയും സർവജ്ഞനുമാണ്. കൂടാതെ, രഘുക്കളുടെ പ്രഭുവും കുലഗുരുവുമാണല്ലോ. ഹേ വസിഷ്ഠഭഗവൻ! നമ്മുടെ വൈരശാന്തിയേയും ശ്രേയസ്സിനേയും ഉദ്ദേശിച്ച്, മഹാത്മാവായ ബ്രഹ്മദേവൻ ചെയ്ത ജ്ഞാനോ

പദേശം ഓർക്കുന്നുണ്ടാവാം. ശിഷ്യനായ രാഘവന്, അതുതന്നെ ഉപദേശിക്കണമെന്നാണ് എന്റെ പക്ഷം. വിരക്തനായ ശിഷ്യനു യാതൊന്നുപദേശിക്കുന്നോ അതു ജ്ഞാനവും ശാസ്ത്രസിദ്ധാന്തവും തന്നെ. പ്രശസ്തമായ പാണ്ഡിത്യഫലവും മറ്റൊന്നുമല്ല. വിഷയവിരക്തനല്ലാത്ത അധമശിഷ്യന് ഉപദേശിക്കുന്ന വാക്യം, നായ്ത്തോൽസഞ്ചിയിലൊഴിച്ച പശുവിൻപാൽപോലെ അശുദ്ധമായും തീരുന്നു.

വിശ്വാമിത്രന്റെ ഈ അഭിപ്രായം 'ശരിശരി'യെന്നു സദസ്സിലിരുന്ന നാരദവ്യാസാദി മഹർഷിമാരെല്ലാവരും പ്രശംസിച്ചു. രാജസമീപത്തിലിരുന്ന ബ്രഹ്മസദൃശ്യനായ വസിഷ്ഠൻ വിശ്വാമിത്രനെനോക്കി ''ഹേ മുനീശ്വര! അങ്ങ് ആജ്ഞാപിച്ചതുപോലെ ഞാൻ ചെയ്യാം. സാധുവാക്യത്തെ ലംഘിക്കാൻ സമർത്ഥന്മാരിൽതന്നെ ആരൊരുത്തൻ സമർത്ഥനാകും? പണ്ടൊരിക്കൽ ബ്രഹ്മദേവൻ സംസാരഭ്രമശാന്തിക്കായി നിഷധാദ്രിയിൽവച്ചുപദേശിച്ച അഖണ്ഡിതമായ ജ്ഞാനം ഞാനിപ്പോൾ ഓർക്കുന്നുണ്ട്. അതിനെ ശ്രീരാമന് ഉപദേശിക്കാം" എന്നരുളിച്ചെയ്തശേഷം വക്താവിന്റെ ശോഭാവിശേഷം പ്രകടീകരിച്ച് . അജ്ഞാനനാശനവും പരമപദത്തെ അറിയിക്കുന്നതുമായ ശാസ്ത്രം പ്രതിപാദിക്കാനൊരുങ്ങി.

(വൈരാഗ്യപ്രകരണം കഴിഞ്ഞു.)

2

മുമുക്ഷുപ്രകരണം

വസിഷ്ഠൻ-- ഹേ രഘുനന്ദന! വിധിവിലാസത്തെ വിശ്വസിച്ചിരിക്കാതെ വിവേകപൂർവം സ്വതന്ത്രമായി പ്രവർത്തിക്കുന്നതാണ് മനുഷ്യധർമ്മം. ലൗകികന്മാർ ഏതു കാര്യവും സദാ സാധിക്കുന്നത്, വഴിപോലെ പൗരുഷത്തെ പ്രയോഗിച്ചിട്ടാകുന്നു. പൗരുഷം ശാസ്ത്രവിരുദ്ധമെന്നും ശാസ്ത്രനിയതമെന്നും രണ്ടുതരമാണ്. ശാസ്ത്രവിരുദ്ധം ആപൽക്കരവും മറ്റത് പരമഫലപ്രദവുമായിരിക്കും. ബാല്യം മുതൽ അഭ്യസിക്കപ്പെടുന്ന ശാസ്ത്രജ്ഞാനം സൽസംഗമം മുതലായ ഗുണങ്ങളാൽ വിശിഷ്ടമായ പൗരുഷമാണ് പ്രയോഗിക്കാൻ യോഗ്യം. അതു സകലാഭീഷ്ടസാധകവുമായിരിക്കും. ഇതുകേട്ട് ശ്രീരാമൻ, ഗുരോ! ഞാൻ പൂർവജന്മവാസനകളുടെ പ്രേരണയനുസരിച്ചു ജീവിക്കുന്ന ദീനനാണ്. പുരുഷപ്രയത്നം കൊണ്ട് എനിക്കെന്തു സാധിക്കും? എന്നു ചോദിച്ചു.

വസിഷ്ഠൻ പറഞ്ഞു:-- കുമാര! വാസനകൾ ഏതു മനുഷ്യനേയും പ്രേമിക്കുന്നു, ശരിതന്നെ. എന്നാൽ ആ വാസനയെ വിവേകത്താൽ കീഴടക്കി സ്വതന്ത്രമായി പൗരുഷം പ്രയോഗിച്ചു കാര്യം നേടണം. അതു സാധിക്കാത്തതുമല്ല. അല്ലാത്തവർക്കു ശ്രേയസ്സുണ്ടാകയില്ല. പൂർവവാസാനാവ്യൂഹം ശുഭമെന്നുമശുഭമെന്നും രണ്ടുതരമുണ്ട്. ഓരോന്നും മറ്റതിന്റെ അല്പമായ സങ്കലനത്തോടുകൂടിയനിലയിലും കാണപ്പെടാം. ഇവയിൽ ശുഭവാസനയാണ് പ്രവൃത്തികൾക്കു പ്രേരകമായി നില്ക്കുന്നതെങ്കിൽ ക്രമേണ അതു ശാശ്വതമായ പദത്തെ പ്രാപിക്കും. അല്ല, അശുഭവാസനയാണെങ്കിൽ പരമസങ്കടത്തിൽ അകപ്പെടുത്തി ദുഃഖിപ്പിക്കയും ചെയ്യും. അശുഭവാസനയെ കഴിയുന്നതും പരിഹരിക്കാൻ ശ്രമിക്കേണ്ടതാകുന്നു. ശുഭാശുഭമാർഗ്ഗങ്ങളിൽ ഒരുപോലെ പ്രവഹിക്കശീലമായ വാസനാനദിയെ പൗരുഷംകൊണ്ടു ശുഭമാർഗ്ഗത്തിലേക്കു തിരിക്കണം. ഒരിക്കലും മനസ്സ് അശുഭങ്ങളിൽ പ്രവർത്തിക്കാൻ സമ്മതിക്കരുത്. ശുഭമാർഗ്ഗത്തിൽതന്നെ നിറുത്താൻ പൗരുഷം പ്രയോഗിക്കണം. ജീവികളുടെ മനസ്സ് ശിശുക്കളേപ്പോലെ ഏതുവഴി തിരിക്കുന്നോ ആവഴി

ക്കുപോകും. ശുഭത്തിൽനിന്നു തിരിച്ചാൽ അശുഭത്തിൽ, അശുഭത്തിൽ നിന്നുവിട്ടാൽ ശുഭത്തിൽ ഇങ്ങനെയാണു പോക്ക്. അതുകൊണ്ടു ബലാൽക്കാരേണ അതിനെ നേർവഴിക്കു തിരിക്കുകതന്നെ വേണ്ടിയിരിക്കുന്നു. മനോബാലനെ, സുഖദുഃഖാദികളിലുള്ള സമഭാവനയാകുന്ന സാന്ത്വനംകൊണ്ട് ലാളിച്ചുലാളിച്ച്, ചൊൽകീഴാക്കി ശുഭവാസനയിൽ ആസക്തിയുണ്ടാക്കണം. പൂർവജന്മാദ്യാഭ്യാസത്താലോ പൂർവകാലാഭ്യാസത്താലോ ദുർവാസനകൾ നീങ്ങി സദ്വാസന ഉദിക്കുന്നതെപ്പോഴോ അപ്പോൾ, അഭ്യാസത്തിനു സാഫല്യം സിദ്ധിച്ചതായി വിചാരിക്കും. ശുഭവാസന അശുഭവാസനയേക്കാൾ അധികമായി കഴിഞ്ഞുവോ എന്നു സംശയിക്കാറാകുന്ന അവസ്ഥയിലും ശുഭവാസനയെത്തന്നെ അനുസരിക്കണം. എന്തെന്നാൽ ശുഭവാസന എത്രയധികമായാലും ശുഭത്തെയല്ലാതെ ദോഷത്തെച്ചെയ്കയില്ല. നീ അവ്യുൽപന്നമനസ്സായി ബ്രഹ്മപദം അറിയാതെയിരിക്കുന്ന കാലത്തോളം, ഗുരൂപദേശവും ശാസ്ത്രനിർദ്ദേശങ്ങളും അനുസരിക്കണം. രാഗാദികളെല്ലാം നശിച്ചു വിവേകത്താൽ പരമാത്മബോധം ഉണ്ടായിക്കഴിഞ്ഞാൽ, ശുഭവാസനകളെയും പരിത്യജിക്കാവുന്നതാണ്. അര്യന്മാരാൽ അനുഷ്ഠിക്കപ്പെട്ടപ്രകാരം, അതിസുഭഗമായ ശുഭവാസനാവ്യൂഹത്തെ ആശ്രയിച്ച് മനസ്സിനെ കളങ്കവും ദുഃഖവുമില്ലാത്ത ആത്മപദത്തെ പ്രാപിപ്പിച്ചശേഷം, അശുഭവാസനകളെയും തള്ളി ബ്രഹ്മസാക്ഷാൽക്കാരനിലയിൽ സ്ഥിതിചെയ്യുക. ഹേ രാമചന്ദ്ര! മനോനിർവൃതിക്കായി സംസാരവാസനകളെ പിന്നീട് ആവർത്തിക്കാത്ത വിധത്തിൽ ഉപേക്ഷിക്കണം. ശമവും സന്തുഷ്ടിയും പൂർണ്ണമായി മനസ്സിൽ നിലനിർത്തണം. കർമ്മജ്ഞാനമാർഗ്ഗപ്രതിപാദകങ്ങളായ വൈദികവാക്യങ്ങളുടെ അർത്ഥവിചാരം ചെയ്തു ഗുരുശാസ്ത്രോപദേശങ്ങളെയും സ്വാനുഭവത്തെയും തട്ടിച്ചുനോക്കി മനസ്സിനെ സമരസമാക്കണം എന്നിട്ട് ആ മനസ്സിനെ പരമാത്മാവിൽ അനുസന്ധാനം ചെയ്യുക!.

പൂർവകാലത്ത് ബ്രഹ്മദേവൻ എനിക്ക് ഉപദേശിച്ച മനഃശോധനകരമായ മോക്ഷസംഹിത, നിന്റെ സന്ദേഹനിവൃത്തിക്കായി ഞാൻ പറയാം. കേൾക്കൂ! ശ്രീരാമൻ ജിജ്ഞാസുവായി "സ്വാമിൻ! ബ്രഹ്മദേവൻ മോക്ഷമാർഗ്ഗം ഉപദേശിക്കാൻ കാരണമെന്തെന്നും, കേൾക്കാൻ നിന്തിരുവടിക്കു സംഗതിയായതെങ്ങനെയെന്നും സദയം അരുളിച്ചെയ്യണം" എന്നപേക്ഷിച്ചു.

വസിഷ്ഠൻ:--കുമാരാ! അനന്തമായ മായികവിലാസങ്ങൾക്ക് അധിഷ്ഠാനഭൂതവും സർവവ്യാപിയും സർവാശ്രയവും സർവവസ്തുപ്രകാശവും സഗുണാഗുണഭാവങ്ങളിൽ സമരൂപവുമായ് ചിദാകാശത്തിൽനി

ന്നും വിഷ്ണുഭഗവാൻ ജനിച്ചു. വിഷ്ണുവിന്റെ ഹൃദയപത്മത്തിൽനിന്നും, നാന്മുഖനും അവതരിച്ചു. അദ്ദേഹം സകല ഭൂതജാലങ്ങളെയും സങ്കല്പങ്ങളെ മനസ്സെന്നപോലെ സൃഷ്ടിക്കാനും തുടങ്ങി. അക്കാലത്ത് ഭാരതവർഷത്തിലെ ജനങ്ങൾ ആധിവ്യാധികളാൽ ദുഃഖിതന്മാരായി ഭവിച്ചിരുന്നു. അതുകണ്ടുപുത്രദുഃഖത്തിൽ പിതാവിനെന്നപോലെ, സ്രഷ്ടാവിനു കരുണതോന്നുകയാൽ ഹതാശന്മാരും അല്പായുസ്സുകളുമായ അവരുടെ ദുഃഖശാന്തിക്കു മാർഗ്ഗമെന്താണെന്ന് അദ്ദേഹം ചിന്തിച്ചുനോക്കി. തപസ്സും ദാനവും ജപവും തീർത്ഥവുമൊന്നും അതിലേക്കു മതിയല്ലെന്നു മനസ്സിലായി. ജ്ഞാനത്തെ പ്രകാശിപ്പിക്കതന്നെ സുഖലബ്ധിക്കു മാർഗ്ഗമെന്നു നിശ്ചയിച്ച്, ഉടനെ സങ്കല്പമാത്രത്താൽ എന്നെ ജനിപ്പിച്ചു. തന്നെപ്പോലെ രുദ്രാക്ഷമാലയും കമണ്ഡലുവും ധരിച്ച്, പുരോഭാഗത്തുനിന്ന് എന്നെ അദ്ദേഹം അരികിൽവിളിച്ച് താമരപ്പൂവിന്റെ താഴ്ത്തട്ടിലുള്ള ഒരിതളിന്മേലിരുത്തി, പുത്ര! അല്പസമയത്തേയ്ക്കു നിന്റെ ഹൃദയം മർക്കടചപലമായി നീരാവിതട്ടിയ കണ്ണാടിപോലെ നിഷ്പ്രകാശമാകട്ടെ, എന്നു ശപിച്ചു; എന്റെ ജ്ഞാനദൃഷ്ടി ഉടനേ മറഞ്ഞുകഴിഞ്ഞു. ആത്മസ്വരൂപം മറന്നു. കഷ്ടം! എനിക്കീ സംസാരബന്ധം എങ്ങനെ വന്നുകൂടി എന്നു ചിന്താവിവശനായ ഞാൻ അധമജാതനെപ്പോലെ ദുഃഖിച്ചു. ഈ അവസ്ഥാന്തരംകണ്ട് കരുണാർദ്രഹൃദയനായ പിതാവ്, -- "പുത്ര! നീ ദുഃഖിതനാകാൻ കാരണമെന്ത്? ദുഃഖശാന്തിക്കുള്ള മാർഗ്ഗം ചോദിക്കൂ. ഞാൻ പറഞ്ഞുതരാം. അതു കേട്ടാൽ നീ നിത്യസുഖിയായി ഭവിക്കും" എന്നരുളിച്ചെയ്തു. ഞാൻ സംസാരവ്യാധിക്കു ശമനൗഷധം എന്തെന്നു ചോദിച്ചു. സംസാരം എവിടെനിന്നുണ്ടായിയെന്നും അതു നശിക്കുന്നതെങ്ങനെയെന്നും പറയണമെന്നപേക്ഷിച്ചപ്പോൾ, ജ്ഞാനമാർഗ്ഗം പൂർണ്ണമായി അദ്ദേഹം ഉപദേശിക്കയും, ഞാൻ മനോമാലിന്യം നീങ്ങി ബോധിയായി സുഖിക്കയും ചെയ്തു.

ആത്മജ്ഞാനലാഭത്താൽ സ്വപ്രകൃതി ലഭിച്ച എന്നെനോക്കി പിതാവു പറഞ്ഞു. "പുത്ര! ഈ ജ്ഞാനസാരം ലോകോപകാരകമാക്കണമെന്നു കരുതി നിന്നെ മോഹിപ്പിച്ചു ചോദ്യകർത്താവാക്കിയതാണ്. ഇപ്പോൾ നീ മോഹമുക്തനായിരിക്കുന്നു. പരമമായ ബോധവും നിനക്ക് ഉദിച്ചു.

ഇനി നീ ലോകാനുഗ്രഹത്തിനായി ജംബുദ്വീപാന്തരസ്ഥമായ ഭാരതവർഷത്തിൽപ്പോയി അവിടെ കർമ്മകാണ്ഡത്തിൽ താൽപര്യത്തോടുകൂടി വസിക്കുന്ന ജനങ്ങൾക്കു കർമ്മവിധികളെയും വിമർശശീലന്മാരായ വിരക്തന്മാർക്ക് ആനന്ദപ്രദമായ ജ്ഞാനത്തെയും യഥായഥം ഉപദേശിച്ചാലും." ഇങ്ങനെ പിതാവിന്റെ അനുശാസനമനുസരിച്ചാണ് ഞാൻ

ഇവിടെ താമസിക്കുന്നത്. അധികാരി ജനങ്ങൾ ഭാരതത്തിൽ ഉണ്ടായിരിക്കുന്നതുവരെ ഇപ്രകാരം വസിക്കയും ചെയ്യും. സത്യത്തിൽ എനിക്കിവിടെ ക്രിയാപ്രയോജനമൊന്നുമില്ല. മനോനിഗ്രഹംചെയ്തു ജീവിക്കയാണ്. ഒന്നിലും ഒരഭിമാനമില്ലാതെ ഉറങ്ങുന്നവനെപ്പോലെ കാര്യങ്ങൾ നടത്തുന്നു. ഞാനായിട്ടൊന്നും ചെയ്യുന്നുമില്ല. ഹേ രാഘവാ! ബ്രഹ്മദേവൻ എനിക്കു ജ്ഞാനോപദേശം ചെയ്യാനും ആചാര്യത്വം വഹിച്ചു ഭാരതവർഷത്തിൽ ഞാൻ താമസിക്കാനും കാരണമിതാണ്.

കേൾക്കൂ! നിനക്കു ഞാൻ ജ്ഞാനോപദേശം ചെയ്യുന്നു. ചോദിക്കാനുള്ള അധികാരം നിനക്കും പറവാനുള്ള യോഗ്യത എനിക്കുമുണ്ടാകകൊണ്ട് നമ്മുടെ ആരംഭം സഫലമായിത്തന്നെ ഭവിക്കും. വ്യവഹാരലക്ഷണങ്ങളിൽനിന്ന്, വക്താവിന്റെ മൂർഖത്വവും വിദ്വത്ത്വവും മനസ്സിലാക്കി ചോദ്യംചെയ്യുന്നവനാരോ, അവനാണ് യോഗ്യനായ പൃച്ഛകൻ. പൂർവപക്ഷവും അപരപക്ഷവും സമാധാനവും വഴിപോലെ അറിവാൻ ശക്തിയുള്ള പൃച്ഛകനോടല്ലാതെ മൃഗപ്രായന്മാരായ മൂഢന്മാരോട് ഗുരു ഉപദേശിച്ചുകൂടാ എന്നു വിധിയുണ്ട്. മോക്ഷക്കോട്ടയുടെ വാതിൽകാവൽക്കാരായി ശമം, വിചാരം, സന്തോഷം, സൽസംഗം ഇങ്ങനെ നാലാൾ ഉണ്ട്. ഇവരെ എല്ലാവരെയും, അഥവാ രണ്ടോ മൂന്നോ പേരെയെങ്കിലും സേവിച്ചു പ്രസാദിപ്പിക്കണം. എന്നാൽ മോക്ഷവാതിൽ അവർ തുറന്നുതരും. കൊട്ടാരത്തിൽ കടക്കണമെങ്കിൽ പാറാവുകാരെ സ്വാധീനപ്പെടുത്താതെ കഴിവുണ്ടോ? അതുപോലെയാണ്; സർവവും ഉപേക്ഷിച്ചും സർവാത്മനാശ്രമിച്ച്, കാവൽക്കാരിൽ ഒരുത്തനെയെങ്കിലും സ്വാധീനപ്പെടുത്തിയാൽ അവൻമുഖേന മറ്റുള്ളവരും വശത്താകതന്നെ ചെയ്യും. ശാസ്ത്രപാഠം, സജ്ജനസംസർഗ്ഗം, ദമം, തപം ഇവ ശീലിച്ച് സംസാരബന്ധമൊഴിക്കത്തക്കവണ്ണം ബുദ്ധിയെ വികസിപ്പിക്കണം. ദുഃസഹവിഷവേഗത്തോടുകൂടിയ സംസാരമാകുന്ന വിഷൂചിക ജീവബ്രഹ്മൈക്യവിജ്ഞാനമാകുന്ന ഗാരുഡമന്ത്രത്താൽ ശമിക്കുന്നു.

ദുരന്തയായ വിഷയവിഷവിഷൂചിക ക്രമമായി ചികിത്സിച്ചു ഭേദപ്പെടുത്താത്തപക്ഷം, മലമൂത്രനരകപാത്രങ്ങളായ ഭാര്യാപുത്രാദിഗാത്രങ്ങളിൽ അനുരാഗം വമിപ്പിക്കയും കാഷ്ഠിപ്പിക്കയും ചെയ്തുകൊണ്ട് മനുഷ്യനെ ബാധിച്ച് മയക്കി താഴെപ്പറയുന്ന കഠിനദുഃഖങ്ങൾക്കു വിപരീതാനുഭവം തോന്നിപ്പിക്കുന്നു.

ശാണക്കല്ലിൽതേച്ചു മൂർച്ചകൂട്ടിയ വാളുകൾ അനവധി ശരീരത്തിൽ പതിക്കുന്നതു കരിങ്കൂവളപ്പൂക്കളുഴിയുന്ന പോലെയും, തീജ്ജ്വാലയുടെ ചൂട് പനിനീര് തളിക്കുന്നപോലെയും, ശരീരം മുറിക്കുന്നതു ചന്ദനം തേ

യ്ക്കുന്ന പോലെയും ഇരുമ്പമ്പുകൾ തറയ്ക്കുന്നത്, ഉഷ്ണോപശമനത്തിനുള്ള ധാരാഗൃഹജലധാരകൾപോലെയും ശിരച്ഛേദം സുഖനിദ്രപോലെയും ശബ്ദിക്കാൻ സമ്മതിക്കാതെ വായടച്ചുപിടിക്കുന്നത് സഹജമായ മൗനമുദ്രപോലെയും, കാതുകേൾക്കാത്തത് സമ്പൽസമൃദ്ധിപോലെയും തോന്നിപ്പിക്കും. അതുകൊണ്ട് ഈ ബാധയിൽനിന്നും മോചിക്കാൻ, ആത്മബോധം ഉദിക്കത്തക്കവണ്ണം ശാസ്ത്രവിചാരം ചെയ്യണം. ഗുരുവാക്യവും ശാസ്ത്രവും സ്വാനുഭവവും ഒന്നായിത്തന്നെ അഭ്യാസംകൊണ്ടു നിർണ്ണയിക്കാൻ സാധിക്കുന്നവന്ന് ആത്മദർശനം സുലഭമായി ഭവിക്കും. അല്പമാത്രം പഠിച്ചവർക്കും ഈ ശാസ്ത്രം അജ്ഞാനനാശനമാണ്. ഇത്ര മഹത്വം മറ്റൊരു ശാസ്ത്രങ്ങൾക്കുമില്ല. ഹേ രാമ! അജ്ഞാനിയുടെ അവസ്ഥ എത്ര ദയനീയം. മൺചട്ടിയും കയ്യിലെടുത്തു തെരുവുനീളെ ഭിക്ഷയേറ്റുനടക്കുന്നതിനേക്കാൾ എത്രയോ കഷ്ടമാണ് മൂർഖനായി ഭൂമിയിൽ വസിക്കുന്നത്. ആത്മജ്ഞാനലബ്ധിക്കു ധനമോ ബന്ധുക്കളോ സ്നേഹിതന്മാരോ ഉപകരിക്കുന്നില്ല. നമസ്കാരപ്രദക്ഷിണങ്ങൾകൊണ്ടും ദേശാന്തരഗമനം കൊണ്ടും ഫലമില്ല. ഉപവാസവും ക്ഷേത്രദർശനാദിയും പ്രയോജനപ്പെടുന്നില്ല. പിന്നെ എന്താണ് ആവശ്യം? മനോജയം ഒന്നുമാത്രം. കുമാര! മുൻപറഞ്ഞ മോക്ഷവാതിൽകാവൽക്കാർ ഓരോരുത്തരുടേയും മാഹാത്മ്യം അനുക്രമമായി ഞാൻ പറഞ്ഞുതരാം. കേൾക്കൂ! അവരിൽ ഒരുത്തൻ വശപ്പെട്ടാൽ, വാതിൽ തുറന്ന്, അകത്തു കടത്തിവിടും.

ശമം--ശമത്തെ സ്വാധീനപ്പെടുത്തുന്ന സുകൃതികളെ ശാന്തന്മാരെന്നു പറയുന്നു. ദുഃഖവും ദുരാധിതൃഷ്ണ മുതലായ മനോദോഷങ്ങൾ, ശമശീലന്മാരുടെ സമീപത്തു പോലുമണയുന്നില്ല. സൂര്യനെക്കണ്ട ഇരുട്ടുപോലെ മറഞ്ഞുപോകുന്നു. ഹിംസമൃഗങ്ങളും ശാന്തമൃഗങ്ങളും അതതിന്റെ മാതാവിനെ എങ്ങനെയോ അതുപോലെ ശമശീലനെ സർവപ്രാണികളും സ്നേഹിക്കയും വിശ്വസിക്കയും ചെയ്യുന്നു. ശമംകൊണ്ടു മനസ്സിനുണ്ടാകുന്ന സുഖം ഒന്നു പ്രത്യേകമാണ്. സ്വർഗ്ഗത്തിലെത്തി അമൃതുകുടിച്ചാലും വൈകുണ്ഠത്തിൽപോയി മഹാലക്ഷ്മിയുടെ ആലിംഗനസുഖമനുഭവിച്ചാലും ശമപ്രസിദ്ധമായ ആനന്ദാനുഭൂതി ഉണ്ടാകയില്ല. ശുഭമാകട്ടെ അശുഭമാകട്ടെ, കേൾക്കുകയോ കാണുകയോ ചെയ്താൽ, തൊട്ടാൽ, തിന്നാൽ, മരണത്താൽ എന്തായാലും മനസ്സിനു മോദമോ ഖേദമോ ഉണ്ടാകാത്തവനാരോ അവനെയാണ് ശാന്തനെന്നു പറയേണ്ടത്. മരണത്തിലും മഹോത്സവത്തിലും, യുദ്ധക്കളത്തിലും ഒരുപോലെ മനസ്സിനു ഖേദമോ, മോദമോ, ക്ഷോഭമോ ഇല്ലാതെ ആരുടെ

ഹൃദയം ചന്ദ്രബിംബം പോലെ സ്വച്ഛമായിരിക്കുന്നുവോ, അവനാണ് ശാന്തൻ. തപസ്വികൾ, ശാസ്ത്രജ്ഞന്മാർ, യാജകന്മാർ, രാജാക്കന്മാർ, ബലവാന്മാർ, ഗുണാഢ്യന്മാർ ഇവരിൽതന്നെ ശാന്തന്മാരുണ്ടെങ്കിൽ അവരാണ് ഏറ്റവും ശോഭിക്കുന്നത്. അര്യന്മാരാൽ രക്ഷിക്കപ്പെടുന്നതും അന്യന്മാർക്ക് ഹരിക്കാൻ കഴിയാത്തതുമായ ശമമാകുന്ന അമൃത് സ്വാധീനമാക്കി മഹാത്മാക്കൾ ഏതൊരു ക്രമത്തെ അനുസരിച്ചു പരമപദം പ്രാപിച്ചുവോ രാഘവാ! നീയും മുക്തിക്കായി ആ ക്രമത്തെത്തന്നെ അവലംബിക്കുക!

വിചാരം--സ്വതേ വിശുദ്ധവും ശാസ്ത്രജ്ഞാനത്താൽ പരിഷ്കൃതവും കാര്യകാരണബോധത്തോടു കൂടിയതുമായ ബുദ്ധികൊണ്ട് എപ്പോഴും ആത്മവിചാരം ചെയ്യേണ്ടതാകുന്നു. വിചാരത്താൽ ബുദ്ധിക്കു തൈക്ഷ്ണ്യമുണ്ടായാൽ പരമപദം തുറന്നുകാണും. ദീർഘമായ സംസാരരോഗത്തിന് ഒരു സിദ്ധൗഷധമത്രേ വിചാരം. ഞാൻ ആര്! ഈ സംസാരം ആർക്കുള്ളത്? ഇത്യാദിയുക്തികൾ ആപത്തിൽകൂടിയും നിർവിഘ്നമായി വിചാരിച്ചുകൊള്ളേണ്ടതാകുന്നു. വിചാരമാകുന്ന കണ്ണ് ഇരുട്ടിൽ പോലും തെളിഞ്ഞുകാണുന്നതും കടുംതേജസ്സിൽ അഞ്ചിപ്പോകാത്തതും ഇടയ്ക്കു മറവുണ്ടെങ്കിലും കാഴ്ചയ്ക്കു തടസ്സമില്ലാത്തതുമാണ്. ഞാനാര്? സംസാരാഖ്യമായ ഈ ദോഷം എങ്ങനെ ഉപാഗതമായി? ഇത്യാദി ന്യായവാദം മനസാ ചെയ്യുന്നതിനു വിചാരമെന്നു പറയുന്നു.

സന്തോഷം--പരമമായ ശ്രേയസ്സും സുഖവുമാണ് സന്തോഷം. അവിച്ഛിന്നമായ വിശ്രാന്തിയെ ലഭിക്കുന്നതും സന്തോഷവാനാണ്. സന്തോഷാമൃതപാനത്താൽ സംതൃപ്തിയടഞ്ഞ ശാന്തന്മാർ, ഇഹലോകഭോഗസൗഖ്യങ്ങളെ പ്രതികൂലവിഷംപോലെ കാണുന്നു. കിട്ടാത്തതിനെ ആഗ്രഹിക്കാതെ കിട്ടിയതിൽ തൃപ്തിയും ഭാവിക്കാതെ, ഒന്നുകൊണ്ടും ദുഃഖിക്കയോ സുഖിക്കയോ ചെയ്യാതെ, ഇരിക്കുന്നവൻ സന്തുഷ്ടനെന്നു പറയപ്പെടുന്നു. ആശാവിവശവും സന്തോഷവർജ്ജിതവുമായ ഹൃദയത്തിൽ, ചെളിപറ്റിയ കണ്ണാടിയിൽ മുഖമെന്നപോലെ, ജ്ഞാനം പ്രതിബിംബിക്കുന്നില്ല. സന്തുഷ്ടഹൃദയൻ, കിട്ടാത്തതിൽ ആശവയ്ക്കാതെ കിട്ടിയതിനെ ക്രമപ്രകാരം അനുഭവിച്ചുകൊണ്ട് സൗമ്യസമാചാരനായി വസിക്കുന്നു. ഗുണശാലികളാൽ മാനിക്കപ്പെട്ട സമഭാവനയാൽ, അലംകൃതനായ ശ്രേഷ്ഠപുരുഷനെ, രാജാക്കന്മാരും ഉത്തമമുനിമാർ പോലും നമസ്കരിക്കുന്നു.

സാധുസംഗം--നരന്മാർക്ക് സംസാരസമുദ്രം കടക്കുന്നതിനുള്ള ഒരു വിശേഷപ്പെട്ട തോണിയാണ് സാധുസംഗം. വിദ്വജ്ജനങ്ങളോടു സഹവ

സിക്കുമ്പോൾ, ശൂന്യസ്ഥാനം ജനവിലസിതംപോലെ സുഖകരമായും മരണരോഗാദി ദുഃഖങ്ങൾ ആനന്ദകരമായും ആപത്തു സമ്പത്തായും തോന്നും. കുളുർമ്മയും പരിശുദ്ധിയുമുള്ള സാധുസംഗഗംഗാജലത്തിൽ മുങ്ങിയവന് ദാനമോ തീർത്ഥസ്നാനമോ തപസ്സോ യാഗമോ ആവശ്യമില്ല. സർവബന്ധങ്ങളിൽനിന്നു മുക്തന്മാരും അഭിജ്ഞന്മാരുമായ സാധുക്കളെ, എല്ലാ പ്രകാരത്തിലും സേവിക്കേണ്ടതാണ്. സർവസമ്മതന്മാരായ അവർ സംസാരസമുദ്രത്തെ കടത്തുന്നവരാകുന്നു.

മേൽപറയപ്പെട്ട ശമം സന്തോഷം വിചാരം സൽസംഗം ഇവ നാലും സംസാരഭേദനത്തിനുള്ള ഉപായങ്ങളാണ്. ഇവറ്റെ ആരൊരുത്തൻ അഭ്യസിക്കുന്നുവോ അവൻ മോഹവെള്ളം നിറഞ്ഞ സംസാരസമുദ്രത്തെ നിഷ്പ്രയാസം തരിക്കുന്നു. ഹേ രാഘവാ! ഈ ഗുണങ്ങളെല്ലാം തികഞ്ഞു വിളങ്ങുന്ന ശുഭചരിതനായ നീ മനോമോദകരമായ എന്റെ വാക്യത്തെ സശ്രദ്ധം ശ്രവിക്കുക! ഈ മോക്ഷോപായകഥ കേൾക്കുന്നവൻ ഇച്ഛിക്കാതെതന്നെ പരമാത്മജ്ഞാനിയാകും. ബുദ്ധിയുടെ ലോഭമോഹാദികളായ ദോഷങ്ങൾ ക്ഷയിക്കും. ശരൽക്കാലസരസുപോലെ മനസ്സു പ്രസന്നമാകയും ചെയ്യും. യുദ്ധച്ചട്ടയിട്ടവന്റെ ദേഹത്തിൽ അമ്പുകൾ തുളഞ്ഞുകയറാത്തതുപോലെ ദൈന്യദാരിദ്ര്യാദി ദോഷബഹുലങ്ങളും അവസരപ്രതീക്ഷകളുമായ വിഷയസങ്കല്പങ്ങൾ, അവന്റെ മർമ്മങ്ങളെ ഭേദിക്കുന്നില്ല. ഭയങ്കരസംസാരഭയങ്ങൾ, ഹൃദയത്തെ ആക്രമിക്കുന്നില്ല. അലയില്ലാത്ത കടൽപോലെ ഹൃദയം എപ്പോഴും പ്രശാന്തമായിത്തന്നെ ഇരിക്കും. സമുദ്രത്തിന്റെ ഗാംഭീര്യവും മേരുവിന്റെ സ്ഥൈര്യവും, ചന്ദ്രന്റെ കുളിർമയും വിചാരശീലന്റെ ഹൃദയത്തിനുണ്ടായിരിക്കും. അവൻ എപ്പോഴും സാദ്ധ്വിമാർ അന്തഃപുരത്തെ എന്നവണ്ണം, യഥായോഗം വന്നുകൂടുന്ന ശാസ്ത്രനിയതങ്ങളായ, സൽക്കർമ്മങ്ങളെത്തന്നെ അഭിലഷിക്കുന്നു. ഭേദഭാവനകളെല്ലാം നശിച്ച ആ സുകൃതിക്ക്, വാചാമഗോചരമായ ജീവന്മുക്താവസ്ഥ ക്രമേണ വന്നുചേരുന്നു. പിന്നീടും ജനങ്ങളോടിടപെട്ടു മറ്റുള്ളവരെപ്പോലെതന്നെ അവൻ ജീവിക്കുമെങ്കിലും മനഃസ്ഥിതിക്കു ഭേദമുണ്ടായിരിക്കും. കിട്ടുന്നതിനെ തൃപ്തിയോടെ അനുഭവിച്ചും, ഇഷ്ടമോ അനിഷ്ടമോ വന്നാൽ ഭേദഭാവനയില്ലാതെയും വസിക്കുന്നു. സുഖാസനസ്ഥനായി ദൈവേച്ഛയാ വന്നുചേരുന്ന ഭോഗങ്ങളും ഭുജിച്ച്, സദാചാരവിരുദ്ധമായി പ്രവർത്തിക്കാതെ, കാലദേശങ്ങൾ അനുവദിക്കുന്നവണ്ണം സാധുസംഗംചെയ്ത്, ഈ മോക്ഷശാസ്ത്രത്തെ ശ്രവിക്കുന്നവൻ, സംസാരഹരമായ അപരിച്ഛിന്നപരമാത്മബോധത്തെ പ്രാപിക്കുന്നു. അവൻ പിന്നെ മാതൃഗർഭത്തിൽ ജനിക്കയെന്നുള്ളതുണ്ടാക

യില്ല. സുലഭവും സുഗമവും, എന്നാൽ മഹാഫലദവുമായ ഈ മോക്ഷ മാർഗ്ഗത്തിൽ വിമുക്തന്മാരായി ഭോഗരസത്തിൽ അഭിലാഷികളായി വസിക്കുന്ന പാപികൾ, മാതാവിന്റെ മലത്തിലെ കൃമികളാകുന്നു. അവരുടെ പേരുപോലും പറവാൻ കൊള്ളുന്നതല്ല. സ്മൃതിപ്രസിദ്ധങ്ങളായ ധർമ്മങ്ങളും അർത്ഥവും ആർജ്ജിക്കുന്നതിനായി ഇടയ്ക്കിടെ പ്രവർത്തിച്ചുകൊണ്ട്, ശാസ്ത്രപാഠം, ഉപശമം, സൗജന്യം, വിവേകം, സൽസംഗം ഇത്യാദിയാൽ മനസ്സിനു വിശ്രാന്തി ലഭിക്കുന്നതുവരെ ആത്മവിചാരം ചെയ്തു വസിക്കുന്ന വിദ്വാൻ, ഒരിക്കലും നാശമില്ലാത്ത തുര്യമെന്ന ശാന്തിയെ പ്രാപിച്ചു സുഖിക്കുന്നു. ഇപ്രകാരം വിശ്രാന്തനായി സംസാരത്തെ ക്കടന്നവന് അവൻ ഗൃഹസ്ഥനായാലും സന്യാസിയായാലും, ജീവിച്ചിരിക്കുമ്പോൾ ഐഹികമോ മരണശേഷം പാരലൗകികമോ ആയ ഫലം, തന്നാൽ ചെയ്യപ്പെട്ടതോ പെടാത്തതോ ആയ കർമ്മങ്ങൾകൊണ്ടും, ശ്രവണമനനാദി മനോവിക്ഷേപങ്ങളെക്കൊണ്ടും ഉണ്ടാകുന്നില്ല. അലയടങ്ങിയ സമുദ്രംപോലെ അവൻ നിർവികാരനായി സ്ഥിതിചെയ്യുന്നു.

രഘുകുമാര! ഞാൻ പറവാൻപോകുന്ന സുവിസ്തരവും ജ്ഞാനരസസമ്പൂർണ്ണവും ആത്മതത്വവിഷയീഭൂതവുമായ മോക്ഷശാസ്ത്രം അവധാനപൂർവം കേട്ടാലും! യുക്തിയുക്തമാണെങ്കിൽ കേവലം ഒരു ബാലന്റെ വാക്കും സ്വീകാര്യമാണ്. അയുക്തവാക്ക് ബ്രഹ്മാവുതന്നെ പറഞ്ഞാലും ബഹുമാനിക്കാതെ പുല്ലുപോലെ തള്ളിക്കളകയും ചെയ്യാം. ബ്രഹ്മത്തെ നിനക്കു മനസ്സിലാക്കുന്നതിന് ഞാനിവിടെ ഉപയോഗിക്കുന്ന ദുഷ്ടാന്തങ്ങളെല്ലാം സകാരണങ്ങളും ബ്രഹ്മം അകാരണവുമാണെന്നു മനസ്സിലാക്കണം അതിനാൽ ആ ദൃഷ്ടാന്തങ്ങൾക്ക്, ബ്രഹ്മത്തോട് ഏകദേശസാധർമ്മ്യം ഗ്രഹിച്ചുകൊള്ളേണ്ടതാണ്. നിരാകാരബ്രഹ്മത്തിനു സാകാരദൃഷ്ടാന്തങ്ങൾ എങ്ങനെ സഫലങ്ങളാകും എന്ന് ഭേദവാദികളായ മൂഢന്മാർക്കു തോന്നിയേക്കാം. അതു ശരിയല്ല. അനുഭൂതിയെ അപലപിച്ചുകൊണ്ടുള്ള അപവിത്രങ്ങളായ ദുസ്തർക്കങ്ങൾ, ആത്മജ്ഞാനത്തിനു വിഘാതമാണ്. കുമാര! നീ അതിനു മനസ്സുവയ്ക്കരുത്.

പൊയ്കയും താമരപ്പൂക്കളും തമ്മിൽ എന്നപോലെ ജ്ഞാനത്താൽ ശമാദികളും ശമാദികളാൽ ജ്ഞാനവും അന്യോന്യം അഭിവൃദ്ധികരമായി വിളങ്ങുന്നു. ജ്ഞാനവും ശമാദികളും ഒരുപോലെ അഭ്യസിച്ചെങ്കിലല്ലാതെ ഫലമില്ല. രണ്ടാലൊന്നു മാത്രമായാൽ രണ്ടുമില്ലാത്തതിനു സമംതന്നെ. ഹേ രാമ! യശസ്യവും ആയുഷ്യവും പുരുഷാർത്ഥഫലപ്രദവുമായ ഈ ശാസ്ത്രം കേട്ടാൽ ബുദ്ധിക്കു ശുദ്ധിയുണ്ടായി നീ പരമപദത്തെ പ്രാപിക്കും. ഈദൃശസാധനസമ്പത്തിയാൽ മനനശീലനായവ

ന്റെ വിദിതവേദ്യമായ ഹൃദയം, നിത്യജാഗരൂകവും അഖണ്ഡിതവും, നിരാവരണവുമായ ഉൽകൃഷ്ടപദത്തെ പ്രാപിച്ച്, ഒരിക്കലും ഭ്രംശിക്കാതെ സ്ഥിതിചെയ്യുന്നു.

ഇതി ശ്രീവാസിഷ്ഠവിവരണേ മോക്ഷോപായേ
(മുമുക്ഷുവ്യവഹാരപ്രകരണം സമ്പൂർണ്ണം.)

3

ഉൽപത്തിപ്രകരണം

വസിഷ്ഠൻ--രാജകുമാര! മുമുക്ഷുവ്യവഹാരം പറഞ്ഞുകഴിഞ്ഞു. ഇനി ലോകോൽപത്തിപ്രകരണം കേൾക്കൂ! ഇവിടെ അനുഭൂതിയെന്നും വേദനമെന്നും പ്രതിപത്തിയെന്നും പറയപ്പെടുന്ന അപരോക്ഷചൈതന്യത്തിനു പ്രമാണവാദികൾ പ്രത്യക്ഷമെന്ന നാമം വിധിച്ചിരിക്കുന്നു. വേദാന്തപ്രസിദ്ധനായ ജീവാത്മാവ് ഈ ചൈതന്യംതന്നെയാണ്. അപരോക്ഷചൈതന്യാത്മകമായ ശുദ്ധബ്രഹ്മവും, ചിത്തോപാധികനായ ഈശ്വരനും ബുദ്ധിബിംബിതനായ ചിദാഭാസനും ആ ജീവൻതന്നെ. ഏതൊരു ബാഹ്യജ്ഞാനത്തോടുകൂടി ജീവൻ പ്രകാശിക്കുന്നു ആ ജ്ഞാനം പദാർത്ഥങ്ങളെന്നു പറയപ്പെടുന്നു. നാം കാണുന്ന ഭൂമ്യാദി പദാർത്ഥങ്ങളെല്ലാം മനസ്സിന്റെ ഒരുതരം സ്ഫുരണം മാത്രമാകുന്നു. പലവിധത്തിലുള്ള സങ്കല്പവികല്പാദിഭ്രമങ്ങളെക്കൊണ്ട് നാനാഭൂതങ്ങളായ അവസ്ഥാക്രമത്തോടുകൂടിയ ജീവൻതന്നെ, വെള്ളം, തിര മുതലായ രൂപത്തിൽ വികൃതമാകുന്നതുപോലെ, ജഗത്തായി സ്ഫുരിക്കുന്നു.

ആദികാലത്തിൽ കാരണരഹിതമായി പരിലസിച്ച ബ്രഹ്മം, സൃഷ്ടിക്കായി മായാരൂപിണിയായ ഇച്ഛാശക്തിയെ സ്വീകരിച്ചിട്ട്, ജഗത്തിന്റെ കാരണത്വം തങ്കൽതന്നെ തോന്നിപ്പിക്കുന്നു. ജാഗ്രൽസ്വപ്നങ്ങൾക്കു വിഷയീഭവിക്കുന്ന പദാർത്ഥങ്ങളാൽ സംകുലമായ ഈ ലോകം, വായുവിൽ പലവിധ ചലനമെന്നപോലെ ജ്ഞാനത്തിലന്തർഭവിച്ചതാകുന്നു. വ്യാപകവും ദിക്കാലമുക്തവുമായി ഉള്ളും പുറവും നിറഞ്ഞിരിക്കുന്ന ജ്ഞാനസ്വരൂപമായ വിശുദ്ധബ്രഹ്മം, ഏതേതു കാര്യത്തിൽ ഉദയംചെയ്യുന്നുവോ, അതതിന്റെ രൂപമായി മാറുകയാണു ചെയ്യുന്നത്. ആ സർവാത്മാവ് ഏതുരൂപത്തിൽ ഏതൊന്നായി സമുല്ലസിക്കുന്നുവോ, അവിടെ അപ്രകാരം അതേരൂപം സ്വീകരിച്ചതുപോലെ തോന്നപ്പെടും. ഇങ്ങനെ ബ്രഹ്മത്തിൽനിന്നും അഭിന്നമായ ജഗത്ത്, കാരണരഹിതമായിത്തന്നെ സ്ഥിതിചെയ്യുന്നു. പ്രത്യക്ഷമെന്ന ആത്മചൈതന്യം അതിനെ നിർമ്മിക്കുകയും അനുമാനാദികൾ പ്രത്യക്ഷത്തിന്റെ അംശങ്ങളായി പരില

സിക്കയും ചെയ്യുന്നു. ദൃശ്യപ്രപഞ്ചത്തിന്റെ തോന്നലാണ് ബന്ധത്തെ ഉണ്ടാക്കുന്നത്. ദൃശ്യമില്ലാതെയായാൽ ബന്ധവും നശിച്ചുകഴിയും. ദൃശ്യഭ്രമം നീങ്ങുന്നതിനുള്ള മാർഗ്ഗം കേൾക്കൂ! പറഞ്ഞുതരാം. സ്ഥാവര ജങ്ഗമരൂപേണ ഇവിടെക്കാണപ്പെടുന്ന ജഗത്തുമുഴുവൻ സുഷുപ്തിയിൽ സ്വപ്നമെന്നപോലെ കല്പാന്തത്തിൽ നശിച്ചുകഴിഞ്ഞാൽ തേജസ്സെന്നോ ഇരുളെന്നോ വേർതിരിക്കാൻ പാടില്ലാത്ത നിശ്ചലവും, അപരിച്ഛേദ്യവും, നാമരഹിതവും, അസ്പഷ്ടവുമായ സദ്വസ്തുശേഷിക്കുന്നു. വ്യവഹാരസൗകര്യാർത്ഥം അതിന് ഋതം, ആത്മാവ്, പരബ്രഹ്മം, സത്യം ഇത്യാദി നാമങ്ങൾ വിദ്വാന്മാരാൽ കല്പിക്കപ്പെട്ടിട്ടുണ്ട്. ആ സദ്വസ്തു, തെളിഞ്ഞ വെള്ളത്തിൽ ആകാശം പ്രതിഫലിക്കുന്നതുപോലെ, മറ്റൊരുഭാവം സ്വീകരിച്ച്, ദേഹാഭിമാനാദികളാൽ കലുഷിതമായ ജീവരൂപത്തിൽ പ്രകാശിക്കുന്നു. ആ ജീവൻ ക്രിയാശക്തി പ്രധാനമായ പ്രാണധാരണത്താൽ ചഞ്ചലപ്പെട്ട്, ഭൗതികലിംഗശരീരഭൂതനായി സങ്കല്പവികല്പമനനം നിമിത്തം മന്ദീഭവിച്ച് മനസ്സായിത്തീരുന്നു. ഈ മനസ്സാകട്ടെ, സുസ്ഥിരമായ സമുദ്രത്തിലുദിച്ച ക്ഷണികതരംഗംപോലെ പരമാത്മചൈതന്യത്തിന്റെ ഒരുതരം പ്രതിഭാസമത്രേ. ശാരീരമായ കലുഷഭാവത്താൽ തന്റെ പരമാത്മഭാവത്തെ അതു വിസ്മരിക്കുന്നു. പ്രപഞ്ചമാകുന്ന ഇന്ദ്രജാലം കേവലം മനസ്സിന്റെ സങ്കല്പവിലാസം മാത്രമാണ്.

സ്വർണ്ണം വളയുടെ രൂപത്തിൽ പണിഞ്ഞെടുത്താലും, ആ വള സ്വർണ്ണത്തിൽനിന്നു വേറല്ലാത്തതുപോലെ സൂക്ഷ്മത്തിൽ ജഗത്തും പരബ്രഹ്മത്തിൽനിന്നും ഭിന്നമല്ല. കാനൽ വെള്ളപ്പുഴയിലെ ഓളത്തള്ളലെന്നവണ്ണം, അസത്തായ മനസ്സിന്റെ സങ്കൽപത്തിലെ ഇന്ദ്രജാലവിദ്യ മാത്രമാണ്! ഈ ജഗത്ത് അസത്താകയാൽ അവിദ്യ, സംസാരം, മോഹം, ബന്ധം, മായ, മലം, തമസ്സ് ഇങ്ങനെ ഓരോ നാമങ്ങൾ മഹാന്മാർ ഇതിനു കൽപിച്ചിരിക്കുന്നു. ഹേ രാഘവാ! ഇനി ബന്ധത്തിന്റെ സ്വരൂപവും ഞാൻ പറയാം--അനന്തരം, മോക്ഷസ്വരൂപം നിനക്ക് അറിയാറാകും. നോക്കുന്നവന് ഈ ദൃശ്യപ്രപഞ്ചം ഉണ്ടെന്നു തോന്നിക്കുന്നതുതന്നെ ബന്ധം, ദൃശ്യത്താൽ അവൻ ബദ്ധനായും ദൃശ്യം നശിച്ചാൽ മുക്തനായും തീരുന്നു. ഇക്കാണപ്പെട്ട ജഗത്തും, ഞാൻ നീ ഇത്യാദി ഭാവനകളുമാണ് ദൃശ്യമെന്നു പറയപ്പെടുന്നത്. അവ നശിക്കുന്നതുവരെ മോക്ഷമില്ല. മേല്ക്കാലം ഉണ്ടാകാനുള്ള താമരയുടെ നീലത്തണ്ടുകളും ഇലകളും അടക്കിക്കൊണ്ട് താമരവിത്ത് അല്ലിക്കകത്തിരിക്കുന്നതുപോലെയാണ്, അഥവാ പദാർത്ഥങ്ങളിൽ രസംപോലെയോ എള്ളിൽ എണ്ണപോലെയോ പൂവിൽ മണംപോലെയോ ആണ് ദ്രഷ്ടാവിൽ ദൃശ്യബുദ്ധി സ്ഥി

തിചെയ്യുന്നത്. വിത്തിൽ അടങ്ങിയിരിക്കുന്ന മുള ദേശകാലങ്ങൾക്കനുസരണമായി ഭാസുരമായ പ്രകാണ്ഡത്തെ പ്രകാശിപ്പിക്കുന്നപോലെ കർമ്മകാലപരിപാകമനുസരിച്ച് ദൃശ്യബുദ്ധിയും ആവിർഭവിക്കുന്നു. ബീജാദികളുടെ ഉള്ളിൽ കാര്യവൈചിത്ര്യശക്തി നിത്യമായി അടങ്ങിയിരിക്കുന്നപ്രകാരം ചിന്മാത്രസ്വഭാവനായ വിദ്യാശരീരിയുടെ ആത്മദ്രവ്യാലന്തർഭാഗത്തിങ്കൽ ജഗത്തു സ്ഥിതിചെയ്യുന്നു.

രാമചന്ദ്ര! ഇനി ഉൽപത്തിപ്രകരണം പൂർണ്ണമായി നിനക്കു മനസ്സിലാകുന്നതിനു ശ്രവണഭൂഷണമായ ആകാശജോപാഖ്യാനം കേൾപ്പിക്കാം. പരമധാർമ്മികനും ആത്മധ്യാനനിഷ്ഠനും പ്രജകൾക്കു ഹിതത്തെ ചെയ്യുന്നതിൽ എപ്പോഴും തൽപരനുമായ ആകാശജൻ എന്ന ഒരു ബ്രാഹ്മണൻ പണ്ടൊരിക്കൽ ജനിച്ചു. അദ്ദേഹം ഒരിക്കലും മിണ്ടാതെ ചിരംജീവിയായി വസിക്കുന്നതു കണ്ട്, സംഹർത്താവായ മൃത്യുവിനു വിചാരമായി. എല്ലാ ഭൂതങ്ങളേയും യഥാകാലം ഭക്ഷിച്ചുകൊണ്ടിരിക്കുന്ന മഹാശക്തനായ എനിക്ക് ഈ ബ്രാഹ്മണനെമാത്രം ഭക്ഷിക്കാൻ സാധിക്കാത്തതെന്തുകൊണ്ട്? ഇവനിൽ എന്റെ ദണ്ഡു പ്രയോഗിച്ചിട്ട്, പാറക്കല്ലിൽ വാൾ എന്നപോലെ വിഫലീഭവിക്കുന്നതേയുള്ളു. കഷ്ടം! ഏതായാലും ഒന്നുകൂടി പരീക്ഷിക്കതന്നെ; ഈ വിചാരത്തോടുകൂടി, ബ്രാഹ്മണനെ ഹനിക്കാൻ അദ്ദേഹത്തിന്റെ ഭവനത്തിലേക്കു നടന്നു. ഉദ്യമശീലന്മാർ ഒരിക്കലും കർത്തവ്യത്തിൽനിന്നു പിൻവാങ്ങുകയില്ലല്ലോ. മൃത്യു ബ്രാഹ്മണവസതിയെ സമീപിച്ചപ്പോൾ അത്യുഗ്രമാംവണ്ണം നാലുപുറത്തും തീജ്ജ്വാലകൾ കത്തിയെരിയുന്നതു കാണായി. കൂട്ടാക്കാതെ ഭേദിച്ചുകയറി സമീപത്തുചെന്ന്, ബ്രാഹ്മണനെ പിടിക്കാനായി കൈകൾ നീട്ടി. മൃത്യുവിന് കൈകൾ അസംഖ്യമുണ്ടായിട്ടും സങ്കൽപപുരുഷനെ എന്നപോലെ ബ്രാഹ്മണനെ സ്പർശിക്കാൻ കഴിഞ്ഞില്ല. ഈ ഉദ്ധതൻ വല്ലാതെ കുണ്ഠിതപ്പെട്ടു മടങ്ങിപ്പോയി. ധർമ്മരാജനെക്കണ്ടു തൊഴുതു 'സ്വാമിൻ ആകാശജനായ ബ്രാഹ്മണനെ ഭുജിക്കുന്നതിനുള്ള എന്റെ ശ്രമം വിഫലീഭവിക്കുന്നു; കാരണം അറിയുന്നതുമില്ല. സദയം അരുളിച്ചെയ്യണം' എന്നുണർത്തിച്ചു. യമൻ പറഞ്ഞു:-- മൃത്യോ! നീ ഏകാനായി ആരെയും വധിക്കുന്നതിനു ശക്തനല്ല. മരിക്കുന്നവരുടെ കർമ്മശക്തികൂടി അതിനു സഹായകരമായിരിക്കണം. അതുകൊണ്ട് ബ്രാഹ്മണന്റെ കർമ്മങ്ങളന്വേഷിച്ചറിഞ്ഞ്, അവയുടെ സഹായത്താൽ അദ്ദേഹത്തെ ഹനിച്ചാലും.

മൃത്യു ഉടനെ പുറപ്പെട്ട്, മണ്ഡലങ്ങളും ദിഗന്തങ്ങളും സരിത്തുകളും സരസ്സുകളും ചുറ്റിനോക്കി, ബ്രഹ്മാണ്ഡം മുഴുവന്വേഷിച്ചിട്ടും, ഒരി

ടത്തും ബ്രാഹ്മണന്റെ ഒരു കർമ്മംപോലും കാണപ്പെട്ടില്ല. പിന്നെയും തിരികെ കാലന്റെ സമീപത്തിൽവന്നു വണങ്ങിനിന്ന്, 'നാഥ! ആശ്രിതന്മാർക്കു പ്രഭുക്കളാണ് പ്രമാണം, എന്റെ സംശയം തീർത്തുതരണം. ഞാൻ സർവത്ര അന്വേഷിച്ചതിലും ആകാശജന്റെ കർമ്മങ്ങൾ കാണുന്നില്ല. അവ എവിടെയാണെന്നു പറഞ്ഞുതരുമോ?' എന്നു ചോദിച്ചു. ധർമ്മരാജൻ വളരെനേരം ചിന്താമഗ്നനായി ഇരുന്നശേഷം പറഞ്ഞു-- 'മൃത്യോ! ആകാശജനു കർമ്മങ്ങളൊന്നുമില്ല. കേവലമായ ആകാശത്തിൽ നിന്നാണ് അദ്ദേഹത്തിന്റെ ജനനം. ആകാശത്തിൽനിന്നു ജനിക്കുന്നവൻ ആകാശംപോലെ നിർമ്മലനായേ ഇരിക്കയുള്ളു. അവനു സഹകാരികാരണങ്ങളൊന്നും ഉണ്ടായിരിക്കയില്ല. അതായത് വികാരത്തെ ഉണ്ടാക്കത്തക്ക യാതൊന്നും അവനെ സംബന്ധിക്കയില്ല. സഹകാരികാരണങ്ങളോടുകൂടാതെയാവനൊരുത്തൻ ഭവിക്കുന്നോ അവൻ കാരണത്തിൽനിന്നു ഭിന്നനാകയില്ല. അതുകൊണ്ട്, ആകാശതുല്യനായ വിശുദ്ധബ്രാഹ്മണനെ ഭുജിക്കാനുള്ള ശ്രമം നീ മതിയാക്കുക!' ഇങ്ങനെ അനുശാസിതനായ മൃത്യു, വിസ്മയപ്പെട്ടു മിണ്ടാതെ തന്റെ ഭവനത്തിലേക്കു പോകയും ചെയ്തു.

ശ്രീരാമൻ--ഗുരോ! നിന്തിരുവടി കഥാപുരുഷനായി കൽപിച്ച ബ്രാഹ്മണൻ, വിജ്ഞാനസ്വരൂപനും, സ്വയം ഭൂവും ജന്മഹീനനുമായ സാക്ഷാൽ പിതാമഹനാണെന്നു ഞാൻ വിചാരിക്കുന്നു.

വസിഷ്ഠൻ--കുമാര! ശരി, സാക്ഷാൽ പരമേഷ്ഠിതന്നെയാണ് ഈ കഥയിലെ പുരുഷൻ. ഇതു സംബന്ധമായി യമനും മൃത്യുവും തമ്മിൽ പണ്ടൊരു വാദമുണ്ടായി. മന്വന്തരകാലത്തിൽ സർവഭക്ഷകനായ മൃത്യു പ്രജകളെ അടിച്ചതിനുശേഷം ബലാൽക്കാരേണ ബ്രഹ്മാവിനെ ആക്രമിക്കാൻ ആരംഭിച്ചു. ദുരാരംഭംനോക്കി ധർമ്മരാജൻ പറഞ്ഞു, 'ഹേ! മൃത്യോ! പരാകാശരൂപനായ ബ്രഹ്മദേവനെ നീ എങ്ങനെ ആക്രമിക്കും? പൃത്ഥ്യാദി സംബന്ധമില്ലാതെ ആകാശത്തിൽ വിളങ്ങുന്ന സങ്കൽപപുരുഷനെപ്പോലെയാണ് ബ്രഹ്മദേവൻ സ്ഥിതിചെയ്യുന്നത്. അദ്ദേഹം കേവലചിദാകാശരൂപനും അനന്തനും അനാദിമദ്ധ്യനുമാണ്. ആകൃതിയുള്ള പുരുഷനായി ബ്രഹ്മനാമം ധരിച്ചിരിക്കുന്നുവെന്നു തോന്നുന്നത് ദ്രഷ്ടാവിന്റെ മനോവശ്യത നിമിത്തമത്രേ. വാസ്തവത്തിൽ വന്ധ്യാപുത്രനെപ്പോലെ കൽപിതപുരുഷനാണ്. ആധിഭൗതികമായ ദേഹം അദ്ദേഹത്തിനില്ല. ആതിവാഹികമേയുള്ളു.

ശ്രീരാമൻ--സ്വാമിൻ! ആധിഭൌതികം ആതിവാഹികം ഇങ്ങനെ രണ്ടുതരത്തിൽ ശരീരം എല്ലാ പ്രാണികൾക്കുമുണ്ട്. ബ്രഹ്മാവിന് ആ

തിവാഹികസൂക്ഷ്മദേഹം മാത്രമുണ്ടാകാൻ കാരണം?

വസിഷ്ഠൻ--കാരണാത്മാക്കളായ ജീവികൾക്കെല്ലാം രണ്ടുതരത്തിലുള്ള ദേഹവും ഉണ്ടായിരിക്കും. ബ്രഹ്മാവിനു കാരണമേയില്ലാത്തതുകൊണ്ട്, ആതിവാഹികദേഹമേയുള്ളു. മറ്റു ജീവികൾക്കെല്ലാം കാരണം ബ്രഹ്മസൃഷ്ടമായ ജഗത്താണ്. എന്നാൽ ബ്രഹ്മാവിനു കാരണമായി വിളങ്ങുന്നത്; നിരാകാരവും നിത്യവുമായ പരബ്രഹ്മമത്രേ. അതുകൊണ്ട്, അദ്ദേഹം ഏകശരീരനായിരിക്കുന്നു. പൃത്ഥ്യാദിസംബന്ധമില്ലാത്ത ആകൃതിയോടുകൂടിയ ബ്രഹ്മാവ് സങ്കൽപപുരുഷസദൃശനാണ്. മൂന്നുലോകത്തിന്റെയും സ്ഥിതിക്കു കാരണഭൂതനും മനോമാത്രസ്വരൂപനുമാണ്. ഇക്കാണപ്പെട്ട വിശ്വത്തെ അദ്ദേഹം മനസ്സുകൊണ്ടുതന്നെ സൃഷ്ടിക്കുന്നു. വിശ്വം മനോമയമായി പ്രതിഭാസിക്കുന്നതും അതുകൊണ്ടുതന്നെ.

ശ്രീരാമൻ--ഭഗവാനേ! മനസ്സിന്റെ രൂപം ഏതു പ്രകാരത്തിലുള്ളതാണെന്നു സ്പഷ്ടമായി എനിക്കു പറഞ്ഞുതരുമോ? അതൊന്നുതന്നെയല്ലോ ഇവിടെ സകല ദോഷങ്ങളേയും ഉളവാക്കുന്നത്.

വസിഷ്ഠൻ--ഹേ രാമ! ശൂന്യവും ജഡാകൃതിയുമായ ആകാശത്തിനെന്നപോലെ മനസ്സിനും നാമമാത്രമായതല്ലാതെ പറയത്തക്ക രൂപമൊന്നുമില്ല. ഉള്ളിലാകട്ടെ പുറമേയാകട്ടെ അതു സദ്രൂപമായിരിക്കുന്നില്ല. ആകാശം പോലെ അരൂപമായി സർവത്രനിറഞ്ഞിരിക്കയും ചെയ്യുന്നു. സത്തോ അസത്തോ ആയ പദാർത്ഥങ്ങളെക്കുറിച്ചു നമുക്കുണ്ടാകുന്ന ബോധം യാതൊന്നൊ അതാണ് മനസ്സ്. അർത്ഥജ്ഞാനംതന്നെ മനസ്സെന്ന് വിദ്വാന്മാർ പറഞ്ഞിരിക്കുന്നു. അതല്ലാതെ വേറെ മനസ്സെന്ന ഒന്നില്ല. സങ്കല്പവും മനസ്സും തമ്മിൽ ഭേദമില്ല. ബോധരൂപത്തിൽ നാം വ്യാപരിപ്പിക്കുന്ന ശക്തിക്കാണ് സങ്കല്പമെന്നപേര്. ആ സങ്കല്പംതന്നെ മനസ്സെന്നുമറിഞ്ഞുകൊള്ളണം. സങ്കല്പമില്ലാത്തെടത്തു മനസ്സേയില്ല. ജലത്തിൽനിന്നു ദ്രവത്വമെന്നപോലെ സങ്കല്പത്തിൽനിന്നു മനസ്സ് വേർപെടുകയുമില്ല. അവിദ്യ, സംസൃതി, ചിത്തം, മനസ്സ്, ബന്ധം, മലം, തമസ്സ് ഇവയെല്ലാം സങ്കല്പവിശേഷങ്ങളുടെ പേരാണ്. സങ്കൽപങ്ങൾ നശിച്ചു കഴിഞ്ഞാൽ ആത്മസ്വരൂപം അവശേഷിക്കുന്നു. ദിഗ്ഭൂമ്യാകാശാദി ദൃശ്യങ്ങളെല്ലാം നശിക്കുമ്പോൾ യാതൊരുവിധമായ വിമലതേജോരൂപമാണ് പ്രകാശിക്കുന്നത്; അപ്രകാരമുള്ള കേവലീഭാവം, ജഗത്തു നീ ഞാൻ ഇത്യാദി ദൃശ്യങ്ങൾ നശിച്ച വിമലാത്മാവായ ദ്രഷ്ടാവിനുമുണ്ടാകുന്നതാണ്. യാതൊരു പദാർത്ഥങ്ങളും പ്രതിബിംബിക്കാത്ത നിർമ്മലമായ ഒരു കണ്ണാടിയുണ്ടെങ്കിൽ അതിന്റെ അവസ്ഥ എന്താ

യിരിക്കുമോ അപ്രകാരമുള്ള കൈവല്യമാണ്, ദൃശ്യഭ്രമം നശിച്ച ദ്രഷ്ടാവിനുമുണ്ടാകുന്നത്. ഇതിനു വിഘാതമായി നിൽക്കുന്നത് മനസ്സൊന്നുതന്നെയാണ്. സ്വപ്നം സ്വപ്നാന്തരത്തെയെന്നപോലെ അസത്തായ അതു സത്തിനെപ്പോലെയിരുന്നുകൊണ്ട് മിഥ്യയായ ദൃശ്യദോഷങ്ങളെയുണ്ടാക്കുന്നു. സ്വതഃസിദ്ധമായ ചലനശക്തിയാൽ സ്ഫുരിക്കയും ഗമിക്കയും യാചിക്കയും ചാടുകയും ഭ്രമിക്കയും മുങ്ങുകയും ചെയ്തുകൊണ്ട് സ്വയം അപകർഷത്തെ പ്രാപിക്കുന്നതാണെങ്കിലും കൈവല്യലക്ഷണമായ ഉൽക്കർഷത്തിനും അതു കാരണമാകുന്നു.

ഹേ രാമ! സകല ദൃശ്യങ്ങളും നാശത്തെ പ്രാപിക്കുന്ന മഹാപ്രളയകാലത്തിൽ വീണ്ടും, സൃഷ്ടി ആരംഭിക്കുന്നതുവരെ വികല്പവിക്ഷേപാദികളില്ലാത്ത ശാന്തബ്രഹ്മംമാത്രം ശേഷിക്കുന്നു. നിത്യോദിതസൂര്യനും നിരാമയനും അജനും സർവകർത്താവും സർവരൂപനും മഹേശ്വരനുമായ പരമാത്മാവ് പരിലസിക്കുന്നു. യാവനൊരുത്തൻ വാക്കുകളാൽ അവർണ്ണ്യനായി മുക്തന്മാരാൽ അവഗമ്യനായി കൽപിതങ്ങളും സ്വഭാവങ്ങളല്ലാത്തവയുമായ ആത്മാദി സംജ്ഞകളാൽ നിർദ്ദേശിക്കപ്പെടുന്നവനായിരിക്കുന്നുവോ, സാംഖ്യന്മാരാൽ പുരുഷനായും വേദാന്തികളാൽ വിശുദ്ധബ്രഹ്മമായും വിജ്ഞാനികളാൽ ഏകാന്തനിർമ്മലമായ വിജ്ഞാനമാത്രമായും ശൂന്യവാദികളാൽ ശൂന്യവസ്തുവായും അറിയപ്പെടുന്നുവോ, അർക്കാദിഗോളങ്ങൾക്കു പ്രകാശം നൽകുന്നുവോ, പറയുന്നവനും ചിന്തിക്കുന്നവനും ഭുജിക്കുന്നവനും കാണുന്നവനും സ്മരിക്കുന്നവനും ആയി സത്യസ്വരൂപനായി സ്ഥിതിചെയ്യുന്നുവോ, ലോകത്തിൽ ഉള്ളവനെങ്കിലും ഇല്ലാത്തവനായും ദേഹത്തിൽ ഇരിക്കുന്നുണ്ടെങ്കിലും ദുരസ്ഥനായും തോന്നപ്പെടുന്നുവോ, സൂര്യങ്കൽനിന്ന് ആ ലോകം എന്നപോലെയാവനൊരുത്തനിൽനിന്നാണോ ജ്ഞാനപ്രകാശം വീശുന്നത്, മനസ്സാകുന്ന മുരടോടും ഇന്ദ്രിയദലങ്ങളോടും ബ്രഹ്മാണ്ഡഫലങ്ങളോടുംകൂടി ആകാശത്തിൽ മുളച്ചുണ്ടായ പ്രകൃതിവല്ലി യാവനൊരുത്തനാകുന്ന വായുവിനാൽ, ആടിയുലയുന്നുവോ, യാതൊരു ജ്ഞാനരത്നമാണോ ഓരോ ദേഹച്ചെപ്പിലും പ്രകാശം വീശിക്കൊണ്ടിരിക്കുന്നത് സ്വസ്വവ്യാപാരങ്ങളിൽ ഉദ്യുക്തമായിരിക്കുന്ന പുര്യഷ്ടകത്തെ അതായത്, ജ്ഞാനേന്ദ്രിയങ്ങൾ, കർമ്മേന്ദ്രിയങ്ങൾ, പഞ്ചപ്രാണങ്ങൾ, അന്തഃകരണചതുഷ്ടയം, ഭൂതസൂക്ഷ്മങ്ങൾ, കാമം, കർമ്മം, അവിദ്യാ ഇവറ്റെ-- അകത്തും പുറത്തും ചലിപ്പിച്ചുകൊണ്ടിരിക്കുന്നതുയാമനൊരുത്തനാണോ, വിശുദ്ധജ്ഞാനരൂപത്വം നിമിത്തം ആകാശം മുതലായ ഏതൊന്നിനെ ചിന്തിച്ചാലും, അധിഷ്ഠാതാവായി അതേരൂപത്തിൽ പ്രകാശിക്കു

ന്നതും യാവനൊരുത്തനോ, ആവിർഭവിക്കയും തിരോഭവിക്കയും ചെയ്യുന്ന പ്രപഞ്ചത്തിരമാലകൾ മരുഭൂമിയിൽ മരീചികയെന്നപോലെ നടമാടുന്നത് അതിശയവ്യാപിയായ യാതൊരു ചിത്സമുദ്രരൂപങ്കലാണോ നിർവികാരനും നിത്യനുമായ ആ പരബ്രഹ്മരൂപൻ വിളങ്ങുന്നു. വമ്പിച്ച അനേകം ജഗത്തുകളുടെ സമൂഹത്തെ സൃഷ്ടിക്കുന്നുവെങ്കിലും ഒന്നും ഒരിക്കലും പ്രവർത്തിക്കാതെ, ഉദയവും ലയവും വികാരവുമില്ലാതെ, നിത്യോജ്ജ്വലജ്ഞാനമയനായ തങ്കൽതന്നെ അടങ്ങി നിശ്ചലനും ഏകനുമായി സ്ഥിതിചെയ്യുന്നു. പരാപരനായ ആ ചിൽപ്പുരുഷനെ അറിയുന്നവന്, മനോബന്ധങ്ങളും സർവസംശയങ്ങളും അസ്തമിക്കുന്നു. കർമ്മങ്ങളുമെല്ലാം നശിച്ചുപോകുന്നു." ശ്രീരാമൻ സന്ദിഗ്ദ്ധമനസ്കനായി ചോദിച്ചു---സ്വാമിൻ! ബ്രഹ്മാണ്ഡവിസ്തൃതമായ ഈ സ്ഥൂലപ്രപഞ്ചം വാസ്തവത്തിൽ ഇല്ലാത്തതെന്നാണോ പറയുന്നത്. ചിദ്രൂപമാകകൊണ്ട് അതിസൂക്ഷ്മമാണല്ലോ ബ്രഹ്മം. അതിൽ ഈ ഘനവസ്തുക്കൾ അടങ്ങിനില്ക്കുന്നതെങ്ങനെ? കടുകിനകത്തു മഹാമേരു ഇരിക്കുമോ?

വസിഷ്ഠൻ---കുമാര! ഇനിയും നീ ഇങ്ങനെ സംശയിക്കയോ! സാധുക്കളോടു സഹവസിക്കയും അദ്ധ്യാത്മശാസ്ത്രങ്ങൾ വായിക്കയും ചെയ്താൽ കാലം അധികം വേണ്ടാ. ഏതാനും ദിവസങ്ങൾകൊണ്ട് നിന്റെ ബുദ്ധി ശരിപ്പെടും. ഭാരതാദി സകല ഇതിഹാസങ്ങളുടെയും സാരതത്വമാണ് ഞാനിവിടെ ഉപന്യസിച്ചത്. ഇതുകേട്ടാൽതന്നെ അഴിവില്ലാത്ത ജീവന്മുക്താവസ്ഥ കൈവരുന്നതാണ്. എന്റെ ഉപദേശതത്വങ്ങളെ നീ നല്ലപോലെ വിചാരണചെയ്ത്, മനസ്സിൽ ധരിക്കുക. ജഗത്ത് വാസ്തവമാണെന്നുള്ള ഭ്രമം നിനക്കു നശിക്കും. ജ്ഞാനൈകനിഷ്ഠന്മാരായി ആത്മവിചാരം ചെയ്തിരിക്കുന്നവർക്ക്, ജീവന്മുക്താവസ്ഥ സ്വാധീനമാണ്. വിദേഹമുക്തിക്കും അതിനും തമ്മിൽ പരമാർത്ഥത്തിൽ ഭേദമൊന്നുമില്ല.

ശ്രീരാമൻ---മഹർഷേ! വിദേഹമുക്തന്റെയും ജീവന്മുക്തന്റെയും, ലക്ഷണങ്ങൾ സദയം പറഞ്ഞുതരുമോ? ശാസ്ത്രജ്ഞാനത്തെ മുൻനിർത്തി യഥാമതി ഞാൻ ആവഴിക്കു ശ്രമിച്ചുനോക്കാം.

വസിഷ്ഠൻ--കുമാര! ആദ്യമായി ഞാൻ ജീവന്മുക്തലക്ഷണം പറയാം. ലൗകികവ്യവഹാരങ്ങളിൽ ഏർപ്പെട്ടിരുന്നാലും പ്രപഞ്ചത്തെ മിഥ്യയെന്നുള്ള പരമാർത്ഥബോധത്തോടുകൂടി, ആകാശംപോലെ ശൂന്യമായിക്കാണാൻ കഴിയുന്നവൻ ജീവന്മുക്തനാണ്. ദൈവഗത്യാ അപ്പോഴപ്പോൾ വന്നുചേരുന്ന ഭോഗങ്ങൾ ഭുജിച്ചും, ദുഃഖം വന്നാലും സുഖംവന്നാലും മുഖത്തിനു ഭാവഭേദമില്ലാതെയും, പ്രശാന്തനായി വസിക്കുന്ന

വൻ ജീവന്മുക്തനാണ്. സുഷുപ്തിയിലും ജാഗരണംചെയ്തും, ജാഗ്രദവസ്ഥ ഒരിക്കലും ഇല്ലാതെയും, വാസനാബന്ധമില്ലാത്ത ബോധത്തോടുകൂടിയുമിരിക്കുന്നവൻ ജീവന്മുക്തനാണ്. രാഗദ്വേഷഭയാദികൾക്ക് അധീനനെന്നപോലെ പ്രവർത്തിക്കുന്നതായാലും അകക്കാമ്പ് അത്യുച്ഛമായ ആകാശംപോലെ വിളങ്ങുന്നതാർക്കാണോ അവൻ ജീവന്മുക്തനാണ്. ഏതൊന്നുചെയ്താലും ചെയ്തില്ലെങ്കിലും താൻ കർത്താവാണെന്നോ, അല്ലെന്നോ വിചാരിക്കാതെ, കൃത്യങ്ങളുടെ ഗുണദോഷചിന്തകളിൽ ബുദ്ധിയെ വ്യാപരിപ്പിക്കാതെയിരിക്കുന്നതാരോ അവൻ ജീവന്മുക്തനാണ്. ലോകത്തെ ഭയപ്പെടുത്താതെയും ഭയപ്പെടാതെയും ഹർഷാമർഷഭയങ്ങളിൽനിന്നു മുക്തനായും ആരൊരുത്തൻ വസിക്കുന്നുവോ, അവനെ ജീവന്മുക്തനെന്നു പറയാം. സംസാരത്തിരമാലകളടങ്ങി ജ്ഞാനഗംഭീരമായ ഹൃദയസമുദ്രത്തോടുകൂടിയും, പരന്മാർക്കു സാവയവനെന്നുതോന്നിയാലും, വാസ്തവത്തിൽ നിരവയവനായും ചിന്താവാനെങ്കിലും നിശ്ചിന്തനായും വസിക്കുന്നവൻ ജീവന്മുക്തനാണ്. തൻകാര്യങ്ങളെല്ലാം വിഘ്നമില്ലാതെ നടത്തിയാലും അന്യകാര്യങ്ങളിലെന്നപോലെ വിശേഷപ്രതിപത്തിയോടുകൂടാതെ, എപ്പോഴും സംതൃപ്തനും ശാന്തനുമായിരിക്കുന്നവൻ ജീവന്മുക്തനാണ്. ഇങ്ങനെയുള്ളവൻ, ദേഹത്തിനു നാശം സംഭവിക്കുമ്പോൾ, ചലനമടങ്ങിയ സമീരനെപ്പോലെ ജീവന്മുക്താവസ്ഥവിട്ട് വിദേഹമുക്തിയെ പ്രാപിക്കയും ചെയ്യുന്നു. വിദേഹമുക്തൻ ഉദിക്കയോ അസ്തമിക്കയോ ചെയ്യുന്നില്ല ശമിക്കുന്നില്ല, സത്തല്ല, അസത്തല്ല, അഹമല്ല, അന്യനല്ല, സമീപസ്ഥനോ ദുരസ്ഥനോ അല്ല, രൂപമോ വികാരമോ സംബന്ധമോ പിന്നെ അവനില്ല. സ്തിമിതഗംഭീരമായും, തേജസ്സുമിരുളുമല്ലാതെയും, നാമരൂപങ്ങളില്ലാതെയും, ഉള്ള ഒരു സദ്വസ്തുവായി ശേഷിക്കുന്നു. അനന്തമായ ആ വസ്തു, ശൂന്യമല്ല, ആകാരമല്ല, ദൃശ്യമല്ല, ദർശനമല്ല, ഭൂതപദാർത്ഥസമൂഹവുമല്ല, വ്യപദേശിക്കാൻ പാടില്ലാത്തതും പൂർണ്ണത്തിൽവച്ച് പൂർണ്ണമായ ആകൃതിയോടുകൂടിയതും, സത്തുമസത്തും സദസത്തുമല്ലാത്തതുമാണ്. ഭാവനയും അഭാവനയുമല്ല ചിന്മാത്രവും ദൃശ്യരഹിതവും അനന്തവും അജരവും ശിവവും ആദിമദ്ധ്യാവസാനങ്ങളില്ലാത്തതും, നിരാധിയും നിരാമയവുമാണ്. ദ്രഷ്ടാവ്, ദർശനം, ദൃശ്യം അഥവാ ജ്ഞാതാവ്, ജ്ഞാനം, ജ്ഞേയം ഇവയിൽ സ്ഫുരണരൂപേണ വിളങ്ങുന്ന ചൈതന്യം യാതൊന്നോ, അതിനെ ഏകാഗ്രതയോടെ ധ്യാനിച്ചാൽ, പരമാർത്ഥതത്ത്വബോധം നിനക്കുണ്ടാകുന്നതാണ്.

ശ്രീരാമൻ--ഭഗവൻ! ചിദാനന്ദമയമായ പരമാത്മതത്ത്വരൂപം, ജ്ഞാന

പരിപൂർണ്ണതയ്ക്കായി സദയം എനിക്കുപദേശിക്കണമേ!

വസിഷ്ഠൻ--മഹാപ്രളയകാലത്തിൽ സർവകാരണങ്ങൾക്കും കാരണമായ പരബ്രഹ്മം ശേഷിക്കുമെന്നു പറഞ്ഞില്ലേ? അതുതന്നെ പരമാത്മതത്വം. സുഖബോധത്തിനായി ഞാൻ വിശദമാക്കാം. കേൾക്കൂ! മനസ്സിന്റെ സങ്കല്പവികല്പാദിവൃദ്ധികൾ ക്ഷയിച്ച്, വിറകില്ലാത്ത അഗ്നിപോലെ സ്ഫുരിക്കാതെയിരിക്കുമ്പോൾ അതിന്റെ സ്വരൂപത്തെത്തന്നെയും നശിപ്പിച്ചാൽ, വാചാമഗോചരമായ യാതൊരു സദ്രൂപം അവശേഷിക്കുമോ, അതാണു പരമാത്മരൂപം. ജീവചൈതന്യത്തിന്റെ വിഷയവിമുഖമായ സ്വരൂപം യാതൊന്നോ, ജ്ഞാനമാത്രവും പരിശുദ്ധവും ശാന്തവുമായ അതുതന്നെ ആത്മരൂപം. വെയിലോ, കാറ്റോ മഴയോ തീയോ മറ്റേതെങ്കിലുമോ ശരീരത്തിലേറ്റാലും സ്പർശാദ്യനുഭവമില്ലാതെ മനസ്സാകുന്ന ഉപാധിയോടുകൂടിയ ജീവന്റെ ഏതൊരുരൂപം ഭവിക്കുന്നു. സംസാരാതീതമായ പരമാത്മസ്വരൂപം അതാണ്. ജാഗ്രത്തോ സ്വപ്നമോ സുഷുപ്തിയോ ഇല്ലാതെ അനന്തമായ ചിരകാലയോഗനിദ്രയുടെ രൂപമേതോ, അതാകുന്നു ആത്മരൂപം. ജ്ഞാനത്തിനും പ്രകാശത്തിനും ദൃശ്യമായ അജ്ഞാനത്തിനും സാക്ഷിഭൂതമായ ഉണർവായി വിളങ്ങുന്നത്, അനാദ്യന്തമായ യാതൊന്നോ അതുതന്നെ ആത്മസ്വരൂപം. ഭ്രാന്തിഹേതുവായി വ്യവഹാരപരനായ ജീവന്റെ പ്രൗഢശിലപോലെയുള്ള നിശ്ചലാവസ്ഥാനം യാതൊന്നോ, വ്യാജേന പ്രപഞ്ചരൂപത്തിലും വസ്തുതഃനിഷ്പ്രപഞ്ചമായും സ്ഥിതിചെയ്യുന്നതു യാതൊന്നോ അതാണ് വാസ്തവ വസ്തുരൂപം. ജ്ഞാനജ്ഞേയജ്ഞാതൃഭാവം യാതൊന്നിൽ ഉദിക്കയും അസ്തമിക്കയും ചെയ്യുന്നു അതത്രേ വാസ്തവ വസ്തുരൂപം. മനസ്സ് ബുദ്ധി അഹങ്കാരം ഇവയില്ലാത്ത നിശ്ചലസ്ഥാവരങ്ങൾ, ജ്ഞാനപൂർണ്ണങ്ങളായി സ്ഥിതിചെയ്യുന്നുവെങ്കിൽ, അവറ്റെ പരമാത്മരൂപത്തോട് ഉപമിക്കാവുന്നതാണ്. അതായത് ചലനവും വികാരവും വിചാരാദിവൃത്തികളുമില്ലാത്ത സർവവ്യാപിയായ ഉണർവാണ് ആത്മതത്വം. ബ്രഹ്മാവ്, ശിവൻ, ഇന്ദ്രൻ, സദാശിവൻ, സൂര്യൻ, വിഷ്ണു തുടങ്ങിയ പ്രപഞ്ചാദി നായകന്മാർ ലയത്തെ പ്രാപിക്കുമ്പോൾ, സർവോപാധികളിൽനിന്നും വേർപെട്ട് നിർവികല്പമായി പ്രപഞ്ചസംഘം വെടിഞ്ഞു മംഗളചൈതന്യരൂപമായ പരമാത്മതത്വം പ്രകാശിക്കുന്നു.

(ഉല്പത്തിപ്രകരണത്തിൽ 'അർത്ഥദർശനം' എന്ന
അഞ്ചാംസർഗ്ഗം കഴിഞ്ഞു.)

ലീലോപാഖ്യാനം

വസിഷ്ഠൻ--രാമചന്ദ്ര! ശ്രവണഭൂഷണവും ശ്രദ്ധേയവുമായ മണ്ഡപാഖ്യാനം കേൾക്കൂ! സകല സന്ദേഹങ്ങളുമസ്തമിക്കും. പണ്ട് സ്വവംശത്തിനും ഭൂമിക്കും അലങ്കാരമെന്നപോലെ ശ്രീമാനും വിവേകിയും ബഹുപുത്രനുമായി പത്മൻ എന്നൊരു രാജാവുണ്ടായി. അദ്ദേഹം മര്യാദാരക്ഷണത്തിൽ സമുദ്രതുല്യനും ശത്രു തിമിര ഭാസ്കരനും സദ്ഗുണരാജഹംസങ്ങൾക്ക് താമരപ്പൊയ്കയും ദോഷപ്പുൽക്കൂട്ടത്തിനു കാട്ടുതീയുമായി വിളങ്ങി. രാജ്ഞിയായ ലീലാദേവി-മഹാസുന്ദരിയും വിലാസിനിയും സാക്ഷാൽ മഹാലക്ഷ്മിയുടെ അവതാരമോ എന്നു തോന്നുമാറ് സർവസൗഭാഗ്യങ്ങൾക്കും വിളനിലവുമായിരുന്നു. പാതിവ്രത്യത്തിൽ ഇത്രമാത്രം നിഷ്ഠയുള്ള സ്ത്രീകൾ ഉണ്ടായിട്ടില്ലെന്നുതന്നെ പറയാം. ഭർത്താവ് ദുഃഖിച്ചാൽ താനും ദുഃഖിക്കും. സന്തോഷിച്ചാൽ സന്തോഷിക്കും ക്ലേശിച്ചാൽ ക്ലേശിക്കും. ആകവേ ഭർത്താവിന്റെ ഒരു പ്രതിബിംബം പോലെ ആ സ്ത്രീരത്നം പരിലസിച്ചു. വല്ല സമയത്തും ഭർത്താവ് കോപിച്ചുവെങ്കിൽ പേടിച്ചു വിറയ്ക്കുകയും ചെയ്യും. ശുഭസങ്കൽപവതിയായ ആ സ്വാധിയ്ക്ക് ഒരിക്കൽ ഇപ്രകാരം ഒരു ആലോചനയുണ്ടായി. പ്രാണങ്ങളെക്കാൾ പ്രിയപ്പെട്ട യൗവനശാലിയായ എന്റെ ഭർത്താവ് ജരാനരകളില്ലാതെ എന്നും ജീവിച്ചിരിക്കാൻ എന്താണൊരുപായം? അനേകയുഗങ്ങൾ അദ്ദേഹത്തോടൊരുമിച്ചു സുഖമേ രമിച്ചു വസിക്കാനുള്ള ഭാഗ്യം എനിക്കു ലഭിക്കുമോ? ദേവന്മാരെപ്പോലെ മനുഷ്യർക്കു മരണമില്ലാതിരിക്കാൻ വല്ല മാർഗ്ഗവുമുണ്ടോ എന്ന് ജ്ഞാനവൃദ്ധന്മാരും തപോനിധികളുമായ ബ്രാഹ്മണരോടു ചോദിക്കതന്നെ.

ഇങ്ങനെ നിശ്ചയിച്ച്, അപ്പോൾതന്നെ ബ്രാഹ്മണോത്തമന്മാരെ വരുത്തി തൊഴുതുനിന്ന്- "ഭൂ ദൈവതങ്ങളേ! മനുഷ്യർക്ക് അമരത്വം, കൈവരുത്താൻ വല്ല ഉപായവുമുണ്ടെങ്കിൽ പറഞ്ഞുതരണം" എന്നു വീണ്ടും വീണ്ടും പ്രാർത്ഥിച്ചു. അവർ ഇതുകേട്ട് ആശ്ചര്യത്തോടെ അന്യോന്യം നോക്കിയിട്ട്--'ദേവീ! തപസ്സ്, ജപം, യമം മുതലായ അനുഷ്ഠാനങ്ങളാണ് ഓരോ മഹാ പ്രഭാവങ്ങൾക്കും നിദാനമായുള്ളത്. അണിമാദി സിദ്ധികൾപോലും കൈവരുത്താൻ അവ പര്യാപ്തങ്ങളാണ്. എന്നാൽ അമരത്വം, ഒന്നുകൊണ്ടും കൈവരുത്താൻ സാധിക്കുന്നതല്ല എന്നുപറഞ്ഞു. ബ്രാഹ്മണരുടെ അഭിപ്രായം ലീലാദേവിക്കു അസുഖത്തെ ഉണ്ടാക്കി. ഭർത്താവിനെ ഒരു കാലത്തു വേർപെടേണ്ടിവരുമല്ലോ എന്ന ഭയ

ത്താൽ വിവശയായി വിചാരിക്കയായി, 'ഭർത്താവിനേക്കാൾ മുമ്പേ ഞാൻ മരിക്കയാണെങ്കിൽ ഭാഗ്യവതിതന്നെ. സർവദുഃഖങ്ങളിൽനിന്നും മോചിച്ച് ആത്മൈക്യം പ്രാപിക്കാമല്ലോ. അഥവാ, ഒരായിരം വത്സരം കഴികെയാട്ടെ, ഭർത്താവാണ് ആദ്യം മരിക്കുന്നതെങ്കിൽ, ഈ ഭവനത്തിൽനിന്നും അദ്ദേഹത്തിന്റെ ജീവൻ വിട്ടുപോകാതെ വേണ്ടവിധത്തിൽ യത്നിക്കണം. അങ്ങനെയായാൽ എന്നും ഭർത്താവിന്റെ കൺവെട്ടത്തുതന്നെ അന്തഃപുരത്തിൽ എനിക്കു കഴിഞ്ഞുകൂടാം. അതിലേയ്ക്കു ഇന്നുമുതൽതന്നെ ജപോപവാസാദികളാൽ സരസ്വതീദേവിയെ ഞാൻ പൂജിക്കുന്നുണ്ട്. ആ ദയാവതി എന്നിൽ പ്രസന്നയായി ഭവിക്കുന്നതുവരെ പൂജയിൽനിന്നു വിരമിക്കയുമില്ല.'

ഈ നിശ്ചയം ലീലാദേവി ഭർത്താവിനെ അറിയിക്കാതെ അന്നുതന്നെ, വിധിപ്രകാരം അത്യുഗ്രവ്രതചര്യകൾ ആരംഭിച്ചു. മുമ്മൂന്നു രാത്രി കഴിയുമ്പോൾമാത്രം പാരണചെയ്തും, ദേവബ്രാഹ്മണഗുരുജനങ്ങളേയും ധർമ്മജ്ഞന്മാരെയും വിദ്വാന്മാരെയും പൂജിച്ചും നിത്യവും സ്നാനം ദാനം ധ്യാനം തപസ്സ് ഇവ ആചരിച്ചും, എല്ലാറ്റിലും ആസ്തിക്യബുദ്ധിയോടെ സദാചാരപരയായി വസിച്ചുവന്നു. നിയമശാലിനിയായ രാജ്ഞി ഇപ്രകാരം നൂറു ത്രിരാത്രങ്ങൾ അവസാനിപ്പിച്ചപ്പോൾ ഗൗരവർണ്ണയായ വാഗ്ദേവി രാജ്ഞിയുടെ മുമ്പിൽ എഴുന്നള്ളി വന്ന്, "ഭദ്രേ! ഭർത്തൃഭക്തിയെ പുരസ്കരിച്ചുള്ള നിരന്തരമായ നിന്റെ തപസ്സ് നിതരാം എന്നെ സന്തോഷിപ്പിച്ചിരിക്കുന്നു. ഇഷ്ടവരം ചോദിച്ചു വാങ്ങിക്കൊൾക" എന്നരുളിച്ചെയ്തു.

ലീല പാദനമസ്കാരംചെയ്തു പ്രാർത്ഥിച്ചു. "ഭഗവതീ! ജനനജരകളാകുന്നു ജ്വാലാമാലകളുടെ ചൂടിന്, കുളിരമൃതു തളിക്കുന്ന നിലാവെളിച്ചമായ ദേവീ! നിന്തിരുവടി ജയിച്ചാലും! ഹൃത്തട്ടിലെ ഇരുൾക്കെട്ടിനു സൂര്യകരമായ സുഖദായിനീ! ഭവതി ജയിച്ചാലും! അംബേ! ലോകാംബേ! കൃപണയായ ഇവളെ രക്ഷിച്ചാലും! എനിക്കു രണ്ടുവരം വേണമെന്നപേക്ഷയുണ്ട്. ഒന്ന്, എന്റെ ഭർത്താവു മരിച്ചാൽ ജീവൻ സമീപമുള്ള അന്തഃപുരമണ്ഡപത്തിൽ നിന്നും വിട്ടുപോകാതെയിരിക്കണമെന്നും, മറ്റതു വല്ല അപേക്ഷയും അറിയിക്കാൻ ഞാൻ ആഗ്രഹിക്കുന്ന അവസരങ്ങളിൽ സദയം ഭവതി എനിക്കു ദർശനം നൽകണമെന്നുമാണ്."

അപ്രകാരം ഭവിക്കട്ടെ എന്നനുഗ്രഹിച്ചിട്ട് വാഗ്ദേവി, സമുദ്രത്തിൽ ലയിച്ചടങ്ങുന്ന തിരപോലെ അവിടെ തിരോഭവിച്ചു. ലീലയാകട്ടെ ഇഷ്ടദേവത പ്രസാദിക്കകൊണ്ട്, ആനന്ദാമൃതപുരത്തിൽ മുഴുകിസ്സുഖിച്ചു. പതിവ്രതാശിരോരത്നമായ ആ സാധ്വി, ഭർത്താവിനോടൊരുമിച്ച്

പല ഐഹികഭോഗങ്ങളും യഥേഷ്ടം ഭുജിച്ചു വസിച്ചുവരവേ, കാലചക്രം, പക്ഷങ്ങളാകുന്ന ആറക്കാൽ വലയത്തോടും, മാസരൂപമദ്ധ്യവലയത്തോടും, ഋതുഷൾക്കമായ നാഭിവലയത്തോടും, ദിവസങ്ങളാകുന്ന ആറക്കാലുകളോടും, വത്സരാത്മകമായ അച്ചുതണ്ടോടും നിമിഷങ്ങളാകുന്ന നടുക്കുടത്തോടുംകൂടി സൂര്യദിഭ്രമത്താൽ സ്പന്ദമാനമായി ചുറ്റിച്ചുറ്റിക്കാലാന്തരത്തിൽ പത്മരാജൻ ദേഹവിയോഗത്തെ പ്രാപിച്ചു. ഭർത്തൃമരണത്താൽ ദുഃഖവിഹ്വലയായ ലീലാദേവി, വെള്ളംവറ്റിയ താമരപോലെ വാടിവീണു. പെട്ടെന്നു പൊട്ടിക്കരഞ്ഞും ഉടനെ അന്ധയായി ശബ്ദംതടഞ്ഞും, ഇണയെപ്പിരിഞ്ഞ ചക്രവാകിയെപ്പോലെ ദുസ്സഹദുഃഖത്താൽ മരിക്കാൻതന്നെ മനസ്സുവച്ചു. ഈ അവസരത്തിൽ ദയാവതിയായ വാഗ്ദേവി ആകാശത്തിൽ എഴുന്നള്ളിവന്ന്, വെള്ളം വറ്റിത്തീർന്ന തടാകത്തിൽ കിടന്നു പിടയുന്ന മത്സ്യത്തിനു പുതുമഴ ചൊരിയുന്നുപോലെ, ഉജ്ജീവകവും സുഖകരവുമാകുംവണ്ണം അരുളിച്ചെയ്തു. "വത്സേ, വൃഥാ ദുഃഖിക്കാതെ നിർജ്ജീവമായ ഭർത്തൃദേഹം പൂക്കളിട്ടുമൂടി സൂക്ഷിച്ചുകൊൾക. ഇനിയുമൊരിക്കൽ ഭർത്താവിനോടൊരുമിച്ചു സുഖിക്കാൻ നിനക്കു സംഗതിയാകും. പുഷ്പങ്ങൾ വാടുകയോ ശവം ദ്രവിച്ചുപോകയോയില്ല. താമസിയാതെ രാജാവ്, സജീവനായി എഴുന്നേറ്റ് പുതിയ ഭർത്തൃപദം സ്വീകരിക്കും. ജീവൻ നിന്റെ അന്തഃപുരമണ്ഡപത്തെ വിട്ട് അകന്നുപോകയുമില്ല."

ലീല, സരസ്വതിയുടെ അരുളപ്പാടനുസരിച്ച്, രാജശരീരം പുക്കളിട്ടു മൂടി സൂക്ഷിച്ചു. എന്നിട്ടും അടങ്ങാത്ത ദുഃഖംകൊണ്ട് അഭയദായിനിയായ ദേവിയെ ഭക്തിപൂർവം സ്മരിച്ചു. ഉടനെ ദേവി, "വത്സേ! നീ എന്നെ എന്തിനായിച്ചിന്തിച്ചു? ഇത്ര ദുഃഖിക്കാൻ കാരണമെന്ത്?" എന്നു ചോദിച്ചുകൊണ്ട് പ്രത്യക്ഷമെഴുന്നള്ളിവന്നു. ലീല, സോല്ക്കണ്ഠം വണങ്ങി വീണറിയിച്ചു--"ദേവീ! ഭർത്താവിനെക്കാണ്മാൻ എനിക്കാഗ്രഹമുണ്ട്. അദ്ദേഹം എവിടെയിരിക്കുന്നു? ഏതു രൂപത്തിലിരിക്കുന്നു? എന്തുചെയ്യുന്നു? സദയം എന്നെ അദ്ദേഹത്തിന്റെ സമീപത്തെ പ്രാപിപ്പിക്കുമോ? ഏകയായി, ജീവിക്കാൻ ഞാൻ ശക്തയല്ല."

വാഗ്ദേവി--"ലീലേ! നിന്റെ ഭർത്താവ്, അവസ്തു രൂപനായി ഭവിച്ചിരിക്കുന്നു. സ്ഥൂലശരീരം വച്ചുകൊണ്ട് ഭർത്തൃദർശനത്തിനാഗ്രഹിച്ചാൽ സാധിക്കയില്ല. അന്തരീക്ഷം ആകെ മൂന്നാണ്. വാസനാത്മകമായ ചിത്താകാശം, നിർവാസനമായ ചിദാകാശം, ആകാശം ഇവതന്നെ. ചിദാകാശം മറ്റുരണ്ടിനേക്കാൾ സൂക്ഷ്മതരമായി വിളങ്ങുന്നു. മനസ്സ് ഒരു വിഷയത്തിൽ പ്രവർത്തിച്ചു കഴിഞ്ഞിട്ട് മറ്റൊന്നിൽ ചെന്നെത്തുന്നതിനിട

യ്ക്ക്, നിർവിഷയമായി അത്യല്പനിമിഷരൂപമായ അന്തരാളം യാതൊന്നോ അതിനു ചിദാകാശമെന്നു പറയുന്നു. അതായത് സങ്കൽപങ്ങളുടെ ഇടയ്ക്കുള്ള മനസ്സിന്റെ നിർവാണാവസ്ഥ തന്നെ ചിദാകാശം. സർവസങ്കൽപങ്ങളും നീക്കി ആ അവസ്ഥയിൽ നിന്റെ മനസ്സു ലയിച്ചാൽ, സർവാത്മകമായ തൽപദം പ്രാപിക്കാവുന്നതാണ്. എപ്പോഴാണോ ജഗത്തില്ലാത്തതാണെന്നുള്ള ബോധം ഉദിക്കുന്നത് അപ്പോൾ ഈ പദലബ്ധിയുണ്ടാകുന്നു. മറ്റുപ്രകാരത്തിൽ അതു സാധ്യമല്ലതന്നെ. എന്നാൽ നിനക്ക്, അനുഗ്രഹബുദ്ധ്യാ ഞാൻ വരം നൽകുന്നതുകൊണ്ട്, ഇപ്പോൾ തന്നെ അതിലേക്കു കഴിവുണ്ടാകും."

ഇപ്രകാരം അരുളിച്ചെയ്തശേഷം, വാഗ്ദേവി ദിവ്യമായ തന്റെ ആസ്പദത്തിലേക്കുപോയി. വരപ്രസാദത്താൽ നിഷ്പ്രയാസം നിർവികല്പസമാധിയുറപ്പിച്ചുകൊണ്ടു ലീലാദേവി കൂടുവിട്ടു പറന്നുപൊങ്ങുന്ന പക്ഷിണിയെപ്പോലെ വേഗത്തിൽ അന്തഃകരണപഞ്ജരമായ ശരീരത്തെ വെടിഞ്ഞ്, ആകാശാവകാശത്തിലുയർന്നു.

അവിടെ ഒരു രാജമന്ദിരത്തിൽ, അനേക രാജാക്കൾ നിറഞ്ഞ ആസ്ഥാനമണ്ഡപത്തിൽ, സിംഹാസനസ്ഥനായിരിക്കുന്ന പത്മരാജനെക്കണ്ട് ജയജയ ജീവജീവസ്തുതി ശബ്ദങ്ങൾ ചുറ്റുപാടും മുഴങ്ങുന്നു. കിഴക്കേ ഗോപുരവാതുക്കൽ അനവധി മുനിമാരും ബ്രാഹ്മണരും മഹർഷിമാരും നിൽക്കുന്നു. തെക്കേവാതിലിൽ സകല രാജരാജന്മാരും സ്ഥിതിചെയ്യുന്നു. പടിഞ്ഞാറ് അനവധി സ്ത്രീജനങ്ങളും വടക്കേവാതുക്കൽ രഥഗജതുരഗപദാതികളും തിങ്ങിനിൽക്കുന്നു. മഹാഭാഗയായ ലീലാദേവി ഈ വിശേഷങ്ങളെല്ലാം നോക്കി വിഹിതചിത്തയായി സഭയിൽ കടന്നുചെന്നു. തന്റെ രാജ്യത്തിൽ ഏതെല്ലാം ദേശങ്ങളും സമാചാരങ്ങളുമാണോ ഉള്ളത്, അവയ്ക്കു ഈഷൽ ഭേദമില്ലാതെതന്നെ അവിടെയും കണ്ടു. അതേ വന്ദികളെ, അതേ പണ്ഡിതന്മാരെ, അതേ സഹൃത്തുക്കളെ എന്നുവേണ്ടാ നദങ്ങൾ നദികൾ മലകൾ പുരങ്ങൾ പത്തനങ്ങൾ ഇവയും ഇവയാൽ അലംകൃതങ്ങളായ ദേശങ്ങളും അതേ വിധത്തിൽകണ്ടു. പുതുമതോന്നത്തക്കവണ്ണം മുൻപു പരിചയമില്ലാത്ത ചിലരെയും കാണാതിരുന്നില്ല. രാജാവ് ജരാനരകളെല്ലാം പോയി നല്ല യൗവ്വനവാനായിപ്പരിലസിക്കുന്നു. ഇതെല്ലാം കണ്ട് ആശ്ചര്യഭരിതയായ രാജ്ഞി, അവിടെനിന്നും തന്റെ അന്തഃപുരത്തിലെത്തി ഭക്തിപൂർവം വാഗ്ദേവിയെ സ്മരിച്ചു. ഉടനേ, പുരോഭാഗത്തു സിംഹാസനസ്ഥയായി പ്രത്യക്ഷപ്പെട്ട ദേവിയെ വണങ്ങി ഭൂതലസ്ഥയായ ലീല ചോദിച്ചു. "മാതാവേ! മരണാനന്തരം ഭർത്താവിന് ഭ്രമരൂപവും ശരീരമില്ലാത്തതുമായ ഒരു ജ

ന്മം എങ്ങിനെയുണ്ടായി? പ്രപഞ്ചഭ്രമം നീങ്ങുന്നതിനായി എനിക്കതു പറഞ്ഞുതരുമോ?"

വാഗ്ദേവി:--"പൂർവസ്മൃതിയുടെ ഭ്രാന്തിയാൽ പത്മരാജജന്മം എങ്ങനെയുണ്ടായോ, അതുപോലെതന്നെ രണ്ടാമത്തെ ജന്മവുമെന്നു ധരിക്കൂ. ഇതിന്റെ വസ്തുത വഴിയേ അറിയുന്നതിനു ഞാൻ ഒരു പ്രബന്ധം പറഞ്ഞുതരാം. ചിദാകാശത്തിൽ ഒരു ദിക്കിൽ ആകാശമാകുന്ന നീലസ്ഫടികദലങ്ങളാൽ മേഞ്ഞിരിക്കുന്ന ഒരു സംസാരമണ്ഡപമുണ്ട്. ലോകപാലന്മാരെയും തൽകുടുംബിനിമാരേയും കൊത്തിവച്ചിട്ടുള്ള മഹാമേരുവാകുന്ന തൂണും പ്രാണികളാകുന്ന ചിതലുകളാൽ നിർമ്മിക്കപ്പെട്ട നഗരാദിപ്പുറ്റുകളുടെ കോണുകളിൽ സ്ഥിതിചെയ്യുന്ന പർവതങ്ങളാകുന്ന മൺകട്ടകളും അതിലുണ്ട്.ആ മണ്ഡപം അനേകപുത്രന്മാരോടു കൂടിയ പ്രജേശനായ ഒരു വൃദ്ധബ്രാഹ്മണന്റെ വാസസ്ഥാനമാണ്. വായുമാർഗ്ഗങ്ങളാകുന്ന വമ്പിച്ച മുളംകഴുക്കോലുകളെ തുളച്ചുകയറുന്ന വൈമാനിക കീടങ്ങളുള്ളതും, ആകാശത്തിൽ അധിവസിക്കുന്ന സിദ്ധന്മാരായ മശകങ്ങളുടെ ഘുംഘുമാരവത്തോടുകൂടിയതും, ദേവാസുരന്മാരാകുന്ന ദുർബലന്മാരുടെ കളിക്കൂത്തുകളാൽ കളകളാരവം മുഴങ്ങുന്നതുമാണ്. വിചിത്രമായ ആ മണ്ഡപത്തിന്റെ ഒരു മുഖ്യകോണിലുള്ള പർവതമൺതിടമ്പിന്റെ താഴ്ത്തടത്തിൽ, ഗിരിഗ്രാമം എന്നൊരു ചെറുവസതിയുണ്ട്. പുഴകളും മലകളും കാടുകളും ധാരാളം ചുറ്റിപ്പറ്റിയ ആ വസതിയിൽ അഗ്നിഹോത്രത്തെപ്പാലിച്ച് അനവധി പാൽപശുക്കളുള്ളവനും ശാസ്ത്രജ്ഞനും സഭാര്യനുമായ ഒരു ബ്രാഹ്മണൻ അതിഥിപൂജ മുതലായ ധർമ്മനിഷ്ഠയോടുകൂടി രാജഭയം അറിഞ്ഞിട്ടില്ലാത്ത അധിപനായി ആരോഗ്യവാനായി വസിച്ചിരുന്നു. സമ്പത്തും വേഷവും വയസ്സും വിദ്യയും കർമ്മവും വിഭവവും പ്രവൃത്തികളുമെല്ലാം വസിഷ്ഠനോടു സദൃശമായിരുന്നുവെങ്കിലും, സാക്ഷാൽ വസിഷ്ഠനെപ്പോലെ ജ്ഞാനോദയം ഉണ്ടായിരുന്നില്ല. വസിഷ്ഠൻ എന്നുതന്നെ പേരായ ആ ബ്രാഹ്മണന്, അരുന്ധതിയെന്ന നാമത്തിൽ, കോമളാംഗിയായ ഒരു ഭാര്യയും ഉണ്ടായി. ആകാശസ്ഥയായ അരുന്ധതിയെന്നപോലെ ഇവൾ ഭൂതലാകാശാരുന്ധതിയായി വിളങ്ങി. സമ്പത്ത് വേഷം കർമ്മം വിദ്യ മുതലായതെല്ലാം അരുന്ധതിയെപ്പോലെതന്നെയെങ്കിലും ജ്ഞാനപ്രകാശം അത്രമാത്രം ഉണ്ടായിരുന്നില്ല. ബ്രാഹ്മണൻ ഒരു ദിവസം ആ മലയുടെ താഴ്വരയിൽ സരളവൃക്ഷങ്ങൾ തണൽവീശിയ പച്ചപ്പുൽതകിടിയിൽ സുഖമേ ഇരിക്കുമ്പോൾ, താഴത്ത് പരിവാരസമേതം വേട്ടയാടി വിനോദിക്കുന്ന ഒരു രാജാവിനെക്കണ്ടു. ഉടനെ വിചാരിക്കയായി-ആഹാ! സർവ

സൗഭാഗ്യങ്ങളും തികഞ്ഞ രാജത്വം എത്ര അഭിലഷണീയം? ആന തേര് കുതിര കാലാൾ കുട കൊടി തഴ മുതലായ പ്രൗഢിചിഹ്നങ്ങളെ പത്തുദിക്കിലും പരത്തി വിജയിയായ ഒരു രാജേശ്വരനായി ഞാൻ ഭവിക്കുന്നതെപ്പോൾ? കുരുക്കുത്തിമുല്ലപ്പൂവിൻ തേൻമണം കലർന്ന ഇളംകാറ്റ് അന്തഃപുരസ്ത്രീകളുമായുള്ള സുരതശ്രമവിയർപ്പുതുള്ളികളെ ഹരിക്കാനുള്ള ഭാഗ്യം എനിക്കു ലഭിക്കുന്നതെപ്പോൾ? ഇത്യാദി സങ്കല്പങ്ങൾക്ക് അന്നുമുതൽ അധീനനായ ആ ബ്രാഹ്മണൻ, സ്വധർമ്മങ്ങൾക്കു മുടക്കംവരുത്താതെതന്നെ ജീവിതത്തെ നയിച്ചുവരവേ ജരാബാധ താമരപ്പൂവിൽ മഞ്ഞുമഴയെന്നപോലെ അദ്ദേഹത്തെ ബാധിച്ചു. ക്രമേണ മരണവും സമീപിച്ചതുകണ്ട് ഭാര്യയ്ക്കു വ്യസനമായി. നിന്നെപ്പോലെതന്നെ അവൾ അക്കാലത്ത്, എന്നെ സേവിച്ചു പ്രസാദിപ്പിച്ചു. ഭർത്താവിന് അമരത്വം കിട്ടാൻ സാദ്ധ്യമല്ലെന്നറിഞ്ഞപ്പോൾ, മരിച്ചാൽ ജീവൻ അന്തഃപുരമണ്ഡപത്തിൽനിന്നു വിട്ടുപോകാതെ വരംകൊടുക്കണമെന്നപേക്ഷിച്ചു. ഞാൻ അപ്രകാരം അനുഗ്രഹിക്കുകയും ഉണ്ടായി. അചിരേണ ബ്രാഹ്മണൻ മരിക്കയും ഗൃഹാകാശത്തിൽ ജീവാകാശരൂപനായി വസിക്കയും ചെയ്തു. അനന്തരം പ്രാക്തനമായ സങ്കല്പശക്തിനിമിത്തം സ്വയം മഹാശക്തിമാനായ ഒരു രാജാവായിത്തീർന്നു. ബ്രാഹ്മണൻ മരിച്ചുകഴിഞ്ഞപ്പോൾ ഭാര്യ ദുഃഖകർശിതയായി മനഃസങ്കല്പത്താൽ ശരീരത്തെ രണ്ടായി വേർതിരിച്ചു. ഭർത്താവിന്റെ ശവത്തോടുകൂടെത്തന്നെ ഭൗതികദേഹം ദൂരെത്തള്ളീട്ട്, ആതിവാഹികശരീരംപോയി ഭർത്താവിനോടുചേർന്നു. ഗിരിഗ്രാമത്തിൽ ഇപ്പോഴും ആ ബ്രാഹ്മണന്റെ പുത്രന്മാരും ഭവനങ്ങളും സമ്പത്തും ഭൂസ്ഥാവരസ്വത്തുക്കളുമുണ്ട്. മരിച്ചിട്ട് ഇന്നേക്ക് എട്ടുദിവസമേ ആയിട്ടുള്ളു. ജീവൻ ഗ്രാമകന്ദരത്തിൽതന്നെ സ്ഥിതിചെയ്കയുമാണ്. ആ ബ്രാഹ്മണനത്രേ ഇപ്പോൾ നിന്റെ ഭർത്താവായി ജനിച്ചിരിക്കുന്ന രാജാവ്. നീ ബ്രാഹ്മണപത്നിയായ അരുന്ധതിയുമാണ്. ചക്രവാകവും ചക്രവാകിയുംപോലെ തമ്മിൽ ചേർന്ന ആ നിങ്ങൾ, പുതിയ പാർവതീശങ്കരന്മാരെന്നവണ്ണം, ഇപ്പോൾ ഭൂതലജാതരായി രാജ്യഭാരം നടത്തുന്നു. ഹേ ലീലേ! സംസാരഭ്രമാത്മകമായ പൂർവസർഗ്ഗം ഇപ്രകാരമത്രേ. സർഗ്ഗരൂപേണ പ്രതിഭാസിക്കുന്നതു യാതൊന്നോ അതെല്ലാം നിരർത്ഥകമായ ഭ്രമവിലസിതം മാത്രമാകുന്നു.

ലീല:--“ദേവീ! ഭവതി അരുളിച്ചെയ്ത വാക്കുകൾ അസമഞ്ജസമായിരിക്കുന്നു. സംഭവ്യമാണെന്നു തോന്നുന്നില്ല. സ്വഗൃഹത്തിൽതന്നെ സ്ഥിതിചെയ്യുന്ന ബ്രാഹ്മണന്റെ ജീവനെവിടെ? വിസ്തൃതമായ അവസ്ഥാന്തരത്തോടുകൂടിയ ഈ ഞങ്ങളെവിടെ? ഇപ്പോൾ ഞങ്ങൾ ഇരിക്കുന്ന

തും ഭരിക്കുന്നതുമായ ലോകാന്തരവും ഭൂഭാഗവും വനപർവതാദികളും പത്തുദിക്കുകളുമെല്ലാം ബ്രാഹ്മണന്റെ ഭവനത്തിനകത്തടങ്ങിയിരിക്കുന്നതെങ്ങനെ? മദോന്മത്തനായ ഐരാവതത്തെ കടുകിലെ സുഷിരത്തിനകത്താക്കി ബന്ധിച്ചിരിക്കുന്നുവെന്നും അണുവായ ഒരു പൊത്തിനകത്ത് അനേകം സിംഹങ്ങൾ മശകത്തിനോടു പോരാടുന്നുവെന്നും, വണ്ടിൻകുഞ്ഞ് മഹാമേരു ഇളക്കിയെടുത്തു താമരക്കുരുവിൽ വച്ചിരിക്കുന്നുവെന്നും പറയുന്നതുപോലെ അസംഗതമായി തോന്നുന്നു."

വാഗ്ദേവി:--രാജപത്നീ! ഞാൻ മിഥ്യാവാക്കു പറകയില്ല. അതിന്റെ പരമാർത്ഥം വിശദമാക്കാം, കേൾക്കൂ! ഞങ്ങളെപ്പോലെയുള്ളവർ ലോകമര്യാദകളെ ഒരിക്കലും ലംഘിക്കുകയില്ല. ഗ്രാമബ്രാഹ്മണന്റെ ആകാശരൂപനായ ജീവാത്മാവ്, ആകാശമയം തന്നെയായ ഈ ഭൂമിയേയും രാഷ്ട്രത്തേയും ആ ഗൃഹത്തിനുള്ളിൽ ദർശിക്കയാണ്. സ്വപ്നത്തിൽ ജാഗ്രൽസ്മരണയെന്നപോലെ നിങ്ങളുടെ പൂർവസ്ഥിതി മറയുകയും, മറ്റുപ്രകാരത്തിൽ ആയിത്തീരുകയും ചെയ്തു. മരണമെന്നു പറയുന്നത് സ്മൃതിയുടെ രൂപാന്തരം മാത്രമാണ്. സത്യരൂപത്തിൽ അവഭാസിക്കുന്ന ചിദാകാശത്തിൽനിന്നു ജീവത്വോപാധിഭൂതമായ അന്തഃകരണത്തിന്റെ ഉള്ളിനുമുള്ളിലായി സങ്കല്പത്തിലും ആദർശത്തിലും എന്നപോലെ ശൈലവന കാനനാദികളോടുകൂടിയ ഈ ഭൂമി സ്ഥിതിചെയ്യുന്നു. ചിദ്രൂപവും എന്നാൽ അന്തഃകരണോപാധിത്വം നിമിത്തം പരമോണുവുമായ ഓരോ ജീവങ്കലും പ്രതിഭാസാത്മകങ്ങളായ ജഗത്തുകൾ ഭവിക്കുന്നുതന്നെ.

ലീല:--പരമേശ്വരി! ബ്രാഹ്മണൻ മരിച്ചത് എട്ടുദിവസത്തിനു മുമ്പാണെന്നു പറയുന്നു. ഞങ്ങൾക്കിവിടെ പല വർഷങ്ങൾ കഴികയും ചെയ്തു. അതെങ്ങനെയെന്നു പറഞ്ഞുതരുമോ?

ദേവി:--ഭദ്രേ! ദേശത്തിനു ദൈർഘ്യമില്ലെന്നു സയുക്തികം ഇവിടെ ഉദാഹരിച്ചില്ലേ? അതുപോലെ കാലത്തിനും ദൈർഘ്യമില്ല. ദേശവും കാലവും മായാവികല്പമില്ലാത്ത ചിദ്വിലാസത്തിന്റെ വിവർത്തിതരൂപമായ പ്രതിഭാസമല്ലാതെ മറ്റൊന്നുമല്ല. പ്രതിഭാസക്രമം എങ്ങനെയെന്നു പറയാം കേൾക്കൂ! ജീവൻ മിഥ്യയായ മരണമൂർച്ഛനയെ സ്വല്പസമയം അനുഭവിച്ചിട്ട്, പൂർവഭാവങ്ങളെല്ലാം മറക്കുന്നു. അപ്പോൾ മറ്റുചില ബോധങ്ങൾ ഉദിക്കയും ചെയ്യും. ഇതാ ഞാൻ ഈ ആധാരത്തിൽ ആധേയഭൂതനായി സ്ഥിതിചെയ്യുന്നു. ഹസ്തപാദങ്ങളോടുകൂടിയ ഈ ശരീരം എന്റേതാണ്. ഞാൻ ഈ അച്ഛന്റെ മകനാണ്. എനിക്കിപ്പോൾ ഇത്ര വയസ്സായി. രസികന്മാരായ ഇവർ എന്റെ ബന്ധുക്കളാണ്. ഈ മനോഹര

ഭവനം എന്റേതാണ് ഇങ്ങനെ ഓരോ ഭ്രാന്തികൾ മരണമൂർച്ഛയ്ക്കുശേഷം ഉണ്ടാകുന്നു. കാലപ്രതീതിയും ഈ ഭ്രാന്തികളുടെ ഒരു വിലസിതം മാത്രമാണ്.

ലീല ചോദിച്ചു:--ദേവി! ഭവതി എനിക്കു ജ്ഞാനദൃഷ്ടി നൽകുക കൊണ്ട്, ഞാൻ കൃതാർത്ഥയായി. എന്നാൽ അഭ്യാസമില്ലാതെ ഈ ദർശനശക്തിയിൽ ഞാൻ പ്രൗഢയാകാതെയിരിക്കുന്നതുവരെ, എന്റെ ഉൽക്കണ്ഠയെ ദേവി പരിഹരിക്കതന്നെ വേണം. സദയം എന്നെ കൊണ്ടുപോയി ആ വിപ്രദമ്പതികളുടെ സർഗ്ഗം കാണിച്ചുതരണം.

ദേവി:--വിഷയവിമുക്തവും ജ്ഞാനരൂപവുമായ പരമപാവനദൃഷ്ടിയെ അവലംബിച്ച് ഈ ശരീരത്തെയും ദൂരെത്തള്ളി വിശുദ്ധയായാൽ നമുക്കൊരുമിച്ചുപോയി ആ സർഗ്ഗം കാണാം. ശരീരമാണ് അതിനു പ്രതിബന്ധമായിരിക്കുന്നത്. സ്വർണ്ണത്തെ അംഗുലീയമെന്നു ഗ്രഹിക്കുന്നതുപോലെ സത്യത്തിൽ അവസ്തുവായ ഈ ലോകത്തെ മിഥ്യാജ്ഞാനത്താൽ വസ്തുരൂപമായി നിങ്ങൾ കാണുന്നു. വത്സേ! ജ്ഞാനാഭ്യാസം നിനക്കില്ലായ്കകൊണ്ടു നിന്റെ ആകൃതി അധിഷ്ഠാനഭൂതമായ ബ്രഹ്മത്വത്തെ പ്രാപിച്ചിട്ടില്ല. മായാധീനമായ സങ്കല്പവികല്പങ്ങൾക്കു അധീനയായിട്ടാണ് നീ ഇരിക്കുന്നത്. അതുകൊണ്ടു ബ്രഹ്മത്തെ ദർശിക്കാനുള്ള ശക്തി നിനക്കിപ്പോൾ ഇല്ല. എന്നെപ്പോലെയുള്ളവർ ജ്ഞാനാഭ്യാസത്തിൽ പ്രസിദ്ധിയെ പ്രാപിച്ചവരാണ്. ഞങ്ങൾക്കു ലഘുവിൽ ബ്രഹ്മപദം കാണ്മാൻ കഴിയും. അതിവാഹികമായ ചിത്തദേഹത്തെ നിന്നെപ്പോലെയുള്ള മൂഢബുദ്ധികൾ വളരെക്കാലത്തെ വിപരീതഭാവനനിമിത്തം ആദിഭൗതികമായിക്കരുതുന്നു. വാസനാനാശം നിനക്ക് ഏതൊരു കാലം ഭവിക്കുന്നോ അപ്പോൾ ആതിവാഹികമാണ്, ശരീരമെന്നുള്ള ബോധം ഉണ്ടാകുന്നതാണ്. മഞ്ഞുകട്ട ചൂടേൽക്കുമ്പോൾ വെള്ളമായി തീരുന്നതുപോലെ ശുദ്ധസത്വഗുണാനുഗതമായി വാസനകൾ നശിച്ച ഹൃദയം, ആതിവാഹികാവസ്ഥയെ പ്രാപിക്കുന്നു. അതായത് അപ്രതിഹതമായ ഗതിയോടുകൂടി എവിടെയും സഞ്ചരിക്കാൻ ശക്തിയുള്ളതായിത്തീരുന്നു. അതിനാൽ വാസനകളെ നിശ്ശേഷം ക്ഷയിപ്പിക്കുന്നതിനു യത്നിക്കുക! പരമാവസ്ഥയിൽ നിനക്കതു സാധിച്ചാൽ നീ ജീവന്മുക്തയായി ഭവിക്കും. ശീതളനായ നിന്റെ ബോധചന്ദ്രമനസ്സ്, പരിപൂർണ്ണതയെ പ്രാപിക്കുന്ന കാലംവരെ സ്ഥൂലശരീരം ഇവിടെ സ്ഥാപിച്ചിട്ടേ സർഗ്ഗാന്തരം കാണാൻ കഴിയൂ. യോഗാഭ്യാസം ശരിക്കു ചെയ്തു സംസാരവാസന നശിപ്പിച്ചാൽ സ്ഥൂലദേഹംതന്നെ ചിത്തദേഹമായി ഭവിക്കുന്നതാണ്.

ലീല പറഞ്ഞു:-ദേവീ! ഭവതി സംസാരനാശകമായ വിമലജ്ഞാനം

എനിക്കുപദേശിക്കയുണ്ടായി. ഇനി അഭ്യാസമെന്നതെന്തെന്നും എങ്ങനെയുള്ളതാണെന്നും മോക്ഷത്തെ പ്രാപിക്കുന്നതെങ്ങനെയെന്നും പ്രാപിച്ചാലുള്ള അവസ്ഥയെന്തെന്നും സദയം അരുളിച്ചെയ്യണം.

ദേവി: അഭ്യാസം ഇല്ലെങ്കിൽ യാതൊരു കർമ്മങ്ങളും ഇവിടെ സിദ്ധിയെ പ്രാപിക്കയില്ല. ബ്രഹ്മത്തെ മനസ്സിൽ ചിന്തിക്കയും പറകയും അന്യോന്യം പ്രബോധിപ്പിക്കയും മറ്റു ഭാവനകളൊന്നുമില്ലാതെ ബ്രഹ്മൈകതല്പരനായിത്തന്നെ കഴിക്കയും ചെയ്യുന്നത് അഭ്യാസമാണെന്നു പറയപ്പെടുന്നു. ഉദിതമായ ഔദാര്യംകൊണ്ടുള്ള സൗഭാഗ്യവും വൈരാഗ്യവും നിറഞ്ഞ് ആനന്ദരസം ഒഴുകിക്കൊണ്ടിരിക്കുന്ന ബുദ്ധി ആർക്കുണ്ടോ അവർ ശ്രേഷ്ഠന്മാരായ അഭ്യാസികൾ ആകുന്നു. പരമാത്മതത്വത്തിന്റെ പരമാർത്ഥബോധത്തിനായി യുക്തികളെക്കൊണ്ടും അദ്ധ്യാത്മശാസ്ത്രങ്ങളെക്കൊണ്ടും യത്നിക്കുന്നവരും സുസ്ഥിരബ്രഹ്മാഭ്യാസികളത്രേ. സർഗ്ഗാദിയിൽതന്നെ ഈദൃശ്യം ഉണ്ടായില്ല. ഇപ്പോഴും ഇല്ല. ഇനി ഉണ്ടായിരിക്കയുമില്ല. ഇക്കാണപ്പെട്ട ജഗത്തും ഞാനും വസ്തുവല്ല. ഇങ്ങനെയുള്ള തത്വവിചാരം ബോധാഭ്യാസം എന്നു പറയപ്പെടുന്നു. ദൃശ്യം ഇല്ലാത്തതാണെന്നുള്ള ബോധത്താൽ രാഗദ്വേഷാദികളുടെ ക്ഷയത്തിനു വിദ്യാവാസനാദാർഢ്യത്താൽ മനസ്സിൽ ഉദിക്കുന്ന താൽപര്യമേതോ അതു ബ്രഹ്മാഭ്യാസമാകുന്നു. ദൃശ്യം മിഥ്യയെന്നുള്ള ബോധംതന്നെ ജ്ഞാനം; അതുതന്നെ ജ്ഞേയം; അതിന്റെ അഭ്യാസത്താൽ ലഘുവായ മോക്ഷപ്രാപ്തി ഉണ്ടാകുന്നു. ആകവേ അഭ്യാസം ഒരു മഹോദയസമ്പത്താണെന്നു സിദ്ധംതന്നെ.

ഇപ്രകാരം സംവാദം നടത്തിയതിനുശേഷം ആ സുന്ദരിമാർ രാത്രിയിൽ പരിജനങ്ങളെല്ലാം ഉറക്കം പിടിച്ചപ്പോൾ സമാധിസ്ഥാനത്തെ പ്രാപിച്ച് രത്നസതംഭത്തിൽ കൊത്തി ഭിത്തിയിൽവച്ച രണ്ടു ചിത്രങ്ങളെപ്പോലെ നിശ്ചലശരീരകളായി സ്ഥിതിചെയ്യുന്നു. അനന്തരം ബാഹ്യബോധത്തെ ഉപേക്ഷിച്ച് ദൃശ്യഭ്രാന്തികളും വെടിഞ്ഞു സ്വഭാവശാന്തകളായി ഭവിച്ചു. സരസ്വതി സ്വന്തം ജ്ഞാനദേഹത്തേയും, ലീല മനുഷ്യദേഹവും ത്യജിച്ചു പ്രാദേശമാത്രമായ ദേഹാന്തരത്തെയും സ്വീകരിച്ചു. ബ്രഹ്മാകാശരൂപിണികളായ അവർ പൂർവസങ്കൽപസംസ്കാരജന്യമായ ഉണർച്ച നിമിത്തം ആ ഗൃഹമണ്ഡലാകാശത്തിൽ ദൂരദൂരം ഉൽപതിച്ചു. അവിടെ അവർ രണ്ടുപേരും വയസ്യകളെപ്പോലെ കയ്യോടു കൈകോർത്തു പിടിച്ചു ചുറ്റിനടന്ന് ഏകാർണ്ണവംപോലെ പരന്നുകിടക്കുന്ന പ്രശാന്ത ഗംഭീരമായ നിർമ്മലാകാശത്തെ കൗതുകത്തോടെ നോക്കിക്കണ്ടു. മൃദുശീതളസ്പർശിയായ നേർത്തവായു സുഖകര

മായി വീശുന്നു. പ്രാണിഭ്രമരങ്ങൾക്ക് ആഹ്ളാദം നൽകുന്ന കമലംപോലെയും സജ്ജനത്തെക്കാൾ പ്രസന്നമായും ആ അന്തരീക്ഷം പരിലസിക്കുന്നു. ലീലയ്ക്കു അത് അഭൂതപൂർവമായ ഒരു കാഴ്ചയായിരുന്നു. ആകാശചാരികളായ ഓരോ കൂട്ടർ അധിവസിക്കുന്ന അനവധി ഭവനങ്ങൾ ഒന്നിനുമേൽ ഒന്നായിക്കാണപ്പെടുന്നു. ഒരിടത്തു വാതവേഗത്തേയും ജയിക്കുമാറ് മനോവേഗന്മാരായ സിദ്ധന്മാർ പോകയും വരികയും ചെയ്തുകൊണ്ടിരിക്കുന്നു. ജന്മശത്രുക്കളായ ദേവാസുരന്മാർ അന്യോന്യം കാണപ്പെടാതെ അവിടവിടെ സഞ്ചരിക്കുന്നു. വിമാനഗൃഹങ്ങളിൽ ദേവസ്ത്രീകളുടെ പാട്ടും വാദ്യവായനയും മുഴങ്ങുന്നു. പര്യന്തഭാഗങ്ങളിൽ കൂഷ്മാണ്ഡന്മാർ രക്ഷസ്സുകൾ പൈശാചന്മാർ ഇത്യാദി ദുർദേവതാസമൂഹം അധിവസിക്കുന്നു. ആവഹപ്രവഹാദിവായുമണ്ഡലങ്ങളിൽ അതിവേഗത്തിൽ ഓടിക്കൊണ്ടിരിക്കുന്ന അനവധി വിചിത്രവിമാനങ്ങളുടെ സഞ്ചാരധ്വനിയെ മേഘഗർജ്ജനങ്ങൾ അധഃകരിക്കുന്നു. ഗ്രഹനക്ഷത്രാദികളുടെ ഘനസഞ്ചാരത്താൽ ജ്യോതിശ്ചക്രങ്ങൾ ചലിക്കുന്നു. കടലിലെ ഓളത്തള്ളൽപോലെ ഡാകിനികൾ അവിടവിടെ നടമാടിക്കളിക്കുന്നു. നായ്, കാക്ക, കഴുത, ഒട്ടകം തുടങ്ങിയ കുത്സിത ജന്തുക്കളെപ്പോലെ മുഖവുമായി ബഹുദൂരം വ്യർത്ഥമായി പോകയും വരികയും ചെയ്ക ശീലമായ യോഗിനികൾ ഒരു ഭാഗത്തുനിറഞ്ഞിരിക്കുന്നു. ആകാശഗംഗാജലം വിവിധവായുപ്രവാഹരൂപമായ ജ്യോതിശ്ചക്രത്തിൽ അവിടവിടെ കല്പിതങ്ങളായ തടങ്ങളിൽ ഒഴുകുന്നു. വജ്രം ചക്രം ശൂലം തുടങ്ങിയ ആയുധങ്ങളുടെ അധിഷ്ഠാതൃദേവതകൾ ദേഹമെടുത്ത് അങ്ങിങ്ങുസഞ്ചരിക്കുന്നു. ചില ദിക്കിൽ ഭിത്തിയില്ലാത്ത ഭവനങ്ങൾ കാണപ്പെടുന്നു. നാരദനും തുംബുരുവും സ്തുതിഗാനലോലന്മാരായി പല ദിക്കിൽ ഓടിനടക്കുന്നു. സാമാന്യമേഘങ്ങളുടെ ഗർജനവർഷണാദിമഹാരംഭങ്ങളും അന്യത്ര. ചിത്രലിഖിതങ്ങളെപ്പോലെ സ്ഥിതിചെയ്യുന്ന പ്രളയമേഘങ്ങളുടെ നിശ്ചലതയും ചപലന്മാരായ സംസാരികളെയും ശാന്തമുനിമാരെയും ശരിക്ക് ഉദാഹരിക്കുന്നു. ഒരിടത്ത് നഗ്നരൂപികളായി നടമാടുന്ന മാതൃഗണങ്ങൾ അധിവസിക്കുന്നു. ലോകാലോകപർവതത്തിനും അപ്പുറത്ത് അനേകലക്ഷം യോജന ദൂരത്തോളം പ്രാണികൾക്കു കടക്കാൻ പാടില്ലാത്തവണ്ണം പർവതങ്ങൾ നിറഞ്ഞും മറ്റുചിലെടത്ത് ഗുഹാന്തർഭാഗം പോലെ മാറി ഇരുളടഞ്ഞും കാണപ്പെടുന്നു. ഒരിടത്തു നിത്യനിരന്തരമായി സൂര്യാഗ്നിപ്രഭമായ മഹാതേജസ്സു വിളങ്ങുന്നു. ചന്ദ്രമണ്ഡലാദിമറ്റു സ്ഥാനങ്ങളിൽ മഞ്ഞുകെട്ടിന്റെ ഉള്ളിൽ കടന്നപോലെയുള്ള കുളുർമ്മ ഭവിക്കുന്നു. കറുത്തും വെളുത്തും മറ്റു നാനാവർ

ണ്ണത്തിലും ഉള്ള മേഘശകലങ്ങൾ കാറ്റടിച്ചു പറക്കുന്നവ പൂക്കൾ വിത റിയപോലെ ചിലദിക്കിൽ കാണപ്പെടുന്നു. ഈദൃശവിഭൂതിവിലാസത്തോ ടുകൂടിയ നഭഃസ്ഥലത്തെ അത്തിപ്പഴത്തിനുള്ളിൽ കൃമികൾ അധിവസി ക്കുന്നപോലെ ത്രൈലോക്യവാസിപ്രാണികളാൽ നിറയപ്പെട്ടിരിക്കുന്നതാ യി കണ്ട് കൗതുകാകുലകളായ ലീലയും വാഗ്ദേവിയും വീണ്ടും പൃ ഥ്വീഭാഗത്തെ പ്രാപിക്കാൻ ഉദ്യമിക്കയായി. ക്രമേണ ആകാശാന്തരാള ത്തിൽ അവരോഹിച്ചുവന്ന്, മുമ്പു സൂചിപ്പിച്ച ബ്രാഹ്മണന്റെ ആസ്പദ മായ മറ്റൊരു ബ്രഹ്മാണ്ഡത്തിൽ കടന്നു അവിടെ ബ്രാഹ്മണൻ അധി വസിക്കുന്ന മണ്ഡപത്തോടുകൂടിയ ഭവനം ദൃഷ്ടിഗോചരമായി. ദിവ്യ വിഗ്രഹധാരിണികളായ അവരെ മറ്റുള്ളവർക്ക് കാണാൻ കഴിവില്ലാതാ യിരുന്നു. ദാസീദാസന്മാരും കുടുംബാംഗങ്ങളും ദുഃഖപരവശരായി വ സിച്ചിരുന്ന ആ ഭവനം ഗ്രീഷ്മകാലത്തു വാടിക്കരിഞ്ഞ ഉദ്യാനംപോലെ -ഇടിത്തീവീണ പച്ചമരം പോലെ-നിഷ്പ്രഭമായി കാണപ്പെട്ടു. നിർമ്മല ജ്ഞാനത്തിന്റെ ചിരകാലാഭ്യാസം നിമിത്തം ദേവകളെപ്പോലെ സത്യ സങ്കൽപയും സത്യകാമയും ആയി ഭവിച്ച ലീല താനും ദേവിയും സാ മാന്യസ്ത്രീരൂപത്തിൽ ആ ബന്ധുജനങ്ങൾക്കു പ്രത്യക്ഷീഭവിക്കട്ടെയെ ന്നു സങ്കൽപിച്ചു. ഉടനെ അടിമുടി അറ്റം പുതപ്പൂമാലകളും അണിഞ്ഞു കാനനാന്തരത്തെ സുരഭിലമാക്കി വിളങ്ങുന്ന രണ്ടു വസന്തലക്ഷ്മിക ളെപ്പോലെ-അഥവാ ആ ഭവനത്തെ വിളങ്ങിച്ചുകൊണ്ട് എഴുന്നരുളിയ ലക്ഷ്മീഗൗരികളെപ്പോലെ-അവരെ ഗൃഹജനങ്ങൾ കണ്ടു. സ്വർണ്ണംത ന്നെ അലിഞ്ഞിറങ്ങിയ വണ്ണം വിളങ്ങുന്ന ശരീരകാന്തി പ്രവാഹത്താൽ പരിസരപ്രദേശങ്ങളിൽ പീതകാന്തിവീശി കാലുകൾ ഭൂമിയിൽ തൊടാ തെ നിലകൊണ്ട ആ ദിവ്യസുന്ദരിമാരെ ബ്രാഹ്മണന്റെ ജ്യേഷ്ഠപുത്രൻ പരിജനങ്ങളുമായി വന്നു വന്ദിച്ചുപചരിച്ചു വനദേവിമാർക്കായി നമസ് കാരം എന്നുച്ചരിച്ചിട്ട് പുഷ്പാഞ്ജലി വർഷിച്ചു നമസ്കരിച്ചു. ഞങ്ങ ളുടെ ദുഃഖശാന്തിക്കായി എഴുന്നള്ളിവന്ന വനദേവിമാരേ! നിങ്ങൾ ജയി ക്കുവിൻ! സജ്ജനങ്ങൾ പരപരിത്രാണത്തിൽ ഉൽസുകരായിരിക്കുന്നതു സാധാരണമത്രേ. ഹേ ലോകേശ്വരിമാരേ! അതിഥിപൂജനം അഗ്നിപാല നം മുതലായ ധർമ്മത്തെ വഴിപോലെ രക്ഷിച്ചു കുലത്തെയും വർദ്ധിപ്പി ച്ച് അന്യോന്യസൗഹാർദ്ദത്തോടുകൂടി ഇവിടെ വസിച്ചിരുന്ന ഞങ്ങളു ടെ മാതാപിതാക്കളായ ബ്രാഹ്മണദമ്പതികൾ പുത്രപശുബാന്ധവാദിക ളോടുകൂടിയ ഈ ഭവനത്തെ ഈയിടെ ഉപേക്ഷിച്ചു സ്വർഗ്ഗത്തെ പ്രാപി ച്ചു. അതുനിമിത്തം ഭുവനംതന്നെ ശൂന്യപ്രായമായിരിക്കുന്നു. ഞങ്ങൾ ക്കുണ്ടായിരിക്കുന്ന ദുഃഖത്തെ ദയാപൂർവം നിങ്ങൾ പരിഹരിക്കണം. മ

ഹദ്ദർശനം ഒരിക്കലും നിഷ്ഫലമാകയില്ലെന്നാണല്ലോ പ്രമാണം. ലീലാദേവി ഈ വാക്കുകൾ കേട്ട് ആ ബാലന്റെ മൂർദ്ധാവിൽ കൈത്തലം കൊണ്ടു സ്പർശിച്ചു. സ്പർശം ഏറ്റമാത്രയിൽ അവൻ, മഴക്കാറു തട്ടുമ്പോൾ ഉഷ്ണകാലാതപത്തിൽനിന്നു പർവതമെന്നപോലെ സർവദുഃഖങ്ങളേയും മോചിച്ചു. ഗൃഹജനങ്ങൾക്കും ദേവിമാരുടെ വിലോകനത്താൽ അമൃതു കുടിച്ചതുപോലെയുള്ള ആഹ്ളാദവും സുഖവും ഉണ്ടായി. അചിരേണ ദേവിമാർ രണ്ടുപേരും മണ്ഡപാകാശത്തിൽ തിരോധാനം ചെയ്തു. അനന്തരം വിസ്മയാകുലയായി മിണ്ടാതെനിന്ന ലീലയെ നോക്കി സരസ്വതി പറഞ്ഞു: - ലീലേ! നീ അറിയേണ്ടതുനിശ്ശേഷം അറിഞ്ഞു. കാണേണ്ടതു കണ്ടു. ബ്രഹ്മസത്തയുടെ അവസ്ഥ ഇതാണ്. ഇനി നിനക്ക് അറിയേണ്ടതു വല്ലതുമുണ്ടെങ്കിൽ ചോദിച്ചോളൂ.

ലീല:-ദേവീ! മൃതനായ ഭർത്താവ് രാജ്യഭാരം ചെയ്യുന്ന സദസ്സിൽ ഞാൻ ചെന്നപ്പോൾ അദൃശ്യയായി ഭവിച്ചതും ഇവിടെ സങ്കൽപമാത്രത്താൽ പുത്രദൃഷ്ടിക്കു ഗോചരീഭവിച്ചതും എന്തുകാരണത്താലെന്നു പറഞ്ഞുതരുമോ?

സരസ്വതി പറഞ്ഞു:-വത്സേ! അക്കാലത്ത് അഭ്യാസം ഇല്ലായ്കകൊണ്ട് നിന്റെ ദ്വൈതഭ്രമം നിശ്ശേഷം നശിച്ചിരുന്നില്ല. അതുനിമിത്തം ഞാൻ ലീലയാണെന്നഭാവം അന്നു നിന്നെ ബാധിച്ചിരുന്നു. അഹംഭാവന നീങ്ങായ്കകൊണ്ട് സത്യസങ്കൽപത ഉണ്ടായതുമില്ല. ഇപ്പോൾ നീ സത്യസങ്കൽപയായിത്തീർന്നതിനാൽ എന്നെ പുത്രൻ കാണട്ടെ എന്നുള്ള അഭിമതത്തിനു ഫലപ്രാപ്തി ഉണ്ടായതാണ്. ഇപ്പോൾ നീ ഭർത്താവിന്റെ സമീപത്തെ പ്രാപിച്ചാൽ നിന്നെക്കാണ്മാനും പണ്ടത്തെപ്പോലെയുള്ള വ്യവഹാരങ്ങൾ ഭവിക്കാനും ഇടവരും.

ലീല:-ദേവീ! എന്റെ ഭർത്താവായി ബ്രാഹ്മണൻ വസിച്ചതും അദ്ദേഹം രാജാവായും ഞാൻ രാജ്ഞിയായും വാണതും പിന്നീട് അദ്ദേഹം മരിച്ചതും മണ്ഡലാകാശത്തിൽ രാജധാനിയിൽ രാജത്വം വഹിച്ചിരുന്നതും എല്ലാം ഈ ഭാവനാകാശത്തിൽ തന്നെയാണെന്നു സിദ്ധമായി. ഓരോ സർഗ്ഗവും വിഭിന്ന ബ്രഹ്മാണ്ഡങ്ങളിലാണെന്ന് എനിക്കിപ്പോൾ മനസ്സിലായി. ചെപ്പിനുള്ളിൽ കടുകുകൾ കിടക്കുന്നപോലെ ഈ ഗൃഹാകാശത്തിൽതന്നെയാണ് എല്ലാ ബ്രഹ്മാണ്ഡങ്ങളും സ്ഥിതിചെയ്യുന്നതെന്നു ഞാൻ വിചാരിക്കുന്നു. ഇങ്ങനെ അന്തികസ്ഥമായ ഭർത്തൃമണ്ഡലത്തെ ദയാപൂർവം ദേവി എനിക്കു കാണിച്ചുതരണം.

ദേവി-ഹേ ഭൂതലാരുന്ധതി! നിനക്കു മണ്ഡലാകാശത്തിൽ ഈ സർഗ്ഗങ്ങൾ മാത്രമല്ല അനവധി ജന്മങ്ങളും വാഴ്ചകളും ഇതിനുമുമ്പ് കഴി

ഞ്ഞിട്ടുണ്ട്. അവയിൽവച്ച് ഏറ്റവും അടുത്ത മൂന്നുസർഗ്ഗങ്ങളിലായി മൂന്നു ഭർത്താക്കന്മാരുണ്ടായി. അതിൽ ആദ്യത്തെ ആൾ ബ്രാഹ്മണനാണ്. അദ്ദേഹം ഭസ്മശേഷനായി. രണ്ടാമതു പത്മരാജൻ, അദ്ദേഹം ശവീഭവിച്ച് പുഷ്പാവൃതനായി മണ്ഡപത്തിൽ കിടക്കുന്നു. മൂന്നാമത്തെ ഭർത്താവായ രാജാവ് സംസാരസുഖത്തിൽ മുഴുകി ലോകവ്യവഹാരം നടത്തിക്കൊണ്ടിരിക്കുന്നു. ഇതിലേതു ഭർത്താവിന്റെ മണ്ഡലത്തിലേക്കാണു നിന്നെ ഞാൻ കൊണ്ടുപോകേണ്ടത്?

ലീല പറഞ്ഞു-ദേവി! ഭവതിയുടെ അനുഗ്രഹത്താൽ ഇപ്പോൾ എനിക്കു സ്മരണയുണ്ടാകുന്നു. എന്റെ ഈ ജന്മം താമസവും സാത്വികവുമല്ലെന്നും രാജസമാണെന്നും മനസ്സിലാകുന്നു. ബ്രാഹ്മത്തിൽനിന്ന് അവതീർണ്ണയായ എനിക്കു പല യോനികളിലായി എണ്ണൂറോളം ജന്മങ്ങൾ കഴിഞ്ഞു. അവയെല്ലാം ഇപ്പോൾ സ്ഫുടമായി ഓർമ്മയിൽ വരുന്നുണ്ട്. ഒരു സംസാരമണ്ഡലത്തിൽ വിദ്യാധരലോകത്താമരയ്ക്കു പെൺവണ്ടെന്നപോലെ സൗന്ദര്യലഹരി നടനം ചെയ്യുന്ന ഒരു വിദ്യാധരിയായി ആദിയിൽ ഞാൻ ജനിച്ചു. പിന്നീട് ദുർവാസനകളാൽ മലിനീഭൂതയാകകൊണ്ട് മനുഷ്യസ്ത്രീയായി; അനന്തരം മറ്റൊരു സംസാരമണ്ഡപത്തിൽ സർപ്പേന്ദ്രപത്നിയായി ഭവിച്ചു. അടുത്തജന്മം കടമ്പുമുതലായ വൃക്ഷങ്ങൾ നിറഞ്ഞ ഒരു കാട്ടിൽ ഇലകളും തുന്നിയുടുത്തു നടന്ന ഒരു കറുത്ത കാട്ടാളത്തിയായി. വനവാസനനിമിത്തം പിന്നീട് ഒരു പുണ്യാശ്രമത്തിൽ ഗുല്മലതയായി വളർന്നു കാട്ടുതീയിലകപ്പെട്ടു ദഹിച്ചു. പിന്നീട് ആശ്രമമുനിയുടെ കന്യകയായിപ്പിറന്നു. പുരുഷത്വഫലപ്രദങ്ങളായ കർമ്മങ്ങൾ നിമിത്തം അനന്തരജന്മത്തിൽ സൗരാഷ്ട്രദേശത്തിലെ രാജാവായി നൂറു സംവത്സരം വാണു. രാജകർമ്മങ്ങളുടെ പാപദോഷത്താൽ താളിപ്പനംകാട്ടിൽ കുഷ്ഠരോഗം പിടിപെട്ട പെൺകീരിയായി ഒൻപതു വർഷം കഴിച്ചു. സൗരാഷ്ട്രത്തിൽ ഒരു പശുവായിപ്പിറന്ന്, ദുഷ്ടന്മാരും അജ്ഞന്മാരുമായ ഗോപാലബാലന്മാരുടെ ഉപദ്രവങ്ങൾ സഹിച്ച് എട്ടു വർഷം ജീവിച്ചു. പിന്നീട് ഒരു പെൺപക്ഷിയായി കാട്ടാളന്മാർ വച്ച വലയിൽ അകപ്പെട്ടു. ഇപ്പോൾ സംസാരവാസനയെ എന്നപോലെ അതിനെ പണിപ്പെട്ടു ഞാൻ അറത്തുമുറിച്ചു. പെൺവണ്ടായിപ്പിറന്നു താമരമൊട്ടറകളിലെ അല്ലികളും ഭക്ഷിച്ച്, ഇണവണ്ടുമായി ആ അല്ലിത്തട്ടുകളിൽ വിശ്രമിച്ചു കുറേനാൾ കഴിച്ചു. പിന്നീട് ഒരു രാജഹംസിയായി താമരപ്പൂവിൽ വസിച്ചിരുന്ന കാലത്ത് വെള്ളത്തിൽ കിടന്ന ഒരിലവിന്റെ ഇലയിൽ പറ്റിക്കൂടിയ കൊതുകുകളുടെ കൂട്ടത്തിൽനിന്നു തെറ്റിവീണുപോയ ദുർബലമായ ഒരു കൊതുകു വീണ്ടും അതിൽപ്പറ്റിക്കയറാൻ ശ്ര

മിച്ചിട്ടും സാധിക്കാതെ ഉഴലുന്നതു കാണ്മാൻ സംഗതിവരിക കൊണ്ട് ആ സ്മരണയുടെ സംസ്കാരം നിമിത്തം അടുത്ത ജന്മത്തിൽ ഒരു പെൺകൊതുകായും ജനിച്ചു. കിംബഹുനാ പല ജലജയോനികളിലും ദേവയോനികളിലും മറ്റും അനേകപ്രകാരത്തിൽ ജന്മങ്ങൾ ഞാൻ എടുത്തു. ഇപ്രകാരം സംസാരനദീപ്രവാഹത്തിൽപെട്ടു കാറ്റിനനുകൂലമായി ഓടുന്ന വാതമൃഗത്തിന്റെ സഞ്ചാരംപോലെ കയറിയും ഇറങ്ങിയും ദുഃഖശതഭൂയിഷ്ഠങ്ങളായ നാനായോനികളിൽ ജനിക്കകൊണ്ടുള്ള സങ്കടം ഞാൻ അനുഭവിച്ചിട്ടുണ്ട്.

ശ്രീരാമൻ ചോദിച്ചു-- വജ്രസാരകർക്കശമായ ബ്രഹ്മാണ്ഡഭിത്തിയെ ഭേദിച്ച് ലീലയും ദേവിയും വെളിയിൽ പുറപ്പെട്ടതും മറ്റൊന്നിൽ പ്രവേശിച്ചതും എങ്ങനെയെന്നു പറഞ്ഞുതരണം.

വസിഷ്ഠൻ-രഘുരാജാ! ബ്രഹ്മാണ്ഡമെവിടെ? അതിന്റെ ഭിത്തി എവിടെ? വജ്രകാർക്കശ്യവുമെവിടെ? ദേവിമാർ രണ്ടുപേരും ആ അന്തഃപുരാകാശത്തിൽ അൽപമായ അന്തരാളത്തിൽ മാത്രമേ സഞ്ചരിക്കയുണ്ടായുള്ളു. ആ ഗിരിഗ്രാമാകാശമണ്ഡപത്തിൽ തന്നെയാണ് ബ്രാഹ്മണൻ രാജത്വത്തെ അനുഭവിക്കുന്നത്. ആ മണ്ഡപാകാശത്തിന്റെ ഒരു കോണിലത്രേ ചതുഃസമുദ്രമേഘലയായ ഈ ഭൂമിയും സ്ഥിതിചെയ്യുന്നത്. ലീല വാഗ്ദേവിയോടുകൂടി സൂക്ഷ്മശരീരം ധരിച്ചു സഞ്ചരിച്ചതും ആകാശത്തിലെ ഒരു ചാണളവു വട്ടത്തിലാണ്. അവർ ബ്രഹ്മാണ്ഡത്തിൽനിന്നു ബ്രഹ്മാണ്ഡത്തെ പ്രാപിച്ചതും മെത്തയിൽക്കിടന്നുറങ്ങുന്നവൻ ഒരു സ്വപ്നത്തിൽനിന്നു മറ്റൊരു സ്വപ്നത്തിലേയ്ക്കു മാറിയതുപോലെ മാത്രേമേയുള്ളു. ഇതെല്ലാം ഭ്രാന്തിയുടെ ഒരു വിലാസം മാത്രമാണ്. ബ്രഹ്മാണ്ഡവുമില്ല സംസാരവുമില്ല. ആകാശമാത്രമായ അവസ്തുവിൽ മനസ്സിന്റെ വാസനാജന്യമായ വികാസത്തിന്റെ ഫലമായി മിഥ്യയായ ഈ പ്രപഞ്ചം തോന്നപ്പെടുന്നതാണ്. പ്രശാന്തവും സർവ്വവ്യാപിയുമായ ചിദാകാശം തന്നെ ജഗത്തായി തോന്നപ്പെടുന്നു. ജ്ഞാനദൃഷ്ടി തുറന്നു കഴിഞ്ഞാൽ ശൂന്യമായ ആകാശം അല്ലാതെ ജഗത്തൊന്നും കാണപ്പെടുകയില്ല. ഹേ രഘുരാമ! നീ സദസദ്ഭേദം മനസ്സിലാക്കി ലീലാദേവിമാരുടെ അനന്തരചരിത്രം ശ്രദ്ധിച്ചുകേൾക്കു. അവർ സംഭാഷണത്തിനുശേഷം ആ ഭവനത്തിൽനിന്നും ആകാശത്തിലേയ്ക്കുയർന്നു. രണ്ടാമത്തെ സർഗ്ഗത്തിൽ രാജശരീരം പുഷ്പാവൃതമാക്കി സൂക്ഷിച്ചിരിക്കുന്ന മണ്ഡപത്തിലെത്തി. അവിടെ രാജശരീരത്തെയും സമാധിയിൽ ഹൃദയത്തെ ആരോഹിപ്പിച്ചുകിടക്കുന്ന ലീലാശരീരത്തെയും കണ്ടിട്ടു മൂന്നാമത്തെ സർഗ്ഗത്തിലേയ്ക്കു കുതിച്ചുപൊങ്ങി. ആകാശരൂപി

ണിയായ അവർ ബ്രഹ്മാണ്ഡഭിത്തികളെയും ഭേദിച്ച്, ജംബുദ്വീപത്തിലെ ഭാരതഖണ്ഡത്തിൽ ലീലയുടെ ഭർത്താവായ രാജാവ് പുതിയ സംസാരം നടത്തിപ്പോരുന്ന സ്ഥലത്തെത്തിച്ചേർന്നു. അപ്പോൾ അവിടെ ഉത്ഭടസാമന്തന്മാരുടെ സഹായത്തോടുകൂടി ഒരു പ്രബല ശത്രുരാജാവ് ആക്രമണം നടത്തിക്കൊണ്ടിരുന്നു. ആകാശമണ്ഡലം യുദ്ധം കാണാൻ വന്നു നിരന്ന ദേവാദികളുടെ സമൂഹത്താൽ നിബിഡീഭൂതമായിരുന്നു. യുദ്ധത്തിൽ മരിക്കുന്ന ശൂരന്മാരെ സൽകരിക്കുന്നതിനു ബദ്ധശ്രദ്ധരായി അപ്സരഃസ്ത്രീകളും ഇന്ദ്രദൂതന്മാരും അവിടവിടെ നിന്നിരുന്നു. ഈ വാക്കുകൾകേട്ട് ശ്രീരാമൻ ചോദിച്ചു-- ഗുരോ! എപ്രകാരമുള്ള ഭടനാണ് ശൂരശബ്ദത്തിന് അർഹൻ. യുദ്ധത്തിൽ മരണം പ്രാപിക്കുന്നവരിൽ സ്വർഗ്ഗസ്ഥാനത്തിന് അർഹൻ ആര്? നരകമനുഭവിക്കുന്നവനാര്? സദയമരുളിച്ചെയ്യണം.

വസിഷ്ഠൻ-ശാസ്ത്രോക്തപ്രകാരം ധർമ്മത്തെ പാലിച്ചുവരുന്ന ഒരു രാജാവിനുവേണ്ടി ജയിച്ചാലും മരിച്ചാലും പിൻമാറാതെ യുദ്ധംചെയ്യുന്നവനാരോ അവൻ ശൂരൻ എന്നു പറയപ്പെടുന്നു. അല്ലാതെ മുറിവേറ്റു മരിക്കുന്നവൻ ഡിംഭാഹവനാകുന്നു. മരിച്ചാലവനു നരകമല്ലാതെ മോക്ഷം കിട്ടുകയില്ല. ധർമ്മരഹിതനായി ദുർവൃത്തനായിരിക്കുന്ന ഒരു രാജാവിനോ പ്രഭുവിനോ വേണ്ടി യുദ്ധം ചെയ്യുന്നവനും മരിച്ചാൽ നരകമല്ലാതെ സ്വർഗ്ഗമില്ല. പശുക്കളുടെയോ ബന്ധുക്കളുടെയോ സ്ത്രീകൾ ശിശുക്കൾ മുതലായ ദുർബലസംഘത്തിന്റെയോ ആചാരവാന്മാരായ ഉത്തമമനുഷ്യരുടെയോ ശരണാഗതരുടെയോ രക്ഷയ്ക്കുവേണ്ടി മരിക്കുന്നവർ സ്വർഗ്ഗഭൂഷണമാകുന്നു. രക്ഷണീയന്മാരെയും രാജ്യത്തേയും സ്നേഹപൂർവ്വം രക്ഷിച്ചിരിക്കുന്ന രാജാവിനുവേണ്ടി മരിക്കുന്നവർ വീരന്മാരും വീരസ്വർഗ്ഗത്തിന് അവകാശികളുമാണ്. പ്രജോപദ്രവികളായ രാജാക്കൾക്കോ പ്രഭുക്കൾക്കോ വേണ്ടി യുദ്ധംചെയ്തു മരിക്കുന്നവൻ നരകത്തെ പ്രാപിക്കുന്നു. ചുരുക്കത്തിൽ സദാചാരന്മാർക്കുവേണ്ട ഖഡ്ഗധാരയെ സഹിക്കുന്നവർ ആരോ അവർ ശൂരന്മാരും ശേഷമുള്ളവർ അധമയോദ്ധാക്കളുമാകുന്നു. അങ്ങനെയുള്ള ശൂരന്മാരുടെ വല്ലഭമാരാകാനുള്ള കൗതുകത്തോടുകൂടിയാണ് യുദ്ധാങ്കണത്തിലെ അന്തരീക്ഷത്തിൽ അപ്സരഃസ്ത്രീകൾ കാത്തുനിൽക്കുന്നത്.

ലീലയും ദേവിയും യുദ്ധദർശനകൗതുകത്തോടുകൂടി മനഃകല്പിതവും സ്ഥിരവുമായ ഒരു വിമാനത്തിൽ ആരോഹിച്ചു സ്ഥിതിചെയ്തു. യുദ്ധസന്നദ്ധരായ സേനകൾ ഇരുപുറവും രണ്ടു പെരുങ്കടൽപോലെ പരന്നിരുന്നു. സൈന്യനായകന്മാരായ രാജാക്കന്മാർ യുദ്ധശ്രദ്ധയോടുകൂ

ടി നിൽക്കുന്നതു കാണപ്പെട്ടു. ഇതിനിടയ്ക്കു ഇരുകക്ഷികളും ആയുധ വർഷം ആരംഭിച്ചുകഴിഞ്ഞു. നിർഭയനായ ഒരു ഭടൻ ശത്രുകക്ഷിയിൽ നിന്നു പ്രളയസമുദ്രത്തിലെ തിരപോലെ ലീലേശന്റെ നേർക്കു ചാടിവീണു. തടുക്കാൻ ശക്തനല്ലാതെ വിഷണ്ണനായ രാജാവ് മുദ്ഗരത്താൽ അവന്റെ വക്ഷസ്സിൽ പ്രഹരമേൽപിച്ച് അവനെ നിഗ്രഹിച്ചു. പ്രളയസമുദ്ര വേഗമോ എന്നു തോന്നുമാറ്, സേനകൾ അന്യോന്യം പ്രയോഗിച്ചു തുടങ്ങിയ അഗ്നിപ്രഭങ്ങളായ ആയുധങ്ങളുടെ വെളിച്ചം മിന്നൽപോലെ യുദ്ധക്കളത്തിൽ പരക്കുന്നു. വീരന്മാരുടെ യുദ്ധച്ചട്ടകൾ തമ്മിൽ ഉരുമ്മി തീപ്പൊരികൾ ആകാശത്തിൽ നിരക്കുന്നു. പരസ്പരം വെട്ടിമുറിക്കുന്ന ഖഡ്ഗഖണ്ഡങ്ങൾ പക്ഷികളെപ്പോലെ ആകാശത്തിൽ പറക്കുന്നു. വില്ലിന്റെ ക്രേങ്കാരശബ്ദത്താൽ ധീതകളായ വൈമാനികസ്ത്രീകൾ നടുങ്ങി വിങ്ങി ഒഴിയുന്നു. തുരുതുരെ പ്രയോഗിക്കുന്ന ബാണവർഷധാരകളേറ്റു ശൂരന്മാരുടെ അവയവങ്ങളറ്റു ദൂരത്തുവീഴുന്നു. മത്തഗജങ്ങൾ തുടരെ ചത്തുമറിയുമ്പോൾ ഉണ്ടാകുന്ന ഭൂചലനത്താൽ ഭീരുക്കൾ ഓടാൻ കഴിവില്ലാതെ ഭൂമിയിൽ വീണു വേഗത്തിൽ ഉരുളുന്നു. ആയുധത്താൽ ഛേദിക്കപ്പെടുന്ന കൊടിക്കൂറുകൾ ചാമരങ്ങൾ മുതലായവ അവിടവിടെ മേഘങ്ങളിൽ തങ്ങിക്കിടക്കുന്നു. കവിണേറുകളുടേയും ചക്രങ്ങളുടേയും പ്രയോഗത്തെ ഭയപ്പെട്ട് ആകാശവാസികൾ ദൂരദൂരം പലായനം ചെയ്യുന്നു. ആകാശത്തിൽപൊങ്ങുന്ന ഖഡ്ഗഖണ്ഡങ്ങൾ നക്ഷത്രമാലപോലെ പരവി പ്രകാശിക്കുന്നു. വീരമല്ലന്മാരുടെ വജ്രമുഷ്ടിയിൽ മർദ്ദിതമായ ഭടസമൂഹം യുദ്ധാങ്കണത്തിൽ ചത്തുമലരുന്നു. ആഗ്നേയ യന്ത്രകുംഭങ്ങൾ നിക്ഷേപിച്ചു നിരവധി സൈന്യനാശത്തെ വരുത്തിക്കൂട്ടുന്നു. നാരാചജലധാര വർഷിക്കുന്ന വീരമത്തമേഘങ്ങളുടെ സംഭ്രമണകോലാഹലത്താൽ കബന്ധമയിലുകൾ യുദ്ധക്കളത്തിൽ നൃത്തംചെയ്യുന്നു. കല്പാന്തവായു അടിച്ചിളക്കുന്ന പർവതങ്ങളെന്നപോലെ മത്തഗജങ്ങൾ യുദ്ധക്കളത്തിൽ സഞ്ചരിക്കുന്നു. വിജയികളുടെ ഹുങ്കാരനാദങ്ങളും പരാജിതന്മാരുടെ ദീനധ്വനികളും മുഴങ്ങുന്നു. ഇങ്ങനെ ഭയങ്കരയുദ്ധം നടന്നുകൊണ്ടിരിക്കുമ്പോൾ ആദിത്യാസ്തമയം അടുത്തു. ശസ്ത്രാഘാതശക്തിയാൽ ക്ഷീണിച്ച വീരൻ എന്നപോലെ എട്ടിലൊരുഭാഗം മാത്രം പകൽ ശേഷിക്കെകൊണ്ട് ചൂടുകുറഞ്ഞ ആദിത്യൻ മാധുരാകൃതിയായി ലഘുരശ്മികളെ വീശിത്തുടങ്ങി. സേനകളും മുറിവുകളേറ്റും ക്ഷീണിച്ചും ആദിത്യനോടൊപ്പം നിഷ്പ്രഭരായി. സേനാനായകന്മാർ രണ്ടു കക്ഷിയിലും മന്ത്രിമാരുമായി ആലോചിച്ചു യുദ്ധം തൽക്കാലത്തേയ്ക്കു നിറുത്തിവയ്ക്കണമെന്ന് അന്യോന്യം ദൂതന്മാർമുഖേന അറിയിച്ചു. ഈ

അഭിപ്രായത്തെ ഇരുകൂട്ടരും അംഗീകരിച്ച്, വെള്ളക്കൊടികൾ ഉയർത്തി ദുന്ദുഭിവാദ്യം മുഴക്കി. മഥനം നിർത്തി മന്ദരമുയർത്തിയ പാലാഴിപോലെ സേനാസമുദ്രം പ്രശാന്തമായി. ക്ഷണേന നാലുദിക്കിലേക്കും അലച്ചടിച്ചു കയറുന്ന പ്രളയക്കടലോ എന്നു തോന്നുമാറ് സൈന്യങ്ങൾ പോർക്കളംവിട്ട് നീങ്ങിത്തുടങ്ങി. മുഹൂർത്തസമയത്തിനകം അഗസ്ത്യൻ കുടിച്ചു വറ്റിച്ച കടൽപോലെ യുദ്ധക്കളം ജനശൂന്യമായി ഭവിച്ചു. ആരക്തനായ യുദ്ധവീരനെപ്പോലെ ആദിത്യൻ പശ്ചിമസമുദ്രത്തിൽ മുങ്ങി. ആ കപ്പാടെ അശോഭനമായ ആ അവസ്ഥാന്തരത്തെക്കുറിച്ച് ദുഃഖിച്ചിട്ടെന്നപോലെ ദിക്കുകൾ എല്ലാം മങ്ങി. പാതാളഗഹ്വരങ്ങളിൽ ഒളിച്ചുകിടന്ന ഇരുൾക്കെട്ടുകൾ ആകാശത്തിലേയ്ക്കു പൊങ്ങി. ലീലാകാന്തനായ രാജാവ് ഭവനത്തിലെത്തി അല്പം മനസ്സിടിവോടെ പ്രാതഃകാലത്തിൽ നടത്തേണ്ട കാര്യങ്ങളെക്കുറിച്ച് മന്ത്രവിശാരദന്മാരായ മന്ത്രിമാരുമായി ആലോചന നടത്തിയതിന്റെ ശേഷം ചന്ദ്രന്റെ അന്തരഭാഗമോ എന്നു തോന്നുമാറ് രമ്യമായ തന്റെ മണിഭവനത്തിൽ കടന്നു ഹിമശീതളശയ്യയിൽ കിടന്നുറങ്ങി. ആ അവസരത്തിൽ ദേവിയും ലീലയും ആകാശത്തിൽനിന്നും അവരോഹിച്ച് ആ രാജഭവനത്തിൽ എത്തിച്ചേർന്നു. താമരമൊട്ടിൽ കാറ്റൂതിക്കയറുന്നതുപോലെ വാതിൽപഴുതിൽകൂടി പള്ളിയറയിൽ കടന്നു. രണ്ടു ചന്ദ്രബിംബം ഒരുമിച്ചുദിച്ചവിധത്തിലുള്ള പ്രഭ അപ്പോൾ ആ മുറിയിൽ പരന്നു. അവരുടെ സങ്കല്പവിശേഷത്താൽ നിർമ്മലവും കോമളവുമായ കല്പകപ്പൂമണം ചേർന്ന ഇളംകാറ്റ് അവിടെ വീശിക്കൊണ്ടിരുന്നു. രാജാവൊഴിച്ചുള്ളവരെല്ലാം ഗാഢമായ നിദ്രയിൽ ലയിച്ചിരുന്നു. ദേവിമാരുടെ ദേഹകാന്തിക്കതിരുകൾ അമൃതുതളിച്ചതുപോലെ ശരീരത്തിൽ തട്ടി സുഖക്കുളുർമ്മയുണ്ടാക്കുകയാൽ ആഹ്ളാദിതനായ രാജാവ് നിദ്രയിൽനിന്നും ഉണർന്നു. മേരുക്കുന്നിന്റെ കൊടുമുടികളിൽ ഉദയം ചെയ്ത ചന്ദ്രബിംബങ്ങളോ എന്നുതോന്നുമാറ് അഗ്രഭാഗത്ത് സ്വർണ്ണസിംഹാസനങ്ങളിൽ സ്ഥിതിചെയ്യുന്ന രണ്ടു ദിവ്യസുന്ദരിമാരെ കാൺകകൊണ്ടു വിസ്മയാകുലനായി അദ്ദേഹം സർപ്പശയ്യയിൽനിന്നും സാക്ഷാൽ വിഷ്ണുഭഗവാൻ എന്നപോലെ എഴുന്നേറ്റു. ക്ഷണേന തലയ്ക്കലിരുന്ന പൂക്കൂടയിൽനിന്നും വിടർന്ന പൂക്കൾ കൈനിറയെവാരി ഭൂമിയിൽ പത്മാസനം ഉറപ്പിച്ചിരുന്നു വണങ്ങിക്കൊണ്ട്, ഹേ! ജീവിതദുഃഖകോടികളുടെ ചൂടകറ്റുന്ന ചന്ദ്രബിംബങ്ങളേ! അകത്തും പുറത്തുമുള്ള ഇരുളകറ്റുന്ന സൂര്യപ്രഭകളേ! നിങ്ങൾ ജയിപ്പൂതാക! എന്നു സ്തുതിവാദത്തോടുകൂടി, അവരുടെ പാദങ്ങളിൽ ആ പുഷ്പാഞ്ജലിയെ നിക്ഷേപിച്ചു. വാഗ്ദേവി, രാജജന്മത്തെ ലീലയെ അറിയിക്കണമെന്നു ക

രുതി സമീപത്തിൽ ഉറങ്ങിക്കിടന്ന മന്ത്രിയെ തന്റെ സങ്കൽപശക്തിയാൽ ഉണർത്തി. പുരോഭാഗത്തു വിളങ്ങുന്ന അപ്സരസ്സുകളെക്കണ്ടു കുതൂഹലിതനായ മന്ത്രി വേഗത്തിൽ അവരുടെ പാദങ്ങളിൽ പുഷ്പാഞ്ജലി ചെയ്തു വണങ്ങിനിന്നു. ദേവി രാജാവിനെ നോക്കി പ്രഭോ അങ്ങ് ആരുടെ മകനാണ്? ആരാണ്? ഏതുകാലത്താണ് ജനിച്ചത്? എന്നു ചോദിച്ചു. "ദേവിമാരേ! നിങ്ങളുടെ പ്രസാദത്താലാണ് ഈ തിരുമുമ്പിൽ സംസാരിക്കാൻ എനിക്കു ഭാഗ്യമുണ്ടായത്. എന്റെ പ്രഭുവിന്റെ ജന്മചരിത്രം ഞാൻ പറയാം.ഇക്ഷ്വാകുവംശത്തിനലംകാര ഭൂതനായി സുന്ദരനും ശ്രീമാനുമായ ഒരേകച്ഛത്രാധിപതി കുരുരഥൻ എന്ന നാമത്തിൽ ജനിച്ചു. അദ്ദേഹത്തിനു ഭദ്രരഥൻ എന്നൊരു പുത്രനുണ്ടായി. അതിൽ പിന്നെ വിശ്വരഥൻ, ബൃഹദ്രഥൻ, സിന്ധുരഥൻ, ശൈലരഥൻ, കാമരഥൻ, മഹാരഥൻ, വിഷ്ണുരഥൻ, നഭോരഥൻ ഇങ്ങനെ എട്ടു രാജാക്കന്മാർ പുത്രപരമ്പരയാ മുറയ്ക്കു ജാതരായി. നഭോരഥന്റെ മകനാണ് സകലഗുണസമ്പൂർണ്ണനായ ഇദ്ദേഹം. ഇദ്ദേഹത്തിന്റെ പേര് വിഡൂരഥൻ എന്നാണ്. അമ്മയുടെ പേർ സുമിത്രയെന്നായിരുന്നു. ഇദ്ദേഹത്തിനു പത്തുവയസ്സായപ്പോൾ സിംഹാസനം വിട്ടുകൊടുത്തിട്ടു പിതാവു കാനനത്തെ പ്രാപിച്ചു. അതുമുതൽ ധർമ്മരേഖയിൽ നിന്ന് അണുപോലും വ്യതിചലിക്കാതെ ഈ മഹാനുഭാവൻ ഭൂപീഠത്തെ രക്ഷിച്ചുവരുന്നു. ദീർഘകാലം തപസ്സു ചെയ്യുന്നവർക്കുപോലും ദർശനഭാഗ്യം അരുളാത്ത ദേവിമാരേ! വിഡൂരഥനെന്ന വിഖ്യാതനായ ഈ രാജേശൻ ഇപ്പോൾ നിങ്ങളുടെ പ്രസാദാതിശയത്താൽ പരമവിശുദ്ധനായി ഭവിച്ചിരിക്കുന്നു." ഇപ്രകാരം ഉണർത്തിച്ചതിന്റെശേഷം മന്ത്രിയും, പത്മാസനസ്ഥിതനായി ഭൂമിയിൽ ഇരിക്കുന്ന രാജാവും സാഞ്ജലിഹസ്തന്മാരായി മുഖം താഴ്ത്തി മൗനംദീക്ഷിച്ചു. ഭോ രാജൻ! നീ വിവേകത്താൽ പൂർവജന്മത്തെ സ്വയം സ്മരിക്കുക എന്നരുളിച്ചെയ്തിട്ടു സരസ്വതീദേവി അദ്ദേഹത്തിന്റെ ശിരസ്സിൽ കൈത്തലം തൊട്ടനുഗ്രഹിച്ചു. പെട്ടെന്നു മായാപത്മരാജന്റെ ഹൃദയതമസ്സെല്ലാം ശമിച്ചു വികാസത്തെ പ്രാപിച്ചു. പൂർവജന്മചരിത്രങ്ങൾ മനസ്സിൽ പ്രകാശിച്ചു തുടങ്ങി. ലീലയോടുകൂടി നിവസിച്ചിരുന്ന ആ ദേഹവും രാജത്വവും കൈവിട്ടതും സരസ്വതിയുടെ ചരിത്രവും ലീലയുടെ വിജൃംഭിതവും ആകവേ ഓരോന്നോരോന്നായി സ്മൃതിപഥത്തിൽ ഉദിച്ചു. കഷ്ടം, സംസാരത്താൽ വിസ്തൃതമായ മായയുടെ വിലാസമാണിത്. ദേവിമാരുടെ അനുഗ്രഹത്താൽ ഇപ്പോൾ എനിക്കു ബോധ്യപ്പെട്ടതുമാണ്. ഇങ്ങനെ ചിന്തിച്ചു ദേവിമാരെത്തൊഴുതു പറഞ്ഞു. പുണ്യവതികളേ! ഞാൻ മരിച്ചിട്ടു ദിവസം ഒന്നേ കഴിഞ്ഞുള്ളു. അതിനകം വി

ഡൂരഥനായി ഇവിടെ ജനിച്ച് എഴുപതുവയസ്സുമായിരിക്കുന്നു. ബാല്യവും താരുണ്യവും മറ്റനേകകാര്യങ്ങളും ശരിയായ എന്റെ ഓർമ്മയിൽ ഇരിക്കുന്നുമുണ്ട്. ഈ മായാപ്രബന്ധത്തിന്റെ അന്തരാർത്ഥമെന്തെന്നു പറഞ്ഞുതരുമോ?

സരസ്വതി പറഞ്ഞു- ഹേ രാജാവേ! മരണമാകുന്ന മോഹമൂർച്ഛയ്ക്കുശേഷം ആ സർഗ്ഗം മായാവരണത്താൽ മറയ്ക്കപ്പെട്ടിട്ട് അതേ മുഹൂർത്തത്തിൽ അതേ ഗൃഹത്തിന്റെ ഉള്ളിൽതന്നെ ഉണ്ടായ പത്മലോകത്തിൽ നീ വസിച്ചു. അതും മായയാൽ മൂടപ്പെട്ട്, അതേ ഗൃഹത്തിന്റെ അന്തരാകാശത്തിൽ ഇപ്പോൾ ഈ സർഗ്ഗം നടത്തുകയും ചെയ്യുന്നു. ഈ വ്യവഹാരഭ്രമങ്ങളെല്ലാം സ്വച്ഛാകാശം പോലെ നിർമ്മലമായ നിന്റെ ഹൃദയത്തിന്റെ സങ്കൽപവിശേഷം മാത്രമാകുന്നു. ഇപ്പോൾ ജനിച്ചുവളർന്നു രാജാവായി പ്രജകളെ രക്ഷിച്ച് എഴുപതുവയസ്സുവരെ കഴിച്ചുകൂട്ടിയെന്നു തുടങ്ങിയുള്ള തോന്നലും ഹൃദയത്തിൽ ഉദിച്ച പ്രതിഭയുടെ വിലാസം മാത്രമാണ്, സ്വപ്നത്തിൽ രണ്ടുനാഴികകൊണ്ട് നൂറു വത്സരം കഴിഞ്ഞെന്നു തോന്നുന്നതുപോലെ വിസ്താരത്തിലുള്ള ഈ ഭ്രാന്തിയെല്ലാം ചിദാകാശരൂപനായ നിന്നിൽ തോന്നപ്പെടുന്നു. പരമാർത്ഥത്തിൽ നീ ഒരിക്കലും ജനിക്കയോ മരിക്കയോ ചെയ്തിട്ടില്ല. നീ ശുദ്ധവിജ്ഞാന സ്വരൂപനാണ്, ശാന്തനായി ആത്മാവിൽതന്നെ ഇരിക്കയുമാണ്. ഇവയെല്ലാം നീ കാണുന്നതുപോലെ തോന്നുന്നു. എന്നാൽ പരമാർത്ഥത്തിൽ ഒന്നും തന്നെ കാണുന്നില്ല. ശ്രേഷ്ഠമായ രത്നംപോലെയും തേജോരൂപങ്ങളായ ആദിത്യാദി ഗോളങ്ങൾപോലെയും നിന്നിൽ നിന്നുതന്നെ സർവ്വദാ പ്രകാശിച്ചുകൊണ്ടിരിക്കുകയാണ് ചെയ്യുന്നത്. പരമാർത്ഥജ്ഞാനമില്ലാതെ മൂഢബുദ്ധിയായി പരമപദത്തെ ദർശിക്കാതെയിരിക്കുന്നവന് വസ്തുത അസത്തായ ഈ പ്രപഞ്ചം വജ്രംപോലെ കാഠിന്യമുള്ളതാണെന്നു തോന്നും. ഒരു ബാലന് വേതാളപ്രതിമ, പ്രാണാന്തികമായ ഭയത്തെ ഉണ്ടാക്കുന്നതുപോലെ മൂഢബുദ്ധിയ്ക്ക് അസത്തായ ഈ ജഗത്തും സത്തായിത്തോന്നി അനിഷ്ടഫലങ്ങളെ വരുത്തിവയ്ക്കുന്നു. മൃഗതൃഷ്ണയിൽ മൃഗങ്ങൾക്കു ജലഭ്രമം ഉണ്ടാകുന്നു. അസത്യമായ ജഗത്തിനെ മൂഢൻ സത്യമെന്നു ഭ്രമിക്കുന്നു. മരിച്ചുപോയതായോ മറ്റോ കാണപ്പെടുന്ന സ്വപ്നം സത്യമായിത്തോന്നിയിട്ടു മനസ്സിനെ ദുഃഖിപ്പിക്കുന്നതുപോലെയാണ് ജഗത്തിൽ പരമാർത്ഥബുദ്ധിവയ്ക്കുന്ന മൂഢന്മാർക്കു സംസാരക്ലേശം സംഭവിക്കുന്നത്. സ്വർണ്ണത്തെക്കുറിച്ച് അറിവില്ലാത്ത ഒരുത്തൻ സ്വർണ്ണവള കണ്ടാൽ അതു വളയെന്നല്ലാതെ സ്വർണ്ണമാണെന്നു വിചാരിക്കാത്തതുപോലെ മൂഢബുദ്ധിയ്ക്കു ഈ

ജഗത്ത്, പുരം, ഭവനം പർവതം, മനുഷ്യപശുപക്ഷ്യാദിജീവികൾ ഇത്യാദിയാൽ സമ്പൂർണ്ണമായ സത്യവസ്തുവാണെന്നു തോന്നുന്നു. തേജസ്സുകളുടെ സമ്മേളനാദിവികാരങ്ങളാൽ ആകാശത്തിൽ മുത്തുമാല മയിൽപ്പീലി തുടങ്ങിയ ഓരോ വിചിത്രരൂപങ്ങൾ തോന്നപ്പെടുന്നതുപോലെ ബുദ്ധിമൗഢ്യത്തിന്റെ മിഥ്യാഭൂതമായ ഒരു വികാസമാണ് ഈ ജഗത്ത്. ഇത് അഹന്ത മുതലായ അഭിമാനങ്ങളോടുകൂടിയ നെടിയ കിനാവുമാത്രമാണ്. ജാഗ്രത്തിൽ കാണപ്പെടുന്ന സകല ചരാചരങ്ങളും സ്വപ്നപ്രായങ്ങളാണെന്നും ധരിച്ചുകൊള്ളണം. എന്നാൽ പ്രത്യക്ഷത്തിൽ അവയെല്ലാം സത്യങ്ങളായി തോന്നുന്നതിനു കാരണം പറയാം. സർവത്തിനും അധിഷ്ഠാനമായും ശാന്തമായും നിരതിശയ സത്യമായും ശുദ്ധമായും വിഷയസംബന്ധമില്ലാത്ത ജ്ഞാനമാത്രസ്വരൂപമായും ഇരിക്കുന്ന വിസ്തൃതമായ പരമാകാശം നിരന്തരമായി എങ്ങും നിറഞ്ഞിരിക്കുന്നു. സർവശക്തിയും സർവവ്യാപിയും സർവവും സർവരൂപവുമായ ആ നഭസ്സ് എവിടെവിടെ ഏതുപ്രകാരത്തിലുള്ള അർത്ഥക്രിയകൾക്ക് യോഗ്യമായി ആവിർഭവിക്കുന്നുവോ അവിടവിടെ അതേപ്രകാരംതന്നെ സ്ഫുരിക്കുന്നു. അതുനിമിത്തം സ്വപ്നം കാണുന്ന ആൾ സ്വപ്നപുരത്തിൽ പുരുഷനായോ സ്ത്രീയായോ പക്ഷിയായോ മൃഗമായോ കരുതുന്ന ജീവികൾ ക്ഷണത്തിൽ അവന് അപ്രകാരം ഭവിക്കുന്നു. ഇതാണ് ജഗത്തിന് പരമാർത്ഥബുദ്ധിയുണ്ടാകുന്നതിന്റേയും അവസ്ഥ. ഹേ രാജൻ! ലീലയ്ക്കുവേണ്ടി ഈ തത്വങ്ങളെല്ലാം നിനക്കു ഞാൻ പറഞ്ഞുതന്നു. ജഗത്തിന്റെ മിഥ്യാത്വത്തെ സകാരണം ഇപ്പോൾ അവൾ ബോധിക്കയും ചെയ്തിരിക്കുന്നു. ഇനി ഞങ്ങൾ പോകയാണ്. നിനക്ക് അഭീഷ്ടാർത്ഥസിദ്ധി ഭവിക്കുമാറാകട്ടെ.

മധുരാക്ഷരമായി സരസ്വതി അരുളിച്ചെയ്ത വാക്കുകൾകേട്ടു ബുദ്ധിമാനായ വിഡൂരഥരാജൻ പറഞ്ഞു- ദേവി! കേവലം മനുഷ്യപ്പുഴുവായ എന്റെ ദർശനംതന്നെ അർത്ഥികൾക്കു ഫലപ്രദമായിരിക്കെ വിഭൂതിമതിയായ ഭവതിയുടെ ദർശനം ഫലവത്തല്ലാതെ ഭവിക്കുന്നതെങ്ങനെ? ഞാൻ സ്വപ്നത്തിൽ നിന്നു മറ്റൊരു സ്വപ്നത്തെയെന്നപോലെ ഈ ദേഹത്തെ ഉപേക്ഷിച്ചു പത്മരാജശരീരത്തെ പ്രാപിക്കുന്നതെപ്പോൾ?

ദേവി പറഞ്ഞു- ഭോ രാജൻ! നീ ഈ യുദ്ധത്തിൽ ഇപ്പോൾതന്നെ മരിച്ചു പുരാതനമായ രാജഭാവത്തെ പ്രാപിക്കുമെന്നുള്ളതിനു സംശയമില്ല. പത്മരാജധാനിയിൽ അന്തഃപുരമണ്ഡപത്തിൽ നിർജ്ജീവമായ നിന്റെ ശരീരം കിടക്കുന്നു. നിർവിഘ്നം അതിൽ പ്രവേശിച്ചു യഥാപൂർവം രാജഭാവത്തെ പ്രാപിക്കാവുന്നതാണ്. ഞങ്ങൾ വന്നവഴിക്കു പോകുന്നു.

നീ അതിവാഹികദേഹം കൈക്കൊണ്ട് പ്രാക്തനമായ ആ ദേശത്തിലേക്കു പോരിക.

ഈ സംഭാഷണം നടന്നുകൊണ്ടിരിക്കവേ ശത്രുസൈന്യത്തിന്റെ സ്ഥിതിഗതികൾ നോക്കുന്നതിനു സൗധാഗ്രത്തിൽ നിയമിക്കപ്പെട്ടിരുന്ന ഭടൻ ബദ്ധപ്പെട്ടു രാജസമീപത്തിൽ വന്നുപറഞ്ഞു. "ദേവ! ക്ഷോഭിച്ച പ്രളയസമുദ്രംപോലെ ഉഗ്രമായ ശത്രുസൈന്യം അലറിക്കയർത്തുകടന്നു കയറി കൽപ്പാന്തക്കാറ്റടിച്ചിളക്കി വീഴിക്കുന്ന കുലപർവതങ്ങളോ എന്നു തോന്നുമാറ് അത്യുഗ്രങ്ങളായ ശക്തി, ഗദ, മുൾത്തടി തുടങ്ങിയ ആയുധങ്ങൾ ഉത്സാഹത്തോടെ വാരിച്ചൊരിയുന്നു. ഭവനങ്ങളിലെല്ലാം അഗ്നിജ്വാലകൾ കത്തിക്കാളി ദിഗന്തങ്ങളിൽ വ്യാപിക്കുന്നു. പുകക്കുന്നുകൾ കൽപ്പാന്തമേഘക്കൂട്ടംപോലെ ആകാശത്തിൽ പരവി ഊർദ്ധ്വഭാഗത്തേയ്ക്കു പറക്കാൻ തുടങ്ങുന്ന ഗരുഡന്മാരെപ്പോലെ സ്ഥിതിചെയ്യുന്നു. ഇപ്രകാരം സംഭ്രാന്തനായി ആ രാജപുരുഷൻ പറഞ്ഞുനിൽക്കേ ദുർഭാഷണാദി യുദ്ധജന്യകോലാഹലങ്ങൾ വെളിയിൽ കഠിനമായി കേൾക്കായി. ശരങ്ങൾ കാതോളം വലിച്ചുവിടുമ്പോൾ പുറപ്പെടുന്ന ഞാണൊലികൾ, മത്തങ്ങളും മഹാകായങ്ങളുമായ ആനകളുടെ അലർച്ചകൾ, കത്തിപ്പിടിക്കുന്ന അഗ്നിയുടെ ചടചടശബ്ദങ്ങൾ, അഗ്നിമദ്ധ്യത്തിൽ അകപ്പെട്ട ഭാര്യാപുത്രാദികളെ ചൊല്ലിയുള്ള പൗരന്മാരുടെ നിലവിളികൾ, ജ്വാലകളുടെ ധഗ്ദ്ധഗ്നിനദങ്ങൾ മുതലായവ ഘോരഘോരമായി മുഴങ്ങുക കൊണ്ടു ദേവിമാരും മന്ത്രിയും രാജാവും വാതായനത്തിൽകൂടി നോക്കി; അവിടെ രാത്രിയുടെ അന്ധകാരത്തെ നിശ്ശേഷം നീക്കുമാറു കത്തിയെരിയുന്ന അഗ്നി മിക്കവാറും വിഴുങ്ങിക്കഴിഞ്ഞിരിക്കുന്ന നഗരത്തെ, പ്രളയക്കാറടിച്ചിളക്കി ഭയങ്കര കൽപമേഘതരംഗങ്ങൾ പൊങ്ങിയ ഏകാർണ്ണവമോ എന്നു തോന്നുമാറുള്ള ശത്രുസൈന്യസംഘത്താൽ നിബിഡിതമായിക്കണ്ട് മേരുപർവതത്തിൽ കൽപ്പാഗ്നികത്തി, ആകാശമണ്ഡലത്തോളം ജ്വാലാമാലകൾ വീശി എരിയുന്ന വിധത്തിൽ നഗരദഹനം നടന്നുകൊണ്ടിരിക്കുന്നു. ശത്രുക്കളുടെ ഭയദങ്ങളായ ഭർത്സനവാക്കുകൾ ഇടിനാദംപോലെ മുഴങ്ങുന്നു. പൊൻപാളികൾ എന്നു ശങ്കിക്കത്തക്ക ജ്വാലാപുഞ്ജങ്ങൾ ഉദ്വമിക്കുന്ന ധൂമ്രധൂമപടലം പ്രളയമേഘക്കൂട്ടമോ എന്നു തോന്നുമാറ് ആകാശത്തെ മറയ്ക്കുന്നു. കനൽപ്പൊരികൾ അന്തരീക്ഷമണ്ഡലത്തിൽ രക്തനക്ഷത്രവിതാനഭംഗിയെ ചെയ്യുന്നു. തീജ്വാലകളുടെ പരിവർത്തനത്താൽ അഗ്നിപുഞ്ജപർവതങ്ങൾ അന്യോന്യം ദേശസത്മാദികളെ ദഹിപ്പിക്കുന്നതുപോലെ കാണപ്പെടുന്നു. തീപ്പൊരിക്കൂട്ടം ആകാശത്തിൽ നിരന്തരമായി പരവി പറക്കുന്നു. കഠിന

മായി നിലവിളിക്കുമാറ് തീയിലിട്ട് ജനങ്ങളെ ദഹിപ്പിക്കുന്ന ശത്രുക്കളുടെ വീരഗർജ്ജനം മുഴങ്ങുന്നു. തടികൾ വെന്തുഞെരിഞ്ഞു പൊട്ടുന്ന ചടചടശബ്ദങ്ങളും തീക്കനലിൽ വീണു ദഹിക്കുന്ന സ്ത്രീ പുരുഷപരിദേവനങ്ങളും മുഴങ്ങുന്നു. തീപിടിച്ചു പിടഞ്ഞു മരിക്കുന്ന പത്നിമാരുടെ ശവങ്ങളിൽ മഹത്തുക്കളുടെ മനസ്സിൽ വിജ്ഞാനസൂക്തികൾ എന്നപോലെ വല്ലഭന്മാർ പറ്റിച്ചേരുന്നു.

പട്ടണത്തിലെ ദുരവസ്ഥകൾ ഈ വിധത്തിൽ അവർ കണ്ടുകണ്ട് നിൽക്കേ മത്തയൗവ്വനമനോജ്ഞയായ രാജമഹിഷി ഭയവിഹ്വലയായി വേഷച്ചമയങ്ങളെല്ലാം അലഞ്ഞുലഞ്ഞ് വയസ്യമാരായ പല ദാസിമാരോടുകൂടി ആ മണിയറയിൽ കടന്നുവന്നു. മുഖചന്ദ്രനും ശരീരവെണ്മയും ശ്വാസവായുവിലിളകുന്ന പയോധരങ്ങളും ദന്തനക്ഷത്രങ്ങളും ചേർന്ന ആ സുന്ദരി ആകാശരൂപിണിയാണോ എന്നു തോന്നിപ്പോകും. പെട്ടെന്ന് അവളുടെ ഒരു ദാസി മുന്നോട്ടുവന്നു രാജാവിനെ വണങ്ങിപ്പറകയായി. "സ്വാമിൻ! ദേവി, ഞങ്ങളോടൊരുമിച്ച് അന്തഃപുരത്തിൽനിന്നും ഓടിയെത്തി അങ്ങേ ശരണം പ്രാപിക്കുന്നു. രാജദ്വാരങ്ങളെ ഉദായുധന്മാരായ ശത്രുക്കൾ ഹരിച്ചുകഴിഞ്ഞു. അന്തഃപുരാധിപന്മാരെ ഹനിച്ചും കഴിഞ്ഞു. ഘാതകന്മാർ ദൂരത്തിൽനിന്നും അവസരം നോക്കിക്കടന്നുകയറി നമ്മുടെ നഗരത്തെ കൈവശപ്പെടുത്തിയിരിക്കുന്നു. മാൻ പേടകളെ കാട്ടാളന്മാരെന്നപോലെ സ്ത്രീകളെ അവരുടെ നിലവിളി കൂട്ടാക്കാതെ ബലാൽ തലമുടി പിടിച്ചിഴച്ചു കൊണ്ടുപോകുന്നു.

ഈ ദയനീയവർത്തമാനംകേട്ട് വിഡൂരഥൻ ദേവിമാരെനോക്കി "ലോകേശ്വരികളേ! എനിക്കിപ്പോൾ യുദ്ധത്തിന് പുറപ്പെടേണ്ടിയിരിക്കുന്നു. അകാലത്തിൽ വിട്ടുപിരിയുന്ന അപരാധത്തെ സദയം നിങ്ങൾ ക്ഷമിക്കണം. ഇതാ എന്റെ ഭാര്യയായ ഇവൾ നിങ്ങളുടെ പാദപ്പൂന്തേൻ നുകരുന്ന ഒരു പെൺവണ്ടാണെന്നു കരുതി രക്ഷിച്ചുകൊള്ളേണമേ!" എന്നുണർത്തിച്ചു തൊഴുതുകൊണ്ട് ആനക്കൂട്ടങ്ങൾ കാടുതകർക്കുമ്പോൾ ഗുഹയിൽനിന്നെഴുന്നേറ്റിറങ്ങുന്ന സിംഹം എന്നപോലെ ശത്രുസൈന്യത്തിനഭിമുഖമായി പുറപ്പെട്ടു.

ലീലയാകട്ടെ കണ്ണാടിയിൽ തന്റെ രൂപം പ്രതിഫലിച്ചതുപോലെ അത്യന്തസാദൃശ്യത്തോടുകൂടി അവിടെ നിൽക്കുന്ന വിഡൂരഥപത്നിയായ ലീലയെ നോക്കി അത്ഭുതപരതന്ത്രയായി ദേവിയോടു ചോദിച്ചു- "ദേവീ! ഞാൻ സ്ഥൂലദേഹം ധരിച്ചു പത്മരാജമഹിഷിയായി വസിച്ചിരുന്നതേതു രൂപത്തിലോ ആ രൂപംതന്നെ അൽപവും ഭേദം ഇല്ലാതെ ഇവളിൽ കാണപ്പെടാൻ കാരണമെന്ത്? സദയം അരുളിച്ചെയ്യണം."

ദേവി-ഉള്ളിലുദിക്കുന്ന ഭാവത്തിനനുസരിച്ചാണനുഭവവും ഉണ്ടാകുന്നത്. സ്വപ്നത്തിൽ മനസ്സ് അതിന് വിഷയീഭൂതമായ ജാഗ്രതർത്ഥങ്ങളുടെ രൂപത്തിൽ ആയിത്തീരുന്നതുപോലെ ധാരണയും അഭ്യാസംനിമിത്തം വിഷയരൂപത്തെ പ്രാപിക്കുന്നു. നിന്റെ ഭർത്താവ് ഏതുവിധത്തിലുള്ള ഭാവനയോടുകൂടിയാണോ ആ നഗരത്തിൽവച്ച് അപ്പോൾ മരിച്ചത്, അതിന്റെ സംസ്കാരഫലമായ ഈ ജന്മത്തിൽ അതേ ഭാവനയാൽ അതേ രൂപത്തിൽതന്നെ ജഗത്തിനെ കാണുന്നു. വിപരീതശങ്കയ്ക്കിടയില്ലാത്ത വിധത്തിൽ നിന്റെ ഭർത്താവിന്റെ ഹൃദയത്തിൽ പൂർവകാലത്തു എന്തെന്തു അനുഭൂതമയാ, അവയെല്ലാം അതേ വിധത്തിൽതന്നെ കാലാന്തരത്തിൽ മനഃകണ്ണാടിയിൽ പ്രതിബിംബിക്കുന്നു. പൂർവഭാവനകളുടെ സംസ്കാരംതന്നെ വീണ്ടും പ്രകാശിക്കുകയാണെന്നേ അതിനർത്ഥമുള്ളു. സ്വപ്നം ജാഗ്രത്തിൽ അസത്യമാണ്. സ്വപ്നത്തിൽ ജാഗ്രത്തും അസത്യംതന്നെ. ജന്മത്തിൽ മരണവും മരണത്തിൽ ജന്മവും അതുപോലെ അസദ്രൂപങ്ങളാകുന്നു. ഇങ്ങനെ ജഗത്ത്, സത്തും അസത്തുമാണെന്നു പറവാൻ പാടില്ലാതെ വരുന്നു. വെറും ഭ്രാന്തിമാത്രമായി പ്രകാശിക്കുകയാണ്. ഭ്രാന്തികൾ അവസ്തുവായ മനസ്സിന്റെ സങ്കൽപഫലങ്ങളാകുന്നു. മായാരൂപമായ മനസ്സു നശിക്കുമ്പോൾ നിർവികാരവും വിശുദ്ധവുമായ ബ്രഹ്മമൊന്നല്ലാതെ ശേഷിക്കുന്നില്ല. അതിൽ സൃഷ്ടിനാമകങ്ങളായ ഈ ഭ്രമങ്ങളെല്ലാം മനസ്സ് കൽപിക്കയാണ് ചെയ്യുന്നത്. കാറ്റിന്റെ സംസർഗ്ഗത്താൽ കടൽവെള്ളം ഇളകി തിരകളായി പൊങ്ങുന്നതുപോലെ മായാബന്ധംകൊണ്ട് ബ്രഹ്മത്തിൽ സൃഷ്ടികളും തോന്നപ്പെടുന്നു. പൂർവകാലത്തിലെ അനുഭവങ്ങളോട് തുല്യങ്ങളായ ചില അനുഭവങ്ങളും അപൂർവങ്ങളായ ചിലതും ഉണ്ടാകാറുണ്ട്. അസത്യകളായ ഈ അനുഭൂതികളെല്ലാം സത്യരൂപത്തിൽ ജീവാകാശത്തിൽ പ്രകാശിക്കുന്നു. ജീവചൈതന്യത്തിൽ ഗൃഹണോന്മേഷാദി ശക്തികളോടുകൂടിയ പ്രതിഭ സ്ഥിതിചെയ്യുന്നു. ജന്മാന്തരവാസനകളുടെ വികാസങ്ങൾ ആ പ്രതിഭയിലുണ്ടായി ചിദാകാശത്തിൽ പ്രതിബിംബിക്കകൊണ്ടാണ് ജീവികൾക്കു പ്രപഞ്ചാനുഭൂതി ഉണ്ടാകുന്നത്. ആ പ്രതിംബിംബം ഏതു വിധത്തിലാണോ എവിടെയാണോ ഭവിക്കുന്നത് ആവിധത്തിലുള്ള രൂപം അവിടെ ഉദയം ചെയ്യുന്നു. ഈ ന്യായമനുസരിച്ച് പത്മരാജന്റെ പ്രതിഭയുടെ പ്രതിബിംബത്തിൽനിന്നുമാണ് ഈ ലീലയുടെ ഉത്ഭവം. ശീലം ആചാരം കുലം രൂപം മുതലായതെല്ലാം നിന്നെപ്പോലെ തന്നെ അവൾക്കും ഭവിക്കാൻ കാരണമതാണ്. ഇങ്ങനെ ഈ വിശ്വമെല്ലാം ചിദാകാശത്തിലെ ഒരു വെറും നിഴലാട്ടമാണെന്നു മനസ്സിലാക്കി

വിഭ്രമങ്ങളെല്ലാം നശിപ്പിച്ച് വിക്ഷേപരഹിതമായി സ്ഥിതിചെയ്യുക. നിന്റെ ഭർത്താവായ വിഡൂരഥൻ ഈ യുദ്ധത്തിൽ മരിച്ച് പത്മരാജധാനിയിൽ എത്തി പഴയപോലെ രാജാവായിത്തീരുന്നതാണ്.

ഈ വാക്കുകൾ കേട്ട് വിഡൂരഥപത്നിയായ ലീല ഭക്തിപൂർവം വണങ്ങിവീണു ചോദിച്ചു- "ദേവീ ഞാൻ സരസ്വതീപൂജ നിത്യമായി ആചരിച്ചുപോന്നു. ദയാവതിയായ ആ ദേവി പലപ്പോഴും സ്വപ്നത്തിൽ എനിക്ക് ദർശനം തരികയും ഉണ്ടായിട്ടുണ്ട്. സ്വപ്നദൃഷ്ടയായ ആ ദേവിയുടെ രൂപംതന്നെ ഭവതിയിലും വിളങ്ങിക്കാണുന്നതിനാൽ രണ്ടും ഒരാൾ തന്നെയെന്നാണ് ഞാൻ അനുമാനിക്കുന്നത്. അതിനാൽ എന്റെ ഉപാസനാദേവതയായ ഭവതി ദീനദയാർദ്രയായി എനിക്കൊരിഷ്ടവരത്തെ ദാനം ചെയ്യണം. എന്റെ ഭർത്താവ് യുദ്ധത്തിൽ മരിച്ചാലെവിടെ സ്ഥിതിചെയ്യുമോ അവിടെ ഈ ശരീരത്തോടുകൂടി അദ്ദേഹത്തെ ശുശ്രൂഷിച്ചിരിക്കാൻ എനിക്കു സംഗതിയാക്കണം."

സരസ്വതി ഈ അഭ്യർത്ഥനകേട്ടു തന്നെ ബഹുകാലം പൂജിച്ച ഭക്തോത്തമയായ ആ സ്ത്രീരത്നത്തിന്റെ അഭിമതത്തെ അനുവദിച്ചനുഗ്രഹിച്ചു. ഉടനെ ആദ്യലീല തൊഴുതു ചോദിച്ചു. "ദേവീ! സത്യകാമകളായി ഭവതിയെപ്പോലുള്ളവർക്ക് ഏതു കാര്യവും ഇഷ്ടംപോലെ സാധിക്കാമെന്നിരിക്കേ എന്നെ സ്വന്തശരീരത്തോടുകൂടി ഈ ലോകാന്തരങ്ങളിൽ സഞ്ചരിപ്പിക്കാൻ കാരണം പറഞ്ഞുതരണം." സരസ്വതി പറഞ്ഞു- "ഹേ വരവർണ്ണിനീ! ഞാൻ ആർക്കും ഒന്നും ചെയ്യുന്നില്ല. ജീവൻ തന്റെ അഭീഷ്ടത്തെയെല്ലാം സ്വയം സമ്പാദിക്കുകയാണ്. ഞാൻ പ്രാണികളാൽ അഭിലഷിക്കപ്പെടുന്ന ഭാവിശുഭത്തെ വരദാനത്താൽ പ്രകാശിപ്പിക്കമാത്രമേ ചെയ്യുന്നുള്ളു. ഫലത്തെ നൽകുന്നത് പുരാതന കാമകർമ്മവാസനയോടുകൂടി ജീവരൂപത്തിൽ അവരിൽ ഇരിക്കുന്ന മായാസംവലിതമായ ചിച്ശക്തിയാണ്. എന്നെ പൂജിക്കുന്നവളായ നിനക്കു ഞാൻ മുക്തയായി ഭവിക്കണം എന്നിങ്ങനെ ഉണ്ടായ സങ്കൽപം അനുസരിച്ചു ജ്ഞാനമുണ്ടാക്കി വിശുദ്ധയാക്കിച്ചെയ്തു. നിന്റെ വിശുദ്ധിക്കും ജ്ഞാനഘനതയ്ക്കും കാരണം ആ ഭാവനതന്നെയാണ്. സങ്കൽപം പുരുഷപ്രയത്നത്തോടുകൂടി ഏതു പ്രകാരത്തിൽ ഉദയം ചെയ്യുന്നോ അതേ പ്രകാരത്തിലുള്ള ഫലത്തെത്തന്നെ ആ ജീവി കാലാന്തരത്തിൽ പ്രാപിക്കുന്നു. അവനവന്റെ സങ്കൽപവും പുരുഷപ്രയത്നവും തന്നെയാണ് ദേവതയായിട്ടോ തപസ്സായിട്ടോ രൂപാന്തരപ്പെട്ടുവന്നു ഫലത്തെത്തരുന്നത്. ഏതൊരു ദേവതയ്ക്കും മറ്റൊരാളെ അനുഗ്രഹിക്കുന്നതിനു ശക്തിയില്ല. അവനവന്റെ ഭാവനയും പ്രയത്നവുമല്ലാതെ അവനവ

നെ അനുഗ്രഹിക്കുകയില്ല. വിഡൂരഥപത്നിയായ ലീലയും ഭാവനയാൽ പരിപുഷ്ടമായ സ്വസങ്കൽപത്തെ എന്റെ വരപ്രഭാവത്താൽ ഫലിപ്പിച്ചു വെന്നേയുള്ളു. എല്ലാ മനുഷ്യർക്കും അവരവരുടെ സങ്കൽപം ദേവതാ പ്രസാദത്താൽ ഫലിക്കുന്നത് ഇപ്രകാരമാണ്."

ഈ സംഭാഷണം നടന്നുകൊണ്ടിരിക്കേ യുദ്ധത്തിനായി സൈന്യ സമേതം പുറപ്പെട്ട വിഡൂരഥൻ ശത്രുകക്ഷിയിൽ നിൽക്കുന്ന വീരയോദ്ധക്കളെ കണ്ടിട്ടു അത്യുന്നതവും രത്നഭൂഷിതവുമായ രഥത്തിൽ അധിരോഹിച്ചു. മേഘഗർജ്ജനംപോലെ ദുന്ദുഭിശബ്ദം ആകാശത്തോളം ഉൽപതിച്ചും വില്ലുകളുടെ ചടചടാരവങ്ങളും ശരങ്ങളുടെ സീൽക്കാരങ്ങളും യുദ്ധച്ചട്ടകൾ തമ്മിലുരുമ്മി പുറപ്പെടുന്ന ഝണഝണശബ്ദങ്ങളും വീരന്മാരുടെ പോർവിളികളും മുറിവേറ്റവരുടെ ആർത്തനാദങ്ങളും പത്തുദിഗന്തങ്ങളിലും വ്യാപിച്ചു. ഭൂമി രജോരൂപത്തിൽ ആദിത്യമാർഗ്ഗത്തെത്തടുക്കാൻ മേൽഭാഗത്തേയ്ക്കു പറന്നു. ആ രജസ്സിനാൽ യൗവ്വനത്താൽ മൂഢത്വമെന്നപോലെ തമസ്സു സാന്ദ്രമായി വർദ്ധിച്ചു. വിഡൂരഥന്റെ പുറപ്പാടോടുകൂടി നഗരരോധകന്മാർ ആയുധം താഴ്ത്തി പിൻമാറി. രാജാവു സ്വപരബലങ്ങളുടെ താരതമ്യമോർക്കാതെ പ്രളയസമുദ്രത്തിൽ മുഴുകിയ മേരുവെപ്പോലെ ശത്രുസൈന്യത്തിനുള്ളിൽ പ്രവേശിച്ചു. അതുനിമിത്തം യുദ്ധം പൂർവാധികം പ്രബലവും ഘോരവുമായിത്തീർന്നു. ആയുധങ്ങൾ തമ്മിൽ മുട്ടീട്ട് പൊട്ടിപ്പുറപ്പെടുന്ന തീപ്പൊരികൾ പന്തം പോലെ വെളിച്ചംവീശി ആകാശത്തിൽ സഞ്ചരിച്ചു. ശരധാരയെ വർഷിക്കുന്ന വീരമേഘങ്ങൾ ഗംഭീരമായി ഗർജ്ജനം ചെയ്തു. പെരുംപരുന്തുകൾപോലെ ക്രൂരധാരങ്ങളായ ഖഡ്ഗങ്ങൾ വീരന്മാരുടെ ശരീരത്തിൽ വന്നു വീണുകൊണ്ടിരുന്നു. ഹേതികളുടെ നിഷ്പേഷങ്ങൾ ചടചടായമാനമായി ആകാശത്തിൽ ഉയർന്നു. യമപുരയാത്രോത്സവത്തിൽ കബന്ധങ്ങളായ നടന്മാർ ഹാജരായി അവരുടെ ജോലി ആരംഭിച്ചു. യുദ്ധക്രമത്തെ വർണ്ണിച്ച് പിശാചികളായ ഗായികമാർ ഗാനം ചെയ്തു. വൃക്ഷത്തിലെ ഉണങ്ങിയ ഇലകൾ കാറ്റത്തു പൊഴിയുന്നതുപോലെ തുടരെത്തുടരെ ശവങ്ങൾ വീണു യുദ്ധക്കളം നിറഞ്ഞു. ശസ്ത്രവർഷജകളായ രക്തനദികൾ പോർക്കളമലയിൽനിന്നും പൊട്ടിപ്പുറപ്പെട്ടു. പൊടികൾ രക്തവർഷംകൊണ്ടും ചതുരംഗസേനകൾ ആയുധവർഷംകൊണ്ടും നിലത്തടിഞ്ഞു. ആയുധാഗ്നികളുടെ പ്രകാശത്താൽ തമസ്സുകളും യുദ്ധൈകശ്രദ്ധകൊണ്ടു ശബ്ദങ്ങളും മരണനിശ്ചയത്താൽ ഭയങ്ങളും നിശ്ശേഷം ശമിച്ചു.

യുദ്ധം ഇങ്ങനെ നടന്നുകൊണ്ടിരിക്കേ ലീലമാർ രണ്ടുപേരും ദേവി

യെ വണങ്ങി മാതാവേ! ഭവതിയുടെ പ്രസാദം ഉണ്ടായിരുന്നിട്ടും ഞങ്ങളുടെ ഭർത്താവിന് ഈ യുദ്ധത്തിൽ ജയമുണ്ടാകാതിരിപ്പാൻ കാരണമെന്ത്? എന്നു ചോദിച്ചു.

ദേവി പറഞ്ഞു-ഏതൊരു സങ്കൽപത്തോടുകൂടിയാണോ വിധിപ്രകാരം എന്നെ ജനങ്ങൾ പൂജിക്കുന്നത് അതിനെ ഞാൻ സാധിക്കതന്നെ വേണം. സിന്ധുരാജൻ ശത്രുജയത്തിനായും വിഡൂരഥൻ മുക്തിവേണമെന്നുള്ള അഭിലാഷത്തോടും എന്നെ പൂജിച്ചവരാണ്. അഭീഷ്ടഫലം രണ്ടാൾക്കും ഞാൻ നൽകുകയും ചെയ്യും. വിഡൂരഥൻ യുദ്ധത്തിൽ മരിച്ചാൽ പൂർവദേഹത്തെ പ്രാപിച്ചു ഭാര്യമാരായ നിന്നോടും ഇവളോടും ഒരുമിച്ചു സുഖിച്ചിരുന്നു കാലക്രമേണ മുക്തിയെ പ്രാപിക്കുന്നതാണ്. സിന്ധുരാജൻ വിഡൂരഥനെ ജയിച്ചു സിംഹാസനസ്ഥനായി വളരെ നാൾ ഈ രാജ്യത്തെ പരിപാലിക്കയും ചെയ്യും.

ദേവി ഇങ്ങനെ പറഞ്ഞിരിക്കുമ്പോൾ സൈന്യങ്ങളുടെ യുദ്ധകോലാഹലം കാണ്മാൻ ഉൽസുകനോ എന്നു തോന്നുമാറ് ആദിത്യൻ ഉദയാചലത്തെ പ്രാപിച്ചു. ഇരുൾനീങ്ങുകകൊണ്ട് ഭുവനം മഷിക്കടലിൽ നിന്നുയർത്തി എടുത്തു പ്രത്യക്ഷമാക്കിയതുപോലെ പ്രകാശിച്ചു. കനകനിഷ്യന്ദസുന്ദരങ്ങളായ കുതിരകൾ സർവത്ര വീശിപ്പരന്ന് സുസ്പഷ്ടമാകുംവണ്ണം ദീപ്തങ്ങളായി ദിക്കുകൾ പത്തുംതെളിഞ്ഞു. സൈന്യങ്ങൾ ഒട്ടധികം നശിക്കകൊണ്ടു രണാങ്കണം ശൂന്യപ്രായമായി ഭവിച്ചു. കഴുത്തുയർത്തിപ്പിടിച്ചു പുരോഭാഗത്തെത്തിയ ഉദ്ധതനായ സിന്ധുരാജനെ കണ്ടിട്ട് വിഡൂരഥൻ കോപത്താൽ ഉജ്ജ്വലിതനായി മേരുവിൽ കൽപ്പാന്തക്കാറ്റടിക്കുന്ന ശബ്ദമോ എന്നു തോന്നുമാറ് ഞാണൊലി മുഴക്കി. പ്രഭാതസൂര്യൻ രശ്മികളെ എന്നപോലെ ഉഗ്രമായ ശരവർഷം ആരംഭിക്കയും ചെയ്തു. അസ്ത്രം ഒറ്റയായി വില്ലിൽനിന്നും പുറപ്പെട്ടാൽ ആകാശത്തിൽവച്ച് ആയിരമായി പെരുകി ലക്ഷക്കണക്കിന് ശത്രുശരീരത്തിൽ പതിച്ചു. സിന്ധുരാജനും ധനുർയുദ്ധത്തിൽ തുല്യമായ വരബലവും സാമർത്ഥ്യവും ഉള്ളവനാകകൊണ്ട് ശത്രുവിന്റെ പ്രഹരങ്ങളെ തൃണവൽക്കരിച്ചു ബാണപ്രയോഗം ആരംഭിച്ചു. തണുത്തു കറുത്തുതടിച്ച മേഘങ്ങളിൽനിന്നും മഴപെയ്യുന്നതുപോലെ ആ മഹാരഥന്മാരുടെ ശരവർഷം ആകാശഭൂമികളെ മറച്ചു. പ്രചണ്ഡങ്ങളായ അവരുടെ വിൽകോലുകളുടെ ചടചടാരവത്തിൽ സൈന്യങ്ങൾ പേടിച്ചുവിറച്ചു. ഇരുകക്ഷിയിലുമുള്ള സഹയോധന്മാർ ആകമാനം യുദ്ധകൗശലം കണ്ടുകൊണ്ടു മിണ്ടാതെ നിലകൊണ്ടു. സിന്ധുരാജൻ വിഡൂരഥന്റെ ആയുധപ്രയോഗസാമർത്ഥ്യത്താൽ അൽപം ക്ഷീണനായി ഭവിച്ചതു കണ്ടിട്ട് വാ

തായനത്തിൽകൂടെ നോക്കിനിന്ന രാജപത്നി പറകയാണ്- ദേവിമാരെ! നോക്കുവിൻ! രാജേശ്വരൻ വിജയിയാകാൻ പോകുന്നു. ശത്രു അചിരേണ നാമാവശേഷനായി ഭവിക്കുമെന്നു തോന്നുന്നു. ഇങ്ങനെ സ്നേഹഗർഭത്തിൽ പിറന്ന മനോഭാവത്തിന്റെ ബഹിസ്ഫുരണങ്ങൾപോലെ കേൾക്കപ്പെട്ട വാക്കുകളെ മനുഷ്യസ്വഭാവ ചാപല്യമായിക്കരുതി ദേവിമാർ ഹസിച്ചുകൊണ്ട് നോക്കിനിൽക്കേ അഗസ്ത്യൻ സപ്തസമുദ്രങ്ങളെ എന്നപോലെ സിന്ധുരാജൻ ആ ശരപ്രളയത്തെ നിഷ്പ്രയാസം ഗ്രസിച്ചു. ഝടിതിയിൽ മോഹനാസ്ത്രം ജപിച്ചയച്ചതിനെ സിന്ധുരാജൻ പ്രബോധാസ്ത്രത്താൽ തടുത്തു. നാഗാസ്ത്രത്തെ ഗരുഡാസ്ത്രത്താൽ, ആഗ്നേയത്തെ വാരുണത്താൽ ഇങ്ങനെ അനവധി ദിവ്യാസ്ത്രപ്രയോഗപ്രതിരോധങ്ങളാൽ യുദ്ധം നടത്തി. ഒടുവിൽ വിഡൂരഥൻ ക്ഷീണനായി ഭവിച്ചു. സിന്ധുരാജൻ ഈ അവസരംനോക്കി ശരവർഷം ചെയ്തു കൊടിമരംമുറിച്ചു; രഥത്തെയും ശകലിതമാക്കി; കുതിരകളേയും സാരഥിയേയും കൊന്നു; വില്ലെയ്തുമുറിച്ചു; യുദ്ധച്ചട്ട ശകലിച്ചു; ദേഹം ഇടവിടാതെ എയ്തുപിളർന്നു; വജ്രതുല്യബാണങ്ങളാൽ ശിലാപട്ടകർക്കശമായ മാറിടം ഭേദിച്ച് ഭൂമിയിൽ പതിപ്പിക്കയും ചെയ്തു.

ശത്രുവിനാൽ രാജാവ് ഹതനായി ഹതനായി എന്നിങ്ങനെ ഭയതരളിതന്മാരായ രാജ്യവാസികൾ മുറവിളികൂട്ടി. പ്രാണഭയത്താൽ നാഗരന്മാർ ഓട്ടംപിടിച്ചു. മുതലുകൾ കരസ്ഥമാക്കി വണ്ടികളിലേറ്റിക്കൊണ്ട് ചുറ്റുപാടും നിലവിളികൂട്ടുന്ന ഭാര്യാദികളോടുകൂടി പരിഭ്രമിതരായി ദേശാന്തരംപ്രതി യാത്രതിരിച്ചു. ഇങ്ങനെ പ്രാണങ്ങളെയും മാനധനങ്ങളെയും രക്ഷിക്കുന്നതിൽ ഉത്സുകരായി ഇളകിയോടുന്ന സ്ത്രീപുരുഷന്മാരുടെ സമ്മർദ്ദത്താൽ പട്ടണം ദുർഗ്ഗമമായി ഭവിച്ചു. ഈ അവസരത്തിൽ രണ്ടാം ലീല ശ്വാസാവശേഷനായി കിടക്കുന്ന ഭർത്താവിനെക്കണ്ടിട്ട് സരസ്വതിയെ നോക്കി- ദേവി! എന്റെ ഭർത്താവ് ഇതാ ദേഹത്തെ ഉപേക്ഷിക്കാറായിരിക്കുന്നു. വിധവയായിത്തീരുന്നതിനു മുമ്പേ അദ്ദേഹത്തോടൊരുമിച്ചുപോകുന്നതിന് എന്നെ അനുഗ്രഹിക്കണം എന്നുണർത്തിച്ചു. അനന്തരം സമർത്ഥയായ അവൾ ദേവിയെ ധ്യാനിച്ച് ലഘുശരീരിണിയായി പക്ഷിണിയെപ്പോലെ ആകാശത്തിൽ ഉൽപതിച്ചു. മേഘമാർഗ്ഗത്തെയും പ്രവഹാദിവായുമണ്ഡലങ്ങളേയും കടന്നുയർന്ന് ചന്ദ്രസൂര്യനക്ഷത്രങ്ങളും പിന്നിട്ട് ദേവസിദ്ധമണ്ഡലങ്ങളും ബ്രഹ്മവിഷ്ണുമഹേശലോകങ്ങളും അതിക്രമിച്ച് ബ്രഹ്മാണ്ഡഭിത്തിയോളം ചെന്നെത്തി. അനന്തരം അതിനെയും ഭേദിച്ചു, പുറമേ പൊതിഞ്ഞിരിക്കുന്ന വെള്ളം, അഗ്നി, കാറ്റ്, ആകാശം മഹത്തത്വം ലംഘിച്ചുപോക്കി. അനേ

ക കൽപകാലങ്ങൾ ഇടവിടാതെ പക്ഷീന്ദ്രനായ ഗരുഡൻ പറന്നാലും അവസാനം കണ്ടെത്താൻ സാധിയാത്ത സ്വച്ഛവും അനന്തവുമായ ചിദാകാശാന്തരാളത്തിൽ എത്തി വൃക്ഷത്തിൽ അവിടവിടെ നിറഞ്ഞുകിടക്കുന്ന ഫലങ്ങളെപ്പോലെ അന്യോന്യം കാണപ്പെടാതെ സ്ഥിതിചെയ്യുന്ന ബ്രഹ്മാണ്ഡലക്ഷങ്ങളിൽ അഗ്രഭാഗത്തു കാണപ്പെട്ട ഒന്നിൽ, അഷ്ടാവരണങ്ങളേയും ലംഘിച്ച് ലീല അകത്തു പ്രവേശിച്ചു. അനന്തരം ബ്രഹ്മേന്ദ്രവിഷ്ണ്വാദി ലോകങ്ങളേയും നക്ഷത്രാദിമണ്ഡലങ്ങളേയും മുറയ്ക്കു പിന്നിട്ടുപോയി ഭൂമണ്ഡലത്തിൽ പത്മപുരത്തിൽ പത്മരാജന്റെ അന്തഃപുരത്തിലെ മണ്ഡപത്തിൽ ശവം പൂവിട്ടുമൂടി സൂക്ഷിച്ചിരിക്കുന്നതിന്റെ സമീപത്തിലെത്തി. അവിടെ ശവരൂപിയായിക്കിടക്കുന്ന തന്റെ ഭർത്താവിനെക്കണ്ടിട്ട് മനശ്ചാഞ്ചല്യത്തോടെ ഇപ്രകാരം വിചാരിച്ചു. വീരാഗ്രണിയായ ഇദ്ദേഹം എന്റെ ഭർത്താവായി ഭവിക്കതന്നെ ചെയ്യും. ദേവിയുടെ പ്രസാദത്താൽ സശരീരനായി മുൻകൂട്ടി അദ്ദേഹത്തെ പ്രാപിക്കാൻ എനിക്കു സംഗതിയാകയും ചെയ്തു. ഈ വിചാരത്തോടുകൂടി ലളിതയൗവനയായ ലീല വെൺചാമരം എടുത്ത് ഭർത്താവിനെ വീശിക്കൊണ്ടുനിന്നു.

ആ അവസരത്തിൽ സർഗ്ഗാന്തരസ്ഥയായ സരസ്വതീദേവി ആദ്യ ലീലയെ നോക്കി വത്സേ! ഇതാ വിഡൂരഥരാജൻ ശരീരത്തെ വെടിഞ്ഞ് പത്മശരീരത്തെ പ്രാപിക്കാൻ തുടങ്ങുന്നു. നാമും ജീവനെ അനുഗമിച്ച് പത്മരാജധാനിയിലേക്കുപോകതന്നെ എന്നരുളിച്ചെയ്തു. നിമിഷത്തിൽ രാജാവിന്റെ ജീവൻ ആകാശത്തിൽ ഉയരുന്നത് ദിവ്യദൃഷ്ട്യാ കാണുകയാൽ അവർ അതിനെ പിന്തുടർന്നു. ജീവലേഖയ്ക്കു ദേവിമാരെ കാണ്മാൻ കഴിവില്ലായിരുന്നു. ഇങ്ങനെ അവർ ലോകാന്തരങ്ങളെക്കടന്നു കടന്നു ബ്രഹ്മാണ്ഡഭിത്തികളും ഭേദിച്ചുപോയി പത്മരാജന്റെ അന്തഃപുരമണ്ഡപത്തിൽ എത്തിച്ചേർന്നു. ഉടനെ ശ്രീരാമൻ ചോദിക്കയാണ്, ഗുരുനാഥാ! വിഡൂരഥന്റെ ജീവൻ പത്മമണ്ഡലത്തിലേക്കുള്ള മാർഗ്ഗം അറിഞ്ഞതെങ്ങനെ? ആദ്യലീലയും അനവധി സർഗ്ഗങ്ങളാൽ നിബിഡിതമായിരിക്കുന്ന ചിദാകാശാന്തരാളത്തിൽ ആ പ്രത്യേക സർഗ്ഗത്തിലെത്താൻ ഹേതു എങ്ങനെ?

വസ്ഷ്ഠൻ പറഞ്ഞു:-പൂർവജന്മവാസന അന്തരംഗത്തിൽനിന്നു വിട്ടുപോകാത്തതിനാൽ അതുതന്നെ ജീവന്റെ ഗമനത്തിനു വഴിതെളിച്ചു കൊടുക്കുന്നു; ഒരിടത്തിരിക്കുന്ന ആൾ ദൂരദേശത്തിൽ നിക്ഷേപിച്ചിരിക്കുന്ന തന്റെ നിധിയെ എപ്പോഴും സ്മരണദൃഷ്ടിയാൽ കാണുന്നതുപോലെ വാസനാന്തഃസ്ഥമായ അഭീഷ്ടത്തെ ഇടയ്ക്കെത്ര ജന്മങ്ങൾ ഭ

വിച്ചാലും ജീവൻ കാണുന്നു. ആദ്യലീലയും രാജാവിന്റെ പ്രതിഭയിൽ നിന്നും ഉത്ഭവിച്ചവളാകകൊണ്ടുതന്നെ, കാരണത്തിലേയ്ക്ക് അനുബന്ധിക്കുന്ന ഒരു ബോധബീജം അവളിൽ അന്തർലീനമായി ഭവിച്ചിരിക്കുന്നതാണ് മാർഗ്ഗത്തെ നിർദ്ദേശിക്കാൻ പര്യാപ്തമായത്. ദേവിയും ലീലയും മണ്ഡപത്തിലെത്തിയപ്പോൾ അവിടെ പൂർവവേഷരൂപാദികളോടുകൂടി ശവസമീപത്തിൽ നിൽക്കുന്ന രണ്ടാമത്തെ ലീലയെക്കണ്ടു. സത്യസങ്കൽപകളായ സരസ്വതി വിഡൂരഥന്റെ ജീവലേഖയെ സങ്കൽപത്താൽ മനസ്സിന്റെ സ്പന്ദനത്തെയെന്നപോലെ, ശരീരത്തിൽ കടക്കാതെ തടഞ്ഞുനിർത്തി. ആദ്യലീല, വാഗീശ്വരിയെ വണങ്ങി, ഹേ ഭഗവതി! എന്റെ പൂർവശരീരം ഇവിടെ കാണായ്‌വാൻ കാരണമെന്ത്? എന്നുചോദിച്ചു.

ദേവി പറഞ്ഞു:-ലീലേ! നീ പ്രാണവായുവെ അടക്കി നിഷ്പന്ദയായി സമാധിയിൽ ലയിച്ചതിൽപിന്നെ, പതിനഞ്ചു ദിവസംവരെ ശരീരത്തിൽ ചൂടുണ്ടായിരുന്നതിനാൽ പരിജനങ്ങൾ പ്രത്യാശയോടെ കാത്തിരുന്നു. അപ്പോഴേയ്ക്കു പ്രാണനിരോധനം നിമിത്തം ഉള്ളിൽ തിങ്ങിക്കത്തിയ ജഠരാഗ്നിയുടെ ചൂടുകൊണ്ട്, ദേഹം വിയർത്ത് ആവിപൊങ്ങി, ക്ഷണേന ഉണക്കതളിർപോലെ നിർജ്ജീവമായി മങ്ങി, മഞ്ഞുവെള്ളം പോലെ തണുക്കുകയും ചെയ്തു. മന്ത്രിമാരും പരിജനങ്ങളും ശവം അഴുകിത്തുടങ്ങുന്നതു കണ്ടിട്ട്, മരിച്ചതുതന്നെയെന്നു മനസ്സിലാക്കി ചന്ദനവിറകുകളാൽ പട്ടടകൂട്ടി നെയ്യൊഴിച്ചു ദഹിപ്പിച്ചു. ഇനി ഇപ്പോൾ ശരീരത്തോടുകൂടി നിന്നെ ഇവിടെക്കണ്ടാൽ, പരലോകത്തിൽനിന്നു തിരിച്ചു വന്നുവോ എന്നു എല്ലാവരും ആശ്ചര്യപ്പെടും. യോഗാഭ്യാസത്താൽ ആത്മവിശ്വാസം സിദ്ധിച്ചവളായ നീ വെറും പ്രതിഭാമാത്രമായ സൂക്ഷ്മശരീരത്തോടുകൂടെത്തന്നെ മറ്റുള്ളവരാൽ കാണപ്പെടും. വാസനകൾ മുഴവൻ ക്ഷയിക്കയാൽ നിന്റെ സ്ഥൂലദേഹം വിസ്മൃതമായി. ആദിവാഹിക ദേഹത്തിലുള്ള ദൃഢബുദ്ധിനിമിത്തം ആധിഭൗതീകശരീരം നശിക്കുന്നു. ഈ ന്യായമനുസരിച്ചാണ് ജീവന്മുക്തന്മാരുടെ ശരീരം പ്രാതിഭാസികമെന്നു പറയുന്നത്. ഇനി, പ്രകൃതത്തെ അനുസരിച്ച് നമ്മൾ ഈ ലീലയ്ക്കു പ്രത്യക്ഷീഭവിക്കുകതന്നെ.

ഇപ്രകാരം അരുളിച്ചെയ്തിട്ട്, ഞങ്ങളെ ലീല കാണട്ടെ എന്നു വാഗ്ദേവി സങ്കൽപിച്ചു. തൽക്ഷണം ആ ഭവനത്തെ ഉജ്ജ്വലതേജസ്സ് വീശി വിളക്കിക്കൊണ്ട് അഗ്രഭാഗത്തു നിലകൊണ്ട ദിവ്യരൂപിണിമാരെനോക്കി സംഭ്രമത്തോടുകൂടി രണ്ടാംലീല ഉത്ഥാനംചെയ്തു. അവരുടെ പാദങ്ങളിൽ നമസ്കരിച്ചു അനന്തരം മഹാമേരുവിന്റെ കൊടുമുടികളിൽ സ്വർ

ണ്ണലതകൾ എന്നപോലെ ആ സുന്ദരിമാർ ഓരോ സിംഹാസനത്തിന്മേൽ ഉപവേശിച്ചു. ഉടനേ, ദേവി-ഹേ ലീലമാരേ! ഇനി രാജാവിനെ നമുക്ക് ഉണർത്തിയെഴുന്നേൽപ്പിക്കാം എന്നരുളിച്ചെയ്തിട്ട് താൻ തടഞ്ഞുനിർത്തിയിരുന്ന ജീവലേഖയെ, താമരപ്പൂ സുഗന്ധത്തെ എന്നപോലെ മോചിച്ചു. ജീവൻ ലഘുവായ രൂപത്തിൽ രാജാവിന്റെ നാസാന്തികത്തിലണഞ്ഞ്, മുളന്തുളയിൽ കാറ്റെന്നപോലെ ഘ്രാണാകാശത്തിൽ കടന്നു. ക്ഷണേന രാജാവിന്റെ മുഖത്തു ജീവതേജസ്സു വീശി. ക്രമേണ അംഗങ്ങളിൽ രക്തപ്രസാദവും ഓജസ്സുമുണ്ടായി. അവയവങ്ങൾ മെല്ലെ മെല്ലെ ഇളക്കുകയും കണ്ണുകൾ തുറന്നു വെളിച്ചത്തോടെ നോക്കുകയും ചെയ്തു. ഉത്തരക്ഷണത്തിൽ, ആ മഹാകായൻ ജീവനുള്ള വിന്ധ്യപർവതംപോലെ എഴുന്നേറ്റിരുന്നു. ആരവിടെ എന്നു ഉച്ചഗംഭീരസ്വരത്തിൽ ചോദിച്ചു. പ്രഭോ! കൽപിച്ചാലും എന്നുണർത്തിച്ചുകൊണ്ട്, ലീലമാർ രണ്ടുപേരും അടുത്തുചെന്നു തൊഴുതു. പത്മരാജൻ പത്നിയായ ലീലയെ നോക്കി-ഹേ സ്ത്രീരത്നമേ! നീ ആര്? ഈ നിൽക്കുന്നവളേത്? ആ ഇരിക്കുന്ന സ്ത്രീ എവിടത്തുകാരി? എന്നു ചോദിച്ചു.

രാജേശ്വര! ഞാൻ അങ്ങേടെ ആദിമ സഹധർമ്മിണി ലീലയാണ്. എന്റെ പ്രതിബിംബംപോലെ കാണപ്പെടുന്ന ഇവൾ രണ്ടാമത്തെ പത്നിയായ മറ്റൊരു ലീലയുമാണ്. എനിക്കു കൗതുകം തോന്നുകയാൽ അങ്ങേ ഉപഭോഗസുഖത്തിനായി ഞാൻ ഇവിടെ വരുത്തിയിരിക്കുന്നു. തലയ്ക്കൽ പൊന്നുംസിംഹാസനത്തിലിരുന്നരുളുന്നത് ലോകജനനിയും മംഗളകാരിണിയുമായ സാക്ഷാൽ വാഗീശ്വരിയത്രേ.

വല്ലഭയുടെ വാക്കുകളാൽ പ്രബുദ്ധനായ രാജാവ്, വേഗത്തിൽ എഴുന്നേറ്റുചെന്ന്, ദേവി! ഭവതിക്കു നമസ്കാരം എന്നുച്ചരിച്ചുകൊണ്ട്, വാഗീശ്വരിയെ പ്രണമിച്ചു. ദേവി ദയാലോലയായി തൃക്കൈകളാൽ പത്മരാജനെത്തൊട്ടു തലോടിയശേഷം രാജാവേ! നിങ്ങളുടെ സകല ദുഷ്കൃതങ്ങളും ആപദ് ദൃഷ്ടികളും നശിക്കട്ടെ! അനന്തസുഖവും അഖിലകല്യാണവും ഭവിക്കട്ടെ! രാജ്യവാസികൾ നിത്യസുഖികളായും സന്തുഷ്ടരായും വസിക്കാറാകട്ടെ! സാധുക്കൾക്ക് രാജ്യത്തിൽ എപ്പോഴും വിജയവും വർദ്ധനയും ഉണ്ടാകട്ടെ! എന്നിങ്ങനെ പല പ്രകാരത്തിൽ ആശീർവദിച്ച് അവിടെത്തന്നെ മറയുകയും ചെയ്തു. രാജമന്ദിരം ജയജയശബ്ദത്താലും മംഗലപുണ്യാഹഘോഷത്താലും, ഘുംഘുമ ഘർഘരധ്വനിതമായി സന്തുഷ്ടസംതൃപ്തസുജനങ്ങളാൽ പരിപൂരിതമായും ഭവിച്ചു. മന്ത്രിമാരും ബ്രാഹ്മണരും സാമന്തന്മാരുമായി പത്മരാജനെ പുനരഭിഷേകം ചെയ്തു. സന്തോഷവും സമാധാനവും സർവത്ര പരിലസിച്ചു. ജീ

വന്മുക്തതാവസ്ഥയെ പ്രാപിച്ച പത്മരാജനും പത്നിമാരും പൂർവവൃത്താന്തങ്ങൾ പറഞ്ഞും രസിച്ചും ആശ്ലേഷചുംബനാദികളാൽ എന്നപോലെ സുഖമായി രമിച്ചു. വാഗ്ദേവിയുടെ ജ്ഞാനോപദേശത്താൽ ആത്മതത്വബോധിയായ രാജാവ്, നീതിയെ നിലനിർത്തി ദുഷ്ടന്മാരെ ശിക്ഷിച്ചും സാധുക്കളെ രക്ഷിച്ചും, എൺപതിനായിരം വർഷം ഭാര്യമാരോടുകൂടി സുഖിച്ചിരുന്നു. ജീവന്മുക്തരും പരിനിഷ്ഠിതപ്രബോധരുമായ ആ ജായാപതികൾ, അനന്തരം വിദേഹമുക്തിയെ പ്രാപിക്കയുംചെയ്തു.

(മോക്ഷോപായമായ ഉൽപത്തി പ്രകരണത്തിൽ 'ലീലോപാഖ്യാനം' എന്ന 6-ാം സർഗ്ഗം കഴിഞ്ഞു)

സൂച്യുപാഖ്യാനം

വസിഷ്ഠൻ:-ഹേ രഘുരാമ! ദൃശ്യദോഷനിവൃത്തിക്കായി അനഘമായ ലീലോപാഖ്യാനം നിന്നെ ഞാൻ കേൾപ്പിച്ചു. ഇനി പ്രപഞ്ചഭ്രമത്തെ നിശ്ശേഷം ഉപേക്ഷിക്കുക! ആത്മജ്യോതിസ്സല്ലാതെ മറ്റൊന്നും എങ്ങുംതന്നെ ഇല്ലെന്നുള്ള ബോധം നിനക്കുണ്ടാകട്ടെ. ദൃശ്യസംബന്ധമില്ലാത്തതും സ്വച്ഛരൂപവും, സ്വതന്ത്രവും നിരംകുശ മഹത്വസമ്പന്നവും അനാത്മയോഗികൾക്കു ഭയങ്കരവും ആനന്ദസംജ്ഞവും അവ്യയവും ആയ ബ്രഹ്മംതന്നെ സർവത്രവിളങ്ങുന്നു. ആ ബ്രഹ്മത്തിന്റെ യാതൊരു രൂപമാണോ ഏകരൂപമായി പരിപൂർണ്ണമായിരിക്കുന്നത്, പരിശുദ്ധസത്വഗുണം പ്രകാശിക്കുന്നതും, അകളങ്കവും ബ്രഹ്മജ്ഞാനികൾക്കുതന്നെയും നിർദ്ദേശിക്കാൻ കഴിയാത്തതും ആയി വിളങ്ങുന്നത് അതു പരമമായ ശാന്തപദമാകുന്നു. നിശ്ചലമായ സമുദ്രത്തിന്റെയോ കാറ്റുതട്ടാത്ത ദീപത്തിന്റെയോ സ്പന്ദനംപോലെ ആ ബ്രഹ്മത്തിനുണ്ടാകുന്ന സ്ഫുരണമാകുന്നു ജീവൻ. അൽപമായ അഗ്നി അധികമായ വിറകിൽ വ്യാപിക്കുമ്പോൾ, സ്വപ്രകാശത്തെ വർദ്ധിപ്പിക്കുന്നതുപോലെ ആ സ്ഫുരണം സങ്കൽപാധിക്യത്താൽ അനുക്രമമായി അഹന്തയെ പ്രാപിക്കുന്നു. അഹന്തയാകട്ടെ സങ്കല്പോന്മുഖതയെ പ്രാപിച്ചിട്ട് ചിത്തം, ചേതസ്സ്, മനസ്സ്, മായ, പ്രകൃതി എന്നീ നാമങ്ങളോടുകൂടിയതായിത്തീരുന്നു. ഇങ്ങനെ പരമായ കാരണത്തിൽനിന്നും ആദ്യം മനസ്സുണ്ടാകുന്നു. മനനാത്മകവും പരിപൂർണ്ണവുമായ ആ മനസ്സ് താനേതന്നെ ഈ ജഗത്തിനെ സൃഷ്ടിക്കുന്നു. ഒരിടത്തും കരകളില്ലാത്തവണ്ണം പരപ്പേറിയ ചിദേകാർണ്ണ

വത്തിൽ, സങ്കൽപങ്ങളായ തിരകളെ ഉണ്ടാക്കി ജഗദ്രൂപത്തിൽ ജൃംഭിക്കയാണു ചെയ്യുന്നത്. എന്നാൽ സംസാരം സ്ഥിരമായി ദീർഘകാലം നിലനിൽക്കുന്നതുപോലെ തോന്നപ്പെടുന്നുണ്ടല്ലോ. ആ തോന്നൽ, മരക്കുറ്റി മനുഷ്യനാണെന്നുള്ള ബോധം ദർശനദോഷത്താൽ ദൃഢമായി മനസ്സിലുദിക്കുന്നതുപോലെ ഒരു ദീർഘസ്വപ്നമായിക്കരുതാനേയുള്ളു. ഹേ രാമചന്ദ്ര! ബ്രഹ്മവും ജീവനും തമ്മിൽ ഭേദമില്ലെന്നു പറഞ്ഞില്ലേ? അതുപോലെ ജീവനും മനസ്സും തമ്മിൽ ഭേദമില്ല. മനസ്സും ജഗത്തും തമ്മിലും ഭേദമില്ല. ഇതിനെ ഉദാഹരിക്കുന്ന ഒരു പുരാതനകഥ ഞാൻ പറയാം; ഒരു രാക്ഷസിയുടെ കഥയാണ്. അവളും ഒരു രാജാവുമായി നടന്ന ചോദ്യോത്തരങ്ങളിൽ ആത്മതത്വം മുഴുവൻ അടങ്ങീട്ടുണ്ട്; കേൾക്കൂ.

മഷിമലതന്നെ സ്ത്രീവടിവു ചമഞ്ഞതുപോലെ ഭയങ്കരിയായ കാർക്കടി എന്നു പേരായ ഒരു രാക്ഷസി ഹിമവൽ പർവതത്തിന്റെ വടക്കുഭാഗത്തു വസിച്ചിരുന്നു. അവളുടെ നയനങ്ങൾ സുസ്ഥിരമായ മിന്നൽവള്ളിപോലെയും മുട്ടുകൾ പേരീന്തമരത്തിന്റെ തായ്ത്തടിപോലെയും നഖരങ്ങൾ വൈഡൂര്യത്താൽ തീർത്തെടുത്ത മുറങ്ങൾപോലെയും ശരീരം വിപുലങ്ങളായ പെരുഞ്ഞരമ്പുകളാലും അസ്ഥികളാലും സന്ധിബന്ധങ്ങളാലും സങ്കീർണ്ണവും ആയിരുന്നു. ശരീരത്തിന്റെ വലിപ്പംകൊണ്ടും ഭക്ഷണദൗർലഭ്യത്താലും അവളുടെ ജഠരാഗ്നി സമുദ്രാഗ്നിപോലെ എപ്പോഴും കത്തിക്കൊണ്ടിരുന്നു. ആ മഹോദരിക്ക് ഭക്ഷണസംതൃപ്തി ഒരിക്കലുമുണ്ടായില്ല. അസ്വസ്ഥയായ അവൾ ഒരു ദിവസം വിചാരിച്ചു:-
ഭൂതല ജലപ്രവാഹങ്ങളെയെല്ലാം സമുദ്രം ഇടവിടാതെ ഉള്ളിലടക്കിക്കൊണ്ടിരിക്കുന്നു. ഞാനും ജംബുദ്വീപിലെ ജീവരാശികളെയെല്ലാം നിരന്തരമായി വിഴുങ്ങുകയാണെങ്കിൽ, മഴക്കാറുകൊള്ളുമ്പോൾ മൃഗതൃഷ്ണ നീങ്ങുന്നതുപോലെ, എന്റെ വിശപ്പിനൊരു ശമനമുണ്ടാകും. അതിലേക്കു ഉത്സാഹപൂർവം ഉഗ്രമായ തപസ്സുതന്നെ തുടങ്ങാം. ഈ ചിന്തയോടുകൂടി സാമാന്യജീവരാശികൾക്കു പ്രവേശിക്കാൻ കഴിയാത്ത ഹിമാലയത്തെ പ്രാപിച്ചു. സർവജന്തുക്കളെയും ഭക്ഷിക്കുന്നതിലുള്ള അത്യാർത്തി മുഴുക്കകൊണ്ട് വേഗത്തിൽ സ്നാനവിധി കഴിച്ച്, ഒറ്റക്കാൽ നിലത്തൂന്നിനിന്ന്, പകലും രാത്രിയും അനുക്രമമായി സൂര്യബിംബത്തിലും ചന്ദ്രബിംബത്തിലും ദൃഷ്ടിയുറപ്പിച്ച് തപസ്സ് തുടങ്ങി. ക്രമേണ ദിവസങ്ങളും മാസങ്ങളും കഴിഞ്ഞു. മഴയും കാറ്റും വെയിലും വകവയ്ക്കാതെ. മലയുടെ ഒരവയവംതന്നെയോ എന്നു തോന്നുമാറ് നിശ്ചലയായി ആയിരംവർഷം തപസ്സുചെയ്തു. അപ്പോൾ ബ്രഹ്മദേവൻ പ്രത്യക്ഷ

നായി എഴുന്നള്ളിവന്നു. ഘോരതപസ്സ്, നീചന്മാർക്കുപോലും അഭീഷ്ട സിദ്ധിയെ നൽകുമെന്നു പ്രസിദ്ധമാണല്ലോ. ബ്രഹ്മാവിനെ അവൾ മനസാ പ്രണമിച്ചിട്ട്, അതേ നിലയിൽ തന്നെ നിന്നു ചിന്തിക്കയായി. വിശപ്പു ശമിപ്പിക്കാൻ എന്തൊരു വരമാണ് ഞാൻ വരിക്കേണ്ടത്. സകല ജനങ്ങളേയും ഇഷ്ടംപോലെ ഗ്രസിക്കാൻ രോഗരൂപത്തിൽ ഇരിമ്പുപോലെ കാഠിന്യവും മൂർച്ചയുമുള്ള ജീവസൂചികയായി ഭവിച്ചാൽ ഇന്നു പ്രാണങ്ങളോടുകൂടി ജീവികളുടെ ഉള്ളിൽ കടന്ന്, തൃപ്തിയാംവണ്ണം വിശപ്പടക്കാമായിരുന്നു. വിശപ്പില്ലാതെ കഴിയുന്നതാണല്ലോ ലോകത്തിൽ പരമമായ സുഖം.

ഇപ്രകാരം വിഷമവിചാരങ്ങളിൽ മുഴുകിനിന്ന അവളെനോക്കി ബ്രഹ്മാവു പറഞ്ഞു- രാക്ഷസകുലപർവതമേഘമാലയായ കാർക്കടീ! മകളേ! എഴുന്നേൽക്കൂ! നിന്നെക്കുറിച്ചു ഞാൻ സന്തുഷ്ടനായിരിക്കുന്നു. അഭീഷ്ടവരം അഭ്യർത്ഥിച്ചുകൊൾക!

കാർക്കടി സ്രഷ്ടാവിനെ വണങ്ങി-ഭഗവൻ! ത്രികാലനാഥ! നിന്തിരുവടി സദയം എനിക്കു വരം നൽകുന്നുവെങ്കിൽ, ഇരിമ്പുപോലെ കർക്കശവും രോഗരൂപത്തിലുള്ളതുമായ ഒരു ജീവസൂചികയായി ഭവിക്കാൻ അനുഗ്രഹിക്കണം! എന്നപേക്ഷിച്ചു. അപ്രകാരംതന്നെ ഭവിക്കും എന്നനുവദിച്ചശേഷം, ബ്രഹ്മാവ്:-വത്സേ! നീ വി എന്ന ഉപസർഗ്ഗത്തോടുകൂടിയ സൂചിക-അതായത്, വിഷൂചിക, ആയിത്തീരട്ടെ. ചീത്തവസ്തുക്കൾ ഭുജിക്കന്നവരെ, ദുരാരംഭന്മാരെ, മൂർഖന്മാരെ, ദുഃസ്ഥാനങ്ങളിൽ ഇരിക്കുന്നവരെ, ദുർദ്ദേശങ്ങളിൽ വസിക്കുന്നവരെ, ദുഷ്ടന്മാരെ ഇവരെയെല്ലാം യഥേഷ്ടം നിനക്കു ഭക്ഷിക്കാം. പ്രാണങ്ങളോടുകൂടി ഉള്ളിൽ കടന്ന്, ഹൃദയപത്മത്തേയും പ്ലീഹ എന്ന മാംസഗ്രന്ഥി മുതലായവയേയും ബാധിച്ച്, വാതലേഖാത്മികയായി സംഹാരകർമ്മം നടത്തുക! വിഷൂചികയെന്നു പ്രസിദ്ധയായി ഭവിക്കും. സഗുണന്മാരേയും നിർഗ്ഗുണന്മാരേയും ഒരുപോലെ ബാധിക്കുന്നതിനു നിനക്കു തടസ്സമാകില്ല. എന്നാൽ സഗുണന്മാർ വധാർഹന്മാരല്ലായ്കകൊണ്ട് അവരെ അതിൽനിന്നും രക്ഷിക്കാനുള്ള ഒരു മന്ത്രം ഞാൻ ഉച്ചരിക്കുന്നു.

മന്ത്രം

"ഓം, ഹ്രാം, ഹ്രീം, ശ്രീം, രാം, വിഷ്ണുശക്തയേ നമോ ഭഗവതിവിഷ്ണുശക്തി ഏഹി, ഏനാം, ഹരഹര! ദഹദഹ! ഹനഹന! പചപച! മഥമഥ! ഉത്സാദയ! ഉത്സാദയ! ദൂരേ കുരു കുരു സ്വാഹാ-വിഷൂചികേ!

ത്വം ഹിമവന്തം ഗച്ഛ ഗച്ഛ! ജീവസാര ചന്ദ്രമണ്ഡലഗതോടസി സ്വാഹാ."

ഈ മന്ത്രം ഫലപ്രാർത്ഥനയോടുകൂടി മാന്ത്രികൻ ഇടതുകൈവെള്ളയിലെഴുതി ആ കൈകൊണ്ട് രോഗിയുടെ ശരീരം മുഴുവൻ തലോടണം. മന്ത്രമാകുന്ന ഇരുമ്പുതടിയുടെ അടിയേറ്റ് കർക്കശവും ക്രുദ്ധയുമായ രാക്ഷസി ഹിമവൽപർവതംനോക്കി ഓടുന്നതായും ആതുരൻ രോഗവികാരങ്ങളിൽനിന്നു വിമുക്തനും അജരാമരണനുമായി ചന്ദ്രമണ്ഡലത്തിൽ അമൃതപുഞ്ജത്തിന്റെ അന്തർഭാഗത്തിലിരിക്കുന്നതായും ധ്യാനിക്കയും വേണം. സാധകൻ വഴിപോലെ ആചരിച്ചു വിശുദ്ധിയോടും ഏകാഗ്രതയോടും കൂടി ഇപ്രകാരം ചെയ്താൽ അചിരേണ അത്യുഗ്ര വിഷൂചികവ്യാധി ഒഴിഞ്ഞുപോകുന്നതാണ്.

ഈവണ്ണം അരുളിച്ചെയ്തിട്ട് അവിടെത്തന്നെ അന്തർദ്ധാനംചെയ്തു. കർക്കിടിയാകട്ടെ, ശരീരത്തെ കൃശതരമാക്കാൻ ഉദ്യമിച്ച് ചുരുങ്ങിച്ചുരുങ്ങി ഒരു ചൊട്ടച്ചാൺ നീളത്തിലായി; ഒരു വിരലോളമായി; ഉഴുന്നിൻകതിരിന്റെ അളവായി; ഒടുവിൽ സൂചിയുടെ രൂപത്തിലായിത്തീർന്നു. അനന്തരം അവൾ രോഗാന്തരങ്ങളാൽ ഓജസ്സും തേജസ്സും ക്ഷയിച്ചവരും ക്ഷീണിച്ചവരും സ്ഥൂലശരീരന്മാരുമായവരുടെ ഉള്ളിൽ വാതസൂചികമായി കടന്ന്, അതിവിഷൂചികയായും ദേഹം മെലിഞ്ഞവർ ദുഃസ്ഥന്മാർ അസ്വസ്ഥന്മാർ ഇത്തരക്കാരിൽ ജീവസൂചികയായി പ്രവേശിച്ച് അന്തർവിഷൂചികയായും പ്രവർത്തിക്കയായി. ഇങ്ങനെ വളരെക്കാലം ശരീരദ്വയം ധരിച്ചു പ്രാണിസംഘത്തെ കൊന്നുകൊന്നൊടുക്കിക്കൊണ്ട് ആകാശത്തിലും ഭൂമിയിലും അനർഗ്ഗളമായി സഞ്ചരിച്ച് ഒട്ടധികകാലമായപ്പോൾ കർക്കിടിക്ക് തന്റെ പ്രവൃത്തിയെക്കുറിച്ച് വെറുപ്പുതോന്നിത്തുടങ്ങി. കഷ്ടമേ എന്തൊരു ദുരാരംഭമാണിത്? മഹാശക്തയും വിപുലശരീരയുമായിരുന്ന ഞാൻ ഇങ്ങനെ സൂചിയായിട്ടെന്തിനു ജനിച്ചു? ഒരു സൂചിയിൽ എത്രമാത്രം കോൾകൊള്ളും. ലഘുരൂപമായ ഈ സൂചിനിറയുന്നതിനു രക്തമാംസങ്ങളുടെ ലേശം മതിയാകുന്നതാണ്. കഷ്ടമേ! എന്റെ ഉള്ളിൽ ദുർഭരയായ തൃഷ്ണാസൂചി കടന്നുകൂടി. അതിന്റെ ഫലമായിട്ടാണ് ഈ അധമാവസ്ഥ എനിക്കു സംഭവിച്ചത്. ദുർബുദ്ധിയായ എന്റെ വിശാലങ്ങളായ അവയവങ്ങൾ ഇപ്പോൾ എവിടെ? കാളമേഘം പോലെ കറുത്തിരുണ്ട തടിച്ച ശരീരം എവിടെ? പഴുത്തുകൊഴിഞ്ഞ ഇലപോലെ അതു വനത്തിൽ വീണുപോയി. ഇപ്പോൾ സൂചീരൂപത്തിൽ സ്ഥിതിചെയ്യുന്ന ഹതാശയായ എനിക്കു രക്തമാംസങ്ങളോ വസയോ ഒട്ടുംതന്നെ രുചികരമായിത്തോന്നുന്നില്ല. ഈ ദൃശവിചാരങ്ങളാൽ വിവശയായ രാക്ഷസി ജനവധത്തിലുള്ള അഭിലാഷവും അഭിപ്രായവും

ത്യജിച്ച്, വീണ്ടും തപസ്സിനായി ഹിമവൽശ്രൃംഗത്തെത്തന്നെ പ്രാപിച്ചു സന്തപ്തയായ അവൾ ബാഹ്യവിഷയങ്ങളിൽനിന്നു മനസ്സിനെ നിവർത്തിപ്പിച്ച്, കഠിനവൈരാഗ്യത്തോടുകൂടി സൂചിയായിത്തന്നെനിന്നു കഠിനതപസ്സിനാരംഭിച്ചു. ആഹാരമോ സങ്കൽപങ്ങളോ മനസ്സിളക്കമോ ഇല്ലാതെ ദൃഢവ്രതയായി ആയിരംവർഷം കഴിച്ചു. അപ്പോഴേയ്ക്ക് പാപങ്ങളെല്ലാം നീങ്ങി, അവൾ പരിശുദ്ധയായി ചിന്താശക്തിയാൽതന്നെ ആത്മജ്ഞാനവതിയായി. അനന്തരം സുപ്രസിദ്ധ സംസാരഭ്രമത്തെ നിശ്ശേഷം പരിഹരിക്കണമെന്നു നിശ്ചയിച്ച് നിസ്സങ്കൽപയായി ആയിരംവർഷം പിന്നെയും തപോനിഷ്ഠയിൽതന്നെ കഴിച്ചു. ബ്രഹ്മദേവൻ അവളുടെ ആത്മജ്ഞതയും വിശുദ്ധിയും മനസ്സിലാക്കി പ്രത്യക്ഷമെഴുന്നള്ളി സമീപത്തിൽചെന്ന് മകളേ കർക്കടീ, നീ ഹൃദയത്തിലെ അജ്ഞാനമെല്ലാം നീങ്ങി ജീവൻമുക്തയായി ഭവിച്ചിരിക്കുന്നു. ഇനി നിന്റെ അഭിലാഷംപോലെ ഞാൻ അനുഗ്രഹിക്കാം. പൂർവ്വശരീരത്തെത്തന്നെ സ്വീകരിച്ച് യഥേഷ്ടം ഭുവനങ്ങളിൽ ചുറ്റിനടന്ന് അജ്ഞാനികൾ, ദുരാരംഭന്മാർ, അവിവേകികൾ, ദുഃസ്ഥിതന്മാർ, ദുർദ്ദേശവാസികൾ ഇങ്ങനെയുള്ളവരെ ഭക്ഷിച്ചുകൊൾക   എന്നു വരമരുളി മറഞ്ഞു. സൂചി യഥാപൂർവം രാക്ഷസിയായിത്തീരുകയും ചെയ്തു. എന്നാൽ രാക്ഷസീയമായ മനോഭാവമവൾക്കുണ്ടായില്ല. ജ്ഞാനോദയത്താൽ ബാഹ്യവിഷയങ്ങളിൽനിന്നും നിവൃത്തമായി വിശുദ്ധമായ അന്തഃകരണത്തോടുകൂടി പലകാലം നിർവ്വികൽപസമാധിയിൽ ലയിച്ചിരുന്നു. ഒടുവിൽ മനസ്സിന് ഒരു സ്പന്ദനം ഭവിച്ചു, ബാഹ്യവിഷയങ്ങളിൽ ഉണർച്ചയുണ്ടായി വിശപ്പിന്റെ ഓർമ്മയും വന്നുകൂടി. പ്രാണനുള്ള കാലംവരെ ദേഹസ്വഭാവം വിട്ടുമാറുകയില്ലല്ലോ. ഉടനേ, അവൾ   എനിക്കു ജാത്യുചിതമായ ഭക്ഷണം ബ്രഹ്മാവു നിശ്ചയിച്ചിരിക്കുന്നത് മൂഢന്മാരെയാണ്, അവരെ അന്വേഷിക്കതന്നെ എന്ന വിചാരത്തോടെ ഗിരിശ്രൃംഗത്തിൽനിന്നും എഴുന്നേറ്റു താഴ്‌വരയിൽ കാട്ടാളക്കുടിക്കരികേയുള്ള ഒരു കൊടുങ്കാട്ടിൽ കടന്നിരുന്നു. അപ്പോൾ മിഴികളെ തീരെ അന്ധിപ്പിക്കത്തക്കവണ്ണം കഠിന ഇരുളടഞ്ഞ കാളരാത്രി ആഗതയായി. ആ ഭയങ്കരരാത്രിയിൽ കിരാതരാജൻ മന്ത്രിയോടുകൂടി വീരോചിതമായ ദുഷ്ടവധത്തെ ഉദ്ദേശിച്ചു കാനന സഞ്ചാരത്തിനു പുറപ്പെട്ടു. വേതാളങ്ങളെ നോക്കിനോക്കി വനത്തിൽ ചുറ്റിനടന്ന അവരെ ധൈര്യവതിയായ കർക്കടി കണ്ടിട്ട്– 'അഹോ! എനിക്കു നല്ല ഭക്ഷണംകിട്ടി. ഇവർ ആത്മജ്ഞാനമില്ലാത്ത മൂഢന്മാർതന്നെയാണ്. ദേഹം ഇവർക്കു ദുഃഖകാരിയാണെന്നുള്ളതു നിസ്സംശയം തന്നെ. മൂഢന്മാർ ഇവിടെയും പരലോകത്തും പുരുഷാർത്ഥഭ്രംശത്തിനും ദുഃഖത്തി

നുമായിത്തന്നെ ജീവിക്കുന്നു. പാപഭാജനങ്ങളാകയാൽ അവർ നാശനീയന്മാരത്രേ. ഹിംസനശീലന്മാർക്കു ആത്മജ്ഞാനമില്ലാത്ത മൂഢന്മാർതന്നെ ഭക്ഷണമെന്ന് ആദിസർഗ്ഗത്തിൽതന്നെ ബ്രഹ്മാവു വിധിച്ചിട്ടുള്ളതാണ്. അതിനാൽ എന്റെ വായിൽ വന്നകപ്പെട്ട ഇവരെ ഭക്ഷിക്കുന്നതുകൊണ്ട് ദോഷംവരാനില്ല. നിർദ്ദോഷമായി വന്നുകൂടുന്ന അർത്ഥത്തെ ഉപേക്ഷിക്കുന്നതു മംഗളമല്ല. ഒരിക്കലും ഇവർ ഗുണവാന്മാരും മഹാശയന്മാരുമായിരിക്കാനിടയില്ല. ഗുണികളെ ഭക്ഷിക്കുന്നത് സ്വഭാവേന എനിക്കു രുചിക്കുന്നതുമല്ല. ഇവരെ ഒന്നു പരീക്ഷിക്കതന്നെവേണം. ഗുണവാന്മാരാണെന്നു കണ്ടാൽ വിട്ടയയ്ക്കാം. ഒരുകാലത്തും ഞാൻ ഗുണികളെ ഭക്ഷിക്കയില്ല. അകൃത്രിമമായ സുഖമോ കീർത്തിയോ ആയുസ്സോ ആഗ്രഹിക്കുന്നവർ ഗുണവാന്മാരെ സർവാഭീഷ്ടങ്ങളും നൽകി പൂജിക്കേണ്ടതാണ്. വിശപ്പുകൊണ്ടു മരിച്ചാലും ശരി ഗുണവാന്മാരെ എനിക്കു ഭക്ഷിച്ചുകൂടാ. സാധുക്കൾ, ജീവിതത്തിലുള്ള എല്ലാവറ്റെയുംകാൾ മനസ്സിനെ സുഖിപ്പിക്കുന്നവരാകയാൽ ജീവിതത്തെ ഉപേക്ഷിച്ചും അവരെ രക്ഷിക്കേണ്ടതാണ്. സൽസംസർഗ്ഗമാകുന്ന ഔഷധംകൊണ്ട് മൃത്യുവെപ്പോലും മിത്രമാക്കാം. കേവലം ഒരു രാക്ഷസിയായ എനിക്കുതന്നെ ഗുണശാലികളെ രക്ഷിക്കണമെന്ന് തോന്നുന്നുവെങ്കിൽ, മറ്റാരൊരുത്തൻ നെഞ്ചിൽ മുത്തുമാലപോലെ അവരെ ആഭരണമാക്കി ഓമനിക്കയില്ലേ? ഇവിടെ ഉദാരഗുണശാലികളായി യാവർ ചിലർ വിഹരിക്കുന്നുവോ ആ ഭൂതലചന്ദ്രന്മാർ സംസർഗ്ഗംകൊണ്ട് അകവും പുറവും തണുപ്പിക്കുന്നവരാണ്. ഗുണികളെ തിരസ്കരിക്കുന്നതു മൃതിയും സൽക്കരിക്കുന്നതു ജീവിതവുമാകുന്നു. ഗുണികളെ ആശ്രയിച്ചുള്ള ജീവിതം സർഗ്ഗം മോക്ഷം മുതലായ ഉൽകൃഷ്ടശ്രേയസ്സുകളെ നൽകുന്നു. അതിനാൽ സുന്ദരന്മാരായ ഇവർക്ക് ജ്ഞാനവികാസം എത്രമാത്രമുണ്ടെന്നറിവാൻ ചില ചോദ്യങ്ങളാൽ ഈ പരീക്ഷ നടത്തുകതന്നെ വേണം.'

ഈ നിശ്ചയത്തോടെ രക്ഷഃകുലകാനനമഞ്ജരിയായ രാക്ഷസി മേഘഗർജ്ജനംപോലെ ഘോരശബ്ദം പുറപ്പെടുവിച്ചു. അനന്തരം കൽമഴ തൂകുംവണ്ണം ഹുങ്കാരപരുഷങ്ങളായ വാക്കുകളും ഉച്ചരിച്ചു. "ഭോ! ഭോ! മായാന്ധകാരപീഠക്കൽത്തുളയിൽ കുടികൊള്ളുന്ന കീടങ്ങളേ! ഘോരവനവ്യോമമാർഗ്ഗത്തിൽ ചന്ദ്രസൂര്യസദൃശം വിളങ്ങുന്ന തേജോരൂപന്മാരേ! നിങ്ങളാരാണ്? അപമൃത്യുവെ വരിക്കാൻ സന്നദ്ധരെന്നപോലെ എന്റെ വായിൽ വന്നകപ്പെട്ടുകഴിഞ്ഞു. നിങ്ങൾ ആത്മജ്ഞാനത്താൽ ബുദ്ധിവികാസം സിദ്ധിച്ച പൂജ്യന്മാരോ അഥവാ അജ്ഞാനജടിലമായ അന്ധബുദ്ധിയോടുകൂടിയവരോ ആരാണെന്നു പറയുവിൻ!"

രാജാവ് പറഞ്ഞു-ക്ഷുദ്രഭൂതമേ! നിന്റെ സ്വരൂപമെന്ത്? ഇരിപ്പിടമെവിടെ? നിന്റെ ദുർബലശരീരം ഞങ്ങളെ ഒന്നു കാണിക്കൂ! പെൺവണ്ടിന്റെ മൂളൽപോലെയുള്ള നിന്റെ ഞരങ്ങൽ കേട്ടു ഭയപ്പെടാൻ ഇവിടെ ആരിരിക്കുന്നു?

രാജാവിന്റെ വാക്കുകൾ ഉചിതമായി എന്നു മനസാ സമ്മതിച്ച രാക്ഷസി, ഇരുളിൽ പ്രകാശം വീശുന്നതിനും അവരെ ഭയപ്പെടുത്തുന്നതിനുമായി, ഉച്ചത്തിൽ ഗർജ്ജിക്കയും പല്ലുകൾ കാട്ടിച്ചിരിക്കയും ചെയ്തു. ശബ്ദപൂരത്താൽ ദിഗന്തങ്ങളെ മുഴങ്ങിച്ചുനിന്ന അവളെ ചിരിയുടെ പ്രഭാപൂരത്തിൽ ആകൃതി പ്രകാശിക്കയാൽ രാജാവും മന്ത്രിയും നല്ലപോലെ കണ്ടു. കൽപ്പാന്തത്തിലെ ഇടിത്തീയുടെ സംഘർഷത്താൽ പർവതതടം എന്നവണ്ണം പ്രകാശിതയായ അവളെ കണ്ടിട്ട്, ആ മഹാവീരന്മാർ തെല്ലും ഇളകാതെതന്നെ നിന്നു. മന്ത്രി അവളെനോക്കി-ഹേ മഹാരാക്ഷസീ! നിഷ്ഫലമായ ഈ സംരംഭം എന്തിനു? ആത്മശക്തിയിൽ നിനക്കു വിശ്വാസമുണ്ടെങ്കിൽ ഇത്ര വലിയ പരിഭ്രമത്തിനവകാശമില്ല. വിശ്വാസമില്ലെങ്കിൽ ഈ വക ക്ഷോഭങ്ങൾകൊണ്ടു ഫലവുമില്ല. ഏതായാലും ഭക്ഷണപ്രധാനമായ നിസ്സാരകാര്യത്തിൽ ഇത്രമാത്രം കോപം കാണിക്കുന്നതു ലഘുത്വം തന്നെയാണ്. കോപത്തെ അടക്കിക്കൊള്ളൂ. നിന്റെ ആരംഭം ഇവിടെ വിളങ്ങുമെന്നു തോന്നുന്നില്ല. സ്വാർത്ഥത്തെ സാധിക്കേണ്ട ബുദ്ധിശാലികൾ, സാദ്ധ്യമായ കാര്യത്തിലേ പ്രവർത്തിക്കാനൊരുങ്ങൂ. നിന്നെപ്പോലെയുള്ള അനേകായിരം മശകങ്ങൾ, ഞങ്ങളുടെ ധീരതക്കാറ്റിലകപ്പെട്ടാൽ, കരിയിലയും പുൽക്കൊടിയുംപോലെ പറന്നുപോകയേയുള്ളു. വിവേകമുള്ള ആളുകൾ, സംരംഭജ്വരമുപേക്ഷിച്ച് സ്വച്ഛമായ സമബുദ്ധിയോടും പ്രാജ്ഞവ്യവഹാരോചിതമായ യുക്തിയോടുംകൂടിയാണ് കാര്യം സാധിക്കുന്നത്. നിന്റെ ആഗ്രഹം എന്ത്? നീ ഏതൊന്നിനെ അർത്ഥിക്കുന്നു? മടിക്കാതെ പറയൂ! ഞങ്ങളോട് അർത്ഥിച്ചവരാരും അഭീഷ്ടം സാധിക്കാതെ സ്വപ്നത്തിൽപോലും മനോഭംഗപ്പെടുകയുണ്ടായിട്ടില്ല.

മന്ത്രിയുടെ വാക്കുകൾ കേട്ടു രാക്ഷസി വിചാരിച്ചു. ഈ പുരുഷകേസരികളുടെ വിമലമായ ആചാരവും ബുദ്ധിബലവും ആശ്ചര്യംതന്നെ. ഇവർ സാമാന്യന്മാരല്ലെന്നു തോന്നുന്നു. എന്തൊരു ചമൽക്കാരം! വാക്കും മുഖവും നോക്കും അന്തർഗ്ഗതമായ ആത്മജ്ഞതയെ സൂചിപ്പിക്കുന്നുണ്ട്. ഇവ മൂന്നുംകൊണ്ട് ചലനത്താൽ നദീജലങ്ങളെന്നപോലെ ബുദ്ധിമത്തുകളുടെ ആശയങ്ങൾ അന്യോന്യം മേളിക്കുമെന്നു പറയപ്പെടുന്നു. മിക്കവാറും എന്റെ മനോഭാവം ഇവർ മനസ്സിലാക്കിക്കഴിഞ്ഞു. ഇവ

രുടേത് എനിക്കും മനസ്സിലായി. ഈ പുണ്യപുരുഷന്മാരെ നശിപ്പിക്കാൻ ഇവൾ ആളാകുമെന്നു തോന്നുന്നില്ല. സ്വയമേവ അവിനാശിബ്രഹ്മസ്വ രൂപന്മാരാണ്. എന്റെ ആന്തരമായ ഒരു സംശയം ഇവരോടു ചോദിച്ചറി യാം. പ്രാജ്ഞന്മാരെക്കണ്ടാൽ സംശയം ചോദിക്കാൻ മടിക്കുന്നവർ അ ധമന്മാരാണ്."

ഇങ്ങനെ ചിന്തിച്ച്, ആത്മതത്വങ്ങളെ പൃച്ഛിക്കുന്നതിനായി ഹാസത്തെ അടക്കി ഹേ ധീരപുരുഷന്മാരേ! നിങ്ങൾ ആരാണ്? പരമാർത്ഥം പറ യുവിൻ എന്നു ചോദിച്ചു.

മന്ത്രി പറഞ്ഞു:- ഇദ്ദേഹം കിരാതന്മാരുടെ രാജാവാണ്. ഞാൻ അ ദ്ദേഹത്തിന്റെ മന്ത്രി. നിന്നെപ്പോലെയുള്ള ദുഷ്ടസമൂഹത്തെ ശിക്ഷി ക്കാൻ രാത്രിസഞ്ചാരത്തിനിറങ്ങിയിരിക്കുന്നു. രാത്രിയും പകലും ദുഷ് ടനിഗ്രഹം രാജാക്കന്മാരുടെ ധർമ്മമാണല്ലോ.

രാക്ഷസി ഇതുകേട്ട്, രാജാവിനെ നോക്കി "പ്രഭോ! ഉത്തമനായ മ ന്ത്രിയെ ലഭിക്കയാൽ അങ്ങു, രാജപദത്തിനർഹൻതന്നെ. ദുർമന്ത്രി യുടെ രാജാവ് രാജാവല്ല. ഉത്തമനായ രാജാവോടു ചേർന്നെങ്കിലേ മ ന്ത്രിയും മന്ത്രിയാവൂ. രാജാവും ആദ്യമായി യോഗ്യനായ മന്ത്രിയോടു ചേരുകയാണ് വേണ്ടത്. അത് ശ്രേഷ്ഠത്വത്തിനു കാരണമായി ഭവിക്കും. രാജാവെങ്ങനെയോ അതുപോലെതന്നെ പ്രജകളുമിരിക്കും. ആത്മജ്ഞാ നം വിശേഷിച്ചും രാജ്യാധിപതികൾക്ക് ഉണ്ടായിരിക്കേണ്ട മുഖ്യഗുണ മാണ്. സമത്വവും പ്രഭുത്വവും ആത്മജ്ഞാനംകൊണ്ടേ ഉണ്ടാകയുള്ളൂ. അതില്ലാത്ത രാജാവും മന്ത്രിയും ആ പേരുകൾക്ക് അർഹന്മാരല്ല. ഹേ ധീരപുരുഷന്മാരേ! നിങ്ങൾക്ക് ആത്മവിദ്യ വശമാണെങ്കിൽ ഉത്തമത്വേ ന ജീവിച്ചിരിക്കാൻ സാധിക്കും-അല്ലെങ്കിൽ കാര്യം ആകെ അനർത്ഥ മാണ്. ഭക്ഷിക്കാതെ നിങ്ങളെ ഞാൻ വിട്ടയയ്ക്കില്ല. ചില ചോദ്യങ്ങളാ കുന്ന ഒരു കൂട്ടിലാക്കി നിങ്ങളെ പരീക്ഷിക്കാൻ ഞാൻ നിശ്ചയിച്ചു. അ തിനെ ബുദ്ധിശാസ്ത്രത്താൽ ഭേദിക്കാൻ സാധിക്കുമെങ്കിൽ നിങ്ങൾക്കു രക്ഷപ്പെടാം. അല്ലാതെ രക്ഷാമാർഗ്ഗം ഉണ്ടാകയില്ല."

പ്രാജ്ഞനായ രാജാവ് ഈ അഭിപ്രായത്തെ അനുമോദിച്ച്, എങ്കിൽ ചോദിച്ചോളു എന്നനുവാദംചെയ്തു.

രാക്ഷസി:-ഹേ ധീരന്മാരെ! എന്റെ ചോദ്യങ്ങൾ അനുക്രമമായി ശ്ര ദ്ധിക്കുവിൻ:-

(1) സമുദ്രത്തിൽ കുമുളകളെന്നപോലെ, ഏകവും അനേകസംഖ്യ വുമായ ഏതൊരണുവിന്റെ ഉള്ളിലാണ് ബ്രഹ്മാണ്ഡലക്ഷണങ്ങൾ ഉണ്ടായി ലയിക്കുന്നത്.

(2) ആകാശമായും അനാകാശമായും വിളങ്ങുന്നത് ഏതൊന്നാണ്?
(3) ഒന്നായും ഒന്നുമല്ലാത്തതായും ഏതൊരു വസ്തു ഭവിക്കുന്നു?
(4) ഗമിച്ചുകൊണ്ടുതന്നെ ഗമിക്കാതിരിക്കുന്നത് ഏതൊന്ന്?
(5) ഇല്ലാതെതന്നെ ഉണ്ടായിരിക്കുന്നതേത്?
(6) ചേതനമെങ്കിലും കല്ലുപോലെ അചേതനമായിരിക്കുന്ന വസ്തു ഏത്?
(7) നിർമ്മലാകാശത്തിൽ ചിത്രങ്ങളെഴുതുന്നതെന്ത്?
(8) കുരുവിൽ തരുവെന്നപോലെ ജഗത്തുകൾ ഏതൊരണുവിലിരിക്കുന്നു.
(9) ഓളം പത മുതലായവ, സമുദ്രത്തിൽ നിന്നു വേറല്ലാത്തതുപോലെ ഏതൊന്നിൽനിന്നാണ് ഒരു സാധനവും ഭിന്നമല്ലാതിരിക്കുന്നത്.
(10) ജലത്തിൽനിന്നു ദ്രവത്വം എന്നവണ്ണം ഏതൊരു വസ്തുവിൽ നിന്നു ദ്വൈതവും ഭിന്നമല്ലാതെയിരിക്കുന്നു?

ഹേ! ബാലന്മാരേ! ഈ ചോദ്യപഞ്ജരത്തെ ബുദ്ധികൊണ്ടു ഭേദിക്കാൻ നിങ്ങൾ സമർത്ഥന്മാരല്ലെങ്കിൽ, നിങ്ങൾ ഇപ്പോൾ തന്നെ എന്റെ ജഠരാഗ്നിക്ക് ഇന്ധനമായിത്തീരും."

ആ മഹാരാത്രിയിൽ കൊടുംകാട്ടിൽവച്ച് രാക്ഷസി ചെയ്ത ചോദ്യങ്ങൾക്ക് മന്ത്രി ഇപ്രകാരം മറുപടി പറഞ്ഞു.

(1-8) ഹേ രാക്ഷസീ! വാഗ്ഭംഗിയോടുകൂടി ബ്രഹ്മവിത്തുകൾക്ക് അറിവാൻ യോഗ്യമാംവണ്ണം നീ ഇവിടെച്ചെയ്ത ചോദ്യങ്ങളെല്ലാം പരമാത്മാവിനെ പരാർശിച്ചാണ്. പഞ്ചേന്ദ്രിയങ്ങൾക്കും മനസ്സിനും നിർദ്ദേശിക്കാനോ അറിവാനോ കഴിയാത്തതാകയാൽ ചിന്മാത്രം തന്നെയായ ആത്മാവ് അണുവാകുന്നു. അവയവഹീനമാകകൊണ്ട് ആകാശംപോലെ അതിസൂക്ഷ്മവുമാകുന്നു. പരമമായ ആ ചിദണുവിന്റെ ഉള്ളിൽ, കോടികോടി ബ്രഹ്മാണ്ഡബുദ്ബുദങ്ങൾ ഉളവായി സ്ഥിതി ചെയ്തിട്ട് ഭംഗുരത്വം ഹേതുവായി ലയം പ്രാപിക്കുന്നു.
(2) ബാഹ്യമായ യാതൊരു വസ്തുവുമില്ലാതെ സർവത്ര വ്യാപിച്ചിരിക്കകൊണ്ട്, ആകാശമായും ജ്ഞാനമാത്ര സ്വരൂപമാകയാൽ അനാകാശമായും സാക്ഷാൽ ബ്രഹ്മം തന്നെ വിളങ്ങുന്നു.
(3) ഒരു വിധത്തിലും നിർദ്ദേശിക്കത്തക്കതല്ലായ്കയാൽ ബ്രഹ്മത്തെ ഒന്നുമല്ലെന്നു പറയാം. അപലപിക്കാൻ പാടില്ലാത്ത പരമാർത്ഥ സത്തകൊണ്ട് ഒന്നാണെന്നും പറയാതെ തരമില്ല.

(6) പരമാത്മാവ് ചൈതന്യപ്രകാശരൂപനാകയാൽ ചേതനനും, അറിയപ്പെടേണ്ടതായി മറ്റൊന്നില്ലാത്തതുകൊണ്ട്, അതായത്, മറ്റൊന്നിനെ അറിയാത്തതാകകൊണ്ട്, കല്ലുപോലെ അചേതനനുമായിരിക്കുന്നു.

(7) സ്വച്ഛമായ ആത്മാകാശത്തിൽ ജഗച്ചിത്രം പരമാത്മാവുതന്നെ എഴുതുന്നു.

(9) ഇക്കാണപ്പെട്ട ജഗത്തെല്ലാം ബ്രഹ്മസ്വരൂപത്തിൽനിന്നു വേറല്ലാത്തതുകൊണ്ട്, ഒരു സാധനവും ബ്രഹ്മത്തിൽ നിന്ന് അന്യമായിരിക്കുന്നില്ല.

(10) ജഗൽഭേദങ്ങളെല്ലാം ബ്രഹ്മത്തിന്റെ പ്രതിഭാനം മാത്രമാകയാൽ, ദ്വൈതവും അതേ രൂപംതന്നെയാകുന്നു.

(4) ഗമ്യമായ സർവത്തിലും വ്യാപിച്ചിരിക്കകൊണ്ട് ഗമകത്വവും, നിർവികാരത്വാദി വിഭുത്വംകൊണ്ടും, ഗമിക്കാൻ പുറമേ സ്ഥലമില്ലാത്തതുകൊണ്ടും ഗമനാഭാവവും ബ്രഹ്മത്തിന് സിദ്ധംതന്നെ.

(5) അന്യന്മാർക്ക് അപ്രകാശമായും അനവഗമ്യമായും ഇരിക്കയാൽ ഇല്ലാത്തതായി സദ്രൂപത്വത്താൽ ഉള്ളതായി പരിലസിക്കുന്നതും ബ്രഹ്മമാകുന്നു.

മന്ത്രിയുടെ ഉത്തരങ്ങൾകേട്ട് സന്തുഷ്ടയായ രാക്ഷസി- ഭോ മന്ത്രിപുംഗവ! അങ്ങേ ഉത്തരങ്ങൾ സ്വീകരിക്കത്തക്കവതന്നെ. ഇനി സുകുമാരശരീരനായ രാജാവ് പറഞ്ഞുകേട്ടാൽ കൊള്ളാം.

രാജാവ്:-കർക്കടീ! നിന്റെ ചോദ്യങ്ങൾക്കു ലഘുവിൽ ഉത്തരം പറയാവുന്നതാണ്. വിവേകികൾക്കു പ്രപഞ്ചഭ്രമം നീങ്ങിയാൽ, യാതൊരു പ്രഭുചൈതന്യമാണോ പ്രാപ്യസ്ഥാനമായി വിളങ്ങുന്നത്, മനസാ സർവസങ്കൽപങ്ങളേയും പരിത്യജിക്കുന്നതും യാതൊന്നിന്റെ സ്വീകരണമാണോ യാതൊന്നിന്റെ വികാസത്താലും സങ്കോചത്താലും ജഗത്തുകൾ ഉദിക്കയും അസ്തമിക്കയും ചെയ്യുന്നുവോ വേദാന്തവാക്കുകൾക്കു ആധാരമായും വാക്കുകൾക്ക് അഗോചരമായുമിരിക്കുന്നത് യാതൊന്നാണോ ദ്വൈതാദ്വൈതങ്ങൾ, സദസത്തുകൾ, കാര്യകാരണങ്ങൾ, ദ്രഷ്ടദൃശ്യങ്ങൾ ഇത്യാദി വിഭിന്നങ്ങളായ ഇരുകൊടികളായും ആ കൊടികൾക്ക് മധ്യസ്ഥമായും വർത്തിക്കുന്നതു യാതൊന്നോ യാതൊരു പരമചൈതന്യത്തിന്റെ മനോമയിയായ ലീലയാണോ, ഇവിടെ കാണപ്പെടുന്ന ചരാചരപ്രപഞ്ചം, സർവലോകങ്ങളും ഭൂതരാശികളുമായി ഭവിക്കുന്നുവെങ്കിലും യാതൊന്നിന്റെ ഏകരൂപത്വം ഖണ്ഡിക്കപ്പെടുന്നില്ലയോ, സന്മയവും ശാശ്വതവുമായ ആ ബ്രഹ്മത്തെക്കുറിച്ചാണ് നിന്റെ ചോദ്യങ്ങൾ.

രാജമുഖത്തിൽനിന്നും അമൃതധാരപോലെ നിർഗ്ഗളിച്ച ഈ വാക്കുകൾകേട്ട് വനമർക്കടിയായ കർക്കടി ബ്രഹ്മപദലീനയായി സ്ഥിതിചെയ്തു. മത്സരാദി മനോദോഷങ്ങളെല്ലാം ശമിച്ചു. മഴക്കാറുകണ്ട മയിൽപേടപോലെ അഥവാ നിലാവെളിച്ചംതട്ടിയ ആമ്പൽപൊയ്കപോലെ മനസ്സുകുളുർത്തു വിശ്രാന്തയായി പറഞ്ഞു- ഹേ പൂജ്യപുരുഷന്മാരേ! ഒരിക്കലും മറയാത്ത പ്രബോധസൂര്യൻ വിളക്കിക്കൊണ്ടിരിക്കുന്ന നിങ്ങളുടെ ബുദ്ധി പവിത്രയായി ശോഭിക്കുന്നു. നിങ്ങളെപ്പോലെ ജഗൽപൂജ്യന്മാരായ വിവേകികൾ തന്നെ സേവിക്കപ്പെടേണ്ടവർ. മഹത്തുക്കളുടെ സംഗമം ലഭിച്ചാൽ ദുഃഖപ്രസംഗത്തിനുപോലും പിന്നെ അവകാശമില്ല. ദീപശിഖ കയ്യിലിരിക്കവേ ഇരുളിൽ തപ്പിത്തടഞ്ഞു വിഷമിക്കുന്ന മൂഢനാര്? ഈ മരുഭുവനത്തെ പ്രാപിച്ചിരിക്കുന്ന ഭൂതലസൂര്യന്മാരായ നിങ്ങൾ എന്നാൽ പൂജനീയന്മാരാണ്. വേഗത്തിൽ നിങ്ങളുടെ അഭിമതം എന്തെന്നു പറഞ്ഞാലും, അനുസരിക്കാൻ ഞാൻ കാത്തിരിക്കുന്നു.

രാജാവ്- രാക്ഷസവംശകാനനത്തിലെ പൂങ്കുലയായ കർക്കടീ! മേൽക്കാലം നീ യാതൊരു പ്രാണിഹിംസയും ചെയ്യരുതെന്നു ഞാൻ പ്രാർത്ഥിക്കുന്നു.

രാക്ഷസി - പ്രീതയായി രാജേശ്വരാ! അങ്ങേ അഭീഷ്ടംപോലെയാകട്ടെ. മേലാൽ യാതൊരു ജീവികളേയും ഞാൻ ഹിംസിക്കയില്ല; സത്യംതന്നെ.

രാജാവ്- ഭദ്രേ! ഭവതിക്ക് അന്യജീവികളുടെ ശരീരമാണല്ലോ ഭക്ഷണം. എന്റെ പ്രാർത്ഥനയനുസരിക്കുന്ന പക്ഷം, ശരീരവൃത്തി എങ്ങനെ സാധിക്കും?

രാക്ഷസി- പ്രഭോ! വിശപ്പുനിമിത്തം എനിക്ക് ധർമ്മലംഘനം സംഭവിക്കയില്ല. വളരെക്കാലമായി സമാധിയിൽ ലയിച്ചിരുന്ന ഞാൻ ഉണർന്നിട്ട് അധികസമയമായില്ല. ഉണർന്നപ്പോൾ ക്ഷുത്തിനെ സ്മരിക്കകൊണ്ടു ഭക്ഷണേച്ഛയുണ്ടായിയെന്നേയുള്ളു. അതു ഗണ്യമല്ല. ഇനിയും പഴയപടി ഗിരിശൃംഗത്തെ പ്രാപിച്ച്, സാലഭജ്ഞികയെപോലെ ധ്യാനനിശ്ചലയായിരുന്നു സുഖമേ കാലയാപനം ചെയ്യും. മരണംവരെ ഇങ്ങനെ ധാരണകളെ നിരോധിച്ച്, പ്രാണധാരണം ചെയ്‌വാൻ എനിക്കു സാധിക്കാതിരിക്കയില്ല. ഒടുവിൽ ഇഷ്ടം പോലെ ദേഹത്തെ ഉപേക്ഷിക്കയും ചെയ്യാം. ഇതത്രേ എന്റെ നിശ്ചയം. പരമാത്മാവുതന്നെയാണ് സർവജീവികളിലും അധിവസിക്കുന്നതെന്നുള്ള ബോധം എനിക്കുണ്ട്. ഇനി ശരീരപരിത്യാഗകാലംവരെ യാതൊരു ജീവിയേയും ഞാൻ ഹിംസിക്കയില്ല.

സ്നേഹശാലിനിയായ രാക്ഷസി ഇപ്രകാരം പറഞ്ഞു പിരിയാൻ ഭാവിച്ചപ്പോൾ, രാജാവു പറഞ്ഞു:- ഭദ്രേ! നാം തമ്മിൽ ഇവിടെ വച്ചുണ്ടായ സ്നേഹം ഒരിക്കലും വിഫലമാക്കാതെയിരിക്കണമെന്നാണ് മോഹം. സജ്ജനങ്ങൾക്ക് അന്യോന്യദർശനത്താൽതന്നെ സ്നേഹം വർദ്ധിക്കുമെന്നു പറയപ്പെടുന്നു. അതുകൊണ്ട് നീ ഈ ഭയങ്കരത്വം മാറ്റി സുകുമാരരൂപം ധരിച്ച്, ഞങ്ങളോടൊരുമിച്ചു പോരണം. രാജധാനിയിൽ സുഖമായിത്താമസിക്കാം.

രാക്ഷസി-രാജാവേ! സുകുമാരിയായ മനുഷ്യവേഷധാരിണിക്ക് അതിനനുസരിച്ച അന്നപാനാദികളായിരിക്കും അങ്ങ് ഭക്ഷിക്കാൻ കൊടുക്കുന്നത്. നിഷ്പ്രയാസം അങ്ങേയ്ക്ക് അതു സാധിക്കയും ചെയ്യും. എന്നാൽ രാക്ഷസജാരിസ്വഭാവയായ എന്നെ എന്തൊരു ഭക്ഷണം നൽകിയാണ് അങ്ങ് തൃപ്തിപ്പെടുത്തുന്നത്. രാക്ഷസഭക്ഷണം തന്നെ എനിക്കു കൂടിയേ കഴിയൂ! പൂർവകാലികമായ ആ സ്വഭാവം മരണംവരെ വിട്ടുമാറുകയുമില്ല. എന്തു നിശ്ചയിച്ചു!

രാജാവ്-ശോഭനേ! അതിനു നിവൃത്തിയുണ്ടാക്കാം. പൊന്മാലകളുമണിഞ്ഞ് സുന്ദരരൂപിണിയായിവന്നു എന്റെ ഭവനത്തിൽ ഏതാനും ദിവസം താമസിക്കൂ! പാപികൾ തസ്കരന്മാർ മുതലായ വധ്യന്മാരെ ഞാൻ മണ്ഡലങ്ങളിൽനിന്നു വരുത്തി ആയിരക്കണക്കിന് നിനക്ക് ഭക്ഷിക്കാൻ തരും. പൂർവരൂപം ധരിച്ച് അവരെയെല്ലാം പെറുക്കിക്കൊണ്ട് ഹിമവൽശ്രൃംഗത്തിൽ പോയിരുന്നു സുഖമാംവണ്ണം ഭക്ഷിച്ചോളൂ. ആരുമില്ലാത്ത സ്ഥലത്തിരുന്നു ഭക്ഷിക്കുന്നതാണല്ലോ അതിഭോജികൾക്കിഷ്ടം. തൃപ്തിയാംവണ്ണം ഭക്ഷിച്ചു കുറഞ്ഞൊന്നുറങ്ങിയശേഷം, സമാധിസ്ഥയായി വിശ്രമിക്കാം. എപ്പോൾ ഉണരുന്നുവോ ഉടനേവന്ന് വീണ്ടും വധ്യജനങ്ങളെ ഭക്ഷണാർത്ഥം കൊണ്ടുപൊയ്കൊൾക. ധർമ്മരക്ഷണത്തിനായി ചെയ്യപ്പെടുന്ന ഹിംസ ഹിംസയല്ല. അതു കരുണയ്ക്കു സമമാണെന്നു പറയപ്പെട്ടിരിക്കുന്നു. സമാധിയിലുള്ള ഇച്ഛ അവസാനിച്ചുകഴിഞ്ഞാൽ എന്റെ അടുക്കലേക്കു പോരണം. അസത്തുക്കൾക്കുപോലും സ്നഹം ദൃഢപ്പെട്ടുപോയാൽ മായാൻ പ്രയാസമാണ്.

രാക്ഷസി- രാജാവേ! പറഞ്ഞതു യുക്തംതന്നെ. അതുപോലെ ഞാൻ പ്രവർത്തിക്കുന്നുണ്ട്. സ്നേഹമുള്ളവർ പറയുന്ന വാക്ക് ആരാണനുസരിക്കാത്തത്?

ഇങ്ങനെ പറഞ്ഞിട്ട് ഒരു സുന്ദരിയുടെ വടിവായി 'പ്രഭോ! വരിക നമുക്കു പോകതന്നെ', എന്നു സ്നേഹപൂർവം ക്ഷണിച്ചു. എല്ലാവരുമായിപ്പുറപ്പെട്ടു രാജഭവനത്തെ പ്രാപിക്കയും ശേഷിച്ചരാത്രി, അന്യോന്യം

ഓരോ കഥകൾ പറഞ്ഞ് ഉറങ്ങാതെ കഴിച്ചുകൂട്ടുകയും ചെയ്തു. പ്രഭാതത്തിൽ രാക്ഷസി അന്തഃപുരത്തിൽ കടന്ന് രാജസ്ത്രീകളുമായി വിനോദിച്ചു സുഖിച്ചു. രാജാവും മന്ത്രിയും അവരവരുടെ കർത്തവ്യങ്ങളിലും പ്രവേശിച്ചു. ഇങ്ങനെ ആറുദിവസമായപ്പോഴേയ്ക്ക്, സ്വന്തരാജ്യത്തിലും സാമന്തരാജ്യങ്ങളിലുമുള്ള വധ്യന്മാരെ മൂവായിരംപേരെ രാജാവ് ബന്ധിപ്പിച്ചുവരുത്തി കർക്കടിക്കു സൽക്കരിച്ചു. രാത്രിയായപ്പോൾ അവൾ ഭയങ്കരമായ തന്റെ സ്വന്തരൂപം ധരിച്ചു ആ വധ്യന്മാരെ കൈകോട്ടിൽ വാരി രാജാവിനോടു യാത്രവഴങ്ങിപ്പോയി ഹിമവൽശൃംഗത്തെ പ്രാപിക്കയും നിർദ്ദേശമനുസരിച്ചു പ്രവർത്തിക്കയും ചെയ്തു. ഇന്നും അവൾ സമാധിയിൽനിന്നും ഉണരുന്ന അവസരങ്ങളിൽ കിരാതമണ്ഡലത്തിൽപോയി വധ്യന്മാരെ സ്വീകരിച്ചു കൊണ്ടുചെന്നു ഭക്ഷിക്ക പതിവാണ്.

ലഘുയോഗവാസിഷ്ഠത്തിൽ മോക്ഷോപായമായ
ഉൽപത്തിപ്രകരണത്തിൽ സൂച്യൂപാഖ്യാനം
എന്ന സപ്തമസർഗ്ഗം കഴിഞ്ഞു.

ഐന്ദവോപാഖ്യാനം

വസിഷ്ഠൻ--രാമചന്ദ്ര! സൂചീവൃത്താന്തകഥനത്താൽ പരമാത്മതത്വം മുഴുവൻ യഥാശ്രുതം വ്യാഖ്യാനിച്ചുകഴിഞ്ഞു. ആത്മാവുമാത്രമേ സത്യമായുള്ളു. ഭ്രാന്തിജന്യമായ സംസാരം മിഥ്യതന്നെയാണ്. ദൃഷ്ടികളിൽ ജഗദ്രൂപേണസ്ഫുരിക്കുന്നതു മനസ്സൊന്നുതന്നെ. ഉദാഹരണമായി ശ്രവണഭൂഷണമായ ഐന്ദവോപാഖ്യാനം ഞാൻ കേൾപ്പിക്കാം. അതുകേട്ടാൽ പരമാത്മശക്തിയുടെ മനോരൂപത്തിലുള്ള വിജ്രംഭണമാണ് ജഗത്തെന്നു സ്പഷ്ടമാകും. ബോധഹീനനായ ചിത്തബാലന് ഭ്രാന്തിനിമിത്തം തോന്നപ്പെടുന്ന ഒരു പിശാചാണ് ജഗത്തെന്നു പറയാം. ബോധമുദിക്കത്തക്ക പക്വത വന്നാൽ ആ ഭ്രാന്തി നീങ്ങി നിരാമയവും ഉൽകൃഷ്ടവുമായ ആത്മരൂപം പ്രകാശിക്കും. രാഗാദിദോഷദൂഷിതമായ ഹൃദയം സംസാരവും, ദോഷവിമുക്തമായ ഹൃദയം മോക്ഷവുമാകുന്നു. ഐന്ദവന്മാരുടെ കഥ ഇതിനെ ഉദാഹരിക്കുന്നതാണ്.

ബ്രഹ്മദേവൻ, തന്റെ ദിവസാവസാനമായ ഒരു പ്രളയത്തിൽ സകലസർഗ്ഗങ്ങളും സംഹരിച്ച് നിദ്രയ്ക്കധീനനായി അടുത്ത പ്രഭാതമായപ്പോൾ ഉണർന്നെഴുന്നേറ്റ്, വിധിപ്രകാരം സന്ധ്യാനുഷ്ഠാനങ്ങൾ നിർവഹിച്ചശേ

ഷം, പ്രജാസൃഷ്ടിക്കായി മനോവിസ്തൃതമായ ആകാശത്തിൽ തന്റെ വിപുലദൃഷ്ടികളെ പതിപ്പിച്ചു. അവിടെ പ്രത്യേകം പ്രത്യേകം സ്ഥിതി ചെയ്യുന്ന പലേ സർഗ്ഗങ്ങൾ, വ്യാപാരബഹുലമായി നടന്നുകണ്ടിരിക്കുന്നതുകണ്ട് പത്തു ബ്രഹ്മാക്കന്മാരും അനവധി ദേവാദികളും സ്വസ്വകൃത്യങ്ങൾ നിർവഹിച്ചുകൊണ്ട്, അവറ്റിൽ സ്ഥിതിചെയ്യുന്നു. ഇതെന്തൊരു കഥ?-ഈ സർഗ്ഗങ്ങൾ എങ്ങനെ ഉളവായി? എന്നിങ്ങനെ വിസ്മിതനായ വിരിഞ്ചൻ വളരെ നേരം നോക്കിനിന്നിട്ട് ആ ജഗത്തുകളിൽ ജോലി നടത്തുന്ന ഒരു സൂര്യനെ സത്യസങ്കൽപത്താൽ അടുക്കൽ വരുത്തി ചോദിച്ചു. തേജോരൂപ! നീ ആരാണ്? ഈ ജഗത്തുകളെല്ലാം എങ്ങനെയുണ്ടായി? സദയം പറഞ്ഞുതരുമോ?

സൂര്യൻ വിനീതനായി നമസ്കരിച്ചു പറഞ്ഞു. 'സ്വാമിൻ! ദൃശ്യപ്രപഞ്ചങ്ങൾക്കെല്ലാം കാരണഭൂതനായ നിന്തിരുവടി ഈ വസ്തുത അറിയാതെ വരാൻ കാരണമെന്ത്? കേവലം വിനോദത്തിനായി എന്നെക്കൊണ്ടുപറയിക്കാൻ ചോദിക്കയാണെങ്കിൽ അറിഞ്ഞതു പറയാം. കൈലാസശൈലത്തിന്റെ താഴ്വാരത്തുള്ള ജംബുദ്വീപിന്റെ ഒരു കോണിൽ അങ്ങേ പുത്രന്മാരായ മരീച്യാദികൾ സുവർണ്ണതടമെന്ന ഒരു മനോഹരമണ്ഡപം സൃഷ്ടിച്ചു. ആ മണ്ഡപത്തിൽ ഇന്ദുവെന്ന പേരായി കശ്യപകുലജാതനായ ഒരു ഉത്തമബ്രാഹ്മണനുണ്ടായി. ബ്രഹ്മജ്ഞനും ധർമ്മിഷ്ഠനും ശാന്തനുമായ അദ്ദേഹം പ്രാണങ്ങളെക്കാൾ പ്രിയതരയായ ഉത്തമകുടുംബിനിയോടുകൂടി ഗൃഹസ്ഥാശ്രമത്തെ വഴിപോലെ പാലിച്ചു വസിച്ചുവന്നു. വളരെക്കാലമായിട്ടും മരുഭൂമിയിൽ വൃക്ഷമെന്നപോലെ അവളിൽ പുത്രോൽപത്തി ഉണ്ടായില്ല. ദുഃഖിതരായ ദമ്പതികൾ സന്തതിലാഭത്തെ ഉദ്ദേശിച്ചു തപസ്സു ചെയ്‌വാൻ നിശ്ചയിച്ച് അപ്പോൾതന്നെ പരിശുദ്ധവ്രതനിഷ്ഠയോടുകൂടി കൈലാസത്തെ പ്രാപിക്കയും ചെയ്തു. അവിടെ പ്രാണി സഞ്ചാരമില്ലാത്ത ഒരു ചെറുകുഞ്ജത്തിൽ കടന്ന്, ജലപാനമൊഴികെ മറ്റാഹാരങ്ങളൊന്നുമില്ലാതെ വൃക്ഷങ്ങളെപ്പോലെ നിശ്ചലരായിനിന്നു തപസ്സുതുടങ്ങി. കാലാന്തരത്തിൽ പ്രസന്നനായ പരമശിവൻ, പ്രത്യക്ഷമെഴുന്നള്ളിവന്ന്, ഹേ ബ്രാഹ്മണ! തപശ്ശക്തിയാൽ ഞാൻ സ്വാധീനനായി ഭവിച്ചിരിക്കുന്നു. ഇഷ്ടവരത്തെ വരിച്ചാലും എന്നരുളിച്ചെയ്തു. ബ്രാഹ്മണൻ തൊഴുതു പ്രാർത്ഥിക്കയായി. 'ദേവേശനായ ഭഗവാനേ മംഗളശാലികളും മഹാബുദ്ധിമാന്മാരുമായ പത്തു പുത്രന്മാർ എനിക്കുണ്ടാകട്ടെ. അവർ നിമിത്തം മേൽക്കാലം ഒരു ദുഃഖം ഭവിക്കാതിരിക്കയും വേണം.' അപ്രകാരം ഭവിക്കട്ടെ എന്നനുഗ്രഹിച്ചിട്ടു ഭഗവാൻ അവിടെ അന്തർദ്ധാനം ചെയ്തു.

ഇഷ്ടലാഭത്താൽ സന്തുഷ്ടരായ ദമ്പതികൾ, സ്വഭവനത്തിലെത്തി സുഖമായി വസിച്ചു. കാലക്രമേണ ഉത്തമന്മാരായ പത്തുപുത്രന്മാരും അവർക്കു ജനിച്ചു. പുത്രന്മാർക്കു പുരുഷപ്രായമെത്തി വളരെക്കാലം കഴികെ, ബ്രാഹ്മണദമ്പതികൾ പരലോകപ്രാപ്തരായി. ദുഃഖാവേശത്താൽ പുത്രന്മാർ പത്തുപേരും സംസാരനിസ്സാരതയെ അനുകമ്പിച്ചു തപസ്സിനായി പുറപ്പെട്ടു. ഉറ്റവരാരുമില്ലാതെ സ്വാശ്രയഭൂതന്മാരായ അവർ വീടും നാടുമുപേക്ഷിച്ച് കൈലാസപർവ്വതത്തിലെത്തി ലൗകികസുഖഭോഗങ്ങളുടെ ക്ഷണഭംഗുരതയെക്കുറിച്ചാലോചിച്ചു. ഈ ലോകത്തിൽ ഗണ്യമായ ശ്രേയസ്സെന്തുള്ളു? ദുഃഖദമല്ലാതെ ഏതൊന്നുണ്ട്? ജനങ്ങളുടെ ഐശ്വര്യാഭിമാനം എത്ര തുച്ഛം? ഗൃഹാധിപനായാൽ ഐശ്വര്യവാനായി എന്നു ജനങ്ങൾ കരുതുന്നു. ഗ്രാമാധിപൻ ഗൃഹാധിപനേക്കാൾ സമ്പന്നനാണ്. ഒരു സാമന്തരാജാവിന് ഗ്രാമാധിപനേക്കാൾ ഐശ്വര്യമേറുന്നു. സ്വതന്ത്രരാജാവ് സാമന്തനേക്കാൾ എത്രയോ ഐശ്വര്യവാനാണ്? ചക്രവർത്തിയുടെ കഥ ആലോചിച്ചാൽ രാജാവെത്ര നിസ്സാരൻ. ത്രൈലോക്യനാഥനായ ഇന്ദ്രനോട് ഉപമിക്കുമ്പോൾ ചക്രവർത്തികൾ അഗണ്യന്മാരാണ്. ബ്രഹ്മദേവന്റെ മുഹൂർത്തകാലംകൊണ്ടവസാനിക്കുന്ന ഇന്ദ്രത്വത്തെയും മാനിക്കാനെന്തിരിക്കുന്നു? കൽപ്പത്തിൽ കൽപ്പത്തിൽ അതു നശിച്ചുപോകുന്നു. ആകെ നോക്കിയാൽ ശോഭനമായി ഇവിടെ എന്തുള്ളു?

ചിന്തകൾ ഇപ്രകാരം നടന്നുകൊണ്ടിരിക്കെ, ജ്യേഷ്ഠസഹോദരൻ പറഞ്ഞു- അനുജന്മാരേ! കൽപ്പാന്തംവരെ നാശമില്ലാത്ത ഐശ്വര്യപദം ഇവിടെ ബ്രഹ്മത്വം ഒന്നു മാത്രമേയുള്ളു. അതിനെ ഞാൻ ഇഷ്ടപ്പെടുന്നു.

അനുജന്മാർ ഇതുകേട്ട് ജ്യേഷ്ഠ! അങ്ങു പറഞ്ഞതു യുക്തംതന്നെ. സർവ്വദുഃഖങ്ങളെയും ശമിപ്പിക്കുന്ന ഒന്നാണ് ബ്രഹ്മപദപ്രാപ്തിക്കുള്ള മാർഗ്ഗം. അത് ഉപദേശിച്ചുതരണം എന്നു പറഞ്ഞു.

സഹോദരന്മാരെ! നിങ്ങൾ മനസ്സിനെ ഏകാഗ്രമാക്കി പത്മാസനസ്ഥനായ ബ്രഹ്മാവാണ് ഞാൻ, മഹാദീപ്തിമാനാണ്, പ്രഭാവാതിശയത്താൽ ഞാൻ സൃഷ്ടിക്കയും സംഹരിക്കയും ചെയ്യുന്നു എന്നു നിരന്തരമായി ഓരോരുത്തരും ധ്യാനിച്ചുകൊണ്ടിരിക്കണം.

ഈ ഉപദേശമനുസരിച്ച് ഉത്തമന്മാരായ അവരെല്ലാവരും ധ്യാനാധീനബുദ്ധികളായി ചിത്രാർപ്പിതന്മാരെപ്പോലെ നിശ്ചലരായി അന്തഃസ്ഥമായ മനസ്സുകൊണ്ട് ജഗൽസ്രഷ്ടാവായ ബ്രഹ്മാവാണു ഞാൻ, കർത്താവും ഭോക്താവുമായ മഹേശ്വരനാണ്; പുരവരങ്ങളോടുകൂടിയ പതിന്നാ

ലുലോകങ്ങളും ഞാൻതന്നെ സൃഷ്ടിച്ചു, ഞാൻ അവരുടെ ഹൃദയസ്ഥനാണ് എന്നിങ്ങനെ ധ്യാനിച്ചുകൊണ്ടിരുന്നു. ദൃഢമായ ബ്രഹ്മഭാവനനിമിത്തം ആ ബ്രാഹ്മണർ പൂർവവാസനാലബ്ധങ്ങളായ സ്വദേഹങ്ങളെ വിസ്മരിച്ചു. ഒടുവിൽ ആ ദേഹങ്ങൾ കാറ്റും വെയിലുമേറ്റ് വരണ്ടും ശോഷിച്ചും ഉണക്കയിലപോലെ വീണുപോയി. ഭാവനാപരിപാകത്താൽ അവസാനത്തിൽ പത്തുപേരും ബ്രഹ്മത്വത്തെ പ്രാപിച്ചു, അവരുടെ സർഗ്ഗപ്രതിഭാസമാണ് പത്തുവിധത്തിൽ ഇവിടെ കാണുന്നത്. അത് മനോവ്യോമത്തിൽ സ്ഥിതിചെയ്യുന്ന പത്തു സംസാരങ്ങളാണ്. ഇവറ്റിലൊന്നിൽ രാപ്പകലുകളെ ഉണ്ടാക്കുന്ന സൂര്യനാണ് ഞാൻ.

ഇപ്രകാരം അറിയിച്ചിട്ട് സൂര്യൻ വണങ്ങിവാങ്ങിപ്പോയി. ദേവേശനായ ബ്രഹ്മാവും സ്വവ്യാപാരരതനായി ഭവിച്ചു.

ലഘുയോഗവാസിഷ്ഠത്തിൽ മോക്ഷോപായമായ
ഉൽപ്പത്തി പ്രകരണത്തിൽ ഐന്ദവോപാഖ്യാനം
എന്ന എട്ടാംസർഗ്ഗം കഴിഞ്ഞു

ഇന്ദ്രോപാഖ്യാനം

വസിഷ്ഠൻ--രാമചന്ദ്ര! ഐന്ദവോപാഖ്യാനത്താൽ മനസ്സിന്റെ പ്രാമുഖ്യം സിദ്ധമായില്ലേ? ലോകങ്ങളുടെ സൃഷ്ടികർത്താവ് മനസ്സാണ്. പരനായ പുരുഷനും മനസ്സുതന്നെ. മനഃകൃതമത്രെ കൃതമായി ലോകത്തിൽ ഗണിക്കപ്പെടുന്നത്. ദേഹകൃതം കൃതമല്ല. സാമാന്യബ്രാഹ്മണരായിപ്പിറന്ന ഇന്ദുപുത്രന്മാർ, കേവലം മനോഭാവനകൊണ്ടു ബ്രഹ്മത്വത്തെ പ്രാപിച്ചുവല്ലോ. മനസ്സിന്റെ ആ ശക്തിനോക്കൂ! ദേഹം മനസ്സിനാൽ ഭാവ്യമാനമായിട്ടു ദേഹിത്വത്തെ പ്രാപിക്കുന്നു. ദേഹഭാവനയില്ലാത്തവനെ ദേഹധർമ്മങ്ങൾ ബാധിക്കയില്ല. അന്തർമുഖനായ യോഗി ദേഹത്തിനുണ്ടാകുന്ന നന്മതിന്മകളെ അറിയുന്നില്ല. ഇന്ദ്രന്റെയും അഹല്യയുടെയും കഥ ഇതിന് ഉദാഹരണമാണ്.

ശ്രീരാമൻ ചോദിച്ചു-ഗുരോ! ദേഹഭാവനയില്ലാത്ത മനോവൈഭവത്തോടുകൂടിയ ആ അഹല്യയും ഇന്ദ്രനും ഏതാണെന്നു പറയുമോ?

വസിഷ്ഠൻ-പണ്ട് മഗധരാജ്യത്തിൽ ഇന്ദ്രദ്യുമ്നൻ എന്നു പേരായി ഒരു രാജാവു വാണിരുന്നു. വിഷ്ണുഭക്തി മുതലായ വിശിഷ്ടഗുണങ്ങൾ നോക്കിയാൽ പുരാണപ്രസിദ്ധനായ ഇന്ദ്രദ്യുമ്നനോട് സമനാണെന്നു

തന്നെ പറയാം. ചന്ദ്രനു രോഹിണിയെന്നപോലെ മഹാസുന്ദരിയായ അഹല്യയെന്ന ഒരു കുടുംബിനി അദ്ദേഹത്തിനുണ്ടായിരുന്നു. ആ പട്ടണത്തിൽ നാഗരസ്ത്രീകൾക്ക് അത്യന്തം പ്രിയനായ ഇന്ദ്രൻ എന്നൊരു വിടപ്രമാണിയും പാർത്തിരുന്നു. ഗൗതമപത്നിയായ അഹല്യയുടെയും ദേവേന്ദ്രന്റെയും കഥ പുരാണങ്ങളിൽ വായിച്ചറിഞ്ഞതുമുതൽ അഹല്യയ്ക്ക്, അന്നത്തെ ഇന്ദ്രനിൽ അനുരാഗം ജനിച്ചു. ക്രമേണ അന്യോന്യം സ്നേഹനിബദ്ധരാകയും അവരുടെ ദുശ്ചേഷ്ടിതങ്ങൾ പരസ്യമാകയും ചെയ്തു. കാമുകരായ അവരുടെ അനാശാസ്യപ്പെരുമാറ്റങ്ങൾ കണ്ടും കേട്ടും കുപിതനായ രാജാവ് ശരിവരെ അവരെ ശിക്ഷിക്കാൻ തന്നെ നിശ്ചയിച്ചു. രണ്ടുപേരെയും കൂട്ടിക്കെട്ടി നിലയില്ലാത്ത വെള്ളത്തിൽ എറിയിച്ചു. അവിടെക്കിടന്നു ചിരിച്ചതല്ലാതെ അല്പംപോലും ദുഃഖഭാവം അവർ കാണിച്ചില്ല. പിന്നീട് ആനക്കാലിൽ കെട്ടിച്ചുനോക്കി. എന്നിട്ടും അൽപംപോലും സങ്കടഭാവം കണ്ടില്ല. ചമ്മട്ടികൊണ്ടു രണ്ടുപേരുടെയും മുതുക് അടിച്ചുപൊട്ടിച്ചു. ഒരു വ്യസനഭാവവും അവർക്കുണ്ടായില്ല. എരിയുന്ന തീയിൽ തള്ളിയിട്ടു. കുളിർക്കല്ലിൽ ശയിക്കുന്നതുപോലെ സന്തോഷഭാവമാണ് അപ്പോഴും പ്രദർശിപ്പിച്ചത്. ഇത്രയുമായപ്പോൾ ശങ്കിതനായ രാജാവ് അവരെ സമീപത്തിൽ വിളിപ്പിച്ച്, ഹേ ദുർബുദ്ധികളേ! കഠിനോപദ്രവങ്ങളേറ്റിട്ടും ദുഃഖഭാവം നിങ്ങൾക്ക് ഉളവാകാത്ത കാരണമെന്ത്? എന്നു ചോദിച്ചു. സന്തുഷ്ടരായ അവർ രാജാവിനെ നോക്കി, പ്രഭോ! ഇഷ്ടമായ വദനശോഭയെ ഞങ്ങൾ അന്യോന്യം ഹൃദയത്തിൽ ധ്യാനിച്ചു തന്മയരായി ഭവിക്കകൊണ്ട്, ദേഹത്തെ അറിയുന്നില്ല. ദേഹം കഷണംകഷണമറുത്താലും ഒരു ഭാവഭേദം ഞങ്ങൾക്കുണ്ടാകയില്ല. ഇഷ്ടവസ്തുവിൽ ചിരകാലമായി ഊന്നിയുറച്ച മനോഭാവത്തെ, ശരീരജവികാരങ്ങൾ ബാധിക്കാൻ ശക്തങ്ങളല്ല. ഞങ്ങളുടെ ഹൃദയത്തിന് അന്യോന്യം തന്മയത്വം സിദ്ധിച്ചിരിക്കുന്നു. ദേഹസംബന്ധമായ ബാധകളൊന്നും അറിയുന്നതേയില്ല. തീവ്രവേഗത്തോടുകൂടി മനസ്സിന്റെ ഭാവന ഏതൊന്നിൽ പതിയുന്നുവോ അതിനെത്തന്നെ എപ്പോഴും കാണും. ദേഹചേഷ്ടകളെക്കുറിച്ചുള്ള അറിവോ മറഞ്ഞുമായും. ഇഷ്ടവസ്തുവിൽ ഊന്നിയ മനസ്സിനെ ഇളക്കാൻ മുനിശാപാദികൾക്കും ശക്തിയില്ല. ഏതെല്ലാം പ്രതിഘാതങ്ങൾ സംഭവിച്ചാലും മഹാമേരുവെപ്പോലെ നിശ്ചലമായി സ്ഥിതിചെയ്യും. രാജാവേ! ശരീരകൽപനകളെല്ലാം അർത്ഥഹീനങ്ങളാണ്. വള്ളികളുടെ ഉള്ളിലുള്ള രസത്തിനു വെള്ളമെങ്ങനെയോ അതുപോലെ, ശരീരങ്ങൾക്കു കാരണമായിരിക്കുന്നതു മനസ്സൊന്നുതന്നെ. മുഖ്യമായ ശരീരവും മനസ്സാണെന്നു ധരിച്ചുകൊൾക. ദേ

ഹം ക്ഷയിച്ചുപോയാലും മനസ്സു സ്വപ്നഭൂമിയിലെന്നപോലെ പുതിയ പുതിയ ദേഹത്തെ സൃഷ്ടിച്ചുകൊള്ളും. നേരേമറിച്ച് മനസ്സാണ് ക്ഷയിക്കുന്നതെങ്കിൽ, ദേഹം യാതൊന്നും ചെയ്‌വാൻ ശക്തമാകയില്ല. പുനർജ്ജനനം ഉണ്ടാകയുമില്ല. അതിനാൽ മനസ്സാകുന്ന രത്നത്തെ കരുതലോടുകൂടി സൂക്ഷിക്കേണ്ടതാണ്.

ഇന്ദ്രനും അഹല്യയും മനോബന്ധമാഹാത്മ്യത്തെ വർണ്ണിച്ചതുകേട്ട്, ഇന്ദ്രദ്യുമ്നൻ പാർശ്വവർത്തിയായ ഭരതമുനിയെനോക്കി 'ധർമ്മിഷ്ഠനായ മഹർഷേ! കാമാന്ധരാണെങ്കിലും പരമാർത്ഥരസമൊഴുകുന്ന ഇവരുടെ വാക്കു മനസ്സിനെ രമിപ്പിക്കുന്നു. അന്യോന്യം ഇവരെ ബന്ധിച്ചിരിക്കുന്ന അനുരാഗതന്തു അഭേദ്യംതന്നെ. ഞാൻ ശാസ്ത്രപ്രകാരം കഠിനമായി ശിക്ഷിച്ചുനോക്കി ഒരു ഫലമുണ്ടായില്ല. ഇവരെ ഇനി നിഷ്കാസിച്ചുകളയാമെന്നു വിചാരിക്കുന്നു' എന്നുപറഞ്ഞ് അപ്പോൾതന്നെ ആട്ടി അകറ്റി നാട്ടിനു പുറത്താക്കുകയും ചെയ്തു.

ലഘുയോഗവാസിഷ്ഠത്തിൽ മോക്ഷോപായമായ
ഉൽപ്പത്തിപ്രകരണത്തിൽ ഇന്ദ്രോപാഖ്യാനം എന്ന
ഒമ്പതാംസർഗ്ഗം കഴിഞ്ഞു

ചിത്തോപാഖ്യാനം

വസിഷ്ഠൻ--രാജകുമാര! എല്ലാ പ്രാണികൾക്കും രണ്ടു ശരീരമുണ്ട്. അതിൽ ഒന്ന് ക്ഷിപ്രകാരിയും ചഞ്ചലവുമായ മനഃശരീരവും, മറ്റത് യാതൊരു ക്രിയകളുമില്ലാത്ത മാംസനിർമ്മിതമായ സ്ഥൂലശരീരവുമാണ്. ഈ വസ്തുത ഇന്ദ്രോപാഖ്യാനത്തിൽനിന്നു മനസ്സിലാക്കാം.

ശ്രീരാമൻ-സ്വാമിൻ! മനസ്സ് ജഡവും നിരാകാരവുമാണല്ലോ. അതിന്റെ സങ്കൽപപ്രധാനമായ രൂപം വിസ്തരിച്ചു പറഞ്ഞുതരുമോ?

വസിഷ്ഠൻ-മഹാത്മകവും അനന്തവും അഖിലശക്തിയുമായ പരമാത്മതത്വത്തിന്റെ സങ്കൽപശക്തിയുക്തമായ രൂപം യാതൊന്നൊ അതിനു മനസ്സെന്നു പറയുന്നു. ജീവികളുടെ നിസർഗ്ഗലോലമായ ഏതൊരു മനോഭാവമാണൊ, സങ്കൽപങ്ങളിൽ ഉൽസുകമായി, സത്തിനും അസത്തിനും മദ്ധ്യത്തിൽ ചലിക്കുന്നത്, അത് മനഃസ്വരൂപമാണെന്നു ധരിച്ചുകൊൾക. മനസ്സ് ഏതൊന്നിൽനിന്നുണ്ടായതോ ആകട്ടെ, ഏതൊന്നൊ ആയിക്കൊള്ളട്ടെ, സംസാരത്തിന് അതുതന്നെ കാരണമാക

യാൽ ജീവാത്മമോക്ഷത്തിനായി അതിനെ മുക്തിമാർഗ്ഗങ്ങളിൽ സമാഹിതമാക്കാൻ ശീലിക്കേണ്ടതാണ്. ഇതിനെ ഉദാഹരിക്കുമാറ് പണ്ടു ബ്രഹ്മദേവൻ അരുളിച്ചെയ്ത ചിത്തോപാഖ്യാനം ഞാൻ പറയാം കേൾക്കൂ!-
-അതിവിസ്തൃതവും ശാന്തവും എന്നാൽ ശൂന്യവും ഭയങ്കരവുമായ ഒരു മഹാരണ്യം പരന്നുകിടപ്പുണ്ട്; അതിന്റെ ഒരു കോണുതന്നെ അനേകായിരം യോജനവിസ്തൃതമാണ്. അതിൽ അനവധി കണ്ണുകളും കൈകളുമുള്ള വികൃതാകൃതിയായ ഒരു ഭയങ്കരപുരുഷൻ, സർവദാ ദുഃഖിതനായി വസിച്ചിരുന്നു. കൈകളിൽ അസംഖ്യം പരിഘായുധങ്ങൾ ധരിച്ച് അവൻ തന്നത്താൻ മുതുകിലറഞ്ഞുകൊണ്ട് ഓട്ടം പിടിക്കുക, വീണ്ടും കഠിനമായി പ്രഹരിച്ചിട്ടു നെട്ടോട്ടമോടുക, ഇത്യാദി ചാപല്യങ്ങൾ കാണിച്ചുവന്നു. അവിടവിടെ വളരെ ദൂരം ഓടി കാലും ദേഹവും തളർന്ന് അവിവേകിയായ അവൻ അവശനായി, ഒടുവിൽ കാളരാത്രിപോലെ ഇരുളടഞ്ഞതും ആകാശവിശാലവുമായ ഒരന്ധകൂപത്തിൽ പതിച്ച് വളരെവളരെക്കാലം അതിൽതന്നെ കിടക്കേണ്ടി വന്നു. പിന്നീട് കരയ്ക്കു കയറി പണ്ടത്തെപ്പോലെ പ്രഹരവും ഓട്ടവും തുടങ്ങി. ഓടിയോടി ദൂരത്തുചെന്ന് തീയിൽ ഈയാംപാറ്റ എന്നപോലെ മുൾപ്പടർപ്പുനിറഞ്ഞ ഒരു കരഞ്ജവനത്തിൽ അകപ്പെട്ടു. വേഗംതന്നെ അവിടെ നിന്നും വെളിയിലിറങ്ങി. പിന്നെയും അടിക്കയും ഓടുകയും ആയി. ദൂരദൂരംപോയി ചന്ദ്രകരശീതളവും രമ്യവുമായ ഒരു കദളീവനത്തിൽ കടന്നു. ക്ഷണംതന്നെ അതിൽനിന്നും വെളിക്കിറങ്ങി പ്രഹരവും ഓട്ടവും ആരംഭിച്ചു. ഓടി ഓടി പഴയ ഇരുട്ടുകിണറ്റിൽ തന്നെ വീണ്ടും പതിച്ചു. കുറേക്കാലം അതിൽ കിടന്നതിൽപിന്നെ കരയ്ക്കുകയറി കദളീവനത്തിൽ കടന്നു. അവിടെനിന്നും കരഞ്ജവനത്തിൽ, അതിൽനിന്നും ഇരുട്ടുകിണറ്റിൽ, കിണറ്റിൽനിന്നു വീണ്ടും കദളിക്കാട്ടിൽ, ഇങ്ങനെ പരിചംക്രമണം ചെയ്തു. തുടരെത്തുടരെ പ്രഹരവും നടന്നുകൊണ്ടിരുന്നു. ഈ ഗോഷ്ടികളെല്ലാം നോക്കി നോക്കി നിന്നിരുന്ന ഞാൻ ഒടുവിൽ അവനെക്കടന്നു പിടിച്ച് ഓടാൻ സമ്മതിക്കാതെ നിർത്തിക്കൊണ്ട്, നീ ആര്? ഇതെന്തൊരു ഗോഷ്ടി? എന്തിനായി ഇങ്ങനെ നടത്തുന്നു? എന്നു ചോദിച്ചു. അവൻ വല്ലാതെ അമ്പരന്നുപോയി. എന്നിട്ട് എന്നെ നോക്കി, ഞാൻ ആരുമല്ല; ഒന്നും ചെയ്യുന്നുമില്ല. താങ്കളാൽ ഞാൻ അവഭഗ്നനായി. എന്റെ ശത്രുവാണ് താങ്കൾ. ഈ സമാഗമത്താൽ ഞാൻ സുഖദുഃഖങ്ങൾക്ക് അടിമയായി നശിച്ചു എന്നു പറഞ്ഞു. അനന്തരം ക്ഷീണവും ഭഗ്നവുമായ തന്റെ ശരീരം നോക്കി ദുഃഖം സഹിക്കവയ്യാതെ ഇടിവെട്ടി മഴപൊഴിക്കുന്ന മേഘംപോലെ നിലവിളികൂട്ടി കണ്ണുനീരൊഴുക്കി. പെട്ടെന്നുക

രച്ചിൽ നിർത്തി, രണ്ടാമതും ശരീരത്തിൽ നോക്കി സന്തോഷഭരിതനായി പൊട്ടിച്ചിരിച്ചു. ഉടനെ സംഭ്രമത്തോടെ അവയവങ്ങൾ ഓരോന്നോരോന്നായി ഉപേക്ഷിക്കാൻ തുടങ്ങി. ആദ്യം അതിഭയങ്കരമായ ശിരസ്സിളകിവീണു പിന്നെ മുറയ്ക്ക് കൈകൾ, നെഞ്ച്, വയറ്, കാല് ഇങ്ങനെ സകല അവയവങ്ങളും വീണുകഴിഞ്ഞു. അവയവം ബലികഴിച്ച ആ പുരുഷൻ അനന്തരം എവിടേയ്ക്കോ പോകാൻ സന്നദ്ധനായി. ഉടനെ അതേവിധം മുതുകിൽ പ്രഹരവും ഓട്ടവും ഗോഷ്ടികളുമെല്ലാം അഭിനയിക്കുന്ന മറ്റൊരുത്തൻ അവിടെ പ്രത്യക്ഷപ്പെട്ടു. അവനെയും ഞാൻ പിടിച്ചു നിറുത്തി അഭിമതങ്ങൾ ചോദിച്ചു. അവനും മറ്റവനെപ്പോലെ കരയുകയും ചിരിക്കുകയും, പെട്ടെന്നു അവയവങ്ങളെല്ലാം ഉപേക്ഷിച്ചു അപ്രത്യക്ഷനാകയും ചെയ്തു. ഉത്തരക്ഷണത്തിൽ അതേ അഭ്യാസങ്ങൾ നടത്തുന്ന മറ്റൊരുത്തനെക്കണ്ടു. ഞാൻ പിടിച്ചുനിറുത്തി സംഭാഷണം നടത്തിയപ്പോൾ അവൻ കോപത്തോടെ എന്നെ നോക്കി പോടോ! തനിക്കെന്തറിയാം. ഒന്നുമറിയാത്ത മൂഢനാണ് താൻ! എന്നധിക്ഷേപിച്ചു തിരിഞ്ഞുപോയി തന്റെ വ്യാപാരത്തിൽ ഏർപ്പെട്ടു. ഇങ്ങനെ പരിഭ്രമിക്കുന്ന അനവധി ആളുകൾ ഇന്നും ആ കാട്ടിൽ അധിവസിക്കുന്നുണ്ട്. കാടിന് പ്രപഞ്ചാവസാനംവരേയും നിശമില്ല. മുൾപ്പടർപ്പുകളും ഇരുട്ടുകുഴികളും കൊണ്ട് ഭയങ്കരവും ദുഃഖദവുമാണെങ്കിലും, ആ വിപിനം ആത്മബോധം ശരിക്കു ലഭിക്കാത്ത വിഷയഭൂമികളുടെ ഉല്ലാസവിഹരണരംഗമായ പൂങ്കാവായി വിളങ്ങുന്നു.

ഇതുകേട്ടു ശ്രീരാമൻ-മഹർഷേ ആ മഹാരണ്യം ഏതാണ്? എവിടെ ക്കണ്ടുകിട്ടും? പുരുഷന്മാരൊക്കെയാര്? അവരുടെ ഉദ്യമം എന്തു സാധിക്കാനാണ്? സദയം അരുളിച്ചെയ്യുമോ?

വസിഷ്ഠൻ-കേൾക്കൂ രാമചന്ദ്ര! വിശദമായി പറഞ്ഞുതരാം. ആ മഹാരാണ്യം ദൂരത്തെങ്ങുമല്ല. പുരുഷന്മാരും അകലെയുള്ളവരല്ല അതായത്, സാധാരണ കാടിനേയും പുരുഷന്മാരേയും സംബന്ധിച്ചല്ല ഞാൻ പറഞ്ഞത്. ആഴവും വിസ്താരവുമുള്ള കുഴികളോടുകൂടിയതും, ശൂന്യവികാരങ്ങളിൽ പരിപൂർണ്ണവുമായ സംസാരപദവിയാണ് കാട്. ദുഃഖിതന്മാരായി അതിൽ ചുറ്റിയോടുന്ന മഹാകാരപുരുഷന്മാർ മനസ്സുകളുമാണ്. അവരെക്കണ്ടെത്തി തടഞ്ഞുനിർത്തിയ ഞാൻ വിവേകമാണെന്നും ധരിച്ചുകൊൾക. വിവേകത്താലാണല്ലോ മനസ്സ് പ്രബുദ്ധമാകുന്നത്. പരമമായ ബോധം സിദ്ധിക്കുന്നതിനു സംഗതിയാകുന്ന ഹൃദയം ഉപശമത്തെ പ്രാപിക്കുന്നു. വിമോഹിതങ്ങളായി വിവേകത്തെ അഭിനന്ദിക്കാതെ തിരസ്കരിക്കുന്ന ഹൃദയങ്ങൾ പാഴ്കുഴികളിൽ പതിച്ചുപോകുന്നു.

ഗഹനാന്ധകൂപങ്ങളാക്കിപ്പറഞ്ഞതു നരകസമൂഹത്തെയാണ്. കദളീവനം സ്വർഗ്ഗവും കരഞ്ജം മനുഷ്യമണ്ഡലവും തന്നെ. അന്ധകൂപങ്ങളിൽ പതിച്ചിട്ടു വെളിയിൽ വരാതെയിരുന്നതു മഹാപാപമലിനങ്ങളായ ഹൃദയങ്ങളാകുന്നു. അവയ്ക്കു എപ്പോഴും നരകവാസംതന്നെ എന്നർത്ഥം. കരഞ്ജവനം കുടുംബസ്നേഹത്തോടും പലതരത്തിലുള്ള ഏഷണികളോടും കൂടിയ ദുഃഖഭൂയിഷ്ഠമായ മനുഷ്യത്വമാണ്. 'ഹേ ദുർബ്രാഹ്മണ! പോകുദൂരെ' എന്ന് എന്നെ നിന്ദിച്ചതായി പറഞ്ഞത് വിവേകത്തെ തിരസ്കരിക്കുന്ന ആത്മജ്ഞാനമില്ലാത്ത മനസ്സുകളെ സൂചിപ്പിച്ചാണ്. താങ്കളെ കാൺകകൊണ്ടു ഞാൻ സുഖദുഃഖങ്ങളുടെ അടിമയായി നശിച്ചു. താങ്കൾ എന്റെ ശത്രുവാണ് എന്നൊക്കെ നിവേദപൂർവം പറഞ്ഞില്ലേ? അത്, ലയം പ്രാപിക്കാൻ തുടങ്ങുന്ന വിഷയാസക്തമായ ഹൃദയത്തിന്റെ പരിദേവനമാണ്. കരഞ്ഞതും നിലവിളികൂട്ടിയതും വിഷയസുഖങ്ങളെ ഉപേക്ഷിക്കാൻ തുടങ്ങുന്ന മനസ്സാണെന്നും ധരിക്കൂ. പകുതി വിവേകം സിദ്ധിച്ചിട്ട് പരമപദപ്രാപ്തിക്കധികാരിയാകാതെ, മദ്ധ്യനിലയിൽ എത്തുമ്പോൾ ഭോഗങ്ങളെ ഉപേക്ഷിക്കുന്ന മനസ്സിന് പരിതാപം ഉണ്ടാകുക സാധാരണമാണ്. ഹസിതമാകട്ടെ വിവേകം സിദ്ധിക്കയാൽ ആത്മജ്ഞാനജന്യമായ ആനന്ദത്തിന്റെ പ്രകടനവുമാകുന്നു. വിവേകമുണ്ടായി സംസാരഭ്രാന്തികളുമൊഴിച്ചു, സങ്കൽപവികൽപലക്ഷണമായ വിക്രിയികളെ ഉപേക്ഷിച്ചാൽ മനസ്സിന് ആനന്ദം വർദ്ധിക്കുന്നു. ഞാൻ പ്രയാസപ്പെട്ടു പിടിച്ചുനിർത്തിയെന്നു പറഞ്ഞത്, വിവേകം ബലാൽകാരേണ മനസ്സിനെ അധീനമാക്കി എന്ന അർത്ഥമാണ്. ആയുധങ്ങളാൽ തന്നത്താൻ ഏൽപിക്കുന്ന പ്രഹരം, സങ്കൽപവികൽപങ്ങളാൽ മനസ്സു ചെയ്യുന്ന സ്വയം പീഡനമത്രേ. പ്രഹരിച്ചുകൊണ്ടുള്ള ഓട്ടം വാസനകളുടെ ആഘാതം നിമിത്തം മനസ്സിനുണ്ടാകുന്ന അലച്ചിലാകുന്നു. മനസ്സാകട്ടെ, കൂടുണ്ടാക്കി പ്രവേശനദ്വാരംപോലുമടച്ച്, അകത്തിരിക്കുന്ന ഉറപ്പുഴുവിനെപ്പോലെ, സങ്കൽപവാസനാസമൂഹത്താൽ സ്വയം ബന്ധിക്കപ്പെടുന്നു. ഹേ രാമ! ഉത്തമമായ ചിത്തോപാഖ്യാനം സവിശേഷം ഞാൻ കേൾപ്പിച്ചു. നീ ചിന്തിച്ചുനോക്കി മനസ്ത്യാഗത്തിനായി എപ്പോഴും ശ്രമിക്കുക.

ഉൽപത്തിപ്രകരണത്തിൽ ചിത്തോപാഖ്യാനം എന്ന
പത്താംസർഗ്ഗം കഴിഞ്ഞു.

ബാലകാഖ്യായിക

വസിഷ്ഠൻ--രാമചന്ദ്ര! ജഗദ്രൂപത്തിൽ വിജൃംഭിച്ചിരിക്കുന്ന മനസ്സ്, ആത്മബോധികളുടെ ദൃഷ്ടിയിൽ സാക്ഷാൽ ബ്രഹ്മമല്ലാതെ മറ്റൊന്നുമല്ല, ബ്രഹ്മം സർവശക്തിയും സർവോൽകൃഷ്ടവും നിത്യവും പരിപൂർണ്ണവും അവ്യയവുമാകുന്നു വിസ്തൃതരൂപമായ അതിങ്കൽ ഇല്ലാത്തതായി യാതൊന്നുമില്ല. ബ്രഹ്മം ഏതൊന്നിൽ ഏതൊരുശക്തിയാൽ വിവർത്തനം ചെയ്യണമെന്നു സഗുണാവസ്ഥയിൽ ഇച്ഛിക്കുന്നോ, അതേ ശക്തിയാൽ പ്രകാശത്തെ പ്രാപിക്കുന്നു. ശരീരത്തിൽ ബ്രഹ്മത്തിന്റെ ചിച്ഛക്തിയും വായുവിൽ സ്പന്ദശക്തിയും, കല്ലിൽ ദാർഢ്യശക്തിയും ജലത്തിൽ ദ്രവശക്തിയും, അഗ്നിയിൽ ദാഹശക്തിയും, ആകാശത്തിൽ ശൂന്യശക്തിയും വിനാശവസ്തുക്കളാൽ നാശശക്തിയും കാണപ്പെടുന്നു. മുട്ടക്കരുവിൽ പക്ഷി എങ്ങനെയോ അതുപോലെ ഈ ജഗത്തെല്ലാം ബ്രഹ്മത്തിൽ അന്തർഭവിച്ചിരിക്കുന്നു. അഥവാ, പൂവ് കായ് ഇല കൊമ്പ് ഇവയോടുകൂടി വൃക്ഷം വിത്തിനകത്തിരിക്കുന്നതു പോലെയാകുന്നു. ദേശകാലസ്ഥിതിഭേദങ്ങളനുസരിച്ച് ഭൂമിയിൽനിന്നു വിവിധധാന്യാദികളെന്നപോലെ, ഓരോരിക്കൽ ഓരോ ശക്തികൾ ബ്രഹ്മത്തിൽനിന്നും ഉദയം ചെയ്യുന്നു. സർവഗനും നിത്യപ്രകാശരൂപനും പരിപൂർണ്ണനുമായ ആത്മാവ് യാതൊരിക്കൽ മനനശക്തിയെ സ്വീകരിക്കുന്നുവോ, അപ്പോൾ മനസ്സെന്നു പറയപ്പെടുന്നു. ആദ്യമായി മനസ്സ്, പിന്നീട് ബന്ധമോക്ഷദർശനം, പിന്നെ ഭുവനങ്ങളെന്നു പറയപ്പെടുന്ന പ്രപഞ്ചരചന, മുതലായവയുടെ സ്ഥിതി മാതാക്കൾ ശിശുക്കളെപ്പറഞ്ഞു കേൾപ്പിക്കുന്ന കള്ളക്കഥപോലെ, സ്ഥിരപ്രതിഷ്ഠയെ പ്രാപിച്ചിരിക്കുന്നു. വിചാരണ ചെയ്തറിയായ്കകൊണ്ട് സത്യമെന്നു ഭ്രമിക്കയാണെന്നു മനസ്സിലാക്കുക.

ശ്രീരാമൻ:-സ്വാമിൻ! ആ മാതിരി ഒരു കള്ളക്കഥ ഇവിടെ ഉദാഹരിച്ചു കേൾക്കണമെന്നഭിലാഷമുണ്ട്. മനസ്സിന്റെ സ്വരൂപജ്ഞാനമുണ്ടാകാൻ അത് ഉപകരിക്കുമെന്നു തോന്നുന്നു.

വസിഷ്ഠൻ-കേൾക്കൂ! ഒരിക്കൽ, വിവേകശക്തിയെ പ്രാപിക്കാത്ത ഒരു ബാലൻ തന്റെ വളർത്തമ്മയോട് നേരംപോക്കിനു കൊള്ളാവുന്ന ഒരുകഥ പറയൂ അമ്മേ! എന്നാവശ്യപ്പെട്ടു. ഉടനെ മൃദുമധുരമായ സ്വരത്തിൽ ധാത്രി പറകയാണ്:-- എങ്ങുമില്ലാത്തതായ ഒരു കൊട്ടാരത്തിൽ ശൗര്യധൈര്യാദി ഗുണമുള്ളവരും, ധാർമ്മികന്മാരുമായ മൂന്നു രാജകുമാരന്മാരുണ്ട്. അവരിൽ രണ്ടാൾക്കു ജനനമുണ്ടായിട്ടില്ല. മറ്റവൻ മാതൃഗർഭത്തിൽ വസിച്ചിട്ടുപോലുമില്ല. ഒരുദിവസം അവർ മൂന്നാളുമായി ശൂ

ന്യമായ തങ്ങളുടെ നഗരത്തിൽനിന്നും പുറപ്പെട്ടു. സമ്പൽ സമൃദ്ധിയുള്ള മറ്റൊരു നഗരത്തിൽ ചെന്നെത്തണമെന്നായിരുന്നു അഭിലാഷം. പോകുംവഴി ആകാശത്തിൽ വളർന്നുനിൽക്കുന്ന അനവധി ഫലവൃക്ഷങ്ങൾ കണ്ടു. ആ വൃക്ഷത്തണലുകളിൽ ഇരുന്നു വിശ്രമിച്ചും, മധുരങ്ങളായ ഫലങ്ങൾ പറിച്ചു ഭക്ഷിച്ചും തളർച്ചതീർത്തശേഷം കളിച്ചും ചിരിച്ചും അവിടെനിന്നും പോയി, ഓളത്തള്ളലോടുകൂടിയ മൂന്നു നദികളുടെ സമീപത്തെത്തി. അതിൽ ഒരു നദി ഉണങ്ങിവരണ്ടതും മറ്റു രണ്ടും തുള്ളി വെള്ളംപോലുമില്ലാത്തതും ആയിരുന്നു. മൂന്നുപേരും ഉണങ്ങിവരണ്ട ആ നദിയിലിറങ്ങി, പാലുപോലെയുള്ള വെള്ളംകുടിക്കയും ജലക്രീഡയാൽ വിനോദിക്കയും ചെയ്തു. കുളിച്ചുകയറി, നേരംവൈകിയപ്പോൾ മേൽക്കാലം ഭവിക്കാനിരിക്കുന്ന ഒരു പട്ടണത്തിൽ ചെന്നുചേർന്നു. നഗരവാസികളുടെ ക്രീഡാകോലാഹലങ്ങളും സംസാരവും ദൂരത്തുവച്ചുതന്നെ കേൾക്കാമായിരുന്നു. പട്ടണത്തിനുള്ളിൽ രമ്യങ്ങളായ മൂന്നു ഭവനങ്ങൾ കാണപ്പെട്ടു. ഒന്നിന് ഭിത്തിയോ തൂണോ മേൽപ്പുരയോ ഇല്ല. മറ്റുരണ്ടും പണിയാൻ ആരംഭിച്ചിട്ടുപോലുമില്ല. രാജകുമാരന്മാർ ഭിത്തി മുതലായതില്ലാത്ത ആ ഭവനത്തിൽ പ്രവേശിച്ചു. കറകളഞ്ഞ സ്വർണ്ണം കൊണ്ടുണ്ടാക്കിയ മൂന്നു കലശങ്ങൾ അതിനുള്ളിലിരിക്കുന്നതു കണ്ടുകൂടി. രണ്ടെണ്ണം പിളർന്നുതളർന്ന് ഓടായി ശേഷിച്ചതും, മറ്റത് പൊടിഞ്ഞു ധൂളിയായി കുന്നിച്ചതും ആയിരുന്നു. ശുദ്ധബുദ്ധികളായ അവർ പൊടിയായിക്കിടന്ന കലശംതന്നെ കയ്യിലെടുത്ത് അതിൽ നാൽപ്പത്തെട്ടിടങ്ങഴി തന്നെ കുറവുള്ള നാൽപ്പത്തെട്ടിടങ്ങഴി അരി അളന്നിട്ട് വേകിച്ചു. ആ ചോറുകൊണ്ട് മുഖമില്ലാത്ത ബഹുഭോജികളായ അനവധി വിപ്രന്മാരെ ഭുജിപ്പിക്കയും ശേഷിച്ചത് തങ്ങൾ ഭക്ഷിക്കയുംചെയ്തു. എന്നിട്ടു മൃഗയാവിനോദരസികന്മാരായി സുഖമാംവണ്ണം അവിടെ അധിവസിക്കുന്നു.

ഇങ്ങനെ വളർത്തമ്മ കഥ അവസാനിപ്പിച്ചു. വിചാരശൂന്യനായ ബാലൻ അതെല്ലാം ശരിതന്നെയെന്നും ധരിച്ചു. ഇതാണ് ബാലവിനോദകഥ. ഈ കഥ ബാലനെങ്ങനെയോ അതുപോലെ, വിചാരഹീനന്മാർക്ക്, സംസാരരചനയും സത്യമാണെന്നുതോന്നും. ഹേ രാഘവ! ഈ ജഗത്തു മുഴുവൻ സങ്കൽപസമൂഹത്താൽ ഉളവാകുന്ന രാഗദ്വേഷാദികൾക്ക് വശംവദമാകുന്നുവെന്നും ധരിച്ചുകൊൾക. അതിനാൽ മനസ്സിനെ സകല സങ്കൽപങ്ങളിൽ നിന്നും നിവർത്തിപ്പിച്ച് ബ്രഹ്മൈകതാനമാക്കി, നിത്യശാന്തിയെ പ്രാപിക്കൂ!

ഉൽപത്തിപ്രകരണത്തിൽ ബാലകാഖ്യായിക എന്ന പതിനൊന്നാം സർഗ്ഗം കഴിഞ്ഞു.

ശാംബരികോപാഖ്യാനം

വസിഷ്ഠൻ––രഘുരാമ! മൂഢബുദ്ധികൾ സ്വസങ്കൽപത്താൽ മോഹത്തിനധീനന്മാരാകുന്നു. പണ്ഡിതന്മാർക്ക് ആ വ്യാമോഹം ഉണ്ടാകുന്നില്ല. അവരുടെ ബുദ്ധി മോഹസംരംഭമില്ലാത്തതും വിചാരധർമ്മത്തോടുകൂടിയതുമാകുന്നു. നീയും വിവേകപൂർവം അസത്യത്തിൽ സത്യപ്രതീതിയുണ്ടാക്കുന്ന മോഹത്തെ പരിത്യജിക്കൂ! സത്യത്തെത്തന്നെ ഭജിക്കൂ. ഹേ രാമ! പരമാർത്ഥത്തിൽ മുക്തനായ നീ ബദ്ധനാണെന്നു പറഞ്ഞു വെറുതെ ദുഃഖിക്കുന്നതെന്ത്? അനന്തവും അസംഗവുമായ ആത്മതത്വം, ആരാൽ എങ്ങനെ ബന്ധിക്കപ്പെടും? എല്ലായിടത്തും ചിദ്ഘനാനന്ദമായ നിർവ്വികൽപപരമാത്മാവുതന്നെ സ്ഥിതിചെയ്യുന്നു. അതിൽനിന്നും അന്യമായി ഒന്നുമില്ലാതിരിക്കുമ്പോൾ, ബദ്ധനാര്? മുക്തനാര്? മനസ്സിന്റെ വിജ്രംഭണം മാത്രമാണ് ബദ്ധഭാവത്തെ പ്രാപിച്ചിരിക്കുന്നത്. ആ വിജ്രംഭണം മനസ്സിനു ശമിച്ചാൽ മോക്ഷംതന്നെ ശേഷിക്കുന്നു. സങ്കൽപാദിലീലകളിൽ പ്രവർത്തിച്ചുകൊണ്ടിരിക്കുന്ന മനസ്സിന്, കറ്റുകാൽകുളമ്പു യോജനവിസ്തൃതമായും, യോജനകൾ കുളമ്പടിവട്ടമായും തോന്നും. കൽപം ക്ഷണംപോലെയും ക്ഷണം കൽപംപോലെയും തോന്നും. ഉദാഹരണമായി ഞാൻ ഒരു കഥപറയാം. അതുകേട്ടാൽ, പ്രപഞ്ചേന്ദ്രജാലം മനസ്സിൽ ഏതുപ്രകാരം സ്ഥിതിചെയ്യുന്നുവെന്നു നിനക്കു ബോധ്യപ്പെടും. വിസ്തൃതമായ ഭൂപീഠത്തിൽ ഉത്തരപാണ്ഡവമെന്നു പ്രസിദ്ധമായ ഒരു രാജ്യം ഉണ്ട്. അതിനെ ഭരിക്കുന്നത് പരമധാർമ്മികനും സൂര്യപ്രതാപനുമായ ലവണരാജനാണ്. സത്യസന്ധതയ്ക്കു പ്രസിദ്ധിപെറ്റ ഹരിശ്ചന്ദ്രന്റെ വംശജനാണിദ്ദേഹം. രാജ്യപ്രാന്തത്തിലുള്ള പർവതങ്ങൾപോലും ലവണന്റെ യശഃപുഷ്പങ്ങൾ ചൂടുകയാൽ, മാലപൊട്ടിച്ചിതറിയ വെൺമുത്തുകൾപോലെ വിലസുന്നു. കപടമോ കാർപ്പണ്യമോ കണികാണുകപോലും ചെയ്തിട്ടില്ലാത്ത ആ മഹാപുരുഷൻ, ദാനശീലന്മാരിൽ അഗ്രഗണ്യനുമായിരുന്നു. നീതിജ്ഞനായ അദ്ദേഹം, ഒരിക്കൽ സിംഹാസനസ്ഥനായി മന്ത്രിസഭയിൽ ഇരുന്നരുളുമ്പോൾ, ഒരിന്ദ്രജാലവിദ്യക്കാരൻ അവിടെ കടന്നുചെന്നു. പൂജ്യപ്രഭാവനായ രാജാവിനെ സസംഭ്രമം വണങ്ങിയശേഷം താമരയിലണഞ്ഞു മുരളുന്ന വണ്ടെന്നപോലെ മൃദുസ്വരത്തിൽ പറഞ്ഞു. “പ്രഭോ! ഒരിന്ദ്രജാലവിദ്യ ഞാൻ കാണിക്കാം. സിംഹാസനത്തിലിരുന്നുതന്നെ തൃക്കൺപാർക്കയേ വേണ്ടൂ. ഭൂമിയിൽ ചന്ദ്രോദയം കാണുന്നതുപോലെ ആശ്ചര്യജനകമായിരിക്കും.”

ഈ പ്രസ്താവനയോടുകൂടി കയ്യിലിരുന്ന മയിൽപ്പീലിക്കെട്ടെടുത്ത്, രാജാവിന്റെ മുഖത്തുഴിഞ്ഞു. പരമാത്മമായയെപ്പോലെ, ആ പീലിക്കെട്ട്, വിവിധവസ്തുക്കൾ സൃഷ്ടിക്കാൻ ശക്തിയുള്ളതായിരുന്നു. അനവധി തേജോരേണുക്കൾ മിന്നിമിന്നി കാണപ്പെട്ട പീലിക്കെട്ടിൽതന്നെ രാജാവ് ദൃഷ്ടി പതിപ്പിച്ചു. ഉടനേ സൈന്ധവരാജന്റെ ഒരു സാമന്തൻ, സഭയിൽ കടന്നുവരുന്നതു കാണായി. പുറകെ, സൗമ്യവും ഗതിവേഗമേറിയതുമായ ഒരു കുതിരയുമുണ്ടായിരുന്നു. സാമന്തൻ കുതിരയെ അണയത്തുപിടിച്ച്, രാജാവിനെ നോക്കിപ്പറഞ്ഞു- 'പ്രഭോ! സാക്ഷാൽ ഉച്ചൈഃശ്രവസ്സിനു തുല്യമായ ഒരു തുരഗരത്നമാണിത്. അങ്ങേയ്ക്കു സമ്മാനിക്കാൻ സിന്ധുഭൂപൻ തന്നയച്ചിരിക്കുന്നു. ഉത്തമവസ്തുക്കൾ ഉത്തമന്മാർക്കു നൽകുന്നതുകൊണ്ട് അതിന്റെ യഥാർത്ഥഗുണം പ്രകാശിക്കും.' ഈ വാക്കുകൾ കേട്ടുനിന്ന ഐന്ദ്രജാലികൻ, രാജാവിനോട് 'സ്വാമിൻ! സാമന്തൻ പറഞ്ഞത് പരമാർത്ഥമാണ്. കുതിരയ്ക്കു അസാമാന്യമായ മാഹാത്മ്യമുണ്ട്. ഇതിനെ വാഹനമാക്കി നിർബാധമായി ഭുവനങ്ങളിലെല്ലാം സഞ്ചരിച്ചാലും' എന്നു പറഞ്ഞു. രാജാവു നിർന്നിമേഷശനായി കുതിരയെ നോക്കി, ചിത്രാർപ്പിതനെന്നപോലെ അഥവാ, നിർവികൽപസമാധിസ്ഥനായ യോഗിയെപ്പോലെ സ്ഥിതിചെയ്തു. നാലുനാഴിക അതേ ഇരുപ്പിൽ ഇരുന്നുപോയി. ഇതെന്തൊരു കഥ? എന്നുള്ള അത്ഭുതവും വിചാരവും സഭസ്യന്മാർക്കുണ്ടായി. മന്ത്രിമാരും ഓരോവിധത്തിൽ സംശയിച്ചുകൊണ്ടിരുന്നു. ഇന്ദ്രജാലക്കാരന്റെ കുടിലതനിമിത്തം രാജാവിനു വന്നുകൂടിയ ആപത്തിനെക്കുറിച്ച് സഭയിൽ പലതരത്തിലുള്ള സംസാരവും സംഭ്രമവും ക്ഷോഭവും ഉണ്ടായി. ക്രമേണ അതെല്ലാം ശമിച്ച്, കൂമ്പിയ താമരപ്പൂക്കൾപോലെ എല്ലാവരും നിരുന്മേഷന്മാരായി വസിച്ചു. നാലുനാഴിക കഴിഞ്ഞപ്പോൾ രാജാവ് ഉണർന്നുവെങ്കിലും പാരവശ്യത്താൽ ശരീരമാസകലം വിറകൊണ്ടതുകണ്ട്, സിംഹാസനത്തിൽ നിന്നു വീണേക്കുമെന്നുള്ള സംശയത്താൽ സമീപത്തു നിന്നവർ താങ്ങിക്കൊണ്ടു മയക്കവും ക്ഷീണവും ഒരുവിധം ശാന്തമായയുടനേ, മന്ത്രിമാർ വിനയാദരപുരസ്സരം വണങ്ങി, 'സ്വാമിൻ! നിർമ്മലമായ തിന്തിരുവടിയുടെ ഹൃദയം വ്യാമോഹങ്ങളിൽ മുഴുകിയതെന്തുകൊണ്ട്? മഹത്വമുള്ള മനസ്സ് ഒരിക്കലും മോഹവശമാകയില്ലല്ലോ?' രാജാവ് അത്ഭുതപരതന്ത്രനായി കൺമിഴിച്ചുനോക്കി-- 'സദസ്യരേ! അത്യാശ്ചര്യകരമായ ഒരു കഥ ഇവിടെ നടന്നു. ഞാൻ സവിസ്തരം അതു പറഞ്ഞു കേൾപ്പിക്കട്ടെയോ? മുഴുവൻ കേട്ടെങ്കിൽ മാത്രമേ എന്റെ പരിഭ്രമത്തിനുള്ള കാരണം നിങ്ങൾ ധരിക്കൂ. വഞ്ചകനായ ഇന്ദ്രജാലക്കാരൻ ചുഴറ്റിയ മയിൽ

പീലിക്കെട്ടു നോക്കിക്കൊണ്ടിരുന്ന എനിക്ക്, മനസ്സിന് ഒരു ഭ്രമമുണ്ടായി. ഈ കുതിരപ്പുറത്തുകയറി നായാട്ടിനു പോയാൽ കൊള്ളാമെന്ന് ഉടനേതോന്നി. അതനുസരിച്ച് കുതിരമേൽകയറി താനേതന്നെ കാട്ടിലേക്കു പുറപ്പെടുകയും ആയി. വിഷയാശാലോലമായ ഹൃദയം മൂഢനെയെന്നപോലെ, അതിവേഗത്തിൽ കുതിര എന്നെ നേർവഴിതെറ്റിച്ചു വളരെദൂരം കൊണ്ടുപോയി; ഒടുവിൽ അതിഭയങ്കരമായ ഒരു കൊടുങ്കാട്ടിൽ ചെന്നുചേർന്നു. പ്രളയാഗ്നിയിൽ ദഹിച്ച ബ്രഹ്മാണ്ഡംപോലെ ശൂന്യവും പക്ഷിമൃഗാദികളോ വൃക്ഷങ്ങളോ ഇല്ലാത്തതും നിർജലവും സഹിക്കവയ്യാത്ത മഞ്ഞുനിറഞ്ഞതും, വിസ്തൃതവുമായ ആ വനത്തിന്റെ ഉള്ളിൽ കടന്നപ്പോഴേയ്ക്കു കുതിരയും എന്റെ ഹൃദയവും ഒരുപോലെ തളർന്നു. നേരമിരുട്ടുന്നതുവരെ ആ വനത്തിന്റെ ഉള്ളിലുള്ളിൽ കടന്നു സഞ്ചരിച്ചുകൊണ്ടിരുന്നു. ഒടുവിൽ സംസാരത്തെ വിവേകിയെന്നപോലെ, ഒരുവിധത്തിൽ ആ കാടു കടന്ന്, ജാങ്ഗലത്തിലെത്തി. പാന്ഥന്മാരുടെ ബന്ധുക്കളെന്നപോലെ ഞാവൽ, കടമ്പു മുതലായ വൃക്ഷങ്ങളിലിരുന്നു മധുരമധുരം പാടുന്ന മനോഹരപക്ഷികളാൽ പരിലസിതമായ ആ വിപിനത്തിൽ, നാരകക്കൂട്ടം തിങ്ങിനിൽക്കുന്ന ഒരുഭാഗത്തടുത്തു. ശരീരലാഘവത്തിനായി, ഒരു നാരകത്തിന്റെ കൊമ്പുകളിൽ ചുറ്റിപ്പറ്റിക്കിടന്ന വള്ളിക്കെട്ടിൽ പിടിച്ചു ഞാൻ തൂങ്ങിയ അവസരത്തിൽ ഗംഗയെ ആശ്രയിച്ചവന്റെ പാപങ്ങളെന്നപോലെ കുതിര ദൂരദൂരം ഓടിമറഞ്ഞുകളഞ്ഞു. ദീർഘയാത്രയാൽ ദേഹത്തിനുണ്ടായ ക്ഷീണം നിമിത്തം വിശ്രമാർത്ഥം ഞാൻ അവിടെ ഒരിടത്തിരുന്നു. രാത്രിയണയുകയാൽ മെല്ലെമെല്ലെ ഇരുൾക്കെട്ടുനിറഞ്ഞു. കണ്ണുകൾ ഫലപ്പെടാതെയുമായി. പരിശ്രാന്തനും ഏകാകിയുമായ ഞാൻ ആ ഭയങ്കരവനത്തിൽ കൂരിരുട്ടത്തു കഴിച്ചുകൂട്ടിയ ദയനീയത, ഏകദേശം നിങ്ങൾക്കൂഹിക്കാവുന്നതാണ്. മോഹാന്ധനായ എനിക്ക് ആ രാത്രി ഒരു കൽപകാലംപോലെ തോന്നി. ഉഗ്രയായ ആപൽപിശാചിയുടെ വായിലകപ്പെടുകയാൽ എന്റെ കുളിയും പൂജയും ഊണുമെല്ലാം മുടങ്ങിയെന്നുമാത്രമല്ല; തണുപ്പിന്റെ ആധിക്യത്താൽ കിടുകിടുത്ത് പല്ലുകൾ താളം തല്ലാനും തുടങ്ങി. ഒരുവിധത്തിൽ നേരം വെളുപ്പിച്ചുവെന്നേ പറയേണ്ടു. ആദിത്യോദയമായപ്പോൾ, പ്രത്യാശയോടെ എഴുന്നേറ്റ് കാടകമെല്ലാം ചുറ്റിനോക്കി. മൂർഖനിൽ ഗുണജാലങ്ങൾ എങ്ങനെയോ അതുപോലെ, ആ ജീർണ്ണവനത്തിൽ മനുഷ്യരെ ആരെയും കണ്ടില്ല. പക്ഷികൾമാത്രം 'ചീ ചീ കുചീ' എന്നൊക്കെ ശബ്ദിച്ചുകൊണ്ട് വൃക്ഷങ്ങളിൽ വിഹരിക്കുന്നു. ഏകദേശം നാലുനാഴിക പുലരുന്നതുവരെ അവിടവിടെ ചുറ്റിനടന്നപ്പോൾ, കയ്യിൽ കുറേ

ചോറുമായി പോകുന്ന ഒരു കാട്ടാളബാലികയെ കണ്ടു. കറുകറുത്ത ചേലകളും ഇരുൾനിറവും കുരുമിഴികൾ ചുഴറ്റിനോക്കുന്ന കണ്ണുകളുമായി പൊയ്ക്കൊണ്ടിരുന്ന അവളെ, കൃഷ്ണപക്ഷരാത്രിയെ ചന്ദ്രൻ എന്നപോലെ ഞാൻ സമീപിച്ചു- 'ബാലികേ! ആപത്തിലകപ്പെട്ട ഒരു മനുഷ്യനാണ് ഞാൻ, കുറച്ചു ചോറെനിക്കു തരുമോ? ദീനന്മാരെ സഹായിച്ചാൽ ദൈവാനുഗ്രഹമുണ്ടാകും. എനിക്കു വിശപ്പു സഹിക്കവയ്യാതായിരിക്കുന്നു' എന്നു ദയനീയസ്വരത്തിൽ പറഞ്ഞു. പക്ഷെ അവൾ അതു വകവച്ചില്ല. എത്ര പ്രാർത്ഥിച്ചാലും മഹാലക്ഷ്മി പാപികൾക്കു ധനം നൽകാത്തതുപോലെ, അവൾ എനിക്കു കുറച്ചു ചോറുപോലും തന്നില്ല. എന്നിട്ടും വിട്ടുപോകാതെ പുറകേതന്നെ ഞാൻ ചെന്നു. കാടോടു കാടു നടന്നുപോകുന്ന അവൾ പിന്തുടർന്നുതന്നെ ചെല്ലുന്ന എന്നെ നോക്കി!- 'ഹേ ഞാനൊരു ചണ്ഡാലസ്ത്രീയാണ്. ഹാരകേയൂരിയെന്നാണ് പേര്. നീചാന്നം നിങ്ങളെപ്പോലെയുള്ളവർക്കു ഭക്ഷിക്കത്തക്കതല്ല. ഭക്ഷിക്കാമെന്നു നിശ്ചയിച്ചാൽതന്നെയും വെറുതെ യാചിച്ചതുകൊണ്ടു കിട്ടുകയുമില്ല' എന്നു ഖണ്ഡിച്ചു പറഞ്ഞു. ഏതോ ഒരഭിപ്രായം വിശേഷിച്ചവൾക്കുണ്ടെന്നു ആ വാക്കുകൊണ്ടും അതുമുതൽക്ക് അവൾക്കുണ്ടായ ഭാവഭേദം കണ്ടും ഞാൻ ഊഹിച്ചു. ഇടയ്ക്കിടെ തിരിഞ്ഞുനോക്കിയും ഇലച്ചിൽതണലുകളിൽ വിശ്രമത്തിനെന്നപോലെ നിന്നും നടന്നും പൊയ്ക്കൊണ്ടിരുന്ന അവൾ വീണ്ടും എന്നെ നോക്കി 'ഹേ പുരുഷ! ചോറുകൂടിയേ കഴിയൂ എങ്കിൽ എന്നെ വിവാഹം ചെയ്യാമെന്ന് ഏറ്റുപറയണം. അല്ലാതെ ഒരു വറ്റുപോലും തരാൻ നിവൃത്തിയില്ല. ഇവിടെ അടുത്തുള്ള വയലിൽ ഉഴുതുകൊണ്ടുനിൽക്കുന്ന എന്റെ അച്ഛനു വേണ്ടി കൊണ്ടുപോകുന്ന ചോറാണ്. എന്റെ ഭർത്താവാകാമെങ്കിൽ താങ്കൾക്ക് ഇപ്പോൾതന്നെ ചോറിൽ പകുതി തരാം, പ്രാണദാനംചെയ്തും ഭർത്താക്കന്മാരെ ശുശ്രൂഷിക്കേണ്ടതു സ്ത്രീധർമ്മമാണല്ലോ.'

ഈ അഭിപ്രായത്തെ അനുസരിക്കയോ തിരസ്കരിക്കയോ വേണ്ടതെന്നറിയാതെ അൽപനേരം ഞാൻ കുഴങ്ങി, ഗത്യന്തരമില്ലായ്കയാൽ അവളുടെ ഭർത്തൃപദം സ്വീകരിക്കാമെന്നുതന്നെ ഒടുവിൽ സമ്മതിച്ചു. ആപത്തിൽ ജാതിയും കുലവും വർണ്ണവുമെല്ലാം ആരുതന്നെ നോക്കും?- എന്റെ സമ്മതവാക്കു കേട്ടയുടനേ അവൾ സന്തുഷ്ടയായി പകുതിച്ചോറും കറിയും കുടിക്കാൻ കുറേ നാരങ്ങാനീരും എനിക്കു സൽക്കരിച്ചു. ഭക്ഷണംകഴിഞ്ഞ് അൽപസമയം ഞാൻ അവിടെ വിശ്രമിച്ചു. മോഹവശനായ എന്നെ ആ കാട്ടാളബാലിക പ്രാണാധികപ്രേമത്തോടെ കൈക്കുപിടിച്ചുകൊണ്ടുപോയി അവീചിനരകംപോലെ ഭയങ്കരനും ദുരാചാ

രനും ദുരാകാരനുമായ അവളുടെ പിതാവിനെ കാണിച്ചു. 'അച്ഛാ ഇയാൾ എന്റെ ഭർത്താവായിരിക്കാമെന്നു സമ്മതിക്കുന്നു. അച്ഛൻ വിരോധിക്കരുതേ എന്നുപറഞ്ഞു. അങ്ങനെയാകട്ടെ എനിക്കു സന്തോഷം എന്ന് അവൻ അനുവദിക്കയും ചെയ്തു. ഹാരകേയൂരിയും ഞാനും തമ്മിൽ ഓരോന്നു പറഞ്ഞും രസിച്ചും അവിടെത്തന്നെ ഇരുന്നു. നേരം അസ്തമിക്കാറടുത്തപ്പോൾ, കാലൻ കിങ്കരന്മാരെയെന്നവണ്ണം ചണ്ഡാലൻ വൃഷഭങ്ങളെ മോചിച്ചു. അനന്തരം ഞങ്ങൾ മൂന്നാളുമൊരുമിച്ചു പക്കണത്തിലേക്കു നടന്നു. സന്ധ്യാഭ്രമങ്ങളാൽ ദിക്കുകൾ കപിലവർണ്ണമായി ഉദ്ധൂളിതങ്ങളോ എന്നു തോന്നുമാറ് മങ്ങിത്തുടങ്ങിയ അവസരത്തിൽ, വേതാളസ്ഥാനമായ ആ വിപിനം കടന്ന് പക്കണത്തിൽ എത്തിച്ചേർന്നു. അതിനകത്തെ കാഴ്ച ബഹുവിചിത്രമെന്നേ പറയേണ്ടു. ഒരിടത്തു പന്നി കുതിര കോഴി കാക്ക മുതലായവയുടെ ഇറച്ചി നുറുക്കുന്നു. തോരാനിട്ടിരിക്കുന്ന നനഞ്ഞ കുടലുകളിൽ, അനവധി പക്ഷികൾ കൂട്ടം കൂടിയിരിക്കുന്നു. കുട്ടികളുടെ കയ്യിലിരിക്കുന്ന മാംസക്കഷണങ്ങളിൽ ഈച്ചകൾ കൂട്ടം കൂട്ടമായി ആർക്കുന്നു. ആഗതന്മാരായ ഞങ്ങൾക്കിരിക്കുന്നതിനു ആദരപൂർവം ഒരുക്കിയ വാഴയിലക്കഷണങ്ങൾ ഒരിടത്തു കാണപ്പെടുന്നു. ഇങ്ങനെ പലവിധത്തിലും മനസ്സിന് അറപ്പുണ്ടാക്കുന്ന കാട്ടാളപ്പുരയിൽ ഒരു വാഴയിലത്തുണ്ടിൽ ഇരുന്നു. രക്തലോചനനായ ചണ്ഡാലൻ ഉടനെ എന്റെ അമ്മായിയായ കേകരാക്ഷസിയെ നോക്കി ഇതാ ഈയാൾ നമ്മുടെ മകളുടെ ഭർത്താവാണ് എന്നുപറഞ്ഞു. അതേയോ? നന്ന് എന്നവൾ അനുമോദിക്കയും ചെയ്തു. എന്തിനധികം! പിന്നെ ഏതാനും ദിവസങ്ങൾക്കകം കരിങ്കാളനായ ചണ്ഡാലൻ പാപം യാതനയെ എന്നപോലെ സ്വപുത്രിയെ എനിക്കു വിവാഹം ചെയ്തുതന്നു. വിവാഹോത്സവം പ്രമാണിച്ചു ഭയങ്കര പാപമൂർത്തികളായ ശ്വപചന്മാർ പടഹങ്ങൾകൊട്ടി ആർപ്പുവിളിക്കയും മദ്യവും മധുവും കുടിച്ചു മദിക്കയും ചെയ്തു. ഉത്സവാഘോഷങ്ങൾ ഏഴുദിവസം നിലനിന്നു. അതു കഴികെ ചണ്ഡാലാന്നവും ഭക്ഷിച്ച് ഗൃഹസ്ഥനായി ഞാൻ അവിടെത്തന്നെ താമസിച്ചു. എട്ടുമാസം കഴിഞ്ഞു. ഹാരകേയൂരി പുഷ്പവതിയായി ഗർഭം ധരിച്ചു. ആപത്തു ദുഃഖക്രിയയെ എന്നപോലെ യഥാകാലം ഒരു പെൺകിടാവിനെ അവൾ പ്രസവിക്കയും ചെയ്തു. മൂർഖനിൽ വിഷയചിന്തയെന്നവണ്ണം ശിശു നാൾക്കുനാൾ പുഷ്ടിയെ പ്രാപിച്ചു വളർന്നുവന്നു. മൂന്നുവർഷം കഴിഞ്ഞപ്പോൾ വീണ്ടും അശോഭനനായ ഒരു പുത്രനെ അവൾ പ്രസവിച്ചു. ദുർബുദ്ധി ആശപാശകരമായ അനർത്ഥത്തെയെന്നപോലെ മൂന്നാമതും ഒരു മകനെപ്പെറ്റു.

ഇങ്ങനെ വളരെക്കാലം ചണ്ഡാലാചാരനായി ഞാൻ അവളോടൊന്നിച്ചു കഴിച്ചുകൂട്ടി. കാലാവസ്ഥകൾക്കനുസരിച്ച് തണുപ്പും വെയിലും കാറ്റുമേറ്റ് കുടുംബപോഷണതൽപരനായി പ്രവർത്തിച്ചുകൊണ്ടിരുന്നു. ഭാര്യയെന്നും കുഞ്ഞുങ്ങളെന്നുമുള്ള വിചാരം തന്നെ എപ്പോഴും മനസ്സിൽ കുടികൊണ്ടു. അതുനിമിത്തം പലവിധ ക്ലേശങ്ങൾക്കും കഷ്ടപ്പാടുകൾക്കും പാത്രീഭൂതനായി. കുടുംബസംരക്ഷണത്തിനുവേണ്ടി ഹീനങ്ങളും കഷ്ടതരങ്ങളുമായ അനവധി ദേഹപ്രയത്നങ്ങൾ ചെയ്യേണ്ടിവന്നു. കാലക്രമേണ വാർദ്ധക്യദശ വന്നുകൂടി താടിയും തലയും നരച്ച് ജരാജർജ്ജരിതനായി ഭവിച്ചു. അക്കാലത്ത് മഴയില്ലാതെ അതികഠിനമായ ദുർഭിക്ഷം ബാധിക്കയാൽ, കാടുവാസികളെല്ലാം വിഷമിച്ചു. ചൂടിന്റെ തീക്ഷ്ണതനിമിത്തം തൃണവർഗ്ഗങ്ങളെന്നല്ല വൃക്ഷലതാദികൾപോലും വേരോടെ കരിഞ്ഞു. അനവധി ചണ്ഡാലപ്പരിഷകൾ അന്നജലദൗർല്ലഭ്യത്താൽ, മരണോന്മുഖരായി, പലരും ഊറ്റുറവകൾ ധാരാളമുള്ള വിന്ധ്യപർവ്വത പരിസരങ്ങളിലേക്കു തിരിച്ചു. മഴയുടെ ലാഞ്ഛനംപോലും കാണപ്പെടാതെ കടുംചൂടുകൊണ്ട് ഭൂഭാഗം ദഹിച്ചു. ജനങ്ങളും അനവധികമായി മരിച്ചു. ഉഷ്ണവേഗം വമിച്ചു വീശുന്ന കാറ്റിൽ ചെറുതീപ്പൊരികൾ ഉലാവുന്നതുപോലെ തോന്നി, കാടുകളെല്ലാം തീപിടിച്ചു ദഹിച്ചു, വല്ലികളും വൃക്ഷങ്ങളും ഭസ്മാവശേഷങ്ങളായി. ഇങ്ങനെ ക്ഷാമപീഡ കഠിനമായി വർദ്ധിച്ചപ്പോൾ, പുത്രമിത്രാദികളോടുകൂടി പലരും നാടുവിട്ടിറങ്ങി. ചിലർ തീയിൽ ചാടിയും കിണറ്റിൽ ചാടിയും ദേഹത്യാഗം ചെയ്തു. ചിലരെല്ലാം പട്ടിണികൊണ്ടു മരിച്ചു. മറ്റുചിലർ മരിക്കാനൊരുങ്ങിക്കിടന്നു. ഞാനും അത്യാസന്നമായ മരണത്തെ ഭയപ്പെടുകകൊണ്ട് ഭാര്യയും കുട്ടികളുമായി പുറപ്പെട്ടു. രാജ്യത്തിന്റെ അതിർത്തിയിലെത്തവേ ഞാൻ തോളിൽ വഹിച്ചിരുന്ന പ്രസ്പഷ്ടപാപമൂർത്തികളായ കുട്ടികളെ താഴത്തിറക്കി. അവിടെ ഒരു പനയുടെ ചുവട്ടിൽ എല്ലാവരുമായി ഇരുന്നു. രൗരവനരകത്തിൽ നിന്നു പുറത്തു പുറപ്പെട്ടവനെപ്പോലെ അതീതസങ്കടാവസ്ഥകളോർത്തു ദുഃഖിച്ചിരുന്ന ഞാൻ ഹാരകേയൂരിയെ നോക്കി, അവൾ ആൺകുട്ടികളെ രണ്ടിനെയും ഉമ്മവച്ചിട്ട് കുളുർമയുള്ള ആ വൃക്ഷത്തണലിൽ കിടന്നുറക്കം പിടിച്ചു. ഉടനേ ഓമനക്കൊഞ്ചവാക്കുകളാലും മറ്റും ഞങ്ങളുടെ പരമവാത്സല്യത്തിനു പാത്രീഭവിച്ചിരുന്ന പൃച്ഛകനെന്ന ഇളയകുട്ടി എന്റെ മുമ്പിൽ വന്നുനിന്നു കരഞ്ഞു. അച്ഛാ! എനിക്കു വിശപ്പും ദാഹവും പൊറുക്കവയ്യ. കുറച്ചു മാംസവും ചോരയും തരുമോ? വേഗം വേണമച്ഛാ! എന്നു ദയനീയസ്വരത്തിൽ പറകയും കണ്ണുനീർ തൂകുകയും ചെയ്തു. അതു കണ്ടപ്പോൾ എന്റെ കരളു ത

കർന്നുപോയി. അവൻ നിലവിളി നിറുത്താതെ പരവശനായി മരിക്കുമെന്ന ദിക്കായി. അവൻ മരിച്ചാൽ പിന്നെ എന്റെ ജീവിതംകൊണ്ടു ഫലമില്ലെന്നും തോന്നി. മുമ്പേമരിച്ചുകളയാമെന്നു നിശ്ചയിച്ച് ഞാൻ ഒരഗ്നികുണ്ഡം ജ്വലിപ്പിച്ചു. ക്ഷണേന സകല ദുഃഖങ്ങളും ഹരിക്കുന്നതിനു സന്നദ്ധമായി. ചടചടക്കത്തുന്ന ആ ഉത്തമബന്ധുവെ സമാശ്ലേഷിക്കാൻ ഇരുന്ന ഇരിപ്പിൽനിന്നു ഞാൻ മെല്ലെ ഒന്നു ചലിച്ചു. ഉടനെ സിംഹാസനത്തിൽ നിന്നിളകി പ്രബുദ്ധനാകയും, തൂര്യഘോഷവും ജയജയ ശബ്ദവും കേട്ട് രാജാവാണെന്നുള്ള പ്രത്യഭിജ്ഞ ഉണ്ടാകയും ചെയ്തു. അജ്ഞാനം ജീവനെ എങ്ങനെയോ അതുപോലെ ഇന്ദ്രജാലക്കാരൻ ഇങ്ങനെയെല്ലാം എന്നെ ഒരു മഹാവ്യാമോഹത്തിലകപ്പെടുത്തി.

ലവണരാജൻ ഈ വിശേഷവർത്തമാനം പറഞ്ഞറിയിച്ച മാത്രയിൽ, ഐന്ദ്രജാലികൻ മായകൊണ്ടെന്നപോലെ മറഞ്ഞു. സഭാവാസികൾ ആശ്ചര്യത്തോടെ, സ്വാമിൻ! ധനത്തിൽ ആഗ്രഹമില്ലാത്ത ഇവൻ കേവലം ഒരിന്ദ്രജാലക്കാരനായിരിക്കാനിടയില്ല. സംസാരത്തിന്റെ വസ്തുത താങ്കളെ വഴിപോലെ മനസ്സിലാക്കാൻ പ്രകടീഭവിച്ച ഒരു ദേവമായയാണെന്നേ വരൂ. സംസാരം മനസ്സിന്റെ ഒരു വിവർത്തനം മാത്രമാണെന്ന് ഇതുകൊണ്ട് വെളിപ്പെടുന്നു. സർവശക്തിയായ ബ്രഹ്മത്തിന്റെ വിലസിതം തന്നെയാണ് മനസ്സാകുന്ന ഈ ജഗത്ത് എന്ന് ഉണർത്തിച്ചു.

ലഘുയോഗവാസിഷ്ഠം മോക്ഷോപായത്തിൽ
ശാംബരികോപാഖ്യാനം എന്ന പന്ത്രണ്ടാംസർഗ്ഗം കഴിഞ്ഞു.

ലവണോപാഖ്യാനം

വസിഷ്ഠൻ--മനസ്സുകൊണ്ട് ഏതൊന്നു ചെയ്തുവോ അത് ചെയ്തതാണ്. ഉപേക്ഷിച്ചത് ഉപേക്ഷിച്ചതുമാണ്. സങ്കൽപഹീനമായി നിശ്ചലതയെ പ്രാപിച്ച ഹൃദയം സർവ്വോത്തമോപായമായ ധ്യാനംകൊണ്ടു ബ്രഹ്മത്വത്തെ പ്രാപിക്കുന്നു. മനസ്സ് സങ്കൽപവികൽപങ്ങളിൽനിന്നും നിവർത്തിച്ചാൽ മഥനം നിലച്ച പാലാഴിപോലെ ശാന്തമായിത്തീരും. ഭോഗവിഷയസങ്കൽപങ്ങളാകുന്ന മനോവൃത്തികൾ ഏവയോ അവതന്നെ സംസാരവിഷവൃക്ഷങ്ങളുടെ അങ്കുരങ്ങൾ, മനസ്സാകുന്ന മഹാവ്യാധിയെ ഭേദപ്പെടുത്തുന്നതിനു സ്വാധീനത്തിലുള്ളതും സുസാധവും മധുരവും സഫലവുമായ ഒരു പരമൗഷധം ഞാൻ പറഞ്ഞുതരാം. ഇഷ്ടവസ്തു

ക്കളിലുള്ള സ്നേഹത്തെ ഉപേക്ഷിച്ച് നിർവ്വിചാരനായിരിക്കുന്നവൻ ബാഹ്യവിഷയങ്ങളിലുള്ള ചിത്തവൃത്തിയെ നിയന്ത്രിക്കകൊണ്ട് മനസ്സിനെ ജയിക്കുന്നു. നിയമേന ഹിതവും സ്വായത്തവുമായ ഇച്ഛാത്യാഗം പ്രയാസമാണെന്ന് ആര് കരുതുന്നുവോ അവൻ നിന്ദാർഹനായ മനുഷ്യപ്പുഴുവാണ്. ഹേ രാമചന്ദ്ര! മനസ്സിനെ ഖണ്ഡിക്കാനുള്ള ആയുധം മനസ്സു തന്നെ ശാസ്ത്രാർത്ഥജ്ഞാനശാണത്തിൽ തേച്ചുമിനുക്കി ചൂടുപിടിക്കാതെ വച്ചിരിക്കുന്ന മനസ്സാകുന്ന ഇരുമ്പായുധം കൊണ്ട്, ചിന്താഗ്നിയിൽ ചുട്ടുപഴുത്തുകിടക്കുന്ന മനസ്സെന്ന ഇരുമ്പുകഷണത്തെ പിളർക്കുക. പുരുഷപ്രയത്നത്താൽ ഇച്ഛാത്യാഗരൂപമായ മനോവിശ്രാന്തിയെ സമ്പാദിക്കുക! അതൊന്നല്ലാതെ ആത്മഗതി സിദ്ധിക്കയില്ല. അസങ്കൽപനായുധത്താൽ മനസ്സ് ഛേദിക്കപ്പെടുമ്പോൾ സർവരൂപവും സർവഗതവും ശാന്തവും ആയ ബ്രഹ്മപദം ലഭിക്കും. രാഘവ! നീ അതക്യമായ ആമഹാപദവിയിൽ ചിരകാലം അധിവസിച്ചു ചിന്താഗ്രസ്ഥമായ ചിത്തത്തെ ചിന്മാത്രശേഷമാക്കി മുക്താവസ്ഥയെ പ്രാപിക്കൂ! സംസാരഭാവനകൾ നീക്കി നിശ്ചലബുദ്ധിയോടുകൂടി മനസ്സിനെ ബ്രഹ്മത്തിൽ ലയിപ്പിക്കൂ! ബ്രഹ്മലീനമല്ലാത്ത മനസ്സ് ചിന്താഗ്രസ്ഥമായേ ഇരിക്കയുള്ളു. അതിനാൽ പൗരുഷത്തെ ആശ്രയിച്ച് ചിത്തത്തിന്റെ ചിന്താഭാവം നീക്കി ജഗൽസംബന്ധം തെല്ലുമില്ലാത്ത ആ മഹാപദവിയെ ഗമിക്കുക! സർവശ്രേയസ്സുകൾക്കും മൂലം മനസ്സടക്കമാണ്. അതുവഴി മനോജയം സിദ്ധിക്കുന്നു. മനസ്സിനെ ജയിച്ചവന് ത്രൈലോക്യവിജയം തൃണപ്രായമാണ്. ചിത്തവൃത്തികളുടെ ഭാവാഭാവസന്ധിയിൽ സാക്ഷിത്വേന സ്ഥിതിചെയ്യുന്ന ചിദാകാശരൂപമായ ബ്രഹ്മത്തെ ധ്യാനിച്ച് തെളിഞ്ഞാൽ ആ ജ്ഞാനചക്രധാരകൊണ്ടു നിഷ്പ്രയാസം മനസ്സിനെ നിഗ്രഹിക്കാം. ആധികളൊന്നും പിന്നെ ബാധിക്കയില്ല. പ്രഥമദൃഷ്ടിയിൽ ആകർഷകങ്ങളായി തോന്നപ്പെടുന്നവ വാസ്തവത്തിൽ നീരസങ്ങളാണെന്നുള്ള തത്വബോധം നിനക്ക് സിദ്ധിക്കുമ്പോൾ, മനസ്സിന്റെ ഓരോ അവയവവും ഛേദിച്ചുകഴിയുമെന്നാണ് എന്റെപക്ഷം. ഇവനെന്നും ഞാനെന്നും എന്റേതെന്നും മറ്റുമുള്ള ഭാവനകളാണ് മനസ്സെന്നു പറയപ്പെടുന്നത്. അതിനെ സങ്കൽപത്യാഗമാകുന്ന അരിവാൾകൊണ്ടു ഛേദിക്കണം. ശാരദാകാശത്തിൽ ചിന്നിച്ചിതറിക്കിടക്കുന്ന മേഘങ്ങൾ കൊടുങ്കാറ്റടിയാൽ പറത്തപ്പെടുന്നതുപോലെ അസങ്കൽപംകൊണ്ട് മനസ്സിനെയും പറപ്പിക്കാവുന്നതാകുന്നു. കൽപ്പാന്തകൊടുങ്കാറ്റടിക്കട്ടെ, കടലുകൾ ഒന്നിക്കട്ടെ, ദ്വാദശാദിത്യന്മാർ ഉദിക്കട്ടെ, എന്നാലും മനസ്സിനെ നിഗ്രഹിച്ചവന്ന് നാശമുണ്ടാകുന്നില്ല. ഹേ രാമ! സങ്കൽപങ്ങളെച്ചെയ്യായ്ക മാത്രം കൊണ്ടു പട്ടംകിട്ടുന്ന നിർവി

കൽപസമാധിസാമ്രാജ്യത്തിൽ നിത്യബ്രഹ്മനിഷ്ഠനായി വസിക്കുക! വിഷയലോഭത്തോടും സങ്കൽപമാത്രവിഭവത്തോടും കൂടിയ മനസ്സാകുന്ന ശത്രുവാണ് നിന്നെത്തോൽപ്പിക്കുന്നത്. നിരന്തരപ്രകാശവും സന്തോഷമാത്രവിഭവവുമായ നിസ്സങ്കൽപത്താൽ പ്രയാസമില്ലാതെ അതിനെ ജയിക്കാം. നീ അപ്രകാരം ജയിച്ചു നിത്യസുഖിയായി ഭവിക്കുക! പരമപാവനവും ഹിമശീതളവും മഹാന്മാരാൽ സമ്മതിക്കപ്പെട്ടിരിക്കുന്നതുമായ സമഭാവനത്താൽ, അഹംഭാവം ശമിച്ചാൽ അവശേഷിക്കുന്ന ജന്മാദിവികാരശൂന്യമായ ബ്രഹ്മപദംതന്നെ നിനക്ക് പ്രാപ്യമായി ഭവിക്കട്ടെ.

രാജകുമാര! ചപലത്വമില്ലാത്ത മനസ്സില്ല. അഗ്നിക്കു ചൂടെന്നപോലെ ചപലത്വം മനസ്സിന്റെ ഒരു മാറാഗ്ഗുണമാണ്. മായാസംവലിതമായ ബ്രഹ്മചൈതന്യത്തിന്റെ യാതൊരു സ്പന്ദശക്തിയാണോ മനസ്സായി സ്ഥിതിചെയ്യുന്നത് അതുതന്നെ ജഗദ്രൂപേണ പരിണമിച്ചിരിക്കുന്നു. ചാഞ്ചല്യഹീനമായ മനസ്സ് അമൃതമാകുന്നു. പാപശ്ശാസ്ത്രസിദ്ധാന്തമായ മോക്ഷവും മറ്റൊന്നുമല്ല. അവിദ്യയെന്നതും മനസ്സിന്റെ ചാഞ്ചല്യംതന്നെ. വാസന എന്ന് ഒരു അപരനാമവും അതിനുണ്ട്. ആ അവിദ്യയെ അല്ലെങ്കിൽ വാസനയെ വിവേകത്താൽ നീ നശിപ്പിച്ചാലും! ചിത്തസത്തയോടുകൂടിയ അവിദ്യയെ നിശ്ശേഷം നശിപ്പിച്ചുകഴിഞ്ഞാൽ പരമമായ അനന്തപദം ലഭിക്കും. സദസത്തുക്കളുടെയും ജ്ഞാനാജ്ഞാനങ്ങളുടെയും നടുവിൽ അങ്ങോടിങ്ങോട് ചലിച്ചുകൊണ്ടിരിക്കുന്നതു യാതൊന്നോ അതാണു മനസ്സ്. ജഡചിന്തകളാൽ പരവശീകൃതമായ ഹൃദയം ദൃഢാഭ്യാസത്താൽ വർദ്ധമാനമാകുന്ന ജാഡ്യം നിമിത്തം ജഡഭാവത്തെ പ്രാപിക്കയാണ്. ഞാൻതന്നെ ബ്രഹ്മം എന്ന നിരന്തരാനുസന്ധാനത്താൽ, മനസ്സ് ചിദാത്മപ്രകാശിതമായി ചിദ്രൂപതയെ പ്രാപിച്ചുകൊള്ളുകയും ചെയ്യുന്നു. പൗരുഷത്താൽ മനസ്സിനെ അടക്കി, ചിൽപദത്തിൽ യോജിപ്പിച്ചാൽ, ക്രമേണ അത് ചിദ്വസ്തുവായിത്തീരും. ഈ വസ്തുത മനസ്സിലാക്കി വിചാരശക്തി വിശിഷ്ടമായ മനസ്സുകൊണ്ട് മനസ്സിനെ ഗ്രഹിക്കുക! എന്നിട്ടു ദുഃഖരഹിതമായ പദത്തെ പ്രാപിച്ച്, നിത്യാനന്ദവാനായി വസിക്കുക! ഹേ രഘുകുമാര! മനസ്സിനെ നിഗ്രഹിക്കാൻ മനസ്സിനുതന്നേ സാധിക്കയുള്ളു. പ്രബലനായ ഒരു രാജാവിനെ മറ്റൊരു രാജാവല്ലാതെ കീഴടക്കുമോ? സംസാരക്കടലിലകപ്പെട്ടു തൃഷ്ണാഗ്രാഹത്താൽ ഗ്രസിതരായി ഉള്ളിലുള്ളിലേക്കു നയിക്കപ്പെടുന്ന ആർത്തന്മാർക്ക് അവരവരുടെ മനസ്സുതന്നെ തോണിയായി ഭവിക്കുന്നു. പരമബന്ധനപാശമായ മനസ്സിനെ മനസ്സുകൊണ്ടുതന്നെ ഛേദിച്ച് ഭവാർണ്ണവത്തിൽനിന്നു ആത്മാവിനെ കരയ്ക്കുകയറ്റുക! സംസാരമോചനം മറ്റൊന്നുകൊണ്ടും

സാദ്ധ്യമല്ല. ബാഹ്യാർത്ഥഭാവനാരൂപമായ ഏതേതു വാസന ഉദയം ചെയ്യുന്നോ, അതതിനെ അപ്പോഴപ്പോൾ ബുദ്ധിമാന്മാർ പരിഹരിക്കണം. തുടരെ ഇങ്ങനെ ചെയ്തുകൊണ്ടിരുന്നാൽ അവിദ്യാബന്ധം ഉണ്ടാകയില്ല. ആദ്യം ഭോഗവാസനയും പിന്നെ ഭേദവാസനയും പിന്നീട് ചിത്തവും ചിതിയും ഉപേക്ഷിച്ച്, നിർവികൽപനായി സുഖിച്ചാലും! ഏതേത് അറിയപ്പെടുന്നോ, അതത് ഇല്ലാത്തതാണെന്നുള്ള ബോധം ഉറയ്ക്കുന്നതുതന്നെ മനോനാശം. അതായതു, ദൃശ്യഭാവന നിശ്ശേഷം നശിപ്പിക്കുന്നതു തന്നെ. മനോനാശംതന്നെ അവിദ്യാനാശവുമെന്നു ധരിച്ചുകൊൾക. ഓരോന്നിലും ആസ്ഥയെ പരിഗ്രഹിക്കുന്നത് ദുഃഖവും പരിഹരിക്കുന്നത് നിർവാണവുമാകുന്നു. ഈ വസ്തുത മനസ്സിലാക്കി നിർവ്വാണത്തിനായി പ്രയത്നിച്ചാൽ ക്ഷണേന ബ്രഹ്മപ്രാപ്തിയുണ്ടാകുന്നതാണ്. നവിദ്യതേതു വിദ്യാ എന്ന വ്യുൽപത്തിയനുസരിച്ച് വാസ്തവത്തിലില്ലാത്തതെന്നാണ് അവിദ്യാശബ്ദത്തിന്റെ അർത്ഥംതന്നെ. നഷ്ടപ്രജ്ഞന്മാർക്കേ അത് ഉള്ളതാകു. പേരുകൊണ്ടുമാത്രം രൂപം സ്വീകരിച്ചിരിക്കുന്നത് ആത്മബോധികൾക്ക് എങ്ങനെ ഉള്ളതായി ഭവിക്കും.?

ശ്രീരാമൻ ചോദിച്ചു-സ്വാമിൻ, അവിദ്യാവിഭവത്തിൽനിന്നുണ്ടായ അന്ധത്വം അജ്ഞന്മാരുടെ ഉള്ളുനിറയെ കെട്ടിക്കിടക്കുകയാണല്ലോ. അതു നശിച്ചൊഴിയുന്നതെങ്ങനെ?

വസിഷ്ഠൻ-രാമ! അവിദ്യ ഒരഭാവശക്തിയാണ്. അതായത് വിദ്യയുടെ പ്രകാശം ഇല്ലായ്കയാകുന്ന ആന്ധ്യവിലാസം മാത്രമാണ്. തന്നെ ക്ഷയിപ്പിക്കുന്നതും മോഹത്തെ നശിപ്പിക്കുന്നതുമായ ആത്മാവലോകനേച്ഛ ഉണ്ടാകുന്നതുവരെ അവിദ്യ, ദേഹികളെ, സംസാരസാനുക്കളിൽ ദുഃഖരൂപേണ വളർന്നു നിൽക്കുന്ന മുൾമരങ്ങളിൽ, ആശാപാശത്താൽ ഉഴിഞ്ഞാലുകൾകെട്ടി ആട്ടിയാട്ടി താനും ആടിക്കൊണ്ടിരിക്കുന്നു. ആത്മദർശനത്തിന് സംഗതി വരുന്ന നിമിഷത്തിൽ താനേ നശിച്ചുപോകുന്നു. സർവഗതമായ ആത്മചൈതന്യപ്രകാശത്തിൽ ലയിച്ചുമറയുന്നു. അവിദ്യ ഇച്ഛാമാത്രരൂപിണിയാണ്. ഇച്ഛയില്ലാത്ത അവസ്ഥ മോക്ഷവുമാണ്. അസങ്കൽപമാകുന്ന ആയുധം കൊണ്ട് ഇച്ഛയെ ഛേദിക്കാം. മനസ്സാകുന്ന ആകാശത്തെ മൂടിമറയ്ക്കുന്ന വാസനാരാത്രി അൽപമെങ്കിലും ക്ഷയിച്ചാൽ, ഉടനെ ചിദാദിത്യന്റെ വെൺകതിരുകൾ വീശി അവിദ്യാതമസ്സ് കുറഞ്ഞുപോകുന്നു.

ശ്രീരാമൻ:-ഗുരോ! ഈ വിശ്വം അവിദ്യാത്മകമാണെന്നും അവിദ്യ ആത്മഭാവനകൊണ്ട് നശിക്കുമെന്നും നന്തിരുവടി അരുളിച്ചെയ്തു. ഇനി ആത്മാവിന്റെ സ്വരൂപം കൂടി വിശദമായി പറഞ്ഞുതരണം.

വസിഷ്ഠൻ:-വിഷയസംബന്ധമില്ലാതെ സർവത്ര വ്യാപിച്ചിരിക്കുന്ന അനാഖ്യേയമായ ചിത്തത്വം യാതൊന്നോ അതുതന്നെ സർവാധിനായകനായ ആത്മാവെന്നും ധരിച്ചുകൊൾക. ഈ ദൃശ്യങ്ങളെല്ലാം ജ്ഞാനഘനവും നാശരഹിതവുമായ ആത്മതത്വമാകുന്നു. മനസ്സെന്ന നാമത്തിൽ ഒരു കൽപനപോലും അന്യമായി ഭവിക്കുന്നില്ല. മൂന്നുലോകങ്ങളിലും യാതൊന്നും ജനിക്കുന്നില്ല. മരിക്കുന്നതുമില്ല. സൽഭാവവികാരങ്ങളുടെ സത്തയും ഒരിടത്തും ഇല്ല. അദ്വിതീയവും സ്വയംപ്രാകാശവും സർവത്ര സമമായി വ്യാപിച്ചിരിക്കുന്നതും അക്ഷയവും വിഷയാനുപാതരഹിതവുമായ ചിദ്വസ്തു മാത്രമേ സത്തായിട്ടുള്ളു. അതു നിത്യവും നിരുപദ്രവവും വിശുദ്ധവും വിസ്തൃതവുമാണ്. സർവഥാ പരിപൂർണ്ണവും നിർവികാരസ്വരൂപവും തന്നെ. സാവരണമായ ചിച്ഛക്തി വിപരീതലക്ഷണമായ ദൃശ്യത്തെ ചിദ്വസ്തുവിൽ സങ്കൽപിച്ചിട്ട് അതിനെ അനുധാവനം ചെയ്യുന്നു. സ്വയമേ പ്രകാശവതിയാണ് ആ ശക്തിയെങ്കിലും ഉപാധിസംശ്ലേഷത്താൽ മങ്ങി മനനം നിമിത്തം മനസ്സായിത്തീരുന്നു. സർവവും സർവശക്തിയുമായ ഈ മഹാത്മാവിൽനിന്നും വെള്ളത്തിൽ തിരയെന്നപോലെ ഒരു ഭേദകൽപനാശക്തി ഉദിക്കുന്നു. ഉചിതകാരണമില്ലാതെ കേവലം സങ്കൽപത്തിൽനിന്നു ഭവിച്ചതാകകൊണ്ട് സങ്കൽപംകൊണ്ടുതന്നെ ഈ ശക്തി നശിക്കുന്നു. കാറ്റൂതിക്കത്തിപ്പരക്കുന്ന അഗ്നി, കാറ്റുകൊണ്ടുതന്നെ പൊലിയുന്നില്ലേ? അതുപോലെയാണെന്നു ധരിച്ചുകൊൾക. ഞാൻ ബ്രഹ്മമല്ല എന്നുള്ള ദൃഢസങ്കൽപത്താൽ മനസ്സ് ബദ്ധമാകയും സർവവും ബ്രഹ്മം തന്നെയെന്നു സങ്കൽപമുറച്ചാൽ മുക്തമാകയും ചെയ്യും. ഞാൻ കൃശൻ, ദുഃഖി, ബദ്ധൻ എനിക്ക് കൈകാലുകൾ ഉണ്ട് എന്നിങ്ങനെ ഭാവാനുരൂപമായ വ്യവഹാരംകൊണ്ട് ബന്ധമുണ്ടാകുന്നു. ഞാൻ ദുഃഖിയല്ല; എനിക്കു ദേഹമില്ല; ബന്ധമെന്നതാർക്ക്, ആത്മാവിൽനിന്നു ഞാൻ അന്യനല്ല ഇത്യാദി ഭാവനാരൂപവ്യവഹാരത്താൽ മോചനവും ലഭിക്കുന്നു. ഞാൻ മാംസമല്ല, അസ്ഥികളല്ല, ദേഹത്തിൽനിന്നും അന്യനായ പരമാത്മാവാണ് എന്ന ബോധം ഉണ്ടായി മനസ്സിലെ അവിദ്യ നശിച്ചവൻ മുക്തനാകുന്നു. ആത്മാവല്ലാത്ത ശരീരാദികളിൽ ഉദിക്കുന്ന ആത്മഭാവനയത്രേ അവിദ്യ. ഇത് അജ്ഞാനികളാൽ കൽപിക്കപ്പെടുന്നതാകുന്നു. ജ്ഞാനികൾക്ക് അവിദ്യാസംബന്ധമേ ഇല്ല. മനസ്സ് യാതൊന്നിനെ നിയോഗിക്കുന്നുവോ അതിനെ ഇന്ദ്രിയവൃത്തികൾ ഉടനെ അനുഷ്ഠിച്ചുകഴിയും. രാജാവിന്റെ കൽപന മന്ത്രിമാർ അനുസരിക്കുന്നതുപോലെയാണ്. അതിനാൽ പൗരുഷത്തെ മുൻനിർത്തി യത്നിച്ചു ലോകവാസനയെ മനസ്സിൽനിന്നും വേരോടെ നശിപ്പിച്ചുകള

യണം. എന്റെ പുത്രൻ, എന്റെ ധനം, അവനാണിവൻ, ഇതെന്റേത് ഇത്യാദി ഇന്ദ്രജാലങ്ങൾ തോന്നിച്ചു കളിക്കുന്നതു വാസനയാണ്. രഘുരാമ! നീ അജ്ഞാനിയായി ഭവിക്കരുത്. അഭിജ്ഞാനിയായി സംസാരവാസനയെ നശിപ്പിക്കൂ. കഷ്ടം! അനാത്മവസ്തുക്കളിൽ ആത്മഭാവനയോടുകൂടി മൂഢനെപ്പോലെ നീ ദുഃഖിക്കുന്നത് എന്ത്? ജഡവും മൂകവും ആയ ഈ ശരീരത്തോട് നിനക്കെന്തു സംബന്ധം? അതിനുവേണ്ടിയാണല്ലോ സുഖദുഃഖങ്ങൾക്ക് അടിമയായി നീ വിഷമിക്കുന്നത്. ആശ്ചര്യമാശ്ചര്യം! ജനങ്ങൾ സത്യബ്രഹ്മത്തെ ഓർക്കുകപോലും ചെയ്യാതെ അസത്യമായ അവിദ്യയുടെ മുമ്പിൽ കുത്തുതുള്ളുന്നു. രാഘവ! പ്രതിബിംബിക്കുന്ന വസ്തുക്കൾക്ക് സ്ഫടികത്തോട് സംബന്ധം ഭവിക്കാത്തതുപോലെ കാര്യങ്ങളിൽ പ്രവർത്തിച്ചുകൊണ്ടിരുന്നാലും അവറ്റിൽ നിനക്ക് സ്നേഹബുദ്ധി ജനിക്കരുത്.

ശ്രീരാമൻ സന്ദിഗ്ദ്ധ മനസ്കനായി ചോദിച്ചു: ഗുരുനാഥ! ഇതെന്തൊരാശ്ചര്യമാണ്. താമരനൂലുകൾ പർവതങ്ങളെ ബന്ധിക്കയോ? വാസ്തവത്തിലില്ലാത്തതായ അവിദ്യ വിശ്വത്തെ വിമൂഢമാക്കുന്നുവല്ലോ? കെട്ടുചങ്ങലപോലെ പ്രപഞ്ചത്തെ മുഴുവൻ അവിദ്യ ബന്ധിച്ചിരിക്കുന്നതു നോക്കിയാൽ ലോകത്തിൽ സാമാന്യതൃണജാതം വജ്രതയെ പ്രാപിച്ചതുപോലെതന്നെ. സ്വാമിൻ! ഇതുകൂടാതെയും ഒരു സംശയം എനിക്കുണർത്തിക്കാനുണ്ട്. മഹാഭാഗനായ ലവണരാജൻ ആപത്തിലകപ്പെടാൻ കാരണമെന്തായിരിക്കും.

വസിഷ്ഠൻ:-വത്സ! അത്യത്ഭുതമായ ലവണവൃത്താന്തം കേൾക്കൂ. മനോഭ്രമത്താൽ അദ്ദേഹം ചണ്ഡാലനായതെങ്ങനെയെന്നു പറയാം. ക്രിയാഫലം കർത്താവായ മനസ്സാണനുഭവിക്കുന്നതെന്നും ദേഹമല്ലെന്നും ഇതു കേൾക്കുമ്പോൾ നിനക്കു ബോദ്ധ്യപ്പെടും.

ഹരിശ്ചന്ദ്രവംശജനായ ലവണൻ ഒരിക്കൽ ഏകാകിയായിരുന്നു വിചാരിച്ചു. മഹാത്മാവായ എന്റെ പിതാമഹൻ രാജസൂയയാഗംചെയ്തു യശസ്സ് സമ്പാദിച്ചു. ആ കാലത്തിൽ ജാതനായ ഞാൻ മനസ്സുകൊണ്ട് ആ മഹായാഗം അനുഷ്ഠിക്കുന്നുണ്ട്. ഇങ്ങനെ നിശ്ചയിച്ച് സങ്കൽപത്താൽ സംഭാരങ്ങൾ സംഭരിക്കയും യാഗം ദീക്ഷിക്കാൻ ഉപവനത്തിൽ കൽപിച്ച ശാലയിൽ പ്രവേശിക്കയുമായി. ഋത്വിക്കുകളെ വരുത്തി വേദമന്ത്രങ്ങളാൽ ദേവന്മാരെ ആവാഹിച്ച ശേഷം അഗ്നിയെ ജ്വലിപ്പിച്ചു ഒരു സംവത്സരത്തിലധികംകാലം ഇങ്ങനെ ദേവർഷിബ്രാഹ്മണപൂജനത്തോടുകൂടി യാഗം ദീക്ഷിച്ചു. ഒടുവിൽ ബ്രാഹ്മണാദി സാധുക്കൾക്ക് സർവദക്ഷിണയും ആചരിച്ചു. ഇതെല്ലാം ഒരു പകലിലെ മനസ്സങ്കൽപമായിരു

ന്നു. നേരം വൈകിയപ്പോൾ പ്രബുദ്ധനായി കാര്യാന്തരങ്ങളിൽ പ്രവേശിക്കയും ചെയ്തു. ഹേ രാമചന്ദ്ര! ലവണരാജൻ ഇപ്രകാരം മാനസികമായി രാജസൂയയാഗം അനുഷ്ഠിക്കയും അതിന്റെ ഫലം ലഭിക്കയും ഉണ്ടായിട്ടുണ്ട്. ഇതിൽനിന്നും സുഖദുഃഖങ്ങളുടെ ഭോക്താവ് മനസ്സാണെന്നു സിദ്ധമാകുന്നു. നീയും നിത്യനിർവാണസുഖലബ്ധിക്ക് മനസ്സിനെ സത്യബ്രഹ്മത്തിൽ ലയിപ്പിക്കുക!

ഇന്ദ്രജാലക്കാരന്റെ ചരിത്രവും പറയാം. അവൻ ആഗതനായ അവസരത്തിൽ ഞാനും രാജസഭയിലുണ്ടായിരുന്നു. ഇന്ദ്രജാലപ്രദർശനാനന്തരം അവൻ മറഞ്ഞപ്പോൾ അതിന്റെ അർത്ഥമെന്താണെന്ന് ലവണരാജൻ എന്നെ നോക്കിചോദിച്ചു; ഞാൻ ജ്ഞാനദൃഷ്ടികൊണ്ടു വസ്തുതകൾ മനസ്സിലാക്കി, സഭയിൽ പറഞ്ഞ വാക്കുകൾ കേൾക്കൂ. രാജസൂയം ചെയ്യുന്ന രാജാക്കൾക്ക് പന്ത്രണ്ടുസംവത്സരം പലവിധത്തിലുള്ള ദുഃഖങ്ങൾ ഉണ്ടായിക്കൊണ്ടിരിക്കും. ലവണരാജൻ മനസ്സുകൊണ്ട് രാജസൂയം ചെയ്ത ആളാണ്. തൽഫലമായി ദുഃഖാനുഭൂതികൾ ഉണ്ടാക്കാൻ ഇന്ദ്രൻ നിയോഗിച്ചയച്ച ദൂതനാണ് ഐന്ദ്രജാലികൻ. അൽപകാലം അനവധി സംവത്സരങ്ങളായി തോന്നിച്ച് രാജാവിനെ ദുഃഖകോടികൾ അനുഭവിപ്പിച്ചശേഷം ദൂതൻ സ്വർഗ്ഗത്തിലേക്കു മടങ്ങിപ്പോയിരിക്കുന്നു. ഇപ്രകാരം ഐന്ദ്രജാലികന്റെ ആഗമനരഹസ്യം ഞാൻ പ്രസ്താവിച്ചപ്പോൾ സദസ്യന്മാർ വിസ്മയാകുലരായി.

രഘുരാമ! ജ്ഞാനഭൂമിക്കും അജ്ഞാനഭൂമിക്കും പ്രധാനമായി ഏഴേഴു പദങ്ങളാണുള്ളത്. ഇവ അന്യോന്യം കലർന്ന് അസംഖ്യം പാദാന്തരങ്ങളെ ഉണ്ടാക്കുകയും ചെയ്യും. പദംപ്രതി ദൃഢമായ അധിഷ്ഠാനത്തോടുകൂടിയ ഇവ രണ്ടും അതതിന്റെ ഫലത്തെച്ചെയ്യുന്നു. ചുരുക്കിപ്പറകയാണെങ്കിൽ, ശുദ്ധവും സത്താമാത്രവുമായ സ്വരൂപാവസ്ഥിതി മോക്ഷവും അതിൽനിന്നുള്ള ഭ്രംശം അഹംഭാവഭ്രാന്തിരൂപമായ ബന്ധവും ആകുന്നു. ഇത് തജ്ജ്ഞത്വത്തിന്റെയും അജ്ഞത്വത്തിന്റെയും ഒരു സാരസംഗ്രഹമാണ്. ശുദ്ധവും തന്മാത്രവുമായ സംവിൽസ്വരൂപത്തിൽ നിന്നും ചലിക്കാതെയിരിക്കുന്നവർക്ക്, രാഗദ്വേഷാദിദോഷജന്യമായ അജ്ഞാനസ്പർശം ഉണ്ടാകയില്ല. അതിൽ നിന്നും ചലിച്ച് സംസാരത്തിൽ മുഴുകുന്നതിനെക്കാൾ അതിശയിതമായ ഒരു മോഹകാര്യം ഉണ്ടായിട്ടില്ല. ഇനി ഉണ്ടാകാനുമില്ല. മനസ്സ് ഒരുവിഷയത്തിൽനിന്നും മറ്റൊന്നിൽ എത്തിപ്പറ്റുന്നതിനിടയ്ക്ക്, സങ്കൽപമുക്തമായ ഒരവസ്ഥിതി ഉണ്ട്. അതാണ് സ്വരൂപാവസ്ഥിതി. ഇത് സർവസങ്കൽപങ്ങളും ശമിച്ച്, ജാഗ്രൽ സ്വപ്നസുഷുപ്തികളെയും അതിക്രമിച്ച്, കല്ലുപോലെ അചഞ്ചലമാ

യിരിക്കുന്ന തുര്യാവസ്ഥയാണ്. അഹംഭാവവും ഭേദഭാവനയും നിശ്ശേഷം നീങ്ങി മനസ്സ് നിഷ്പന്ദവും സ്വപ്രാകശവുമായി വികസിക്കുന്നതത്രേ സ്വരൂപം. ബിജജാഗ്രത്ത്, ജാഗ്രത്ത്, മഹാജാഗ്രത്ത്, ജാഗ്രൽസ്വപ്നം, സ്വപ്നം, സ്വപ്നജാഗ്രത്ത്, സുഷുപ്തി ഇങ്ങനെ അജ്ഞാനം ഏഴുവിധമാണ്. അന്യോന്യസംശ്ലേഷത്താൽ ഇവ അനേകപ്രകാരത്തിൽ ഭവിക്കയും ചെയ്യും. ഓരോന്നിന്റെയും ലക്ഷണം വിശദമാക്കാം. ആദിയിൽ വിശ്വരൂപവും നിരാവരണവുമായ പരിശുദ്ധചിത്തിൽനിന്നും പ്രതിബിംബ ലക്ഷണമായ യാതൊരു ചൈതന്യം ജാഗ്രത്തിന്റെ ബീജരൂപമായും, ഭവിഷ്യൽക്കാലത്തിൽ ചിത്തജീവാദിനാമങ്ങൾക്കും അവയുടെ അർത്ഥത്തിനും പാത്രീഭൂതമായും ഉദ്ഭവിക്കുന്നുവോ, അത് ബീജജാഗ്രത്താകുന്നു. വൃക്ഷങ്ങൾക്കു മുള എങ്ങിനെയോ അതുപോലെ ജീവന്റെ നൂതനാവസ്ഥയാണിത്. പരമാത്മബിംബത്തിൽനിന്നും അഭിനവമായി ഉണ്ടായ ഈ ബീജജാഗ്രത്തിന്, പൂർവാനുഭവസംസ്കാരങ്ങൾ ഇല്ലായ്കകൊണ്ട് ഞാൻ, ഇവൻ, ഇത്, എന്റേത് ഇത്യാദി നൂതനമായുണ്ടാകുന്ന പ്രത്യയം ജാഗ്രത്താകുന്നു. ഈ വിഷയത്തിൽ ജന്മാന്തരോദിതമായ ദൃഢപ്രത്യയം യാതൊന്നോ അത് മഹാജാഗ്രത്തെന്നും പറയപ്പെടുന്നു. അഭ്യാസത്താൽ ദൃഢപ്പെട്ടതോ അല്ലാത്തതോ ആയി, വിഷയസ്വരൂപമായ ജാഗ്രത്തിലെ മനോരാജ്യം ജാഗ്രൽസ്വപ്നമാകുന്നു. രണ്ടു ചന്ദ്രനെത്തോന്നുക, ശുക്തിയിൽ രജതബുദ്ധി, മൃഗതൃഷ്ണയിൽ ജലഭ്രാന്തി ഇത്യാദി ജാഗ്രത്തിലെ അഭ്യാസമനുസരിച്ചുണ്ടാകുന്ന ഭേദഭ്രമങ്ങളും ജാഗ്രൽസ്വപ്നത്തിന്റെ വകഭേദങ്ങളാണ്. നിദ്രയിൽ അൽപസമയം ഞാൻ എന്തൊക്കെയോ കണ്ടു; അതിങ്ങനെയല്ലയോ എന്ന് ഉണർന്നിരുന്നു ചിന്തിച്ചുനോക്കുന്നതിന് സ്വപ്നമെന്ന പേരാണ്. ഒരു വസ്തു വളരെനാൾ കാണാതിരുന്നു കാണുമ്പോൾ, സ്വരൂപജ്ഞാനം സ്പഷ്ടമാകാതെ ഓർത്തോർത്തിരിക്കുക സ്വപ്നംപോലെ ജാഗ്രത്തിൽതന്നെ സ്ഫുരിക്കുന്നതാകയാൽ സ്വപ്നജാഗ്രത്താകുന്നു. ഇവിടെ പറയപ്പെട്ട ആറവസ്ഥകളും ഒഴിഞ്ഞ്, ജാഗ്രൽസ്വപ്നാവസ്ഥകൾക്കുള്ള ഭാവിദുഃഖാനുഭവത്തിന്റെ ബീജവാസനകളോടുകൂടിയ യാതൊരു ജഡാവസ്ഥയെ ജീവൻ സ്വീകരിക്കുന്നുവോ അതിനു സുഷുപ്തിയെന്നു പറയുന്നു. ആ അവസ്ഥയിൽ സർവ ജഗത്തുകളും അന്ധമായ തമസ്സിൽ ലയിച്ചുപോകുന്നു.

രാമചന്ദ്ര! അജ്ഞാനത്തിന്റെ ഏഴവസ്ഥകളും ഇവിടെപ്പറഞ്ഞുകഴിഞ്ഞു. പലേ കാര്യങ്ങൾക്കും കാരണഭൂതമാകകൊണ്ട്, ഇവയ്ക്കും ഓരോന്നിനും പല പിരിവുകളുണ്ട്. വിസ്തരഭയത്താൽ അവറ്റെ ഇവിടെ വിവരിക്കുന്നില്ല. ഇനി ഇതുപോലെ ഏഴവസ്ഥകളുള്ള ജ്ഞാനഭൂമിയെ

പ്പറയാം. അതുകേട്ടാൽ മോഹപങ്കത്തിൽ മുഴുകി പരിതപിക്കേണ്ടിവരികയില്ല! യോഗശാസ്ത്രജ്ഞന്മാർ യമനിയമാദ്യഷ്ടാംഗയോഗങ്ങളോടുകൂടിയ അനവധി യോഗഭൂമികളെ പറയുന്നുണ്ട്. എന്നാൽ ജ്ഞാനഭൂമികളെയാണ് ഞാൻ ഇഷ്ടപ്പെടുന്നത്. അവ നിത്യനിർവാണസൗധത്തിലേക്കുള്ള സുഖസോപാനങ്ങളാണ്. സാപ്തഭൂമികമായ ജ്ഞാനം സാക്ഷാൽ ബ്രഹ്മാനുഭൂതിയല്ലാതെ മറ്റൊന്നുമല്ല; അതിനപ്പുറം ജ്ഞേയഭൂമിയാണ്. അത് ആവൃത്തിഹീനമായ മോക്ഷംതന്നെ. ജ്ഞാനഭൂമികൾ അനുക്രമമായി ശുഭേച്ഛ, വിചാരണ, തനുമാനസ, സത്വാപത്തി, അസംസക്തി, പദാർത്ഥഭാവനി, തുര്യഗ ഇവയാണ്. അടുത്തപടി ദുഃഖരഹിതമായ മോക്ഷമാണെന്നും അറിഞ്ഞുകൊള്ളണം. ഇനി ഓരോ ഭൂമികയും വിവരിച്ചു പറയാം. ഞാൻ മൂഢനെപ്പോലെ ഇരിക്കുന്നതെന്ത്? ശാസ്ത്രജ്ഞാനം സജ്ജനസംസാരം ഇത്യാദ്യുപായങ്ങളാൽ, ആത്മതത്വത്തെ അറിയുകതന്നെ വേണം എന്നു വൈരാഗ്യപൂർവമുണ്ടാകുന്ന ഇച്ഛയാണ് ശുഭേച്ഛ. ഈ ഇച്ഛയനുസരിച്ചു സജ്ജനസംസർഗ്ഗവും ശാസ്ത്രാഭ്യാസവും ചെയ്ത്, സദാചാരങ്ങളിൽ ഊന്നിയുറയ്ക്കുന്ന പരിശുദ്ധമനോവൃത്തി വിചാരണയാകുന്നു. ശുഭേച്ഛയുടേയും വിചാരണയുടേയും അഭ്യാസംകൊണ്ട് ഏതവസ്ഥയിലാണോ ഇന്ദ്രിയാർത്ഥങ്ങളിൽ വിരക്തിയുണ്ടാകുന്നത്, ആ അവസ്ഥയ്ക്ക്, തനുമാനസ എന്നു പറയുന്നു. മനസ്സിനപ്പോൾ ഉണ്ടാകുന്ന തനുത്വമാണ് ഈ പേരിനു കാരണം. ഈ മൂന്നുഭൂമികകളും അഭ്യസിച്ച് മനസ്സിന് വിരക്തിവന്നാൽ ബ്രഹ്മൈകാശ്രയമായുണ്ടാകുന്ന അവസ്ഥിതി സത്വാപത്തിയാകുന്നു. ഈ അവസ്ഥയിലെത്തിയവനെ ബ്രഹ്മവിത്തെന്നുപറയാം. നാലു ഭൂമികകളുടേയും അഭ്യാസംകൊണ്ടു മനസ്സ് അസംഗമായി ദൃഢമായവണ്ണം സൂക്ഷ്മബ്രഹ്മാനന്ദത്തെ ഗ്രഹിക്കുന്നതിനു സമർത്ഥമായിത്തീരുന്ന അവസ്ഥയത്രേ അസംസക്തി. അസംസക്തിസ്ഥനെ ബ്രഹ്മവിദ്യരെന്നു പറയുന്നു. അഞ്ചു ഭൂമികകളും അഭ്യസിച്ച്, ആത്മാവിൽതന്നെ രമിക്കുകശീലമായി, ആഭ്യന്തരബാഹ്യ പദാർത്ഥങ്ങളെല്ലാം മറന്ന്, അന്യന്മാർ വളരെ ഉപദ്രവിച്ചാൽ മാത്രം ഉണരുക എന്ന അവസ്ഥയ്ക്ക്, പദാർത്ഥഭാവനിയെന്നു പേർ. ഈ അവസ്ഥയെ പ്രാപിച്ചിരിക്കുന്നവൻ ബ്രഹ്മവിദ്വരീയനാണ് മേൽപറഞ്ഞ ആറു ഭൂമികകളുടേയും അനുക്രമമായ അഭ്യാസത്താൽ ഭേദഭാവന നിശ്ശേഷമില്ലാതെ, ആത്മസ്വരൂപത്തിൽതന്നെ അചഞ്ചലമാംവണ്ണം രമിച്ചിരിക്കുന്നത്, തുര്യവസ്ഥയാകുന്നു. തുര്യവസ്ഥയെ പ്രാപിച്ചവൻ ബ്രഹ്മവിദ്വരിഷ്ഠനത്രെ. ബ്രഹ്മവിത്തുകളുടെ നാലാമത്തെപ്പടി, അഥവാ ജാഗ്രൽസ്വപ്നസുഷുപ്തികളെ അതിക്രമിച്ച നാലാമത്തെ അവസ്ഥ എന്നു തുര്യശബ്ദത്തിനർത്ഥമാണ്. ഈ അവസ്ഥ ലോകത്തിൽ വളരെ

അപൂർവവും ശുകൻ മുതലായ ജീവന്മുക്തന്മാരാൽ പ്രാപിക്കപ്പെട്ടിരിക്കുന്നതുമാകുന്നു. ഇതിനപ്പുറമുള്ള തുര്യാതീതപദവി, വിദേഹമുക്തന്മാരാൽ ഗമ്യമായ മോക്ഷപദമാകുന്നു. ഏഴാമത്തെ ഭൂമികയെ പ്രാപിച്ച മഹാഭാഗന്മാർ, മഹാത്മത്വത്തിന്റെ അഗ്രകോടിയിലെത്തിയ അമാനുഷമഹിമാക്കളാണെന്നുതന്നെ പറയാം. സുഖദുഃഖങ്ങളുടെ ആസക്തിയോ അനുഭൂതിയോ അൽപംപോലും അവർക്കില്ല. അവസരോചിതമായ പ്രാകൃതകാര്യങ്ങൾ ചിലപ്പോൾ ചെയ്യുന്നു; ചെയ്യാതെയുമിരിക്കുന്നു. സമീപത്തുള്ളവർ ഉണർത്തിയാൽ മാത്രം ഉറങ്ങിയുണർന്നവനെപ്പോലെ അചഞ്ചലനായി നിത്യകർമ്മങ്ങൾ ആചരിക്കുന്നു. ജീവന്മുക്താവസ്ഥ ധീമാന്മാർക്കുമാത്രം ഗോചരമായ ഒന്നാണ്. ആ അവസ്ഥയിലെത്തിയവർ മ്ലേച്ഛന്മാരായാലും പശുവൃത്തികളായാലും സഹോദരന്മാരോ വിദേഹന്മാരോ ആയാലും മുക്തന്മാരാണെന്നുള്ളതിനു സംശയമില്ല. ജ്ഞാനം അഹങ്കാരഗ്രന്ഥിയെ ഖണ്ഡിക്കുന്ന ഖഡ്ഗമാകുന്നു. ഖണ്ഡിച്ചുകഴിഞ്ഞാൽ മോക്ഷം സ്വാധീനമായി. മൃഗതൃഷ്ണയിലെ ജലബുദ്ധി ശുക്തിയിലുണ്ടാകുന്ന രജതബുദ്ധി ഇത്യാദിയുടെ നിവൃത്തിപോലെ ഗ്രന്ഥിവിച്ഛേദനവും സകാരണമായ ഒരദ്ധ്യാസനിവൃത്തി മാത്രമാകുന്നു. മോഹവനം കടന്നുകഴിഞ്ഞവർ പരമപദത്തിലെത്തുന്നു. സ്വാത്മലാഭപരായണന്മാരായി ജ്ഞാനഭൂമികളിൽ സ്ഥിതി ചെയ്യുന്നു. ഹേ രാഘവ! ഏതേതു സുകൃതികളാണോ ജ്ഞാനഭൂമികളിൽ സ്വൈരവിഹാരം ചെയ്യുന്നത്. ഇന്ദ്രിയശത്രുക്കളെ ജയിച്ചിരിക്കുന്ന അവർ, സർവവന്ദ്യന്മാരാകുന്നു. ചക്രവർത്തികളും ഇന്ദ്രൻതന്നെയും തൃണീഭൂതന്മാരാകത്തക്കസാരവത്തായ സ്ഥാനത്തെ അവർ പ്രാപിക്കുന്നു. മനസ്സിനെ അടക്കുന്നതിനുള്ള ഉപായം യോഗമാണെന്നു പറയുന്നുണ്ട്. എന്നാൽ വാസ്തവം അങ്ങനെയല്ല. സാപ്തഭൂമികമായ ജ്ഞാനമാണ് അതിലേക്ക് ശ്രേഷ്ഠമായ ഉപായം. ആ ഭൂമികകളെ അനുക്രമമായി ഇവിടെ പറഞ്ഞുകഴിഞ്ഞു. ജ്ഞാനഭൂമികകൾ ശരിയായി ശീലിച്ചാൽ ബ്രഹ്മാഭിധമായ പദത്തെ പ്രാപിക്കാം. ആ പദം, നീയെന്നോ ഞാനെന്നോ അന്യനെന്നോ ഉള്ളഭാവങ്ങളും ഭേദജ്ഞാനവും ഭാവാഭാവരഞ്ജനയുമില്ലാതെ, സർവരൂപവും നിരാലംബവും പ്രശാന്തവും ആയി പരിലസിക്കുന്നതാണ്. സ്വമഹിമാവിൽതന്നെ സ്ഥിതിചെയ്തുകൊണ്ട്, ശാശ്വതവും ശിവവും അനാമയവും അപ്രതിബിംബവുമായിരിക്കുന്നു. അതിന് രൂപവും കാരണവും ആദിമദ്ധ്യാവസാനങ്ങളുമില്ല. ഉള്ളതുമില്ലാത്തതുമല്ലാതെ സർവരൂപമായി സർവത്തിൽനിന്നും അന്യമായി വർത്തിക്കുന്നു. മനസ്സുകൊണ്ടോ വാക്കുകൊണ്ടോ ഗ്രഹിക്കാൻ കഴിയാതവണ്ണം ശൂന്യത്തിൽവച്ചു ശൂന്യമായി സുഖത്തിൽ വച്ചു സുഖമായി അഗമ്യവും ആത്മഗമ്യവും സുവി

സ്തൃതവും പ്രശാന്തഗംഭീരവും ആയ ഒന്നാണ്. ഹേ രാഘവ! ഇങ്ങനെ സാപ്തഭൂമികമായ ജ്ഞാനത്തിന്റെ വിവരണം പൂർണ്ണമായി. ഇനി അവിദ്യയുടെ മാഹാത്മ്യം കേൾക്കൂ.

ലവണരാജൻ ഐന്ദ്രജാലികനാൽ വഞ്ചിതനായി ഭ്രമിച്ചതിന്റെ പിറ്റേദിവസം, താൻ മനോദർപ്പണത്തിൽ കണ്ടതും സങ്കൽപസഞ്ചാരം ചെയ്തതുമായ ആ മഹാവനം, വിന്ധ്യാപർവതസമീപത്തിൽ കണ്ടേക്കുമോ എന്ന സംശയത്താൽ ഒരന്വേഷണം നടത്തണമെന്നുകരുതി ദിഗ്വിജയത്തിനെന്ന വ്യാജേന, മന്ത്രിമാരുമായി ദക്ഷിണാപദത്തിലേക്കു പുറപ്പെട്ടു. വിന്ധ്യാചലപരിസരത്തിലെത്തി കിഴക്കുതെക്കു പടിഞ്ഞാറ്റമുള്ള കാടുകളിൽ ആകാശത്തിലാദിത്യനെന്നപോലെ സഞ്ചരിച്ചു. അവിടെ ഒരുഭാഗത്ത് തന്റെ ചിന്ത പ്രത്യക്ഷപ്പെട്ടതോ എന്നു തോന്നുമാറ് ആ മഹാകാനനം കാണപ്പെട്ടു. പരലോകത്തിലാണോ താൻ നിൽക്കുന്നതെന്നു രാജാവ് ശങ്കിച്ചുപോയി. അവിടെ ചുറ്റിനടന്ന് തന്നെ സംബന്ധിച്ച ചരിതങ്ങൾ നേരിൽകണ്ടും ചോദിച്ചു മനസ്സിലാക്കിയും ആശ്ചര്യപ്പെട്ടു. പരിചയമുള്ള പല വേടന്മാരെയും പറയന്മാരെയുംകണ്ട് വിസ്മയാകുലനായി പിന്നെയും സഞ്ചരിച്ചപ്പോൾ കാടിന്റെ ഒരരികിൽ താൻ മുമ്പുതാമസിച്ചിരുന്നതും പുകപോലെ കാർവെള്ളനിറം വീശിയതുമായ പറക്കാണിയും കണ്ടുകൂടി. അന്നത്തെ പുരുഷന്മാരും സ്ത്രീകളുംതന്നെ അവിടെ താമസിക്കുന്നു. മരിച്ചുപോയവരെക്കുറിച്ചു കണ്ണുനീർവാർത്തു കരഞ്ഞുകൊണ്ട് അനവധി വൃദ്ധസ്ത്രീകൾ ഇരിക്കുന്നു. ആ കൂട്ടത്തിൽ ബന്ധുനാശത്താൽ ദീനദീനയായ മഹാവൃദ്ധ ഇപ്രകാരം വിലപിക്കുന്നതു കേൾക്കായി. ഹാ ഹാ! ഓമനപ്പുത്രന്മാരേ! എന്റെ മടിയിലിരുന്ന നിങ്ങൾ എവിടെപ്പോയി? കുന്നിമാലയണിഞ്ഞ പൊന്മകളേ! നീയും എന്നെ ഉപേക്ഷിച്ചുവോ! ഹാ ഹതവിധി! അല്ലയോ രാജകുമാരാ! വിലാസിനിമാരായ അന്ത-പുരസ്ത്രീകളെ അവഗണിച്ചുവന്ന് എന്റെ പുത്രിയിൽ അങ്ങ് അനുരക്തനായി. എന്നാൽ അവളും അങ്ങേ സ്ഥിരപത്നിയായിരിക്കാൻ ദൈവം സമ്മതിച്ചില്ല. സംസാരനദി, പ്രാരാബ്ധത്തിരത്തള്ളലാൽ എത്ര നിന്ദ്യവും നീചവുമായ പരിചംക്രമണങ്ങളാണനുസരിക്കുന്നത്! ഉൽകൃഷ്ടനായ രാജാവിനെ ഒരു പറച്ചിയോടു സംഘടിപ്പിച്ചുവല്ലോ.

ഈ വിലാപംകേട്ടു വിസ്മിതനായ രാജാവ് തന്റെ ദാസിമാരെ അയച്ച് അവളെ ആശ്വസിപ്പിച്ചു. അനന്തരം സമീപത്തുചെന്ന് ഹേ വൃദ്ധസ്ത്രീ! നീ ആരാണ്? ഇവിടെ എന്തേ ഇരിക്കുന്നു? നിന്റെ പുത്രന്മാരും പുത്രിയും എവിടെപ്പോയി? എന്നു ചോദിച്ചു. അവൾ കണ്ണുനീരൊഴിക്കിയൊഴുക്കിപ്പറഞ്ഞു- രാജേന്ദ്ര! പുക്കസപോഷമെന്ന പറക്കാണിയാണിത്. കാണി

ത്തലവനായി എന്റെ ഭർത്താവൊരാൾ ഉണ്ടായിരുന്നു. ഞങ്ങൾക്ക് സന്തോഷദായിനിയായി തിങ്കൾക്കലപോലെ ഒരു പുത്രിയുണ്ടായി. ദൈവയോഗത്താൽ ഇവിടെ വന്നുകൂടിയ ഇന്ദ്രതുല്യനായ ഒരു രാജാവ് അവളുടെ ഭർത്താവായി. അദ്ദേഹത്തോടൊരുമിച്ച് അവൾ വളരെക്കാലം സുഖമായിത്താമസിക്കയും, രണ്ടു പുത്രന്മാരേയും ഒരു പുത്രിയേയും പ്രസവിക്കയും ചെയ്തു. ഇങ്ങനെ കഴിഞ്ഞുവരവേ, ഒരിക്കൽ ഈ ഗ്രാമത്തിൽ മഴപെയ്യായ്കകൊണ്ട് കഠിനമായ ദുർഭിക്ഷം ബാധിച്ചു. സസ്യാദികളും ജലവും ലഭിക്കാതെ ജനങ്ങളെല്ലാം വലുതായ കഷ്ടാവസ്ഥയിലകപ്പെട്ടു. പലരും രക്ഷാമാർഗ്ഗമന്വേഷിച്ചു വിദേശങ്ങളിലേക്കു പോയി. ഒട്ടധികമാളുകൾ മരിച്ചു. ഞങ്ങൾമാത്രം ഈ ശൂന്യപ്രദേശത്തിൽ ദുഃഖഭാഗിനികളായി ശേഷിച്ച് കരഞ്ഞു വിളിച്ചു കഴിഞ്ഞുകൂടുന്നു.

വൃദ്ധയുടെ വാക്കുകൾകേട്ട് ലവണരാജൻ വിസ്മയാകുലനായി മന്ത്രിമാരുടെ മുഖത്തുനോക്കി, സ്വപ്നപ്രായമായ ആ സംഭവം സത്യമായതെങ്ങനെയെന്നുള്ള ചിന്തയാൽ ഇളകാതെ നിന്നുപോയി. ഒടുവിൽ കാട്ടാളപ്പരിഷയെ വേണ്ടതെല്ലാം കൊടുത്ത് നല്ലവാക്കുകളും പറഞ്ഞ് സമാശ്വസിപ്പിച്ചശേഷം സ്വഗൃഹത്തിലേക്കുപോന്നു. അവിദ്യാസ്വഭാവം നല്ലപോലെ അനുഭവിച്ചറിഞ്ഞ രാജാവിനെ അനന്തരം, ആത്മോപദേശത്താൽ ഞാൻ പ്രബുദ്ധനാക്കി. ഹേ രാമചന്ദ്രൻ! അവിദ്യയുടെ പ്രഭാവം ഇത്ര വിപുലമാണ്. ആരെയും ഭ്രമിപ്പിച്ചുകളയാൻ അതിനു ശക്തിയുണ്ട്. ഉള്ളതില്ലാതാക്കാനും ഇല്ലാത്തത് ഉണ്ടാക്കാനും അതിനു പ്രയാസമില്ല.

ശ്രീരാമൻ-ഹേ ഗുരുനാഥ! ലവണമഹാരാജന്റെ സ്വപ്നം സത്യമായി ഭവിച്ചതെങ്ങനെ. എനിക്കു സംശയം തീരുന്നില്ല. സദയം പറഞ്ഞുതരുമോ?

വസിഷ്ഠൻ-കുമാര! അവിദ്യയുടെ വിലാസവിധങ്ങൾക്കവസാനമില്ല. എത്ര അസംഗതമായ കാര്യവും പ്രദർശിപ്പിക്കാൻ അതിനു കഴിയും. ഈ വിഷയത്തിൽ നിനക്കുള്ള സംശയം മേൽപറയപ്പെടുന്ന ഗാധിചരിതം കേൾക്കുമ്പോൾ തീരുന്നതാണ്. മനസ്സിന്റെ വാസനാബന്ധം നിമിത്തം, കാകതാലീയന്യായേന, മഹാരംഭങ്ങളായ വ്യവഹാരങ്ങൾ താനേതന്നെ പരസ്പരം യോജിച്ചുകൊള്ളാം. ഐന്ദ്രജാലികന്റെ വിദ്യയാൽ രാജാവുകാട്ടാളക്കുടി മുതലായതു കണ്ടപ്പോൾ വികസിച്ച അവിദ്യ ഏതോ, അതുതന്നെ രാജാവ് പിറ്റേദിവസം കാട്ടിൽ പോയപ്പോഴും വികസിച്ചിരുന്നു. രാജാവിന്റെ മനസ്സിനെ ബാധിച്ച സ്വപ്നവിഭ്രമം, അതേസമയം കാട്ടാളപ്പരിഷയുടെ മനസ്സിലും കടന്നുകൂടി. ലവണന്റെ പ്രതിഭാ

പുക്കസന്മാരുടെ ഹൃദയത്തിലും അവരുടേത് ലവണഹൃദയത്തിലും പ കർന്നു. അതുവഴി അവരുടെ തോന്നലുകളും ഏകരൂപത്തിലായി. അ വിദ്യയുടെ വ്യവഹാരഗതിക്ക് സത്തയുണ്ടാകുന്നത് പ്രതിഭയുടെ വ്യാ പാരമാത്രത്താലാണ്. അതായത് അവിദ്യയിൽ പ്രകാശിക്കുന്ന വസ്തു ക്കളും വചനങ്ങളും എടപാടുകളുമെല്ലാം വെറും തോന്നൽ മാത്രമല്ലാ തെ വാസ്തവമല്ല. അതേക്കുറിച്ചുള്ള അറിവില്ലെങ്കിൽ ആ വസ്തുക്കളു മില്ല. ദ്രഷ്ടാവിനെയും ദൃശ്യങ്ങളെയും സംബന്ധിക്കുന്നതും എന്നാൽ ദ്രഷ്ടാവോ ദൃശ്യമോ ദർശനമോ അല്ലാത്തതും ആയി പുഷ്പങ്ങളുടെ ഉള്ളിലെ നാരെന്നപോലെ, സാക്ഷിത്വേന വിളങ്ങുന്ന ചിദ്വസ്തു ഏതോ അതുതന്നെ പരമപദം. ആ പരമപദത്തെ നീ പ്രാപിക്കുക! ഒരു വസ്തു വിൽനിന്ന് മറ്റൊന്നിലേക്ക് മാറ്റുമ്പോൾ മുമ്പു പിമ്പു വസ്തുക്കളുടെ ബോധത്തിനിടയ്ക്ക്, മനസ്സിന്റെ രൂപം യാതൊന്നാണോ അവസ്ഥാത്ര യത്തെ അതിക്രമിച്ച ആ രൂപമായി നീ ഭവിക്കുക! ഹേ! രാമ! ജാഗ്രൽ സ്വപ്നസുഷുപ്തികളോടുകൂടാത്തതും നിത്യവും അചേതനവും അജ ഡവും ആയ നിന്റെ സാക്ഷാൽ സ്വരൂപത്തിൽ തന്നെ നീ സർവദാ വർ ത്തിക്കുക! ജഡതയെ ഉപേക്ഷിച്ച് ചിത്തവൃത്തികളില്ലാത്ത കല്ലിന്റെ അ കക്കട്ടിപോലെ നിശ്ചലനായി, നിർവികാരനായി നിത്യവും വസിക്കുക! സുദൃഢമായ വിവേകത്താൽ സംസാരഭാവനയിൽനിന്നും മുക്തനായി, മനസ്സിനെ നിഗ്രഹിച്ചു, വസ്തുത നീ യാതൊന്നാണോ അതാണെന്നു ള്ള സ്ഥിരബോധത്തോടുകൂടിയിരിക്കുക. സംസാരമാകുന്ന തിരികല്ലിനെ കറക്കിക്കൊണ്ടിരിക്കുന്ന കയറാണ് വാസന. അതിനെപ്പണിപ്പെട്ടും ഛേ ദിച്ചുകളയണം. ആകാശം ശൂന്യമെന്നു പ്രസിദ്ധമാണ്. അതിൽ കാണ പ്പെടുന്ന നീലനിറവും ശൂന്യംതന്നെയാണ് എന്നാലും നീലനിറമായ ആ കാശം അതാ എന്നു ജനങ്ങൾ സാധാരണ വ്യവഹരിക്കാറുണ്ടല്ലോ. പ രമാർത്ഥതത്വത്തിൽനിന്നും ആദിയിൽ ഉത്ഭവിച്ച മനസ്സ് അതുപോലെ ശൂന്യമായ സ്വസങ്കൽപസമൂഹത്താൽ, ശൂന്യമായ ജഗത്തിനെ വിസ്ത രിച്ചിരിക്കുന്നു. സങ്കൽപങ്ങളെല്ലാമടങ്ങി മനസ്സൊടുങ്ങുമ്പോൾ സംസാ രമോഹനീരാവികൾ നിശ്ശേഷം നീങ്ങി അജവും ആദ്യവും അനന്തവുമാ യ ചിദാത്മാവ് ശരൽക്കാലത്തിലെ ആകാശംപോലെ സ്വച്ഛമായി പ്രകാ ശിക്കുന്നു.

മോക്ഷോപായമായ ഉൽപത്തിപ്രകരണത്തിൽ
ലവണോപാഖ്യാനം എന്ന പതിമൂന്നാംസർഗ്ഗം കഴിഞ്ഞു.
ഉൽപത്തിപ്രകരണവും കഴിഞ്ഞു.

4

സ്ഥിതിപ്രകരണം

ഭാർഗ്ഗവോപാഖ്യാനം

വസിഷ്ഠൻ--ഹേ രാമ! എഴുത്തുകാരനും ചായക്കൂട്ടുകളുമില്ലാതെ ആകാശത്തിൽ ഉദയംചെയ്തിരിക്കുന്ന ചിത്രമാണ് ജഗത്ത്. അതിനെ ക്കാണാൻ അതിലുൾപ്പെട്ടവരല്ലാതെ പുറമേ ആരുമില്ല. സ്വാനുഭവമാത്രമായ അത് ഉറങ്ങാതെയുള്ള ഒരു സ്വപ്നം കാണലാണെന്നുപറയാം. അതായത് സാക്ഷിഭൂതവും പരിപൂർണ്ണവും നിർമ്മലവും ഭേദഹീനവുമായ ചിദാത്മാവിൽ കണ്ണാടിയിലെന്നപോലെ ഈ ജഗത്തു നിരർത്ഥമായി പ്രതിബിംബിക്കുകയാണ്. കാരണസംബന്ധമില്ലാതെ ബ്രഹ്മത്തിൽ വെറുംതോന്നലായിത്തന്നെ ഇരിക്കുന്നു; അഖണ്ഡവും സർവ്വാത്മകവും ഏകവും ചിദാകാശവുമായ ബ്രഹ്മത്തെ നിരർഗ്ഗളമായി നീ ധ്യാനിച്ചാൽ മനസ്സിന്റെ ചാഞ്ചല്യം നീങ്ങും. പരപ്പേറിയ ഒരു പാറക്കല്ലിൽ ആന, കുതിര, കാലാൾ, ദേവാലയം മുതലായ ചിത്രങ്ങൾ കൊത്തിത്തോന്നിച്ചിരിക്കുന്നതുപോലെ അഖണ്ഡബ്രഹ്മത്തിൽ തദ്രൂപമായ ത്രൈലോക്യം നാനാരൂപേണ പ്രകാശിക്കുന്നു. ജഗത്തിന് രണ്ടാമതൊരു കാരണം ഇല്ലായ്കകൊണ്ട് ഉത്ഭവമേ ഉണ്ടായിട്ടില്ല. പ്രതിഭാമാത്രരൂപമായ ബ്രഹ്മത്തിൽ സ്ഥിതിചെയ്കയാണ്. ഈ വസ്തുത വഴിപോലെ ഗ്രഹിക്കുന്നതിന് ഭാർഗ്ഗവോപാഖ്യാനം ഞാൻ ഇവിടെ ഉദാഹരിക്കാം.

പണ്ട് പൂമരങ്ങളാൽ നിറയപ്പെട്ട മന്ദരപർവതത്തിന്റെ ഒരു താഴ്വരയിൽ, ഭൃഗുമഹർഷി ഉഗ്രമായ തപസ്സുചെയ്ത് വസിച്ചിരുന്നു. അദ്ദേഹത്തിന്റെ ബാലപുത്രനും കലകൾ തികഞ്ഞ ചന്ദ്രനെപ്പോലെ രമണീയാംഗനുമായ ശുക്രൻ അരികേനിന്നു പിതാവിനെ ശുശ്രൂഷിച്ചു വന്നു. ശുക്രന്റെ അപ്പോഴത്തെ അവസ്ഥ ഭൂമിക്കും ആകാശത്തിനും മദ്ധ്യത്തിൽ വർത്തിക്കുന്ന ത്രിശങ്കുവെപ്പോലെ ബ്രഹ്മഭാവത്തിലെത്താതെ, വിദ്യാവിദ്യാ ദൃഷ്ടികളുടെ അന്തരാളത്തിലായിരുന്നു. ഒരിക്കൽ ഭൃഗുമഹർഷി നിർവികൽപസമാധിയിൽ ലയിച്ചപ്പോൾ, ശുക്രൻ ശത്രുവിജയിയായ രാ

ജാവിനെപ്പോലെ പ്രവൃത്തിയിൽനിന്നും വിമുക്തനായി വിശ്രമിച്ചു. മറ്റാരുംതന്നെ അടുക്കൽ ഉണ്ടായിരുന്നുമില്ല. ഈ അവസരത്തിൽ, ആകാശത്തുകൂടിപ്പോകുന്ന രമണീയാംഗിയായ ഒരപ്സരഃസ്ത്രീയെ കാണ്മാനിടയായി. മന്ദാരമാലകളുംചൂടി മന്ദവായുവേറ്റിളകുന്ന അളകങ്ങളോടുകൂടി സുന്ദരിയായ അവൾ സഞ്ചരിക്കുന്നതു നോക്കി ഹൃദയം ഉല്ലാസതരളിതമായി ഭവിച്ചു. ക്ഷണേന കണ്ണുകൾ പൂട്ടി അവളെത്തന്നെ ധ്യാനിച്ച് ഓരോ മനോരാജ്യത്തിൽ മുഴുകിയിരുന്നു. ഈ സുന്ദരി ആകാശത്തിലുള്ള ഇന്ദ്രസദനത്തിലേക്കു പോകയാണ്. ഞാനും അവിടേക്ക് തന്നെ പോയാലോ? ആഹാ! ഞാനിതാ സ്വർഗ്ഗത്തിലെത്തിക്കഴിഞ്ഞു. ദേവന്മാർ ഇതാ അങ്ങിങ്ങു സഞ്ചരിക്കുന്നു. കാമലോലകളായ ദേവസുന്ദരികൾ കാനനത്തെ ലതകളെന്നപോലെ, ദേവരാജനെ സേവിച്ചുനിൽക്കുന്നു. രണ്ടാം ബ്രഹ്മാവോ എന്നു തോന്നുമാറ് ആസ്ഥാനമണ്ഡപത്തിൽ ഇരുന്നരുളുന്ന ഇന്ദ്രനെ ഇതാ ഞാൻ അഭിവാദ്യം ചെയ്യുന്നു. ഇങ്ങനെ ചിന്താശക്തിയാൽ മനോരൂപനായി സ്വർഗ്ഗത്തെ പ്രാപിച്ച ശുക്രൻ ഇന്ദ്രനെ അഭിവാദ്യം ചെയ്തു; സാക്ഷാൽ ഭൃഗുതുല്യനായ ശുക്രനെ ഇന്ദ്രനും എഴുന്നേറ്റു പൂജിച്ചു. അനന്തരം സ്വർവാസികളാൽ സൽകൃതനായി സ്വർഗ്ഗത്തിൽ വിഹരിക്കാൻ തുടങ്ങി; താൻ മുമ്പു കണ്ട അപ്സരസുന്ദരി, അവിടെ പലേ സ്ത്രീകളുടെ ഇടയിൽ നിൽക്കുന്നതു കണ്ടു. അവളും ശുക്രനെ നോക്കി കാമവികാരങ്ങൾക്ക് അധീനയായി. പ്രേമബന്ധത്താൽ രമണീയാകൃതികളായ അവർ, പ്രഭാതത്തിൽ സൂര്യനും താമരപ്പൊയ്കയ്ക്കും അന്യോന്യദർശനത്താലുണ്ടാകുന്ന ശോഭാവിശേഷത്തെ ലഭിച്ചു. അപ്സരസ്ത്രീ അനുരാഗിണിയാണെന്നു മനസ്സിലായപ്പോൾ ശുക്രൻ ഇഷ്ടസാദ്ധ്യത്തിൽ അഭിലാഷുവായി, സംഹാരത്തെ രുദ്രനെന്നപോലെ തമസ്സിനെ സങ്കൽപിച്ചു. ഇരുളടഞ്ഞതുനോക്കി സഖീജനങ്ങൾ അവരവരുടെ ഭവനങ്ങളിലേക്കു പോയി. അപ്സരസ്സാകട്ടെ, കാറുകണ്ട മയിൽപ്പേടപോലെ സന്തുഷ്ടിയോടെ ശുക്രന്റെ സമീപത്തിലുമണഞ്ഞു. രണ്ടുപേരുമായി ഒരു കൽപവള്ളിക്കുടിലിൽ കടന്ന് ഇഷ്ടകേളികളാൽ സുഖിക്കയും രസിക്കയും ചെയ്തു. പ്രണയം ചിരകാലനിബദ്ധമായിരുന്നതിനാൽ ആ സമാഗമം ശുക്രനു പരമാനന്ദകരമായി തോന്നി. എട്ടു ചതുർയ്യുഗകാലം ഇങ്ങനെ അവളോടൊരുമിച്ച് ദേവലോകസുഖം അനുഭവിച്ചപ്പോൾ, പുണ്യക്ഷയാനുസന്ധാനത്താൽ ഭൂമണ്ഡലത്തിലേക്കു പതിച്ചു. സ്വശരീരത്തെക്കുറിച്ചുള്ള സ്മരണയും അപ്പോൾ ഉദിച്ചു. അധഃപതിച്ച ജീവൻ ചന്ദ്രമണ്ഡലത്തിൽ തങ്ങി, മഞ്ഞുവഴി ഭൂമിയിലെത്തി നെൽച്ചെടികളായി വളർന്നു. ആ നെന്മണികൾ പ

ചിച്ച അന്നം ദശാർണ്ണദേശത്തിലുള്ള ഒരു ബ്രാഹ്മണൻ ഭക്ഷിക്കയാൽ ശുക്രജീവൻ ശുക്രരൂപത്തിൽ തൽപത്നിയുടെ ഗർഭത്തെ പ്രാപിച്ചു യഥാകാലം പുത്രത്വേന ഭൂമിയിൽ ജനിച്ചു. മുനിമാരോടുള്ള സംസർഗ്ഗം നിമിത്തം ആ ബാലൻ സാധുവൃത്തനായിത്തന്നെ വളർന്നു തപോവൃത്തിയിൽ നിരതനായി മേരുപർവതത്തിന്റെ താഴ്വരയിലുള്ള കാട്ടിൽ, ഒരു മന്വന്തരകാലം വസിച്ചു. അക്കാലത്തു തന്റെ അപ്സരസ്ത്രീ ശാപത്താൽ ഒരു മാൻപേടയായി ഭൂമിയിൽ ജനിച്ചിരുന്നു. പൂർവജന്മബന്ധം നിമിത്തം ബ്രാഹ്മണൻ ആ പെണ്മാനിനെ കാമിക്കയും മനുഷ്യാകൃതിയിൽ ഒരു പുത്രനെ ജനിപ്പിക്കയും ചെയ്തു. അപ്പോൾ മുതൽ ബ്രാഹ്മണന്റെ മനസ്സു മുറിഞ്ഞു പുത്രസ്നേഹത്താൽ തപശ്ചര്യകളെല്ലാം മുടങ്ങി. എന്റെ പുത്രൻ ധനവാനാകണം ഗുണവാനാകണം ആയുഷ്മാനായി വളരെനാൾ ജീവിക്കണം ഇത്യാദി ചിന്താതരംഗങ്ങൾ മനസ്സിനെ ചലിപ്പിച്ചു തുടങ്ങി. ആത്മധ്യാനത്തിന്റെ കഥപോലും മറന്നു. ധർമ്മഭ്രംശത്താൽ ക്ഷീണായുസ്സായിത്തീർന്ന ആ ബ്രാഹ്മണനെ സർപ്പം സമീരനെയെന്നപോലെ മൃത്യു ഗ്രഹിച്ചു. പ്രാണപ്രയാണകാലത്തിൽ ഹൃദയം ഭോഗചിന്താതരളിതമായി ഭവിക്കകൊണ്ടു അനന്തരജന്മം സുഖഭോഗങ്ങൾക്കാസ്പദമായ രാജവംശത്തിലായി. മദ്രരാജന്റെ മകനായി ജനിച്ച്, വളരെനാൾ രാജ്യംഭരിച്ചു. അതിൽ പിന്നെ മറ്റു പല യോനികളിലും ജന്മമെടുത്തശേഷം ഗംഗാതീരസ്ഥനായ ഒരു മഹർഷിയുടെ മകനായി പ്പിറന്നു. ഭൃഗുസമീപത്തിൽ സ്ഥിതിചെയ്ത ശുക്രശരീരമാകട്ടെ, വളരെക്കാലം കാറ്റും വെയിലും തട്ടി ഉണങ്ങി ഭൂമിയിൽ വീണുപോയി. എന്നാൽ ഭൃഗുവിന്റെ തപഃശക്തികൊണ്ടും പുണ്യാശ്രമമാഹാത്മ്യത്താലും പക്ഷിമൃഗാദികൾ ആ ശരീരത്തെ ഭക്ഷിച്ചില്ല. പിന്നെയും ദിവ്യവത്സരം ആയിരം കഴിഞ്ഞപ്പോൾ മഹാത്മാവായ ഭൃഗു സമാധിവിരതനായി കണ്ണുതുറന്നു നോക്കി. ഗുണഗുണങ്ങൾക്ക് ഉത്തമനിദാനമായി ശരീരമെടുത്ത പുണ്യംപോലെ അഗ്രഭാഗത്തു വിനയാന്വിതനായി നിന്നിരുന്ന പുത്രനെക്കണ്ടില്ല. ദൗർഭാഗ്യവും ദാരിദ്ര്യവും മൂർത്തീഭവിച്ച കായകങ്കാളം മുൻഭാഗത്തു കിടക്കുന്നു. ചുളുങ്ങിത്തൂങ്ങിയ തൊലിയുടെ വിള്ളലുകളിൽ തിത്തിരിപ്പക്ഷികൾ അധിവസിക്കുന്നതും കുക്ഷിപ്പൊട്ടിൽ തവളകൾ കുടികൊണ്ടിരിക്കുന്നതും കണ്ടു. ദുഃഖഗജത്തിന്റെ കെട്ടുകുറ്റിയായ ആ ശുഷ്കശരീരം നോക്കി മഹർഷി പുർവാരചിന്തകൾ ചെയ്യാതെ പെട്ടെന്നെഴുന്നേറ്റു. പുത്രൻ മരിച്ചുപോയിയെന്ന് ഒരു നോട്ടത്താൽ നിശ്ചയിച്ചു പ്രാണഹർത്താവായ കാലനിൽ കഠിനമായ ദ്വേഷംതോന്നി. അകാലത്തിലാണല്ലോ പുത്രന്റെ പ്രാണനെ അപഹരിച്ചത് എന്ന ആ

ശാഭംഗത്തോടെ അദ്ദേഹം അന്തകനെ ശപിക്കാൻ ഉദ്യമിച്ചു. ഈ വസ്തുത ഗ്രഹിച്ച ധർമ്മരാജൻ ആധിഭൗതികശരീരം ധരിച്ചു മുനിയുടെ മുമ്പിൽ പ്രത്യക്ഷപ്പെട്ടു. കുണ്ഡലകവചങ്ങളണിഞ്ഞ്, ഖഡ്ഗപാശപാണിയായി, ആറുമുഖങ്ങളോടും കൈകളോടുംകൂടി ആവിർഭവിച്ച കിങ്കരസംഘപരിസേവിതനായ കൃതാന്തൻ, മഹർഷിയുടെ കോപശാന്തിയുദ്ദേശിച്ച്, കൽപ്പാന്തക്ഷുബ്ധസമുദ്രംപോലെ ഗംഭീരമാംവണ്ണം പറഞ്ഞു. "മഹർഷേ! നിയതിപാലന്മാരായ ഞങ്ങൾ അങ്ങേപ്പൂജിക്കുന്നത്, തപോനിധിയാണെന്നു കരുതി മാത്രമാണ്. പൂജ്യസ്ഥാനം അങ്ങേയ്ക്കു ലഭിച്ചിട്ടുള്ളതും മറ്റൊന്നുകൊണ്ടുമല്ല. ബുദ്ധിഹീനമായി വെറുതെ തപസ്സു നശിപ്പിക്കരുത്. കൽപ്പാന്തവഹ്നിക്കുപോലും ദഹിപ്പിക്കാൻ കഴിയാത്ത എന്നിൽ അങ്ങേ ശാപശക്തി എത്രകണ്ടു ഫലിക്കാനാണ്. എത്രയോ ബ്രഹ്മാണ്ഡഭാണ്ഡങ്ങൾ വിഴുങ്ങിയവനാണ് ഞാൻ. രുദ്രന്മാരേയും വിഷ്ണുദേവന്മാരേയും എത്രയെത്ര ഭുജിച്ചുകഴിഞ്ഞു. മഹർഷേ! ഈദൃശപ്രഭാവനായ ഞാൻ ഏതൊന്നിനാണ് ശക്തനാകാത്തത്? നിങ്ങളെല്ലാം ഭോജനങ്ങളും ഞാൻ ഭോക്താവുമാണ്. ഇത് നമ്മുടെ മതമല്ല. നിയതികൽപ്പനയാണ്. പരമാർത്ഥദൃഷ്ട്യാ നോക്കുന്നവർക്കു ഇവിടെ കർത്താവും ഭോക്താവുമില്ല. കർതൃഭോക്തൃപ്രതീതിക്കു കാരണം മായാമോഹമാകുന്നു. വൃക്ഷങ്ങളിൽ പൂക്കളെന്നപോലെ അവരവരുടെ കർമ്മത്തിനനുസരിച്ച് ജീവജാലങ്ങൾ ഭുവനത്തിൽ ജനിക്കയും മരിക്കയും ചെയ്യുന്നു. ബ്രഹ്മാവുതന്നെയും കൽപ്പാന്തകാലത്തിൽ നശിക്കാതിരിക്കുന്നില്ല. ഈ വസ്തുത സർവപ്രസിദ്ധമായിരിക്കെ, മൂഢനെപ്പോലെ അങ്ങ് മോഹിക്കുന്നതെന്ത്? അങ്ങേ ജ്ഞാനദൃഷ്ടിയും മഹത്വവും ധീരത്വവുമെവിടെ? പുത്രന് ഈ അവസ്ഥാന്തരം സംഭവിച്ചത് സ്വകർമ്മംകൊണ്ടാണെന്നുള്ള വസ്തുത വിചാരിക്കാതെ സർവജ്ഞനായ അങ്ങ് മൂർഖനെപ്പോലെ എന്നെ ശപിക്കാൻ ആരംഭിച്ചതെന്തുകൊണ്ട്? പുരുഷനെന്നു പറയുന്നതു മനസ്സാണ്. മനസ്സുകൊണ്ടു ചെയ്തതാണ് ചെയ്തതെന്നു പറയപ്പെടുന്നത്. ആ മനസ്സ് ഉണർച്ചകൊണ്ട് ജീവനായും, നിശ്ചയശക്തിയാൽ ബുദ്ധിയായും അഭിമാനത്താൽ അഹങ്കാരമായും ഭവിക്കുന്നു. അങ്ങേടെ സമാധികാലത്തിൽ പുത്രന്റെ മനസ്സ് ശരീരം ഉപേക്ഷിച്ചുപോയി സ്വർഗ്ഗത്തെ പ്രാപിച്ചു. അവിടെ ദേവസുന്ദരിയായ വിശ്വാചിയെ മോഹിച്ച്, പലകാലം അവളുമായി വിനോദിച്ചുകഴിഞ്ഞു. അനന്തരം ദശാർണ്ണദേശത്തിൽ, ഒരു ബ്രാഹ്മണനായി ജനിച്ചു. അടുത്തജന്മം കോസലരാജാവായി. അതിൽപിന്നെ വനത്തിൽ ഒരു മുക്കുവനായും ഗംഗാതടത്തിൽ അരയന്നമായും പൗണ്ഡ്രകത്തിൽ രാജാവായും, സാലാ

ദേശത്തിലെ പുരോഹിതനായും പിറന്നു. ദീർഘകാലം സുഖഭോഗിയായ ഒരു വിദ്യാധരനായിക്കഴിഞ്ഞു. അനന്തരം മുനിപുത്രനായും സൗവീരത്തിൽ ഒരു സാമന്തരാജനായും ത്രിഗർത്തരാജ്യത്ത് ശൈവദേശികനായും ജനിച്ചു. കിരാതരാജ്യങ്ങളിൽ ഇല്ലിക്കണയായി; ജാംഗലത്തിൽ മാനായി; പനങ്കാട്ടിൽ സർപ്പമായി; പച്ചിലക്കാട്ടിൽ കാട്ടുകോഴിയായി. ഇങ്ങനെ പലപല യോനികളിൽ അങ്ങേ പുത്രൻ, വാസനാബന്ധത്താൽ ജന്മങ്ങളെടുത്തുകഴിഞ്ഞു. ഇപ്പോൾ വാസുദേവനെന്നപേരിൽ ഒരു ബ്രാഹ്മണപുത്രനായി സമംഗാനദീതീരത്തു തപസ്സുചെയ്യുന്നു. ജിതേന്ദ്രിയനായി ജടയും അക്ഷവലയവും ധരിച്ച് എട്ടു നൂറ്റാണ്ടുകളായിട്ടേ അവിടെത്തന്നെ വസിക്കയാണ്. അങ്ങ് സ്വപ്നതുല്യമായ മനസ്സിന്റെ ഭ്രമവിശേഷങ്ങൾ കാണ്മാനാഗ്രഹിക്കുന്നുവെങ്കിൽ ജ്ഞാനദൃഷ്ടി തുറന്നുനോക്കുക!

ജഗദധീശനായ ധർമ്മരാജന്റെ വാക്കുകളെ ഭൃഗു ബഹുമാനിച്ചു. മുഹൂർത്തമാത്രം ധ്യാനനിഷ്ഠനായി, ജ്ഞാനദൃഷ്ടിയാൽ സമംഗാതീരത്തിലെത്തുകയും, പുത്രവൃത്താന്തം നിശ്ശേഷം കണ്ണാടിയിലെന്നപോലെ ബുദ്ധിയിൽ നിഴലിച്ചുകാണുകയും ചെയ്തു. തിരിച്ചുവന്ന് സ്വശരീരത്തിൽ പ്രവേശിച്ചയുടനെ വിസ്മയവികസിതനയനനായി കാലനെനോക്കി, 'ഭൂതഭവ്യശനായ ഭഗവൻ! ഞങ്ങൾ അജ്ഞാനികളായ ബാലന്മാരാണ്. അങ്ങേപ്പോലെയുള്ള മഹാത്മാക്കൾ ത്രികാലവേദികളാകുന്നു' എന്നു പറഞ്ഞു. ധർമ്മരാജൻ സന്തുഷ്ടഹൃദയനായി ചന്ദ്രനെ സൂര്യനെന്നപോലെ, മഹർഷിയെ കരഗ്രഹണംചെയ്തു കൂട്ടിക്കൊണ്ട്, സമംഗാതീരത്തിലേക്കു പുറപ്പെട്ടു. ക്ഷണമാത്രത്താൽ രണ്ടാളും അവിടെയെത്തി. നദിക്കരയിൽ തപസ്സുചെയ്യുന്ന വാസുദേവനെക്കണ്ട് ഇന്ദ്രിയങ്ങളും മനസ്സും നിയന്ത്രിച്ച്, ബാഹ്യപ്രപഞ്ചമറിയാതെ സമാധിലീനനായി സ്ഥിതിചെയ്യുന്ന ഭൃഗുപുത്രനെനോക്കി, ധർമ്മരാജൻ, ഇവൻ ഇപ്പോൾ പ്രബുദ്ധനാകട്ടെ എന്നു സങ്കൽപിച്ചു. ക്ഷണം അവൻ സമാധിവിരതനായി അഗ്രഭാഗത്തു നിൽക്കുന്ന പ്രഭുക്കളായ കാലനെയും ഭൃഗുവിനെയും കണ്ട്, സംഭ്രമസമന്വിതം എഴുന്നേറ്റുചെന്നു നമസ്കരിച്ചു. അന്യോന്യചാരോപചാരങ്ങൾക്കുശേഷം മൂന്നുപേരും സുവിശാലമായ ഒരു ശിലാതലത്തിൽ ഉപവേശിക്കയായി. ഉടനേ തേജസ്വികളായ ആഗതന്മാരെ നോക്കി, ബ്രാഹ്മണൻ, മഹാത്മാക്കളേ! നിങ്ങളുടെ ദർശനമാത്രത്താൽ എനിക്കു നിർവൃതി ലഭിച്ചു. ശാസ്ത്രത്താലോ തപോജ്ഞാനങ്ങളാലോ വിദ്യയാലോ ഒഴിയാത്ത മായാമോഹവും ഒഴിഞ്ഞു. നിർമ്മലമായ അമൃതവൃഷ്ടിയാൽ ലഭിക്കാത്ത ആനന്ദവും കൈവന്നു. ഹേ! പുണ്യശാലികളെ! ആകാശ

ത്തെ സൂര്യചന്ദ്രന്മാരെന്നപോലെ, കാൽപൂക്കളാൽ ഈ പ്രദേശത്തെ പരിശുദ്ധമാക്കിയ തേജസ്വികളായ നിങ്ങൾ ആരാണ് എന്നു ചോദിച്ചു. ഭൃഗു: ഹേ മഹാഭാഗ! നീ ഇപ്പോൾ അജ്ഞനല്ല. ജ്ഞാനഘനനാണ്. അന്തർദൃഷ്ടികൊണ്ട് ആത്മാവിനെക്കാണുക എന്നിങ്ങനെ തന്റെ ജന്മാന്തരപുത്രനായ ബ്രാഹ്മണനെ ഉദ്ബോധിപ്പിച്ചു. ബ്രാഹ്മണൻ അൽപസമയം ധ്യാനത്തിലിരിക്കയും തന്റെ പൂർവജന്മചരിത്രങ്ങൾ ആദിമുതൽ ഗ്രഹിക്കയും ചെയ്തു. ഉടനെ, വിസ്മയസ്മേരമുഖനായിപ്പറഞ്ഞു. 'ആശ്ചര്യമാശ്ചര്യം! ഭ്രമാത്മകമായ മോഹം ഹൃദയത്തെ മറച്ചിരിക്കുന്നതുകൊണ്ടാണ് ഈ ജഗജ്ജാലം പ്രവർത്തിക്കുന്നതായി തോന്നുന്നത്. ഞാനിപ്പോൾ അറിയേണ്ടതറിഞ്ഞു; കാണേണ്ടതു കാണുകയും ചെയ്തു. വളരെ നാളായിട്ടേ ശ്രാന്തനായിരുന്ന ഞാൻ സ്വസ്ഥനായി. ചിദ്വസ്തുവല്ലാതെ യാതൊന്നും ഭവിക്കുന്നില്ലെന്നുള്ള ബോധവും ഉദിച്ചു. പിതാവേ! എഴുന്നേൽക്കുക! ഇനി നമ്മൾ മന്ദരപർവതത്തിലേക്കു പോകതന്നെ. അവിടെ ശുഷ്കമായ എന്റെ ശരീരം കിടക്കുന്നില്ലേ? ആ ദൈവഗതി വിലാസം കാണണമെന്നുണ്ട്. ഇഷ്ടമായോ അനിഷ്ടമായോ എനിക്കിവിടെ യാതൊന്നുമില്ല. സന്തുഷ്ടി എന്നെ സമാശ്ലേഷിച്ചുകഴിഞ്ഞു.' ഇങ്ങനെ പറഞ്ഞൊത്തു തത്വബോധികളായ അവർ മൂന്നുപേരുമായി പുറപ്പെട്ടു. സംസാരവൈചിത്ര്യങ്ങൾ വിചാരിച്ചുവിചാരിച്ച് അത്ഭുതപ്പെട്ടുപോയി മന്ദരകന്ദരത്തെ പ്രാപിച്ചു. അവിടെ തന്റെ പൂർവശരീരം ശുഷ്കിച്ചു കിടക്കുന്നതു നോക്കി ശുക്രൻ പറഞ്ഞു:-പിതാവേ! പൂർവകാലത്തു സുഖഭോഗവസ്തുക്കളാൽ ഭവാൻ ഉപലാളിച്ച ആ ശരീരം ഇപ്പോൾ മാംസം ക്ഷയിച്ച് ചോരയും നീരും വറ്റി ഉണങ്ങിക്കിടക്കുന്നു. നോക്കുക! സന്ദേഹങ്ങളോ കൗതുകമോ കൽപനാജാലമോ ഇല്ലാതെ കാടകത്തു സുഖമായി ശയിക്കുന്നു. ആശാജ്വരസംമോഹങ്ങൾ മുഴുവൻ നശിപ്പിക്കുന്ന മനോനിഗ്രഹം ഒന്നുതന്നെ ജീവികൾക്കു സർവോത്തമമായ ശ്രേയസ്സെന്നു ഞാൻ വിചാരിക്കുന്നു. മനസ്സിന്റെ സങ്കൽപവികൽപങ്ങൾ നിശ്ശേഷം നശിപ്പിച്ച് നിർവൃതന്മാരായി നിവസിക്കുന്നതാരോ, സുഖസംഭോഗത്തിന്റെ പരമകാഷ്ഠയിലെത്തിയവരും, വിവേകികളും മഹാത്മാക്കളുമാകുന്നു. എന്റെ ശരീരം എല്ലാ ദുഃഖദശകളും ഒഴിഞ്ഞു സങ്കൽപങ്ങളും നശിച്ച്, പ്രശാന്തമായി ഈ വനത്തിൽ കിടക്കുന്നതു കാണ്മാൻ ഭാഗ്യംകൊണ്ടാണ് എനിക്കു സംഗതിയായത്. ഇപ്രകാരം വിരക്തമാർഗ്ഗത്തെ അവലംബിച്ചു ബ്രാഹ്മണൻ ഉച്ചരിച്ച വാക്കുകളെ ആക്ഷേപിച്ചു കാലൻ പറഞ്ഞു:- സാധോ! താങ്കൾ ഈ ശരീരത്തെ വെറുക്കുകയോ വെടിയുകയോ അരുത്. രാജാവ് നഗരത്തെയെന്നപോലെ സോത്സാഹം

ഇതിൽ പ്രവേശിക്കുക! ശുക്രത്വേന അസുരന്മാരുടെ ഗുരുസ്ഥാനം വഹിച്ചു വസിക്കേണ്ട ആളാണു താങ്കൾ. നിയതിയുടെ നിശ്ചയം അപ്രകാരമാണ്. എന്നാലിനി ഞാൻ പോകട്ടെ! നിങ്ങൾക്ക് മംഗളം ഭവിപ്പൂതാക.

ഭൂതലത്തിലെത്തി കർമ്മാനുഷ്ഠാനത്തിന് അധീനനായ ഭാർഗ്ഗവപുത്രൻ വാസുദേവഭാവനചേർന്ന ശരീരത്തെ ഉപേക്ഷിച്ച് ശുഷ്കകങ്കാളരൂപമായ സ്വശരീരത്തിൽ പ്രവേശിച്ചു. ഭൃഗുവാകട്ടെ, പുത്രദേഹത്തിന്റെ പുഷ്ടിക്കും പുതുമയ്ക്കുമായി കമണ്ഡലുജലം മന്ത്രോച്ചാരണപൂർവം പ്രോക്ഷിക്കയാൽ ഉണങ്ങിക്കിടന്ന ഞരമ്പുകൾക്കു തുടിപ്പും രക്തച്ചൊടിപ്പുമുണ്ടായി. ശുക്രൻ പ്രാണവാനായി എഴുന്നേറ്റു പിതാവിനെ അഭിവാദ്യം ചെയ്തു. അന്യോന്യസംശ്ലേഷസുഖം ലഭിച്ച പിതാവും പുത്രനും അനന്തരകാലത്തിൽ മനനഹീനന്മാരായി നിസ്തരംഗസമുദ്രം പോലെ, ആ കാനനത്തിൽതന്നെ താമസിച്ചു. ഹേ രാഘവ! ഉത്തമമായ ഈ ഭാർഗ്ഗവോപാഖ്യാനത്തിന്റെ സാരം വിചാരിച്ചുനോക്കി ഇഷ്ടമായ മാർഗ്ഗം അറിഞ്ഞുപ്രവർത്തിക്കുക.

സ്ഥിതിപ്രകരണത്തിൽ ഭാർഗ്ഗവോപാഖ്യാനം എന്ന
പതിന്നാലാം സർഗ്ഗം കഴിഞ്ഞു.

ദാമാദ്യുപാഖ്യാനം

വസിഷ്ഠൻ--ഹേ രാമചന്ദ്ര! ഭാർഗ്ഗവോപാഖ്യാനത്താൽ സംസാരം മനോമയമാണെന്നു കണ്ടുവല്ലോ. എന്നാൽ മനസ്സിന്റെ സംസ്കാരംകൊണ്ട് സംസാരത്തെ ക്ഷയിപ്പിക്കാവുന്നതാണ്. വിചാരശീലനായി മനസ്സിന്റെ മലിനവൃത്തികളുപേക്ഷിച്ചു സങ്കൽപങ്ങളെയും ത്യജിച്ചു മനസ്സിനെ വിശുദ്ധമായ ആത്മസ്വരൂപത്തിൽചേർത്തു വർജ്ജ്യമായ ദൃശ്യത്തെത്തള്ളി സ്വീകാര്യമായ ജ്ഞാനഭൂമികയിൽ കടന്നു ദൃശ്യത്തെ ചിന്മാത്രമായിക്കണ്ടും ചിത്തിൽ നിന്നും അന്യമായ ഒന്നിലും സക്തിയില്ലാത്ത നിലയിലെത്തി ജ്ഞേയത്തെയും അജ്ഞേയത്തെയും സംസാരമാർഗ്ഗത്തിൽ നാശകാരണങ്ങളാകാനിടയുള്ള സംസാരവാസനാസമൂഹത്തെ, വലയെ എലി എന്നപോലെ, അറുത്തുതള്ളി, ഹൃദയഗ്രന്ഥിയെ അഴിക്കുമ്പോൾ, അവന്റെ സ്വഭാവം വിജ്ഞാനസംശ്ലിഷ്ടമായി തേറ്റാമ്പരലിട്ട വെള്ളംപോലെ തെളിയുന്നു. രാഗഹീന

വും വിഷയാസംഗരഹിതവും സുഖദുഃഖഭേദഭാവനകളില്ലാത്തതുമായ മനസ്സ്, കൂട്ടിൽനിന്നും പക്ഷിയെന്നപോലെ അജ്ഞാനബന്ധംവിട്ടു വെളിയിൽ പോകുന്നു. സന്ദേഹാദികളാൽ ദുഷിക്കാതെ, സങ്കൽപവിഭ്രമങ്ങളില്ലാതെ, തന്നിൽതന്നെ തികവുള്ള മനസ്സ് പൂർണ്ണചന്ദ്രനെപ്പോലെ ശോഭിക്കുന്നു. വിചാരംകൊണ്ട് ആത്മതത്വത്തെ സാക്ഷാൽകരിച്ചു പരിപൂർണ്ണസ്വഭാവൻ ഇന്ദ്രനെയും ത്രിമൂർത്തികളെയുംകാൾ ശ്രേഷ്ഠനാകുന്നു. ആത്മവിഷയമായും ജഗദ്വിഷയമായും ഉള്ള വിചാരം ഉദയംചെയ്യാതിരിക്കുന്നതുവരെ ഈ സംസാരാഡംബരം അന്ധകാരം പോലെ ആത്മഗതിയെ മറച്ചു ദുഃഖിപ്പിക്കും. സർവവും ആത്മജ്യോതിസ്സാണെന്നുള്ള ബോധത്തോടെ തന്നെയും അന്യനെയും അഭേദമായിക്കാണുന്നതാരോ, അവൻതന്നെ ശരിയായി കാണുന്നവൻ. അദ്വിതീയമായ ചിദ്വസ്തു തന്നെ, സർവശക്തിയും സർവാന്തര്യാമിയും അനന്താത്മാവുമെന്നു കാണുന്നവനാരോ, അവൻതന്നെ ശരിയായിക്കാണുന്നവൻ. ഞാനോ അന്യനോ സത്യമല്ല, നിരാമയമായ ബ്രഹ്മംമാത്രം സത്യം എന്നിങ്ങനെ സദസത്തുകളുടെ മദ്ധ്യമായ ചിത്തിനെ ആരു കാണുന്നുവോ അവൻ തന്നെ ശരിയായി കാണുന്നവൻ. പ്രയത്നംകൂടാതെ സർവസാധാരണമായി ലഭിക്കാവുന്ന വസ്തുക്കളിൽ ജനങ്ങൾ ഉദാസീനമായിത്തന്നെ ദൃഷ്ടി പതിപ്പിക്കുന്നില്ലേ? അതുപോലെ, രാഗഹീനമായിട്ടാണ് സർവകാര്യങ്ങളിലും ധീരന്മാരുടെ ബുദ്ധി പ്രവർത്തിക്കുന്നത്. സുഖാനുഭോഗങ്ങളുടെ ഗുണദോഷജ്ഞാനത്തോടുകൂടി അവറ്റെ അനുഭവിച്ചാൽ സന്തുഷ്ടിയല്ലാതെ മേൽക്കാലം ക്ലേശങ്ങളുണ്ടാകയില്ല. കള്ളനെ കള്ളനാണെന്ന് അറിഞ്ഞുകൊണ്ട് സേവിച്ചുകൊണ്ടാൽ അവൻ ബന്ധുത്വമല്ലാതെ ശത്രുത്വം ആചരിക്കയില്ലല്ലോ. വഴിയാത്രക്കാർ വിചാരിച്ചിരിക്കാതെ ഓരോ ഘോഷയാത്രകൾ കണ്ടുമുട്ടുന്നു. അതുസംബന്ധിച്ച് അതിനു മുമ്പോ പിമ്പോ വിശേഷപ്രതിപത്തിയൊന്നും അവർക്കുണ്ടാകുന്നില്ല. അതുപോലെയാണ് അഭിജ്ഞന്മാർ ഭോഗശ്രീയെ വീക്ഷിക്കുന്നത്. യോഗാംഗങ്ങളാൽ നിരോധിക്കപ്പെട്ട മനസ്സ് കേവലം തുച്ഛമായ ഭോഗത്തെയും വലുതായി വിചാരിക്കുന്നു. ബന്ധനത്തിലകപ്പെട്ട രാജാവ് ഉരുളച്ചോറുകൊണ്ട് സന്തുഷ്ടി അടയും. സ്വതന്ത്രനും വിജയിയും ആയ രാജശ്രേഷ്ഠൻ രാജ്യത്തെപ്പോലും അത്ര കാര്യമായി ഗണിക്കയില്ല. ഹേ രാമ! മനസ്സിനെ ജയിക്കണമെന്നുള്ള നിർബന്ധബുദ്ധിയുണ്ടായാൽ അതു സാധിക്കാവുന്ന കാര്യമേയുള്ളു. പല്ലുകൾ തമ്മിൽ കടിച്ചും കൈകൾ അന്യോന്യം ചേർത്തു മർദ്ദിച്ചും അവയവങ്ങളെ അവയവങ്ങൾകൊണ്ട് അക്രമിച്ചും പണിപ്പെട്ട് ആദ്യം മനസ്സിനെ ജയിക്കണം. സംസാരസമുദ്രം

കടക്കുന്നതിനു മനോജയമല്ലാതെ മാർഗ്ഗമില്ല. ഈ ഭൂമിയിൽ മനഃപിശാചിനാൽ അക്രമിക്കപ്പെടാതെയും ജയിക്കപ്പെടാതെയും ആരു വസിക്കുന്നോ അവരാണ് സുഭഗന്മാർ. സാധുവൃത്തന്മാരും അവരാകുന്നു. അവരെത്തന്നെയാണ് പുരുഷന്മാരെന്നു പറയേണ്ടത്. ഹൃദയപ്പൊത്തിനകത്തു ചുരുളിയിട്ടിരിക്കുന്ന സങ്കൽപവിഷയത്തോടുകൂടിയ മനഃസർപ്പത്തെ യാതൊരുത്തനാണോ നിഗ്രഹിച്ചിരിക്കുന്നത് ശാന്തനും സന്തുഷ്ടനുമായ ആ മഹാപുരുഷനെ ഞാൻ വന്ദിക്കുന്നു. മഹാനരകസാമ്രാജ്യത്തിൽ മദിച്ചുചാടി ദുഷ്കൃതവാരണങ്ങളോടുകൂടി ആശകളാകുന്ന അമ്പുകളും തൊടുത്തു നിൽക്കുന്ന ഇന്ദ്രിയശത്രുക്കളെ എളുപ്പത്തിൽ ജയിക്കാൻ സാധിക്കയില്ല. മനസ്സിലെ അഹങ്കാരമടക്കി ഇന്ദ്രിയശത്രുക്കളെയും ഒടുക്കിയവന്റെ ഭോഗവാസനകൾ ഹേമന്തത്തിൽ താമരപ്പൂക്കളെന്നപോലെ നാൾക്കുനാൾ ക്ഷയിക്കുന്നു. ആത്മതത്വത്തിന്റെ ദൃഢാഭ്യാസംകൊണ്ട് മനസ്സിനെ ജയിക്കാതെ ഇരിക്കുന്ന കാലംവരെ അതിൽ കുടികൊള്ളുന്ന കൂരിരുട്ടത്തു വാസനാവേതാളങ്ങൾ നടമാടിക്കൊണ്ടിരിക്കും. വിദ്വാന്മാരുടെ മനസ്സാകട്ടെ ഇഷ്ടത്തെച്ചെയ്കകൊണ്ട് ഭൃത്യനായും, സൽക്കാര്യങ്ങൾ ചെയ്താൽ മന്ത്രിയായും ഇന്ദ്രിയങ്ങളെ കീഴടക്കുകയാൽ സാമന്തനായും വിദ്യാപ്രദാനത്താൽ ഗുരുനാഥനായും ലാളനാശ്ലേഷാദികളാൽ ഭാര്യയായും, പാലനകർമ്മം ഹേതുവായി പാവനനായ പിതാവായും, വിശ്വാസത്താൽ സുഹൃത്തായും വിളങ്ങുന്നു. മനഃപിതാവു വിചാരസിദ്ധമായ ശാസ്ത്രീയജ്ഞാനംകൊണ്ട് വിശിഷ്ടനായി ബുദ്ധിയാൽ നിശ്ചയത്തെ പ്രാപിച്ചുകഴിഞ്ഞാൽ തന്നെത്തന്നെ ഉപേക്ഷിച്ചും പരയായ സിദ്ധിയെ-മോക്ഷത്തെ-നൽകുന്നു. നല്ലതുപോലെ ശോധിക്കപ്പെട്ടതും ചലനമില്ലാത്തതും കളങ്കമറ്റതും മംഗലേച്ഛാരശ്മികളാൽ വിളങ്ങുന്നതും തെളിവുള്ളതും ആത്മീയഗുണങ്ങൾ പ്രകാശിച്ചതുമായ മനോമണി സർവാനന്ദകരമാകുന്നു. ഹേ രാഘവ! വിവിധപങ്ക കളങ്കിതമായ മനോരത്നത്തെ വിവേകജലത്താൽ കഴുകി വിശുദ്ധമാക്കി മോക്ഷസിദ്ധിക്കുവേണ്ടി തത്വജ്ഞനായി ഭവിക്കുക. വിവേകത്തെത്തന്നെ സമാശ്രയിച്ച്, ആത്മാവിനെ അറിഞ്ഞ്, ഇന്ദ്രിയശത്രുക്കളെ കീഴടക്കി, സംസാരസമുദ്രത്തെക്കടക്കുക. ഇവൻ ഞാൻ ഇത് ഇത്യാദി വെറും തോന്നലുകളെ ബുദ്ധികൊണ്ട് നിരാകരിച്ചിട്ട്, അഹന്താദികളോടു കൂടാത്ത പരമപദത്തെ ആശ്രയിച്ച് അമനസ്കനായി ലോകവ്യവഹാരങ്ങളെ ചെയ്യുക. എന്നാൽ ഒരിക്കലും ബന്ധം ഭവിക്കയില്ല. ഹേ രാഘവ! നിനക്കു ദാമവ്യാളകടന്യായം ഒരിക്കലും ഭവിക്കരുത്. ഭീമഭാസദൃഢസ്ഥിതിയെത്തന്നെ നീ അവലംബിക്കണം; എങ്കിൽ ദുഃഖശാന്തി ഭവിക്കും.

ഇതുകേട്ടു ശ്രീരാമൻ ചോദിച്ചു:-സ്വാമിൻ! ദാമവ്യാളകടന്യായമെന്നും ഭീമഭാസദൃഢസ്ഥിതിയെന്നും നിന്തിരുവടി അരുളിച്ചെയ്തത് എനിക്കു മനസ്സിലായില്ല. വിശദമാക്കിപ്പറഞ്ഞുതരുമോ?

വസിഷ്ഠൻ-കുമാര! കേൾക്കൂ! വഴിപോലെ പറയാം. കേട്ടിട്ട് ആ കഥാസാരം മനസ്സിലാക്കി യുക്തമായ വിധത്തിൽ പ്രവർത്തിക്കുക. പണ്ട്, സർവ്വൈശ്വര്യങ്ങൾക്കും നിദാനമായ പാതാളകുഹരത്തിൽ ശംബരനെന്ന നാമത്തിൽ ഒരസുരപ്രമാണിയുണ്ടായി. അവൻ മായാവിദ്യകളാകുന്ന രത്നങ്ങൾ വിളയുന്ന സമുദ്രംതന്നെയായിരുന്നു. അസുരാധിപതിയായ ആ ഭയങ്കരാകാരൻ ദേവകളെ ദ്രോഹിക്കശീലമായ അനവധി സൈന്യങ്ങളെ ശേഖരിച്ചു. അതുനിമിത്തം ശത്രുത്വം വർദ്ധിച്ച ദേവന്മാർ ശംബരൻ ഉറങ്ങുകയോ ദേശാന്തരങ്ങളിൽ ഗമിക്കുകയോ ചെയ്യുന്ന അവസരംനോക്കി അസുരസൈന്യങ്ങളെ നിഗ്രഹിച്ചുവന്നു. ഈ ശല്യം ശംബരനു സഹിക്കവയ്യാതായി. ഒടുവിൽ അവൻ പ്രബലന്മാരായ മുണ്ഡികാംഗൻ ദ്രുമൻ തുടങ്ങിയ മന്ത്രിമാരെയും സാമന്തന്മാരെയും സേനകൾക്കു കാവലാക്കി. അവരെയും ദേവന്മാർ അവസരംപ്രതി നിഗ്രഹിച്ചുകളഞ്ഞു. ഇതറിഞ്ഞു കുപിതനായ ശംബരൻ, താനേതന്നെ യുദ്ധത്തിനായി സ്വർഗ്ഗത്തിലേക്കു തിരിച്ചു. ദേവന്മാർ അവന്റെ മായാപ്രാബല്യത്തെ ഭയപ്പെട്ട് മഹാമേരുവിലെ കാടുകളിൽ കടന്നൊളിച്ചു. അവിചാരിതമായി തങ്ങൾക്കു നേരിട്ട ആപത്തിനെക്കുറിച്ചു കഠിനകഠിനം വിലപിച്ചുകൊണ്ടിരുന്നു. ദേവസ്ത്രീകളുടെ മുഖപത്മങ്ങൾ കണ്ണുനീരൊഴുകി നനഞ്ഞു. സ്വർഗ്ഗം സമ്പൽപ്രൗഢികളെല്ലാം നശിച്ച് പ്രളയകാലത്തെ ലോകംപോലെ ശൂന്യപ്രായമായി; ശംബരനു സന്തോഷമായി. അവൻ ഭയമില്ലാതെ അവിടെ സ്വൈരവിഹാരം നടത്തിയശേഷം കൈയൂക്കിന്റെ കരളൂറ്റത്താൽ കോപിച്ചുചെന്ന് ലോകപാലന്മാരുടെ മണിഭവനങ്ങൾ ദഹിപ്പിച്ചു. അനന്തരം തന്റെ രാജാധാനിയിലേക്കു മടങ്ങുകയും ചെയ്തു. അന്നുമുതൽ ദേവദാനവന്മാർ തമ്മിലുള്ള വൈരം നാൾക്കുനാൾ വർദ്ധിച്ചുവന്നു. ദേവന്മാർക്കു ഇരിക്കപ്പൊറുതിയില്ലാതെ സ്വർഗ്ഗം ഉപേക്ഷിച്ച് വേഷപ്രച്ഛന്നന്മാരായി മറഞ്ഞു. സേനാനായകസ്ഥാനത്തിൽ ശംബരൻ ആരെ ആരെ നിയമിക്കുന്നോ, അവരെയെല്ലാം അപ്പോഴപ്പോൾ ഓരോ കൗശലത്താൽ ദേവന്മാർ നിഗ്രഹിച്ചുവന്നു. ഈ ധിക്കാരം സഹിക്കാതെ കോപാന്ധനായ ശംബരൻ, പ്രബലന്മാരായ മൂന്നസുരന്മാരെ മായാശക്തിയിൽ സൃഷ്ടിച്ചു. ദമൻ, വ്യാളൻ, ഘടൻ എന്നീ നാമങ്ങളാൽ പ്രഖ്യാതിപൂണ്ട ആ മഹാസുരന്മാർ സപക്ഷപർവതങ്ങളെപ്പോലെ ക്ഷുബ്ധന്മാരായി പുറപ്പെട്ടു. ഇദംപ്രഥമമായി ജന്മമെടുത്തവരാക

യാൽ വാസനാബന്ധമോ ആത്മാഭിമാനമോ അവർക്കുണ്ടായില്ല. യുദ്ധ ക്കളത്തിൽ മുന്നിട്ടു കയറുക, പുറംതിരിയുക, ശത്രുക്കളുടെ എതിർപ്പ്, യുദ്ധത്തിലെ ജയാജയം, ജീവിതം, മരണം ഈ വക എന്തെന്നുപോലും അറിവുണ്ടായില്ല. യുദ്ധവീരന്മാരെ മുമ്പിൽ കണ്ടാൽ കൊന്നൊടുക്കുകമാത്രം ചെയ്യും. അവരുടെ ഈ നിർഗ്ഗുണസ്വഭാവം ശംബരനു സന്തോഷഹേതുവായി. ഇഷ്ടാനിഷ്ടവാസനാബന്ധങ്ങൾ അറ്റവരാകകൊണ്ട്, ദേവന്മാർ ഉപദ്രവിച്ചാലും പിന്തിരിയുകയില്ലല്ലോ എന്നു സമാശ്വസിച്ചു. ഉടൻതന്നെ യുദ്ധത്തിനായി ദേവലോകത്തേക്കു പുറപ്പെട്ടുകൊള്ളാൻ ആജ്ഞയും കൊടുത്തു. സഹായാർത്ഥം ആവശ്യംപോലെ സൈന്യങ്ങളേയും അനുവദിക്കയാൽ കടലിലും കാട്ടിലും ഗുഹകളിലും വസിച്ചിരുന്ന ദൈത്യന്മാർ ഒത്തുകൂടി ആർത്തുവിളിച്ച് ആയുധങ്ങളുമെടുത്ത് പുറപ്പെട്ടു. കാടുകളിലും ഗുഹകളിലും ഒളിച്ചിരുന്ന ദേവന്മാരും വെളിക്കിറങ്ങി സന്നദ്ധന്മാരായടുത്തു. കൽപ്പാന്തഭയങ്കരമാകുംവണ്ണം സമരം കടുത്തു. ഒടുവിൽ ആയുധങ്ങളും അവയവങ്ങളും മുറിഞ്ഞു രക്താഭിഷിക്തന്മാരായി ദേവന്മാർ പിന്തിരിഞ്ഞു പാഞ്ഞു. തപ്പിപ്പിഴച്ചാൽ കണ്ടുകിട്ടുകയില്ലെന്നു കരുതി ദാമാദി പക്ഷക്കാർ, കത്തിക്കാളുന്ന അഗ്നി വിറകുകൂട്ടത്തെ എന്നപോലെ അവരെ അനുധാവനം ചെയ്തു. വളരെ ശ്രമപ്പെട്ടിട്ടും പിടികൂടാൻ സാധിക്കായ്കകൊണ്ട് തിരിച്ചുപോയി, പാതാളകുഹരത്തിൽ സുഖമായി വസിച്ചു. ദേവന്മാരാകട്ടെ, അൽപസമയം വിശ്രമിച്ചശേഷം ദുഃഖത്തോടെ സത്യലോകം നോക്കി പുറപ്പെട്ട് ദീനദീനം ബ്രഹ്മദേവനെച്ചെന്നു വണങ്ങി ശംബരാദികളുടെ ഉപദ്രവപ്രകാരങ്ങൾ ഉണർത്തിച്ചു. സർവജ്ഞനായ പിതാമഹൻ പുണ്യപാപക്രമങ്ങൾ ചിന്തിച്ചു നോക്കി പറഞ്ഞു:- ദേവന്മാരേ നിങ്ങൾക്കു ജയം വേണമെങ്കിൽ ഇനിയും ആയിരം വത്സരം ക്ഷമിക്കണം. അതുവരെ യുദ്ധത്തിൽ പരാജയമേ സിദ്ധിക്കയുള്ളു. എന്നാൽ മുറയ്ക്കു യുദ്ധം നടത്തുകയും പിന്തിരിഞ്ഞോടി ഒളിക്കുകയും ചെയ്തുകൊണ്ടിരിക്കണം. മുറയ്ക്കിങ്ങനെ എതിർക്കുകയും പിൻവാങ്ങുകയും ആയാൽ, ക്രമേണ അവരുടെ മനസ്സിൽ അഹങ്കാരം നിഴലാടിത്തുടങ്ങും. അഹങ്കാരത്താൽ വാസനകൾ ബന്ധിച്ചുവെങ്കിൽ വലയിൽപ്പെട്ട പക്ഷികളെപ്പോലെ നിങ്ങൾക്കവർ നിസ്സംശയം കീഴടങ്ങും. സകല ദുഃഖങ്ങൾക്കും വിളഭൂമി ആസ്ഥയാകുന്നു. അനാസ്ഥ സകല സുഖങ്ങളുടെയും വിളഭൂമിയുമാണ്. വാസനാപാശത്താൽ ബദ്ധമാകകൊണ്ടാണ് ലോകം ദുഃഖിക്കുന്നത്. വാസന വർദ്ധിക്കുന്നത് ദുഃഖത്തിനും കുറയുന്നത് സുഖത്തിനുമായിരിക്കും. ബുദ്ധിമാനോ വിദ്വാനോ സമ്പന്നനോ മഹാനോ ആയാലും വാസനാലേശം

ഉണ്ടെങ്കിൽ ചങ്ങലയാൽ സിംഹമെന്നപോലെ തൃഷ്ണാപാശത്താൽ അവൻ ബന്ധിക്കപ്പെടുന്നു.

ഇപ്രകാരം അരുളിച്ചെയ്തശേഷം ബ്രഹ്മദേവൻ അന്തർഹിതനായി. ദേവന്മാരും ഉത്സാഹത്തോടെ തിരിച്ച് കൽപ്പാന്തമേഘഗർജ്ജനംപോലെ ദുന്ദുഭിശബ്ദം മുഴക്കിച്ചെന്ന് ദൈത്യന്മാരെ പോരിനു വിളിച്ചു. കൂസലെന്യേ അവരും സന്നദ്ധരായി അടുത്തു. വളരെനേരം ഭയങ്കരമായ യുദ്ധം നടന്നപ്പോൾ, ദേവന്മാർ പിന്തിരിഞ്ഞോടുകയായി. അസുരന്മാർ ജയഭേരിയും മുഴക്കി തിരിച്ചുപോയി. ഭവനത്തിലെത്തിച്ചേരുംമുമ്പുതന്നെ ദേവന്മാർ വീണ്ടും അവരെ എതിർത്തു. യുദ്ധം കടുത്തപ്പോൾ, പിന്നെയും പുറംതിരിഞ്ഞോടി. ഇങ്ങനെ ബ്രഹ്മാവ് ഉപദേശിച്ചതുപോലെ, ദൈത്യന്മാരെ വ്യാമോഹിപ്പിക്കാൻ, യുദ്ധാഭ്യാസം മുറയ്ക്കു നടത്തിക്കൊണ്ടിരുന്നു. തൽഫലമായി ദാമാദികളുടെ ഹൃദയത്തിൽ അഹങ്കാരബീജം മുളയൂന്നുകയും ഞാൻ, ഞങ്ങൾ, ജയം, അജയം ഇത്യാദ്യഭിമാനങ്ങൾ ഉദിക്കുകയും ചെയ്തു. സംസാരവാസനയും മോഹവാസനയും കടന്നുകൂടി. അചിരേണ ആശാപാശത്താൽ കെട്ടുപെട്ട് ദീനന്മാരായി ഭവിച്ചു. ദേഹം നശിക്കാതിരിക്കണം, സുഖഭോഗത്തിനായി ധനം ഉണ്ടാകണം എന്നോരോ വ്യാമോഹങ്ങളിൽ മുഴുകുകയാൽ ധൈര്യം ക്ഷയിച്ചുപോയി. അപ്പോഴേയ്ക്കു വത്സരവും ആയിരം കഴിഞ്ഞുകൂടി. അടുത്ത യുദ്ധമേറ്റപ്പോൾ തങ്ങൾ നശിച്ചുപോയേക്കുമെന്നൊരു ശങ്ക അവർക്കു ജനിച്ചു. സത്വശക്തി നിശ്ശേഷം ക്ഷയിച്ച് മുന്നിട്ടുനിൽക്കുന്ന ഒരു ഭടനെ കൊല്ലുന്നതിനുപോലും ശക്തരാകാതെ ഭവിച്ചു. വിറകില്ലാതെയായാൽ ഹവിസ്സിനെ ദഹിപ്പിക്കാൻ അഗ്നിക്ക് കഴിയുന്നതെങ്ങനെ? എന്തിനധികം പറയുന്നു. മരണഭീതി മുഴുത്ത ആ അസുരന്മാർ യുദ്ധത്തിൽ തോറ്റ് പിൻതിരിഞ്ഞോടി നശിച്ചുപോയി.

രാമ! ഇങ്ങനെ ദാമവ്യാളകടന്യായം ഭവിക്കരുതെന്നു നിനക്ക് അറിവിനായി ഞാൻ പറയുന്നു. അവിവേകത്തുള്ളൽ നിമിത്തം അവസാനമില്ലാത്ത സംസാരദുഃഖം സഹിക്കാൻവേണ്ടി മനസ്സ് ഈ മാതിരി ആപത്തുകളിൽ ചെന്നു ചാടുന്നു. ശ്രീരാമൻ ചോദിച്ചു-മഹർഷേ! ദാമാദികളായ അസുരന്മാർ, പരിശുദ്ധപരമപദത്തിൽനിന്നും ഉത്ഭവിച്ചതെങ്ങനെയെന്നു ഞാൻ സംശയിക്കുന്നു. സദയം അരുളിച്ചെയ്യുമോ?

വസിഷ്ഠൻ-രാമ! ദാമാദികൾ മായാകൽപിതന്മാരാകകൊണ്ട്, പ്രതിഭാമാത്രരൂപികളാണല്ലോ. അതുപോലെതന്നെ നമ്മളും പ്രാതിഭാസിക ശരീരന്മാരാണ്. ചിദാകാശത്തിനു വെളിയിൽ സ്ഥിതിചെയ്യുന്നവരല്ല. ഞാൻ നീ ഇത്യാദി ഭാവനകൾ നിരർത്ഥകങ്ങളത്രെ. ദാമാദികളുടെ സ

ത്ഭാവവും അതുപോലെ അവാസ്തവമാണ്. പരമാത്മാവിലുളവായ ഒരു പ്രാതിഭാസികജീവശക്തി, ശംബരധ്യാനത്താൽ പ്രക്ഷുബ്ധയായി, മൂന്നായിപ്രകാശിച്ചുവെന്നേയുള്ളു. അതു വസ്തുവല്ലാത്ത ഒരു പ്രദർശനം മാത്രമാണ്. അതിനാൽ ആ നമ്മളും ദാമാദികളും ഒരുപോലെ അസത്യഭൂതന്മാരാണ്. ജ്ഞാരൂപവും പരിശുദ്ധവും അസംഗതവുമായ ചിദാകാശം മാത്രമേ സത്യമായിട്ടുള്ളു. സർവഗതവും ശാന്തവും അസ്തമയോദയങ്ങളില്ലാത്തതുമായ അസത്യവസ്തുവിന്റെ ശക്തിവിലാസംമാത്രമാണ് ഈ ജഗത്ത്. അതായത്, മായയെന്ന അസത്യശക്തിയുടെ തോന്നലിൽ അനുഭവിച്ച ഭ്രമവിശേഷമാണ്. അനുഭൂതം യാതൊരു പ്രകാരമോ അതനുസരിച്ചുതന്നെ എല്ലാം എല്ലായിടത്തും ഭവിക്കുന്നു. അനുഭൂതമില്ലെങ്കിൽ ഒന്നും ഒരിടത്തും ഭവിക്കുന്നുമില്ല. അതായത് അധ്യാരോപദൃഷ്ടിയിൽ എല്ലാവരും ഉള്ളതായും അപവാദദൃഷ്ടിയിൽ ഇല്ലാത്തതായും തോന്നുന്നു. ഇങ്ങനെ ശാന്തവും സദ്രൂപവും ഏകവുമായ ചിദ്വസ്തുതന്നെ ജഗദ്രൂപേണപ്രകാശിക്കുന്നതെന്നുള്ള വിശ്വാസത്തോടുകൂടി ഭേദഭാവനകളും സന്ദേഹങ്ങളും ത്യജിച്ചു, സുഖമായി വസിക്കുക!

സ്ഥിതിപ്രകരണത്തിൽ ദാമാദ്യുപാഖ്യാനം എന്ന
ദ്വിതീയ സർഗ്ഗം കഴിഞ്ഞു.

സർഗ്ഗം-3
ഭീമാദ്യുപാഖ്യാനം

വസിഷ്ഠൻ--സർവജഗത്തുകളും ആത്മാവിൽതന്നെ വർത്തിക്കുന്നു. ആത്മാവ് സർവാത്മകനെന്നു സിദ്ധവുമാണ്. ഇങ്ങനെയിരിക്കെ, ഭാഗ്യദോഷത്താൽ ദുർഭഗന്മാരായ മനുഷ്യർ, എനിക്ക് അതുവേണം ഇതുവേണം എന്നൊക്കെ വ്യാമോഹിക്കുന്നു. ഈ ബുദ്ധിനിമിത്തമാണ് സത്യബ്രഹ്മത്തെ അറിവാൻ സംഗതിയാകാത്തത്. ഉദാരാത്മാവായ യാവനൊരുത്തൻ ത്രൈലോക്യത്തെ തൃണംപോലെ ഗണിക്കുന്നുവോ അവനെ, ഉണക്കപ്പുല്ലിനെ മാൻ എന്ന പോലെ യാതൊരാപത്തുകളും സ്പർശിക്കയില്ല. സത്യബ്രഹ്മചമൽക്കാരം ഹൃദയകമലത്തിൽ പരിസ്ഫുരിക്കുന്ന സുകൃതിയെ, അഖണ്ഡബ്രഹ്മാണ്ഡത്തെയെന്നവണ്ണം, ലോകേശന്മാർ പാലിക്കുന്നു. ഗുണഗുണങ്ങളിൽ സന്തോഷവും ശ്രവണത്തിൽ അനുരാഗവും ആത്മജ്ഞാനത്തിൽ വ്യസനവും ആർക്കുണ്ടോ അവരാണ് മനുഷ്യർ. അല്ലാതുള്ളവർ പശുക്കളാകുന്നു. ദുരന്തമായ ആപത്തിൽ പോലും അക്രമം പ്രവർത്തിച്ചുകൂടാ. രാഹു അമൃതം ഭുജിച്ചിട്ടും മരിക്കാനിടയായത് അക്രമപ്രവൃത്തിനിമിത്തമാണ്. ഗുണഗുണങ്ങളാൽ സൽക്കീർത്തി സമ്പാദിക്കുന്ന മഹാപുരുഷന്, വശ്യന്മാരല്ലാത്തവർ വശപ്പെടുകയും ആപത്തുകളെല്ലാം ക്ഷയിക്കുകയും, ഐശ്വര്യം നിലനിൽക്കുകയും ചെയ്യും. ഉത്സാഹപൂർവ്വം പൗരുഷത്തെ മുൻനിർത്തി ശാസ്ത്രവിധിയനുസരിച്ച് ശാന്തമായി പ്രവർത്തിക്കുന്ന ആരൊരുത്തനാണ് സിദ്ധിയെ പ്രാപിക്കാത്തത്. ശാസ്ത്രോക്തമനുസരിച്ച് പ്രവർത്തിക്കുന്നവൻ എളുപ്പംതന്നെ സിദ്ധി ലഭിക്കണമെന്നാഗ്രഹിച്ചുകൂടാ. കാലം പഴകിയതിനുശേഷമുണ്ടാകുന്ന സിദ്ധി പൂർണ്ണഫലപ്രദയായിരിക്കും. ആകാംക്ഷയോ ശോകഭയായാസങ്ങളോ ഇല്ലാതെ ലോകവ്യവഹാരങ്ങൾ നടത്തണം. ഇതിനു വിപരീതമായി പ്രവർത്തിച്ചു നശിക്കരുത്. ധനം അനർത്ഥത്തിനായിട്ടുള്ളതാണ്. ഭോഗങ്ങൾ സംസാരരോഗത്തെ ഉണ്ടാക്കും. സമ്പത്തുകൾ ആപത്തുകളാണ്. ഇതുകളിൽ ആദരമില്ലാതെയിരിക്കുന്നതാണ് വിജയം. സദാചാരതൽപരനും വിരക്തനും സംസാരസൗഖ്യഫലങ്ങളായ ദുഃഖദശകളിൽ താൽപര്യമില്ലാത്തവനും ആയ സുകൃതി

ക്ക് സൽഫലത്തിനായി വസന്തലതകൾ പുഷ്പിക്കുന്നതുപോലെ ആയുസ്സും കീർത്തിയും ഗുണങ്ങളും ഉല്ലസിക്കുന്നു. സംസാരസമുദ്രം കടക്കാൻ തപസ്സോ തീർത്ഥസ്നാനമോ, ശാസ്ത്രപാഠമോ, നാമജപമോ പര്യാപ്തങ്ങളല്ല. സജ്ജനസംസർഗ്ഗം ഒന്നുകൊണ്ടല്ലാതെ അതു സാധിക്കയില്ല. ലോഭവും കോപവും മോഹവും ദിവസം തോറും കുറയുന്നതാർക്കോ, സ്വകർമ്മങ്ങൾ ശാസ്ത്രവിധിപ്രകാരം ആചരിക്കുന്നതാരോ അവൻ സജ്ജനമാകുന്നു. ഞാൻ എന്നതിന്റെ അർത്ഥം ഗ്രഹിക്കാതെയിരിക്കുന്നത് ചിദാകാശത്തിന് ഒരു കളങ്കമാണ്. അതു അറിഞ്ഞുകഴിഞ്ഞാൽ ചിദാകാശമായിത്തീരുകയും ചെയ്യും. അഹങ്കാരമേഘം അന്തഃകരണത്തിലെ ജ്ഞാനചന്ദ്രികയെ മറച്ചിരിക്കുന്ന കാലത്തോളം സത്യബ്രഹ്മമാകുന്ന ആമ്പൽ പൊയ്ക വിലസുകയില്ല. അക്ഷയങ്ങളായ സംസാരവൃക്ഷങ്ങളുടെ മുള അഹംഭാവമാകുന്നു. അനിഷ്ടാനുഭവങ്ങൾ തൂങ്ങുന്ന അവറ്റിന്റെ വിരിവേറിയ കൊമ്പുകൾ, ഇത്, ഇതെന്റേത് ഇത്യാദ്യഭിമാനങ്ങളുമാണ്.

ശ്രീരാമൻ ചോദിച്ചു-ഗുരോ! അഹങ്കാരത്തിന്റെ സ്വരൂപം എന്താണ്? അതിനെ പരിത്യജിക്കുന്നതെങ്ങനെ? ദേഹമാത്രോപാധികമോ ബുദ്ധിമാത്രോപാധികമോ ആയ അതിനെ പരിത്യജിച്ചാൽ ലഭിക്കുന്ന പ്രയോജനം എന്തായിരിക്കും?

വസിഷ്ഠൻ-രാഘവ! ലോകത്തിൽ അഹങ്കാരം മൂന്നു വിധമാണ്. അവയിൽ രണ്ടെണ്ണം ശ്രേഷ്ഠവും മൂന്നാമത്തേതു വർജ്യവും തന്നെ. അവയെ വകതിരിച്ചു പറയാം കേൾക്കൂ. ഇക്കാണപ്പെടുന്ന വിശ്വമെല്ലാം ഞാനാണ്; പരമാത്മാവായ അച്യുതനാണ് ഞാൻ; ഞാനല്ലാതെ ഒന്നും എങ്ങുമില്ല; എന്നിങ്ങനെയുള്ള അഹങ്കാരം അത്യുൽകൃഷ്ടമാകുന്നു. ഇത് ആത്മാവിനെ ബന്ധിക്കാതെ മോചിക്കുന്നതും ജീവന്മുക്തന്മാർ ഭാവിക്കുന്നതുമാണ്. സർവപ്രപഞ്ചത്തിൽനിന്നും ഞാൻ വ്യതിരിക്തനത്രേ. ഒരു രോമനുനിയിൽ നൂറിലൊരംശത്തേക്കാൾ സൂക്ഷ്മതരനാണ് എന്നുള്ള ബോധം ഉത്തമങ്ങളിൽ രണ്ടാംതരം അഹങ്കാരമാകുന്നു. ഇതും മോക്ഷത്തെയല്ലാതെ ബന്ധത്തെ ഉണ്ടാക്കുന്നതല്ല. ജീവന്മുക്തന്മാർക്കു തന്നെ ഉണ്ടാകുന്നതുമാണ്. കൈകാലുകളുള്ള ശരീരമാണു ഞാൻ എന്നിങ്ങനെ ലോകസാധാരണമായ അഹങ്കാരമാണു മൂന്നാമത്തേത്. ഇത് തുച്ഛവും വർജ്യവുമായ ഒന്നാണ്. സംസാരസന്തതിയുടെ മൂലകന്ദം ഇതുതന്നെ. ദുഷ്ടമായ ഈ അഹങ്കാരത്താൽ അഭിഹനിക്കപ്പെടുകകൊണ്ട് ജീവജാലങ്ങൾ താഴോട്ടു താഴോട്ടു പോകുന്നു. അഭ്യാസത്താൽ ഇതിനെ ഉപേക്ഷിച്ച്, ശുഭാഹംകാരങ്ങൾ രണ്ടാലൊന്നിനെ സ്വീകരിച്ച് വി

ളങ്ങുന്നവൻ മോക്ഷത്തിന്നധികാരിയായി ഭവിക്കും. ഹേ രാഘവ! ലോകസാധാരണമല്ലാത്ത ആദ്യഹങ്കാരങ്ങൾ രണ്ടുമാണ് സ്വീകാര്യങ്ങൾ. ദുഃഖപ്രദമായ മൂന്നാമത്തെ അഹങ്കാരം വർജ്ജ്യമാണ്. എത്രയ്ക്കെത്രയ്ക്ക് അതിനെ ത്യജിക്കുന്നുവോ അത്രയ്ക്കത്രയ്ക്ക് ആത്മതത്വം പ്രകാശിക്കുന്നു. ആദിയിൽ പറഞ്ഞ അഹങ്കാരങ്ങൾ രണ്ടും അഭിമാനിച്ചു വസിക്കുന്നവർ മോക്ഷപദത്തിലെത്തുന്നു. എന്നാൽ അവറ്റെയും ഉപേക്ഷിച്ച് യാതൊരഹംകാരങ്ങളുമില്ലാതെ വസിക്കുന്നുവെങ്കിൽ അതിൽപരം ഉൽക്കർഷമില്ല. അത്യുച്ചമായ നിത്യനിർവാണപദത്തെ അവൻ അധിരോഹിക്കുന്നു. ഞാൻ ശരീരമല്ലാ എന്നുള്ള ഭാവനയോടുകൂടി ജീവിക്കുന്നതു പരമമായ ശ്രേയസ്സാകുന്നു. അതുതന്നെ പരമപദമെന്നും ധരിച്ചുകൊൾക.

മേലേപറഞ്ഞ ഉപാഖ്യാനത്തിൽ വിവരിച്ച പ്രകാരം ദാമാദികൾ നശിച്ച്, ദേവന്മാരാൽ സ്വസൈന്യങ്ങൾ ഹനിക്കപ്പെട്ടപ്പോൾ ഉദ്ധതനായ ശംബരൻ ദേവനിർമ്മൂലനത്തിന് മാർഗ്ഗമെന്തെന്ന് വീണ്ടും ആലോചിച്ചു. മായാശക്തിയാൽ മുമ്പ് നിർമ്മിച്ച ദാമാദികൾ ആത്മബോധമില്ലാതെ അഹങ്കരിക്കനിമിത്തം നശിച്ചു. ഇനിയും അവരേക്കാൾ ശ്രേഷ്ഠന്മാരും അദ്ധ്യാത്മജ്ഞാനത്താൽ മിഥ്യാഭാവനകളില്ലാത്തവരും ശാസ്ത്രജ്ഞന്മാരും വിവേകികളും ആയ ചില അസുരന്മാരെ ഞാൻ നിർമ്മിക്കുന്നുണ്ട്; അവർ അഹങ്കരിക്കുന്നവരായിരിക്കില്ല, നിസ്സംശയം ദേവന്മാരെ ജയിക്കാൻ അവർക്കു സാധിക്കും. ഇങ്ങനെ സങ്കൽപിച്ച് സമുദ്രം ബദ്ബുദങ്ങളെ എന്നപോലെ മായാശക്തിയാൽ താദൃശന്മാരായ മൂന്നു ദൈത്യന്മാരെ സൃഷ്ടിച്ചു. ഭീമഭാസദൃഢനാമാക്കളായ അവർ സർവജ്ഞന്മാരും ജ്ഞാനികളും രാഗഹീനന്മാരും പാപസംബന്ധമില്ലാത്തവരും ദൈവയോഗത്താൽ വന്നെത്തുന്നതിനെമാത്രം ചെയ്യുന്നവരും ആത്മധ്യാനതൽപരന്മാരും ആയിരുന്നു. ലോകത്തെ തൃണവൽഗണിക്കുന്ന ആ പരിശുദ്ധാശയന്മാർ ശംബരന്റെ കൽപനപ്രകാരം ആകാശത്തിലുയർന്നു വളരെക്കാലം ദേവന്മാരോടു യുദ്ധംചെയ്തു. ഇവൻ ഞാൻ ഇതെന്റേത് ഇത്യാദി വാസനകൾ ഉള്ളിലുദിച്ചുവന്നാൽ ആ നിമിഷത്തിൽ ആത്മവിചാരത്താൽ അവർ നശിപ്പിക്കും. ഇങ്ങനെ നിരഹങ്കാരന്മാരും ജരാമരണഭയഹീനന്മാരുമായി രാഗദ്വേഷാദികളില്ലാതെ പൊരുതി. സമദൃഷ്ടിയോടെ, അപ്പോഴപ്പോൾ വന്നുകൂടുന്നതിനെ അനുവർത്തിക്കുന്നവരായ ആ വീരന്മാരാൽ ദേവസേന, ഭോക്താക്കളാൽ ഭക്ഷണസാധനങ്ങളെന്നപോലെ, ഹനിക്കപ്പെടുകയും ഭുജിക്കപ്പെടുകയും മുറിക്കപ്പെടുകയും മർദ്ദിക്കപ്പെടുകയും ചെയ്തു. പീഡകൾ സഹിക്കവെയ്യാതെ ദേവസംഘം ഹി

മവാനിൽ നിന്നൊഴുകുന്ന ഗംഗയോ എന്നു തോന്നുമാറ് അതിവേഗത്തിൽ ഇളകിയകന്നു പാഞ്ഞുപോയി. മേഘമാല പർവതത്തെ എന്നപോലെ പാലാഴിയിൽ പള്ളികൊള്ളുന്ന ശ്രീനാരായണനെ ശരണംപ്രാപിച്ചു. വിഷ്ണുഭഗവാൻ സായുധനായിപ്പുറപ്പെട്ട് അവരോട് ഘോരമായി യുദ്ധം ചെയ്തു. അസുരന്മാർ ചക്രാഗ്നിജ്വാലയിൽ ദഗ്ദ്ധന്മാരായി വൈകുണ്ഠത്തെ പ്രാപിച്ചു. ഇങ്ങനെയാണ് കഥ. അതിനാൽ വാസനനിമിത്തം മനസ്സു ബദ്ധമാകുന്നുവെന്നും വാസനാനാശത്താൽ മുക്തമായിത്തീരുമെന്നും മനസ്സിലാക്കി വിവേകത്താൽ നിർവാസനനായി സുഖിക്കുക. സത്യസ്വരൂപത്തെ വഴിപോലെ കണ്ടറിഞ്ഞാൽ വാസനകൾ താനേ നശിക്കും. വാസനാക്ഷയത്താൽ ഹൃദയം എണ്ണവറ്റിയ വിളക്കുപോലെ ഉപശമത്തെ പ്രാപിക്കയും ചെയ്യും.

സ്ഥിതിപ്രകരണത്തിൽ ഭീമാദ്യുപാഖ്യാനം എന്ന
പതിനാറാംസർഗ്ഗം കഴിഞ്ഞു.

ദാശൂരാഖ്യാനം

വസിഷ്ഠൻ--ഹേ രാഘവ! എല്ലാപ്രകാരത്തിലും ഉപദ്രവത്തെച്ചെയ്യുന്ന ഈ സംസാരദുഃഖത്തിന്റെ ശാന്തിയ്ക്ക് മനസ്സിനെ നിഗ്രഹിക്കയല്ലാതെ വേറെ മാർഗ്ഗമില്ല. ജ്ഞാനത്തിന്റെ സാരസർവ്വസ്വം ഞാൻ പറയാം കേൾക്കൂ. ഭോഗങ്ങളെ ഇച്ഛിക്കുന്നതു ബന്ധവും ഇച്ഛിക്കാതെ ഇരിക്കുന്നതു മോക്ഷവുമാണ്. മറ്റു ശാസ്ത്രസന്ദർഭങ്ങൾ വിചാരിച്ചു വിഷമിക്കേണ്ടയാവശ്യം ഇല്ല. ഇതൊന്നുമാത്രം ചെയ്താൽ മതി. ഇവിടെ മധുരമെന്നു തോന്നുന്നതെല്ലാം വിഷവും അഗ്നിയുംപോലെ വർജ്ജിക്കണം. വിഷയരൂപങ്ങളായ വിഷമഭോഗങ്ങളെ വീണ്ടും വീണ്ടും വിചാരിച്ചുനോക്കി മനസ്സുകൊണ്ടുപേക്ഷിച്ച് ഉദാസീനനായി സേവിച്ചുകൊണ്ടിരിക്കണം. എന്നാൽ അവ സുഖാവഹങ്ങളായി ഭവിക്കും. മനസ്സിന്റെ അഭ്യുദയം നാശവും നാശം അഭ്യുദയവുമാണ്. ജ്ഞാനിയുടെ മനസ്സും താനേ നശിച്ചൊഴിയുകയും അജ്ഞാനിയുടേത് ശൃംഘലപോലെ എപ്പോഴും ഉപദ്രവിച്ചുകൊണ്ടിരിക്കുകയും ചെയ്യും. സംസാരവാസനകൾ നശിച്ച് ജ്ഞാനിയായ ഒരു പുണ്യപുരുഷന്റെ മനസ്സ് ആനന്ദരൂപമല്ല, ആനന്ദമല്ലാത്തതുമല്ല,. ചലവും അചലവും അല്ല, സത്തും അസത്തും അല്ല, ഈ അവസ്ഥകളുടെ മദ്ധ്യത്തിൽ വർത്തിക്കുന്നതുമല്ല. അതിന്റെ അവസ്ഥ ഇന്ന

താണെന്ന് നിർണ്ണയിക്കാൻ പ്രയാസമാണ്.

ശ്രീരാമൻ ചോദിച്ചു-ഹേ ഗുരുനാഥ! വിശ്വാതീതമായി ചിദാത്മാവിൽ ഈ വിശ്വം സ്ഥിതിചെയ്യുന്നതെങ്ങിനെയെന്നു പറഞ്ഞുതരുമോ. പരമാർത്ഥജ്ഞാനമുണ്ടാവാൻ സംശയങ്ങളെല്ലാം നിവർത്തിക്കണമല്ലോ.

വസിഷ്ഠൻ-സർവ്വഗതമായ ആകാശം സൂക്ഷ്മത്വം ഹേതുവായി കാണപ്പെടാതിരിക്കുന്നതെങ്ങിനെയോ അതുപോലെ ചിത്ഭാവവും സർവ്വത്ര വ്യാപിച്ചിരിക്കുന്നതാണെങ്കിലും അതിസൂക്ഷ്മമാകകൊണ്ട് കണ്ണുകൾക്കു വിഷയീഭവിക്കുന്നില്ല. സകല സങ്കൽപങ്ങളിൽനിന്നും സംജ്ഞകളിൽനിന്നും വേർപെട്ടിരിക്കുന്നതും സ്വം ആത്മാവ് ചേതനം ഇത്യാദി നാമങ്ങളോടുകൂടിയതും ആകാശത്തേക്കാൾ നൂറുമടങ്ങു സൂക്ഷ്മവും സ്വച്ഛവും ജ്ഞാനികൾക്കു നിഷ്കളങ്കരൂപമായി അനുഭവപ്പെടുന്നതും അജ്ഞാനികൾക്ക് സംസാരസ്വരൂപമായി വിളങ്ങുന്നതും ആകുന്നു. ജലത്തിൽ നിന്നും അന്യമല്ലാത്ത തിര, പത മുതലായ ജലവികാരങ്ങൾ സമുദ്രത്തിൽ കാണപ്പെടുന്നതുപോലെ നിന്റേത് എന്റേത് ഇത്യാദി നാനാത്വങ്ങൾ ചിൽസമുദ്രത്തിൽ പ്രകാശിക്കുന്നു. അവയും ചിത്തിൽനിന്നും അന്യമല്ലതന്നെ. ചിത്തമാകട്ടെ, അജ്ഞന്മാർക്ക് രാഗദ്വേഷാദി കാലുഷ്യത്താൽ ദുഃഖത്തെയുണ്ടാക്കുന്ന സംസാരരൂപത്തെ പ്രകടിപ്പിച്ചും ജ്ഞാനികൾക്കു വിശുദ്ധജ്ഞാനരൂപമായി സർവ്വത്തിലും അഭിന്നസ്വഭാവം പ്രകാശിപ്പിച്ചും അതതനുഭൂതികൾ നിമിത്തം കർമ്മാദികളുടെ കാര്യകാരകത്വങ്ങൾ വെളിപ്പെടുത്തിയും സർവ്വഭോഗ്യവസ്തുക്കൾക്കും രസജ്ഞാനഹേതുവായും സംസാരികൾക്ക് പ്രവൃത്തിഹേതുവായും വർത്തിക്കുന്നു. ഒരിക്കലും അസ്തമിക്കുകയോ ഉദിക്കുകയോ ചെയ്യുന്നില്ല. എഴുന്നേൽക്കുന്നതും ഇരിക്കുന്നതും ഇല്ല. പോകയും വരികയും ചെയ്യുന്നില്ല ഇവിടെ വർത്തിക്കുന്നില്ല; വർത്തിക്കാതിരിക്കുന്നുമില്ല, അമലസ്വരൂപമായി ആത്മാവിൽതന്നെ സ്ഥിതിചെയ്തുകൊണ്ട് ജഗത്തെന്നനാമത്തിൽ പ്രപഞ്ചത്വേന വിജൃംഭിക്കുന്നു. ചിദ്വസ്തു, പരിപൂർണ്ണവും അപരിമിതവും ജ്ഞാനാജ്ഞാനരൂപവും നിരവയവസാവയവലക്ഷണവും സങ്കൽപത്താൽ സ്വസ്വരൂപാവസ്ഥിതിയെ ഉപേക്ഷിക്കുന്നതും ഞാൻ എന്റേത് ഇത്യാദി ഭാവനയാൽ, ക്രമേണ ജീവഭാവത്തെ പ്രാപിക്കുന്നതും ആയിരിക്കുന്ന വിവർത്തന സ്വഭാവം നിമിത്തം സംസാരഭാവനയുണ്ടായി നാനാത്വങ്ങൾ വർദ്ധിച്ച്, ഉള്ളതും ഇല്ലാത്തതും വേണ്ടതും വേണ്ടാത്തതും തിരിച്ചറിയുകയെന്ന ഭാവത്തെ പ്രാപിക്കുമ്പോൾ വിവിധചലനങ്ങളോടുകൂടിയ സൂക്ഷ്മശരീരത്തെ ഉണ്ടാക്കുന്നു. എന്നാൽ വാസ്തവത്തിൽ ഉണ്ടാക്കുന്നതും ഇല്ല. ഇങ്ങനെ സ്ഥിരസ്വരൂപമായി തോന്നപ്പെടു

ന്ന ഈ സംസാരസമൂഹങ്ങൾ ബ്രഹ്മസ്വഭാവത്തിൽ പ്രകാശിക്കുകയും മറയുകയും ചെയ്യുന്നു. ഉഷ്ണാധിക്യത്താൽ ആകാശത്തിൽ കാനൽന ദി ഭ്രാന്തിയുണ്ടാകുന്നതുപോലെ സൃഷ്ടിദൃഷ്ടികൾ ചിൽതത്വത്തിൽ പ്രകാശിക്കുകയാണ്. മദ്യപാനാദിയാൽ മദംകൊള്ളുമ്പോൾ താൻ മറ്റൊ രാളായിത്തീർന്നു എന്നു തോന്നുന്നതുപോലെ ചിൽഭാവം അവിദ്യാസം ബന്ധത്താൽ മറ്റൊന്നായപ്രകാരം സ്ഥിതിചെയ്യുന്നു. നീ ഇന്ദ്രിയനാള ങ്ങളിൽകൂടി പുറമേ വ്യാപരിക്കുന്ന യാതൊരു ചൈതന്യംകൊണ്ട് ശ ബ്ദം രസം രൂപം ഗന്ധം മുതലായവയെ അറിയുന്നുവോ അതേ ചൈ തന്യമായ പരമബ്രഹ്മമാണ് സർവ്വത്ര നിറഞ്ഞുവിളങ്ങുന്നത്. ആകാശാ ദി നാമഭേദങ്ങളോടുകൂടി പ്രപഞ്ചമായി സ്ഥിതിചെയ്യുന്നത് ബ്രഹ്മമല്ലാ തെ മറ്റൊന്നുമല്ല. അവിദ്യാകാര്യങ്ങളായ മലങ്ങൾ ഒന്നും വാസ്തവമ ല്ല. ബ്രഹ്മമല്ലാതെ മറ്റൊന്നും വാസ്തവത്തിലില്ല. കടലിലെ വെള്ളത്തി ന് ക്ഷോഭമുണ്ടായാൽ തിരയായോ പതയായോ അല്ലാതെ മണ്ണോ മര മോ ആയി മാറുന്നില്ല. അതുപോലെ അഖണ്ഡബ്രഹ്മത്തിന്റെ വിജൃംഭണ വിശേഷമായ ഈ ജഗത്തും അതേ ബ്രഹ്മംതന്നെയല്ലാതെ മറ്റൊന്നല്ല. അഗ്നിയിൽ ഉഷ്ണം ഒന്നല്ലാതെ മറ്റൊരു കൽപനയില്ലാത്തതുപോലെ ഈ ജഗത്തിലും സച്ചിദാനന്ദബ്രഹ്മം ഒഴിച്ച് രണ്ടാമതൊന്നില്ല.

ഹേ രാഘവ! ഒരു സൽഗുരു അധികാരിയായ ശിഷ്യനാണ് ഉപദേശി ക്കേണ്ടത്. അല്ലാതുള്ളവന് പറഞ്ഞു കൊടുത്താൽ ധരിക്കാൻ പ്രയാസ മായിരിക്കും. ആദ്യമായി ശമാദിസാധനചതുഷ്ടയസമ്പത്തിയെ പരീക്ഷി ച്ച് അധികാരിയാണെന്ന് അറിഞ്ഞിട്ടുവേണം ഉപദേശിക്കാൻ. അതിൽ പിന്നെ ഇക്കാണുന്നതെല്ലാം ബ്രഹ്മമാണെന്നും അവനും ബ്രഹ്മത്തിൽ നിന്ന് അന്യനല്ലെന്നും ഉള്ള പരമാർത്ഥം ധരിപ്പിക്കണം. അജ്ഞനോ അർദ്ധപ്രബുദ്ധനോ ആയവനോടു സർവവും ബ്രഹ്മമാണെന്നു പറ ഞ്ഞാൽ അവൻ ഗ്രഹിക്കുന്നതെങ്ങിനെ? ഉപദേശിക്കുന്നവൻ കേൾക്കു ന്നവനെ അതുമൂലം നരകത്തിൽ പതിപ്പിക്കയാണ് ചെയ്യുന്നത്. ആ നര കം ഉപദേശിക്കുന്നവനും അനുഭവപ്പെടാതെ ഇരിക്കയില്ല. ഭോഗേച്ഛക ളും സങ്കൽപങ്ങളും നശിച്ച് ഉള്ളുണർവോടുകൂടിയ നിന്നെപ്പോലെയു ള്ള ശാന്തന്മാർക്ക് മാത്രമേ അവിദ്യാമലം ഇല്ലാത്തതാണെന്നു പറഞ്ഞാൽ മനസ്സിലാകു. അല്ലാത്തവന് പറഞ്ഞുകൊടുത്താലും ഗ്രഹിക്കാനുള്ള ശ ക്തിയുണ്ടാകയില്ല. ദീപത്തിൽ പ്രകാശംപോലെയും സൂര്യനിൽ പകൽ പോലെയും പൂവിൽ മണംപോലെയും ചിത്തിൽ ജഗത്ത് അടങ്ങിയിരി ക്കുന്നു. കേവലം ഒരു പ്രതിഭാസമെന്നല്ലാതെ ജഗത്ത് ചിത്തിൽനിന്ന് അന്യമല്ല. അതായത് ചിത്തെന്നും ജഗത്തെന്നും രണ്ടില്ല.

ശ്രീരാമൻ:-സ്വാമിൻ! ചന്ദ്രശീതളപ്രഭാസുരങ്ങളും വിചിത്രഗംഭീരങ്ങളുമായ അങ്ങേ വാക്കുകളാൽ പ്രബോധിതനായ ഞാൻ തെളിവും അടവും ഇടയ്ക്കിടെ ഉണ്ടാകുന്ന മഴക്കാലത്തെ ദിവസംപോലെ ചിലപ്പോൾ സന്ദേഹങ്ങളാൽ അന്ധനായും മറ്റു ചിലപ്പോൾ തത്വഗ്രഹണത്താൽ പ്രസന്നനായും ഭവിക്കുന്നു. സർവാത്മകനും അദ്വിതീയനും നിത്യപ്രകാശനും അക്ഷയശക്തിയും അനന്തനും അപ്രമേയനുമായ ആത്മാവിൽ തമോമയിയായ അവിദ്യ വന്നുകൂടിയതെങ്ങിനെ?

വസിഷ്ഠൻ:-കുമാര! ഞാൻ പറയുന്നതെല്ലാം വിസംവദിക്കാൻ പാടില്ലാത്തവണ്ണം അർത്ഥവത്താണ്. അസംഗതാർത്ഥങ്ങളോ പൂർവാപര വിരോധം നിമിത്തം വിരുദ്ധാർത്ഥങ്ങളോ അല്ല. നിനക്ക് ജ്ഞാനദൃഷ്ടി തെളിഞ്ഞു വിവേകം ഉദിക്കുമ്പോൾ മനസ്സ് തെളിയുകയും എന്റെ വാഗ്ദൃഷ്ടിയുടെ ബലാബലം ശരിക്കു മനസ്സിലാക്കാൻ സാധിക്കയും ചെയ്യും. നാശത്തെ അടയാൻ ആരംഭിക്കുന്ന പരിപക്വയായ അവിദ്യ സർവദോഷാപഹാരിണിയായ വിദ്യയെ പ്രകാശിപ്പിക്കുന്നു. അസ്ത്രം അസ്ത്രം കൊണ്ടും മലം മലംകൊണ്ടും വിഷം വിഷംകൊണ്ടും ശാന്തിയെ പ്രാപിക്കുന്നു. ശത്രുവിനാൽത്തന്നെ ശത്രു വധിക്കപ്പെടുന്നു. അതുപോലെ ജീവജാലങ്ങളെ ബാധിച്ചിരിക്കുന്ന അവിദ്യയും തന്നാൽതന്നെ നാശത്തെ പ്രാപിച്ചിട്ട് പ്രാണികൾക്കു സന്തോഷത്തെ നൽകുന്നു. അവിദ്യയുടെ സ്വഭാവം ആർക്കും കാണ്മാൻ കഴികയില്ല. കണ്ടുപിടിച്ചു നോക്കാൻ തുടങ്ങുന്ന മാത്രയിൽതന്നെ നശിച്ചുകഴിയും. അവിദ്യ വാസ്തവത്തിൽ ഇല്ലാത്തതാണെന്നുള്ള ഭാവനയാൽ ജ്ഞാനപ്രകാശം വീശി, ബ്രഹ്മൈക്യം ലഭിക്കുമ്പോൾ അവിദ്യാസ്വഭാവം താനേ മനസ്സിലാകും. ജ്ഞാനോദയം ഉണ്ടാകുന്നതുവരെ അവിദ്യ വാസ്തവത്തിലില്ലാത്തതാണെന്നുള്ള എന്റെ വാക്കിനെ വിശ്വസിച്ചിരുന്നാൽ മതിയാകും. സർവവും ബ്രഹ്മമാണെന്നുള്ള ഭാവനയേതൊരുത്തന് ഉണ്ടാകുന്നുവോ അവൻ മോക്ഷത്തിനധികാരിയാണ്. ഭേദബുദ്ധികളെല്ലാം അവിദ്യയാണെന്നറിഞ്ഞ് സർവാത്മനാ അതിനെ വർജ്ജിക്കണം. ആത്മലാഭം കൂടാതെ അവിദ്യാനദിയുടെ മറുകര എത്താൻ സാധിക്കയില്ല. ആ കരതന്നെ അക്ഷയപദമെന്നു പറയപ്പെടുന്നത്. മായയുടെ ഉത്ഭവസ്ഥാനം നീ അന്വേഷിക്കണ്ട ആവശ്യം ഇല്ല. അതിനെ നശിപ്പിക്കുന്നത് എങ്ങിനെയെന്നുള്ള ചിന്ത മാത്രമേ വേണ്ടു. മായ നിശ്ശേഷം നശിച്ചു കഴിയുമ്പോൾ അതെവിടെനിന്ന് ഉണ്ടായി എന്നും എങ്ങിനെ നശിച്ചുവെന്നും അതിന്റെ സ്വരൂപമെന്തെന്നും താനേ ബോധപ്പെടും. അതുകൊണ്ട് സർവരോഗങ്ങൾക്കും നിദാനമായ അവിദ്യയുടെ ചികിത്സിതത്തിൽ നീ യത്നിക്ക

ണം. ജന്മാദിദുഃഖങ്ങളിൽ മേൽക്കാലം തള്ളിമറിക്കാതിരിക്കാൻ തക്കവ ണ്ണം നശിപ്പിക്കയും വേണം. വായു ആകാശമണ്ഡലത്തിൽ തന്നിൽത ന്നെ നിന്നുകൊണ്ടു താനേതന്നെ ചലിക്കുന്നതുപോലെ ആത്മാവും ആ ത്മശക്തികൊണ്ട് തങ്കൽതന്നെ ജഗദ്രൂപതയെ പ്രാപിക്കുന്നു. ചിൽസ മുദ്രം തന്റെ പരിസ്പന്ദങ്ങളാൽ തന്നിൽത്തന്നെ സ്ഫുരിക്കുകയാകു ന്നു. അത് ഏകരൂപവും അഖണ്ഡവുമാണെന്ന് ദൃഢമായി ധരിച്ചുകൊൾ ക. ചിച്ഛക്തിയാകട്ടെ ചിത്സമുദ്രത്തിൽ അൽപം ഒരിളക്കമുണ്ടാക്കി സമു ദ്രത്തിൽ തിരയെന്നപോലെ തദ്രൂപമായിത്തന്നെ ജൃംഭിക്കുന്നു. ചിദ്രൂപി ണിയായ ആ ദേവി സർവശക്തിത്വം നിമിത്തം ക്ഷണകാലം സ്ഫുരിച്ചി ട്ട് തോഴിമാരെപ്പോലെ തന്നെസ്സഹകരിക്കുന്ന ദേശകാലക്രിയാശക്തിക ളെ സൃഷ്ടിക്കായി പ്രേരിപ്പിക്കുന്നു. ഈ ചിദ്ദേവി തന്റെ സ്വരൂപം അറി ഞ്ഞ് ഉന്നതമായ കൈവല്യപദത്തിൽ വസിക്കുകയാണെങ്കിലും പ്രമാദ ത്താൽ സ്വന്തരൂപം പരിച്ഛിന്നമാണെന്നു ഭാവിക്കുന്നു. ഇപ്രകാരം പരി ച്ഛിന്നമായി തന്റെ രൂപത്തെ ഭാവിക്കുമ്പോൾ നാമം സംഖ്യ മുതലായ ദൃ ഷ്ടികൾ ആ ദേവിയെ അനുഗമിക്കുന്നു. സങ്കൽപവികൽപാദികളോടു കൂടിയ ആകൃതിയിൽ ദേശകാലക്രിയകൾക്കാസ്പദമായിരിക്കുന്ന ചി ത്തിന്റെ സ്വരൂപത്തിനു ക്ഷേത്രജ്ഞനെന്നു പേരാണ്. ജീവസ്വരൂപനാ യ ആ ക്ഷേത്രജ്ഞനാകട്ടെ, വാസനാജാലത്തെ ആശ്രയിച്ച് അഹങ്കാര തയെ പ്രാപിക്കുന്നു. അഹങ്കാരം വാസനകളാൽ മലിനമായി നിശ്ചയ കർത്താവാകുമ്പോൾ, ബുദ്ധിയായും ബുദ്ധിസങ്കൽപാദി കല്പനയാൽ മനസ്സായും പരിണമിക്കുന്നു. മനസ്സു സങ്കൽപങ്ങളാൽ നിബിഡിതമായി ക്രമേണ ബാഹ്യേന്ദ്രിയതയെ ഗമിക്കുന്നു. കൈകാൽ മുതലായവയോ ടുകൂടിയ ഇന്ദ്രിയങ്ങളാണത്രേ വിദ്വാന്മാർ പറയുന്നത്. ഇങ്ങനെ സങ്കൽപ പാശത്താൽ കെട്ടപ്പെട്ടവനായ ജീവൻ, ദുഃഖജാലങ്ങളാൽ പീഡിക്കപ്പെ ട്ട്, ക്രമേണ നീചാവസ്ഥയിലെത്തുന്നു. ഈദൃശവിചിത്രശക്തികളോടു കൂടിയ ചിത്തം ഘനാഹങ്കാരമായി പരിണമിച്ചു, കോശകാരകൃമിപോ ലെ, സ്വേച്ഛയാൽത്തന്നെ ബന്ധിതമായിത്തീരുന്നു. സ്വസങ്കൽപിതങ്ങ ളായ ശബ്ദാദിവിഷയവലയ്ക്കകത്തകപ്പെട്ട്, ചങ്ങലയാൽ കെട്ടുപെട്ട സിം ഹത്തെപ്പോലെ, ദുഃഖിക്കയും ചെയ്യുന്നു. ഇതിന് ഓരോരിക്കൽ ഓരോ സംജ്ഞകളുണ്ട്. ഒരിടത്തു മനസ്സെന്നും മറ്റൊരിടത്തു ബുദ്ധിയെന്നും ചിലേടത്ത് ജ്ഞാനമെന്നും, ചിലപ്പോൾ ക്രിയയെന്നും പറയും; അതു പോലെ അഹങ്കാരം, പുര്യഷ്ടകം, പ്രകൃതി, മായ, മലം, കർമ്മം, ബ ന്ധം, ചിത്തം, അവിദ്യ, ഇച്ഛ ഇത്യാദിയും ഇതിന്റെ നാമങ്ങളാകുന്നു. ആശാപാശബദ്ധമായ ഈ നിഷ്ഫലസംസാരത്തെ വടബീജം വൃക്ഷ

ത്തെയെന്നവണ്ണം ഉള്ളിൽ ധരിച്ചും, ചിന്താഗ്നിയിൽ ദഹിച്ചും, ക്രോധ പ്പെരുമ്പാമ്പിനാൽ വിഴുങ്ങപ്പെട്ടും കാമക്കടലിലെ തിരയടികളേറ്റും ആ ത്മാവിനേയും സ്രഷ്ടാവിനേയും മറന്നും സ്ഥിതിചെയ്യുന്ന മനസ്സിനെ, ചേറ്റിൽനിന്നും ആനയെയെന്നപോലെ ഉയർത്തി രക്ഷിക്കുക! ജ്വലിച്ചു കൊണ്ടിരിക്കുന്ന ജരാമരണദുഃഖങ്ങളാൽ മൂർച്ഛിതമായി പുണ്യപാപപ്ര സരത്താൽ പരാഭൂതമായി വിഷമിക്കുന്ന തന്റെ മനസ്സിനെ ഉദ്ധരിക്കണ മെന്നുള്ള കരുണ ആർക്കുദിക്കുന്നില്ലയോ അവൻ മനുഷ്യരാക്ഷസനാ കുന്നു. ഇപ്രകാരം മായാസഹായമായ ബ്രഹ്മത്തിൽ, നിർഝാരത്തിൽ നിന്നും ശീകരങ്ങളെന്നപോലെ ചിദ്വിലാസഭൂതന്മാരായി സംസാരവാസ നയോടുകൂടിയ ജീവന്മാർ, കോടികോടി ഉളവായിട്ടുണ്ട്. ഇപ്പോൾ ഉള വാകുന്നുമുണ്ട്. മേൽ ഉളവാകയും ചെയ്യും. ചിലർ ആദ്യമായി ജന്മമെടു ക്കുന്നവരും ചിലർ നൂറ്റിൽപരം ജന്മം കഴിഞ്ഞവരും ആയിരിക്കും. അന വധി ജന്മം കഴിഞ്ഞവരും രണ്ടോ മൂന്നോ കഴിഞ്ഞുകൂടിയവരും കാ ണും. ചില ജീവന്മാർ കിന്നരന്മാരായി ജനിക്കുന്നു. ഗന്ധർവന്മാരായും വിദ്യാധരന്മാരായും നാഗന്മാരായും ജന്മമെടുക്കുന്നു. ആദിത്യചന്ദ്രവരു ണന്മാരായി വസിക്കുന്നു. ചിലർ ബ്രഹ്മശങ്കരമാധവമൂർത്തികളായി അ ഗ്രസ്ഥാനത്തു വർത്തിക്കുന്നു. ചിലരെല്ലാം ബ്രാഹ്മണക്ഷത്രിയവൈശ്യ ശൂദ്രന്മാരായി സ്ഥിതിചെയ്യുന്നു. അന്യന്മാർ പുണ്യൗഷധിപത്രഫലമൂ ലങ്ങളായും പതംഗങ്ങളായും പിറക്കുന്നു. ചില ജീവന്മാർ കടമ്പ്, നാര കം, പന, പച്ചിലമരം തുടങ്ങിയ മരങ്ങളായി നിൽക്കുന്നു. ചിലർ മാഹേ ന്ദ്രം, മന്ദരം, സഹ്യം, മലയം, മേരു ഇത്യാദി പർവതങ്ങളായി വിളങ്ങു ന്നു. ഉപ്പുനീരും തേനും കരിമ്പിൻനീരും തൈരും നെയ്യും പാലും ശുദ്ധ ജലവും നിറഞ്ഞ സപ്തസമുദ്രങ്ങളായും ചിലർ വർത്തിക്കുന്നു. ഒഴു ക്കേറിയ നദികളായും സുവിസ്തൃതദിക്കുകളായും ഏതാനും ജീവന്മാർ വാഴുന്നു. ജീവരാശികൾ, തുടരെത്തുടരെ മൃത്യുവിനാൽ ഹതന്മാരായി ട്ട്, കയ്യാൽ തട്ടിവിടുന്ന പന്തുപോലെ, ഉച്ചസ്ഥാനത്തു വിഹരിക്കുകയും പതിക്കുകയും പിന്നെയും പൊങ്ങുകയും താഴുകയും ചെയ്യുന്നു. അ നേകായിരം ജന്മങ്ങളെടുത്തു ദുഃഖിച്ചാലും മൂഢന്മാർ അവിവേകത്താൽ വീണ്ടും സംസാരസമുദ്രത്തിൽതന്നെ പതിക്കുന്നു. ഹേ രാഘവ! ഭുവന രചനാവിമോഹിനിയായ മായ, കടലിലെ ഓളത്തള്ളൽപോലെ, പരബ്ര ഹ്മത്തിൽ ജഗജ്ജാലപ്രദർശനത്തോടുകൂടി വെറുതേ ഉണ്ടായി വളർന്നു നശിക്കുകയാണ്.

ശ്രീരാമൻ ചോദിച്ചു:-ഗുരുനാഥ! ജീവൻ മനഃപദത്തെ പ്രാപിച്ചിട്ട് ബ്ര ഹ്മദേവപദത്തിലും എത്തുന്നതായിപ്പറഞ്ഞുവല്ലോ. അതെങ്ങനെ? വിശ

ദമായിപ്പറഞ്ഞു തരുമോ!

വസിഷ്ഠൻ:-കുമാര! ബ്രഹ്മാവിന്റെ ശരീരഗ്രഹണക്രമം കേൾക്കൂ! അതു കേൾക്കുമ്പോൾ ലോകസ്ഥിതിയുടെ രഹസ്യം നിനക്കു മനസ്സിലാകും. ദിക്കാലാദികളാൽ അനവിച്ഛിന്നമായ ആത്മതത്വം ലീലയായി, തന്റെ ശക്തിപ്രവാഹത്തിൽ ദിക്കാലവിച്ഛിന്നമായ ശരീരത്തെ എപ്പോൾ സ്വീകരിക്കുന്നോ, അപ്പോൾ ജീവശബ്ദത്തിനു വിഷയമായി, വാസനാബന്ധത്താൽ സങ്കൽപവികൽപങ്ങളിൽ പ്രവർത്തിച്ചു, മനസ്സായിത്തീരുന്നു. ആ മനശ്ശക്തിയാകട്ടെ, ആദിയിൽ വിചാരശീലയായി സ്വച്ഛരായ ശബ്ദതന്മാത്രത്തെ ധ്യാനിച്ച്, ആകാശമായി മാറുന്നു. അനന്തരം ക്രമേണ ഘനരൂപത്തിലായി അൽപാൽപം ചലിച്ച്, സ്പർശതന്മാത്രമായ വായുവിന്റെ ചലനത്തെ പ്രാപിക്കുന്നു. ആകാശവായുക്കളോടുള്ള ദൃഢാഭ്യാസം നിമിത്തം അന്യോന്യസംഘർഷത്താൽ മനസ്സ് അഗ്നിയായി ജനിക്കുന്നു. ഇങ്ങനെ ശബ്ദസ്പർശരൂപഗുണങ്ങൾ മൂന്നും ഉണ്ടായിക്കഴിയുമ്പോൾ, ജലതന്മാത്രത്തെ ഭാവനചെയ്തു ക്രമേണ ജലത്തിന്റെ ശൈത്യത്തെ അറിയുന്നു. അതുനിമിത്തം ജലജ്ഞാനമുണ്ടാകയും ചെയ്യുന്നു. ഈ നാലുഗുണങ്ങളോടുംകൂടിയ മനസ്സ് പിന്നീട്, ഗന്ധതന്മാത്രത്തെ ധ്യാനിക്കുന്നു. അതുവഴി ഭൂമിയുടെ ബോധം ഉണ്ടാകുന്നു. ഇത്തരത്തിൽ അഞ്ചു തന്മാത്രങ്ങളാലും വേഷ്ടിതമായി, ഘനതയെ പ്രാപിച്ച മനസ്സ്, തീപ്പൊരിപോലെ സ്ഫുരിക്കുന്ന ഒരു സൂക്ഷ്മശരീരത്തെ ആകാശത്തിൽ കാണുന്നു. അഹങ്കാരകലകളോടുകൂടിയതും ബുദ്ധിബീജം നിക്ഷേപിച്ചിരിക്കുന്നതും ജീവികളുടെ മനഃപത്മത്തിലെ ഭൃംഗവുമായ ആ ശരീരത്തിന് പുര്യഷ്ടകമെന്നു പേരാണ്. മനസ്സ് പുര്യഷ്ടകത്തിൽ വസിച്ചു; തീവ്രമായ വാസനാ സംബന്ധത്താൽ, ഭാസുരമായ ശരീരത്തെ തുടരെ ധ്യാനിച്ച്, പാകംവന്ന കൂവളക്കായ്പോലെ സ്തൂലമായിത്തീരുന്നു. അനന്തരം മൂശയിൽ ഉരുക്കിയൊഴിച്ച സ്വർണ്ണംപോലെ ആകാശത്തിൽ വിളങ്ങുന്ന ആ പുര്യഷ്ടതേജസ്സ്, സ്വഭാവേനതന്നെ മുകളിൽ തലയും, താഴത്തു കാലുകളും, ഇടം വലം കൈകളും, മദ്ധ്യേ ഉദരവും ചേർന്ന് ഒരു വിഗ്രഹം സ്വീകരിക്കുന്നു. കാലംകൊണ്ട് അത് സ്ഫുടമായി ബുദ്ധി, സത്വം, ബലം, ഉത്സാഹം, വിജ്ഞാനം, ഐശ്വര്യം ഇവയോടുകൂടിയ ഒരു നിർമ്മലമൂർത്തിയായി ഭവിക്കുന്നു. ആ മൂർത്തിതന്നെയാണ് സർവലോകപിതാമഹനായ ബ്രഹ്മദേവനായി വിളങ്ങുന്നത്. ത്രികാലവേദിയും പരിശുദ്ധാത്മാവുമായ അദ്ദേഹം മൂർത്തിത്വം സ്വീകരിച്ച ക്ഷണത്തിൽ നിർമ്മലമായ തന്റെ ഉത്തമശരീരത്തെ നോക്കി, ചിന്മയവും ഏകാത്മവും അപാരവുമായ പരമാകാശത്തിൽ ആദ്യമുണ്ടായതെന്താ

ണ് എന്നിങ്ങനെ ആലോചിച്ചു. താൻ ആദ്യസൃഷ്ടികർത്താവല്ലെന്നും വിചിത്രകളായ അനവധി സൃഷ്ടികൾ മുമ്പും നടന്നുകൊണ്ടിരുന്നുവെന്നും മനസ്സിലായി. ആ ക്രമമനുസരിച്ചുള്ള ധർമ്മഗുണാദികളോടുകൂടിത്തന്നെ പ്രജാസൃഷ്ടിയെ ലീലയായിട്ടു സ്മരിക്കയും; ഗന്ധർവനഗരംപോലെ അസത്തായി നാനാചാരസമാരംഭങ്ങളോടുകൂടി, അനവധി ജീവജാലങ്ങൾ ജനിക്കയും ചെയ്തു. അവർക്കു സ്വർഗ്ഗമോക്ഷങ്ങൾക്കായും, ധർമ്മകാമാർത്ഥസിദ്ധിക്കായും, പലതരത്തിലുള്ള അനവധി ശാസ്ത്രങ്ങൾ നിർമ്മിച്ചു. ഹേ രാമ! ഇപ്രകാരം ബ്രഹ്മരൂപത്തെ സ്വീകരിച്ച മനസ്സിൽ; വസന്തത്തിൽ പുഷ്പശ്രീ എന്നപോലെ ഉത്ഭവിച്ചതാണ് ഈ സർഗ്ഗത്തിലെ സൃഷ്ടി. ദേവാസുരനരാദി ജീവജാലങ്ങളെല്ലാം ബ്രഹ്മസങ്കൽപമാത്രത്താൽ ഉണ്ടായി. സങ്കൽപം ശമിക്കുമ്പോൾ എണ്ണതീർന്ന ദീപംപോലെ മറഞ്ഞുപോകയും ചെയ്യും. സർവവും ആകാശംപോലെ അവസ്തുരൂപമാണ്, സങ്കൽപമാത്രത്താൽ ജഗദ്രൂപത്തിൽ ജൃംഭിക്കുന്നു. അതിനാൽ ഈ ജഗത്തു കാരണംകൂടാതെ ഉണ്ടായ ഒരു ദീർഘസ്വപ്നമാണെന്നു ധരിച്ചുകൊൾക. ഒന്നും ഒരിടത്തും ജനിക്കുന്നില്ല; നശിക്കുന്നുമില്ല; എന്ന പരമാർത്ഥബോധം നിനക്കുണ്ടാകട്ടെ. അപ്പോൾ പ്രപഞ്ചം മിഥ്യയാണെന്നു ബോദ്ധ്യപ്പെടും. ആശാസർപ്പങ്ങളുടെ അധിവാസ സുഷിരമായ സംസാരാഡംബരം സർവഥാ വർജ്ജ്യമാണ്. വാസ്തവത്തിലില്ലാത്തതുമാകയാൽ അതിൽ ഒരിക്കലും താൽപര്യം ഉദിക്കരുത്. ഗന്ധർവനഗരം ഭൂഷിതമായാലും ദൂഷിതമായാലും ആർക്കെന്തൊരു സുഖദുഃഖങ്ങളാണ് അതുനിമിത്തം ഉണ്ടാവുക? അതുപോലെ അവിദ്യാകൽപിതമായ പുത്രദാരാദി സംസാരബന്ധത്തിലും സുഖത്തിനോ ദുഃഖത്തിനോ എന്തവകാശം! സമ്പത്തോ ഭാര്യാപുത്രാദികളോ വർദ്ധിച്ചാൽ ദുഃഖം വർദ്ധിക്കുന്നുവെന്നേ അർത്ഥമുള്ളു. ഒരിക്കലും അവ സുഖത്തെ ചെയ്തില്ല. മോഹമായ അധികമായി ബാധിച്ചാൽ മനഃസമാധാനം ആർക്കാണുണ്ടാവുക! ഭോഗങ്ങൾ കൂടിക്കൂടി വരുന്തോറും മൂഢന്മാർക്കു രാഗം വർദ്ധിക്കുന്നു. എന്നാൽ അതേ ഭോഗാനുഭവങ്ങൾ വിദ്വാന്മാർക്കാണെങ്കിൽ വൈരാഗ്യമാണുണ്ടാകുന്നത്. അതിനാൽ, ഹേ രാഘവ! നീ തത്വബോധത്തോടുകൂടി ലോകവ്യവഹാരങ്ങൾ നടത്തുക! പോയതുപോയത് ഉപേക്ഷിക്കയും വന്നുവന്നു ചേരുന്നതിനെ സ്വീകരിക്കയും ചെയ്യണം. കിട്ടാത്ത ഭോഗങ്ങളെ ആഗ്രഹിക്കാതെ കിട്ടുന്നവയെ ഉപേക്ഷിക്കാതെ ജീവിക്കണം. ഇതാണ് പണ്ഡിതന്മാരുടെ ലക്ഷണം. ഒന്നിലുംതന്നെ അഭിലാഷമുണ്ടാകാതെ, വിരക്തചിത്തനായി വസിക്കുന്നതാരോ സർവജ്ഞനായ അവനെ അവാസ്തവിയായഅവിദ്യ സ്പർശി

ക്കപോലുമില്ല. സത്തിനും അസത്തിനും മദ്ധ്യസ്ഥമായ ചിദ്വസ്തുവെ ബുദ്ധിയിലുറപ്പിച്ച്; ഉള്ളും പുറവുമായി വർത്തിക്കുന്ന സംസാരത്തെ ത്യജിക്കണം. എന്നാൽ ത്യജിക്കാതെയുമിരിക്കണം. കർമ്മങ്ങൾ വിധിപ്രകാരം അനുഷ്ഠിച്ചുകൊണ്ട് ഒന്നിങ്കലും ഇച്ഛയും അനിച്ഛയുമില്ലാതെ, വസിക്കുന്നവന്റെ ബുദ്ധി താമരയിലയിലെ വെള്ളത്തുള്ളിപോലെ സാംസാരികവിഷയങ്ങളെ സ്പർശിക്കാതെതന്നെ ഇരിക്കും.

ഇന്ദ്രിയാർത്ഥങ്ങൾ ധുരമായിത്തോന്നുന്ന അവസ്ഥ നിനക്കു മാറിക്കഴിഞ്ഞെങ്കിൽ, നീ അറിയേണ്ടതെല്ലാമറിഞ്ഞു. സംസാരസമുദ്രത്തിന്റെ മറുകരകടന്നു. ഇനി ഉൽകൃഷ്ടപദപ്രാപ്തിക്കായി, പുഷ്പത്തിൽനിന്നു സുഗന്ധത്തെ എന്നപോലെ വാസനകളെ മനസ്സിൽനിന്നും അകറ്റുക. വാസനാജലം നിറഞ്ഞിരിക്കുന്ന ഈ സംസാരക്കടലിൽ വിവേകത്തോണി കയറുന്നവർക്കല്ലാതെ, മറുകരപിടിക്കാൻ സാധിക്കയില്ല. മറ്റുള്ളവർ എന്നുമെന്നും മുങ്ങിവലഞ്ഞു വശംകെടുകയേയുള്ളു. സംസാരക്കടലിന്റെ അക്കരെയും ഇക്കരെയും കണ്ടിരിക്കുന്നവരായ മഹാന്മാർ, ലോകവ്യവഹാരങ്ങളെ വാഞ്ഛിക്കയോ വർജ്ജിക്കയോ ചെയ്യുന്നില്ല. ഉദാസീനനിലയിൽ എല്ലാം അനുവർത്തിച്ചുകൊണ്ടിരിക്കുന്നു. മരുഭൂമിയിലകപ്പെട്ടാലും സർവ്വസ്വവും അപഹരിക്കപ്പെട്ടാലും അവർക്കു ദുഃഖമില്ല. നന്ദനപ്പൂങ്കാവിൽ സർവസൗഭാഗ്യങ്ങളോടുകൂടി വാഴുന്നതിൽ സന്തോഷവുമില്ല. അവർ, ആദിത്യനെപ്പോലെ മാർഗ്ഗമര്യാദയെ ഒരിക്കലും ലംഘിക്കാതെതന്നെ വസിക്കുന്നു. ഇപ്രകാരം മഹാത്മാവായ മഹർഷിയുടെ പരിശുദ്ധവാക്കുകൾ കേട്ട് ശ്രീരാമൻ പരിപുഷ്ടനായിശോഭിച്ചു. മധുരമായ ജ്ഞാനാമൃതപാനത്താൽ മനസ്സു കുളുർത്ത് പൂർണ്ണചന്ദ്രനെപ്പോലെ ശീതളനായി; എന്നിട്ട് ചോദിച്ചു:- സ്വാമിൻ! സൃഷ്ടി ഒരുവിധമോ പലവിധമോ ഭവിക്കുന്നത്? സദയം അരുളിച്ചെയ്യണം. അതറിഞ്ഞാൽ മായയുടെ സ്വരൂപം സ്പഷ്ടമാകുമല്ലോ.

വസിഷ്ഠൻ:-കുമാര! സൃഷ്ടി പലവിധത്തിലാണ്. ഒരുകാലത്ത് പരമശിവനായിരിക്കും സൃഷ്ടിനടത്തുന്നത്. ഒരിക്കൽ ബ്രഹ്മദേവനായിരിക്കും; ചിലപ്പോൾ വിഷ്ണുദേവനും മറ്റും ചിലപ്പോൾ മഹർഷിമാരും സൃഷ്ടികർത്താക്കളായി ഭവിക്കും. ബ്രഹ്മാവു ചിലപ്പോൾ താമരയിൽനിന്നു ജനിക്കും. ചിലപ്പോൾ ജനിക്കുന്നത് വെള്ളത്തിൽ നിന്നായിരിക്കും. ബ്രഹ്മാണ്ഡത്തിൽനിന്നും ആകാശത്തിൽനിന്നും ഉത്ഭവിക്കയും ചെയ്യും. ചില സൃഷ്ടിയിൽ ഭൂമി വൃക്ഷങ്ങളെക്കൊണ്ടു നിറഞ്ഞിരിക്കും. മറ്റു ചിലതിൽ മനുഷ്യർ തിങ്ങിഞെരുങ്ങിത്താമസിക്കും; ചിലതിൽ പർവതജാലത്താൽ ഭൂതലം പരിവൃതമായിരിക്കും. ചിലപ്പോൾ മണ്ണുകൊണ്ടായിരി

ക്കും ഭൂമി; ചിലകാലത്തു പാറകൊണ്ടായിരിക്കും. സ്വർണ്ണമയമായും മാം സമയമായും ഓരോകാലത്തു ഭവിക്കും. ചില സൃഷ്ടിയിൽ ആദ്യമുണ്ടാ കുന്നതാകാശമായിരിക്കും. മറ്റു ചിലതിൽ ഭൂമിയായിരിക്കും. മറ്റൊന്നിൽ വെള്ളമായിരിക്കും. വേറൊന്നിൽ അഗ്നിയായിരിക്കും. ഇനിയും ഒന്നിൽ വായുവായിരിക്കും. സൃഷ്ടിക്രമത്തിന്റെ മാതൃക ധരിപ്പിക്കാനെന്നപോ ലെ ഇവിടെ ഒരു പ്രജാപതിയുടെ സൃഷ്ടി നിന്നോടു പറഞ്ഞുവെന്നേ യുള്ളു. നിയമേന ഇപ്രകാരമാണെന്നു വിചാരിക്കരുത്. കൃതത്രേതാദ്വാ പരകലിയുഗങ്ങൾ വീണ്ടും വീണ്ടും ആവർത്തിച്ചു കൊണ്ടേയിരിക്കുന്നു. സ്ഥിരമായ ഒന്നുംതന്നെ പ്രപഞ്ചത്തിലില്ല. പ്രപഞ്ചദർശിനിയായ മായ യുടെ സ്വരൂപത്തെ വ്യാഖ്യാനിക്കുന്നതിനായി ദാശൂരോപാഖ്യാനം ഞാ നിവിടെ പറയാം കേൾക്കൂ.

വളരെ വിസ്താരമുള്ളതും സമ്പൽസമൃദ്ധവും പുഷ്പവാടികളാൽ പരിലസിതവുമായി മഗധമെന്നൊരു രാജ്യം ഉണ്ട്. ആ രാജ്യം കദംബവ നങ്ങളും പനങ്കാടുകളും നിറഞ്ഞതും, കളരവങ്ങളായ പക്ഷികളാലും മറ്റു പ്രകൃതിവിശേഷങ്ങളാലും സർവാശ്ചര്യകരവും മനോഹരവുമാണ്. അവിടെ കദളികളും കർണ്ണികാര മരങ്ങളും കടമ്പുകളും ധാരാളം വളർ ന്ന ഒരു പർവതത്തിന്റെ താഴ്വരയിൽ ദാശൂരനെന്നു പേരായ പരമധർ മ്മിഷ്ഠനായ ഒരു തപസ്വി താമസിച്ചിരുന്നു. അദ്ദേഹത്തിന്റെ പിതാവാ യ ശരലോമാവും ആ പർവതത്തിൽതന്നെ ഒരുഭാഗത്തു താമസിച്ചുവ ന്നു. പ്രഭാതത്തിൽ അദ്ദേഹം ഒരു രണ്ടാം ബ്രഹ്മാവാണെന്നു പറയാം. ബൃഹസ്പതിക്ക് കചൻ എങ്ങിനെയോ അപ്രകാരം ദാശുരൻ അദ്ദേഹ ത്തിന്റെ ഏകപുത്രനായിരുന്നു. രണ്ടാളുമായി അവിടെ സുഖമായി വ സിച്ചുവരവേ കാലാന്തരത്തിൽ ശരലോമാവ്, കൂടിലെ പക്ഷി എന്നപോ ലെ സ്വശരീരത്തെ വെടിഞ്ഞ് സ്വർഗ്ഗത്തെ പ്രാപിച്ചു. ദാശുരൻ തനിയെ അകപ്പെട്ടപ്പോൾ ദുഃഖിതനായി. പിതാവിന്റെ വിയോഗം സഹിക്കവയ്യാ തെ അഴുകുരൽപക്ഷിപോലെ കരഞ്ഞുതുടങ്ങി. അമ്മയും അച്ഛനും വേർ പെടുകകൊണ്ട് നിരാശ്രയനായല്ലോ എന്ന ആധിയാൽ ആ മുനിബാ ലൻ മഞ്ഞുകാലത്തിലെ താമരപോലെ വാടിപ്പോയി. ഇപ്രകാരം ദയനീ യനായി ഭവിച്ച ദാശുരനെ ലക്ഷ്യമാക്കി ആകാശത്തിൽ അപ്രത്യക്ഷ യായി നിന്നുകൊണ്ട് ഒരു വനദേവത പറഞ്ഞു:-ഹേ മുനിപുത്ര! ആത്മ ജ്ഞാനിയായ നീ മൂഢനെപ്പോലെ കരയുന്നതെന്ത്? സംസാരം ചപല സ്വരൂപമാണെന്ന് അറിവില്ലേ? എപ്പോഴും ഈ മാതിരി ചപലത്വം പ്രദർ ശിപ്പിച്ചുകൊണ്ടാണ് സംസാരം ഇരിക്കുന്നത്. ജനിക്കുന്നു ജീവിക്കുന്നു മരിക്കുന്നു. ഇതെല്ലാം പ്രകൃതിയിൽ ഒരു മാറാനിയമംപോലെ നടന്നുവ

രുന്നു. ജനനം ഉണ്ടായാൽ നിശ്ചയമായി മരണവും ഭവിക്കും. സൂര്യൻ ഉദിച്ചാൽ അസ്തമിക്കുന്നില്ലേ? അതുപോലെ നിശ്ചിതമായ ഈ വ്യതിയാനത്തിൽ ആത്മജ്ഞാനികൾ വ്യസനിക്കുമോ? കാലഗതിയാൽ പിതാവിപ്പോൾ സ്ഥൂലദേഹം ഉപേക്ഷിച്ചു. അതിനു വെറുതേ ദുഃഖിക്കുന്നതെന്തിന്?

ഈ അശരീരിവാക്കുകൾ കേട്ടപ്പോൾ ദാശുരമുനി കരഞ്ഞുകലങ്ങിയ തന്റെ കണ്ണുകളെത്തുടച്ച് ധൈര്യമവലംബിച്ച് ഇടിനാദംകേട്ട മയിലെന്നപോലെ മനസ്സു കുളുർത്തെഴുന്നേറ്റുചെന്ന്, പിതാവിന്റെ ചരമകർമ്മങ്ങൾ യഥാവിധി അനുഷ്ഠിക്കയായി. അനന്തരം ആത്മഗതിയെ ഉദ്ദേശിച്ച് ഉഗ്രമായ തപസ്സിനു കോപ്പിട്ടു. ബ്രാഹ്മണകർമ്മങ്ങളോടുകൂടി തപസ്സുചെയ്തുകൊണ്ടുനിൽക്കവേ ശുദ്ധ്യശുദ്ധ്യാദികൽപനാപ്രചുരമായ ശ്രോത്രിയത്വം സംഭവിച്ചു. വേദാർത്ഥങ്ങളെ വിചാരിച്ച് അതനുസരിച്ചുള്ള അനുഷ്ഠാന നിയമനമാണ് ശ്രോത്രിയത്വം എന്നു പറയുന്നത്. പരമാത്മബോധം സിദ്ധിക്കാത്ത ആ മുനിയുടെ ശ്രോത്രിയത്വം നിമിത്തം മനസ്സിനു വിശ്രമം ഉണ്ടായില്ല. ഭൂമിക്ക് അശുദ്ധിയൊന്നുമില്ലെങ്കിലും അശുദ്ധമാണെന്നു വിചാരിക്കാൻ തുടങ്ങി. വൃക്ഷത്തിന്റെ മുകൾഭാഗം പരിശുദ്ധമാണെന്നും പക്ഷികളെപ്പോലെ സ്വതന്ത്രമായി വൃക്ഷക്കൊമ്പുകളിലും ഇലകളിലും സ്ഥിതിചെയ്യുന്നതിന് ശക്തിയുണ്ടാകത്തക്കവണ്ണം തപസ്സുചെയ്യണമെന്നും നിശ്ചയിച്ചു. അതനുസരിച്ച് വലുതായ ഒരഗ്നികുണ്ഡംകൂട്ടി തന്റെ തോൾപാട്ടിൽനിന്നും മാംസക്കഷണങ്ങൾ അറുത്തിട്ട് ഹോമിക്കാൻ തുടങ്ങി. സ്വമുഖത്തിൽ പതിക്കുന്ന ബ്രാഹ്മണമാംസത്താൽ ദേവന്മാരുടെ കണ്ഠനാളങ്ങൾ വെന്തുപോകാനിടയുണ്ടെന്നുള്ള ഭയത്താൽ അഗ്നിഭഗവാൻ സംഭ്രമത്തോടെ, ബൃഹസ്പതിയുടെ മുമ്പിൽ സൂര്യനെന്നപോലെ, പ്രത്യക്ഷനായിവന്നു പറഞ്ഞു. ബ്രാഹ്മണകുമാരാ! ഇഷ്ടംപോലെയുള്ള വരത്തെ വരിക്കൂ. കോശത്തിലിരിക്കുന്ന മണിപോലെ നിനക്കതു കരസ്ഥമാണെന്നു വിശ്വസിച്ചുകൊൾക. ഈ വാക്കുകൾ കേട്ടു ബ്രാഹ്മണകുമാരൻ അഗ്നിദേവനെ പൂജിച്ചുവണങ്ങി, ഭഗവാനേ! ഭൂതജാലങ്ങൾ നിറഞ്ഞിരിക്കുന്ന ഈ ഭൂമിയിൽ പരിശുദ്ധമായ ഒരു സ്ഥാനം ഞാൻ കാണുന്നില്ല. അതുകൊണ്ടു വൃക്ഷങ്ങളുടെ മുകളിൽ വസിക്കുന്നതിനുള്ള ശക്തി ഭവിക്കുമാറ് എന്നെ അനുഗ്രഹിക്കണം. അപ്രകാരം ഭവിക്കട്ടേ എന്നരുളിച്ചെയ്തിട്ട് അഗ്നിഭഗവാൻ മറഞ്ഞു. സന്ധ്യാസമയത്തിലെ മേഘംഎന്നപോലെ അഗ്നിഭഗവാൻ അന്തർഹതനായ ഉടനെ മേഘമാർഗ്ഗത്തോളം ഉയർന്ന് ആകാശഭൂമികളെ താങ്ങി നിൽക്കുന്ന സ്തംഭംപോലെ ആ കാനനമദ്ധ്യത്തിൽ സ്ഥിതിചെയ്ത ഒരു കട

മ്പുവൃക്ഷത്തിൽ ദാശൂരൻ കയറി; അതിന്റെ മേലറ്റത്തെ കൊമ്പിലെ അഗ്രഭാഗത്തുള്ള പല്ലവത്തിൽ നിർഭയമായി ഇരുന്നു നാലുദിക്കിലേക്കും നോക്കി. ആറുകളാകുന്ന ഒറ്റയിഴമുത്തുമാലകളോടും പർവതങ്ങളാകുന്ന മുലക്കുടങ്ങളോടും നിർമ്മലാകാശകേശപാശത്തോടും കാർമേഘലോലാളകങ്ങളോടും വിലസുന്ന ദിക്സുന്ദരിമാരുടെ മനോഹരത്വത്തെ ആ തളിർകുടിലിൽ ഇരുന്നു കൗതുകത്തോടെ വീക്ഷിച്ചു. അനന്തരം പത്മാസനം ബന്ധിച്ച്, ഇന്ദ്രിയങ്ങളെ അന്തർമുഖമാക്കി പരമാത്മജ്ഞാനത്തിലെത്താതെ ക്രിയാമാർഗ്ഗത്തിൽ സ്ഥിതിചെയ്യുന്ന തന്റെ മനസ്സുകൊണ്ട് ഫലാപേക്ഷയോടുകൂടി യാഗകർമ്മം അനുഷ്ഠിച്ചു. ഗോമേധം അശ്വമേധം തുടങ്ങിയ പല യാഗങ്ങളും വലിയ ദക്ഷിണകളോടുകൂടി മാനസികമായി ചെയ്തുകൊണ്ടിരുന്നു. പത്തു സംവത്സരം ഇങ്ങനെ കഴിഞ്ഞുകൂടി ക്രമേണ മനസ്സിനു തെളിവും വെളിവുമുണ്ടായി ആത്മപ്രസാദകമായ ജ്ഞാനം ഉദിച്ചു. മനസ്സിന്റെ ആവരണങ്ങളും വാസനകളും ക്ഷയിച്ചു. ഇക്കാലത്തൊരിക്കൽ താനിരിക്കുന്ന തളിർതട്ടിന്റെ അറ്റത്തായി കാറ്റടിച്ചിളകുന്ന പൂവാടയാൽ അലംകൃതയായി അതിമനോഹരിയായ ഒരു വനദേവത ഇരിക്കുന്നതുകണ്ടു. ദുഃഖിച്ച് മുഖവും താഴ്ത്തി വസിക്കുന്ന അവളെ നോക്കി, ഭദ്രേ! കാമദേവനുപോലും മനഃക്ഷോഭമുണ്ടാക്കത്തക്ക സൗന്ദര്യത്തോടുകൂടിയ നീ ആരാണ്? എന്നു മഹർഷി ചോദിച്ചു. ഇതുകേട്ട് പീനസ്തനിയായ ആ കുമാരി മൃദുമനോഹരമധുരസ്വരത്തിൽ പറഞ്ഞു. ലോകത്തിൽ ദുർല്ലഭമായ അഭീഷ്ടങ്ങളെല്ലാം മഹാന്മാരോടപേക്ഷിച്ചാൽ സംശയമില്ലാതെ ലഭിക്കും. നിന്തിരുവടി ഇരുന്നരുളുന്ന കടമ്പുമരത്താൽ അലങ്കരിക്കപ്പെട്ടതും നാനാവൃക്ഷവിലസിതവും ലീലാലതാഗൃഹങ്ങളാൽ ശോഭമാനവുമായ ഈ വനത്തിലെ ഒരു വനദേവതയാണ് ഞാൻ. ചൈത്രമാസത്തിൽ വെളുത്ത പക്ഷത്തിലെ ത്രയോദശിനാളിൽ കാമദേവപൂജയ്ക്കുള്ള ഒരു ഉത്സവമാഘോഷിക്കാനായി നന്ദനവനത്തിൽ വനദേവതമാരുടെ ഒരു സഭയുണ്ടായിരുന്നു. അവിടെ ഞാനും പോകയുണ്ടായി. പുത്രന്മാരെ മടിയിലിരുത്തി ലാളിച്ചും രസിച്ചും സുഖമായി വസിക്കുന്ന അവരെ കണ്ടപ്പോൾ പുത്രഹീനയായ എനിക്കു മനസ്താപംതോന്നി. അപ്പോൾ മുതൽ എന്റെ മനസ്സ് തീരെ അസ്വസ്ഥമായി ചമഞ്ഞിരിക്കുന്നു. അർത്ഥികൾക്ക് ഇഷ്ടദാനം ചെയ്വാൻ സാക്ഷാൽ കൽപവൃക്ഷം പോലെയുള്ള നിന്തിരുവടി ഇവിടെ ഇരുന്നരുളുമ്പോൾ പുത്രനില്ലായ്കകൊണ്ടുള്ള ദുഃഖം അനാഥയെപ്പോലെ ഞാൻ അനുഭവിക്കുന്നതെന്തിന്? അതുകൊണ്ട് പുത്രദാനം ചെയ്ത് അങ്ങ് എന്നെ രക്ഷിക്കണം; അല്ലാത്തപക്ഷം ഈ ശരീരത്തെ അ

ഗ്നിയിൽ ഹോമിച്ച് പുത്രദുഃഖാഗ്നിയുടെ ചൂടു ഞാൻ കെടുത്തുന്നതാണ്. ഇപ്രകാരം വ്യസനിക്കുന്ന ആ സുന്ദരിക്കു കൈക്കെത്തിയ ഒരുപുഷ്പം പറിച്ചു കൊടുത്തിട്ടു മഹർഷി മന്ദഹാസപൂർവം പറഞ്ഞു. 'വനദേവി! ദുഃഖം മതിയാക്കിപ്പൊയ്ക്കൊൾക. ലതിക പുഷ്പത്തെ എന്നപോലെ ഒരു മാസംകൊണ്ട് പൂജാർഹനായ ഒരു പുത്രനെ നീ പ്രസവിക്കും; തീയിൽചാടി മരിച്ചുകളയുമെന്നുള്ള നിർബന്ധബുദ്ധിയോടുകൂടി നീ യാചിച്ചുവാങ്ങിയ മകനാകകൊണ്ട് അവന് ജ്ഞാനലബ്ധിയുണ്ടാവാൻ കുറേ പ്രയാസം കഴിക്കേണ്ടിവരും' എന്നുപറഞ്ഞു. 'നിന്തിരുവടിയുടെ പാദശുശ്രൂഷകളുംചെയ്ത് ഇവിടെത്തന്നെ താമസിക്കാൻ എന്നെ അനുഗ്രഹക്കേണമേ!' എന്നു സാഭിലാഷം അവൾ പ്രാർത്ഥിച്ചു. മഹർഷി അതനുവദിക്കാതെ അപ്പോൾതന്നെ യാത്ര പറഞ്ഞിട്ട്, യഥാപൂർവം തപശ്ചര്യകളിൽ പ്രവേശിക്കയും ചെയ്തു. കാലം കുറേ കഴിഞ്ഞു, മുനിയുടെ അനുഗ്രഹത്താൽ വനദേവത പ്രസവിച്ച പുത്രനു പന്ത്രണ്ടുവയസ്സായി. അന്നൊരിക്കൽ അവൾ ബാലനെയും കൂട്ടിക്കൊണ്ട് മുനിയുടെ സമിപത്തുവന്നു. 'സ്വാമിൻ! നിന്തിരുവടി എനിക്കു പ്രദാനംചെയ്ത മകനാണിവൻ; വിദ്യകളെല്ലാം വേണ്ടപോലെ ഞാൻ പഠിപ്പിച്ചുകഴിഞ്ഞു. ജ്ഞാനസിദ്ധി ഇതുവരെയും ആയിട്ടില്ല. അതുനിമിത്തം സംസാരയന്ത്രത്തിന്റെ പീഡനം നല്ലപോലെ ഇവൻ അനുഭവിക്കുന്നുണ്ട്. സദയം നിന്തിരുവടി ജ്ഞാനോപദേശം ചെയ്തു ഇവനെ പരിശുദ്ധനാക്കണം" എന്നുണർത്തിച്ചു തൊഴുതു. 'ദേവി! ബാലൻ എന്റെ ശിഷ്യനായി ഇവിടെ താമസിക്കാൻ അനുവദിച്ചിട്ട് നീ പൊയ്ക്കൊൾക' എന്നുമാത്രം മഹർഷി പറഞ്ഞു. പുത്രനെ മഹർഷിയുടെ സമീപത്തിലാക്കീട്ട് അവർ മടങ്ങിപ്പോകയും ചെയ്തു. ബുദ്ധിമാനായ ബാലൻ പിതാവിന്റെ ശിഷ്യത്വം സ്വീകരിച്ചു, സൂര്യന്റെ മുമ്പിൽ അരുണനെന്നപോലെ, ആദരപൂർവം വസിച്ചു. വളരെ ശ്രമപ്പെട്ടെങ്കിൽ മാത്രമേ പുത്രന് ആത്മബോധം ഉണ്ടാകയുള്ളു എന്ന വിചാരത്താൽ മഹർഷി വേദങ്ങളും പുരാണങ്ങളും ഇതിഹാസങ്ങളും പലതരത്തിലുള്ള ഉപാഖ്യാനങ്ങളും ആഖ്യായികകളും സ്വകൽപിതങ്ങളായ കഥകളും ഉദാഹരണസഹിതം ഉപദേശിച്ചും പറഞ്ഞും വളരെക്കാലം ശിക്ഷനടത്തി. അന്നൊരുദിവസം ഞാൻ കൈലാസഗംഗയിൽ കുളിക്കാനായി അദൃശ്യനായി പുറപ്പെട്ട് ആകാശമാർഗ്ഗത്തൂടെ അതുവഴി പോകയുണ്ടായി. സപ്തർഷിമണ്ഡലത്തിൽ എത്തി വസിച്ചശേഷം രാത്രിയായപ്പോൾ അവിടെനിന്നു മിഴിഞ്ഞു ദാശുരമുനി വസിക്കുന്ന വൃക്ഷത്തെ പ്രാപിച്ചു. താമരക്കൂമ്പിലകപ്പെട്ട വണ്ടു മുരളുന്നപോലെ ആ വൃക്ഷാഗ്രത്തിലെ തളിർക്കൂട്ടത്തിൽ നിന്നും പുറപ്പെട്ട വാ

ക്കുകൾ എന്റെ കർണ്ണപുടത്തിൽ പതിച്ചു. മഹർഷി പുത്രനോട് ഒരു കഥ പറയുകയായിരുന്നു. അത് ഇപ്രകാരമാണ്. 'മകനേ! ഈ വൃത്താന്തത്തോട് സാമ്യമുള്ള ആശ്ചര്യകരമായ ഒരു ഉപാഖ്യാനം ഞാൻ നിനക്കു പറഞ്ഞുതരാം. ലോകത്രയവിഖ്യാതനായി സർവലോകങ്ങളേയും ജയിക്കുന്നതിനു സമർത്ഥനായി സമ്പന്നനും വീര്യശാലിയുമായ ഒരു രാജാവ് സ്വോത്ഥൻ എന്ന പേരോടുകൂടി വസിക്കുന്നു. ലോകപാലന്മാർ പോലും അദ്ദേഹത്തിന്റെ കൽപനയെ ചൂഡാരത്നംപോലെ ശിരസാവഹിക്കുന്നു. പല അത്ഭുതങ്ങൾ കാട്ടിക്കളിക്കുന്നവനും സാഹസൈകരസികനുമായ അദ്ദേഹത്തെ വശീകരിക്കത്തക്കവരാരും ലോകത്തില്ല. സുഖദുഃഖപ്രദങ്ങളായ അദ്ദേഹത്തിന്റെ ആരംഭങ്ങൾ അസംഖ്യങ്ങളാണ്. അവറ്റെ പരിഗണക്കാൻ തുടങ്ങുന്നത് കടലിലെ തിരമാലയ്ക്കു കണക്കെടുക്കാൻ ഒരുമ്പെടുന്നതുപോലെ വ്യർത്ഥമായി ഭവിക്കും. വിഖ്യാതനായ അദ്ദേഹത്തിന്റെ വീര്യത്തെ കുറയ്ക്കുന്നതിനു ആയുധങ്ങൾക്കോ അഗ്നിക്കോ ശക്തിയില്ല. മുഷ്ടികൊണ്ട് ആകാശത്തെ എന്തുചെയ്യാൻ കഴിയും? അതുപോലെയാണ്. മഹാരംഭത്തോടുകൂടിയതും നിർമ്മാണകൗശലം ഏറുന്നതുമായ അദ്ദേഹത്തിന്റെ ലീലയെ ഇന്ദ്രനോ ഉപേന്ദ്രനോ ചന്ദ്രശേഖരനോ അനുകരിക്കുന്നില്ല. ആ രാജാവിന് ദിഗ്ഭരണത്തിനു സാമർത്ഥ്യമുള്ള മൂന്നു ശരീരങ്ങൾ ഉണ്ട്. അവ മൂന്നും ലോകം നിറഞ്ഞു സ്ഥിതിചെയ്യുന്നു. ആ ശരീരങ്ങളിൽ ഒന്ന് ഉത്തമവും രണ്ടാമത്തേത് മദ്ധ്യമവും ഒടുവിലത്തേത് അധമവുമാണ്. രാജാവിന്റെ ഉത്ഭവം തന്നെ സുവിസ്തൃതമായ ആകാശത്തിലാണ്. പക്ഷികളെപ്പോലെ താമസവും ആകാശത്തിൽതന്നെ. വിദഗ്ദ്ധനായ അദ്ദേഹം ആകാശത്തിൽ ഒരു നഗരം നിർമ്മിച്ചു. അതിൽ പതിന്നാലുതെരുവുകൾ ഉണ്ട്. മൂന്നു വിഭാഗങ്ങളുണ്ട്. വനങ്ങളും ഉപവനങ്ങളും ക്രീഡാശൈലങ്ങളും ധാരാളം ഉണ്ട്. മുത്തുവള്ളികളാൽ എപ്പോഴും വെളുവെളെ വിലസുന്ന വിസ്താരമുള്ള ഏഴു കുളങ്ങൾ ഉണ്ട്. ചൂടും തണുപ്പും ചൊരിയുന്ന രണ്ടു വിളക്കുകൾ എപ്പോഴും കത്തിവിളങ്ങുന്നുണ്ട്. വിസ്തൃതമായ ആ നഗരത്തിൽ എപ്പോഴും ചുറ്റിസ്സഞ്ചരിച്ചുകൊണ്ടിരിക്കുന്ന രാജാവ് അതിൽ ജംഗമങ്ങളായ അന്തർഗൃഹങ്ങൾ പലതും പണിയിച്ചു. നഗരത്തിന്റെ മേൽഭാഗത്തും മദ്ധ്യഭാഗത്തും അധോഭാഗത്തും ആയി ആ ഗൃഹങ്ങളെ പകുത്തുവച്ചു. കറുത്ത ഒരുതരം പുല്ലുകൊണ്ടാണ് അവയുടെ മേച്ചിൽ. ഓരോന്നിനും ഒമ്പതുവാതിലുവീതം ഉണ്ട്. അവയിൽ ചിലത് എപ്പോഴും വായുസഞ്ചാരമുള്ള കിളിവാതിലുകളാണ്. ഓരോന്നിലും അയ്യഞ്ചുവിളക്കുകൾ കത്തുന്നുണ്ട്. മൂന്നുതൂണുകളോടും വെളുത്ത തടിക്കഷണങ്ങ

ളോടും കൂടിയവയാണ്. ഓരോ ഭവനവും മിനുക്കുള്ള പുറക്കളികൾ പൂശി മൃദുവാക്കപ്പെട്ടതും ചില അങ്കണവീഥികളോടു കൂടിയതുമാണ്. ആ വീടുകളുടെ സൂക്ഷിപ്പുകാർ വെളിച്ചത്തെ എപ്പോഴും ഭയപ്പെട്ടുകൊണ്ടിരിക്കുന്ന ഒരുതരം ഭൂതങ്ങളാണ്. രാജാവു മായകൊണ്ടു നിർമ്മിച്ച ഈ ഭവനങ്ങൾ അങ്ങിങ്ങു സഞ്ചരിക്കുമ്പോൾ കൂട്ടിൽ പക്ഷി എന്നപോലെ സ്വോത്ഥരാജൻ അതിനുള്ളിൽ ഓരോ കളികൾ നടത്തി വിനോദിച്ചുകൊണ്ടിരിക്കും. ത്രിശരീരനായ രാജാവ് കാവൽഭൂതങ്ങളോടുകൂടി കുറച്ചുകാലം വിനോദിച്ചു കഴിച്ചശേഷം വെളിയിൽ പൊയ്ക്കളയുന്നു. പുത്തനായി പണിതീരാൻ പോകുന്ന ഗൃഹത്തിൽ കുടിയേറാനുള്ള അഭിനിവേശത്താൽ ഏതോ ഒരു പിശാചു ബാധിച്ചതുപോലെ സംഭ്രമത്തോടെ എഴുന്നേറ്റുഓടുന്നു. എന്നിട്ട് ഗന്ധർവനഗരംപോലെയുള്ള ആ ഭവനത്തിൽ എത്തിച്ചേരുകയും ചെയ്യുന്നു. ചപലഹൃദയനായ രാജാവിന് ഞാൻ നശിച്ചേക്കുന്നു എന്നൊരിച്ഛ അപ്പോഴപ്പോൾ ഉണ്ടാകുന്നു. അതനുസരിച്ചു നശിക്കയും പതിവാണ്. കടലിൽ തിരയുണ്ടാകുന്നതുപോലെ പിന്നെയും ആകാശത്തിൽനിന്ന് വേഗത്തിൽ ജനിച്ച് ഓരോ വ്യവഹാരങ്ങൾ ചെയ്യുന്നു. ചിലപ്പോൾ തന്റെ പ്രവൃത്തികളെക്കുറിച്ച് ദുഃഖമഗ്നനായി വിലപിക്കുന്നു. മൂഢനായ ഞാൻ എന്താണു ചെയ്യുന്നതു, ഞാൻ ദുഃഖിതനായി ഭവിച്ചിരിക്കുന്നു; എന്നിങ്ങനെ കുണ്ഠിതപ്പെടുന്നു. ചിലപ്പോൾ സന്തോഷവാനായി പുഷ്ടിയെ പ്രാപിക്കുന്നു. എന്നുവേണ്ട കുടിക്കുകയും നടക്കുകയും ചാടുകയും വീർക്കുകയും ചുരുങ്ങുകയും മങ്ങുകയും തെളിയുകയും ചെയ്യുന്നു. ഭാസുരാകൃതിയും മഹാമഹിമാവുമായ ആ രാജശ്രേഷ്ഠൻ ആകപ്പാടെ കാറ്റടിച്ചിളകുന്ന കടൽപോലെ വിവിധവൃത്തിമയനാണെന്നേ പറയേണ്ടു.' ഇതുകേട്ട പുത്രൻ ദാശൂരനോട് ചോദിക്കയായി. 'പിതാവെ! സ്വോത്ഥൻ എന്ന രാജാവ് ആരാണ്? ഇപ്പോൾ ഇവിടെ ഉപന്യസിച്ച പ്രബന്ധത്തിന്റെ അന്തസ്സാരം എനിക്കു മനസ്സിലായില്ല; വ്യക്തമാക്കിപ്പറയണം.'

ദാശൂരൻ–പുത്രാ! എല്ലാം പരമാർത്ഥവഴിക്കു പറഞ്ഞുതരാം. അതു കേട്ടാൽ സംസാരചക്രത്തിന്റെ രഹസ്യതത്വങ്ങളെല്ലാം നിനക്കു മനസ്സിലാകും. അസത്തിൽ നിന്നുണ്ടായി പ്രവർത്തിക്കുന്നതും വസ്തുഇല്ലാതെ വ്യാപിച്ചിരിക്കുന്നതും ആയ സംസാരസംസ്ഥാനത്തെക്കുറിച്ചാണു ഞാൻ പറഞ്ഞത്. പരമമായ ആകാശത്തിൽനിന്നും ഉണ്ടായ സങ്കൽപമാണ് സ്വോത്ഥരാജൻ. സങ്കൽപം താനേ ഉണ്ടാകയും നശിക്കയും ചെയ്യുന്നതാണല്ലോ. ഇക്കാണപ്പെടുന്ന ജഗത്തെല്ലാം സങ്കൽപസ്വരൂപംതന്നെയാണ്. സങ്കൽപമുള്ളപ്പോഴേ ജഗത്തുള്ളു. ഇല്ലാത്തപ്പോൾ ഇല്ലത

ന്നെ. ബ്രഹ്മാവ്, വിഷ്ണു, ശിവൻ, ഇന്ദ്രൻ മുതലായവരും ആ സങ്കൽപ ത്തിന്റെ അവയവങ്ങളാകുന്നു. മൂന്നുലോകവുമാകുന്ന പട്ടണം ശൂന്യ മായ ആകാശത്തിൽ നിർമ്മിക്കുന്നതും സങ്കൽപംതന്നെ. അധിഷ്ഠാന ചൈതന്യത്തിന്റെ അനുഗ്രഹത്താൽ അചേതനമായ ആ സങ്കൽപം ബ്ര ഹ്മത്വത്തെ പ്രാപിച്ചു സൃഷ്ടികർമ്മം നടത്തുകയാണ്. ആകാശത്തിൽ നിർമ്മിച്ചതായി പറഞ്ഞ ഭാസുരമായ പട്ടണം പതിന്നാലു ലോകങ്ങൾ തന്നെ. അതിലെ പൂങ്കാവുകൾ വനങ്ങളും ഉപവനങ്ങളും ആണ്. സ ഹ്യം മന്ദരം മേരു മുതലായ കുലപർവതങ്ങളാണ് അതിലെ കളിക്കു ന്നുകൾ. ഒരിക്കലുമണയാത്ത ശീതോഷ്ണദീപങ്ങളെന്നു പറഞ്ഞത് ച ന്ദ്രസൂര്യന്മാരാണ്. ആകാശഗോളങ്ങളുടെ പ്രകാശം തട്ടി ഇളകുന്ന ഓ ളങ്ങളെ മുത്തുകളാക്കിക്കൽപ്പിച്ച്, മുത്തുമാലയായി വർണ്ണിച്ചത് നദിക ളെയാണ്. രത്നവിശേഷങ്ങളെ താമരവളയമാക്കിയും സമുദ്രാഗ്നിയെ താമരകളാക്കിയും; സപ്തസമുദ്രങ്ങളെയാണ് കുളങ്ങളായി വർണ്ണിച്ച ത്. ഈ ത്രൈലോക്യപട്ടണത്തിൽ സങ്കൽപരാജാവ് ക്രീഡാമന്ദിരങ്ങൾ നിർമ്മിച്ചതായി പറഞ്ഞത് ദേഹങ്ങളെയാണ്. മുകളിലും മദ്ധ്യഭാഗത്തും താഴത്തും ആയി ആ ഗൃഹങ്ങളെ യോജിപ്പിച്ചതും ദേവലോകം മനുഷ്യ ലോകം പാതാളം ഈ മൂന്നുലോകത്തും അധിവസിക്കുന്ന ദേഹികളെ ഉദ്ദേശിച്ചാണ്. ചലനം, പ്രാണയന്ത്രപ്രവാഹത്താൽ ഉണ്ടാകുന്ന ദേഹി കളുടെ സഞ്ചാരമാണ്. തടിക്കഷണങ്ങൾ അസ്ഥികളും മിനുത്ത പുറം പൂച്ച് തൊലിയുമാണ്. മേഞ്ഞിരിക്കുന്നതായിപ്പറഞ്ഞ കറുത്തപുല്ല് തല മുടി തന്നെ. ശരീരത്തിലെ നവദ്വാരങ്ങളത്രേ ഒൻപതുവാതിലുകൾ. ജ നാലകൾ കാത് മൂക്ക് അണ്ണാക്ക് മുതലായവയാണ്. ഭുജാദികൾ രഥ്യക ളും പഞ്ചേന്ദ്രിയങ്ങൾ വിളക്കുകളുമാകുന്നു. വെളിച്ചം കാണുമ്പോൾ ഭ യപ്പെടുന്ന കാവൽക്കാർ വിവേകസമക്ഷം ഒഴിഞ്ഞുപോകുന്ന അഹങ്കാ രാദികളത്രേ. അവസ്തുജങ്ങളായ അഹങ്കാരാദികളോടുകൂടി സങ്കൽപ രാജൻ ദേഹഭവനങ്ങളിൽ വിനോദിക്കുന്നു. ആ വിനോദം ക്ഷണഭംഗുര മാണ്. സങ്കൽപം ക്ഷണംകൊണ്ട് അഭിവൃദ്ധിയെ പ്രാപിക്കയും ദീപം പോലെ ആ നിമിഷത്തിൽ അണഞ്ഞുപോകയും ചെയ്യുന്നു. ദേഹത്തിൽ സങ്കൽപത്തിന്റെ അവസ്ഥ, സമുദ്രത്തിലെ തിരയുടേതുപോലെയാണെ ന്നു പറയാം. സങ്കൽപിതമായ വസ്തുവിൽ ഇച്ഛയുണ്ടാകുന്നതെപ്പോ ഴോ അപ്പോൾ, മേലാലുണ്ടാകാനിരിക്കുന്ന ദേഹഭവനങ്ങളിലേക്ക് അത് പോകും. സ്വസങ്കൽപനിവൃത്തിയിൽ നാശമടയുകയും ചെയ്യുന്നു. ഇ ച്ഛാശക്തിയാൽ വീണ്ടും ജനിക്കുന്നതും ഒരിക്കലും സുഖത്തിനായിട്ടല്ല; അനന്തമായ ആത്മദുഃഖത്തിനായി മാത്രമാണ്. വിസ്തൃതമായ ഈ പ്ര

പഞ്ചം അതിൽ തോന്നലുണ്ടാകനിമിത്തം ദുഃഖത്തെച്ചെയ്യുന്നു. തോന്ന ലില്ലായ്ക സന്ധ്യാമേഘത്തെ ഇരുളെന്നപോലെ, ആ ദുഃഖത്തെ നശി പ്പിക്കയും ചെയ്യും. വിപലിക്കുന്നു എന്നുപറഞ്ഞത് നിഷിദ്ധാചാരങ്ങളെ ഓർത്തുള്ള മനസ്സിന്റെ നിർവേദമാണ്. ആനന്ദം വിശിഷ്ടചരണങ്ങളെ അഭിമാനിച്ച് ഞെളിഞ്ഞുള്ള ഇരിപ്പുമാണ്; രാജാവിന്റെ ഉത്തമമദ്ധ്യമാധ മഭേദേനയുള്ള മൂന്നു ശരീരങ്ങൾ ലോകസ്ഥിതിക്കു കാരണമായ ഗുണ ത്രയമത്രേ. അവയിൽ താമസമായ ശരീരം, അഥവാ തമോഗുണപ്രധാ നമായ സങ്കൽപം, പ്രാകൃതപ്രവൃത്തികളാൽ ദീനദീനമായി, അട്ട, പു ഴു, മരം, പുല്ല് തുടങ്ങിയ താഴ്ന്നതരം ജന്മങ്ങളെ പ്രാപിക്കുന്നു. സത്വ സങ്കൽപം ധർമ്മജ്ഞാനപരായണമാണ്. അത് മോക്ഷപദത്തോടടുത്ത ദേവേശ്വരസ്ഥാനത്തിൽ വർത്തിക്കുന്നു. രാജസം, ലോകവ്യവഹാരപ്ര ധാനമായി, ഭാര്യ പുത്രൻ ധനം തുടങ്ങിയവയിൽ മമത്വത്തോടുകൂടി ഇ രിക്കുന്നു. ഇങ്ങനെ മൂന്നുവിധത്തിലുള്ള രൂപങ്ങളെ ത്യജിച്ചിട്ട്, സങ്കൽ പം ക്ഷയിച്ചാൽ, പരമപദലബ്ധിയുണ്ടായിക്കഴിയും. അതിനാൽ ഹേ ന ന്ദന! ബാഹ്യാർത്ഥദർശനങ്ങളെ എല്ലാം ഉപേക്ഷിച്ച് മനസ്സിനെ മനസ്സു കൊണ്ടുതന്നെ നിയമിച്ച് ബാഹ്യമായും ആഭ്യന്തരമായും പ്രവർത്തിച്ചു കൊണ്ടിരിക്കുന്ന സങ്കൽപത്തെ നിശ്ശേഷം ക്ഷയിപ്പിക്കുക. പാതാളത്തി ലോ ഭൂമിയിലോ സ്വർഗ്ഗത്തിലോ വസിച്ചാലും അനേകായിരവർഷം കഠി നതപസ്സ് ചെയ്താലും സങ്കൽപം ക്ഷയിക്കാതെ മോക്ഷലബ്ധിയുണ്ടാ കയില്ല. അതിനാൽ നിർബാധവും നിർവികാരവും പാവനസുഖകരവു മായ സങ്കൽപനാശത്തിനായി പൗരുഷത്തെ മുൻനിർത്തി സർവാത്മ നാ ശ്രമിക്കുക. സകലഭാവങ്ങളും കോർത്തിരിക്കുന്നത് സങ്കൽപ്പച്ചരടി ലാണ്! ആ ചരടുപൊട്ടിയാൽ ഭാവനകളെല്ലാം എവിടെപ്പോയി മറയു ന്നെന്നറിഞ്ഞില്ല.

നീ നിസ്സങ്കൽപനായി അപ്പോഴപ്പോൾ വന്നുകൂടുന്നതിനെ ഫലേച്ഛ കൂടാതെ ചെയ്തു ലോകവ്യവഹാരത്തിലിരിക്കുക. സങ്കൽപം ക്ഷയി ച്ചുകഴിഞ്ഞാൽ ചിത്ത് വിഷയോന്മുഖമല്ലാതെയാകും. പുത്രാ! നീ സക ല വികൽപങ്ങളെയും ഉപേക്ഷിച്ച് യാതൊന്നിലും താൽപര്യമില്ലാതെ വസിച്ച് നിത്യസുഖത്തിനായി അദ്വിതീയവും ആവൃത്തിഹീനവുമായ മോ ക്ഷപദത്തെ സാധിച്ചാലും!

ദാശുരപുത്രൻ-പിതാവേ! ഈ സങ്കൽപം എങ്ങിനെയുള്ളതാണ്. അ ത് ഉണ്ടാകുന്നതും വളരുന്നതും നശിക്കുന്നതും എങ്ങനെ?

ദാശുരൻ-അനന്തവും സത്താമാത്രരൂപവും ആയ ആത്മതത്വചൈ തന്യത്തിന്റെ ബഹുർമ്മുഖത്വം യാതൊന്നോ അതാണ് സങ്കൽപബീജ

ത്തിന്റെ മുള. അൽപാൽപമായി അത് സ്വരൂപതയെ പ്രാപിച്ചു ജഡാത്മ കമായ പ്രപഞ്ചരൂപത്തിൽ പരിണമിക്കാനായി ചിത്തത്ത്വത്തെ മറച്ചുകൊ ണ്ട് മേഘം എന്നപോലെ ഘനതയെ പ്രാപിക്കുന്നു. ചിത്താകട്ടെ ദൃശ്യ ത്തെ തന്നിൽനിന്ന് അന്യമായിട്ട് ഭാവനംചെയ്ത് കുരുവിൽ മുളയുണ്ടാ കുന്നതുപോലെ സങ്കൽപമായിത്തീരുന്നു. ഈ സങ്കൽപം അസൽ കൽ പനമാകകൊണ്ട്, സത്യമായ ഒരു കാരണം അതിനില്ല. താനേതന്നെ ഉ ണ്ടായി വർദ്ധിക്കയാണ്. ഇതുകൊണ്ട് ദുഃഖമല്ലാതെ ഒരു സുഖവുമില്ല. ഹേ നന്ദന! നീ ഒരിക്കലും സങ്കൽപം ചെയ്യാതെ സംസാരത്തിൽ താൽ പര്യമുണ്ടാകാതെ വസിച്ചാൽ മോക്ഷപദത്തിന് യോഗ്യനായി ഭവിക്കും. സങ്കൽപനാശത്തിനായി നീ വലിയ പ്രയത്നം കഴിക്കേണ്ടതില്ല. സങ്കൽ പത്തിൽ പ്രവർത്തിക്കാതിരിക്കകൊണ്ടു മാത്രം അതു സാധിക്കാവുന്ന തേയുള്ളു: പിച്ചിപ്പൂവിനെ കൈകൊണ്ടൊന്നു മർദ്ദിക്കാൻ വേണ്ടിവരുന്ന പ്രയാസംപോലും സങ്കൽപനിവർത്തനത്തിന് ആവശ്യം ഇല്ല. അത്ര സു സാധമായ ഒന്നാണത്. അതിൽ പ്രവർത്തിക്കാതെ അടങ്ങിയിരിക്കുക മാത്രമേ വേണ്ടതുള്ളു. മനസ്സുകൊണ്ട് മനസ്സിനെയും സങ്കൽപംകൊ ണ്ട് സങ്കൽപത്തെയും ഛേദിച്ച് അതായത്, അന്തർമുഖമായ സങ്കൽപം കൊണ്ട് ബഹിർമുഖസങ്കൽപത്തെയും വിവേകത്താൽ തണുത്ത മന സ്സുകൊണ്ട് ചിന്താസന്തപ്തമായ മനസ്സിനെയും ഖണ്ഡിച്ച് നിന്നിൽത ന്നെ സ്ഥിതിചെയ്യുക. ഇതു സാധിക്കാനെന്തൊരുപ്രയാസമുള്ളു. ആ കാശം എങ്ങിനെ ശൂന്യമായിരിക്കുന്നുവോ അപ്രകാരം ജഗത്തും ശൂന്യ മാകുന്നു. രണ്ടും അസത്തായ വികൽപത്തിൽനിന്നും ഉണ്ടായ വെറും പ്രദർശനങ്ങൾ തന്നെ. അരിയുടെ ഉമിപോക്കുന്നപോലെയും ചെമ്പിന്റെ കറ കളയുന്നപോലെയും പൗരുഷംകൊണ്ട് മനസ്സിന്റെ അജ്ഞാനത്തെ യും നീക്കാവുന്നതാണ്. സ്വഭാവേനതന്നെ അരിയെ ഉമി പൊതിഞ്ഞിരി ക്കുന്നു. അതുപോലെ ജീവന്റെ അജ്ഞാനവും സ്വഭാവജം ആണെങ്കി ലും പ്രയത്നംകൊണ്ട് അവ രണ്ടും നീക്കാവുന്നതാകയാൽ അതിനാ യി ശ്രമിക്കുക. സംസാരിയായ എനിക്ക് മഹാസമ്പദ്വിലാസങ്ങളാൽ വി ളങ്ങുന്ന സുഖാനുഭവസാധനങ്ങൾ പലതുണ്ടെന്നും അവ നിത്യമാണെ ന്നുള്ള വ്യാമോഹം നിനക്കുണ്ടാകരുത്. നീയും ആ സമ്പത്തുകളും സു ഖാനുഭൂതികളും, എല്ലാം ആത്മതത്വവിലാസമാണെന്നും, ആ തത്വത്തിൽ നിന്നും അന്യമായി യാതൊന്നും ഇല്ലെന്നും വിശ്വസിക്കുക.

ഹേ രാഘവ! ഇപ്രകാരം അവരുടെ സംവാദം ഇരുട്ടത്തു മറഞ്ഞുനി ന്നുകേട്ട ഞാൻ നേരെ പ്രത്യക്ഷനായി. ദാശുരൻ എന്നെ കണ്ട ക്ഷണ ത്തിൽ യഥാവിധി വണങ്ങി പൂജിച്ച് ഒരു പത്രപീഠത്തിൽ ഉപവേശിപ്പി

ച്ചു. അന്യോന്യം ഓരോ കഥകൾ പറഞ്ഞും രസിച്ചും നവദമ്പതികളെന്ന വണ്ണം ഞങ്ങൾ ആ രാത്രി ക്ഷണകാലംപോലെ കഴിച്ചു. അനന്തരം ഞാൻ അവിടെനിന്നും യാത്രപറഞ്ഞ് സ്നാനത്തിനായി ഗംഗാനദിയി ലേക്കു തിരിച്ചു.

രാമചന്ദ്ര! ഈ ജഗത്ത് ദാശുരാഖ്യായികപോലെ മിഥ്യയാണെന്ന് ദൃ ഢമായി വിശ്വസിക്കുക.

ദാശുരാഖ്യാനം പതിനേഴാം സർഗ്ഗം കഴിഞ്ഞു.

ഉപദേശാഖ്യാനം

വസിഷ്ഠൻ-ആദ്യവസാനമില്ലാതെ വിളങ്ങുന്ന കാലഘട്ടത്തിന്റെ എ ത്രയോ തുച്ഛമായ ഒരംശമാണ് നൂറു സംവൽസരം. ആ നൂറുവർഷം പ രമായുസ്സായി ജീവിതം നയിക്കുന്ന മനുഷ്യന് ഇവിടെ എന്തൊരവസ്ഥ യാണ് അനുസരിക്കാനുള്ളത്? രാമചന്ദ്ര! നീ സങ്കൽപമയിയായ ആ അവ സ്ഥയെ സർവാത്മനാ ഉപേക്ഷിക്കൂ; എന്നിട്ട്, യാതൊന്നാണോ നിന്റെ വാസ്തവരൂപം, അതിനെ സ്വീകരിച്ചിരുന്ന് സത്താമാത്രബ്രഹ്മാശ്രയനാ യ ലോകത്തിൽ വിഹരിക്കൂ! രത്നം ആഗ്രഹിക്കാതെതന്നെ അതിന്റെ കതിരുകൾ പ്രകാശിക്കുന്നതുപോലെ പരബ്രഹ്മം നിരിച്ഛമായി സ്ഥിതി ചെയ്യുന്ന അവസ്ഥയിലും തൽസാന്നിദ്ധ്യമാത്രത്താൽ ലോകം പ്രവർ ത്തിക്കുന്നു. അതിനാൽ കർത്തൃത്വവും അകർത്തൃത്വവും ആത്മാവിൽ തന്നെ സ്ഥിതിചെയ്യുന്നു. ഇച്ഛ ഇല്ലായ്മകൊണ്ട് അകർത്താവായും സാ ന്നിദ്ധ്യമാത്രത്താൽ കർത്താവായും ഇരിക്കുന്നു. ഇങ്ങനെ കർത്തൃത്വ വും അകർത്തൃത്വവും ആത്മാവിലുള്ളതുകൊണ്ട് ഏതൊന്നാണോ നി നക്കു രുചിക്കുന്നത് അതിനെ ആശ്രയിച്ച് സമാധാനചിത്തനായി വസി ക്കുക! ഞാനൊന്നുംതന്നെ ചെയ്യുന്നില്ല എന്ന ദൃഢഭാവനയോടുകൂടി കർമ്മങ്ങൾ തുടരെ ചെയ്താലും കർമ്മഫലങ്ങൾ നിന്നെ ബന്ധിക്കയി ല്ല. മനസ്സിനെ ഒന്നിലും പ്രവർത്തിപ്പിക്കാതെ ഇരുന്നാൽ വിഷയങ്ങളിലു ള്ള അഭിരുചി ഇല്ലാതെയാകും. അതുനിമിത്തം ഞാനൊന്നും ചെയ്യുന്നി ല്ല എന്ന നിത്യഭാവനയുണ്ടായി പരമമായ അമൃതുപോലെ സമത്വം അ വശേഷിക്കും. രാമ! എല്ലാം ഞാൻതന്നെ ചെയ്യുന്നു എന്ന മഹാകർത്ത ൃത്വഭാവനയോടുകൂടി വസിക്കാനാണ് നിനക്കിഷ്ടമെങ്കിൽ അതും നല്ല തുതന്നെ. അങ്ങിനെയായാൽ ഈ ജഗൽഭ്രമമെല്ലാം ഞാൻതന്നെ ചെ

യ്യുന്നു എന്ന അഭിമാനമാണുണ്ടാകുന്നത്. കർത്താവായി മറ്റൊരുത്തനില്ലാത്ത ആ അവസ്ഥയിൽ രാഗദ്വേഷാദികൾ ഭവിക്കുന്നതെങ്ങിനെ? എന്റെ ശരീരം പുത്രാദികളാൽ ലാളിക്കപ്പെട്ടതും പുത്രാദികളാൽ ദഹിക്കപ്പെടുന്നതും എല്ലാം കർമ്മവിപാകമാണെന്ന് സമാധാനിക്കുന്നു. ആ അവസ്ഥയിലും മോദഖേദങ്ങൾക്കവകാശം എന്ത്? എന്റെ ദുഃഖസുഖങ്ങൾക്ക് കാരണമായ ഈ ജഗത്തിന്റെ ഉദയത്തിനും ക്ഷയത്തിനും കർത്താവു ഞാൻ തന്നെയെന്ന് വിചാരിക്കുന്ന അവസ്ഥയിലും സുഖദുഃഖങ്ങൾക്കു എന്തവകാശം? ഖേദോല്ലാസവിലാസങ്ങൾക്കെല്ലാം താൻതന്നെ കർത്താവെന്നുള്ള ഏകഭാവന ഉദിച്ച് സങ്കൽപം നശിക്കുമ്പോൾ സമത്വംതന്നെ അവശേഷിക്കുന്നു. സർവത്തിലും സമദൃഷ്ടിയുണ്ടാകുന്നത് ബ്രഹ്മനിഷ്ഠമായ ഒരവസ്ഥയാകുന്നു. ഇങ്ങനെ സമതയിൽ സ്ഥിതിചെയ്യുന്ന മനസ്സ് പിന്നിട്ടു ജന്മഭാക്കായി ഭവിക്കയില്ല. അഥവാ, സർവകർത്തൃത്വവും അകർത്തൃത്വവും ഉപേക്ഷിച്ച് മനസ്സിനെ നശിപ്പിച്ച് നിന്റെ വാസ്തവരൂപമേതോ അതിനെ അവലംബിച്ച് സ്ഥിരനായി വസിക്കുക. ഞാൻ ഇവനാണ്, ഇവനല്ല ഞാൻ, ഇതുചെയ്യുന്നു, ചെയ്യുന്നില്ല ഇത്യാദി ഭേദഭാവനകളോടുകൂടിയ ദൃഷ്ടി ഒരിക്കലും മനസ്സുഖത്തെ ഉണ്ടാക്കുന്നതല്ല. ദേഹോഹം എന്ന ഭാവന കാലസൂത്രപദവിയാകുന്നു. അവീചി അസിപത്രം മുതലായ മറ്റു നരകങ്ങളും അതേഭാവനതന്നെയാണെന്നു പറയാം. സർവനാശം അടുത്തിരിക്കുന്ന അവസ്ഥയിലും ദേഹാത്മഭാവനയെ സർവാത്മനാ ഉപേക്ഷിക്കേണ്ടതാണ്. മോക്ഷേച്ഛുവായവൻ അതിനെ നായിറച്ചി കയ്യിൽ വച്ചിരിക്കുന്ന ചണ്ഡാലിയെ എന്നപോലെ തൊടാൻതന്നെ പാടില്ല. ആ ഭാവന കണ്ണിന്റെ കാഴ്ചമൂടുന്ന തിമിരപടലമാണ്. എപ്പോൾ അതിനെ ആട്ടി അകറ്റുന്നുവോ അപ്പോൾ കാറുമാറിത്തെളിഞ്ഞ ചന്ദ്രികപോലെ പരമമായ ദൃഷ്ടി പ്രകാശിക്കും. അതു പ്രകാശിച്ചു കഴിഞ്ഞാൽ സംസാരസമുദ്രം കടക്കാൻ എളുപ്പമാണ്. ഒന്നിനും ഞാൻ കർത്താവല്ല, ഇക്കാണപ്പെട്ടതൊന്നും ഞാനല്ല എന്നിങ്ങനെ ദൃഢമായി മനസ്സിലുറയ്ക്കുക. അല്ലെങ്കിൽ എല്ലാറ്റിനും കർത്താവു ഞാൻതന്നെ, എല്ലാം ഞാൻതന്നെയെന്ന് നിശ്ചയിക്കുക! അതുമല്ലെങ്കിൽ കർത്തൃത്വാദിഭാവനകളോടുകൂടിയ ഒരുത്തനും അല്ല ഞാൻ; സർവവികൽപങ്ങളെയും കടന്നിരിക്കുന്ന ഒരുത്തനാണ് എന്നുറയ്ക്കുക. ഈ മൂന്നിൽ ഏതെങ്കിലുമൊരു നിശ്ചയം ചെയ്തുകൊണ്ട് സാധുക്കളുടെ പ്രാപ്യസ്ഥാനമായ ആത്മപദത്തിൽ സ്ഥിതിചെയ്യുക. വാസനാസംബന്ധമാണ് ബന്ധമെന്നും വാസനാനാശം മോക്ഷമാണെന്നും പറഞ്ഞിട്ടുണ്ടല്ലോ. ആ വാസനയെ സർവാത്മനാ ഉപേക്ഷിക്കുക! വാസന നീങ്ങിക്കഴിഞ്ഞാൽ മോ

ക്ഷേച്ഛയേയും ത്യജിച്ചുകളയണം. വിഷയവാസിതങ്ങളായ വാസനകളെ ആദ്യമായി ഉപേക്ഷിച്ച് മൈത്ര്യാദികളായ നിർമ്മലവാസനകളെ സ്വീകരിച്ചിട്ട് അവറ്റെക്കൊണ്ട് ലോകവ്യവഹാരം നടത്തിക്കൊണ്ടിരിക്കുക! മനസ്സ് അതിൽ പറ്റാതെ സൂക്ഷിച്ച് സർവ ആഗ്രഹങ്ങളും തള്ളി ചിന്മാത്രവാസനനായി ഭവിക്കുക. മനോബുദ്ധികളോടുകൂടിയ ആ ചിദ്വാസനയെത്തന്നെയും പിന്നെ ഉപേക്ഷിച്ചു ശേഷിച്ച ചിദ്രൂപത്തെത്തന്നെ ധ്യാനിക്കുക! എന്നിട്ട്, യാതൊന്നുകൊണ്ടാണോ വാസനകളെ ഉപേക്ഷിച്ചത്, അതിനെയും ഉപേക്ഷിക്കുക.

ഹേ രാമ! ചിദ്രൂപചൈതന്യവും അന്തഃകരണവും അവിദ്യയും പ്രപഞ്ചവും, അടിയോടെ ത്യജിക്കണം. അതുപോലെ തേജസ്സും തമസ്സും, വാസനയും, വാസനാഹേതുവും പ്രാണസ്പന്ദനവുമെല്ലാം ഉപേക്ഷിച്ച് ആകാശംപോലെ സൗമ്യനും പ്രശാന്തധീയുമായി നിന്റെ വാസ്തവരൂപമേതോ അതിനെ പ്രാപിക്കുക. സർവബന്ധങ്ങളും ഹൃദയത്തിൽനിന്നു തള്ളി ശാന്തശാന്തം വസിക്കുന്നവൻ മുക്തനായ പരമേശ്വരനാണ്. സമാധിയോ യാഗാദികർമ്മങ്ങളോ ചെയ്താലും ഇല്ലെങ്കിലും ഹൃദയത്തിലെ ആസ്ഥകളെല്ലാം അസ്തമിച്ച മഹാശയൻ മുക്തനാകുന്നു. ആരുടെ മനസ്സാണോ വാസനാരഹിതമായി വിളങ്ങുന്നത് അവൻ കർമ്മംചെയ്താലെന്ത്? ചെയ്തില്ലെങ്കിലെന്ത്? സമാധി ശീലിച്ചാലും ഇല്ലെങ്കിലും എന്ത്? ജപാദികൾ കൊണ്ടും അവനു പ്രയോജനം എന്ത്? ശാസ്ത്രവിചാരം കൊണ്ടോ ഏകാന്ത തത്വചിന്തനംകൊണ്ടോ എന്ത്? വാസനകൾ നശിപ്പിച്ച് മനസ്സിനെ നിശ്ശബ്ദമാക്കുന്നതിനേക്കാൾ ഉത്തമമായി ഒന്നും തന്നെ ഇല്ല. പത്തുദിക്കുകളിലും ചുറ്റിച്ചുറ്റിനടന്ന് ഞാൻ കാണേണ്ടതെല്ലാം കണ്ടു. പരമാർത്ഥബോധികളായ ജനങ്ങൾ വളരെച്ചുരുക്കംതന്നെ. പ്രായേണ ജനങ്ങളുടെ ആരംഭങ്ങളും ക്രിയാക്രമങ്ങളുമെല്ലാം ദേഹാർത്ഥമായി മാത്രമാണ്, ആത്മാവിനുവേണ്ടി ഒന്നുംതന്നെ പ്രവർത്തിക്കുന്നില്ല. സ്വർഗ്ഗത്തിലും ഭൂമിയിലും പാതാളത്തിലും അന്വേഷിച്ചാലും നശ്വരങ്ങളും ജഡങ്ങളുമായ അഞ്ചുഭൂതങ്ങളല്ലാതെ ആറാമതൊന്നില്ല. ആസ്ഥിതിക്ക് ധീരന്മാരുടെ ബുദ്ധി നിത്യപരിശുദ്ധപരമാത്മാവിലല്ലാതെ, ഏതൊന്നിലാണു രമിക്കുക! ബ്രഹ്മഭാവനയോടുകൂടി ജീവിക്കുന്നവന് സംസാരസമുദ്രം ഗോഷ്പദംപോലെ ലഘുവായിരിക്കും. അല്ലാത്തവനു പ്രളയസമുദ്രംപോലെ ദുസ്തരമായും ഭവിക്കും. സംസാരപ്പകിട്ടുകൾ തത്വജ്ഞന്മാരെ ഭ്രമിപ്പിക്കുന്നതിനു ലവലേശം മതിയല്ല. കുഗ്രാമത്തിലെ വൃത്തികെട്ട പെണ്ണുങ്ങൾക്ക്, പട്ടണത്തിലെ ഒരു രസികത്തിയുടെ ഭർത്താവും പട്ടണവാസിയുമായ ഒരു ശൃംഗാരിയെ വശീകരിക്കാൻ സാധി

ക്കുമോ? ഹേ രാമ! ചിദാദിത്യസൂര്യപ്രകാശത്തിൽ തോന്നപ്പെടുന്ന മൃഗ തൃഷ്ണയത്രേ ഈ ജഗത്ത്. മഹാമേരു തുടങ്ങിയ കുലപർവതങ്ങൾ അഖണ്ഡബ്രഹ്മസമുദ്രത്തിലെ പതകളാണ്. ഈ വിഷയത്തിൽ ബൃഹ സ്പതി പുത്രനായ കചൻ ഗാനംചെയ്ത ആനന്ദഗാഥ ഞാൻ കേൾപ്പി ക്കാം. മഹാമേരുവിൽ തപസ്സുചെയ്തുവസിച്ച കചൻ ഒരിക്കൽ സമാധി യിൽ നിന്നുണർന്നപ്പോൾ ഏകാന്തത്തിലിരുന്ന് ആനന്ദഗദ്ഗദത്തോടെ പറഞ്ഞു ആശ്ചര്യം! ഞാനെന്താണ് ചെയ്യേണ്ടത്? എവിടെപ്പോകേണ്ടു? എന്തിനെ സ്വീകരിക്കേണ്ടു? ഉപേക്ഷിക്കേണ്ടതെന്തിനെ? വിശ്വം പ്രളയ സമുദ്രത്താലെന്നപോലെ ആത്മാവിനാൽ നിറയപ്പെട്ടിരിക്കുന്നു. ദേഹ ങ്ങളുടെ ഉള്ളിലും വെളിയിലും താഴത്തും മുകളിലും ദിക്കുകളിലും ഇ വിടെയുമവിടെയുമെല്ലാം ആത്മാവുതന്നെ വിളങ്ങുന്നു. ആത്മമയമല്ലാ തെ ഒന്നുംതന്നെ കാണുന്നില്ല. ഞാൻ ആത്മസ്വരൂപനായി വിളങ്ങുന്നു. ഞാനില്ലാത്തിടമില്ല. ഞാനല്ലാതെ ഒന്നുമില്ല. എന്നിലല്ലാതെ യാതൊന്നും സ്ഥിതിചെയ്യുന്നില്ല. സർവവും സച്ചിദാനന്ദമയം തന്നെ. ഇവിടെ എന്തി നെയാണ് ഞാൻ ആഗ്രഹിക്കേണ്ടത്? ഇങ്ങനെ അനുഭവസ്ഥനായ ക ചൻ ആ അവസരത്തിൽ പറഞ്ഞ വാക്കുകൾക്ക്, കചഗാഥയെന്നു പേ രാണ്. രാമചന്ദ്ര! ഈദൃശമായ ആത്മദർശനം നിനക്കുണ്ടാകട്ടെ!

ശമാദിഗുണവിശിഷ്ടന്മാരും ജ്ഞാനനിഷ്ഠന്മാരുമായി ഭൂമിയിൽ വ സിക്കുന്ന സാത്വികന്മാർ നിത്യശ്രേയസ്വികളാണ്. ആകാശത്തിലെ പൂർ ണ്ണചന്ദ്രന്മാരെപ്പോലെ ആനന്ദപരീതന്മാരാണ്. ഏതൊരാപത്തിലും അ വർക്കുവാട്ടംതട്ടുന്നില്ല. അതിലെന്തത്ഭുതം! സ്വർണ്ണംകൊണ്ടു നിർമ്മിച്ച താമര രാത്രിയിൽ കൂമ്പുകയുണ്ടോ? അവർ അവശ്യകർത്തവ്യത്തെവി ട്ട് ഒന്നും ചെയ്യാൻ ആഗ്രഹിക്കുന്നില്ല. സന്തോഷപൂർവം സന്മാർഗ്ഗത്തിൽ തന്നെ സഞ്ചരിച്ചുകൊണ്ടിരിക്കുന്നു. ചന്ദ്രൻ ശൈത്യത്തെ എന്നപോലെ മനസ്സിന്റെ പ്രശാന്തശീതളമായ ആത്മാനന്ദത്തികവിനെ ആപത്തിൽപോ ലും അവർ വെടിയുന്നില്ല. സാധുവൃത്തികളായ അവർ മൈത്ര്യാദിഗു ണങ്ങളാൽ പ്രശോഭിക്കുന്ന ആകൃതിയോടുകൂടി സമന്മാരായും സമര സന്മാരായും സൗമ്യന്മാരായും വസിക്കുന്നു. സമുദ്രംപോലെ ഒരിക്കലും മര്യാദലംഘിക്കാതെ, ഗംഭീരന്മാരായി വിളങ്ങുന്നു. അവരുടെ പദത്തെ ആപത്തുകൾ നോക്കുകപോലും ഇല്ല. ആ പദം എപ്പോഴും എല്ലാവരാ ലും അനുഗമിക്കത്തക്കതാണ്.

ഹേ രാമ! ആപദ്ഗർത്തത്തിലേയ്ക്കുള്ള വഴിക്ക് തിരിയുകപോലും അരുത്. ഞാൻ ആര്? ഈ സംസാരമലം എങ്ങിനെയുണ്ടായി? എന്ന് പ്ര യത്നപ്പെട്ടും ചിന്തിച്ചുനോക്കണം. നിഷിദ്ധകർമ്മങ്ങൾ ഒരിക്കലും പ്ര

വർത്തിക്കരുത്. ഹീനന്മാരോടു സഹവസിക്കരുത്. കർമ്മങ്ങളിൽ ഫലാപേക്ഷ അരുത്. സർവസംഹാരകർത്താവായ മൃത്യുവെ അനാദരത്തോടെ നോക്കരുത്. മാംസാസ്ഥിരക്താദി നിർമ്മിതമായ അശോഭനശരീരത്തെ അവസ്തുവായി ഗണിക്കണം. ജീവജാലമുത്തുമണികൾ കോർത്തിരിക്കുന്ന ചരടായ ചിദ്വസ്തുവെ, കണ്ടുകണ്ടിരിക്കണം.

രാമചന്ദ്ര! ആകാശവിളക്കായ ആദിത്യനിൽ യാതൊരു ചിത്താണോ പ്രകാശിക്കുന്നത്, ആ ചിത്തുതന്നെ ഭൂഗർഭത്തിൽ സ്ഥിതിചെയ്യുന്ന കൃമികീടങ്ങളിലും വർത്തിക്കുന്നു. ഘടാകാശങ്ങൾ ഭൂതാകാശമല്ലാതെ വേറൊന്നല്ല അതുപോലെ സകല ഭൂതരാശിയിലും വിളങ്ങിക്കൊണ്ടിരിക്കുന്ന ചിത്ത് ഏകംതന്നെയാണ്. താമസങ്ങളായ രക്ഷഃപിശാചാദിയോനികളിലോ രാജസഗുണപ്രധാനങ്ങളായ ക്ഷത്രിയവൈശ്യാദി ജാതികളിലോ ജനിച്ചു ദുഃഖിക്കുന്നവർ അവരവരുടെ പ്രയത്നംകൊണ്ടുതന്നെ ഉയർന്ന് സാത്വിക ഗുണപ്രസന്നമായ ദേവേശ്വരഭാവത്തിൽ എത്തുന്നതാണ്.

ഉപദേശാഖ്യാനം 18-ാംസർഗ്ഗം സമാപ്തം.
സ്ഥിതിപ്രകരണം കഴിഞ്ഞു

5
ഉപശമപ്രകരണം

ജനകോപാഖ്യാനം

വസിഷ്ഠൻ പറഞ്ഞു:-ദീർഘസംസാരരൂപമായ ഈ മായയെ മണ്ഡപത്തെ തൂണുകളെന്നപോലെ രാജസന്മാരും താമസന്മാരുമായ മനുഷ്യരാണ് നിലനിർത്തുന്നത്. സത്വഗുണപ്രധാനന്മാരായി ജീവിക്കുന്ന നിന്നെപ്പോലെയുള്ള ഗുണപുഷ്കലന്മാരായ ബുദ്ധിമാന്മാർ സർപ്പങ്ങൾ വളയെ എന്നവണ്ണം കേവലം ലീലയായിത്തന്നെ അതിനെ ത്യജിക്കുന്നു. പ്രപഞ്ചരൂപത്തിൽ കാണപ്പെടുന്നതെല്ലാം ബ്രഹ്മമാണ്. ഇവിടെ വിവൃതമായിരിക്കുന്ന ചരാചരങ്ങൾ അഖണ്ഡനിർമ്മപരമാത്മാവല്ലാതെ മറ്റൊന്നുമല്ല. ഞാൻ അന്യനാണ്, ഇത് വേറെയാണ് ഇത്യാദി ഭ്രാന്തികൾ നിനക്കുണ്ടാകരുത്. സമുദ്രത്തിലെ ജലചലനങ്ങൾ വസ്തുഭേദത്തെ ഉണ്ടാക്കാത്തതുപോലെ പരിച്ഛേദരഹിതവും നിത്യവുമായ ബ്രഹ്മത്തിൽ യാതൊരു കൽപനകളും ഭവിക്കുന്നില്ല. ഇവിടെ ശോകമോഹമോ ജന്മമോ ജന്മിയോ വാസ്തവത്തിലില്ല. ശാശ്വതസത്യവസ്തുമാത്രമേയുള്ളു. വെറുതെ ശോകരാഗാദികൾക്ക് വശംവദനാകാതെ സമാഹിതനായിരിക്കുക രാമചന്ദ്ര! നീ ദ്വന്ദ്വഭാവനയില്ലാതെ നിത്യവും സത്വഗുണനിഷ്ഠമായ ഇഷ്ടാനിഷ്ടങ്ങളിൽ തുല്യഭാവനയോടുകൂടി മനസ്സ് മദിക്കാനോ മോഹിക്കാനോ ഇടകൊടുക്കാതെ സകല ഭേദഭാവനകളും തള്ളി സമാഹിതനായി വസിക്കുക. സമനും സ്വസ്ഥനും സ്ഥിരബുദ്ധിയും ശാന്തനുമായി മനസ്സിനെ അടക്കി മനനനിഷ്ഠയോടെ മൗനിയായി ശ്രേഷ്ഠരത്നംപോലെ നിർമ്മലനായി സമാഹിതനായിരിക്കുക. കിട്ടുന്നതിനെ അനുഭവിച്ചും കിട്ടാത്തതിനെ ആഗ്രഹിക്കാതെയും യാതൊന്നിനെയും ത്യജിക്കുകയോ സ്വീകരിക്കുകയോ ചെയ്യാതെയും സമാഹിതനായിരിക്കുക. യാവനൊരുത്തന് ഈ ജന്മം ഒടുവിലത്തേതായിരിക്കുന്നുവോ അവനിൽ ഉത്തമജാതി മുളയിൽ നിർമ്മലമുത്തെന്നപോലെ ജ്ഞാനഹേതുക്കളായ നിർമ്മലവിദ്യകൾ പ്രകാശിക്കുന്നു. മാത്രമല്ല, സദാചാരനില,

സർവസമ്മതത്വം, ഭൂതാനുകമ്പ, സൗമ്യത, നിസ്സംഗത, ജ്ഞാനനിഷ്ഠ തുടങ്ങിയ ഗുണഗണങ്ങൾ അന്തഃപുരത്തെ ഉത്തമസ്ത്രീകളെന്നപോലെ അവനെ ആശ്രയിക്കുകയും ചെയ്യുന്നു. മധുരശബ്ദം പുറപ്പെടുവിക്കുന്ന മുളയെ വനമൃഗങ്ങൾ എങ്ങിനെയോ അപ്രകാരം ആചാരമനോഹരനായ ഇവനെ, എല്ലാവരും ആഗ്രഹിക്കുന്നു. ഇപ്പറഞ്ഞത് സർവജന്തുസാമാന്യമായ ഒരു ക്രമമാണ്. ഇനി വിശേഷമായ ഒരു ക്രമം പറയാം; കേൾക്കൂ. സംസാരത്തിൽ ജന്മമെടുത്ത ദേഹികൾക്ക് മോക്ഷലബ്ധിക്കുള്ള ഉത്തമമാർഗ്ഗം രണ്ടാണ്. അതിലൊന്നു ഗുരൂപദേശം അനുസരിച്ചുള്ള അനുഷ്ഠാനങ്ങളാൽ ക്രമേണ മനഃശുദ്ധിയുണ്ടായി ജന്മംകൊണ്ടോ ജന്മങ്ങൾകൊണ്ടോ സിദ്ധിയുണ്ടാകുന്നതും മറ്റേത് അൽപം ഒരുണർവു കിട്ടിയ മനസ്സുകൊണ്ട് താൻതന്നെ ചെയ്യുന്ന മനനാദികളാൽ ആകാശത്തിൽനിന്നു വീണ ഫലംപോലെ ജ്ഞാനോദയം ഉണ്ടാകുന്നതും ആകുന്നു. ഒടുവിൽ പറഞ്ഞ മാതിരിയിലുള്ള ജ്ഞാനപ്രാപ്തി എങ്ങിനെയെന്ന് വഴിപോലെ ധരിക്കാൻ ഒരു പുരാതനകഥ ഞാൻ പറയാം. ഉദാരഹൃദയനും സകല ആപത്തുകളിൽ നിന്നു മോചിച്ചവനും ഐശ്വര്യനിധിയുമായ വിദേഹരാജൻ ജനകൻ ഒരിക്കൽ കുയിൽകുലത്തിന് കുതുകമരുളുന്ന വസന്തകാലത്തിൽ, ഇന്ദ്രൻ നന്ദനവനത്തെ എന്നപോലെ മനോഹരമായ തന്റെ ഉപവനത്തെ പ്രാപിച്ചു. അർത്ഥിസംഘത്തിനു കൽപവൃക്ഷംപോലെയും ബന്ധുജനപങ്കജങ്ങൾക്കു സൂര്യനായും വിളങ്ങുന്ന വീര്യശാലിയായ അദ്ദേഹം ഇളംകാറ്റ് താമരപ്പൂമണം പരത്തിക്കൊണ്ടിരുന്ന ആ പൂങ്കാവിൽ ഏകനായിക്കടന്ന്, വള്ളിക്കുടിലുകൾതോറും സഞ്ചരിച്ചു. അപ്പോൾ അടുത്തുള്ള പച്ചിലമരക്കാട്ടിൽനിന്നും തത്വസാരധാരവർഷിയായ ഒരു ഗാനം കേൾക്കായി. ദൃഷ്ടിഗോചരന്മാരല്ലാതെ മലയുടെ ഗുഹകളിൽ വസിക്കുന്ന സിദ്ധന്മാർ, ആത്മാനുഗ്രഹത്തിനായി ചെയ്ത ആ ഗാനം, ഗീതയിൽ പ്രതിപാദിച്ചിരിക്കുന്ന അഖണ്ഡപരമാത്മാവിന്റെ സ്വരൂപനിരൂപണം അന്തർഭവിച്ചതായിരുന്നു. ആ ഗാനം ഇങ്ങനെയാണ്:-

ദ്രഷ്ടൃദൃശ്യമായോഗാൽ പ്രത്യയാനന്ദനിശ്ചയഃ
യസ്തം സ മാത്മതത്വോർത്ഥം നിഃസ്പന്ദം സമുപാസ്മഹേ.

ദ്രഷ്ടാവിന് ദൃഷ്ടിപ്രിയമായ സംയോഗംനിമിത്തം ബുദ്ധിയിലുളവാകുന്ന ആനന്ദാവഭാസം ജീവന്റെ ബ്രഹ്മഭാവത്തിൽനിന്നും ആവിർഭവിക്കുന്നതാണ്. സ്വാത്മാവായ ആ ദേവനെത്തന്നെ ഞങ്ങൾ നിശ്ചലബുദ്ധ്യാ ഉപാസിക്കുന്നു.

ദ്രഷ്ട്യദർശനദൃശ്യാനി ത്യക്ത്വാ വാസനയാ സഹ
ദർശനപ്രഥമാഭാ സമാത്മാനം സമുപാസ്മഹേ. 2

ദ്രഷ്ടാവിനെയും ദർശനത്തെയും ദൃശ്യത്തെയും വാസനയോടുകൂടെ ദൂരത്തുപേക്ഷിച്ചിട്ട് അവസ്ഥാത്രയത്തെ കടന്ന്, ചാക്ഷുഷമോ മാനസികമോ ആയ ദർശനത്തിന് അഥവാ വൃത്തിജ്ഞാനത്തിനുമുമ്പിൽ തൽസാക്ഷിഭൂതമായി പ്രകാശിക്കുന്ന ആത്മസ്വരൂപത്തെ ഞങ്ങൾ ഉപാസിക്കുന്നു.

ദ്വയോർമദ്ധ്യഗതം നിത്യം അസ്തിനാസ്തിതിപക്ഷയോഃ
പ്രകാശനം പ്രകാശാനാമാത്മാനം സമുപാസ്മഹേ. 3

ഉണ്ട്, ഇല്ല എന്നുള്ള ഇരുപക്ഷങ്ങൾക്കും മദ്ധ്യഗതമായി പ്രകാശങ്ങൾക്കെല്ലാം പ്രകാശകമായി സ്ഥിതിചെയ്യുന്ന പരമാത്മാവിനെ ഞങ്ങൾ ഉപാസിക്കുന്നു.

സശിരസ്തം ഹകാരാദിമശേഷാകാരസംസ്ഥിതം
അജസ്രമുച്ചരന്തം സ്വമാത്മാനം സമുപാസ്മഹേ.

സകല ശരീരങ്ങളിലും സ്ഥിതിചെയ്തു, ഹംസമന്ത്രത്തെ എപ്പോഴും ഉച്ചരിച്ചുകൊണ്ടിരിക്കുന്ന അന്തഃസ്ഥമായ ആത്മാവിനെ ഞങ്ങൾ ഭക്തിപൂർവം ഉപാസിക്കുന്നു.

സന്ത്യജ്യഹൃദ്ഗൃഹേശാനം ദേവമന്യംപ്രയാന്തിയേ
തേ രത്നമഭിവാഞ്ഛന്തി ത്യക്ത്വാ ഹസ്തസ്ഥകൗസ്തുഭം.

ദേഹഭവനത്തിൽ നിത്യവും ഇരുന്നരുളുന്ന ഈശനെ അനാദരിച്ച് മറ്റു ദേവന്മാരെ അന്വേഷിക്കുന്ന മൂഢൻ, കയ്യിലിരിക്കുന്ന കൗസ്തുഭത്തെ ദൂരത്തെറിഞ്ഞിട്ട് കൽകരടുകളെ ആഗ്രഹിക്കുന്നവനാകുന്നു.

സർവശാഃ കിലസന്ത്യജ്യ ഫലമേതദവാപ്യതേ
യേനാശാവിഷവല്ലീനാം മൂലമാലാവിലൂയതേ.

മോക്ഷേച്ഛുവായ യാവനൊരുത്തനാണോ ഐഹികാമുഷ്മികസകലമനോരഥങ്ങളും ഉപേക്ഷിച്ച്, ആത്മോപാസനരൂപമായ ഫലത്തെ പ്രാപിക്കുന്നത്, അവൻ ആശാവിഷവള്ളികളുടെ നാരായവേരായ അജ്ഞാനത്തെ ഛേദിക്കുന്നവനാണ്.

ബുദ്ധ്വാപ്യത്യന്തവൈരസ്യം യഃ പരാർത്ഥേഷു ദുർമതിഃ
ബദ്ധ്നാതിഭാവനാം ഭൂയോ നരോനാസൗസഗർദ്ദഭഃ.

ഭോഗ്യവസ്തുക്കളുടെ അത്യന്തമായ നിഃസാരത്വം ഉള്ളുണർന്നുകഴിഞ്ഞതിനുശേഷവും അവറ്റിൽ വാസനയെ ബന്ധിക്കുന്നവൻ മനുഷ്യനല്ല. വെറും കഴുതതന്നെയാണ്.

ഉത്ഥിതാനുത്ഥിതാനേതാനിന്ദ്രിയാരീൻ പുനഃ പുനഃ
ഹന്യാദ്വിവേകദണ്ഡേന വജ്രേണേവ ഹരിർഗരീൻ.

അകപ്പെടുത്താനായി തലപൊക്കുന്ന ഇന്ദ്രിയശത്രുക്കളെ ഇന്ദ്രൻ വജ്രത്താൽ പർവതങ്ങളെ എന്നപോലെ, വിവേകദണ്ഡിനാൽ അടിച്ചടിച്ചമർത്തണം.

ഹസ്തം ഹസ്തേനസംപീഡ്യ ദന്തൈർദ്ദന്താൻ വിചൂർണ്യച
അംഗാന്യംഗൈഃ സമാക്രമ്യ ജയേദാദൌസ്വകംമനഃ

കയ്യോടു കൈകൂട്ടി മർദ്ദിച്ചും പല്ലുകൾ തമ്മിൽ ഇറുമിക്കടിച്ചും അംഗങ്ങളെ മറ്റംഗങ്ങളാൽ അമർത്തിയും ആദിയിൽ മനസ്സിനെ ജയിക്കേണ്ടതാകുന്നു.

ഉപശമസുഖമാഹരേൽ പവിത്രം
ശമവശതഃ ശമമേതി സാധുചേതഃ
പ്രശമിതമനസഃ സ്വകേ സ്വരൂപേ
ഭവതിസുഖേ സ്ഥിതിരുത്തമാ ചിരായഃ

മോക്ഷാർത്ഥിയായ പുരുഷൻ ആദിയിൽ ബാഹ്യങ്ങളും ആഭ്യന്തരങ്ങളുമായ ഇന്ദ്രിയങ്ങളുടെ വ്യാപാരത്തെ അടക്കി ആത്മസുഖത്തെ സമ്പാദിക്കണം. അപ്പോൾ വിറകുകിട്ടാത്ത അഗ്നിപോലെ മനസ്സ് ലയംപ്രാപിക്കും. മനസ്സു ലയിച്ചുകഴിഞ്ഞാൽ അവന് നിരതിശയാനന്ദമായ തന്റെ പരമാർത്ഥരൂപത്തിൽ ചിരകാലം സ്ഥിതി സംഭവിക്കയും ചെയ്യും.

സിദ്ധന്മാരുടെ ഈ ഗാനത്താൽ യുദ്ധകോലാഹലം കേട്ട ഭീരുവെപ്പോലെ രാജാവ് വിഷാദിച്ചു. അപ്പോൾ തന്നെ പരിവാരങ്ങളെയെല്ലാം പിരിച്ചയച്ചിട്ട്, സിംഹം പർവതശിഖരത്തെയെന്നപോലെ ഏകാകിയായി തന്റെ മണിമാളികയിലേക്കു പോയി. ലോകഗതി ആകാശത്തിൽ ഉയർന്ന പക്ഷികളുടെ ചിറകുകൾപോലെ ചഞ്ചലമാണല്ലോ എന്നു തോന്നുകയാൽ, ദീനനായി വിലപിച്ചു. ഹാ കഷ്ടം! ജീവികളുടെ ജന്മജരാമരണാദികളാൽ ചഞ്ചലമായ ലോകവ്യവഹാരത്തിലകപ്പെട്ട് കല്ലുകളുടെ മുകളിൽ കല്ലെന്നപോലെ ഒരുണർവുമില്ലാതെ ഞാൻ ഉരുളുന്നു. ആദ്യവസാനരഹിതമായ കാലത്തിന്റെ എത്രയോ തുച്ഛമായ ഒരംശമാണ് എ

ന്റെ ജീവിതകാലം! കഷ്ടം! ലജ്ജയില്ലാതെ ഞാൻ അതിൽ ആശവച്ചിരിക്കുന്നുവല്ലോ; അധമാധമനായ ഞാൻ എത്ര നിന്ദ്യൻ! ഈ ജീവിതകാലത്തിൽമാത്രം എനിക്കു നിലനിൽക്കുന്നതും, ലോകത്തിന്റെ അൽപാംശം മാത്രവുമായ ഈ രാജ്യം, എത്ര തുച്ഛം! ഇതുകൊണ്ടുള്ള പ്രയോജനം എന്തോ? ബുദ്ധിശൂന്യനെപ്പോലെ ഞാൻ ഇതിനെ അഭിമാനിക്കുന്നു. ഇവിടെ പരമാർത്ഥമായോ രമ്യമായോ ഉൽകൃഷ്ടമായോ അകൃത്രിമമായോ യാതൊന്നും കാണുന്നില്ല. എന്റെ സ്നേഹബന്ധം എതൊന്നിനെ ആസ്പദമാക്കിയാണാവോ? മഹാത്മാക്കൾപോലും പൂജിച്ചു വണങ്ങുന്ന ദിവ്യന്മാരും അൽപകാലംകൊണ്ട് അധഃപതിച്ചുപോകുന്നു. അല്ലയോ മനസ്സേ! രാജ്യാദിവൈഭവോൽകർഷത്തിൽ നീ എന്തൊരു വിശ്വാസമാണ് വച്ചിരുന്നത്? വലിയ ആഡംബരങ്ങളോടുകൂടി, പൂർവ്വകാലങ്ങളിൽ അനുഭവിച്ച ഭോഗങ്ങൾ ഇപ്പോൾ എവിടെ? സ്നേഹപൂർവം വർത്തിച്ച ഉറ്റബന്ധുക്കൾ എവിടെ? എല്ലാം മറഞ്ഞുകഴിഞ്ഞു. ആസ്ഥിതിക്ക് ഇപ്പോൾ നടന്നുകൊണ്ടിരിക്കുന്ന സുഖഭോഗാദികളിൽ എത്രമാത്രം ആസ്ഥവയ്ക്കാം? പണ്ടത്തെ രാജാക്കന്മാരുടെ പതിന്നാലുലോകങ്ങൾ എവിടെ? ഒക്കെ നശിച്ചുകഴിഞ്ഞു. പിന്നെ, എന്റെ ജീവിതത്തിന് ഇവിടെ എന്തൊരു വിശ്വസ്തതയാണ്? കോടി കോടി ബ്രഹ്മാക്കന്മാർ കഴിഞ്ഞുകൂടി. സ്വർഗ്ഗപരമ്പരകളും സംഖ്യയില്ലാതെ നശിച്ചു. ഭൂമിയിലെ മണൽത്തരികൾപോലെ രാജാക്കന്മാരും കണക്കില്ലാതെ മരിച്ചു. എന്റെ ജീവിതത്തിനും ഇവിടെ എന്തൊരു വ്യവസ്ഥിതിയാണ്? സംസാരരാത്രിയിലെ ദുഃഖസ്വപ്നമായ ഈ ശൂന്യശരീരത്തിൽ ഞാൻ ആസ്ഥവയ്ക്കുന്നുണ്ടെങ്കിൽ, എന്റെ ആ നിർമ്മര്യാദം ശപിക്കത്തക്കതാണ്. ദിവസങ്ങൾ എത്രയെത്ര കഴിഞ്ഞു. ഇപ്പോഴും കഴിഞ്ഞുകൊണ്ടിരിക്കുന്നു. നില നിൽക്കുന്ന ഒരു ദിവസംപോലും ഇതുവരെ ഞാൻ കണ്ടില്ല. ചില വസ്തുക്കൾ ആരംഭത്തിൽ മനോഹരമായിരിക്കും. ചിലവ മദ്ധ്യകാലത്തും മറ്റു ചിലവ അന്ത്യകാലത്തും ശോഭനമായിക്കാണപ്പെടും. എന്നാൽ ഇവയെല്ലാം നാശമാകുന്ന അമേദ്ധ്യത്താൽ ദൂഷിതമായിരിക്കക്കൊണ്ട്, അശുദ്ധംതന്നെ. മൂഢന്മാരായ ആളുകൾ നാൾക്കുനാൾ, പാപബഹുലവും ക്രൂരതരവും ദുഃഖകരവും ആയ അവസ്ഥയെ പ്രാപിച്ചുകൊണ്ടിരിക്കുന്നു. ബാല്യം അജ്ഞാനഹതമായിക്കഴിയുന്നു. യൗവ്വനം സ്ത്രീജനങ്ങളിൽ മയങ്ങിയും, വാർദ്ധക്യം ഭാര്യാപുത്രാദികളെപ്പുലർത്താനുള്ള ചിന്തകളാൽ വ്യാകുലമായും കഴിഞ്ഞുകൂടുന്നു. മൂഢന്മാർക്ക് എപ്പോൾ എന്തോന്നു ചെയ്യാൻ അവസരം കിട്ടുന്നു. ഉണ്ടാക എന്നതിന്റെ മുകളിൽ ഇല്ലായ്ക ഇരിക്കുന്നു. രമ്യതയുടെ മൂർദ്ധാവിൽ അരമ്യത വസി

ക്കുന്നു. സുഖസമ്പത്തുകളുടെ മുകളിൽ ദുഃഖകോടികൾ കൂടിനിൽക്കുന്നു. ആഹ! ഇവിടെ ഏതൊന്നിനെയാണ് ഞാൻ സ്വീകരിക്കേണ്ടത്. കണ്ണടച്ചു തുറക്കുന്നതു ലോകത്തിന്റെ പ്രളയവും ഉദയവുമായിത്തീരത്തക്കവണ്ണം മഹാത്മാക്കളായ പുരുഷന്മാർ ജീവിക്കുന്നുണ്ട്. അവരുടെ മുമ്പിൽ എന്നെപ്പോലെയുള്ളവർക്ക് എന്തൊരു ഗണനയാണ്? സമ്പത്തുകൾ മനസ്സിനു സുഖകരമായിത്തോന്നാത്ത അവസ്ഥയിൽ ആപത്തുകൾതന്നെ. മനസ്സുഖത്തിന് ഹാനിയെച്ചെയ്യാത്ത ആപത്തുകൾ സമ്പത്തുകളുമാണെന്നു ഞാൻ വിചാരിക്കുന്നു. ദുഃഖങ്ങൾക്കെല്ലാം ഉത്ഭവസ്ഥാനം സംസാരമായിരിക്കെ അതിന്റെ നടുവിൽ മുങ്ങിക്കിടക്കുന്ന ശരീരത്തിനു സുഖമുണ്ടാകുന്നതെങ്ങിനെ? അനേകം മുളകളും കൊമ്പുകളും ഫലപല്ലവങ്ങളും നിറഞ്ഞ സംസാരവൃക്ഷത്തിന്റെ നാരായവേരായിരിക്കുന്നത് മനസ്സാണ്. മനസ്സെന്നത് സങ്കൽപമല്ലാതെ മറ്റൊന്നുമല്ല. ആ സങ്കൽപത്തെ സംസാരവൃക്ഷം ഉണങ്ങി വീഴത്തക്കവണ്ണം ഉപശമത്താൽ ഞാൻ ശോഷിപ്പിക്കുന്നുണ്ട്. ശരിശരി! ഞാൻ കണ്ടുപിടിച്ചു. എന്നെ മോഷ്ടിച്ച കള്ളനെ ഞാൻ പിടികൂടിക്കഴിഞ്ഞു. മനസ്സെന്നു പേരായ അവന്റെ കഥ ഞാൻ കഴിക്കുന്നുണ്ട്. വളരെനാളായി എന്നെ കഷ്ടപ്പെടുത്തുന്നത് ഈ കള്ളനാണ്. ഇക്കാലംവരെ എന്റെ മനസ്സാകുന്ന മുത്തു കുത്തിത്തുളച്ചിരുന്നില്ല. ഇപ്പോൾ അതിനു ഞാൻ ഒരു ഉൾപ്പഴുതുണ്ടാക്കിത്തീർത്തു. ഇനി കോർത്തലങ്കരിക്കത്തക്ക നല്ല ഗുണമന്വേഷിക്കേണ്ടതേയുള്ളു. സാധുക്കളും ജ്ഞാനികളുമായ സിദ്ധന്മാരാൽ ഞാൻ പ്രബോധിതനായി. ഇനി, ആനന്ദസാധനമായ ആത്മാവിനെ അനുകരിക്കുന്നുണ്ട്. ഇതെന്റേത് ഇവൻ ഞാൻ എന്നിങ്ങിനെ, ഉള്ളിൽ ഉദിച്ചിരിക്കുന്ന അസത്യപ്രത്യയങ്ങളെ ബലാൽകാരേണ ദൂരീകരിച്ചു പ്രബലശത്രുവായ മനസ്സിനെയും നിഗ്രഹിച്ച് നിത്യശാന്തിയെ പ്രാപിക്കുന്നുണ്ട്. അല്ലയോ വിവേകമേ! നിനക്കായി നമസ്കാരം.

ജനപ്രിയനായ ജനകരാജൻ ഇപ്രകാരം ചിന്തിച്ചു. മനസ്സിന്റെ ചാപല്യങ്ങളടക്കി ചിത്രത്തിൽ എഴുതപ്പെട്ടവനെപ്പോലെ സ്ഥിതിചെയ്തു. വളരെക്കാലം മൗനംദീക്ഷിച്ചിരുന്നശേഷം, ശാന്തശാന്തമായ തന്റെ മനസ്സുകൊണ്ട് ആലോചിക്കയായി–

ഇവിടെ സ്വീകാര്യമായിട്ടുള്ളതെന്ത്? പ്രയത്നേന സാധിക്കേണ്ടതുമെന്ത്? സ്ഥിരനും ശുദ്ധനും സദ്രൂപനുമായ എനിക്ക്, എന്തൊരു കൽപനയാണുള്ളത്? കിട്ടാത്തതിനെ ഞാൻ ആശിക്കുന്നില്ല. കിട്ടുന്നതിനെ ഉപേക്ഷിക്കുന്നുമില്ല. സ്വച്ഛമായ ആത്മാവിൽതന്നെ സ്ഥിതിചെയ്യുന്നുണ്ട്. ഭവിക്കുന്നതു ഭവിച്ചുകൊള്ളട്ടെ!

ഈ നിശ്ചയത്തോടെ അഭിലാഷമില്ലാതെ, ആദിത്യൻ പകലിനെയെന്നവണ്ണം ദൈവഗത്യാ വന്നെത്തുന്ന കർത്തവ്യങ്ങളെമാത്രം ചെയ്യുന്നതിനായി എഴുന്നേറ്റു. മേൽ വരുന്നതിനെ ആശിക്കാതെ കീഴ്കഴിഞ്ഞതിനേയും ചിന്തിക്കാതെ വർത്തമാനത്തെ സന്തോഷത്തോടെ ചെയ്തുകൊണ്ടിരുന്നു. രാമചന്ദ്ര! ജനകരാജൻ ഗുരുപദേശമോ അനുഷ്ഠാനമോ യാതൊന്നുമില്ലാതെ, സ്വവിചാരശക്തിയാൽതന്നെ പ്രാപ്യത്തെ പ്രാപിക്കുകയുണ്ടായി. ശോഭനമായ വിവേകംകൊണ്ടും വിധേയരായ പ്രജ്ഞകൊണ്ടും മാത്രമേ പരമപദം ലഭ്യമാകയുള്ളു. കർമ്മങ്ങളും അനുഷ്ഠാനങ്ങളും അതിലേക്കു പര്യാപ്തങ്ങളല്ല. ബാഹ്യാർത്ഥങ്ങളെ സമ്പാദിക്കുന്നതിന് ജനങ്ങൾ എത്രമാത്രം പ്രയത്നിക്കുന്നുണ്ട്. ആ പ്രയത്നം ആദിയിൽ ബുദ്ധിയെ വികസിപ്പിക്കാൻ ചെയ്യേണ്ടതാണ്. ബുദ്ധിമാന്ദ്യം സർവദുഃഖങ്ങൾക്കും ആസ്പദവും ആപത്തുകളുടെ നിക്ഷേപസ്ഥാനവും, സംസാരവൃക്ഷത്തിന്റെ വിത്തുമാകുന്നു. കഴിയുന്ന വേഗത്തിൽ അതിനെ നശിപ്പിക്കണം. വിവേകികൾ ഹൃദയകോശത്തിൽ സൂക്ഷിച്ചിരിക്കുന്ന ചിന്താമണിയത്രേ പ്രജ്ഞ. കൽപ്പലതപോലെ ഇഷ്ടഫലത്തെ നൽകുന്നതാണ്. അജ്ഞാനപടലം നീങ്ങി ബുദ്ധിവികാസം സിദ്ധിച്ച മനുഷ്യനെ അസ്ത്രങ്ങൾ യുദ്ധച്ചട്ടയിട്ടവനെ എന്നപോലെ, ദിക്കുകളിൽ നിന്നണയുന്ന ദോഷങ്ങൾ ബാധിക്കയില്ല. പരമാത്മസൂര്യനെ മറയ്ക്കുന്നതും, ജഡസ്വരൂപവുമായ അഹങ്കാരക്കാറിനെ പ്രജ്ഞാവാതം അടിച്ചുതുരത്തുന്നു. അതുലമായ ഉൽകൃഷ്ടപദത്തെ പ്രാപിക്കണമെന്നിച്ഛിക്കുന്നവൻ ആദ്യമായി ബുദ്ധിയെ പരിഷ്കരിക്കേണ്ടതാകുന്നു. ഫലത്തെ ഇച്ഛിക്കുന്ന കൃഷീവലൻ വിതയ്ക്കുംമുമ്പേ ഭൂമി ഉഴുതിളക്കേണ്ടതാവശ്യമല്ലയോ?

ഉപശമപ്രകരണത്തിൽ ജനോപാഖ്യാനം എന്ന
19-ാം സർഗ്ഗം കഴിഞ്ഞു.

പുണ്യപാവനോപാഖ്യാനം

വസിഷ്ഠൻ:-മോഹബീജങ്ങളെ വിതയ്ക്കുന്നതും നാനാദുഃഖങ്ങളെ ഉത്ഭവിപ്പിക്കുന്നതും ആയ ഭ്രാന്തികൾ നിത്യാനന്ദപരമാത്മാവിനെ ദർശിക്കുമ്പോൾ ക്ഷയിച്ചുപോകുന്നു. മനസ്സുകൊണ്ടു നിയമേന വിചാരണചെയ്ത് ലോകചാഞ്ചല്യം ബോധിക്കുന്നവന് കാലക്രമത്തിൽ ജനക

രാജാവിനെന്നപോലെ ആത്മപ്രകാശം സ്വയമേവ ഉണ്ടാകും. സ്വപ്രയത്നം ഒന്നല്ലാതെ ദൈവമോ കർമ്മങ്ങളോ ധനമോ ബന്ധുക്കളോ സംസാരഭീതന്മാർക്ക് ഉപകരിക്കയില്ല. ദേഹംതന്നെ ഞാൻ എന്ന സങ്കോചം നശിച്ചാൽ സർവഭുവനവ്യാപിയായ പരമാത്മാവിന്റെ ദർശനം ലഭിക്കുന്നതാണ്. ദേഹാത്മഭാവനയാകുന്ന രാത്രി ക്ഷയിച്ചെങ്കിലേ സർവഗതവും വിസ്തൃതവുമായ സ്വാത്മതേജസ്സു പ്രകാശിക്കയുള്ളു. ഇതു സ്വീകാര്യം ഇതു വർജ്ജ്യം എന്നീ ഭാവനകൾതന്നെ മനസ്സിന്റെ ബന്ധം എന്നു പറയപ്പെടുന്നു. വർജ്ജ്യമായതിൽ ദുഃഖിക്കാതെ സ്വീകാര്യത്തിൽ താൽപര്യം തോന്നാതെയും സ്വീകാര്യവർജ്ജ്യബുദ്ധിപോലും ഉപേക്ഷിച്ച്, സമദർശനനായി ചലനമില്ലാതെയിരിക്കുക! ഇപ്രകാരം സ്ഥിതിചെയ്യുന്ന തത്വജ്ഞന്മാരിൽ, നിരാശത, നിർഭയനിത്യത, സമത, അഭിജ്ഞത, നിരീഹത, നിഷ്ക്രിയത, സൗമ്യത, നിർവികൽപത, ധൃതി, മൈത്രി, സന്തുഷ്ടി, മൃദുലത, മൃദുഭാഷിത ഇത്യാദിഗുണങ്ങൾ, വാസനാബന്ധത്തോടുകൂടാതെ വിളങ്ങിക്കൊണ്ടിരിക്കുന്നു. ഹേ രാഘവ! ചിന്തകളാകുന്ന നൂലുകൊണ്ടുണ്ടാക്കി തൃഷ്ണാമത്സ്യങ്ങളെപ്പിടിക്കാൻ സംസാരജലത്തിൽ വിതിർത്തുവീശിയിരിക്കുന്നതും മോഹച്ചണ്ടികളാൽ അഴുക്കടഞ്ഞതും ആയ വാസനയെന്ന വലയെ സമബുദ്ധിയാകുന്ന ശലാകകൊണ്ട്, മേഘക്കൂട്ടങ്ങളെ കൊടുങ്കാറ്റെന്നപോലെ ഛിന്നഭിന്നമാക്കി ആത്മപദത്തെ ആരോഹിച്ചു വിളങ്ങുക! കോടാലിയാൽ വൃക്ഷത്തെയെന്നവണ്ണം മനസ്സുകൊണ്ടു മനസ്സിനെ ഛേദിച്ച്, ക്ഷണത്തിൽ പാവനപദത്തെ പ്രാപിച്ചു സ്ഥിരനായി വസിക്കുക! രാമ! നീ ഇരിക്കുമ്പോഴും, ഗമിക്കുമ്പോഴും ഉറങ്ങുമ്പോഴും, ഉണരുമ്പോഴും ഉയരുമ്പോഴും താഴുമ്പോഴും ശ്വസിക്കുമ്പോഴും എല്ലാം ഈ ജഗത്ത് മിഥ്യയാണെന്നുള്ള നിശ്ചയത്തോടുകൂടി അതിലെ ആസ്ഥയെ ഉപേക്ഷിക്കണം. പ്രകൃത്യാ ജഡസ്വഭാവമായ മനസ്സ്, വിഷയസിദ്ധിക്കായി സ്വസാക്ഷിഭൂതവും പാരമാർത്ഥികവുമായ ചിദ്വസ്തുവിനെ മാംസത്തിനായി സിംഹത്തെ മാർജ്ജാരമെന്നപോലെ അനുധാവനം ചെയ്യുന്നു.

സിംഹത്തിന്റെ വീര്യത്താൽ ലബ്ധമാകുന്ന മാംസത്തെ ക്ഷുദ്രമൃഗങ്ങൾ പിന്തുടർന്നുചെന്നു ഭക്ഷിക്കുന്നു. അതുപോലെ ചിൽപ്രകാശത്തെ അനുഗമിച്ചിട്ട്, മനസ്സും വിഷയഗ്രഹണസമർത്ഥമായി ഭവിക്കയാണ്. രാമ! നീ ദൃശ്യത്തെ ആശ്രയിക്കുന്നുവെങ്കിൽ ചിത്തമുണ്ടായി ബന്ധത്തെ പ്രാപിക്കുന്നതിനും, ദൃശ്യത്തെ ത്യജിക്കയാണെങ്കിൽ ചിത്തഹീനനായി മോക്ഷത്തെ അടയുന്നതിനും സംഗതിവരും. വത്സാ! നീ ആന്തരവും ബാഹ്യവുമായ ദൃശ്യം സത്യമല്ലെന്നു ധ്യാനിച്ചു ഹൃദയത്തെ അനന്താ

കാശസംകാശമാംവണ്ണം നിർമ്മലമാക്കി, ഹൃദയസ്ഥനായ ഈശ്വരനിൽ സ്ഥിതിചെയ്യുക! ആത്മാവിന്റെയും ജഗത്തിന്റെയും മദ്ധ്യവർത്തിയായ യാതൊരു ദർശനം ദ്രഷ്ടാവിന്റെയോ ദൃശ്യത്തിന്റെയോ അവസ്ഥയെ പ്രാപിക്കാതെ, ചിന്മാത്രരൂപേണ സ്ഥിതിചെയ്യുന്നോ, ആ ദർശനസ്വരൂപമായ സ്വാത്മാവിനെത്തന്നെ ഭാവനചെയ്തുവസിക്കുക! സ്വദിക്കപ്പെടുന്നതിൽനിന്നും സ്വദിക്കപ്പെടുന്നവനിൽനിന്നും അന്യമായി, മധ്യത്തിൽ സ്ഥിതിചെയ്യുന്ന രസാനുഭവരൂപമായ വസ്തുവെ ധ്യാനിച്ചു, പരമാത്മസ്വരൂപനായി ഭവിക്കൂ! ഉപഭോഗ്യവസ്തുക്കളുടേയും ഉപഭോക്താവിന്റെയും നടുവിൽ, ആ രണ്ടിനേയും സംബന്ധിക്കാതെ നിരാലംബമായി വർത്തിക്കുന്ന അനുഭവത്തെ ഹൃദയമധ്യത്തിൽ അവലംബിച്ചു സ്ഥിരനായിരിക്കൂ! "ദേഹോഹം" എന്നുള്ള ദുരിതകരമായ ഭാവനയെ ന ദേഹോഹം എന്ന ഭാവനയാകുന്ന കത്തികൊണ്ടു ഛേദിക്കണം. എന്നിട്ട്, ഭൗതികസുഖഭോഗങ്ങളിൽ അനുഭവമില്ലാതെ സംസാരത്തെ കടന്ന് ആത്മഭാവനയോടുകൂടി വസിക്കുക!

ശ്രീരാമൻ-ഭഗവാനേ! നിന്തിരുവടി എന്നോട് അഹങ്കാരതൃഷ്ണയെ ഒരിക്കലും ഗ്രഹിക്കരുതെന്നായി അരുളിച്ചെയ്ത വാക്ക് അത്യന്തം അർത്ഥവത്തുതന്നെ. അഹങ്കാരത്യാഗത്താൽ ദേഹമെന്നുപേരായ ഈ സന്നിവേശത്തെ മുഴുവൻ ഉപേക്ഷിച്ചു കഴിയും. അഹങ്കാരമില്ലാതെ ഒരു നിമിഷം ഇരിക്കാൻ ദേഹത്തിനു സാധിക്കയില്ല. ഈർച്ചവാൾകൊണ്ടു ചുവടറുത്തുമുറിച്ചാൽ വൃക്ഷം വീണുപോകുമെന്നുള്ളതിനു സംശയമില്ല.

വസിഷ്ഠൻ-രാമ! വാസനാത്യാഗം ധ്യേയമെന്നും ജ്ഞേയമെന്നും രണ്ടുതരത്തിലാണെന്നു വിദ്വാന്മാർ പറയുന്നു. ഓരോന്നും വിവരിക്കാം. ഞാൻ ദേഹവും ഇന്ദ്രിയങ്ങളുമാണ്. ബാഹ്യങ്ങളായ അന്നപാനങ്ങളത്രേ ഈ ദേഹത്തെ പോഷിപ്പിച്ചുവച്ചിരിക്കുന്നത്. ദേഹവും അന്നാദിസാരങ്ങളുമാണെന്റെ ജീവിതം. ഞാൻ ഇവയിൽനിന്നന്യനല്ല. ഇവ എന്നിൽ നിന്നന്യനല്ല! എന്നിങ്ങനെ മനസ്സിലുണ്ടാകുന്ന നിശ്ചയത്തെ ആ മനസ്സോടുകൂടെത്തന്നെ ഉപേക്ഷിച്ചിട്ട്, ദേഹാദിപദാർത്ഥങ്ങൾക്കും എനിക്കുംതമ്മിൽ യാതൊരു സംബന്ധവുമില്ല എന്നുള്ള ഭാവനയുണ്ടായി ശീതളവും ശാന്തവുമായ ബുദ്ധിയോടുകൂടി കേവലം വിനോദമായിത്തന്നെ കർമ്മങ്ങൾചെയ്തു ലോകവ്യവഹാരം നടത്തുന്നവന്റെ വാസനാത്യാഗത്തിന് ധ്യേയം എന്നു പേരാണ്. ഭേദഭാവന നിശ്ശേഷമില്ലാത്ത ബുദ്ധിയോടുകൂടി യാതൊരു വാസനാക്ഷയത്തെ ചെയ്തിട്ടു, അഹങ്കാരത്തെയും മമത്വത്തെയും ത്യജിച്ച് സ്ഥൂലസൂക്ഷ്മകാരണഭേദേന ത്രിവിധമായ ശരീരത്തെ ഉപേക്ഷിക്കുന്നുവോ, ആ വാസനാത്യാഗത്തിന് ജ്ഞേയ

മെന്നു പറയുന്നു. അഹങ്കാരസഖിയായ വാസനയെ നീക്കി, ലോകസ്വീകാരത്തിനുവേണ്ടിമാത്രം, വ്യവഹാരത്തിൽ ഏർപ്പെട്ടിരിക്കുന്ന ധ്യേയവാസനാത്യാഗി ജീവന്മുക്തനാകുന്നു. മൂലഭൂതമായ അജ്ഞാനത്തോടുകൂടി വാസനയെ ഉപേക്ഷിച്ചു ശാന്തിയെ പ്രാപിച്ച ജ്ഞേയവാസനാത്യാഗി മുക്തനെന്നു പറയപ്പെടുന്നു. രാമചന്ദ്ര! ഈ വാസനാത്യാഗങ്ങൾ രണ്ടും മുക്തപദത്തിൽ സ്ഥിതിചെയ്യുന്നവയാണ്, തുല്യങ്ങളുമാണ്. ആനന്ദമയങ്ങളും ബ്രഹ്മത്വത്തെ പ്രാപിച്ചവയുമാണ്. യഥാകാലം വന്നുകൂടുന്ന സുഖദുഃഖങ്ങളിൽ സന്തോഷമോ സന്താപമോ ഉണ്ടാകാതെ, സമത്വേന വർത്തിക്കുന്നവനും, വസ്തുദർശനങ്ങളിൽ ഇഷ്ടാനിഷ്ടങ്ങളില്ലാതെ, സുഷുപ്തനെപ്പോലെ സഞ്ചരിക്കുന്നവനും, മുക്തനെന്നു പറയപ്പെടുന്നു. സന്തോഷമോ, അക്ഷമ, ഭയം, കോപം, കാമം, കൃപണത ഈവകയൊന്നും മനസ്സിൽ സ്പർശിക്കാതെ വസിക്കുന്നവൻ ജീവന്മുക്തനാകുന്നു. യാവനൊരുത്തൻ ജാഗ്രത്തിലും സുഷുപ്തിയിലെന്നപോലെ വിഷയാദികളിൽ ലേശവും ആസ്ഥയില്ലാതെ, അടങ്ങിയ മനസ്സോടുകൂടി സദാ വസിക്കുന്നുവോ, കലകൾ തികഞ്ഞ ചന്ദ്രനെപ്പോലെ ആഹ്ളാദവാനും ആഹ്ളാദകരനുമായി ലാലസിക്കുന്നുവോ അവൻ മുക്തനെന്നു പറയപ്പെടുന്നു.

രഘുരാമ! വിഷയങ്ങളിലുള്ള വാസനകൊണ്ടുണ്ടാകുന്ന തൃഷ്ണയെ ബദ്ധയെന്നും, സകല പദാർത്ഥവാസനകളിൽനിന്നും മോചിച്ച തൃഷ്ണയെ മുക്തയെന്നും പറയും. എനിക്കിതു ഭവിക്കട്ടെ എന്നു ഉള്ളിലുണ്ടാകുന്ന ഭാവനയ്ക്കു തൃഷ്ണയെന്നും ശൃംഖലയെന്നും കലനയെന്നും പേരുണ്ട്. ബന്ധവും ബന്ധഹേതുവുമായ തൃഷ്ണയാണതെന്നർത്ഥം. പരമാർത്ഥവും അല്ലാത്തതുമായ സകല ഭാവങ്ങളിലും, സകല തൃഷ്ണകളേയും വെടിഞ്ഞുതന്നെ പരമോദാരന്മാരായ മഹാത്മാക്കൾ മുക്താവസ്ഥയെ പ്രാപിക്കുന്നു. കുമാരാ! നീ ബന്ധാസ്ഥയേയും മോക്ഷാസ്ഥയേയും സുഖദുഃഖദശകളേയും, സത്തിലും അസത്തിലുമുള്ള ആസ്ഥയേയും ഉപേക്ഷിച്ചു നിശ്ചലസമുദ്രംപോലെ സ്ഥിതിചെയ്യുക! ഇനി വിചാരികളായ പുരുഷന്മാർക്ക് മനസ്സിലുണ്ടാകുന്ന നാലുവിധ പ്രവൃദ്ധനിശ്ചയത്തെ പറയാം; കേൾക്കൂ. ഞാൻ കാലുമുതൽ തലവരെയുള്ള ഈ ശരീരമാണ്. മാതാപിതാക്കളാൽ നിർമ്മിക്കപ്പെട്ടവനാണ് എന്നിങ്ങനെ അജ്ഞാനദൃഷ്ടിയിൽ ഒരു നിശ്ചയം ഉണ്ടാകുന്നുണ്ട്. അതു ബന്ധത്തിനായിത്തന്നെ ഉള്ളതാണ്. ഞാൻ സർവഭാവങ്ങളേയും അതിക്രമിച്ചു സ്ഥിതിചെയ്യുന്നുവെന്നും രോമാഗ്രത്തെക്കാൾ സൂക്ഷ്മരൂപനാണെന്നും രണ്ടാമതൊരു നിശ്ചയമുണ്ട്. അതു സാധുക്കളാൽ ചെയ്യപ്പെടുന്ന

തും, മോക്ഷപ്രദവുമാണ്. ഇക്കണ്ട ചരാചരങ്ങളെല്ലാം അക്ഷയനായ ഞാൻതന്നെ എന്നുള്ള മൂന്നാമത്തെ നിശ്ചയവും മോക്ഷത്തിനായി ഉള്ളതുതന്നെ. ഈ ജഗത്തു സത്യമല്ല, ശൂന്യമായ ആകാശത്തിനു സമമാണ്, എന്ന നിശ്ചയമാണ് നാലാമത്തത്. ഇതും മോക്ഷത്തിനായുള്ളതുതന്നെ. ഈ നിശ്ചയങ്ങളിൽ ആദ്യത്തേതു ബന്ധയോഗ്യയായ തൃഷ്ണയാകുന്നു. മറ്റു മൂന്നും ജീവന്മുക്തന്മാരിൽ വിലസുന്ന നിർമ്മലതൃഷ്ണകളുമാണത്രേ. ഇവ മൂന്നിൽ സർവവും ആത്മാവായ ഞാൻതന്നെ എന്ന നിശ്ചയമാണു ശ്രേഷ്ഠം. അതുണ്ടാകാമെങ്കിൽ പിന്നെ ദുഃഖത്തിനവകാശമില്ല. ശൂന്യം, പ്രകൃതി, മായ, ബ്രഹ്മം, വിജ്ഞാനം, ശിവൻ, പുരുഷൻ, ഈശാനൻ എന്നെല്ലാം പറയുന്നത് ആത്മാവിനെത്തന്നെയാണ്. ദ്വൈതാദ്വൈതങ്ങളുടെ സമ്മേളനപ്രകാരത്തോടെ ലോകനിർമ്മാണക്കളി നടത്തിക്കൊണ്ട് പരമാത്മമയിയായ ശക്തിതന്നെ അഭിന്നയായി പ്രകാശിക്കുന്നു.

ശ്രീരാമൻ-സ്വാമിൻ, ദ്വൈതാദ്വൈതസമ്മേളനപ്രകാരത്തോടെ, എന്നു പറഞ്ഞതു സ്പഷ്ടമായില്ല. വിശദമാക്കിപ്പറയണം.

വസിഷ്ഠൻ-ചാണകത്തിൽ ഉണ്ടാകുന്ന പുഴുവെക്കുറിച്ച് നമുക്കു ദ്വൈതഭാവം തോന്നുന്നു. സ്വർണ്ണംകൊണ്ടുള്ള വളയിൽ അദ്വൈതഭാവവും അനുഭവപ്പെടുന്നു. പാലിൽനിന്നെടുക്കുന്ന വെണ്ണയിൽ ദ്വൈതാദ്വൈതമിശ്രതയും സ്ഫുരിക്കുന്നു. ജഗത്തിൽ ഈദൃശവൈചിത്ര്യങ്ങൾ ഉള്ളതുകൊണ്ടാണ് ദ്വൈതാദ്വൈതമേളനപ്രകാരങ്ങളോടെ എന്നു പറഞ്ഞത്. തന്റെയോ അന്യന്റെയോ കാര്യമായാലും അതിൽ നഷ്ടമോ ലാഭമോ ഉണ്ടായാലും, സുഖത്തിനോ ദുഃഖത്തിനോ അധീനനാകാതെ ശാന്തനായിരിക്കുക! സർവാതീതമായ പരമാത്മപദത്തെ ആശ്രയിച്ച് പൂർണ്ണചന്ദ്രനെപ്പോലെ കുളുർന്ന മനസ്സോടുകൂടി ദുഃഖിയോ സന്തോഷിയോ അല്ലാതെ വസിക്കുന്നവൻ, സംസാരത്തിൽ ക്ലേശിക്കയില്ല. ബന്ധുശത്രുക്കളിൽ സമബുദ്ധിയോടെ ദയാദാക്ഷിണ്യയുക്തനായി, ദൈവയോഗത്താൽ വന്നുകൂടുന്ന കർമ്മങ്ങളെമാത്രം ചെയ്തു വസിക്കുന്നവൻ സംസാരത്തിൽ ക്ലേശിക്കയില്ല. അഭിനന്ദിക്കയോ ക്ലേശിക്കയോ ചെയ്യാതെയും ദുഃഖിക്കയോ ആശിക്കയോ ചെയ്യാതെയും, ഇഷ്ടാനിഷ്ടങ്ങളെ ത്യജിച്ചു വസിക്കുന്നവൻ സംസാരത്തിൽ ക്ലേശിക്കയില്ല. എല്ലാവർക്കും പ്രിയംതന്നെ പറയുകയും മൃദുവായി ഉത്തരം പറകയും ജീവികളുടെ ആശയഗതി മനസ്സിലാക്കി പ്രവർത്തിക്കയും ചെയ്യുന്നവൻ സംസാരത്തിൽ ക്ലേശിക്കേണ്ടിവരികയില്ല. രാമചന്ദ്ര! നീ ധ്യേയരൂപമായ വാസനാത്യാഗത്താൽ വിളങ്ങുന്ന പൂർണ്ണദൃഷ്ടി അവലംബിച്ച്, ജീവന്മുക്ത

നായി സ്വൈരമാംവണ്ണം ലോകത്തിൽ വിഹരിക്കുക! ആശകളെല്ലാം ഉള്ളിൽനിന്നു നീക്കി, വാസനകളും രാഗവും നശിപ്പിച്ച്, പുറമേ ലോകമര്യാദകൾ ലോകത്തിനായിമാത്രം നടത്തി, സുഖമായി വസിക്കുക! ഉള്ളിൽ രാഗദ്വേഷാദി വികാരങ്ങളൊന്നുമില്ലാതെ ഉണ്ടെന്നുള്ള ഭാവം പുറമേ കാണിച്ചും, പുറമേ ചെയ്യുന്നുവെങ്കിലും ചെയ്യുന്നില്ലെന്നുള്ള ഭാവന ഉള്ളിൽ വച്ചും ലോകത്തിൽ വിഹരിക്കുക! അഹങ്കാരം ത്യജിച്ച് വികാരങ്ങളോ ഭാവഭേദങ്ങളോ ഇല്ലാതെ, മനസ്സിനെ ഉറക്കി, ആകാശംപോലെ സ്വച്ഛനും ശോഭനനുമായി, ലോകത്തിൽ വിഹരിക്കുക! ലോകവ്യവഹാരങ്ങൾ ഉദാരവും സമഞ്ജസവുമാംവണ്ണം നിർവഹിച്ച്, അന്യാചാരങ്ങളെ അനുമോദിച്ചും അന്തരംഗംകൊണ്ടു സർവവും പരിത്യജിച്ചും വിഹരിക്കുക! ഉള്ളിൽ ഒരാശയും വയ്ക്കാതെ പുറമേ ആശവാനെപ്പോലെ ഭാവിച്ചും പുറമേ സന്തപ്തനായും ഉള്ളിൽ ശീതളനായും വിഹരിക്കുക! ഈ ആൾ ബന്ധു അയാൾ ശത്രു, ഇതു ഞാൻ, അതു താങ്കൾ ഇത്യാദി മിഥ്യാഭ്രമങ്ങൾ ഇപ്പോൾതന്നെ നീ ഒഴിക്കുക! ബന്ധുശത്രുഭാവനകളെല്ലാം ലഘുബുദ്ധികൾക്കാണുണ്ടാവുക! ഉദാരചരിതന്മാരായ ബ്രഹ്മജ്ഞന്മാർക്കു ചരാചരങ്ങളെല്ലാം സഹോദരങ്ങളാണ്. പലതരത്തിലുള്ള ജന്മശതങ്ങളാൽ, വിപരീതാവസ്ഥമായ ഈ ലോകത്തിൽ ബന്ധുവെന്നും ശത്രുവെന്നുമുള്ള തോന്നൽ കേവലം ഭ്രമത്തിന്റെ ഒരു സ്ഫുരണമാകുന്നു. ജീവഭാവത്തിൽ നോക്കുമ്പോൾ സർവത്ര ബന്ധുത്വവും ബ്രഹ്മഭാവത്തിൽ സർവത്ര ആത്മത്വവും സ്ഫുടമാകുന്നതുകൊണ്ട്, വാസ്തവത്തിൽ ത്രിഭുവനം ഒരേ സമയത്തുതന്നെ ചിരബന്ധുവും അബന്ധുവുമായി വിളങ്ങുന്നു. മാത്രമല്ല ഒരു ജന്മത്തെ ബന്ധു മറുജന്മത്തു ശത്രുവായും, ശത്രു ബന്ധുവായും തീരുന്ന വസ്തുത നോക്കിയാൽ ബന്ധു ശത്രുത്വത്തിനുള്ള സ്ഥിരതയുമെവിടെ? ഉദാഹരണമായി പുരാതനമായ ഒരിതിഹാസം ഞാൻ പറയാം. ഗംഗാതീരത്തുവച്ചു സഹോദരന്മാരായ രണ്ടു മുനിപുത്രന്മാർ തമ്മിൽ നടന്ന സംവാദമാണ്.

ജംബുദ്വീപത്തിൽ ഒരു ഭാഗത്ത് കൊടുങ്കാടുകളാൽ മൂടപ്പെട്ടിരിക്കുന്ന മാഹേന്ദ്രം എന്നൊരു പർവതമുണ്ട്. അതിന്റെ ഏകദേശത്തിൽ മനോഹരമായ ഒരു മണിസാനുവിൽ ഉദാരഹൃദയനും, തപോനിഷ്ഠനും, ബ്രഹ്മജ്ഞനുമായ ദീർഘതപസ്സെന്നു പേരായ ഒരു മഹർഷി വസിച്ചിരുന്നു. അദ്ദേഹത്തിനു മനസ്സു കുളുർപ്പിക്കുന്ന ചന്ദ്രബിംബങ്ങളോ എന്നു തോന്നുമാറ്, പുണ്യനെന്നും പാവനനെന്നും രണ്ടു സുകുമാരകുമാരന്മാരുണ്ടായി. രണ്ടു കചന്മാരെ പുത്രത്വേന ലഭിച്ചാൽ ബൃഹസ്പതി എങ്ങനെയോ അതുപോലെ പുത്രദ്വയത്താൽ ശോഭമാന

നായി ആ മുനിശ്രേഷ്ഠൻ ചിരകാലം വസിച്ചു. പുണ്യകുമാരൻ കാലക്രമേണ ഗുണഗണങ്ങളിൽ അധികനും ജ്ഞാനവാനുമായി ഭവിച്ചു. പാവനനാകട്ടെ പൂർവസന്ധ്യയിലെ താമരപ്പൂപോലെ, അർദ്ധപ്രബുദ്ധനായി അങ്ങുമിങ്ങുമെത്താതെ, അന്തരാളത്തിൽ വർത്തിച്ചതേയുള്ളു. ഇങ്ങനെയിരിക്കേ, ജന്മാദികാരണങ്ങൾക്കു പ്രേരകവും അദൃശ്യമായിനിന്ന് ആയുസ്സിനെ ക്ഷയിപ്പിക്കുന്നതുമായ കാലം, കഴിഞ്ഞുകഴിഞ്ഞ്, ദീർഘതപസ്സ് അതിവൃദ്ധനായിത്തീർന്നു. സംസാരത്തിലുള്ള അഭിലാഷം നിശ്ശേഷം ശമിച്ചു. അചിരേണ സങ്കൽപപക്ഷിയുടെ കൂടായ സ്വദേഹത്തെ ഭാരവാഹി ചുമടിനെ എന്നവണ്ണം അദ്ദേഹം ഗുഹാഭവനത്തിൽ തള്ളി, പുഷ്പഗന്ധം അന്തരീക്ഷത്തെയെന്നപോലെ സങ്കൽപാരംഭമേ ഇല്ലാത്തതും പരിശുദ്ധചിത്തിന്റെ പ്രതിഷ്ഠാരൂപവും രാഗാദിരഹിതവുമായ കൈവല്യപദം പ്രാപിച്ചു. ധീരനായ പുണ്യകുമാരൻ പിതാവിന്റെ ദേഹത്യാഗത്തെക്കുറിച്ചു ദുഃഖിക്കാതെ, വിധിപ്രകാരം ഓർദ്ധ്വദൈഹികകർമ്മങ്ങൾ ചെയ്വാനൊരുങ്ങി. പവനൻ ദുഃഖാർത്തനായി ജ്യേഷ്ഠനെ വിട്ടിറങ്ങി, കാടുകൾതോറും നടന്നലഞ്ഞു കരയാൻ തുടങ്ങി. പുണ്യൻ പിതാവിന്റെ ചരമക്രിയകളെല്ലാം നിർവഹിച്ചുകഴിഞ്ഞശേഷം അനുജനെ അന്വേഷിച്ചുചെന്നു കാട്ടിൽവെച്ചു കണ്ടുമുട്ടി. അർത്ഥഹീനമായ അവന്റെ അന്തസ്ഥാപവൈവശ്യം നോക്കി അത്ഭുതപരതന്ത്രനായിപ്പറഞ്ഞു -കുമാര! അന്ധതയെ ഉണ്ടാക്കുന്ന ദുഃഖവികാരത്തിനു നീ കനക്കെ മനസ്സിലിടംകൊടുത്തതെന്ത്? ജ്ഞാനികളിൽ മുമ്പനായ നിന്റെ പിതാവ് മോക്ഷമെന്നു പേരായ ആത്മപദത്തെ പ്രാപിക്കയാണു ചെയ്തത്. അസത്യരൂപത്തിൽനിന്നും തന്റെ പരമാർത്ഥഭാവത്തിൽ എത്തിയിരിക്കുന്ന പിതാവിനെ വിചാരിച്ചാണോ നിനക്കുദുഃഖം? ആശ്ചര്യംതന്നെ. അതുമല്ല, പിതാവെന്നുള്ള കൂറുകൊണ്ടാണെങ്കിൽ എത്രഎത്ര മാതാപിതാക്കൾ അതീത ജന്മങ്ങളിൽ നിനക്കുണ്ടായിട്ടുണ്ട്? ജന്മങ്ങൾതോറും മാതാപിതൃപുത്രബാന്ധവാദികൾ ഉണ്ടാകുക സഹജമാണ്. ഈ ജന്മത്തെ ഉറ്റവരെക്കുറിച്ചു ദുഃഖിക്കുന്നുവെങ്കിൽ, കഴിഞ്ഞജന്മങ്ങളിൽ ഉണ്ടായിരുന്നവർ എന്തുപിഴച്ചു? അവരെ ഓർക്കുകപോലും ചെയ്യാത്തതെന്ത്? ഹേ സഹോദര! അജ്ഞാനമെന്ന വിസ്തൃതമരുഭൂമിയിൽ, അവരവരുടെ വാസനകളാകുന്ന സൂര്യരശ്മികളിൽ തോന്നപ്പെടുന്ന കാനൽവെള്ളഭ്രാന്തിയാണീലോകം. ആ വെള്ളത്തിൽ ശുഭാശുഭകർമ്മഫലങ്ങളനുസരിച്ച്, അനവധി അനവധിയായി ഇളകിനിറഞ്ഞിരിക്കുന്ന ഓളങ്ങളത്രേ ചരാചരഭൂതജാലങ്ങളെന്നും ധരിക്കുക. ബന്ധു, പുത്രൻ, മിത്രം, സ്നേഹം, ദ്വേഷം, മോഹം എന്നീ ഭാവനകളാകുന്ന പ്രപഞ്ചം, തങ്ങളാൽതന്നെ

കൽപിക്കപ്പെടുന്ന സങ്കേതത്താൽതന്നെ ഉണ്ടാകുന്നതാണ്. ബന്ധുവെന്നു ഭാവിക്കപ്പെടുന്നവൻ ബന്ധുവായും ശത്രുവെന്നു ഭാവിക്കപ്പെടുന്നവൻ ശത്രുവായും തീരുന്നു. മനോഭാവനയെ ആശ്രയിച്ച ബന്ധത്തിന്റെ അവസ്ഥ വിഷവും അമൃതും ഒന്നുചേർന്നതുപോലെയാണ്. ഭാവനകൊണ്ട് വിഷമായിത്തോന്നുന്നതു ഭാവനകൊണ്ടുതന്നെ അമൃതായി മാറും. വാസ്തവത്തിൽ ബന്ധുത്വവും ശത്രുത്വവും ഭവിക്കുന്നത് മനസ്സിന്റെ ഭ്രമംതന്നെയാണ്. ഏകരൂപനായ ആത്മാവുതന്നെ സർവത്ര നിറഞ്ഞിരിക്കുമ്പോൾ; ബന്ധുശത്രുപ്രതീതിക്ക് അവകാശമെങ്ങനെ? രക്തമാംസാദികൾ നിറഞ്ഞ അസ്ഥിക്കൂടായ ഈ ശരീരം നിന്നാൽ ഒരിക്കൽ ഉപേക്ഷിക്കപ്പെടേണ്ടതാകകൊണ്ട്, നീ ശരീരമല്ലെന്നു സ്പഷ്ടമാണല്ലോ. അതിന്റെ മിഥ്യാത്വത്തെ ദൃഢമായി മനസ്സിൽ ഉറപ്പിച്ച്, അതിൽനിന്നും അന്യനായിരിക്കുന്ന നീ ആരാണെന്നു ചിന്തിക്കൂ! പരമാർത്ഥദൃഷ്ടിയിൽ നീയും ഞാനും ആരും വസ്തുവല്ല. പുണ്യനെന്നും പാവനനെന്നും ഉള്ള തോന്നൽതന്നെ മിഥ്യാഭ്രമത്തിന്റെ വിലാസമാണെന്നു തെളിയും. പലേ പുണ്യസ്ഥലങ്ങളിൽ മൃഗയോനിയിൽ ജനിച്ച അനേകം അനേകം ജീവികൾ പണ്ടു നിനക്കു ബന്ധുക്കളായിരുന്നു. ഇപ്പോൾ നീ അവരെക്കുറിച്ച് എന്തുകൊണ്ട് ദുഃഖിക്കുന്നില്ല? മഹാപർവതശിഖരങ്ങളിൽ അനവധി സിംഹങ്ങളും നിനക്കു ബന്ധുക്കളായി ഉണ്ടായിരുന്നു. ആ ബന്ധുക്കളെക്കുറിച്ചും എന്തുകൊണ്ട് ദുഃഖിക്കുന്നില്ല? ഗോകർണ്ണരാജ്യത്തിൽ നീ ഒരു കാട്ടുകുരങ്ങായി ജനിച്ചു. തുഷാരദേശത്ത്, ഒരു രാജകുമാരനായും വസിച്ചു. പുണ്ഡ്റദേശങ്ങളിൽ കാട്ടുകാക്കയായും കുറേനാൾ ജീവിച്ചു. ഹേഹയരാജ്യത്തു ആനയായും ത്രിഗർത്തങ്ങളിൽ കഴുതയായും സാലദേശത്ത് പട്ടിയായും അവിടെ ഒരു സരളവൃക്ഷത്തിൽ പക്ഷിയായും ജനിച്ചു. ഇങ്ങനെ ഈ ജംബുദ്വീപിൽ പലേടത്തും പലപല യോനികളിൽ നീ അസംഖ്യമസംഖ്യം ജന്മങ്ങളെടുത്തിട്ടുണ്ട്. ജന്തുക്കൾക്ക്, ഈ സംസാരത്തിൽ വൃക്ഷത്തിലെ ഇലപോലെ അനവധി മാതാപിതാക്കൾ ഉണ്ടാകയും നശിക്കയും ചെയ്യുന്നു. ആത്മാവ്, ഭാവാഭാവങ്ങളും ജരാമരണങ്ങളുമില്ലാതെ നിത്യനായി വിളങ്ങുന്നു. നീ മനസ്സിലെ വ്യാമോഹങ്ങളെല്ലാം നീക്കി ആത്മാവിനെ സ്മരിക്കുക! ശോകരാഗാദികഭ്രമജാതത്തെ അണയത്തുവരാതെ അകറ്റുക!

ഹേ സഹോദര! നീ മനനശീലത്താൽ പുത്രദാരാദ്യേഷണാകളങ്കങ്ങളെ ഒഴിച്ചു, വിവേകദീപത്തെ തെളിച്ച്, അന്തഃകരണത്തെ മൂടിയിരിക്കുന്ന സംസാരതമസ്സിനെ നിശ്ശേഷം നശിപ്പിക്കുക! എന്നിട്ട്, അവശേഷിക്കുന്ന പരമാനന്ദത്തിൽ രമിക്കുക!

ഇപ്രകാരം പുണ്യകുമാരന്റെ സാരോപദേശം കേൾക്കവേ, പാവനന്റെ ഹൃദയം സൂര്യോദയത്താൽ ഭൂതലമെന്നപോലെ പ്രകാശിച്ചു. അനാശാസ്യമനോമാലിന്യം നിശ്ശേഷം ശമിച്ചു. അനന്തരം ജ്ഞാനവിജ്ഞാനപാരഗന്മാരായ ആ ജ്യേഷ്ഠാനുജന്മാർ പ്രാരാബ്ധക്ഷയകാലംവരെ ആ വനത്തിൽതന്നെ സുഖമായി വസിക്കയും ചെയ്തു.

ഹേ രാമചന്ദ്ര! ജന്മജന്മാന്തരങ്ങളിൽ ദേഹസംബന്ധമായുണ്ടാകുന്ന ബന്ധുത്വബന്ധത്തിനളവില്ല. ആ ബന്ധമോ ദേഹമോ വസ്തുവല്ലെന്നുള്ളതിനും സംശയമില്ല. ഈ നിലയിൽ ദേഹത്തെക്കുറിച്ചുള്ള അഭിലാഷം ശരിയെന്നോ ശരികേടെന്നോ നിനക്കു തോന്നുന്നു? വിറകുകിട്ടിയാൽ തീ എങ്ങനെയോ അതുപോലെ വിഷയഗ്രഹണത്താൽ ചിന്ത വർദ്ധിക്കുന്നു. വിഷയനിരാസത്താൽ ചിന്ത നശിച്ചുപോകയും ചെയ്യുന്നു, രാമ! നീ ധ്യേയവാസനാത്യാഗമാകുന്ന തേരിൽ കയറി ദീനജീവിവർഗ്ഗത്തെ കരുണാദൃഷ്ടിയോടെ നോക്കി സുഖമാംവണ്ണം വ്യവഹാരമാർഗ്ഗത്തിൽ സഞ്ചരിച്ച് ജീവന്മുക്തിപദത്തിനായി ഉദ്യമിക്കുക! ഇതാണ് നിർബാധവും നിഷ്കാമവും നിരാമയവും ആയ ബ്രഹ്മസ്ഥിതി. ഈ സ്ഥിതിയെ പ്രാപിച്ചു കഴിഞ്ഞാൽ കേവലം മൂഢനായാലും മായാമോഹത്തിലകപ്പെടുകയില്ല. വിവേകമാകുന്ന ഏകസുഹൃത്തെയും ബുദ്ധിയാകുന്ന പ്രൗഢസഖിയേയും സ്വീകരിച്ചു, ലോകവ്യവഹാരരംഗത്തിൽ വിഹരിച്ചുകൊണ്ടിരുന്നാൽ, സങ്കൽപങ്ങൾക്കധീനനായി ക്ലേശിക്കേണ്ടി വരികയില്ല. സാംസാരികപ്രയോജനങ്ങളെ തിരസ്കരിച്ചും പുത്രമിത്രമമത്വത്തിൽ അഴിയാതെയും ഇരിക്കുന്ന ആത്മധൈര്യം ഒന്നല്ലാതെ സങ്കടങ്ങളിൽനിന്നും ഉദ്ധരിക്കുന്നതിനു മറ്റു യാതൊന്നുമില്ല. സംസാരം നശിക്കണമെങ്കിൽ വൈരാഗ്യത്താലും ശാസ്ത്രപാഠത്താലും മഹത്വം മുതലായ ഗുണഗണങ്ങളാലും, പ്രയത്നപ്പെട്ട് മനസ്സിനെ സംസ്കരിക്കണം. സംസ്കരിക്കപ്പെട്ട മനസ്സ്, ത്രൈലോക്യൈശ്വര്യങ്ങളെല്ലാവറ്റെക്കാളും രത്നങ്ങൾ നിറച്ച ഭണ്ഡാരത്തെക്കാളും ഇഷ്ടഫലത്തെ തരുന്നതാണ്. മനസ്സു പൂർണ്ണമായിരിക്കുമ്പോൾ-ആനന്ദത്തികവോടു കൂടിയിരിക്കുമ്പോൾ-ലോകമെല്ലാം അമൃതുവർഷിക്കുന്നതുപോലെ സുഖപ്രദമായി ഭവിക്കും. കാലിൽ ചെരിപ്പിട്ടവനു ഭൂലോകം തോൽകൊണ്ടു മൂടിയതുപോലെയല്ലേ ഇരിക്കുന്നത്? ശരിയായ വൈരാഗ്യം സിദ്ധിച്ചാൽ മനസ്സു സമ്പൂർണ്ണമായി ഭവിക്കുന്നു. ആശയ്ക്കധീനമായ മനസ്സ് ഒരിക്കലും പൂർണ്ണതയെ പ്രാപിക്കുന്നില്ല, എന്നല്ല ശരൽക്കാലത്തിലെ സരോജലംപോലെ ആനന്ദരസംവറ്റി വരണ്ട് അഗസ്ത്യപീതമായ അബ്ധിപോലെ ശൂന്യമായി ഭവിക്കുന്നു. ആശയറ്റ മനസ്സിന്റെ രാമണീയകം പൂർണ്ണചന്ദ്ര

ബിംബത്തിനോ മഹാലക്ഷ്മിയുടെ മുഖത്തിനോ നിറനിറഞ്ഞ പാലാഴിക്കോ ഇല്ലതന്നെ. നിലാവെളിച്ചത്തെ മേഘവും വെൺകളിപ്പൂച്ചിനെ മഷിയും എങ്ങനെയോ അതുപോലെ മനുഷ്യരുടെ മനസ്സിനെ ആശാപിശാചിക അലങ്കോലപ്പെടുത്തുന്നു. രാമചന്ദ്ര! ആശാപാശങ്ങളെല്ലാം നീക്കി സംസാരബന്ധത്തിൽനിന്നും മോചിച്ച്, മുക്തചിത്തനായി ഭവിക്കുക! ശപിക്കപ്പെട്ട ഈ ആശകളാണ് മനസ്സിനെ തടവിൽ ബന്ധിക്കുന്ന ചങ്ങലകൾ. അവറ്റെ അറുത്തുതള്ളിയാൽ ആരൊരുത്തൻ മുക്തനാകയില്ല?

ഉപശമപ്രകരണത്തിൽ പുണ്യപാവനോപാഖ്യാനം
20-ാം സർഗ്ഗം കഴിഞ്ഞു.

ബല്യുപാഖ്യാനം

വസിഷ്ഠൻ-ഹേ രഘുനന്ദന! മറ്റൊരുപ്രകാരത്തിലാണെങ്കിൽ മഹാബലിയെപ്പോലെ വിഷയസുഖങ്ങളിൽ താനേതന്നെ വിരക്തനായി നീ നിർമ്മലമായ ജ്ഞാനത്തെ സമ്പാദിക്കുന്നു.

ശ്രീരാമൻ ചോദിച്ചു: ബലിയെപ്പോലെ വിരക്തനായി ജ്ഞാനസമ്പാദനം ചെയ്യണമെന്ന് നിന്തിരുവടി കൽപിക്കുന്നു. ബലിചരിതം ഞാൻ അറിഞ്ഞിട്ടുമില്ല. എന്റെ അറിവിനായി സദയം അത് അരുളിച്ചെയ്യണം. ആശ്രിതന്മാർക്കുവേണ്ടി എത്ര ശ്രമപ്പെടുന്നതിനും സജ്ജനങ്ങൾക്കു വൈമനസ്യം ഉണ്ടാകുന്നില്ലല്ലോ.

വസിഷ്ഠൻ-രാമ! ആ ചരിത്രം പറയാം; കേൾക്കൂ. ഈ ജഗൽകോശത്തിൽ ഒരു ദിഗന്തരാളത്തിൽ ഭൂഗോളത്തിന്റെ അടിയിലായി പാതാളമെന്നു പ്രസിദ്ധമായ ഒരു ലോകമുണ്ട്. അസുരരാജാക്കന്മാർ ഭരിച്ചുവന്ന ആ ലോകത്തെ, ഒരു കാലത്തു, വിരോചനപുത്രൻ മഹാബലി ചക്രവർത്തി പത്തുകോടിവത്സരം ശത്രുബാധയില്ലാതെ അടക്കിഭരിച്ചു. അനവധി ചതുർയുഗങ്ങൾ ആവർത്തിച്ചു. ദേവാസുരസംഘങ്ങൾ പല പരിവൃത്തി ഉൽപ്പതിക്കയും പതിക്കയും ചെയ്തു. ത്രൈലോക്യത്തിൽ ഉൽകൃഷ്ടങ്ങളായ ഭോഗങ്ങൾ യഥേഷ്ടം ഭുജിച്ചു. ഇങ്ങനെ ചിരപരിചിതമായ ഭോഗ്യവസ്തുക്കളിൽ അദ്ദേഹത്തിന് വിരസത തോന്നിത്തുടങ്ങി. ഒരിക്കൽ താനേതന്നെ മാളികപ്പുറത്തിരുന്ന് ആലോചിച്ചു- ലോകരെല്ലാം പ്രശംസിക്കത്തക്ക വിസ്താരവും വിഭൂതികളുമുള്ള എന്റെ ഈ രാജ്യ

വും അതിലെ ഭോഗസുഖങ്ങളുംകൊണ്ട് എന്തൊരു ഫലമാണ്. ഭോഗോപഭോഗങ്ങളെല്ലാം ആരംഭത്തിൽമാത്രം സുഖം തോന്നുന്നതും ക്ഷണകാലംകൊണ്ട് നശിക്കുന്നതും ആയിക്കാണുന്നു. ഇവറ്റിൽ എന്തൊരു സുഖമാണാശിക്കാനുള്ളത്. ഭാര്യയെ വീണ്ടുംവീണ്ടും ആലിംഗനം ചെയ്യുന്നു. ഭുജിച്ചതുപോലെതന്നെ പിന്നെയും ഭുജിക്കുന്നു. എല്ലാം ശിശുലീലപോലെയാണിരിക്കുന്നത്. വിവേകികൾക്ക് അതു ലജ്ജാകരംതന്നെ. ഉണ്ടതുപോലെതന്നെ ഉണ്ണുകയും ചെയ്തതിനെത്തന്നെ ചെയ്യുകയും ദിവസംതോറുമായിട്ടും വിദ്വാന്മാർക്കു ലജ്ജതോന്നാത്തത് എന്തുകൊണ്ട്? പകലും രാത്രിയും ആവർത്തിച്ചുകൊണ്ടിരിക്കുന്നു. കാര്യപരമ്പരകളും അതുപോലെ ആവർത്തിച്ച് അനുഷ്ഠിക്കപ്പെടുന്നു. വിദ്വാന്മാരുടെ ദൃഷ്ടിയിൽ ഇതു കേവലം പരിഹാസ്യമാണെന്നാണെനിക്കു തോന്നുന്നത്. ദിവസംതോറും ഇങ്ങനെ ആവർത്തിക്കുന്ന കർമ്മങ്ങളിൽ ഏതോ ഒന്ന് കർമ്മത്തെ നശിപ്പിക്കുന്നതായിട്ടോ സംതൃപ്തിയെ ജനിപ്പിക്കുന്നതായിട്ടോ ഞാൻ കാണുന്നില്ല. ക്ഷണികവും തുച്ഛവുമായ ഈ വിഷയസുഖം കൂടാതെ നിത്യസുഖവസ്തു ഏതെങ്കിലും ഉണ്ടോ എന്നു ഞാൻ ചിന്തിച്ചുനോക്കും. ഈ വിചാരത്തോടെ മഹാബലി ധ്യാനനിഷ്ഠനായി സ്ഥിതിചെയ്തു. ഹാ! ശരി! ഇപ്പോൾ എനിക്ക് ഓർമ്മവന്നത് എന്ന്, ഉടനെ ആ അസുരരാജാവ് ഭ്രൂഭംഗത്തോടെ ഉച്ചരിച്ചിട്ട്, തുടർന്നു പറകയായി; പണ്ടൊരിക്കൽ ഞാൻ ലോകത്തിന്റെ ആദ്യവസാനകാരണങ്ങൾ അറിഞ്ഞ ആത്മജ്ഞനും എന്റെ പിതാവുമായ വിരോചനപ്രഭുവിനോട് ചോദിച്ചു: ഹേ താതാ! വിഷയസംബന്ധികളായ സകല സുഖദുഃഖഭ്രമങ്ങളും ഏതൊന്നിലാണോ ശാന്തിയെ പ്രാപിക്കുന്നത്? സംസാരസീമയ്ക്കപ്പുറമിരിക്കുന്ന അതെന്താണ്? മനോമോഹനങ്ങളും ഏഷണികളും എല്ലാം ശാന്തമാകുന്നത് ഏതൊന്നിൽ? ഒരിക്കലും അലംഭാവം തോന്നാത്ത വിശ്രമസുഖം ഏതൊന്നിലാണിരിക്കുന്നത്? ഏതൊരുവസ്തുവിലാണ് എന്റെ രൂപം യാതൊരു ഭേദവുമില്ലാതെ വിതതാനന്ദസുന്ദരമായി അവ്യപദേശ്യമായി വിളങ്ങുന്നത്? സദയം അരുളിച്ചെയ്യണം. അതിലിരുന്നു ഞാൻ ചിരകാലം വിശ്രമിച്ചുകൊള്ളാം.

എന്റെ ചോദ്യംകേട്ട് പിതാവു പറഞ്ഞു:- പുത്ര! അത്യന്തം വിസ്തൃതവും വിശിഷ്ടവുമായ ഒരു രാജ്യം വിളങ്ങുന്നു. ത്രൈലോക്യസഹസ്രങ്ങൾ എത്രയെത്രയോ അതിൽ ലയിക്കുന്നുണ്ട്. ഭൂമിയോ ആകാശമോ കടലോ മലയോ അവിടെ ഇല്ല. നദിയും സരസ്സും തീർത്ഥവും വനവുമൊന്നുമില്ല; മഹാതേജസ്വിയായ ഒരു രാജാവാണ് ഏകച്ഛത്രാധിപതിയായി ആ രാജ്യം ഭരിക്കുന്നത്. അദ്ദേഹം എല്ലാം ചെയ്യുന്നവനും എല്ലാ

യിടത്തുമുള്ളവനുമാണ്. എല്ലാം അദ്ദേഹം തന്നെ. എപ്പോഴും മിണ്ടാതെതന്നെ ഇരിക്കുന്നു, രാജ്യകാര്യങ്ങൾ നടത്താൻ അദ്ദേഹം സമർത്ഥനായ ഒരു മന്ത്രിയെ നിയമിച്ചിട്ടുണ്ട്. മന്ത്രി, വിചാരപൂർവം സർവകാര്യങ്ങളും നടത്തുന്നു. ഘടിക്കാത്തതിനെ ഘടിപ്പിക്കുന്നതിനോ, ഘടിപ്പിച്ചത് അഭിമതമല്ലെന്നു കണ്ടാൽ അഴിക്കുന്നതിനോ അയാൾക്കു പ്രയാസമില്ല. എന്നാൽ ഒന്നും അറിയുന്ന ആളല്ല. ഒന്നുംഭക്ഷിക്കാൻ ശക്തിയുമില്ല. രാജാവിനുവേണ്ടി കാര്യങ്ങളെല്ലാം ഭംഗിയായി നടത്തും. സർവകാര്യങ്ങളും നടത്തുന്നത് മന്ത്രിതന്നെയാണ്. രാജാവ് സ്വസ്ഥനായി താനേ ഒരിടത്തിരിക്കുന്നതേയുള്ളു.

ഇതുകേട്ടു ഞാൻ ചോദിച്ചു, 'മഹാത്മൻ! ആധിവ്യാധികളൊന്നുമില്ലാത്ത ആ ദേശം ഏതാണ്? അവിടെയെത്തുന്നതിന് വഴിയെന്ത്? അതു ആരാൽ അറിയപ്പെട്ടിട്ടുണ്ട്? പലപ്രത്യേകതയുള്ള ആ മന്ത്രി ആരാണ്? ലോകം മുഴുവൻ ജയിച്ച നമ്മാൽപോലും ജയിക്കപ്പെടാത്ത മഹാബലവാനായ ആ രാജാവാര്?'

പിതാവു പറഞ്ഞു:-പുത്ര! ദേവാസുരന്മാർ ലക്ഷഗുണിതന്മാരായി ഒരുമിച്ചുചെന്നെതിർത്താലും ബലവാനായ ആ മന്ത്രിയെ ജയിക്കാൻ സാധിക്കയില്ല. വാൾ, ഇരുമ്പുലക്ക, കവിണ, വജ്രം, ചക്രം, ഗദ മുതലായ ആയുധങ്ങൾ അയാളിൽ പ്രയോഗിക്കുന്നത് പാറക്കല്ലിൽ കരിങ്കൂവളപ്പൂക്കൾ എറിയുന്നതുപോലെയാണ്. രാജാവിന്റെ മുമ്പിൽമാത്രം മന്ത്രിക്കു പ്രാബല്യമില്ല. അയാളെ ജയിക്കണമെന്ന് രാജാവിനു തോന്നുമ്പോൾ എളുപ്പത്തിൽ ജയിക്കാൻ കഴിയും. മറ്റവസരങ്ങളിൽ പർവതത്തേക്കാൾ കഠിനനായിരിക്കും. യുക്തിപൂർവം അടുത്തുപിടിച്ചാൽ ആർക്കും അയാൾ എളുപ്പത്തിൽ വശപ്പെടുന്നു. യുക്തിയില്ലാതെ അടുത്തുപോയാൽ ഉദ്ധതസർപ്പത്തെപ്പോലെ ദഹിപ്പിച്ചുകളയും.

ഇനി ഞാൻ ആ ദേശമേതാണെന്നും മറ്റുമുള്ള വിവരം നിന്നോടു പറയാം. ദേശമെന്ന പേരിൽ ഞാൻ പറഞ്ഞത് സകല ദുഃഖഹരമായ മോക്ഷമാണ്. സകല പദങ്ങളേയും അതിക്രമിച്ചിരിക്കുന്ന ഭഗവാനായ ആത്മാവാണ് രാജാവ്. നിയമിക്കപ്പെട്ടിരിക്കുന്ന പ്രാജ്ഞനായ മന്ത്രി മനസ്സുമാണ്. സർവ വിഷയങ്ങളിലും സർവാത്മനാ ഉള്ള അനാസ്ഥയാണ് മനോജയത്തിനുള്ള യുക്തി. പരമമായ ഈ യുക്തികൊണ്ട്, മദമ്പാടുള്ള മനസ്സാകുന്ന കൊമ്പനാനയെ പെട്ടെന്ന് അമർത്താവുന്നതാണ്. മനോജയക്രമം അധികാരിഭേദേന പറയാം കേൾക്കൂ! ജ്ഞാനാഭ്യാസം തെല്ലുമില്ലാത്തവൻ, മനസ്സിന്റെ വ്യവഹാരകാലത്തെ നാലായി ഭാഗിച്ച്, രണ്ടുഭാഗം വിഷയഭോഗങ്ങളെക്കൊണ്ടും, ഒരുഭാഗം ശാസ്ത്രചിന്തകൊ

ണ്ടും, മറ്റത് ഗുരുശുശ്രൂഷകൊണ്ടും പൂരിപ്പിക്കണം. അൽപമാത്രം ജ്ഞാനംസിദ്ധിച്ചവനാണെങ്കിൽ അതിൽ ഒരു ഭാഗം വിഷയഭോഗങ്ങളെക്കൊണ്ടും, രണ്ടുഭാഗം ഗുരുശുശ്രൂഷകൊണ്ടും, നാലാമത്തേത്, ശാസ്ത്രാർത്ഥചിന്തകൊണ്ടും പൂരിപ്പിക്കണം. ജ്ഞാനിയാണെങ്കിൽ, രണ്ടുഭാഗം , ശാസ്ത്രചിന്തകളാലും മറ്റു രണ്ടു ധ്യാനം, ഗുരുപൂജനം ഇവയാലും പൂരിപ്പിക്കണം. പുത്ര! പ്രജ്ഞയും വിചാരവുംകൊണ്ട് സർവദാ ശമവും ആത്മാവലോകനവും, തൃഷ്ണത്യാഗവും സമ്പാദിക്കേണ്ടതാണ്. വിഷയനിന്ദ വിചാരത്തേയും വിചാരം വിഷയനിന്ദയേയും സമുദ്രവും മേഘവും തമ്മിലെന്നപോലെ അന്യോന്യം പൂരിപ്പിക്കുന്നു. പുത്ര! നിർദ്ദോഷമായ ദേശക്രമമനുസരിച്ച് ധനസമ്പാദനം ചെയ്തിട്ട് രോഗാദിവിഷയങ്ങൾക്കായി അതിനെ അഴിക്കാതെ ബ്രഹ്മജ്ഞാനികളെ സൽക്കരിച്ച് സമ്മാനിക്കാൻ വിനിയോഗിക്കുക. അവരുടെ സഹവാസംകൊണ്ട്, വിഷയങ്ങളിൽ വൈരാഗ്യമുദിക്കും. ആ വൈരാഗ്യത്താലും വിചാരവൈഭവത്താലും നിനക്ക്, ആത്മലാഭം ഉണ്ടാകയും ചെയ്യും.

ഇപ്രകാരം മുൻകാലത്തു പിതാവ് ഉപദേശിച്ചതെല്ലാം ഭാഗ്യവശാൽ ഇപ്പോൾ എനിക്കോർമ്മവന്നു. അതുവഴി മനസ്സിന് പ്രബോധവും ഉദിച്ചുകഴിഞ്ഞു. ഭോഗങ്ങളിൽ സ്ഫുടമായ അരതിഭവിച്ചു. ഭാഗ്യത്താൽ അമൃതുപോലെ ശീതളമായ ശമസുഖവും അനുഭവപ്പെടുന്നു. ആശ്ചര്യമാശ്ചര്യം! അമൃതൊളിക്കുളുർമ്മ നൽകുന്ന ഈ ശമഭൂമിയുടെ ഉൾഭാഗം എത്ര സുഖപ്രദം. ഇതിനകത്തു സുഖമെന്നോ ദുഃഖമെന്നോ ഉള്ള ഭേദഭാവന തോന്നുന്നില്ല. രണ്ടും ഒരുപോലെതന്നെ. എന്നാലിനി ശുക്രമഹർഷിയോടു ചോദിച്ച് എന്റെ ആത്മബോധം ഉറപ്പിക്കണം. ഞാൻ ആരാണെന്നും ആത്മസ്വരൂപമെന്താണെന്നും, ആത്മജ്ഞാനിയായ അദ്ദേഹത്തോട് ചോദിച്ചറിയുന്നുണ്ട്. ഈ വിചാരത്തോടുകൂടി നേത്രനിമീലനം ചെയ്തു ബ്രഹ്മാകാശത്തിൽ വിശ്രമിക്കുന്ന ശുക്രമഹർഷിയെ ധ്യാനിച്ചു. ഉടനെ, ജഗദ്ഗതചിദാത്മാവായി വിളങ്ങുന്ന ഭാർഗ്ഗവപ്രഭു, തന്റെ ശരീരത്തെ ആ മണിമാളികയുടെ രത്നവാതായനദ്വാരത്തിൽ പ്രകാശിപ്പിച്ചതുനോക്കി മഹാബലി രത്നാർഘ്യദാനത്താലും മന്ദാരകുസുമങ്ങളാലും സൽക്കരിച്ചു പൂജിച്ചു പാദവന്ദനം ചെയ്തു പറഞ്ഞു-ഗുരുനാഥ! ആദിത്യോദയം ലോകത്തെ ആത്മകാര്യങ്ങളിൽ ഉന്മുഖമാക്കുന്നതുപോലെ, അങ്ങയുടെ അനുഗ്രഹത്താൽ ഉന്മിഷിതയായ ബുദ്ധി ആത്മതത്വജിജ്ഞാസനിമിത്തം തിരുമുമ്പിൽ ചിലതു ചോദിക്കുവാൻ എന്നെ പ്രേരിപ്പിക്കുന്നു; ഹേ ഭഗവൻ! ഈ ദൃശ്യത്തിൽ എന്തു ഭവിക്കുന്നു? എത്രമാത്രം? ഏതു രൂപത്തിൽ? ചോദിക്കുന്ന ഞാനാര്? കേൾക്കുന്ന നിന്തിരു

വടി ആര്? ഈ ലോകങ്ങൾതന്നെ എന്ത്? സദയം പറഞ്ഞുതരണം!

ശുക്രൻ:- ദാനവരാജ! അധികം പറയേണ്ടകാര്യമില്ല. എനിക്ക് ആകാശമാർഗ്ഗത്തേക്ക് പോകേണ്ട ബദ്ധപ്പാടുമുണ്ട്. അതുകൊണ്ട്, സാരസർവസ്വം ഞാൻ പറഞ്ഞേക്കാം. ഈ ദൃശ്യത്തിൽ ചിത്തു ഭവിക്കുന്നു. അവസ്തുവായ ദൃശ്യത്തെ ബാധിച്ചുകൊണ്ട് സർവത്ര നിറഞ്ഞിരിക്കുന്നു. ചിദ്രൂപമായിത്തന്നെ സ്ഥിതിചെയ്യുന്നു. നീയും ഞാനും ഈ ലോകങ്ങളുമെല്ലാം ചിത്തുതന്നെ. ഇതാണ് രത്നച്ചുരുക്കം. നീ വിവേകിയാണെങ്കിൽ ഇത്രയും പറഞ്ഞതുമതി. ആലോചിച്ചു വിശാലമായി ഗ്രഹിക്കാം. അല്ലെങ്കിൽ എത്രപറഞ്ഞാലും ചാമ്പലിൽ തീകത്തിക്കുന്നതുപോലെ വിഫലവുംതന്നെ. ദൃശ്യത്തോട് സംബന്ധപ്പെട്ട ചിത്താണ് ബന്ധം. വേർപെട്ടിരിക്കുന്ന ചിത്തു മോക്ഷവുമാണ്. വിഷയസംബന്ധമില്ലാത്ത വിശുദ്ധചിത്തുതന്നെ ആത്മാവെന്നുള്ളതും സർവഥാ സിദ്ധംതന്നെ. ഈ തത്വം ഉന്മേഷോജ്ജ്വലയായ ബുദ്ധികൊണ്ടു ദൃഢമായി ഗ്രഹിച്ച്, ആത്മാവിനെ ആത്മാവിനാൽതന്നെ ദർശിക്കുക! അനന്തമായ അഖണ്ഡപദം പ്രാപിക്കാം. രാജാവേ! ഞാൻ ഇനി ആകാശത്തേയ്ക്കു പോകുന്നു. ദേവന്മാരുടെ ഒരു കാര്യമായി സപ്തർഷികൾ അവിടെ കൂടിയിരിക്കയാണ്. ആ സംഘത്തിൽ ഞാനും ചേരേണ്ട ആവശ്യമിരിക്കുന്നു.

ഇത്രയും പറഞ്ഞ്, ശുക്രമഹർഷി ആകാശത്തിലുയർന്നു. ബലിയാകട്ടെ, ചിദാത്മകമായിത്തന്നെ ജഗത്തുകളെ ദർശിച്ചു പറകയായി: 'ഭഗവാൻ ഭാർഗ്ഗവൻ അരുളിച്ചെയ്തതു യുക്തമത്രേ. ജഗത്ത്രയും ചിത്തമല്ലാതെ മറ്റൊന്നുമല്ല. ഞാനും ലോകങ്ങളും ദിക്കുകളും കർമ്മങ്ങളുമെല്ലാം ചിത്തുതന്നെ. ദൃശ്യത്തിലും ദർശനത്തിലുംനിന്നു വേർപെട്ട കേവലാനന്ദസ്വരൂപനും, നിത്യപ്രകാശനും നിരാഭാസനും സർവസാക്ഷിഭൂതനുമായ പരമേശ്വരനാണ്. ഞാൻ അകത്തും പുറത്തും സർവത്ര നിറഞ്ഞിരിക്കുന്ന വിശുദ്ധചിദ്രൂപനാണ്. വിഷയനിർമ്മുക്തനും പരിപൂർണ്ണനും ജ്ഞാനരൂപനുമായി വിളങ്ങുന്നവനത്രേ.' എന്നിങ്ങനെ ഉച്ചരിച്ചുകൊണ്ട് പരമകോവിദനായ വൈരോചനി ഓങ്കാരത്തിൽ അകാരാദി മാത്രാത്രയത്തിനപ്പുറം അർദ്ധമാത്രാർത്ഥമായി വിളങ്ങുന്ന വിശുദ്ധബ്രഹ്മത്തെ ധ്യാനിച്ചുകൊണ്ടിരുന്നു. സങ്കൽപങ്ങളും വികൽപങ്ങളുമെല്ലാം നീങ്ങി; ദൃശ്യം, ദർശനം, ദ്രഷ്ടാവ്, ധ്യാതാവ്, ധ്യാനം, ധ്യേയം ഇവയെല്ലാം ദൂരത്തു മറഞ്ഞ് മനസ്സ് വാസനകളോടുകൂടി നശിച്ചു. സച്ചിദാനന്ദപദത്തിൽ, കാറ്റിളക്കാത്ത ദീപശിഖപോലെ നിശ്ചലനായി ലസിച്ചു. ഏഷണത്രയവും മനനദോഷദശകളും നീങ്ങിയതും പരിപൂർണ്ണവും ആയ നിർമ്മല ബ്രഹ്മപ്രാപ്തിയാൽ മഹാബലി, മേഘാവരണം നീങ്ങിത്തെളിഞ്ഞ ശര

ദാകാശംപോലെ വിളങ്ങി. ഈ അവസരത്തിൽ ബലിയുടെ അനുചരന്മാരായ അസുരന്മാർ രാജകാര്യങ്ങൾ അന്വേഷിക്കാനായി ആ സ്ഫടികസൗധത്തിൽ കടന്നുചെന്നു. വളരെനേരം സമാധിയിൽ ഇരുന്നശേഷം അദ്ദേഹം കണ്ണുതുറന്നുനോക്കി. അനന്തരം അഹന്താദിവാസനകൾ നീങ്ങിയ മനസ്സോടുകൂടിത്തന്നെ, രാജ്യകാര്യങ്ങൾ അനുഷ്ഠിച്ചു വസിച്ചു. ആപത്തിനെയും സമ്പത്തിനെയും സമമായിത്തന്നെ അദ്ദേഹം ദർശിക്കുന്നു. സുഖദുഃഖങ്ങളിൽ അദ്ദേഹത്തിന്റെ പ്രജ്ഞ ഉദിക്കയോ അസ്തമിക്കയോ ചെയ്യുന്നില്ല. സുഖദുഃഖമയങ്ങളായ അസംഖ്യം ഊഹാപോഹങ്ങളും ഭാവാഭാവങ്ങളും ബലിയാൽദർശിക്കപ്പെട്ടു. എങ്കിലും അദ്ദേഹം ഒന്നിനെയും വിശ്വസിക്കയോ ആശ്രയിക്കുകയോ ചെയ്യുന്നില്ല. ഈ ലോകത്തിലും പരലോകത്തിലും ഓടുന്നതും ലോകവ്യവഹാരങ്ങളിൽ ഉരുളുന്നതും ആയ മനസ്സിനെ നിരോധിച്ചു ഹൃദയകോടരത്തിൽ സംസ്ഥാപിക്കുക. ബാലന്മാരെപ്പോലെ കാണുന്നതെല്ലാം ആഗ്രഹിച്ചുകൊണ്ട് ഓടുന്ന മനസ്സിനെ അവയിൽനിന്നും പിടിച്ചടക്കി ആത്മതത്വത്തിൽ ചേർത്ത് ഉറപ്പിക്കുക. ഇങ്ങനെ അഭ്യാസം ചെയ്താൽ മനസ്സാകുന്ന മത്തഗജത്തെ സർവപ്രകാരേണ ബന്ധിച്ചു പരമായ ശ്രേയസ്സിനെ പ്രാപിക്കാവുന്നതാണ്.

ഉപശമപ്രകരണം ബല്യുപാഖ്യാനം
ഇരുപത്തൊന്നാം സർഗ്ഗം കഴിഞ്ഞു.

പ്രഹ്ലാദോപാഖ്യാനം

വസിഷ്ഠൻ:-രാമചന്ദ്ര! പരമസിദ്ധനായ പ്രഹ്ലാദൻ ആത്മചിന്തനത്താൽ ജ്ഞാനത്തെ പ്രാപിച്ച കഥ കേൾക്കൂ. ഹിരണ്യകശിപു വധിക്കപ്പെട്ട അവസരത്തിൽ പ്രഹ്ലാദൻ ശോകാകുലനായി ഇപ്രകാരം വിചാരിച്ചു. പ്രളയകാലത്തെ കൊടുംകാറ്റ് കുലപർവതങ്ങളെ അടിച്ചുടയ്ക്കുന്നതുപോലെ പിതാവു മുതലായ അസുരപ്രമാണികളെയെല്ലാം മഹാവിഷ്ണു വധിച്ചു. അദ്ദേഹം എന്റെ പിതാമഹന്മാരോട് അസ്ത്രശസ്ത്രപ്രയോഗത്താലും പർവതപ്രേഷണാദികളാലും ഭയങ്കരങ്ങളായ അനവധി സമരസംരംഭങ്ങൾ നടത്തുകയുണ്ടായി. ഘോരങ്ങളായ ആ യുദ്ധങ്ങളിലൊന്നും ലേശം ഭയപ്പെടാത്ത ആ പുണ്യപുരുഷൻ ഇനിയൊരിക്കൽ ഭയപ്പെടുമെന്നുള്ളത് ചിന്ത്യംപോലുമല്ല. അതുകൊണ്ട് വീരഹരി

യെ അക്രമിക്കുന്നതിനു സ്പഷ്ടമായ ഒരു പ്രതിക്രിയാമാർഗ്ഗം ആ ഭക്ത വത്സലനെ സർവാത്മനാ ശരണം പ്രാപിക്കയെന്നുള്ളതാണ്. ഈ നിമിഷംമുതൽ ഞാൻ നാരായണപരായണനായി ഭവിക്കും. ഇതാ നാരായണമയനായി ഭവിച്ചുകഴിഞ്ഞു. സർവാഭീഷ്ടദമായ നാരായണനമഃ എന്ന മന്ത്രം ആകാശത്തിൽനിന്നു വായു എന്നപോലെ എന്റെ ഹൃൽക്കോശത്തെ വിട്ടുപോകുന്നില്ല. വിഷ്ണുവല്ലാത്തവൻ വിഷ്ണുപൂജ ചെയ്താൽ ഫലം സിദ്ധിക്കയില്ല. വിഷ്ണുവായിട്ടുതന്നെ വിഷ്ണുവിനെ പൂജിക്കണം. ഞാനിപ്പോൾ വിഷ്ണുവായി സ്ഥിതിചെയ്യുന്നു. ഈ ധ്യാനത്തോടുകൂടി പ്രഹ്ലാദൻ തനിക്ക് വിഷ്ണുശരീരത്തെ ഉണ്ടാക്കി പൂജാശരീരത്തെക്കുറിച്ചാലോചനതുടങ്ങി. ഒടുവിൽ ഇങ്ങനെ നിശ്ചയിച്ചു. വൈഷ്ണവമായ ഈ ശരീരത്തിൽനിന്നും പരാപരനായ ഭഗവാനെ പ്രാണവായു പ്രവാഹരൂപത്തിൽ വെളിയിൽ ആവാഹിച്ചു വായുരൂപനായി ഞാൻ കൽപിക്കുന്നുണ്ട്. സർവസംഭാരങ്ങളും മനസ്സുകൊണ്ടൊരുക്കി മനസാ തന്നെ സപരിവാരം അദ്ദേഹത്തെ പൂജിക്കും. ഈ നിശ്ചയത്തോടെ ചന്ദനധൂപദീപങ്ങളാലും നാനാവിഭവഭൂഷണങ്ങളാലും രത്നമയരമ്യപാത്രങ്ങളിൽ നിറച്ച പുഷ്പാദികളാലും ഭഗവാന് മാനസപൂജനടത്തി. അനന്തരം അന്തഃപുരത്തിലുള്ള ദേവാലയത്തിൽ വിധിപ്രകാരം ബാഹ്യാർത്ഥപൂജയും അനുഷ്ഠിച്ചു. അന്നുമുതൽക്ക് മുടക്കം വരുത്താതെ പൂർണ്ണഭക്തിയോടുകൂടി ഈ വിധത്തിൽ വിഷ്ണുപൂജ നടത്തിക്കൊണ്ടിരുന്നു. അതുനിമിത്തം രാജ്യത്തുള്ള അസുരന്മാരെല്ലാം വിഷ്ണുഭക്തിയെ പുരസ്കരിച്ചു വൈഷ്ണവന്മാരായിത്തീർന്നു. യഥാരാജാ തഥാപ്രജാഃ എന്നുണ്ടല്ലോ. ഈ വർത്തമാനം സ്വർഗ്ഗത്തിലറിഞ്ഞപ്പോൾ ദേവന്മാർക്കു സംഭ്രമമായി. വിഷ്ണുഭഗവാങ്കലുള്ള ദ്വേഷം കളഞ്ഞ് ദൈത്യന്മാരിപ്പോൾ ഭജനം തുടങ്ങിയോ എന്ന് അവർ അത്ഭുതപ്പെട്ടു. അപ്പോൾതന്നെ ഇന്ദ്രാദികളായ ദേവന്മാരും ഉപദേവന്മാരും ഒരുമിച്ചു പുറപ്പെട്ടു പാലാഴിയിൽ പോയി സങ്കടം പറഞ്ഞു. ഭഗവാനേ! നിന്തിരുവടിക്കു നിത്യവിരുദ്ധന്മാരായ അസുരന്മാർ ഇപ്പോൾ വിഷ്ണുമയന്മാരായി ഭവിച്ചിരിക്കുന്നുപോലും! ഞങ്ങൾക്ക് അത്ഭുതം അടങ്ങുന്നില്ല. ദുർവൃത്തന്മാരും കഠിനന്മാരുമായ അസുരന്മാരെവിടെ? അന്ത്യജന്മമെടുത്തവർക്കു മാത്രം ലഭിക്കുന്ന ഹരിഭക്തിയെവിടെ? ദുഷ്ടൻ ഗുണവാനായ കഥ ദുരാപത്തുകളെ സൂചിപ്പിക്കുന്ന അകാലത്തിലാപതിച്ച പൂക്കൾ പോലെ സുഖത്തേയും ദുഃഖത്തേയും ഉണ്ടാക്കുന്നു. ഭഗവാനേ! പ്രാകൃതാരംഭനും ഹീനബുദ്ധിയും ശോച്യനുമായ തുച്ഛജാതി അസുരനെവിടെ? വൈഷ്ണവിയായ വരഭക്തിയെവിടെ?

ഈ നിവേദനങ്ങൾകേട്ട്, ഭഗവാൻ പറഞ്ഞു: 'ദേവന്മാരേ! പ്രഹ്ലാദന്റെ ഭക്തിയോർത്ത് നിങ്ങൾ വിഷാദിക്കരുത്. അവന്റെ ഒടുവിലത്തെ ജന്മമാണിത്. മോക്ഷത്തിന് അവൻ അധികാരിയാണ്. ഗുണവാൻ നിർഗ്ഗുണവാനായിത്തീർന്നാൽ അത് അനർത്ഥകരമായിവരാം. നിർഗ്ഗുണൻ ഗുണവാനാകുന്നത് സിദ്ധിപ്രദമല്ലയോ? ഹേ! ദേവന്മാരേ! നിങ്ങൾ അവരവരുടെ വാസസ്ഥാനത്തെ പ്രാപിക്കുവിൻ! പ്രഹ്ലാദന്റെ ഉൽകൃഷ്ടപ്രഭാവമായ ശ്രേയസ്സിനെക്കുറിച്ച് അസുഖം തോന്നേണ്ട.' ഇപ്രകാരം അരുളിച്ചെയ്തശേഷം ഭഗവാൻ താമരപ്പൂങ്കുലയെന്നപോലെ, പാൽത്തിരകൾക്കിടയിൽ മറഞ്ഞു. പൂജിച്ചു വണങ്ങി നമസ്കരിച്ചുകൊണ്ട്, ദേവന്മാരും സ്വർഗ്ഗത്തിലേക്കുപോയി. അന്നുമുതൽ ദേവന്മാർക്ക് പ്രഹ്ലാദനെക്കുറിച്ച് ബഹുമാനം തോന്നി. ആ ഭക്തോത്തമനെ അകമഴിഞ്ഞു സ്നേഹിക്കാനും തുടങ്ങി. പ്രഹ്ലാദനാകട്ടെ ഭക്തിപൂർവ്വം ത്രിവിധകരണങ്ങളാലും വിഷ്ണുപൂജ മുടങ്ങാതെ നടത്തിക്കൊണ്ടിരുന്നു! പൂജാപരനായ ആ ഭക്തന്റെ മനസ്സ് വെള്ളമില്ലാത്തേടത്ത് താമരയെന്ന പോലെ ദൃശ്യത്തിൽ ലവലേശം വിശ്രമിച്ചില്ല. ഇങ്ങനെ ഭോഗാദികലനകളെല്ലാം ഉപേക്ഷിച്ചിട്ടും മനസ്സിനു വിശ്രാന്തി ഭവിക്കാതെ, ഉഴിഞ്ഞാലിൽ വച്ചതുപോലെ അങ്ങോട്ടും ഇങ്ങോട്ടും ആടിക്കൊണ്ടിരുന്നു. പ്രഹ്ലാദന് ഇപ്രകാരം ഒരു ദുരവസ്ഥ വന്നുകൂടിയിരിക്കുന്നുവെന്നു സർവവ്യാപിയായ വിഷ്ണുഭഗവാൻ ധരിച്ചു. അപ്പോൾ തന്നെ ആഹ്ളാദിതമനസ്കന്മാരായ അനുചരന്മാരുമായി പാതാളമാർഗ്ഗത്തൂടെ പുറപ്പെട്ട് പ്രഹ്ലാദന്റെ പൂജാഗൃഹത്തിൽചെന്നു. ഭഗവദാഗമനത്താൽ സന്തുഷ്ടനായ പ്രഹ്ലാദൻ പൂജാസാമഗ്രികളെല്ലാം ഇരട്ടിച്ചു ഭക്തിപൂർവം പൂജിച്ചുസേവിച്ചു. അനന്തരം സംപ്രീതനായി ആഹ്ളാദമനോഹരങ്ങളായ മധുരവാക്കുകളാൽ സ്തോത്രം ചെയ്തു. 'ത്രിഭുവനഭവനത്തിലെ അഭിരാമധനസ്ഥാനവും സകല കളങ്കഹരവും ആയ ഒരു ചിദ്വസ്തു വിളങ്ങുന്നു. അശരണന്മാർക്കു ശരണമായി, ശരണ്യനായി, ജന്മനാശരഹിതനായി വിളങ്ങുന്ന ഈശ്വരനായ ആ വിഷ്ണുഭഗവാനെ, ഞാൻ ശരണം പ്രാപിക്കുന്നു. കരിങ്കൂവളപ്പൂവിതളുകൾ ഒന്നിച്ചുകൂടിയപോലെ, ശരൽക്കാലത്തിലെ സ്വച്ഛമായ ആകാശകോടരംപോലെ, ഭൂമരം, തിമിരം, കജ്ജളം, ക്രാദ്യായുധപാണിയായ വിഷ്ണുഭദവാനെ ഞാൻ ശരണം പ്രാപിക്കുന്നു. വണ്ടിൻചാർത്തുപോലെ വിമലാഭമായ കോമളശരീരം തോന്നിച്ച് വെൺതാമരമൊട്ടിനെ ജയിക്കുന്ന ശംഖത്തെ കരത്തിൽധരിച്ച് വേദദ്ധ്വനി മുഴക്കുന്ന ബ്രഹ്മദേവഭൃംഗത്താൽ അലംകൃതനായി, എന്റെ മനത്താമരയ്ക്ക് അധിഷ്ഠാനജലാശയമായി വിളങ്ങുന്ന വിഷ്ണുദേവനെ ഞാൻ ശരണംപ്രാപിക്കുന്നു. വെ

ണ്മയുള്ള നഖങ്ങളാകുന്ന നക്ഷത്രങ്ങളും പാലൊളിപ്പുഞ്ചിരിയാൽ ധവളമായ മുഖചന്ദ്രനും മാറണിമണിമാലകളിലെ രശ്മിജാലമായ മന്ദാകിനിയും സർവദാ പ്രകാശിച്ചുകൊണ്ടിരിക്കുന്ന വിഷ്ണുദേവനാകുന്ന ശരദാകാശത്തെ ഞാൻ ശരണം പ്രാപിക്കുന്നു. ത്രിഭുവനത്താമരപ്പൊയ്കയ്ക്കു സൂര്യനായി ഇരുൾനിറംപൂണ്ട മായാമോഹത്തിനു മണിവിളക്കായി സ്വയം പ്രകാശമായി അജഡമായി ചിത്തത്ത്വമായി വിളങ്ങുന്ന സകല ലോകാർത്തിഹരനായ ഹരിയെ ഞാൻ ശരണം പ്രാപിക്കുന്നു. പുതുതായി വികസിച്ച താമരയിലെ പൂമ്പൊടിപോലെ ഗൗരവർണ്ണമായ ലക്ഷ്മീദേവിയുടെ കോമളദേഹത്താൽ അലങ്കരിക്കപ്പെട്ട അംഗയഷ്ടിയോടുകൂടിയവനും അന്തിച്ചോപ്പാടിയ അംഗരാഗം പൂശിയവനും പൊന്നണിപ്പൂഞ്ചേല ധരിച്ചവനും ആയ ഹരിയെ ഞാൻ ശരണം പ്രാപിക്കുന്നു. സർവദാ വിശ്വസൃഷ്ടിലീലചെയ്തു വസിക്കുന്നവനായി, ഒരിക്കലും ജന്മമില്ലാത്തവനായി വളർച്ചയില്ലാത്തവനായി സുവിശാലനായി യുഗശതങ്ങളിൽ ജീർണ്ണനാണെങ്കിലും രമ്യശരീരനായി വടപത്രത്തിൽ ശയിക്കുന്ന ബാലരൂപനെ ഞാൻ ശരണം പ്രാപിക്കുന്നു. അസുരത്താമരപ്പൊയ്കയ്ക്കു മഞ്ഞുവർഷവും, ദേവന്മാരായ താമരകൾക്കു സൂര്യബിംബവും ബ്രഹ്മാവാകുന്ന താമരയ്ക്കു സരോവരവുമായി, മനഃപത്മങ്ങളാകുന്ന അധിവാസസ്ഥാനത്തോടുകൂടിയ ഹരിയെ ഞാൻ ശരണം പ്രാപിക്കുന്നു.'

ഗുണപുഷ്കലമായ സ്തോത്രരത്നത്താൽ ഇപ്രകാരം കീർത്തിതനായ ഭഗവാൻ ലക്ഷ്മീവല്ലഭൻ മേഘം മയിൽപക്ഷിയിലെന്നപോലെ പ്രഹ്ലാദനിൽ പ്രീതിപൂരം ചൊരിഞ്ഞു പറഞ്ഞു. 'അസുരകുലത്തിലെ അനർഘരത്നമായ പ്രഹ്ളാദ! ജന്മക്ലേശശാന്തിക്കായി ഇഷ്ടവരത്തെ നീ വരിച്ചുകൊൾക.' പ്രഹ്ലാദൻ വിനീതനായിത്തൊഴുതുകൊണ്ട്, 'സങ്കൽപഫലങ്ങളെല്ലാം നൽകുന്ന സർവലോകാന്തഃസ്ഥനായ ഭഗവാനേ! ഈ ഭക്തന് ഹിതമെന്നു തിരുമനസ്സിൽ തോന്നുന്ന വരം നൽകുകയേ വേണ്ടൂ വിശേഷിച്ച് ഒരഭിമതവും എനിക്കില്ല' എന്നുണർത്തിച്ചു.

'ഹേ പരിശുദ്ധാ! സകല സംഭ്രമശാന്തിക്കും പരമമായ ഫലത്തിനുമായി ബ്രഹ്മജ്ഞാനസിദ്ധിയോളമെത്തുന്ന വിചാരശക്തി നിനക്കുണ്ടാകട്ടെ . ഇപ്രകാരം അരുളിച്ചെയ്തിട്ട് വിഷ്ണുഭഗവാൻ ശബ്ദായമാനമായ തിര അടങ്ങിയ പോലെ അവിടെ മറഞ്ഞു. പ്രഹ്ലാദൻ അന്ത്യപുഷ്പാഞ്ജലിയാൽ പൂജ ഉപസംഹരിച്ചു സ്തോത്രവിധിക്കുശേഷം, തറയിൽതന്നെ പത്മാസനമുറപ്പിച്ചിരുന്ന് ഇങ്ങനെ വിചാരിച്ചു. ഭഗവാൻ സംസാരനാശനൻ, ബ്രഹ്മജ്ഞാനം ലഭിക്കുന്നതുവരെ വിചാരം അഭ്യസിക്കണമെന്നാണല്ലോ എന്നോടു കൽപിച്ചത്. ആ കൽപന, സവിശേഷം

ഞാൻ അനുസരിക്കുന്നുണ്ട്. ഈ ഭുവനാഡംബരത്തിൽ, പറയുക, പോകുക മുതലായ ഇന്ദ്രിയവ്യാപാരങ്ങളെ അഭിമാനിക്കുന്ന ഞാൻ എന്തൊരു സന്നിവേശമാണ്. വൃക്ഷവീരുദാദികളോടുകൂടിയ ഈ ജഗത്തല്ല, ബാഹ്യവും ജഡരൂപവുമായ ജഗത്തായി ഞാൻ ഭവിക്കുന്നതെങ്ങനെ. സത്യത്തിൽ അസത്തായി കൽപിക്കപ്പെട്ടിരിക്കുന്ന ഈ ശരീരവും ഞാനല്ല. അത് മൂകവും വായുവിനാൽ വീർപ്പിക്കപ്പെട്ടതും സ്വതേ ഉണറില്ലാത്തതും ക്ഷണകാലംകൊണ്ടു നശിക്കുന്നതുമാണല്ലോ. ശബ്ദമാണോ ഞാൻ! അതുമല്ല ശബ്ദം ക്ഷണികവും ജഡവുമായ കർണ്ണദ്വാരത്താൽ കൽപിക്കപ്പെട്ടിരിക്കുന്നതാണ്. ശൂന്യത്തിലുണ്ടായതും ശൂന്യരൂപവും അചേതനവുമാണ്. സ്പർശവും ഞാനാകാൻ ഇടയില്ല. എന്തെന്നാൽ ക്ഷണവിനാശിയായ തൊലിയാൽ അറിയപ്പെടുന്നതാണ് സ്പർശം. മറ്റുപ്രകാരത്തിൽ അറിയപ്പെടാത്തതുമാണ്. ഇന്ദ്രിയങ്ങളുടെ പ്രസാദത്താലത്രേ അതിനു സ്വരൂപലബ്ധിയുണ്ടായത്. വസ്തുത അചേതനവുമാണ്. അതുപോലെ, നാവിന്റെ അനുഗ്രഹത്താൽ മാത്രം സ്വരൂപം ലഭിച്ചതും ക്ഷണഭംഗുരവും തുച്ഛവും അൽപസ്പന്ദമുള്ളതും, ദ്രവ്യങ്ങളെ ആശ്രയിച്ചിരിക്കുന്നതും ആയ രസവും ഞാനല്ല. ക്ഷയിക്കുന്ന ദൃശ്യത്തിലും ക്ഷണികദർശനത്തിലും, ലയിച്ചിരിക്കുന്നതും ദൃഷ്ടാവിൽമാത്രം ഇരിക്കാത്തതും അചേതനവുമായ രൂപവും ഞാനല്ല. ഗന്ധം, ഗന്ധഗ്രാഹിയായ നാസയാൽ കൽപിക്കപ്പെട്ടിരിക്കുന്നതാകകൊണ്ടും വിരളവും നിശ്ചിതരൂപമില്ലാത്തതും അചേതനവും ആകകൊണ്ടും, ആ ഗന്ധവും ഞാനല്ല. ഞാൻ മമത്വവും മനനവും അറ്റ് പഞ്ചേന്ദ്രിയഭ്രമം ഇല്ലാതെ ഇരിക്കുന്നവനാണ്. മായാസംബന്ധം ഒഴിഞ്ഞ വിശുദ്ധ ചൈതന്യമാണ്. വിഷയാദികളിൽനിന്നു വേർപെട്ട് സ്വയം ജ്യോതിസ്സായിരിക്കുന്ന ചിന്മാത്രവും ഉള്ളിലും പുറത്തും വ്യാപിച്ചിരിക്കുന്ന നിഷ്കളാമലസന്മാത്രരൂപനുമാണ്. ഹാ ഹാ! ഇപ്പോൾ എനിക്ക് ഉണർവുണ്ടായി, സത്യം ഉള്ളിലുദിച്ചു. ആകാശാദി വികൽപശൂന്യനും സർവഗനും ചിദ്രൂപനുമായ പരമാത്മാവാണ് ഞാൻ. അത്യന്തം തേജോമയവും ചേതനരൂപവുമായ ജ്ഞാനാകുന്ന ഉത്തമദീപത്താൽ ഘടപടാതികൾ തുടങ്ങി സൂര്യചന്ദ്രന്മാർവരെയുള്ള പ്രപഞ്ചജാതങ്ങളെല്ലാം വിളങ്ങിക്കൊണ്ടിരിക്കുന്നു. അന്തർഭാഗത്തു പ്രകാശിക്കുന്ന എന്നാൽ തന്നെ, വിചിത്രകളായ ഇന്ദ്രിയവൃത്തികളും അഗ്നികണസമൂഹമെന്നപോലെ സ്ഫുരിക്കുന്നു. കാലദേശാദികളാൽ പരിച്ഛേദ്യമല്ലാത്ത എന്റെ രൂപം സത്യലോകത്തിനപ്പുറവും വ്യാപിച്ച് കൽപാന്തകാലത്തും പ്രസരിക്കുന്നു. ഒരിക്കലും നിവർത്തിക്കുന്നുമില്ല. ദേഹം ഞാനാണ് എന്നു തുടങ്ങി അഹേതുകമായി ഉണ്ടായ അ

ഭിമാനം സർവത്ര പരിപൂർണ്ണനായ എനിക്ക് ഇക്കാലംവരെ അൽപത്വമു ണ്ടാക്കിവച്ചു. ഇപ്പോൾ, ആനന്ദമയവും, ഉപശമവിശിഷ്ടവുമായ ചിന്മയ ദൃഷ്ടിതന്നെ സകല വസ്തു ദർശനങ്ങളിലും സർവോൽക്കർഷേണ വർ ത്തിക്കുന്നു. വിഷയസ്പർശമില്ലാത്ത സദ്രൂപനും സർവാന്തര്യാമിയും പ്രത്യഗാത്മസ്വരൂപനുമായി വിളങ്ങുന്ന എന്നെത്തന്നെ ഞാൻ നമസ്ക രിക്കുന്നു. ബ്രഹ്മാദിവിചിത്രശക്തികളെ കൽപിക്കുന്നത്, സർവത്രസമ വും നിർവികാരവും കളങ്കമലരഹിതവും സർവോൽകൃഷ്ടവുമായ ചി ത്തുതന്നെ. ത്രികാലങ്ങളെയും അനുസന്ധാനം ചെയ്യാതെ, ദൃശ്യത്തി ന്റെ വാസനാബന്ധങ്ങളും സംബന്ധിക്കാതെ നിത്യസ്വതന്ത്രമായി വിള ങ്ങുന്ന ചിത്ത്, ദൃശ്യത്തെ ഉപേക്ഷിക്കുമ്പോൾ സമതതന്നെ അവശേഷി ക്കുന്നു. ഈ അവസ്ഥയിൽ അത്, വാക്കുകൾക്കു വിഷയമല്ലാതെ, എ ങ്ങുമില്ലാത്ത ഒന്നുപോലെ, നിരാത്മവാദികളുടെ ശൂന്യരൂപതയെ പ്രാ പിച്ചവണ്ണം സ്ഥിതി ചെയ്യുന്നു. രാഗദ്വേഷമൂലങ്ങളായ മനോദോഷങ്ങ ളാൽ ആവലിതമായ ചിത്ത് കെട്ടുപെട്ട പക്ഷിയെപ്പോലെ ഉൽപദിക്കു ന്നതിനു ശക്തമല്ലാതെ തീരുന്നു. ജന്തുക്കൾ രാഗദ്വേഷാദികളിൽനിന്നും ഉത്ഭവിക്കുന്ന ദ്വന്ദ്വമോഹം നിമിത്തമാണ് ഭൂഗർഭത്തിലെ കൃമികീടങ്ങ ളെപ്പോലെ ഹീനത്വത്തെ ഗമിക്കുന്നത്. ഞാൻ അവിച്ഛിന്നചിദാത്മസ്വരൂ പനാണ്, എനിക്ക് നമസ്കാരം ഭവിക്കട്ടെ. ലോകാലോകമണിയായ ദേ വാ! വളരെക്കാലംകൊണ്ട് നിന്തിരുവടിയെ ഞാൻ പ്രാപിച്ചു. നീ വേദ വാക്യാദികളാൽ വിചാരിതനായി വികൽപങ്ങളിൽനിന്ന് വിമുക്തനായി ഭവിക്കുന്നു. സച്ചിദാന്ദരൂപനായി ഉദയം ചെയ്തിരിക്കുന്നു. അപരോക്ഷ ജ്ഞാനത്തിനു വിഷയീഭൂതനായി വിളങ്ങുന്നു. ഏതു രൂപത്തിൽ മുമ്പി രുന്നുവോ ആ രൂപത്തിൽതന്നെ ഇപ്പോഴും വർത്തിക്കുന്നു. താദൃശനാ യ നിന്നെ ഞാൻ നമസ്കരിക്കുന്നു. എന്റെ രൂപം ധരിച്ചു വിളങ്ങുന്ന അ നന്തമായ നിനക്കും നിന്റെ രൂപം ധരിച്ചിരിക്കുന്ന ശിവാത്മകനായ എനി ക്കും നമസ്കാരം. ശിവനും പരനുമായ പരമാത്മാവിനായി നമസ്കാരം. അവിദ്യാവരണത്തിൽനിന്നും മുക്തമായി മേഘാവരണമില്ലാത്ത പൂർണ്ണ ചന്ദ്രബിംബംപോലെ സ്ഥിതിചെയ്യുന്നതായി ആനന്ദൈകരസമായ സ്വ സ്വരൂപത്തിൽ സ്വയം വിശ്രമിക്കുന്നതായി സ്വപ്രകാശമായി, അനന്യാ ധീനമായി സ്വമായിരിക്കുന്ന രൂപത്തെ ഞാൻ നമസ്കരിക്കുന്നു. ആത്മാ വ് ഇരിക്കുന്നു എങ്കിലും ഇരിക്കുന്നില്ല. ഗമിക്കുന്നുവെങ്കിലും ഗമിക്കു ന്നുമില്ല. സർവശാന്തനാണ് എങ്കിലും വ്യവഹാരസ്ഥനാണ്. പ്രവൃത്തി കൾ ഉണ്ട്, എന്നാൽ തന്നെ ഒന്നും സംബന്ധിക്കുന്നില്ല. തളിരുകളെ കാ റ്റെന്നപോലെ മനസ്സുകളെ ചലിപ്പിക്കുന്നു. തേരാളി കുതിരകളെ എന്ന

വണ്ണം ഇന്ദ്രിയങ്ങളെ നടത്തുന്നു. ഇവനെത്തന്നെയാണ് എപ്പോഴും അന്വേഷിക്കേണ്ടത്. സ്തുതിക്കേണ്ടതും ധ്യാനിക്കേണ്ടതും ഇവനെത്തന്നെ. അങ്ങനെചെയ്താൽ ജരാമരണമോഹങ്ങൾ കടന്നു നിജപദം പ്രാപിക്കാം. എല്ലാവരുടേയും ദേഹത്താമരയിൽ വണ്ടുപോലെ വിളങ്ങുന്ന ഇവൻ ആർക്കും സുലഭനാണ്. ആപ്തബന്ധുവെപ്പോലെ എളുപ്പത്തിൽ വശപ്പെടുകയും ചെയ്യും. ഭോഗങ്ങളിൽ എനിക്ക് അഭിലാഷമില്ല. ഭോഗം ഉപേക്ഷിക്കണമെന്നു നിർബന്ധവുമില്ല. വരുന്നതേതോ വരട്ടെ, പോകുന്നതു പൊയ്ക്കൊള്ളട്ടെ; ഇക്കാലംവരെ അജ്ഞാനമാകുന്ന ശത്രു എന്നെ വഞ്ചിച്ചു. വിവേകമെല്ലാം അപഹരിച്ചുകൊണ്ട് ഏകാന്തത്തിൽ വച്ചു ഹിംസിച്ചു. ചപലമായ മനസ്സിനെ വിവേകവിശിഷ്ടമായ മനസ്സുകൊണ്ടുതന്നെ ഛേദിച്ച് അഹങ്കാരലേശമില്ലാതെ ശാന്തനായി ബ്രഹ്മഭാവത്താൽ സംസാരഭാവം ഒഴിയുമ്പോൾ സ്വച്ഛവും കേവലവുമായ പദം എനിക്കു ലഭിക്കും. എന്റെ ശരീരം സംസാരവാസനകളും അഹങ്കാരവും മനസ്സും ഇച്ഛയും വേർപെട്ട് കേവലവും നിശ്ചലവുമായ വിശുദ്ധാത്മാവിൽ സ്ഥിതിചെയ്യുന്നു. ദേഹക്കൂട്ടിൽനിന്നും തൃഷ്ണയാകുന്ന ചരടുകളെ ഛേദിച്ച് ദുരഹങ്കാരപക്ഷി എവിടെയോ പറന്നുപോയി. സ്ത്രീകളുടെ ലാവണ്യം കൺകുരുടന് അനുഭവപ്പെടാത്തതുപോലെ വസ്തുശ്രീകൾക്കു നിന്റെ പ്രകാശമില്ലെങ്കിൽ സ്ഥിതിയില്ല. ഹേ വിസ്തൃതസ്വരൂപാ! ശാന്തിപരായണാ! ജയിക്ക! ജയിക്ക! വേദശാസ്ത്രാദികളാൽ അറിയപ്പെടുന്നവനും അറിയപ്പെടാത്തവനും ആയ വിഭോ! ജയിക്കുക! ജാതനും അജാതനുമായ ദേവ! ജയിക്കുക! ക്ഷതനും അക്ഷതനും സഭാവനും അഭാവനും ജേയനും അജേയനുമായ വിഭോ! ജയിക്കുക! ഇപ്രകാരം ധ്യാനനിഷ്ഠയോടെ കീർത്തിച്ചുകൊണ്ട് പ്രഹ്ലാദൻ ചിത്രാർപ്പിതനെപ്പോലെ നിർവികൽപസമാധിയിൽ ലയിച്ചു. അയ്യായിരം വത്സരം ഈ നിലയിൽ കഴിഞ്ഞുകൂടി. രാജാവില്ലാതെ രാജ്യവാസികൾ ദുഃഖിച്ചു. ബലവാൻ ദുർബലനെ ഹിംസിച്ചു ജീവിക്കാൻതുടങ്ങി. കയ്യൂക്കുതന്നെ നീതിയും ന്യായവും എന്ന നിലയിലായി; സർവ്വലോകപാലകനായ ഭഗവാൻ ശ്രീനാരായണൻ ഈ വസ്തുത ഗ്രഹിച്ചു ചിന്തചെയ്തു. 'പ്രഹ്ലാദൻ സമാധിയിൽ വിശ്രമിക്കനിമിത്തം പാതാളലോകം അനാഥമായിത്തീർന്നിരിക്കുന്നു. ഈ സർഗ്ഗത്തിൽ അസുരമണ്ഡലം മിക്കവാറും ഇല്ലെന്നുള്ള നിലതന്നെയായി. അസുരന്മാരില്ലാതെയായാൽ ദേവന്മാരുടെ ജയേച്ഛ നശിച്ചു, ജീവിതത്തിലുള്ള പ്രത്യാശ അസ്തമിക്കും. താപസന്മാരെപ്പോലെ ശമത്തെത്തന്നെ അവർ ഭജിക്കും. അചിരേണ നിർദ്വന്ദ്വമായ മോക്ഷപദം അടയുകയും ചെയ്യും. ദേവന്മാർ തിരോഭവിക്കുമ്പോൾ ഭൂമിയിലെ

യാഗതപഃക്രിയാദികളെല്ലാം വിഫലങ്ങളാകും. ക്രിയകൾ ഫലിക്കാഞ്ഞാൽ ഭൂലോകം മുടിഞ്ഞുപോകും. അതുവഴി സംസാരപ്രസംഗമേ ഇല്ലെന്നാകും. ചന്ദ്രനും സൂര്യനും നക്ഷത്രങ്ങളും എല്ലാം നശിച്ചു സർവശൂന്യത്വം സംഭവിക്കും. അപ്പോൾ ഞാനും മനസ്സുനശിച്ച് ആത്മപദത്തിൽ ലയിക്കതന്നെചെയ്യും. അകാലത്തിലിങ്ങനെ ലോകനാശം ഭവിക്കുന്നതു സൃഷ്ടിനിയമത്തിനു ചേർന്നതല്ല. അതുകൊണ്ട് ലോകശ്രേയസ്സിനുവേണ്ടി ഇപ്പോൾ അസുരന്മാർ ജീവിക്കട്ടെ. അസുരന്മാരുണ്ടെങ്കിൽ ദേവന്മാർക്കു പ്രത്യാശയുണരും. യജ്ഞാദികർമ്മങ്ങൾ സഫലങ്ങളാകും. സംസാരം നടന്നുകൊണ്ടിരിക്കയും ചെയ്യും. മറിച്ചായാൽ സംസാരനാശംതന്നെ ഫലമായിരിക്കും. പ്രഹ്ലാദൻ കൽപാന്തകാലംവരെ ദേഹത്തോടുകൂടി ജീവിക്കണം. പരമേശ്വരന്റെ സങ്കൽപം അപ്രകാരമാണ്. ഇപ്രകാരം തിരുമനസ്സിൽ നിശ്ചയിച്ചുറച്ച ഭഗവാൻ പാലാഴിയിൽനിന്നു ഗരുഡവാഹനനായി വെൺചാമരങ്ങൾ വീശുന്ന ലക്ഷ്മീദേവിയോടും പരിവാരങ്ങളോടും സർവായുധാലംകൃതനായി പുറപ്പെട്ട് പ്രഹ്ലാദന്റെ മണിമാളികയിലെത്തി, ഹേ മഹാത്മൻ! ഉണരുക! എന്നരുളിച്ചെയ്തിട്ട് ദിക്കുകൾ മുഴങ്ങത്തക്കവണ്ണം പാഞ്ചജന്യം ഊതി. വൈഷ്ണവപ്രാണഭൂതമായ ആ മഹാശബ്ദം കേട്ട് പ്രഹ്ലാദൻ മന്ദമന്ദമുണർന്നു. പ്രാണശക്തി ബ്രഹ്മരന്ധ്റത്തിൽനിന്നും ഉത്ഥാനംചെയ്തു നാഡികൾ വഴി ശരീരത്തിലെങ്ങും വ്യാപിക്കാൻ തുടങ്ങി. പ്രാണങ്ങൾ നവദ്വാരങ്ങളിലെത്തി ഇന്ദ്രിയങ്ങളിൽ വ്യാപരിച്ചപ്പോൾ അവന്റെ ചിത്ത് അന്തഃപ്രാണദർപ്പണത്തിൽ നിഴലാടി വിഷയോന്മുഖമായിത്തീർന്നു. അന്തഃകരണത്തിൽ പ്രതിബിംബിക്കകൊണ്ട് വിഷയോന്മുഖമായ ചിത്ത് കണ്ണാടിയിൽ നിഴലിച്ച മുഖം അകത്തും തോന്നുന്നതുപോലെ മനോരൂപത്തെ പ്രാപിച്ചു. മനസ്സ് അൽപം അലങ്കരിച്ചപ്പോൾ കണ്ണുകൾ രണ്ടും അരുകുകൾ കറുത്ത കരിങ്കൂവളപ്പൂവിന്റെ ഇതളുകൾപോലെ മെല്ലെമെല്ലെ വിടർന്നു. പ്രാണാപാനന്മാരാൽ നാഡീരന്ധ്റങ്ങളിൽ ചേതന പ്രബോധിപ്പിക്കപ്പെടുകയാൽ ഇളംകാറ്റു തട്ടിയ താമരപ്പൂപോലെ അവയവങ്ങൾ ചലിച്ചു. ഒരു നിമിഷത്തിനിടയ്ക്കു മനസ്സു പുഷ്ടമായി കണ്ണുകൾ തുറക്കുകയും ശരീരത്തിനും മനസ്സിനും പ്രാണങ്ങൾക്കും പ്രവൃത്തിയുണ്ടാകയും ആയി. മനസ്സുണർന്നുധാരണാശക്തി വികസിച്ചുവെന്നു കണ്ടപ്പോൾ ഭഗവാൻ പ്രീതിപൂരം ചൊരിഞ്ഞുപറഞ്ഞു. 'ഹേ സാധോ! നിന്റെ സമ്പത്തുകളേയും സ്വരൂപത്തേയും സ്മരിക്കുക. അകാലത്തിൽ ഇങ്ങനെ ദേഹത്യാഗം ചെയ്യാൻ തുടങ്ങുന്നതെന്ത്? ത്യാജ്യഗ്രാഹ്യഭേദഭാവനങ്ങളൊന്നുമില്ലാത്ത നിനക്കു ശരീരത്തെ സംബന്ധിച്ച ഇഷ്ടാനി

ഷ്ടങ്ങളാൽ എന്തൊരു ഹാനിയാണ്. ഹേ! മഹാഭാഗ! നീ ജീവന്മുക്തപദത്തെ അവലംബിച്ചിരിക്കുക. സമാധിവിട്ടെഴുന്നേൽക്കുക. ജീവന്മുക്താവസ്ഥനായി രാജ്യഭാരം ചെയ്തുകൊണ്ട് കൽപാന്തംവരെ ഈ ശരീരത്തോടുകൂടി നീ വസിക്കണം. ദ്വാദശാദിത്യന്മാരുദിച്ചില്ല, കുലപർവതങ്ങൾ ലയിച്ചില്ല, ജഗത്തുകൾ ദഹിച്ചില്ല. ഈ അകാലത്തിൽ നീ ശരീരത്തെ ഉപേക്ഷിക്കുന്നതെന്ത്? ഞാൻ കൃശൻ, ഞാൻ ദുഃഖി, ഞാൻ മൂഢൻ ഇങ്ങനെ ഓരോതരത്തിൽ മനസ്സുകൊണ്ടു കഷ്ടപ്പെടുന്നവനു മരണം നന്നുതന്നെ. ആശാപാശത്താൽ കെട്ടപ്പെട്ട മനസ്സ് അങ്ങുമിങ്ങും വലിച്ചുകൊണ്ടുപോയി കഷ്ടാപ്പാടനുഭവിക്കുന്നവനും മരണം നന്നുതന്നെ. എന്നാൽ അഹങ്കാരഭാവനയില്ലാതെ ഒന്നിലും മനസ്സുപറ്റാതെ സർവഭൂതങ്ങളിലും സമദൃഷ്ടിയായിരിക്കുന്നവന് ജീവിതമാണ് നന്ന്. രാഗദ്വേഷങ്ങൾവിട്ട് അകംകുളുർത്ത് ബുദ്ധികൊണ്ട് ഈ ജഗത്തിനെ കേവലം ഒരു സാക്ഷിപോലെ വീക്ഷിക്കുന്നവന് ജീവിതമാണ് നന്ന്. ആത്മതത്വത്തെ വഴിപോലെ അറിഞ്ഞ് ത്യാജ്യഗ്രാഹ്യപ്രസക്തിയില്ലാതെ ചിത്തത്തെ ആത്മാവിൽ സമർപ്പണം ചെയ്തു വസിക്കുന്നവന് ജീവിതംതന്നെ നന്ന്. ത്യാജ്യഗ്രാഹ്യാദിഭേദഭാവനകൾ മനസ്സിൽ നിന്നൊഴിയുമ്പോൾ നിർവികാരരൂപമായ യാതൊരു ശാന്തിയാണോ അതിലുദയം ചെയ്യുന്നത് അതിനു മോക്ഷമെന്നു പറയുന്നു. ഹേ അസുരേന്ദ്ര! ക്ഷണത്തിലെഴുന്നേറ്റു സിംഹാസനത്തെ ആരോഹിക്കുക. രാജ്യാഭിഷേകം ഞാൻതന്നെ ചെയ്യുന്നുണ്ട്. പാഞ്ചജന്യധ്വനിയാൽ ഇവിടെ ആഗതന്മാരായിരിക്കുന്ന സിദ്ധസാദ്ധ്യാദിദേവസംഘങ്ങൾ നിനക്കു മംഗളമരുളട്ടെ!' ഭഗവാൻ ഇപ്രകാരം അരുളിച്ചെയ്തു. സങ്കൽപശക്തിയാൽ ആനയിക്കപ്പെട്ട സപ്തസമുദ്രസ്വർഗ്ഗംഗാദി തീർത്ഥജലങ്ങൾകൊണ്ട്, സുരാസുരസേവിതനായ പ്രഹ്ലാദനെ രാജാവായി അഭിഷേകം ചെയ്തു. ഭൂമിയും മഹാമേരുവും ചന്ദ്രസൂര്യന്മാരുമുള്ള കാലംവരെ യശസ്സുപരത്തി രാജ്യം ഭരിച്ചാലും എന്ന് അനുഗ്രഹവും നൽകി മറഞ്ഞു.

ശ്രീരാമൻ-ഭഗവൻ! പരമപദത്തിൽ ലയിച്ചിരുന്ന പ്രഹ്ലാദന്റെ മനസ്സ്, പാഞ്ചജന്യധ്വനിയാൽ ഉണർന്നതെങ്ങനെയെന്നു പറഞ്ഞുതരുമോ?

വസിഷ്ഠൻ-വത്സ! ജീവന്മുക്തന്മാരുടെ മനസ്സിൽ വറുത്ത വിത്തുപോലെ പുനർജ്ജന്മമുള്ള പൊട്ടാത്ത വിശുദ്ധവാസന ലയിച്ചു കിടക്കുന്നുണ്ടാവും. ആ വാസന പരിശുദ്ധവും മോക്ഷസുഖദവും ശുദ്ധസത്വഗുണത്തെ അനുവർത്തിക്കുന്നതും ആത്മധ്യാനനിരതവുമായി സുഷുപ്തിയെ പ്രാപിച്ചപോലെ ലയിച്ചിരിക്കയാണ്. ആയിരം വത്സരം കഴിഞ്ഞാലും ശരി, വല്ല കാരണവശാലും കുറച്ചൊന്നു പ്രേരിക്കപ്പെട്ടാൽ

അത് ഉണരുന്നു. ദേഹം നശിക്കാതെ ഇരിക്കുന്ന കാലംവരെ അതിനു നാശമില്ല.

ഉപശമപ്രകരണത്തിൽ പ്രഹ്ലാദോപാഖ്യാനം
ഇരുപത്തിരണ്ടാം സർഗ്ഗം കഴിഞ്ഞു.

ഗാധിവൃത്താന്തം

വസിഷ്ഠൻ–ഹേ രാമ! സംസാരമെന്നുപേരായ ഈ മായ അനന്തവും അളവറ്റ ഭ്രാന്തിയെ ഉണ്ടാക്കുന്നതുമാണ്. മനോജയംകൊണ്ടല്ലാതെ അതിനെ ജയിക്കാവുന്നതല്ല. ലോകമായയുടെ വൈഭവവും വൈചിത്ര്യവും അറിയുന്നതിന് ഒരിതിഹാസം ഞാനിവിടെ ഉദാഹരിക്കാം. ഭൂപീഠത്തിൽ കോസലമെന്ന മണ്ഡലത്തിൽ ഗാധിയെന്നു പേരായ ഒരുത്തമബ്രാഹ്മണൻ വസിച്ചിരുന്നു. ഏതോ ഒരു ഉദ്ദേശസാദ്ധ്യം കരുതി അദ്ദേഹം ബന്ധുക്കളേയും കുടുംബത്തേയും ഉപേക്ഷിച്ചു തപസ്സു ചെയ്യാനായി പുറപ്പെട്ടു. ദൂരത്തുള്ള ഒരു വനപ്രദേശത്തിൽ താമരകൾ വിലസിനിൽക്കുന്ന ഒരു പൊയ്കയിലിറങ്ങി കഴുത്തളവു വെള്ളത്തിൽനിന്ന് തപസ്സ് തുടങ്ങി. എട്ടുമാസമായപ്പോൾ വിഷ്ണുഭഗവാൻ പ്രത്യക്ഷമെഴുന്നള്ളിവന്ന് ‘ഹേ ബ്രാഹ്മണ! നിന്റെ തപസ്സ് ഫലത്തെ നൽകാൻ പര്യാപ്തമായിരിക്കുന്നു ഇഷ്ടവരം വരിച്ചുകൊൾക’ എന്നരുളിച്ചെയ്തു. ഗാധി പരമാനന്ദപരിപ്ളുതനായി വണങ്ങി, ‘വിഭോ! വിഷ്ണുദേവ! അസംഖ്യേയഭൂതജാലങ്ങളുടെ മനഃപത്മകുഹരങ്ങളിൽ നിവസിക്കുന്ന മധുകരമായും ത്രൈലോക്യത്താമരയുടെ വാസസരസ്സായും വിളങ്ങുന്ന ഭഗവാനേ! നിന്തിരുവടിക്കു നമസ്കാരം. അയുക്തമായ ഒരപേക്ഷ ഞാൻ അറിയിക്കുന്നു. പരമാത്മസംബന്ധിനിയും ആശ്ചര്യകാരിണിയും സംസാരനാമ്നിയുമായ നിന്തിരുവടിയുടെ മായാദേവിയെ ഒന്നു കാണാൻ എനിക്കു അനുഗ്രഹം തരണമേ! എന്നുണർത്തിച്ചു. ബ്രാഹ്മണ! നിന്റെ അഭിമതംപോലെ ഭവിക്കും. എന്റെ മായയെക്കാണാൻ അചിരേണ നിനക്ക് സംഗതിയാകട്ടെ! പിന്നീട് ഉപേക്ഷിക്കണമെന്നു തോന്നുന്നുവെങ്കിൽ അതിനും ബാധകമില്ല എന്നനുഗ്രഹം നൽകി. ഭഗവാൻ ഗന്ധർവനഗരംപോലെ അവിടെ അന്തർദ്ധാനംചെയ്തു. ഭഗവാനെ നേരിൽക്കാണാൻ ഇടയാകകൊണ്ടുണ്ടായ സന്തോഷത്തോടെ, ബ്രാഹ്മണൻ വെള്ളത്തിൽനിന്നു കയറി ഏതാനും ദിവസം തപഃസ്വാദ്ധ്യായാദി ബ്രാഹ്മ

ണകർമ്മങ്ങളോടുകൂടിത്തന്നെ ആ വനത്തിൽ താമസിച്ചു. ഒരിക്കൽ സ്നാനത്തിനായി താമരപ്പൊയ്കയിലിറങ്ങിയപ്പോൾ, വിഷ്ണുഭഗവാൻ മുമ്പനുഗ്രഹിച്ച മായാദർശനവൃത്താന്തം ഓർമ്മയിൽവന്നു. കാലം കഴിഞ്ഞിട്ടും വരം ഫലിച്ചുകാണാത്തതെന്താണെന്നുള്ള വിചാരത്തോടുകൂടി, കരയ്ക്കുള്ള കർമ്മങ്ങളെല്ലാം കഴിച്ചു പതുക്കെ വെള്ളത്തിലിറങ്ങി മുങ്ങി. മുങ്ങിക്കഴിഞ്ഞയുടനെ ധ്യാനവും മന്ത്രവുമെല്ലാം മറന്നുപോയി പെട്ടെന്നു മനസ്സിനൊരു മാറ്റമുണ്ടായി, താൻ സ്വന്തഗൃഹത്തിൽ മരിച്ചുകിടക്കുന്നതായിക്കണ്ടു. ബന്ധുക്കൾ ചുറ്റും ദുഃഖിച്ചിരിക്കുന്നു. ഭാര്യ കാലുംപിടിച്ചിരുന്നു കരയുന്നു തള്ള, പുതുമീശകളോടുകൂടിയ താടിപിടിച്ചു സങ്കടങ്ങൾ പറഞ്ഞു നിലവിളിക്കുന്നു. ഇതിനിടയിൽ അലയും മുറയും കൂട്ടവുമായിട്ട് സ്വജനങ്ങൾ ശവമെടുത്ത്, എല്ലും ഞരമ്പും കുടലുമെല്ലാം ചിന്നിച്ചിതറിക്കിടക്കുന്ന ബീഭത്സമായ ചുടുകാട്ടിൽ കൊണ്ടുപോയി പട്ടടകൂട്ടി ദഹിപ്പിക്കുന്നതുകണ്ടു. അനന്തരം താൻ ഹൂണമണ്ഡലത്തിനരികെയുള്ള ഗ്രാമോപാന്തത്തിൽ വസിക്കുന്ന ചണ്ഡാലവർഗ്ഗത്തിൽ ഒരു സ്ത്രീയുടെ ഗർഭത്തിൽ പതിച്ചു ദുഃഖിക്കുന്നതായും മാസക്രമേണ ഗർഭം മുറ്റി കറുകറുത്ത ഒരു ബാലരൂപത്തിൽ ജനിച്ചതായും തോന്നി. ബാലൻ കാലംകൊണ്ട് ശൈശവവും ബാല്യവും കൗമാരവും കടന്ന് യൗവനത്തെ പ്രാപിച്ചു. ശരീരം കരിങ്കാറുപോലെ കൊഴുത്തുതടിച്ചു. മുല്ലപ്പൂങ്കുലകളും തളിർകൈത്തൊത്തുകളും വിളങ്ങുന്ന തമാലലതപോലെ സുകുമാരിയായ ഒരു ശ്വപചതരുണിയുടെ കൈപിടിച്ച് കാമകേളികൾ ആഘോഷിക്കാനും തുടങ്ങി. പർണ്ണമെത്തയിൽ, വള്ളിക്കുടിലിൽ, ചുള്ളിക്കാട്ടിൽ, പർവതഗുഹയിൽ എന്നുവേണ്ട സുഖവിഹാരസ്ഥാനങ്ങളിലെല്ലാം, പത്നിയുമായിക്കളിയാടി നടന്നു. ദുരിതനിധികളായ ചില പുത്രന്മാരും അവിടവിടെവച്ചു ജനിച്ചു. ക്രമേണ യൗവനം ക്ഷയിച്ചുതുടങ്ങിയപ്പോൾ, അൽപദൂരത്തായി ഒരു പർണ്ണശാലകെട്ടി മുനിയെപ്പോലെ താമസിച്ചു. പുത്രന്മാരെല്ലാം തന്നോളമായി, താൻ മഹാവൃദ്ധനുമായി. അങ്ങനെ വസിച്ചുവരവെ, യദൃച്ഛയാ തന്റെ കുടുംബാംഗങ്ങൾ മുഴുവൻ, ഭാര്യയും പുത്രന്മാരുമെല്ലാം ഒന്നോടെ മരിച്ചുപോയി. അനന്തരം ദുഃഖപരീതനായി അശ്രുക്കൾ വർഷിച്ചുകൊണ്ടു നാടുംവീടും ഉപേക്ഷിച്ചു പുറപ്പെട്ട് പലദിക്കുകളിലും ചുറ്റിച്ചുറ്റിസഞ്ചരിക്കവേ സമ്പൽസമൃദ്ധമായ കീരമണ്ഡലത്തിന്റെ തലസ്ഥാന നഗരിയിലെത്തിച്ചേർന്നു. അവിടെ സ്ത്രീജനങ്ങളും സാമന്തന്മാരും നഗരവാസികളും കൂടി നിൽക്കുന്നു. പുറവാതിൽ രത്നമാല്യാദികളാൽ അലങ്കരിച്ചിട്ടിരിക്കുന്നു. സ്വർഗ്ഗമാർഗ്ഗ രമണീയമായ രാജപാതയിൽകൂടി കോട്ടവാതിലിൽ അടുത്തപ്പോൾ മഷിമലപോലെ കറുത്തിരുണ്ട ഒരു കൊമ്പനാന പുഷ്പമാ

ല്യാദികളാൽ അലംകൃതമായി നിൽക്കുന്നു. രാജാവു മരിച്ചാൽ രാജകീയഗജത്തെ അലങ്കരിച്ചു വെളിക്കയയ്ക്കുകയും ഗജം ഇഷ്ടംപോലെ തിരഞ്ഞുപിടിച്ചു മസ്തകത്തിലേറ്റികൊണ്ടു വരുന്ന മനുഷ്യനെ അടുത്ത രാജാവാക്കുകയും അവിടുത്തെ നടപ്പായിരുന്നു. അതനുസരിച്ച് ആയിടെ മരിച്ചുപോയ രാജാവിനു പകരം മറ്റൊരാളെ കൈക്കൊള്ളാൻ അവിടവിടെച്ചുറ്റിനോക്കുന്ന ആനയെയാണു കണ്ടത്. കൗതുകത്തോടെ സൂക്ഷിച്ചുനോക്കിനിന്ന ആ ശ്വപചനെത്തന്നെ ആന തുമ്പിക്കൈകൊണ്ടു ചുറ്റിയെടുത്തു കഴുത്തിൽവച്ചു. അഭിലഷിതമായ ഈ സംഭവം കണ്ടപ്പോൾ ജനങ്ങൾ രാജാവ് രാജാവ് എന്ന ഉച്ചധ്വനി മുഴക്കി, ദുന്ദുഭികൾ കൊട്ടിയാർത്തുവിളിച്ചു. പ്രഭാതത്തിൽ പക്ഷികളുടെ കളകളശബ്ദംപോലെ പൗരന്മാർ ജയ ജയ ശബ്ദം ഘോഷിച്ചു. രാജധാനിയിൽ എത്തിയ സമയം സുന്ദരിമാർ കൗതുകത്തോടെ, പുതിയ രാജാവിനെ സൽക്കരിച്ച്, ആപാദചൂഡം വസ്ത്രാഭരണങ്ങൾ ചാർത്തി അലങ്കരിച്ച് മന്ത്രിമാരും സാമന്തന്മാരും വന്നു വന്ദിച്ചുനിന്നു. അചിരേണ അഭിഷിക്തനായി രാജ്യഭാരം കൈയേൽക്കുകയും കീരരാജന്റെ അന്തഃപുരസ്ത്രീകളെത്തന്നെ പത്നിമാരാക്കി വരിക്കയും ചെയ്തു. ഈ വിധത്തിൽ രാജപദവി ലഭിച്ച ചണ്ഡാലൻ തന്റെ രാജശക്തി പരത്തി ദിഗ്വാസികളെ ആജ്ഞയ്ക്കുള്ളടക്കി ഇച്ഛപോലെയുള്ള മര്യാദകളും നാട്ടിലേർപ്പെടുത്തി മന്ത്രിപ്രഭൃതികളുടെ സഹായത്താൽ രാജ്യകാര്യങ്ങൾ ഭംഗിയായി നടത്തിക്കൊണ്ട് ഗാലവൻ എന്ന പുതിയ പേരും സ്വീകരിച്ച് അവിടെ സുഖമായി വസിച്ച് വിലാസിനിമാരാൽ പരിവൃതനായും ഛത്രചാമരങ്ങളാൽ ശോഭിതനായും മന്ത്രിമണ്ഡലത്താൽ പൂജിതനായും സാമന്തരാജാക്കളാൽ വന്ദിതനായും എട്ടുസംവത്സരം രാജ്യഭാരം ചെയ്തു. ഒരിക്കൽ യാദൃച്ഛികമായി തന്റെ അലങ്കാരങ്ങളെല്ലാം അഴിച്ചുവച്ച് ഒരു സാധാരണനെപ്പോലെ കൊട്ടാരത്തിനു വെളിയിൽ ഇറങ്ങി. അവിടെ ഒട്ടുവളരെ ശ്വപചന്മാർ കൂട്ടംകൂടി വീണക്കമ്പികൾ മീട്ടിപ്പാടിക്കൊണ്ടിരിക്കുന്നു. കീരരാജനെക്കണ്ട ക്ഷണത്തിൽ രക്തലോചനനായ ഒരു വൃദ്ധൻ "എടേ കളഞ്ജ" എന്നഭിസംബോധനം ചെയ്തുകൊണ്ട് സംഘത്തിൽനിന്നെഴുന്നേറ്റ്, "സ്നേഹിതാ! നീ ഇതുവരെ എവിടെയായിരുന്നു? കണ്ടിട്ടു വളരെക്കാലമായല്ലോ; ഇപ്പോൾ കണ്ടത് ഈശ്വരാധീനം" എന്നുപറഞ്ഞു. കീരരാജന് ഈ ഉപചാരവാക്ക് തീരെ സഹിച്ചില്ല. തൽക്കാലനിലയ്ക്ക് ഉണ്ടാകാവുന്ന സങ്കോചസംഭ്രമങ്ങളോടുകൂടി അവൻ വൃദ്ധനെ അധിക്ഷേപിച്ചു. ഇവരുടെ സംഭാഷണങ്ങൾ ശ്രദ്ധിച്ചുകൊണ്ടു കൊട്ടാരമാളികയിൽ നോക്കിനിന്ന റാണിമാരും മന്ത്രിമാരും വല്ലാതെ നടുങ്ങിപ്പോയി. "ഹാ! പു

ക്കസനെയാണോ നാം ഇതുവരെ രാജാവാക്കിവച്ചു സേവിച്ചത്? കഷ്ടം!" എന്നു പശ്ചാത്തപിച്ചു. ക്ഷണേന ഈ വർത്തമാനം നാട്ടിലെല്ലാം പരന്നു. നാഗരന്മാർക്കും മന്ത്രിപ്രഭൃതികൾക്കും അവനിൽ കഠിനമായ വെറുപ്പുതോന്നി. തിരികെ കൊട്ടാരത്തിൽ കടന്നുവന്നപ്പോൾ ശവത്തെ എന്നപോലെ അവനെ ആരും തൊടാതെ, അകലത്തിലൊഴിഞ്ഞു. പലരും അവിടെയുണ്ടായിരുന്നുവെങ്കിലും അവൻ ഏകാകിയെപ്പോലെ വസിക്കേണ്ടിവന്നു. അന്യദേശക്കാരനായ ഒരു വഴിപോക്കനെന്നോണം ആരുമാരും സഹകരിക്കാനില്ലാതെ നിരാശ്രയസ്ഥിതിയിലകപ്പെട്ടു.

ജനങ്ങൾ ആലോചനതുടങ്ങി. കഷ്ടം! നമ്മൾ ഇവനെ തൊട്ടുനിന്നു ദുഷിച്ചു. ഇതിനുതക്ക പ്രായശ്ചിത്തങ്ങൾ ഉണ്ടെന്നും തോന്നുന്നില്ല. അഗ്നിയിൽ ചാടി ദേഹത്യാഗം ചെയ്യാനല്ലാതെ ഗത്യന്തരമില്ല എന്നിങ്ങനെ രാജകീയരും പൗരന്മാരും ഒന്നുചേർന്നു നിശ്ചയിച്ചു, പലദിക്കിലും അഗ്നികുണ്ഡങ്ങൾ ഉണ്ടാക്കി അഗ്നിയിൽ ചാടി ദഹിച്ചു. സജ്ജനസംസർഗ്ഗത്താൽ മനസ്സിനു വിശുദ്ധി ലഭിച്ചു. രാജാവ് രാജ്യത്തെ വിപ്ലവങ്ങൾ കണ്ടപ്പോൾ കഷ്ടം! ഞാൻ നിമിത്തമാണല്ലോ രാജ്യവാസികൾക്കു ദുരാപത്തു സംഭവിച്ചത്; ഇനി, ഏകാകിയായി ദുഃഖമനുഭവിക്കാൻ ജീവിക്കുന്നതിൽ ഭേദം ഞാൻ മരിക്കതന്നെ എന്നു നിശ്ചയിച്ച് അപ്പോൾതന്നെ അഗ്നികുണ്ഡമുണ്ടാക്കി അതിൽ പതിക്കയും ചെയ്തു.

തീയുടെ ചൂടിന്റെ വേദന ഗാധിയെ ദിവാസ്വപ്നത്തിൽനിന്നും പെട്ടെന്നുണർത്തി-അല്ല? ഇതെന്തൊരു കഥയാണ്? ഞാൻ ആര്? എന്തെല്ലാം വേഷങ്ങളാണിവിടെ അഭിനയിച്ചത്? എന്ന് അത്ഭുതാകുലനായി ചിന്തിച്ചുകൊണ്ട്, വെള്ളത്തിൽനിന്നും കയറി. ഗാധിയുടെ മായാഭ്രമകാലം രണ്ടുമഹൂർത്തം മാത്രമായിരുന്നു. ആകപ്പാടെ അന്ധബുദ്ധിയായിച്ചമഞ്ഞ ആ സാധുബ്രാഹ്മണൻ വിചാരപൂർവം ചിന്തിച്ചുനോക്കി. കാട്ടിൽ കടുവാകളെന്നപോലെ ഈ മാതിരി ഭ്രമദൃഷ്ടികളിൽ ജീവികളുടെ മനസ്സ് ചഞ്ചലിക്കാൻ ഇടയുണ്ടെന്നും അത്ഭുതപ്പെടാനില്ലെന്നും ഒടുവിൽ സമാധാനപ്പെട്ടു. അനന്തരം ആശ്രമത്തിലെത്തി മോഹനിവൃത്തനായി യഥാപൂർവം വസിക്കയും ചെയ്തു. അന്നൊരിക്കൽ ഗാധിക്കു വളരെ പ്രിയപ്പെട്ട ഒരു ഒരതിഥി ആശ്രമത്തിൽ വരികയുണ്ടായി. ഭക്ഷിക്കാൻ പഴങ്ങളും കുടിക്കാൻ തേനുമെല്ലാം കൊടുത്ത് അയാളെ തൃപ്തിപ്പെടുത്തിയശേഷം രണ്ടുപേരുമായി സന്ധ്യാവന്ദനജപാദികർമ്മങ്ങൾ കഴിച്ച് ഉറക്കത്തിനു ഭാവിച്ചു. ഓരോ പുണ്യകഥകളും പറഞ്ഞുകിടന്ന കൂട്ടത്തിൽ, പ്രസംഗവശാൽ ഗാധി- അല്ലയോ സ്നേഹിതാ! താങ്കളുടെ ശരീരം ഇങ്ങനെ മാംസഹീനമായി ശോഷിച്ചുപോയതെന്ത് എന്നു ചോ

ദിച്ചു.

'സഖേ! അതിനു ഹേതുഭൂതമായ പ്രബന്ധം ഞാൻ പറയാം. വടക്കുദിക്കിൽ കീരമെന്നു പ്രസിദ്ധപ്പെട്ട സമൃദ്ധമായ ഒരു രാജ്യമുണ്ട്. അവിടെ ജനങ്ങളാൽ പൂജ്യമാനനായി ഒരു മാസക്കാലം ഞാൻ താമസിച്ചു. ഒരിക്കൽ ആ ദിക്കുകാരിൽ ഒരുത്തനുമായി സംസാരിച്ചുകൊണ്ടിരിക്കേ, അവിടെ ഒരു ചണ്ഡാലൻ ജാതി അറിയിക്കാതെ രാജാവായി എട്ടു സംവത്സരം രാജ്യം ഭരിച്ചെന്നും, ഒടുവിൽ കണ്ടുപിടിക്കപ്പെട്ടപ്പോൾ, തീയിൽ ചാടി മരിച്ചു കളഞ്ഞു എന്നും, അവനെ തൊട്ടുതീണ്ടി ഭ്രഷ്ടുഭവിച്ച അനവധി ബ്രാഹ്മണരും അഗ്നിയിൽതന്നെ ദേഹത്യാഗം ചെയ്തു എന്നും അവൻ എന്നോടു പറഞ്ഞു. നീചസംസർഗ്ഗത്താൽ ദുഷിച്ച രാജ്യത്തു താമസിക്കാൻ ഇടയായല്ലോ എന്ന അന്തഃസ്താപത്തോടെ, അപ്പോൾ തന്നെ ഞാൻ പുറപ്പെട്ടുപോയി പ്രയാഗാസ്നാനം ജപം മുതലായ പ്രായശ്ചിത്തങ്ങൾ ചെയ്തു. അതിൽപിന്നെ ചന്ദ്രായണമഹാവ്രതവും മൂന്നുവട്ടം അനുഷ്ഠിച്ചു. ഒടുവിലത്തെ വ്രതത്തിന്റെ പാരണയും കഴിഞ്ഞാണ് ഇങ്ങോട്ടു പോന്നത്. ആ ക്ഷീണവും ശോഷവും ശരീരത്തിനുണ്ട്.

ഗാധിക്ക് ഇതു കേട്ടപ്പോൾ അത്ഭുതമായി. ബ്രാഹ്മണൻ പറഞ്ഞ ചരിത്രം തന്നെസ്സംബന്ധിച്ചതാണെന്നു സ്പഷ്ടമായി. കീരദേശംവരെ ഒന്നു പോകണമെന്ന് ഉടനേ നിശ്ചയിച്ചു. പിറ്റേദിവസം പ്രഭാതത്തിൽ അതിഥിയെ യാത്രയാക്കിപ്പുറപ്പെടുകയും ചെയ്തു. പല ദേശങ്ങളും കടന്നുനടന്ന് ഹൂണമണ്ഡലത്തിൽ എത്തിയപ്പോൾ അവിടെ താൻ കുടിപാർത്ത ശ്വപചഭവനവും പരിസരസ്ഥങ്ങളായ ഭവനങ്ങളുമെല്ലാം വ്യത്യാസമില്ലാതെ സ്മരണയ്ക്കു യോജിച്ചുകാണുകയാൽ, ആശ്ചര്യപരതന്ത്രനായി ബ്രഹ്മദേവന്റെ കളികളോർത്തു തലകുലുക്കിപ്പോയി. അനന്തരം അവിടെനിന്നും തിരിച്ച് നേരെ കീരമണ്ഡലത്തിൽ ചെന്നു തന്നാൽ അനുഭവിക്കപ്പെട്ടതും കാണപ്പെട്ടതും സേവിക്കപ്പെട്ടതും ആയ വസ്തുക്കളും സ്ഥാനങ്ങളുമെല്ലാം അൽപവും ഭേദമില്ലാതെ അവിടെയും കണ്ടു. അനുഭവത്തിനൊത്തവിധത്തിൽ നഗരവാസികൾ പറകയും ചെയ്തു. 'ശരി. വിഷ്ണുഭഗവാൻ കാട്ടിത്തന്ന മായയുടെ വിലാസങ്ങളാണിവ എന്നു മനസ്സിലാക്കി സമാധാനപ്പെട്ടിട്ട്, ഗാധി, വൈരാഗ്യത്തോടെ വീണ്ടും തപസ്സുചെയ്യാൻ അതുവഴി കാട്ടിലേക്കു തിരിച്ചു. സിംഹത്തെപ്പോലെ ഒരു മലയുടെ ഗുഹയിൽ കടന്ന്, ധ്യാനൈകതാനനായി തപസ്സിനുകോപ്പിട്ടു. വിഷ്ണുപ്രീതിയെ ഉദ്ദേശിച്ചു കൈവെള്ളക്കുഴിയിൽ അടങ്ങുന്ന വെള്ളംമാത്രം ഉപജീവിച്ചുകൊണ്ട് ഒരു വർഷം അത്യുഗ്രമായ തപസ്സുചെയ്തപ്പോൾ, ശംഖചക്രപാണിയായ ഭഗവാൻ കാളമേഘഖണ്ഡം

പോലെ പർവ്വതഗുഹയിൽ പ്രത്യക്ഷപ്പെട്ടു.

'ബ്രാഹ്മണ! മായയെ ദർശിക്കണമെന്നുള്ള നിന്റെ അഭിലാഷം സാധിച്ചുകഴിഞ്ഞു. ഇനിയും എന്തൊരുദ്ദേശ്യസാദ്ധ്യത്തിനാണ് തപസ്സ്?' എന്നു ചോദിച്ചു. ബ്രാഹ്മണൻ സന്തോഷപൂർവം പ്രദക്ഷിണംവച്ച്, പുഷ്പാഞ്ജലിതൂകി തൊഴുതുകൊണ്ട്, മഴക്കാറിനോടു ചാതകമെന്ന പോലെ വിനയമധുരമായിപ്പറഞ്ഞു– 'ഭഗവാനേ തമോമയിയായ മായയെ നിന്തിരുവടി എന്നെക്കാണിച്ചു. എന്നാൽ ഭ്രമാത്മകമായ ആ ദർശനം പരമാർത്ഥമായി ഭവിച്ചതിന്റെ മർമ്മം എനിക്കു മനസ്സിലാകുന്നില്ല.'

'ബ്രാഹ്മണ! ഭൂമി മുതലായ ഭൂതങ്ങളെല്ലാം മനസ്സിലാണ് സ്ഥിതിചെയ്യുന്നത്. വെളിയിൽ ഒന്നുംതന്നെയില്ല. ജഗത്ത് എല്ലാവർക്കും അനുഭവപ്പെടുന്നതും സ്വപ്നാദ്യവസ്ഥകളിലാണ്. സംഖ്യയില്ലാത്ത ജഗത്തുകളടങ്ങിയിരിക്കുന്ന മനസ്സ്, ഒരു ശ്വപചത്വത്തെ പ്രകടിപ്പിച്ചതിൽ അത്ഭുതപ്പെടാനെന്തുള്ളു. വെറും ഒരു തോന്നലാൽ ചണ്ഡാലത്വം നിനക്കനുഭവപ്പെട്ടതെങ്ങനെയോ, അതുപോലെ അതിഥിയുടെ ആഗമനവും അവസ്തുവായ ഒരു തോന്നലാകുന്നു. ഇറങ്ങിപ്പുറപ്പെട്ടെന്നും ഹൂണമണ്ഡലത്തിൽ കടന്നെന്നും കളഞ്ജന്റെ ഭവനവും പരിസരങ്ങളും ദർശിച്ചെന്നും കീരരാജ്യത്തെ പ്രാപിച്ചെന്നും മറ്റുമുള്ള സർവപ്രബന്ധങ്ങളും വെറും തോന്നൽതന്നെ. നിന്റെ മനസ്സിൽ ഉദിച്ച ചണ്ഡാലസ്ഥിതി, കാകകാലീകയോഗത്താൽ എല്ലാം ഹൂണകീരന്മാരുടേയും മനസ്സിൽ പ്രതിബിംബിച്ചു. ചിലപ്പോൾ യദൃച്ഛാസംഭവംപോലെ, ഒരേ പ്രതിഭ ഒരേ സമയത്ത് ബഹുജനങ്ങൾക്കുണ്ടാകാറുണ്ട്. മനസ്സിന്റെ ഗതി മഹാവിചിത്രമെന്നേ പറയാവൂ! പല ദിക്കിലുമായി പലേ കുട്ടികൾ ഒരേ കളിതന്നെ ഒരേ സമയത്തു കളിച്ചെന്നു വരരുതോ? അതുപോലെയാണ്. കൂടാതെയും ഒരു സംഭവഗതിപറയാം. ഹൂണരാജ്യത്ത് കളഞ്ജകൻ എന്നൊരു ചണ്ഡാലൻ വാസ്തവത്തിൽ ജനിച്ചിരിക്കാം. അവൻ നാടുവിട്ടുപോയി കീരമണ്ഡലത്തിൽ ചെന്നു രാജാവായി വാഴുകയും ഒടുവിൽ അഗ്നിയിൽ ചാടി ദഹിക്കയും ചെയ്തിരിക്കാം. മായാകലിതമായ ആ സംഭവം നിന്റെ മനോമായയിൽ സംക്രമിച്ചെന്നു വരരുതോ? അതുനിമിത്തം ചണ്ഡാലൻ ഞാനാണ് എന്ന അഭിമാനം നിനക്കുണ്ടായി എന്നുവരാം. ഞാൻ എന്റേത് ഇത്യാദി ഭ്രമജാലത്തിൽ അജ്ഞാനികൾ മുഴുകുന്നു. തത്വജ്ഞൻ എല്ലാം ഞാൻതന്നെയെന്നുള്ള പരമാർത്ഥബോധത്തോടുകൂടി ഒരു ക്ലേശവുമില്ലാതെ വസിക്കുന്നു. ബ്രാഹ്മണ! സംസാരമെന്നു പേരുള്ള അനന്തമായ ഈ മായ ആത്മവിചാരം ഒന്നുകൊണ്ടല്ലാതെ നശിക്കുകയില്ല. തത്വജ്ഞനായവന് എല്ലാം താനെന്നല്ലാതെ പദാർത്ഥവിഭാഗഭാവനയേ

യില്ല. അതുനിമിത്തം അവൻ, ഭ്രമമോഹാദികളിലകപ്പെട്ടു ദുഃഖിക്കുന്നില്ല. നിനക്ക് ജ്ഞാനപൂർണ്ണതയില്ലായ്കകൊണ്ട്, മനോഭ്രമത്തെ തടുക്കാനുള്ള ശക്തിയില്ല. തടുത്തില്ലെങ്കിൽ കടന്നുകയറി അക്രമിക്കാതിരിക്കയുമില്ല. ഈ മായാചക്രത്തിന്റെ നാഭികീലം മനസ്സാണ്. വിവേകദണ്ഡത്താൽ അതിനെ അമർത്തി ഇളകാതെ പിടിച്ചുനിർത്താമെങ്കിൽ, മായാചക്രത്തിന്റെ ഉപദ്രവമേ ഉണ്ടാകയില്ല. ബ്രാഹ്മണ! ഇനിയും ഒരു പത്തു സംവത്സരം ഈ ഗുഹയിൽതന്നെനിന്നു നീ തപസ്സുചെയ്യുക! എന്നാൽ പൂർണ്ണജ്ഞാനിയായി ഭവിക്കും.'

എന്നരുളിച്ചെയ്തു ഭഗവാൻ മറഞ്ഞു. ഗാധിയാകട്ടെ വിവേകജന്യമായ ദൃഢവൈരാഗ്യത്തോടുകൂടി സങ്കൽപങ്ങളെല്ലാം ത്യജിച്ച്, പത്തുവർഷം ആ പർവതത്തിൽ തപസ്സുചെയ്തു തത്വജ്ഞനായിത്തീർന്നു. അനന്തരം മഹാത്മാവായ ഗാധി, പാരമാർത്ഥികസത്തയെ പ്രാപിച്ച്, ഭയശോകാദിവിമുക്തനായി, സർവദാ മുക്തരൂപനായി, അനർഗ്ഗളാനന്ദരസം വഴിഞ്ഞൊഴുകുന്ന മനസ്സും വഹിച്ച് കലാപൂർണ്ണനായ ചന്ദ്രനെപ്പോലെ അപരിച്ഛിന്നബ്രഹ്മാകാശത്തിൽ രമിച്ചു.

ഉപശമപ്രകരണത്തിൽ ഗാധിവൃത്താന്തകഥനം
ഇരുപത്തിമൂന്നാം സർഗ്ഗം കഴിഞ്ഞു.

ഉദ്ദാലകോപാഖ്യാനം

വസിഷ്ഠൻ-രാമ! പരമാത്മസംബന്ധിനിയായ ഈ മായ, മഹാവിസ്തൃതയും മോഹകാരിണിയും അനവഗമ്യയും വിഷമയും ആകുന്നു. അതുകൊണ്ടു ഞാൻ പറയുന്നത് മനസ്സമാധാനമില്ലാത്തവനെ അത് മഹാസങ്കടത്തിൽ അകപ്പെടുത്തുമെന്നാണ്. മനസ്സിനെ ജയിക്ക എന്ന ഏക ഔഷധത്താലല്ലാതെ സംസാരമഹാരോഗം ഒരിക്കലും ശമിക്കയില്ല. വർണ്ണാശ്രമക്രമമനുസരിച്ച് അപ്പോഴപ്പോൾ ചെയ്യേണ്ടിവരുന്ന കാര്യങ്ങൾ, ഉദാസീനമായി ക്ഷണമാത്രം നിർവഹിച്ചും ഭൂതഭവിഷ്യൽ കാര്യങ്ങളെ ചിന്തിക്കാതെയുമിരുന്നാൽ മനസ്സു താനേ നശിക്കും. സങ്കൽപവും ആശയും അതീതകാര്യങ്ങളിലുള്ള സ്മരണയും ക്ഷണംതോറും ഉപേക്ഷിച്ചിരിക്കാമെങ്കിൽ വിശുദ്ധമായ മനോനിഗ്രഹം കൈവന്നതായിക്കരുതാവുന്നതാണ്. വികൽപഹീനമായ ചൈതന്യമേതോ അതിനെ പ്രത്യക്ഷചേതനമെന്നു പറയുന്നു. നിർമ്മനസ്കസ്വഭാവം നിമിത്തം അതിൽ

അവിദ്യാകൃതമായ കളങ്കമില്ല. ഏതവസ്ഥയിലാണോ മനസ്സിനു യാതൊരു ക്ഷതവുമില്ലാതിരിക്കുന്നത് അതത്രേ സത്യാവസ്ഥ. ശിവതയും പരമാത്മതയും സർവജ്ഞതയും ആനന്ദരൂപതയും അതുതന്നെ. ഉത്സാഹവിശിഷ്ടങ്ങളായ നിശ്ചയങ്ങളാൽ മനസ്സിനെ അവിവേകത്തിൽനിന്നും മോചിപ്പിച്ചു, പൗരുഷം ചെലുത്തി അദ്ധ്യാത്മശാസ്ത്രങ്ങൾകൊണ്ടും സജ്ജനാചാരക്രമങ്ങൾകൊണ്ടും അലങ്കരിക്കണം. സംസാരിക്കുമ്പോഴും ഗ്രഹിക്കയൊ ത്യജിക്കയൊ ചെയ്യുമ്പോഴും കണ്ണുതുറന്നോ അടച്ചോ ഇരിക്കുമ്പോഴും അവയ്ക്കെല്ലാം സാക്ഷീഭൂതമായി അനന്തമായിരിക്കുന്ന സംവിത്തിൽ തൽപരനായിരിക്കുക! ഇവൻ ഞാൻ എന്റേത് ഇത്യാദി വാസനകളെല്ലാം അകലെത്തള്ളി ദൃഢനിശ്ചയത്തോടുകൂടി അന്തസ്ഥമായ സംവിത്തിൽ തൽപരനായിരിക്കുക! ആശാരൂപപാശങ്ങളറുത്തു ദൃശ്യമലത്തെ ത്യജിച്ച്, മനസ്സിനെ നിർമ്മലമാക്കി അന്തസ്ഥമായ സംവിത്തിൽ തൽപരനായിരിക്കുക! ശുഭാശുഭോല്ലേഖങ്ങളോടുകൂടാതെ ആശാവിഷൂചികയാൽ ബാധിക്കപ്പെടാതെ, ഇഷ്ടാനിഷ്ടഭേദങ്ങൾ മനസ്സിൽ തൊടാതെ സംവിത്തിൽതന്നെ തൽപരനായിരിക്കുക! പ്രപഞ്ചഭാവനപോക്കി, ഞാനെന്നും അന്യനെന്നും മറ്റുമുള്ള ഭേദകൽപനകൾ നീക്കി, യജ്ഞസ്തംഭംപോലെ സുസ്ഥിരനായി ആത്മതൽപരനായിരിക്കുക! നിർമ്മലവും നിരാശയുമായ സ്വാത്മാവിൽ സ്ഥിതി ഭവിക്കുമ്പോൾ, സംസാരഭ്രമത്തെ ജനിപ്പിക്കുന്ന മോഹം നശിക്കും. ആത്മസ്വരൂപം ദർശിച്ച് ആനന്ദമയമായ സംസ്ഥിതി ലഭിക്കുന്നവന്, അത്യന്തം മധുരമായ ഭോജ്യവസ്തുവും പ്രതികൂലവിഷംപോലെ അനിഷ്ടമായിരിക്കും. സംസാരവാസനകളാൽ മനസ്സു തടിയ്ക്കുമ്പോൾ, മേഘാവരണത്താൽ ആകാശവെളിച്ചം എന്നപോലെ, ആത്മജ്ഞത മറയുന്നു. അനാത്മവസ്തുക്കളിൽ ഉണ്ടാകുന്ന ആത്മഭാവന ദേഹസ്നേഹം പുത്രദാരകുടുംബാദികളിലുള്ള ആസക്തി ഇവയാൽ പരിപുഷ്ടമായി മനസ്സ് തടിയ്ക്കും. അഹങ്കാരവികാരങ്ങളെക്കൊണ്ടും, മമതാമലംകൊണ്ടും ഞാൻ എന്റേത് ഇത്യാദി ഭാവനകൊണ്ടും തടിയ്ക്കും. ആധിവ്യാധികൾ സംസാരവിശ്വാസം, വർജ്യസ്വീകാര്യഭേദകൽപനകൾ ഇവകൊണ്ടും, തടിയ്ക്കും. പുത്രദാരാദിസ്നേഹത്താലും ധനലോഭത്താലും വിലയേറിയ രത്നങ്ങൾ, സ്ത്രീരത്നങ്ങൾ ഇവയുടെ ആപാദമധുരമായ ലാഭത്താലും മനസ്സു തടിയ്ക്കും. മനസ്സാകുന്ന സർപ്പം ദുരാശപ്പാൽ കുടിച്ചും, ഭോഗവായുവെ ഭുജിച്ചും, ആസ്ഥാസ്വീകാരസ്വൈരസഞ്ചാരംചെയ്തു വളർന്നുകൊണ്ടേ ഇരിക്കുന്നു. രാഘവ! നീ ഉദ്ദാലകനെപ്പോലെ ഭൂതപഞ്ചകത്തെ കാരണരഹിതമായിക്കണ്ട്, ധീരധീരമായ ബുദ്ധികൊണ്ട് ഛേദിച്ചു ഛേദിച്ചു തള്ളി, അ

ധിഷ്ഠാനഭൂതമായ ആത്മചൈതന്യത്തെ ഉള്ളിൽ ധ്യാനിക്കുക!

ശ്രീരാമൻ ചോദിച്ചു:-ഭഗവാനേ! ഉദ്ദാലകമുനി ഭൂതപഞ്ചകത്തെ ഛേദിച്ച് ആത്മവിചാരം ചെയ്തതു ഏതു പ്രകാരത്തിലാണെന്നു പറയണം.

വസിഷ്ഠൻ:-രാമ! ഉദ്ദാലകൻ പൃഥിവ്യാദി ഭൂതങ്ങളെ വിചാരണചെയ്തു പരമാത്മബോധിയായതെങ്ങനെയെന്നുകേൾക്കൂ! സുപ്രസിദ്ധമായ ഗന്ധമാദനശൈലത്തിൽ, പുഷ്പവള്ളികളും കർപ്പൂരമരങ്ങളും, ഫലവൃക്ഷങ്ങളും നിറഞ്ഞ ഒരു താഴ്‌വരയിൽ, മഹാതപഃപ്രഭാവത്തോടുകൂടിയ ഉദ്ദാലകമുനി വസിച്ചിരുന്നു. ആദ്യകാലത്ത് അദ്ദേഹം അൽപപ്രജ്ഞനായിരുന്നു. എന്നാൽ വിചാരശീലനുമായിരുന്നു. തപസ്സുകൊണ്ടും ശാസ്ത്രചിന്ത യമം നിയമം ഇത്യാദിയാലും കാലാന്തരത്തിൽ വിവേകിയായിത്തീർന്നു. ഒരിക്കൽ അദ്ദേഹം ഇങ്ങനെ വിചാരിച്ചു. യാതൊന്നിൽ വിശ്രമിച്ചാൽപിന്നെ ദുഃഖമുണ്ടാകയില്ലയോ, സർവോൽകൃഷ്ടമായ ആപ്രാപ്യവസ്തു ഏതാണ്? മനനമറ്റതും പരമപാവനവും ആയ ആ പദത്തിലെത്തി മേരുക്കുന്നിൽ മേഘമെന്നപോലെ ചിരകാലം വിശ്രമിക്കുന്നതിന് എന്നാണെനിക്കു സംഗതിയാകുക. ഇതുചെയ്തു ഇനി അതു ചെയ്യണം എന്നിങ്ങനെ ചഞ്ചലകളായ ഭോഗബുദ്ധികൾ എന്റെ ഉള്ളിൽ നിന്നും എന്നാണാവോ കഴിയുന്നത്? വിഷയരൂപങ്ങളായ ഓളത്തള്ളലുകളുടെ ശല്യമേറിയതും പ്രമത്തവുമായ തൃഷ്ണാതരംഗിണി, ആത്മബോധത്തോണിയിൽ കയറിക്കടക്കുന്നതിന് എനിക്കു സാധിക്കുന്നതെന്നോ? ഇഷ്ടമെന്നോ, അനിഷ്ടമെന്നോ, സ്വീകാര്യമെന്നോ, വർജ്യമെന്നോ ഉള്ള കൽപനകളെല്ലാം മനസ്സിൽ നിന്നൊഴിഞ്ഞ്, ആത്മപ്രകാശപദത്തിൽ ഞാൻ സ്ഥിതി ചെയ്യുന്നതെന്നോ? മനനവിമുക്തമായ മനസ്സോടെ നിർവികൽപസമാധിചെയ്ത്, കല്ലുപോലെ നിശ്ചലനായി, പർവ്വത ഗുഹയിൽ വിശ്രമിക്കുന്നതെന്നോ? സമാധിസ്ഥനായി ചലിക്കാതെ ഇരിക്കുന്ന എന്റെ ശിരസ്സിൽ തൃണശകലങ്ങളാൽ കാട്ടുകുരുവികൾ കൂടുകെട്ടുന്നതെപ്പോൾ? ഇപ്രകാരം ചിന്താപരവശനായ ഉദ്ദാലകൻ പിന്നെയും പിന്നെയും സമാധിയുറപ്പിച്ച് ജ്ഞാനാഭ്യാസംചെയ്തു. മർക്കട ചഞ്ചലമായ മനസ്സിനെ വിഷയങ്ങൾ അവിടവിടെ വലിച്ചുകൊണ്ടുപോകയാൽ ആനന്ദപ്രദമായ സമാധാനപ്രതിഷ്ഠ അദ്ദേഹത്തിനു ലഭിച്ചില്ല. ചിലപ്പോൾ ആ മനക്കുരുങ്ങ് ബാഹ്യവിഷയങ്ങളെ പരിത്യജിച്ച് ആന്തരമായ സങ്കൽപവിഷയങ്ങളെ പ്രാപിക്കും. ചിലപ്പോൾ ആന്തരവിഷയങ്ങളെ ത്യജിച്ച് ബാഹ്യങ്ങളെ സ്വീകരിക്കും. ഭയപ്പെട്ട പക്ഷിയെപ്പോലെ ചില സമയം പറന്നുപറന്ന് ദൂരത്തുപോകും. ചിലപ്പോൾ വിസ്തൃതമായ ഉദയസൂര്യതേജസ്സ് ദർശിക്കും. ഒരിക്കൽ വിശുദ്ധാകശത്തെയും മറ്റൊരിക്കൽ നിബിഡമായ തമസ്സിനെയും കാണും. ഇങ്ങനെ ധ്യാനനിഷ്ഠയുറ

യ്ക്കാതെ ആ സാധു വളരെ കഷ്ടപ്പെട്ട് പയ്യാകുലിതഹൃദയനായി ഒരു ത്സാഹവുമില്ലാതെ ആ പർവതത്തിൽ ചുറ്റിനടന്നു. ഒടുവിൽ ആരും കട ക്കാത്തതും മൃഗസഞ്ചാരംപോലുമില്ലാത്തതും ആയ ഒരു ഗുഹ കണ്ടു പിടിച്ച് മുക്തിപദത്തിൽ കാൽകുത്തിയതുപോലെ അതിൽ പ്രവേശിച്ചു. വാടാത്ത തളിരുകൾകൊണ്ട് ആസനം ഉണ്ടാക്കി അതിനുമേലെ ഒരു മാൻതോലും വിരിച്ച് മനസ്സിനെ ബലാൽക്കാരേണ നിയന്ത്രിച്ചുകൊണ്ട് പത്മാസനമുറപ്പിച്ച് പാദപൃഷ്ഠങ്ങളാൽ വൃഷണങ്ങളെ അമർത്തിയിരു ന്ന് ബ്രഹ്മാഞ്ജലിചെയ്തു. വിടർന്ന താമരയുടെ ആകൃതിയിൽ കൈ കൾ രണ്ടും മലർത്തി മടിയുടെ നടുവിൽ ചേർത്തുവയ്ക്കുന്നതിനാണ് ബ്രഹ്മാഞ്ജലി എന്നു പേര്. ഉൽപ്ലവിച്ചുകൊണ്ടിരുന്ന മനോമൃഗത്തെ വാസനകളിൽനിന്നു വേർപെടുത്തി നിർവികൽപസമാധി ഉറപ്പിക്കുന്ന തിനായി മനശ്ചാപല്യങ്ങളെ ഇപ്രകാരം ഖണ്ഡിക്കാൻ തുടങ്ങി. 'അല്ല യോ മൂഢമനസ്സേ! സംസാരവൃത്തികൾകൊണ്ട് നിനക്കെന്തൊരു പ്രയോ ജനമാണ്? ദുഃഖത്തിലവസാനിക്കുന്ന യാതൊരു പ്രവൃത്തിയും ബുദ്ധി യുള്ളവർ ചെയ്കയില്ല. ശമ രസായനത്തെ ഉപേക്ഷിച്ച് ഭോഗങ്ങളെ പിൻ തുടരുന്നവൻ കൽപവൃക്ഷവനത്തെ ദൂരത്തള്ളി, വിഷവൃക്ഷക്കാട്ടിൽ വി ഹരിക്കുന്നവനാണ്. മനസ്സേ! നീ കീഴോട്ടു പാതാളംവരെയോ മേലോട്ടു ബ്രഹ്മലോകംവരെയോ പോയാലും ഉപശമമെന്ന അമൃതം സേവിക്കാ തെ ഒരിക്കലും നിനക്ക് നിർവൃതി ലഭിക്കയില്ല. ഭാവരൂപമായും അഭാവ രൂപമായും ഇരിക്കുന്ന വിചിത്രകളായ ഈ കലനകൾ ഭയോഗ്രമായ ദുഃ ഖത്തെയല്ലാതെ സുഖത്തെത്തരുന്നവയല്ല. എടാ മൂഢമനസ്സേ! ശബ്ദാ ദിവിഷയങ്ങളെ ഉപഗമിക്കുന്ന ശപിക്കപ്പെട്ട ഈ കലനകൾകൊണ്ട് എ ന്തൊരു പ്രയോജനമാണു നിനക്ക്? പരമപ്രയോജനത്തെ നൽകുന്നതും പരമാനന്ദകരവുമായ ശമത്തിൽ നീ പദം ഊന്നാത്തതെന്തുകൊണ്ട്? ശ ബ്ദാനുസാരിണിയായ ബുദ്ധിനിമിത്തം നീ കഥയില്ലാത്ത കാര്യങ്ങളിൽ വിഫലമായി പ്രവർത്തിക്കുന്നു. ശ്രവണേന്ദ്രിയത്വത്തെ പ്രാപിച്ച് നാദഭ്ര മത്താൽ ആപത്തിൽ ചാടുന്ന മൃഗങ്ങളെപ്പോലെ നശിക്കരുത്. സ്പർശ സുഖത്തിൽ മനസ്സഴിഞ്ഞ്, ദുഃഖാനുഭവത്തിനായി ത്വഗിന്ദ്രിയത്വത്തെ സ്വീ കരിച്ച്, പെൺതാപ്പാനയിൽ ആശവയ്ക്കുന്ന കൊമ്പനെപ്പോലെ ബന്ധ നകത്തിലകപ്പെടരുത്. ദുരന്തങ്ങളിലുള്ള കൊതികൊണ്ട് രസനേന്ദ്രിയ ത്വത്തെ ഗമിച്ചിട്ട്, ചൂണ്ടലിര മോഹിക്കുന്ന മത്സ്യത്തെപ്പോലെ മരിക്കരു ത്. പ്രഭാപൂരങ്ങളിൽ കൗതുകംതോന്നി ഇളകിച്ചാടി ചാക്ഷുഷവൃത്തി യെ അവലംബിച്ച് അഗ്നിജ്വാലയിൽ മോഹിക്കുന്ന ശലഭങ്ങളെപ്പോലെ ദഹിക്കരുത്. താമരയിൽ കുടുങ്ങുന്ന വണ്ടിനെപ്പോലെ ഗന്ധം മോഹിച്ച് ഘ്രാണമാർഗ്ഗത്തിൽ കടന്ന് ദേഹകോടരത്തിനുള്ളിൽ ബന്ധനസ്ഥനാ

കയുമരുത്. മാനും വണ്ടും ഇയ്യാംപാറ്റയും ആനയും മീനും ശബ്ദം മുതലായ ഓരോ വിഷയങ്ങളെ മോഹിച്ചു നശിക്കുന്നു. മൂഢമനസ്സേ! ഈ അഞ്ചിലും ഒരുപോലെ ഭ്രമിക്കുന്നവനു പിന്നെയെങ്ങനെയാണ് സുഖം ഉണ്ടാകുക? വാസനകളെല്ലാം നിന്നെ ബന്ധനത്തിലാക്കാൻ ഒരുങ്ങിനിൽക്കുന്ന ശത്രുക്കളാണ്. അവറ്റെ ഉപേക്ഷിച്ച് ശാന്താവസ്ഥയിലിരിക്കാമെങ്കിൽ നിനക്കതു അനന്തമായ ഒരു ജയമാണ്. അഥവാ, നിന്നോട് എന്തിനായി ഞാൻ ഈ അനുശാസനങ്ങൾ ചെയ്യുന്നു? വിചാരവാനായ പുരുഷന് നീയേയില്ലെന്നാണല്ലോ പറയപ്പെടുന്നത്. അത്യന്തം അണുപ്രായമായ മനസ്സിനകത്തു അന്തവും ബന്ധവുമില്ലാത്ത ആത്മാവിന്റെ സംസ്ഥിതിയേ ഉണ്ടാകയില്ല. കൂവളക്കായ്ക്കകത്തു, ആന കടന്നിരിക്കുന്നതെങ്ങനെ? കാലിന്റെ വിരലുമുതൽ ശിരസ്സുവരെ നുറുങ്ങുനുറുങ്ങായി ഞാൻ ചിന്തിച്ചുനോക്കി. അതിൽ ഏതുഭാഗമാണ് ഞാനെന്ന് മനസ്സിലാക്കാൻ സാധിച്ചില്ല. എടോ മനസ്സേ! ഇങ്ങനെ ഇരിക്കുന്ന ഞാനാരാണ്? സർവത്ര വ്യാപിച്ചു സകല വിചിന്തനങ്ങളെയും അടക്കിഭരിച്ചുകൊണ്ടിരിക്കുന്ന അപ്രമേയവും ജ്ഞാനരൂപവുമായ ഒന്നിനെത്തന്നെ മൂന്നുലോകത്തിലും ഞാൻ കാണുന്നു. അളവോ നാമകൽപനയോ ഏകത്വമോ നാനാത്വമോ അണുത്വമോ സ്ഥൂലത്വമോ യാതൊന്നും അതിനില്ല. മനസ്സേ! ജ്ഞാനരൂപത്വംനിമിത്തം സ്വയം പ്രകാശനായ ആത്മാവാണ് ഞാൻ. എനിക്കു ദുഃഖകാരണം നീയാണ്. അതുകൊണ്ട് വിവേകജന്യമായബോധത്താൽ നിന്നെ ഞാൻ സംഹരിക്കാതെ അടങ്ങുന്നതല്ല. നീ പറയൂ! ദേഹത്തിൽ ഇതു മാംസം, ഇതു രക്തം, ഇതുകളെല്ലാം അസ്ഥികൾ, ഇതുകൾ ശ്വാസവായുക്കൾ, ഇങ്ങനെ ഓരോന്നും ഭിന്നമാണ്. ഞാൻ പിന്നെയാര്? മാംസം വേറെ, രക്തം വേറെ, അസ്ഥി വേറെ, സ്പന്ദവും ബോധവും വേറെ ഞാൻ പിന്നെയാര്? ഇതു മൂക്ക്, ഇതു നാക്ക്, ഇതു ത്വക്ക്, ഇതു കാത്, ഇതു കണ്ണ്, ഇതു സ്പന്ദം ഞാൻ പിന്നെയാര്? എല്ലാം ഞാൻതന്നെയെന്നോ, ഒന്നും ഞാനല്ലെന്നോ നിശ്ചയിക്കുന്നതാണു ശരി. മറ്റു പരിച്ഛിന്നഭാവനകളൊന്നും ശരിയാകയില്ല. കാട്ടിലകപ്പെട്ട പശുക്കിടാവിനെ ചെന്നായെന്നപോലെ അജ്ഞാനധൂർത്തമായ അഹംഭാവം എന്നെ സംഹരിച്ചുകളഞ്ഞു. ഭാഗ്യത്താലിപ്പോൾ ആ അജ്ഞാനക്കള്ളനെ ഞാൻ കണ്ടുപിടിച്ചു കഴിഞ്ഞു. ആത്മരൂപമാകുന്ന ധനത്തെ മോഷ്ടിക്കാൻ അവസരം നോക്കിനടക്കുന്ന അവനെ ഇനി ഒരിക്കലും ഞാൻ സംശ്രയിക്കയില്ല. വാസനയോടുകൂടാതെതന്നെ കണ്ണ് മുതലായ ഇന്ദ്രിയങ്ങൾ പുറമേയുള്ള ജീവിതഹേതുക്കളായ കർമ്മങ്ങളിൽ പ്രവർത്തിക്കുന്നു. വാസന അതിലേക്കു കാരണമല്ല. അതിനാൽ ഹേ മൂഢങ്ങളായ ഇന്ദ്രിയങ്ങളേ! നിങ്ങൾ അന്തർവാസനകളെല്ലാം ഉപേക്ഷിച്ച്, അവര

വരുടെ പ്രവൃത്തിചെയ്യുവിൻ. എന്നാൽ ദുഃഖം ഉണ്ടാകയില്ല. കോശകാരകൃമികൾ തങ്ങളാൽ ഉണ്ടാക്കപ്പെടുന്ന നൂലുകൊണ്ട് നാശമടയുന്നതുപോലെ, ഇന്ദ്രിയാബാലന്മാരേ! നിങ്ങളും സ്വയംകൃതയായ തൃഷ്ണകൊണ്ടു നശിക്കുന്നു. ഇന്ദ്രിയങ്ങൾക്കെല്ലാം അധിഷ്ഠാനഭൂതമായ മനസ്സേ! നീ ആ ഇന്ദ്രിയങ്ങളോട് ഐക്യത്തെ പ്രാപിച്ച്, നിന്റെ സ്വരൂപം അസത്താണെന്നുള്ള വാസ്തവം മനസ്സിലാക്കി ഏകവും വിശുദ്ധവുമായ ആത്മബോധമാത്രമായി നിർവാണമടയുക! നീ വിഷയങ്ങളാകുന്ന വിഷവിഷൂചികയേയും അഹംഭാവവാസനയേയും ഇഷ്ടവസ്തുത്യാഗരൂപമായ മന്ത്രശക്തിയാൽ നിപുണമാംവണ്ണം മാറ്റി സംസാരമുക്തനായി, സകല ഭയങ്ങളിൽനിന്നും വേർപെട്ടിരിക്കുന്ന ഭഗവാനായി ഭവിക്കൂ. ഞാനാകട്ടെ ഇനി തൃഷ്ണാവല്ലികൾ ചുറ്റിപ്പിണഞ്ഞു കിടക്കുന്ന സങ്കൽപവൃക്ഷങ്ങൾ നിറഞ്ഞ മനോവനത്തെ വെട്ടിത്തെളിച്ച്, ചിദാകാശവെളിയെ പ്രാപിച്ചു സുഖമാംവണ്ണം വിഹരിക്കുന്നുണ്ട്. മനസ്സു നശിച്ചു കേവലനായിത്തീർന്ന ഞാൻ ബ്രഹ്മസംജ്ഞമായ് നിർമ്മലപദത്തിലെത്തിക്കഴിഞ്ഞു; നിർവാണനായും നിരംശനായും ഭവിച്ചു ആശകളെല്ലാം ക്ഷയിച്ചു ഇപ്പോൾ സർവോൽക്കർഷേണ ജയിക്കുന്നു. ചില മനോഹരിമാർ ഇപ്പോൾ എന്നെ രമിപ്പിക്കുന്നുണ്ട്. അവരുടെ പേരുകൾ മനഃശുദ്ധി, ഊർജ്ജസ്വലത, സദ്രൂപത, സർവപ്രിയത, സത്യത, ജ്ഞാനനിഷ്ഠത, ആനന്ദസ്വരൂപത, നിർവികാരത, പുണ്യകർമ്മസന്തുഷ്ടി, മാനിത, പൂർണ്ണത, ഉദാരത, ബ്രാഹ്മപ്രഭ, ഏകത, സർവാത്മകത, നിർഭയത, നിർവികൽപത ഇവയാണ്. അഭ്യുദയശാലിനികളും സ്വസ്ഥകളും സുഭഗകളുമായ ഈ സുന്ദരിമാർ ഏകാത്മഭാവനനായ എന്റെ മനസ്സിന് ഏറ്റവും പ്രിയപ്പെട്ട കാന്തമാരാണ്.

ഉദ്ദാലകൻ വിശുദ്ധമായ ബുദ്ധിവികാസത്താൽ ഇപ്രകാരം നിർണ്ണയിച്ച് അർദ്ധോന്മീലിതനേത്രനായി പത്മാസനമുറപ്പിച്ചിരുന്നുകൊണ്ടു മണിനാക്കുതട്ടിയ മുഴക്കംപോലെ ബ്രഹ്മരന്ധ്രത്തിൽ നാദം വ്യാപിക്കുമാറ് ഓങ്കാരത്തെ താരസ്വരത്തിലുച്ചരിച്ചു. ഉടനെ ഉദ്ദാലകന്റെ സ്വരൂപചൈതന്യം ഓങ്കാരത്തെയനുസരിച്ച്, അതിന്റെ മുഴക്കം അവസാനിക്കുന്നതുവരെ ഊർദ്ധ്വമുഖമായി നിർമ്മലരൂപേണ വ്യാപിക്കയും മൂന്നര മാത്രകളുള്ളതായ ആ ഓങ്കാരത്തിന്റെ സമവും നിശ്ചലവുമായ പ്രാണവായുവോടുകൂടിയ പ്രഥമഭാഗം അകാരം സ്ഫുടദ്ധ്വനിയായി ശരീരത്തെ ശബ്ദായമാനമാക്കുകയും ചെയ്തു. അപ്പോൾ രേചകമെന്ന പ്രാണനിഷ്ക്രമണക്രമം അഗസ്ത്യൻ സമുദ്രത്തെ എന്നപോലെ ശരീരം മുഴുവൻ ശോഷിപ്പിച്ചു. രേചകത്താൽ സമാഹൃതമായ പ്രാണവായു ചിദ്രൂപചൈതന്യത്താൽ പൂരിതമായ ആകാശത്തിൽ നിരുദ്ധമായിട്ട് അപ്രകാ

രംതന്നെ സ്ഥിതിചെയ്തു. പ്രാണവായുവിന്റെ നിഷ്ക്രമണസംഘർഷണം നിമിത്തം ഹൃദയാഗ്നി ഊതിപ്പെരുകിക്കത്തി പാപരൂപമായ ശരീരത്തെ ദഹിപ്പിച്ചു. പ്രാണായാമത്തിന്റെ ആദ്യക്രമമായ ഈ രേചകം ഭാവനയാൽ മാത്രം ഭവിച്ചതാണ്. ഹഠയോഗപ്രകാരം ബലാൽക്കാരേണയുള്ള പ്രാണനിരോധമല്ലായിരുന്നു. ഹഠയോഗം മഹാ അനിഷ്ടഫലങ്ങളെ ഉണ്ടാക്കുമെന്നു പ്രസിദ്ധമാണ്. അനന്തരം മഹർഷി രേചകം ഹേതുവായിട്ട് മനസ്സിനു സമസ്ഥിതി ഭവിക്കവേ, പ്രണവത്തിന്റെ രണ്ടാമംശമായ ഉകാരത്തെ ധ്യാനിച്ചു. അപ്പോൾ ചലനരഹിതമായ കുംഭകമെന്ന പ്രാണക്രമം ഉണ്ടായി. ഉള്ളിലും പുറത്തും കീഴും മേലും ദിക്കുകളിലും പ്രാണങ്ങൾക്ക് ക്ഷോഭമേ ഭവിക്കാതെ തുരുത്തിയിൽ അടച്ചു കെട്ടിയതുപോലെയായി. ദേഹമാകുന്ന പൂരത്തെ ദഹിപ്പിച്ച അഗ്നി, കൊള്ളിമീൻപോലെ ഝടിതിയിൽ പൊലിഞ്ഞു. ശരീരം ഭസ്മം മഞ്ഞുപോലെ വെളുവെളുത്തു കാണപ്പെടുകയും അസ്ഥികൾ കർപ്പൂരശയ്യയിൽ സുഖമേ ഉറങ്ങുന്നവയോ എന്നു തോന്നുമാറ്, ആ ഭസ്മത്തിൽ നിഷ്പന്ദങ്ങളും സിതങ്ങളുമായി വെളിപ്പെടുകയും ചെയ്തു. ഭസ്മമാകട്ടെ അസ്ഥികളോടുകൂടെ കാറ്റിനാൽ പാറിക്കപ്പെട്ട്, മഞ്ഞുചൂഴ്ന്ന ശരമേഘങ്ങൾപോലെ ആകാശത്തിൽ ചുറ്റി ഒരിടത്തുപോയിച്ചേർന്നു. പ്രണവത്തിന്റെ രണ്ടാമത്തെ ഈ പ്രാണക്രമവും, ഇച്ഛാമാത്രമായിത്തന്നെ ഭവിച്ചു. ദുഃഖദമായ ഹഠയോഗക്രമം അനുസരിച്ചല്ലായിരുന്നു. അനന്തരം പ്രശാന്തിയെ നൽകുന്നതായ മൂന്നാമത്തെ അംശമായ മകാരത്തെ ധ്യാനിക്കവേ, പൂരകമെന്ന പ്രാണക്രമം ഭവിച്ചു. പൂരിപ്പിക്കുന്നതെന്ന അർത്ഥത്തിലാണ് പൂരകമെന്ന് അതിനു പേരുണ്ടായത്. ഈ അവസരത്തിൽ പ്രാണവായുക്കൾ ആകാശസ്ഥമായ ജീവചിത്തിൽ ഭാവിതമായ അമൃതത്തിന്റെ മദ്ധ്യത്തിൽ പ്രവേശിച്ച് ഹിമസ്പർശസുന്ദരമായ ശൈത്യത്തെ പ്രാപിച്ചു. ധൂമങ്ങൾ തണുത്തു മേഘങ്ങളാകുന്നതുപോലെ ഉടനെ ആകാശസ്ഥങ്ങളായ ആ വായുക്കൾ ഉരുക്കൂടി ചന്ദ്രബിംബമായിത്തീർന്നു. ശീതളകലകളാൽ സമ്പൂർണ്ണമായ ആ ചന്ദ്രബിംബത്തിൽ പ്രാണവായുക്കൾ, അമൃതധാരാരൂപത്തിൽ പരിണമിക്കുകയും ഹരശിരസ്സിൽനിന്നും സുരവാഹിനിയെന്നപോലെ ആ ധാരകൾ ശേഷിച്ച ശരീരഭസ്മത്തിൽ പതിക്കയും ചെയ്തു. അപ്പോൾ ഉദ്ദാലകന്റെ ശരീരം നാലുകൈകളോടുകൂടിയ വിഷ്ണുരൂപംപോലെ ശോഭനവും സുന്ദരവുമായി കാണപ്പെട്ടു. ക്ഷണേന പീയൂഷമയങ്ങളായ പ്രാണങ്ങൾ ആ ശരീരത്തെപ്പൂരിപ്പിച്ച്, കുണ്ഡലിനീശക്തിയേയും ഉണർത്തി. പത്മാസനസ്ഥനായ മുനി ഉടനേ ദേഹസ്ഥിതിയെ ഉറപ്പിച്ചിട്ട് കെട്ടുകുറ്റിയിൽ ആനയെ എന്നപോലെ അഞ്ചിന്ദ്രിയങ്ങളെയും ബന്ധിച്ച് ഹൃദയത്താമരയിൽ ചിന്താപക്ഷങ്ങൾ വിടർ

ത്തിപ്പറക്കുന്ന മനസ്സാകുന്ന വണ്ടിനേയും, വരമ്പിട്ടു വെള്ളപ്പാച്ചിൽ ത ടുക്കുന്നതുപോലെ അടക്കിനിർത്തി. കണ്ണുകൾ രണ്ടും കുരുമിഴികൾ ഇളകാതെ സന്ധ്യാകാലപത്മങ്ങൾപോലെ പകുതിയടച്ചു മൗനിയായി ഉച്ഛ്വാസനിശ്വാസനിയമനരൂപമായ പ്രശാന്തതയെ മുഖത്തിൽ പ്രകാശി പ്പിച്ചു. ഇന്ദ്രിയങ്ങളെ അവറ്റിന്റെ വിഷയങ്ങളിൽനിന്നും ബലാൽക്കാരേ ണ വേർപെടുത്തി, ധീരനായ മുനി ബാഹ്യവിഷയങ്ങളെ എല്ലാം നിശ്ശേ ഷം ത്യജിച്ചു. മനോവാസനാരൂപങ്ങളായ വിഷയങ്ങളേയും വൃത്തിജ്ഞാ നത്തെ ഉപേക്ഷിച്ചു നശിപ്പിച്ചു. ഗുദദ്വാരനിരോധനത്താൽ നവദ്വാരവാ യുക്കളെ രോധിച്ചു. വെള്ളം നിറഞ്ഞകുടം വായ് മുറുകെ അമർത്തിമൂ ടിപ്പിടിച്ചാൽ ഉള്ളിൽ കാറ്റുകടന്നു പഴുതുകൊടുക്കുന്നതുവരെ മറ്റു ദ്വാര ങ്ങളിൽകൂടിയും വെള്ളം വെളിയിൽ പോകയില്ലല്ലോ. അനന്തരം മഹർ ഷി ആത്മരത്നപ്രകാശം വീശിയതും രജസ്തമസ്സുകളുടെ മൂടലില്ലായ് മകൊണ്ട് സ്പഷ്ടവും മുഖപുഷ്പത്താലും കൽപകപ്പൂക്കളാലും അ ലംകൃതവുമായ കഴുത്ത്, മേരുശിഖരംപോലെ നിവർത്തുവച്ചു. സംയമ ത്തെ പ്രാപിച്ച മനസ്സിനെ നാട്ടാന കാട്ടാനയെ വശീകരിച്ചുകൊണ്ടുപോ യി കുഴിയിലകപ്പെടുത്തുന്നതുപോലെ പ്രത്യാഹാരാദികളാൽ അടിമപ്പെ ടുത്തി ഹൃദയാകാശത്തിലാക്കി, ശരൽക്കാലത്തിലെ സ്വച്ഛാകാശംപോ ലെ സൗമ്യനായി സ്ഥിതിചെയ്തു. വിപരീതഭാവനകളുണ്ടാക്കാൻ വിരു തേറിയ വികൽപങ്ങളെ നിശ്ശേഷം ദുരീകരിച്ചു. സ്വച്ഛന്ദമായി അപ്പോഴ പ്പോൾ കടന്നുവന്ന പ്രതിഭാസങ്ങളെയെല്ലാം ഖഡ്ഗത്താൽ ശത്രുസം ഘത്തെയെന്നപോലെ മനസ്സുകൊണ്ടു ഛേദിച്ചു. വികൽപങ്ങളൊഴിഞ്ഞ പ്പോൾ ഹൃദയാന്തർഭാഗത്തിൽ മഷിപോലെ കറുത്ത ഒരിരുൾക്കെട്ട് വി വേകസൂര്യനെമൂടി മറച്ചതുകണ്ടു. വിവേകത്താൽതന്നെ അതിനെ ന ശിപ്പിച്ച ഉടനെ ഉജ്ജ്വലമായ ഒരു തേജസ്സ് പ്രകാശിച്ചു. ആ തേജസ്സിനെ യും ബഹിഷ്കരിച്ചപ്പോൾ മനസ്സ് വിശ്രാന്തി ലഭിക്കാതെ നിദ്രയെ അവ ലംബിച്ചു. നിദ്രയേയും മഹർഷി വേഗത്തിൽ നശിപ്പിക്കവേ, ശൂന്യമായ ആകാശവെളിവ് മനസ്സിൽ പ്രകാശിതമായി. അതും തിരസ്കരിക്കയായ പ്പോൾ മനസ്സ് വ്യാമോഹത്തിൽ മുഴുകി മൂഢമായി. ആ മോഹത്തെയും നശിപ്പിച്ച സമയം ഇരുളും വെളിവും ഉറക്കവും മോഹവും ഒന്നുമില്ലാ ത്ത ഒരവസ്ഥയിൽ ക്ഷണനേരം മനസ്സു വിശ്രമിച്ചു. തദനന്തരം സേതു ബന്ധത്താൽ ജലപ്രവാഹം തിരിഞ്ഞൊഴുകി മൂലസരസ്സിലെത്തുന്നതു പോലെ, തന്റെ സ്വരൂപചൈതന്യത്തിൽതന്നെ ചേർന്നു ലയിച്ചു ചിരകാ ലം ധ്യാനാദികൾ അഭ്യസിച്ചുചെയ്ത അനുസന്ധാനംകൊണ്ടും സമാ ധിലബ്ധമായ ആത്മാനന്ദത്തിന്റെ ആസ്വാദനംകൊണ്ടും സ്വർണ്ണം ആ ഭരണത്വത്തെയെന്നവണ്ണം പിന്നീട്, ചിൽപ്രചുരമായ സവികൽപസമാ

ധിരൂപതയെ പ്രാപിച്ചു. അതിൽ പിന്നെ മനോരൂപത്തെ ഉപേക്ഷിച്ച് ചിത്തിന്റെ പാരമാർത്ഥികരൂപത്തിൽ ചിത്തായിത്തന്നെ ഭവിച്ചു. ഈ വ്യതിയാനം കുടത്തിൽ നിറച്ചുവച്ച ചെളി ഉണങ്ങുമ്പോൾ കുടത്തിന്റെ ആകൃതിയിൽ കട്ടപിടിക്കുന്നതുപോലെയാണെന്നറിഞ്ഞുകൊൾക. തിരയും ഓളവും പതയുമടങ്ങിയ സമുദ്രം, ജലമാത്രമായി കാണപ്പെടുന്നവിധം, ചിത്ത്, ദൃശ്യത്തെ ഉപേക്ഷിച്ച്, വിശുദ്ധചിന്മാത്രരൂപമായി സ്ഥിതിചെയ്തു. അനന്തരം മഹാത്മാവായ മഹർഷി സ്വരൂപസാക്ഷാൽക്കാരത്തെ ലഭിച്ച്, അകത്തും പുറത്തുമുള്ള ഇന്ദ്രിയവ്യാപാരങ്ങളെ പരിത്യജിച്ച്, ലോകാധിഷ്ഠാനഭൂതവും പരിശുദ്ധവും സർവോൽകൃഷ്ടവുമായ ചിദാകാശമായി ഭവിച്ചു. അവിടെ അനന്തവും മധുരമധുരവും, അമൃതസമുദ്രംപോലെ വിളങ്ങുന്നതും ദൃശ്യദർശനസംബന്ധമില്ലാത്തതുമായ നിത്യാനന്ദത്തെ പ്രാപിച്ചു. ജീവഭാവത്തെക്കടന്ന് ചിദാകാശരൂപനായി സത്താസാമാന്യഭാവത്താൽ പരമാനന്ദമയനായിത്തീർന്നു. നിർമ്മലമായ ശാരദാകാശത്തിൽ പൂർണ്ണചന്ദ്രനെന്നപോലെ ബ്രാഹ്മണചേതനമായ ആ ഹംസം നിത്യാനന്ദസരസ്സിൽ സ്ഥിരമായി വിഹരിച്ചു. കാറ്റുതട്ടാത്ത ദീപംപോലെയും എഴുതപ്പെട്ട ചിത്രംപോലെയും തിരയടങ്ങിയ കടൽപോലെയും പെയ്തൊഴിഞ്ഞ മേഘംപോലെയും, നിർവാണനായി സ്ഥിതിചെയ്തു. ഈ നിലയിൽ വളരെക്കാലം വസിച്ച് ആകാശസഞ്ചാരികളായ സിദ്ധന്മാരെയും ദേവന്മാരെയും അദ്ദേഹം കണ്ടു. വിചിത്രകളായ അനവധി സിദ്ധികൾ ഉദ്ദാലകന്റെ ചുറ്റിലും വന്നു കൽപനകാത്തുനിന്നു. ബ്രാഹ്മണൻ അവരെ അൽപംപോലും ആദരിച്ചില്ല. ആ നിലയിൽ തന്റെ നിർവികൽപസമാധിരൂപമായ ആനന്ദമന്ദിരത്തിൽ, ആറുമാസക്കാലം ഉത്തരായനം പ്രാപിച്ച ആദിത്യനെന്നപ്പോലെ അദ്ദേഹം വസിച്ചു. ഉദ്ദാലകൻ പ്രാപിച്ച ജീവന്മുക്തപദത്തിൽത്തന്നെയാണ്, ദേവോപദേവന്മാരും ത്രിമൂർത്തികളും സ്ഥിതിചെയ്യുന്നത്. അദ്ദേഹം ആനന്ദൈകരൂപനായി സ്വരൂപത്തിൽനിന്നന്യമായ ആനന്ദത്തോടുകൂടാതെ ഇരിക്കകൊണ്ട്, അനാനന്ദപദത്തെ നമിച്ചു. അതുനിമിത്തം അദ്ദേഹത്തിന്റെ ആത്മചൈതന്യം, ആനന്ദത്തിലോ നിരാനന്ദഭാവത്തിലോ ആകാതെ സ്വപ്രകാശരസപൂർണ്ണമായി ഭവിച്ചു. ഈ അവസ്ഥയാണ് ജീവന്മുക്തപദം. ശൈവപദവും ശാശ്വതവും ശുഭവുമായ ശ്രേയസ്സും അതുതന്നെ. ഒരു ക്ഷണകാലമാകട്ടെ നൂറു സംവത്സരമാകട്ടെ ഈ പദത്തെ അധിരോഹിക്കുന്ന സാധുക്കൾ സംസാരഹേതുവായ ദൃശ്യദൃഷ്ടിയെ പ്രാപിക്കയില്ല. സിദ്ധിഭൂമികളായ സ്വർഗ്ഗാദികളെ തൃണവൽഗണിച്ച് ആറുമാസമിങ്ങനെ സമാധിയിലിരുന്ന ഉദ്ദാലകമഹർഷി കണ്ണുതുറന്നുനോക്കിയപ്പോൾ ചന്ദ്രസുന്ദരന്മാരായ പലേ സിദ്ധന്മാരും വിദ്യാധരവിദ്യാധരിമാരും പുരോഭാഗത്തു

നിൽക്കുന്നു. മഹർഷിയെ അവർ വിനയപൂർവം വണങ്ങി, സ്വാമിൻ! തൃക്കൺപാർത്താലും! ഈ വിമാനത്തിൽ കയറി ഞങ്ങളോടൊരുമിച്ചു സ്വർഗ്ഗത്തിലേക്കു പോരിക! ലോകത്തെ സകല സുഖഭോഗസാമഗ്രികളുടെയും അധിവാസസ്ഥാനമാണ് സ്വർഗ്ഗം. കൽപാന്തംവരെ അവിടെ വസിച്ച് ഇഷ്ടഭോഗങ്ങൾ അനുഭവിക്കുക! എന്നുണർത്തിച്ചു. ഉദ്ദാലകൻ അവരെ അതിഥികളെയെന്നപോലെ ന്യായമായി പൂജിച്ചു. അവരാൽ സൽക്കരിക്കപ്പെട്ട വിഭൂതിയെ നന്ദിക്കയോ നിന്ദിക്കയോ ചെയ്യാതെ, ഹേ സിദ്ധന്മാരേ! നിങ്ങൾ പോകുവിൻ എന്നുമാത്രമരുളിച്ചെയ്തിട്ട് ആത്മവ്യാപാരപരനായി ഭവിച്ചു. സ്വകർമ്മനിരതനും ഭോഗവിരക്തനുമായ അദ്ദേഹത്തെ കുറച്ചുനാൾ സേവിച്ചശേഷം, സിദ്ധന്മാർ അവരുടെ വഴിക്കുപോയി. ജീവന്മുക്തനായ മുനിശ്രേഷ്ഠൻ അനന്തരകാലത്തിൽ വനാന്തരങ്ങളിലും മുനിമാരുടെ ആശ്രമങ്ങളിലുമെല്ലാം സ്വച്ഛന്ദം വിഹരിച്ചു സുഖിച്ചു. സമാധിയിലിരുന്നാൽ ചിലപ്പോൾ ഒരുദിവസംകൊണ്ട് ഉണരും. പലസംവത്സരക്കാലം ഉണരാതെയുമിരുന്നേക്കും. ഈ നിലയിൽ ജ്ഞാനഭൂമിയുടെ അഞ്ചാമത്തെപ്പടിയിൽ വിശ്രമിച്ചു. ചിത്തത്ത്വത്തിന്റെ നിരന്തരാഭ്യാസത്താൽ അദ്ദേഹം പരിപൂർണ്ണചിത്തനായി ആറാമത്തെ ജ്ഞാനഭൂമികയിൽ എത്തുകയും അതിൽനിന്നും ചിൽസാമാന്യത്തിന്റെ ചിരാഭ്യാസംകൊണ്ട്, ഏഴാമത്തെ ഭൂമികയായ സത്താസാമാന്യത്തെ പ്രാപിക്കയും ചെയ്തു. ജീവന്മുക്തപദലാഭത്താൽ പ്രശാന്തഹൃദയനും നിസ്സന്ദേഹനുമായി കർമ്മബീജങ്ങൾ നശിച്ച്, ജനനപാശവും താനേ അഴിഞ്ഞു, അവിദ്യാമേഘാഡംബരങ്ങളില്ലാതെ, ശരൽക്കാലത്തിലെ ആകാശംപോലെ തെളിഞ്ഞതും നിരതിശയസത്താ സ്ഫൂർത്തിയുടെ നിരന്തരസുഖത്താൽ വിശിഷ്ടവും നിരാവരണവും മനോരഹിതവുമായ ബ്രാഹ്മശരീരം ധരിച്ചു ശോഭിച്ചു.

ശ്രീരാമൻ ചോദിച്ചു:-ജ്ഞാനദിനസൂര്യനായ ഗുരുനാഥ! നിന്തിരുവടി എന്റെ സന്ദേഹതൃണങ്ങൾക്ക് അഗ്നിയാണ്. അജ്ഞാനച്ചൂടിന് ചന്ദ്രനുമാണ്. വിഭോ! സത്താസാമാന്യമെന്നാലെന്താണെന്നു സദയമരുളിച്ചെയ്യുമോ?

വസിഷ്ഠൻ:-ഹേ രാമചന്ദ്ര! ചുരുക്കത്തിൽ, സ്വമാത്രസത്ത, അല്ലെങ്കിൽ സ്വരൂപമാത്രമായ അവസ്ഥിതിയെന്നാണ് സത്താസാമാന്യശബ്ദത്തിനർത്ഥം. ഈ ദൃശ്യം ത്രികാലങ്ങളിലുമില്ലാത്തതാണെന്നു ശ്രുതിയുക്ത്യാനുഭവങ്ങളാൽ നിരന്തരമായി അനുസന്ധാനം ചെയ്തുചെയ്തു, മനസ്സു താനേ നശിക്കുമ്പോൾ, ചിൽസാമാന്യരൂപനായ ആത്മാവിനു സത്താസാമാന്യത ഭവിക്കുന്നു. ചിത്ത്, അഥവാ ചിത്തവൃത്തി പ്രതിഫലിതമായ ചൈതന്യം, ദൃശ്യസംബന്ധമേ ഇല്ലാതെ വിശുദ്ധമായി, സ

ത്യത്തിലില്ലാത്ത ഒന്നുപോലെ, ആത്മാവിൽ ലയിക്കുന്നതെപ്പോഴോ അപ്പോൾ ആ ആത്മാവിനു സത്താസാമാന്യത ഭവിക്കുന്നു. ബാഹ്യവും ആഭ്യന്തരവുമായ ഒന്നുംതന്നെ ഇല്ലാത്തതാണെന്നുള്ള ദൃഢനിശ്ചയം മനസ്സിനെപ്പോൾ ഉണ്ടാകുന്നോ അപ്പോൾ ആത്മാവിനു സത്താസാമാന്യത ഭവിക്കുന്നു. ആമ അതിന്റെ അംഗങ്ങളെ ഉള്ളിലടക്കുന്നതുപോലെ, ഭാവനയില്ലാതെ താനേതന്നെ ബാഹ്യപ്രപഞ്ചം ആത്മാവിൽ ലയിച്ചടങ്ങുന്നതെപ്പോഴോ, അപ്പോൾ ആത്മാവിനു സത്താസാമാന്യത ഭവിക്കുന്നു.

രാജകുമാര! തുര്യാതീതപദമെന്നുപേരായ ഈ ജ്ഞാനാവസ്ഥ, സദേഹവിദേഹമുക്തന്മാർക്കു സംഭവിക്കുന്നതാണ്. പ്രസ്തുത ജ്ഞാനദൃഷ്ടി പഞ്ചമജ്ഞാനഭൂമ്യാദികളിൽ സ്ഥിതിചെയ്യുന്ന സമാധിസ്ഥന്മാർക്കും ജ്ഞാനഘനന്മാർക്കുമല്ലാതെ, അജ്ഞാനികൾക്ക് ഉണ്ടാകയില്ല. ഭൂമിയിൽ സിദ്ധങ്ങളായ പാരദാദികളെന്നപോലെ, ഐഹികമോ ആമുഷ്മികമോ ആയ ഭോഗതൃഷ്ണാരജസ്സിന്റെ സ്പർശമില്ലാത്ത മുക്തന്മാർ എല്ലാവരും , ഈ ദൃഷ്ടിയിൽതന്നെയാണ് സ്ഥിതിചെയ്യുന്നത്. ബ്രഹ്മർഷികളായ ഞങ്ങളും നാരദപ്രഭൃതികളായ ദേവമുനിമാരും ബ്രഹ്മാദി ത്രിമൂർത്തികൾ തന്നെയും. സമസ്തഭയഹരമായ ഈ മാർഗ്ഗത്തെ ആശ്രയിച്ചുതന്നെ വസിക്കുന്നു മഹാത്മാവായ ഉദ്ദാലകൻ, തന്റെ പ്രാരബ്ധം ക്ഷയിക്കുന്നതുവരെ, ഇപ്രകാരം ജഗൽഗൃഹത്തിൽ വസിച്ചു. വളരെക്കാലം കൊണ്ടു സർവബന്ധമുക്തനായിക്കഴിഞ്ഞപ്പോൾ, ഇനി ദേഹത്തെ ത്യജിച്ച്, വിദേഹമുക്തനായിത്തന്നെ ഞാൻ ഭവിക്കുന്നുണ്ട് എന്ന ദൃഢനിശ്ചയത്തോടുകൂടി, പർവതഗുഹയിൽ പല്ലവാസനത്തിൽ, പത്മാസനമുറപ്പിച്ച്, പകുതി തുറന്ന നേത്രങ്ങളോടുകൂടിയിരുന്നു; ഗുദസംരോധത്താൽ നവദ്വാരങ്ങളെ അടക്കി മനസ്സുകൊണ്ട്, ഇന്ദ്രിയവിഷയങ്ങളെ ഓരോന്നോരോന്നായി ഉപസംഹരിച്ച് സ്വസ്വരൂപഭൂതമായ ചിത്തിനെ, ധ്യാനിച്ച്, പ്രാണവായുക്കളുടെ സഞ്ചാരത്തെ തടുത്തു. കഴുത്തു നേർനിലയിൽ നിവർത്ത് നാവിന്റെ അടിഭാഗം അണ്ണാക്കിൽ തൊടുവിച്ച് കണ്ഠദ്വാരം മൂടി; മുഖം തേജസ്സു വീശിത്തെളിഞ്ഞു ഉള്ളിലും പുറത്തും മേലും കീഴും, ഭാവരൂപമോ അഭാവരൂപമോ ആയ യാതൊരർത്ഥത്തിലും, മനസ്സോ ദൃഷ്ടിയോ പതിഞ്ഞില്ല. പല്ലുകൾ തമ്മിൽ തൊട്ടില്ല പ്രാണനിരോധത്താൽ മനസ്സോ അവയവങ്ങളോ ചലിച്ചില്ല. മുഖം സുപ്രസന്നമായി വിളങ്ങിക്കൊണ്ടിരുന്നു. സ്വരൂപചൈതന്യസാക്ഷാൽക്കാരത്താൽ ആനന്ദപുളകങ്ങൾ ശരീരത്തിൽ നിറഞ്ഞു. നിരന്തരമായ ആ സ്വരൂപാനുസന്ധാനംകൊണ്ട് ചിൽസാമ്യാവസ്ഥയെ പ്രാപിക്കയും, അതിന്റെ അഭ്യാസത്താൽ, ഉള്ളിൽ അനർഗ്ഗളാനന്ദസ്പന്ദമുണ്ടാകയും ചെയ്തു. ആന

ന്ദാസ്വാദനത്താൽ ചിൽസാമാന്യദശമാറി അനന്തവും വിശ്വംഭരവുമായ സത്താസാമാന്യപദം ലഭിച്ചു. സകല വിക്ഷേപങ്ങളുമൊഴിഞ്ഞു വിശ്രാന്തനായി. നിരാനന്ദവസ്തുക്ഷയത്താൽ പരാനന്ദതേജസ്സു മുഖത്തുവീശി, ആനന്ദപുളകങ്ങളടക്കി, വിമലപദത്തിൽ സ്ഥിതിചെയ്ത മഹർഷി കാലംകൊണ്ട് മനനാദി സംസാരഭ്രമങ്ങൾ വേരറ്റു വരച്ചുവച്ച ചിത്രം പോലെ നിർവികാരനായി വിളങ്ങി. ജന്മാവസ്ഥ എന്നേക്കുമായി ഒടുങ്ങി. വൃക്ഷരസങ്ങൾ ശരൽക്കാലാവസാനത്തിൽ, ആദിത്യരശ്മിയിൽ അടങ്ങുന്നതുപോലെ, അത്ഭുതമഹിമാവായ ആ ബ്രാഹ്മണൻ ഏതാനും ദിവസങ്ങൾകൊണ്ട്, ആത്മപദത്തിൽ ലയിച്ച് യാതൊരു വികൽപങ്ങളും വികാരങ്ങളും ഭയഹേതുക്കളുമില്ലാതെ ഇന്ദ്രലോകഭോഗാനന്ദസുഖത്തെയും തൃണവൽഗണിക്കത്തക്ക നിത്യസുഖമടഞ്ഞു. അതായത്, അളവറ്റ ആകാശത്തിലും ദിക്കുകളിലും നിറഞ്ഞതും, പരിപൂർണ്ണവും ഭുവനധാരണ പോഷണങ്ങളെച്ചെയ്ക ശീലമായതും അസംഖ്യം മുക്തന്മാരാൽ ഉപസേവ്യവും, വാക്പ്രവൃത്തി നിമിത്തധർമ്മങ്ങളെ അതിക്രമിച്ചിരിക്കുന്നതും, സത്യവും, നിത്യാനന്ദമയവും, അക്ഷയവും, അനന്തവും, തത്താദൃശവുമായ സുഖമായിത്തന്നെ ഭവിച്ചു.

ഉപശമപ്രകരണത്തിൽ ഉദ്ദാലകോപാഖ്യാനം എന്ന
ഇരുപത്തിനാലാം സർഗ്ഗം കഴിഞ്ഞു.

സുരഘൂപാഖ്യാനം

വസിഷ്ഠൻ:–ഹേ രാമ! ഈ രീതിയിൽ ആത്മാവിനെ ആത്മാവുകൊണ്ടറിഞ്ഞ്, ആത്മപദത്തെ പ്രാപിച്ചു വിശ്രമിക്കൂ. ദൃശ്യം അവസ്തുവാണെന്നു ബോധിച്ച്, പരമപദ വിശ്രാന്തി ലഭിക്കുന്നതുവരെ, ശാസ്ത്രാർത്ഥത്താലും ഗുരൂപദേശത്താലും യുക്തിയാലും വിചാരാഭ്യാസം ചെയ്യേണ്ടതാകുന്നു. വൈരാഗ്യം, ആത്മചിന്ത, ശാസ്ത്രാർത്ഥം, പ്രജ്ഞ, ഗുരു, മനോനിഗ്രഹം, ഇവയാൽ അഥവാ, പ്രജ്ഞയാൽമാത്രം, പരമപദത്തെ പ്രാപിക്കാവുന്നതാണ്. നല്ല ബോധവും വിചാരശക്തിയുമുള്ള നിർമ്മലബുദ്ധി, വൈരാഗ്യാദി സാമഗ്രികളൊന്നുമല്ലാതെതന്നെ, പ്രാപ്യപദത്തെ പ്രാപിക്കാതെ അടങ്ങുകയില്ല.

ശ്രീരാമൻ ചോദിച്ചു:–ഭഗവൻ! പ്രബുദ്ധനായ ഒരുത്തൻ, വ്യവഹാരപരനായിരുന്നുകൊണ്ട് സമാധിചെയ്തു ആത്മാവിൽ രമിക്കുന്നുവെന്നും

മറ്റൊരുത്തൻ വിജനപ്രദേശത്തിൽപോയി സമാധിനിരതനായി വസിക്കയാണെന്നുമിരിക്കട്ടെ; ഇവരിൽ, ശ്രേഷ്ഠനാരാണെന്നു പറയുമോ?

വസിഷ്ഠൻ പറഞ്ഞു-സത്വാദി ഗുണസമുദയരൂപമായ പ്രപഞ്ചത്തെ അവസ്തുവായി കാണുന്ന ആത്മജ്ഞാനികളുടെ ഉള്ളിൽ അമൃതിൽ മുഴുകിയതുപോലെയുള്ള ഒരു കുളുർമ്മയുണ്ടാകും. അതിനാണ് സമാധിയെന്ന് പേർ. ദൃശ്യത്തോട് തനിക്കു സംബന്ധമേ ഇല്ല എന്ന നിശ്ചയത്താൽ മനസ്സ് കുളുർത്തിരിക്കുന്ന ഒരുത്തൻ വ്യവഹാരം ചെയ്യുന്നു. മറ്റൊരുത്തൻ ധ്യാനനിഷ്ഠനായി വനാന്തരത്തിലും വസിക്കുന്നു. മനസ്സ് ഒരുപോലെ കുളുർത്തിരിക്കയാണെങ്കിൽ രണ്ടുപേരും സുഖികളാണ്. അനന്തരമായ തപസ്സിന്റെ ഫലവും മനസ്സു കുളുർപ്പിക്കുകയെന്നുള്ളതത്രേ. സമാധിസ്ഥാനത്തു സ്ഥിതിചെയ്യുന്നവന്റെ മനസ്സ് ഹർഷവിഷാദാദികളാൽ ക്ഷുഭിതമാകുന്നു എങ്കിൽ ആ സമാധി കേവലം ഒരു ഭ്രാന്തക്കൂത്താട്ടമാണെന്നു പറയണം. ഭ്രാന്തക്കൂത്തു തുള്ളുന്നവന്റെ മനസ്സ് വാസനകൾ നശിച്ച് ശാന്തിയെ പ്രാപിച്ചതാണെങ്കിൽ ആ കൂത്തുതുള്ളൽ മഹാസമാധിക്കു സമവുമായിരിക്കും. പ്രബുദ്ധനായ വ്യവഹാരിയും പ്രബുദ്ധനായ വനവാസിയും തുല്യന്മാരാണ്. ഒരുപോലെ ആത്മപദത്തെ പ്രാപിച്ചവരാണെന്നു സാരം. മനസ്സിലെ വാസനയറ്റവൻ, പ്രവർത്തിച്ചാലും പ്രവർത്തിച്ചില്ലെന്നേ ഗണിക്കാനുള്ളു. ദൂരദിക്കിൽ മനസ്സുവച്ചിരിക്കുന്ന ഒരുത്തൻ സമീപത്തു നടക്കുന്ന സംഭാഷണം കേൾക്കുകയുണ്ടോ? അതുപോലെ മനസ്സിൽ വാസനകൾ തിങ്ങിക്കിടക്കുന്നവൻ പ്രവർത്തിച്ചില്ലെങ്കിലും പ്രവർത്തിക്കുന്ന ഫലമുണ്ട്. സ്വപ്നം കാണുന്നവൻ ദേഹം ചലിക്കാതെ തന്നെ കിണറ്റിലും മറ്റും വീഴുന്നതായി ഭ്രമിക്കുന്നുണ്ടല്ലോ?

ഹേ രാഘവ! മനസ്സു പ്രവർത്തിക്കാതെയിരിക്കുന്നതാണ് ഉത്തമസമാധി. കേവലീഭാവവും ശുഭമായ നിർവൃതിയും മറ്റൊന്നുമല്ല. ഇളകുകയും ഇളകായ്കയുമാകുന്ന വൃത്തിഭേദത്താൽ മനസ്സ് അദ്ധ്യാനദൃഷ്ടിക്കും ധ്യാനദൃഷ്ടിക്കും യഥാക്രമം ഹേതുവാകുന്നു. അതിനാൽ മനസ്സിനെ നിർവാസനമാക്കുവാൻ ശ്രമിക്കേണ്ടതാണ്. വാസനയറ്റ മനസ്സുതന്നെ ധ്യാനമെന്നു പറയപ്പെടുന്നത്. ശാന്തിയും കേവലീഭാവവും ആ മനസ്സിന്റെ പര്യായങ്ങളും തന്നെ. വാസന ശോഷിച്ച മനസ്സു ഉൽകൃഷ്ടപദപ്രാപ്തിക്കു യോഗ്യമാകത്തക്കവണ്ണം നിർവാസനമാകാൻ ശ്രമിക്കുന്നു. അതുവഴി ക്രമേണ ആ പദലബ്ധിയുണ്ടാകയും ചെയ്യും. കർത്തൃത്വഭാവനയെ ഉണ്ടാക്കുന്ന ഘനവാസനമായ മനസ്സ്, സർവദുഃഖങ്ങൾക്കും കാരണമാകയാൽ പ്രയത്നപ്പെട്ടും വാസനയെ ശോഷിപ്പിക്കേണ്ടതാകുന്നു. വിഷയപ്രതീതിയും ഞാൻ, എന്റേത് ഇത്യാദി ഭാവനകളുമാകുന്ന വാസനാബന്ധത്തെ മനസ്സിൽനിന്നും ഉപേക്ഷിച്ചാൽ നിന്റെ അവസ്ഥ ഏതൊന്നാണോ, ആ അവസ്ഥയിൽ വനത്തിലോ ഗൃഹത്തിലോ

ഇഷ്ടംപോലെ വസിച്ചുകൊൾക. അഹങ്കാരാദിദോഷങ്ങൾ ശമിച്ചു മന സ്സടങ്ങിയ മഹാത്മാക്കൾക്ക് അവരവരുടെ ഭവനം വിജനമായ കാനനം തന്നെയാണ്. പല ദിക്കുകളിൽ നിന്നും ചന്തസ്ഥലത്തുകൂടി അവരവരു ടെ കാര്യങ്ങൾ നടത്തുന്ന ജനങ്ങൾക്ക് അന്യോന്യസംബന്ധമില്ലായ്ക യാൽ ഓരോരുത്തനും മറ്റുള്ള ആളുകളെ അറിയാത്തതുപോലെ, ജ്ഞാ നികൾക്കു ജനനിബിഡമായ ഗ്രാമം നിർജ്ജനവിപിനം പോലയേ തോ ന്നുകയുള്ളു. മനസ്സിനെ അന്തർമുഖമാക്കി വസിക്കുന്ന ജ്ഞാനി ഉറങ്ങു കയോ ഉണർന്നിരിക്കുകയോ നടക്കുകയോ ആടുകയോ എന്തു ചെയ്യു മ്പോഴും നഗരവും ദേശവും ഗ്രാമവും, എല്ലാം കാടുപോലെതന്നെ കാ ണും. അന്തർമുഖമനഃസ്ഥിതിയോടുകൂടിയവനു സർവവും ശൂന്യമായ ആകാശമായേ തോന്നുകയുള്ളു. മനസ്സുകുളുർത്താൽ ലോകം മുഴുവൻ ശീതളമായിരിക്കും. ഉഷ്ണിച്ചാൽ കാട്ടുതീപോലെ ഉഷ്ണമയമായും ഭ വിക്കും. ഉള്ളിൽ ഏതൊന്നിരിക്കുന്നോ അതുതന്നെ പുറമേ കാണപ്പെടു ന്നത്. സ്വർഗ്ഗം, ഭൂമി, വായു, ആകാശം, നദി, പർവതം, ദിക്കുകൾ ഇവ യെല്ലാം പുറമേ തോന്നപ്പെടുന്നുവെങ്കിലും, അന്തഃകരണതത്വത്തിന്റെ ഭാഗങ്ങളാകുന്നു. ഇന്ദ്രിയങ്ങളെ പ്രവർത്തിപ്പിച്ചാൽ തന്നെയും മോദഖേ ദാദികൾക്കു വശംവദനാകാതെ ഉള്ളിൽ ആത്മനിഷ്ഠയോടുകൂടി വസി ക്കുന്നവനെ സമാധിസ്ഥൻ എന്നുപറയാം. സർവ്വഭൂതങ്ങളെയും ആത്മാ വിനെപ്പോലെയും, പരദ്രവ്യത്തെ മൺകട്ടപോലെയും ദയാദികളാൽ അ ല്ലാതെ സഹജശീലത്താൽ കാണുന്നതാരോ അവൻതന്നെ കാണുന്ന വൻ. ഇന്നുതന്നെ മരിച്ചാലും കൽപാന്തംവരെ ജീവിച്ചാലും മഹാത്മാ വായ അവൻ ചെളിയിൽ കിടക്കുന്ന സ്വർണ്ണംപോലെ കറപ്പെടുകയില്ല. കേവലബ്രഹ്മത്തിന് സർവം, പ്രശാന്തം, അജം, ഏകം, അനാദിമദ്ധ്യം, ആഭാസ്വരം, സ്വദനമാത്രം, സത്താമാത്രം, അചിന്ത്യം, അഗോചരം ഇ ങ്ങനെ പലേ ഗുണങ്ങൾ നാം സംബന്ധിപ്പിച്ചു പറയുന്നു. എന്നാൽ ശ ബ്ദമയിയായ ഈ ദൃഷ്ടി ഗ്രഹണസൗകര്യത്തിനുവേണ്ടി മാത്രം ഉള്ള താണ്; പരമാർത്ഥമല്ല, ബ്രഹ്മപ്രതിപാദക ശബ്ദം ഓങ്കാരമൊന്നുമാത്ര മാകുന്നു.

രാമചന്ദ്ര! ഇനി ഞാൻ പുരാതനമായ ഒരിതിഹാസം പറയാം. കിരാ തരാജാവായ സുരഘുവിനെ സംബന്ധിച്ച ഒരു വിചിത്രകഥയാണ്. ഹി മാലയത്തിനു കൈലാസം എന്നുപേരായ ഒരുയുർന്ന കൊടുമുടിയുള്ള തിന്റെ താഴ്വരയിൽ കിരാതന്മാർ കുടിപാർക്കുന്ന ഒരു രാജ്യമുണ്ട്. ആ കിരാതന്മാരെ ഹേമജടന്മാരെന്നാണു പറയുക. ദേവയോദ്ധാക്കളെപ്പോ ലും ജയിച്ച മഹാബലശാലിയായ സുരഘു എന്ന രാജാവ് അവരെ ഭരി ച്ചിരുന്നു. രാജ്യത്തിൽ രക്ഷാശിക്ഷകൾ വിധിപ്രകാരം നടത്തി പ്രജാപാ ലനധർമ്മം നിർവഹിച്ചുവരവേ, തജ്ജന്യസുഖദുഃഖങ്ങൾ ചിന്തിച്ചു രാ

ജാവിന്റെ മനസ്സു വ്യാകുലമായി. കഷ്ടം! യന്ത്രങ്ങൾ എണ്ണക്കുരുക്കളെ അരയ്ക്കുന്നവണ്ണം ഞാൻ പ്രജകളെ എന്തിനു പീഡിപ്പിക്കുന്നു? എല്ലാവർക്കും ഒരുപോലെയാണല്ലോ ജീവൻ. അഥവാ എനിക്കിതിൽ കുറ്റമെന്ത്? ശാസ്ത്രവിധിപ്രകാരമുള്ള ശിക്ഷയത്രേ ഞാൻ നടത്തുന്നത്. അതു ചെയ്തില്ലെങ്കിൽ മാത്സ്യന്യായം നടപ്പിലായി പ്രജകൾ നശിച്ചുപോകും. വെള്ളമില്ലെങ്കിൽ നദി ഒഴുകുന്നതെങ്ങനെ? ഈദൃശവിചാരധാരകളാൽ രാജാവിന്റെ ഹൃദയം അസ്വസ്ഥമായി ഭവിച്ചു.

അന്നൊരിക്കൽ മണ്ഡവ്യമഹർഷി ആ രാജധാനിയിൽ എഴുന്നള്ളുകയുണ്ടായി. സുരഘു വിധിപ്രകാരം ആചാരോപചാരങ്ങൾചെയ്തു പൂജിച്ചിരുത്തി വണങ്ങി; 'ഭഗവൻ! നിന്തിരുവടി ഇപ്പോൾ എഴുന്നള്ളുകകൊണ്ട് എനിക്കു നിർവൃതി ലഭിച്ചു. കിരാതജാതീയനായ ഈ അധമനാൽ ധന്യധന്യന്മാരുടെ കിരീടക്കോടികൾ ഇന്ന് അലങ്കരിക്കപ്പെട്ടു. ധർമ്മജ്ഞനായ നിന്തിരുവടിയുടെ സഞ്ചാരശ്രമമെല്ലാം ശമിച്ചില്ലെങ്കിൽ എന്റെ ഹൃദയത്തിൽ കുടികൊണ്ടിരിക്കുന്ന സന്ദേഹത്തെ, ഇരുളിനെ ആദിത്യനെന്നപോലെ പരിഹരിക്കണമെന്നപേക്ഷിക്കുന്നു. സാധുസംഗത്താൽ ആർക്കുതന്നെ സങ്കടശാന്തി ഭവിക്കയില്ല? ലോകത്തിൽ മഹത്തായ ദുഃഖം മനഃസംശയമാണെന്നു തത്വജ്ഞന്മാർ പറയുന്നു. പ്രജകളിൽ ഞാൻ കൽപിച്ചിട്ടുള്ള ശിക്ഷാരക്ഷകളുടെ ചിന്ത, സിംഹനഖങ്ങൾ ആനയെ എന്നപോലെ, എന്നെ അത്യന്തം വ്യഥിപ്പിക്കുന്നു. കുടിലമായ ഈ ചിന്താബന്ധം നീങ്ങി എന്റെ ഹൃദയം ആദിത്യരശ്മിപോലെ നിർമ്മലമായി പരപ്പിൽ വ്യാപിക്കുന്നതിനു നിന്തിരുവടി കരുണചെയ്യണം. എന്റെ സങ്കടപരിഹാരത്തിനു യോഗ്യനായ മറ്റൊരാളെ ഞാൻ കാണുന്നില്ല' എന്നുണർത്തിച്ചു.

ഹേ രാജൻ! സ്വപ്രയത്നംകൊണ്ടും തങ്കൽത്തന്നെ അടങ്ങിയിരിക്കുന്ന ബുദ്ധിയുടെ കൗശലംകൊണ്ടും മനസ്സിന്റെ ചാപല്യങ്ങൾ മഞ്ഞുപോലെ അലിഞ്ഞുപോകുന്നു. സ്വയമേവ വിചാരണചെയ്തു മനോമലം നീക്കാവുന്നതാണ്. ഞാൻ ആര്? ഇതെന്ത്? എങ്ങനെയുണ്ടായി? ജനനമരണങ്ങൾക്കു കാരണമെന്ത്? ഇത്യാദി പ്രശ്നങ്ങൾക്ക് ഉത്തരം താനേതന്നെ ബുദ്ധികൊണ്ടന്വേഷിക്കണം. എന്നാൽ മഹാനുഭാവത്വം സിദ്ധിക്കും. നീ പരമാർത്ഥവസ്തുഭൂതനാണെന്നുള്ള സ്വരൂപബോധം ഉണ്ടാകും. മനസ്സ് വിജ്വരമായി മനനാത്മകമായ സ്വരൂപത്തെ ഉപേക്ഷിച്ച് ശമത്തെ പ്രാപിക്കും. എന്നാൽ മനസ്സിന്റെ സത്ത നശിക്കാതെ ജീവന്മുക്തവ്യവഹാരക്ഷമതയോടുകൂടി വർത്തിക്കതന്നെ ചെയ്യും. കൃപണമായ മനസ്സ് ലഘുകാര്യങ്ങളിൽപോലും മുഴുകിപ്പോകുന്നു. ജീർണ്ണാംഗനായ എറുമ്പ് കുളമ്പുകുഴിയിലെ വെള്ളത്തിൽ വീണാൽ മുങ്ങിച്ചാകുന്നില്ലേ? പരമാർത്ഥദർശനം എത്രയെത്ര പ്രകാശിക്കുന്നോ അത്രയത്ര ദൃശ്യജാ

തം ദൂരത്തകലുന്നു. സർവ്വവും ഉപേക്ഷിക്കുന്നതുവരെ ആത്മലാഭം ശരിക്കുണ്ടാവുകയില്ല. ഉപേക്ഷിച്ചുകഴിഞ്ഞാൽ ശേഷിക്കുന്നത് ആത്മാവാണെന്ന് മനസ്സിലാക്കണം. സാധാരണ വസ്തുക്കളെത്തന്നെ സ്വാധീനപ്പെടുത്തണമെങ്കിൽ മറ്റു ചിലതിനെ ഉപേക്ഷിക്കാതെ കഴികയില്ലെന്നു സിദ്ധമാണ്. അപ്പോൾപിന്നെ അസാമാന്യമായ ആത്മലാഭത്തിന്റെ കഥ പറവാനുണ്ടോ? ആത്മദർശനസിദ്ധിക്കായി സർവവും ഉപേക്ഷിക്കതന്നെ വേണം. ഉപേക്ഷിച്ചാൽ പിന്നെ ശേഷിക്കുന്നതു ആത്മാവാണെന്നു പറഞ്ഞുവല്ലോ. അതിനാൽ സകല കാര്യകാരണപരമ്പരകളും ഉരുക്കൂടിയ പ്രാപഞ്ചിക വസ്തുക്കൾ നിറഞ്ഞു വീർത്തിരിക്കുന്ന മനസ്സിനെ നീ ഉപേക്ഷിച്ച് ദേഹവാസന നശിപ്പിച്ചാൽ ശേഷിക്കുന്ന ശുഭവസ്തു യാതൊന്നോ അതായിത്തന്നെ ഭവിക്കുക!

ഇപ്രകാരം ഉപദേശിച്ചശേഷം ഭഗവാനായ മാണ്ഡവ്യൻ രുചിരമായ മുനിമണ്ഡലത്തിലേക്കു പോയി. സുരഘൂവാകട്ടെ, നിർബാധമായ ഒരു വിജനപ്രദേശത്തെ പ്രാപിച്ച് ചിന്തിക്കാൻ തുടങ്ങി. ഞാനാര്? ഹസ്തപാദാദികളോടുകൂടിയ ദേഹമാണോ? ദേഹം രക്തമാംസാസ്ഥിസംകുലിതവും അചേതനവുമാണ്. സത്യത്തിൽ ഹസ്താദ്യവയവങ്ങൾ എനിക്കില്ലതാനും. അതുകൊണ്ട് ദേഹം ഞാനല്ല. കർമ്മേന്ദ്രിയങ്ങളാണോ? അല്ല എനിക്കു കർമ്മേന്ദ്രിയങ്ങളോടു സംബന്ധമേയില്ല. അസദ്രൂപങ്ങളും ജഡങ്ങളുമായ ബുദ്ധീന്ദ്രിയങ്ങളുമല്ല. ഇങ്ങനെ ശരീരമേ ഞാനല്ല. പിന്നെ ആരാണ് ഞാൻ? ശേഷിച്ച വികൽപരഹിതമായ ശുദ്ധചിത്താണ്. ശുദ്ധസാക്ഷിയായ ആത്മാവുതന്നെയാണ്. ബ്രഹ്മാണ്ഡത്തിൽ വായുവെങ്ങനെയോ അതുപോലെ, സർവഭൂതങ്ങളിലും വ്യാപിച്ച് ഭഗവാനായ ആത്മാവ് മുത്തുമണികൾക്കുള്ളിൽ ചരടെന്നവണ്ണം സ്ഥിതിചെയ്യുന്നു. ദൃശ്യദോഷങ്ങളിൽനിന്നു വേർപെട്ടിരിക്കുന്ന വിശുദ്ധ ചിച്ഛക്തി ദിക്കുഞ്ജങ്ങളെ ആകെബ്ഭരിക്കുന്നതും അജ്ഞാദൃഷ്ടിയിൽ ഭയങ്കരാകാരത്തെ ധരിക്കുന്നതും, സർവഭാവഗതവും പരമസൂക്ഷ്മവും, ഭാവാഭാവരഹിതവും, സർവലോകങ്ങളിൽ വ്യാപിച്ചതും സർവശക്തികളുമടങ്ങിയ ഒരു പേടകവുമാകുന്നു. ജഗദ്ഗതമായ ദൃശ്യമെല്ലാംതന്നെ ചിൽസ്ഫുരണത്തിന്റെ ഒരംശം മാത്രമാണ്. ഇനി ഞാൻ വാസനയും വിഷയഭാവനയും നശിപ്പിച്ച് സംസാരഭ്രമവും ആശകളും ഉപേക്ഷിച്ച്, സുസ്ഥിരമായ സുഷുപ്തകലയിൽ കടന്ന്, ശമത്തോടുകൂടി സ്വരൂപത്തിൽ വസിക്കുന്നുണ്ട്.

ഇപ്രകാരം ഹേമജടാധിപതിയായ സുരഘൂ, വിവേകാഭ്യാസത്താൽ വിശ്വാമിത്രൻ ബ്രാഹ്മണ്യത്തെയെന്നപോലെ, അത്യുൽകൃഷ്ടപദത്തെ പ്രാപിച്ച്, സുഷുപ്തകലാലസിതരായ ചിത്തവൃത്തിയെപ്പൊലിച്ചുവന്നു നിർദ്ദയനോ ദയാശീലനോ അല്ലാതെ, സുധിയും അസുധിയുമല്ലാതെ.

അർത്ഥിയും അനർത്ഥിയും മത്സരിയും അമത്സരിയുമല്ലാതെ സമദർശി യായി വർത്തിച്ചു. ഹേ രാഘവ! പ്രബുദ്ധനായ സുരഘുവും പർണ്ണാദ നെന്ന രാജർഷിയും തമ്മിൽ, ഒരിക്കൽ ഒരു സംവാദം നടന്നു. അത് കേൾക്കാൻ രസമുള്ളതും കേൾക്കേണ്ടതുമാണ്.

പരിഘൻ എന്നുപേരായ ഒരു പ്രബലരാജാവ്, പാരസീകരാജ്യത്തെ ഭരിച്ചിരുന്നു. തേർത്തടത്തിൽ പരിഘമെങ്ങനെയോ അതുപോലെ പർ ത്തലത്തിന് അദ്ദേഹം ഒരു ഭൂഷണമായി ശോഭിച്ചു. കിരാതരാജനായ സുരഘുവും അദ്ദേഹവും സ്നേഹിതന്മാരായിരുന്നു. ഒരിക്കൽ പരിഘ ന്റെ രാജ്യത്തിൽ കഠിനമായ ക്ഷാമം ബാധിക്കയാൽ ക്ഷുൽപിപാസാ പീഡിതന്മാരായി നിരവധി ആളുകൾ മരിച്ചു. പ്രജകളുടെ സങ്കടനിവൃ ത്തിക്കു മാർഗ്ഗമില്ലെന്നുകണ്ട്, പരിഘരാജൻ രാജ്യമുപേക്ഷിച്ചു വനത്തിൽ പോയി തപസ്സുചെയ്തു. ശുഷ്കപർണ്ണങ്ങൾ മാത്രം ഭക്ഷിച്ചുകൊണ്ട് തപസ്സു ചരിക്കനിമിത്തം പർണ്ണാദൻ എന്നൊരു പുതിയ നാമം അന്നുമു തൽ അദ്ദേഹത്തിനുണ്ടായി. ആയിരം വത്സരമായപ്പോൾ, അഭ്യാസശ ക്തിയാൽ ആത്മപ്രസാദമായ ജ്ഞാനം അന്തഃകരണത്തിലുദിച്ചു. ദ്വന്ദ്വ ഭാവനകൾ നീങ്ങി സന്തുഷ്ടനും സമദർശനനുമായി ഭവിച്ചു. അനന്ത രം തപസ്സു സമർപ്പിച്ച്, ആനന്ദവിലസിതനായി ത്രൈലോക്യസദനത്തിൽ സ്വച്ഛന്ദം വിഹരിച്ചുകൊണ്ടിരുന്നു. അക്കാലത്തൊരിക്കൽ സുരഘു അ ദ്ദേഹത്തെ സന്ദർശിക്കയുണ്ടായി. പൂർവമിത്രങ്ങളായ അവർ, അന്യോ ന്യം സംഭാവിച്ചശേഷം 'ഹേ സ്നേഹിത! താങ്കളെക്കാണ്കകൊണ്ട് എ ന്റെ ഹൃദയത്തിൽ ആനന്ദം വർദ്ധിക്കുന്നു. പൂർവകൃതസുകൃതങ്ങളുടെ ഫലം ഇപ്പോഴാണ് ലഭിച്ചത്.' എന്നിങ്ങനെ രണ്ടുപേരും ധന്യവാദംചെ യ്തു. അനന്തരം പരിഘൻ കൗതുകത്തോടെ നോക്കി; പ്രഭോ! താങ്ക ളെപ്പോലെതന്നെ ജ്ഞാനസമ്പാദനത്തിനു ഭാഗ്യവശാൽ എനിക്കും സം ഗതിയായി. കർമ്മങ്ങളെല്ലാം ഞാൻ ആത്മാർപ്പണമാക്കിയിരിക്കയാണ്. താങ്കളും നിത്യപ്രസന്നവും ആത്മജ്ഞാനഗംഭീരവുമായ മനഃസ്ഥിതിയോ ടുകൂടിയാണോ പ്രവൃത്തികൾ ചെയ്യുന്നത്? അവശ്യകർത്തവ്യങ്ങളല്ലാ തെ അനുഷ്ഠിക്കുന്നുണ്ടോ? ശരീരം ആധിവ്യാധികൾ ബാധിക്കാതെ സു ഖമായിരിക്കുന്നുവോ? ആപാദരമണീയങ്ങളായ ഭോഗങ്ങളിൽ മനസ്സു മു ഴുകുന്നുണ്ടോ? സങ്കൽപരഹിതവും ആത്മവിശ്രാന്തിക്കാസ്പദവും സർ വദുഃഖഹരവും ശ്രേയസ്കരവുമായ സമാധി ശീലിക്കുന്നുണ്ടോ? എന്നു ചോദിച്ചു.

സുരഘു- മഹാത്മാവേ! സമാധി പ്രത്യേകം ശീലിക്കേണ്ട ആവശ്യ മുണ്ടോ? ആത്മജ്ഞാനി മൗനിയായാലും വ്യവഹാരിയായാലും സമാഹി തനല്ലാതെ ഭവിക്കുന്നതെപ്പോൾ? ഉള്ളിൽ ഉണറുള്ളതുകൊണ്ട്, അവൻ

ലോകകാര്യങ്ങളിൽ ഏർപ്പെട്ടിരുന്നാലും, ആത്മതത്വനിഷ്ഠനായി എപ്പോഴും സമാധിതന്നെചെയ്യുന്നു. പത്മാസനമുറപ്പിച്ചു ബ്രഹ്മാഞ്ജലി ചെയ്തുകൊണ്ടിരിക്കുന്നവനായാലും, അവിശ്രാന്തമനസ്കനാണെങ്കിൽ അവനു സമാധിയെങ്ങനെ ഭവിക്കും? പ്രഭോ! സമാധിയെന്നാൽ എന്താണ്? ആശാതൃണങ്ങളെ ദഹിപ്പിച്ച് ഉജ്ജ്വലമായി വിളങ്ങുന്ന തത്വബോധമാത്ര സമാധി. മൗനം ഭജിച്ചു കണ്ണുമടച്ചിരുന്നാൽ സമാധിയാകയില്ല. സമാഹിതവും നിത്യതൃപ്തവും പരമാത്മദർശിയുമായ പരിശുദ്ധപ്രജ്ഞയത്രേ സമാധിയെന്നു വിദ്വാന്മാർ പറയുന്നു. അക്ഷുബ്ധവും നിരഹങ്കാരവും ദ്വന്ദ്വഭ്രമരഹിതവും മേരുവേക്കാൾ സ്ഥിരതരവുമായ മനഃസ്ഥിതിയാണെന്നും പറയുന്നു. ചിന്തകളും ആശകളും നശിച്ച് വർജ്യസ്വീകാരഭാവനയില്ലാതെ. വിളങ്ങുന്ന പരിപൂർണ്ണ മനോഗതിയത്രേ സമാധിയെന്നും പറയപ്പെടുന്നുണ്ട്; കാഷ്ഠ, കല മുതലായ സ്വഘടകങ്ങളെ കാലം ഒരിക്കലും ഉപേക്ഷിക്കാത്തതുപോലെ അഥവാ വായു ഗമനശീലത്തെ കൈവെടിയാത്തതുപോലെ ജ്ഞാനിയുടെ ബുദ്ധി സ്വസ്വരൂപത്തെ ഒരു നിമിഷവും വിസ്മരിക്കുന്നില്ല. കാര്യപരിണാമജന്യമായ സുഖത്തെയോ ദുഃഖത്തെയോ ലേശം ഗണിക്കാതെ വസിക്കുന്ന മഹാന്മാർ, എപ്പോഴും സമാഹിതബുദ്ധികളായി സമദൃഷ്ടികളായിത്തന്നെയിരിക്കും. ഈ നിലയിൽ സമാഹിതനെന്നും അസമാഹിതനെന്നുമുള്ള ഭേദഭംഗി കലർത്തി താങ്കൾ ഉപന്യസിച്ച വാക്പ്രപഞ്ചത്തിന് സാധുത്വമുണ്ടോ?

പരിഘൻ സന്തുഷ്ടിയോടെ, സുരഘുവിനെ നോക്കി രാജാവേ! അങ്ങ്, പ്രബുദ്ധനായി തൽപദത്തെ പ്രാപിച്ചുകഴിഞ്ഞു. അന്തഃകരണം കുളുർത്തു. ആശയം ഗംഭീരമായി. നിർമ്മലത, വിശാലത, പരിപൂർണ്ണത മുതലായ ഗുണഗണങ്ങൾ വികസിച്ചു. അഹങ്കാരവിക്ലബങ്ങൾ നശിച്ചു. ഭോ! രാജൻ! താങ്കൾ ഇഷ്ടത്തിലും അനിഷ്ടത്തിലും ഭേദിക്കാത്ത സ്വസ്ഥമനഃസ്ഥിതിയോടുകൂടി സർവത്ര രാജിക്കുന്നു.

ചുരുക്കിപ്പറകയാണെങ്കിൽ, മനസ്സ് വിഷയൗത്സുക്യത്തിൽനിന്നു നിവർത്തിച്ച്, സമരസവും ആത്മസുഖത്തിൽ തൃപ്തവുമായിക്കഴിയുമ്പോൾ, അന്തർമ്മുഖമായി ഉദയംചെയ്യുന്ന ഉത്തമ വിശ്രാന്തിരൂപമായ ദൃഷ്ടി ഏതോ, അതൊന്നുതന്നെ ഇവിടെ സുഖലബ്ധിക്ക് സേവിക്കപ്പെടുവാൻ യോഗ്യം.

ഉപശമപ്രകരണത്തിൽ സുരഘുപാഖ്യാനം എന്ന
ഇരുപത്തഞ്ചാം സർഗ്ഗം കഴിഞ്ഞു.

ഭാസവിലാസസംവാദം

വസിഷ്ഠൻ:-ഇപ്രകാരം ആ രാജാക്കന്മാർ ജഗൽക്രമത്തെക്കുറിച്ചു സംഭാഷണം നടത്തിയശേഷം അന്യോന്യം പൂജിച്ചു വണങ്ങി യാത്ര ചൊല്ലിപ്പിരിഞ്ഞു.

അദ്ധ്യാത്മചിന്താപരനായി മനസ്സിനെ അന്തർമുഖമാക്കിസ്സുഖിപ്പിച്ച്, ആത്മാനുസന്ധാനം ചെയ്യുന്നവനെ ദുഃഖം ബാധിക്കയില്ല.

ഹേ രാമ! ജീവനാകുന്ന കാള അനവധി ആശാപാശങ്ങളാൽ കെട്ടുപെട്ട്, വിഷയച്ചെടികളെ ആശിച്ചുകൊണ്ട്, ദുഃഖഭാരവും മുതുകിൽ ചുമന്ന്, മോഹപലലത്തിൽ കിടക്കുകയാണ്. രോഗങ്ങളാകുന്ന ഈച്ചകൾ ഇടവിടാതെ കടികൂട്ടുന്നു. തൃഷ്ണത്തോൽവാറ് കഴുത്തിൽ ചുറ്റി മുറുക്കിയിരിക്കുന്നു. ദുഷ്കൃതരൂപമായ ചെളി സർവാംഗം പുരണ്ടിരിക്കുന്നു. സ്മരിക്കാൻപോലും കൊള്ളാത്ത സംസ്കാരക്കാട്ടിലാണു സഞ്ചാരം. ദാഹംതീർക്കാൻ വെള്ളമോ ശ്രമശാന്തിക്കു തണുപ്പുള്ള ഒരു തണലോ കിട്ടാതെ കഷ്ടപ്പെടുന്നു. സർവാത്മനാ ശ്രമംചെയ്തും അതിനെ രക്ഷപ്പെടുത്തേണ്ടതാണ്. കടൽ കടക്കാൻ കപ്പൽക്കാരനിൽനിന്നു സഹായം ലഭിക്കുന്നതുപോലെ, സംസാരക്കടൽ കടക്കാനുള്ള യുക്തി സാധുക്കളിൽനിന്നു സിദ്ധിക്കുന്നു. യാതൊരു ദേശത്തിലാണോ സമീപത്തുള്ള മലകളിൽ അഭിജ്ഞവും സഫലവും ശീതളച്ഛായവുമായ സജ്ജനവൃക്ഷസമൂഹം വളർന്നിട്ടില്ലാത്തത്, അവിടെ ബുദ്ധിമാന്മാർ വസിച്ചുകൂടാത്തതാണ്. സംസാരത്തിൽ മുഴുകിക്കിടക്കുന്നവന്റെ ആത്മാവിനെ ഉദ്ധരിക്കാൻ മിത്രങ്ങളോ പരിജനങ്ങളോ സമ്പത്തോ ശാസ്ത്രമോ യാതൊന്നും ഉപകരിക്കയില്ല. എപ്പോഴും ഒരുമിച്ചു താമസിക്കുന്ന മനസ്സാകുന്ന ഇഷ്ടനുമായി കുറഞ്ഞൊന്നാലോചിച്ചാൽ ആ കാര്യം എളുപ്പത്തിൽ നിർവഹിക്കാം. തടിക്കണ്ടമോ മൺകട്ടയോ പോലെ ശരീരത്തെ തിരസ്കരിച്ച്, ദേവേശനായ പരമാത്മാവിനെ ദർശിക്കാം. നിറഞ്ഞുതികഞ്ഞ കടലുപോലെ വിളങ്ങുന്ന അവൻ വാക്കുകൾക്കു ഗോചരനേയല്ല. സദസദ്രൂപമായ ഒന്നിനോടും അവനെ ഉപമിക്കാവതല്ല. ദൃശ്യത്തോട് അവനു സംബന്ധമേയില്ല. മനസ്സിന്റെ അഹങ്കാരം നശിച്ച് സർവഭാവാന്തസ്ഥവും ആനന്ദമയവും പാരമേശ്വരവുമായ സ്വരൂപം പ്രകാശിച്ച് ചിത്തിന്റെ അംശഭൂതവും സുസ്ഥിരവുമായ തുര്യദൃഷ്ടി വിളങ്ങിയാൽ ആ ദൃഷ്ടിയോട് ആത്മാവു സാമാന്യേന ഉപമിക്കപ്പെടാം. ആകാശശ്രീപോലെ പരപ്പേറിയ പരിപൂർണ്ണമായ ആത്മാവസ്ഥ സുഷുപ്താവസ്ഥയോട് ഏതാണ്ടു തുല്യമായിരിക്കും. ഇങ്ങനെ സുഷുപ്തിയോടു തുല്യ

ത്വമുള്ളതും സമാധിസിദ്ധവുമായ ആത്മാവസ്ഥയാകട്ടെ അനുഭവമാത്ര ഗോചരമെന്നല്ലാതെ വാക്കുകൊണ്ടു പറഞ്ഞറിയിക്കത്തക്കതല്ല. ഇക്കാണപ്പെട്ട ജഗത്തെല്ലാം അപരിച്ഛിന്നമായ ആത്മതത്വംതന്നെയാണ്. മനസ്സ് ബാഹ്യവിഷയങ്ങളിൽനിന്നും ഉപശാന്തമായി പാലിൽ വെള്ളമെന്നപോലെ അന്തരാത്മാവിൽ ദൃഢമായി ലയിച്ചു നിശ്ചലമാകുമ്പോൾ ചരാചരാത്മാവായ ദേവദേവൻ സ്വയമേവ അനുഭവപ്പെടുന്നു. ഈ ആത്മാനുഭൂതി നാലാമത്തെ ജ്ഞാനഭൂമികയിലെ അവസ്ഥയാകുന്നു. അതു ലഭിച്ചുകഴിഞ്ഞാൽ വിഷയവാസനാനാശവും പരമപുരുഷാർത്ഥരൂപമായ സ്വാത്മാവിന്റെ സ്ഫുടമായ പ്രകാശവും സമാധിചെയ്യുമ്പോഴും അല്ലാത്തപ്പോഴും ഒരേ അവസ്ഥയിലുള്ള അനുഭവവും ഉണ്ടായി, പരമാത്മ സുഖസ്വരൂപനായി പരിണമിച്ചു ഏഴാംഭൂമികയിലെത്തി വിളങ്ങുകയും ചെയ്യുന്നു. മനസ്സുകൊണ്ടുതന്നെ മനസ്സിനെ നിഗ്രഹിച്ച് ആത്മാവിനെ ദർശിക്കാത്തവനു സംസാരദുഃഖം നശിക്കുകയില്ല. മനസ്സിനെ നിഗ്രഹിച്ചാൽ അവൻ സുഖിയായി എന്നുള്ളതിനു സംശയവുമില്ല. പ്രസംഗവശാൽ, ഇവിടെ പുരാതനമായ ഒരിതിഹാസം ഞാൻ ഉദാഹരിക്കട്ടെ. സഹ്യപർവതത്തിന്റെ താഴ്വരയിൽവച്ച് ഭാസനെന്നും വിലാസനെന്നും പേരായ രണ്ടു സ്നേഹിതന്മാർ തമ്മിൽ നടന്ന സംവാദമാണ്.

അത്യന്തം ഉയർന്നുപരന്ന സഹ്യപർവതത്തിന്റെ വടക്കുഭാഗത്തു ഫലപുഷ്പങ്ങളാൽ പരിവൃതമായ ഒരു താഴ്വരയിൽ അത്രിമഹർഷിയുടെ പുണ്യാശ്രമം സർവൈശ്വര്യപരിപൂർണ്ണമായി വിളങ്ങുന്നുണ്ട്. അനവധി സിദ്ധന്മാർ ആ ആശ്രമത്തെ ആശ്രയിച്ചു വസിച്ച കൂട്ടത്തിൽ, ജീവശുക്രന്മാരെന്നപോലെ ജ്ഞാനഘനന്മാരായ രണ്ടു താപസന്മാർ ഉണ്ടായിരുന്നു. ഒരുമിച്ചുതന്നെ കൂടിക്കഴിഞ്ഞുവന്ന അവർക്ക് രണ്ടാൾക്കും ഓരോ പുത്രൻ ജനിച്ചു. ഭാസനെന്നും വിലാസനെന്നും പേർപെറ്റ ആ ബാലന്മാർ ക്രമേണ വളർന്ന് അന്യോന്യം അനുരക്തരായ ഭാര്യാഭർത്താക്കന്മാരെപ്പോലെ സ്നേഹിച്ചും വിശ്വസിച്ചും വസിച്ചു. രണ്ടുപേരുടെയും മനസ്സ് ഒന്നുതന്നെ രണ്ടായി ഭാഗിച്ചു വച്ചപോലെയിരുന്നു. കാലാന്തരത്തിൽ രണ്ടാളുടേയും പിതാക്കന്മാർ മരിക്കയും ദുഃഖത്തോടുകൂടി ചരമക്രിയകളെല്ലാം അവർ നിർവഹിക്കയും ചെയ്തു. അനന്തരം, ലോകജീവിതത്തിൽ വിരക്തന്മാരായി അന്യോന്യം പിരിഞ്ഞ് രണ്ടു കാട്ടിലായി തപസ്സുചെയ്തു താമസിച്ചു. ദിവസങ്ങളും മാസങ്ങളും വർഷങ്ങളും കഴിഞ്ഞു. വ്രതാദികളാൽ ദേഹം ശോഷിച്ച് ആസ്ഥകളും മനസ്സിൽ നിന്നൊഴിഞ്ഞു. വളരെക്കാലം കഴികെ ഒരിക്കൽ അവർ തമ്മിൽ കാണ്മാനിടയായി. രണ്ടാൾക്കും പൂർവസ്നേഹാമൃതം ഉണർന്നൊഴുകി. വിലാ

സൻ ഭാസനെ നോക്കി- ഹേ! ശ്രേഷ്ഠജീവിതമായ മഹാവൃക്ഷത്തിന്റെ മധുരഫലമേ! എന്റെ മനസ്സിനെ സുഖിപ്പിക്കുന്ന അമൃതരസമേ! ഈ ലോകത്തിൽ എനിക്ക് ഏകബന്ധുവായ ഭാസ! താങ്കൾക്കു സ്വാഗതം. തമ്മിൽ പിരിഞ്ഞിട്ട് ഇത്രകാലം താങ്കൾ എവിടെ ഇരുന്നു? തപസ്സു ഫലിച്ചവോ? ബുദ്ധി നിത്യസന്തുഷ്ടമായി ഭവിച്ചുവോ? ആത്മപ്രകാശം ഉദിച്ചുവോ? വിദ്യകൾ സഫലങ്ങളായോ? സുഖംതന്നെയാണല്ലോ? എന്നു ചോദിച്ചു.

ഭാസൻപറഞ്ഞു-സ്നേഹിതാ! സ്വാഗതം. താങ്കളെ ഇപ്പോൾ കണ്ടതു ഭാഗ്യമായി. സംസാരത്തിൽ കിടന്നു മുഴുകുന്ന നമുക്ക് എന്തൊരു കുശലമാണ്. മനസ്സു നശിച്ചൊഴിയാതെയും അറിയേണ്ടതിനെ അറിയാതെയും സംസാരത്തിൽനിന്നു കയറാതെയും ഇരിക്കുന്നകാലം വരെ എന്തൊരു കുശലമാണ്? മനസ്സിൽ പൊട്ടിമുളച്ചുവരുന്ന ആശകളെ അരിവാളാൽ വള്ളികളെയെന്നപോലെ അടിയോടെ കൊയ്തൊഴിക്കുന്നതുവരെ നമുക്ക് എന്തൊരു കുശലമാണ്? ശാസ്ത്രാർത്ഥങ്ങളറിയുന്നതുവരെ മനസ്സിനു സമത ഭവിക്കുന്നതുവരെ, ആത്മബോധം ഉദിക്കുന്നതുവരെ നമുക്കെന്തൊരു കുശലമാണ്? ഹേ! സാധോ! ആത്മലാഭമില്ലാതെയും ജ്ഞാനൗഷധം സേവിക്കാതെയും ഇരുന്നാൽ ദുഷ്ടമായ ഈ സംസാരവിഷൂചിക തുടരെ ഉപദ്രവിച്ചുകൊണ്ടേയിരിക്കും. ജനങ്ങൾ ഈ ലോകമാകുന്ന പാറപ്പുറത്തു വീണുരുണ്ട്, പലതരത്തിലുള്ള സുഖദുഃഖക്കുഴികളിൽ പുരണ്ട്; ജരാമരണക്കൊടുങ്കാറ്റടിയാൽ വരണ്ടുകരിഞ്ഞ ഇലപോലെ ദ്രവിച്ചുപോകുന്നു.

ഉപശമപ്രകരണത്തിൽ ഭാസവിലാസസംവാദമെന്ന
ഇരുപത്താറാംസർഗ്ഗം കഴിഞ്ഞു.

വീതഹവ്യോപാഖ്യാനം

വസിഷ്ഠൻ-ഇപ്രകാരം കുശലപ്രശ്നം ചെയ്തു മുനികുമാരന്മാർ കാലക്രമേണ ആത്മജ്ഞാനം ലഭിച്ചു മുക്തന്മാരായി. ഹേ രാമ! സംസാരത്തിൽ മുഴുകിയിരിക്കുന്ന മനസ്സിനു സംസാരസമുദ്രം കടക്കാൻ ജ്ഞാനസമ്പാദനമല്ലാതെ മറ്റൊരു മാർഗ്ഗമില്ലെന്നു ഞാൻ ഉറപ്പു പറയാം. ഒന്നിലും പറ്റുതലില്ലാതെ പരിശുദ്ധമായിരിക്കുന്ന മനസ്സ്, സംസാരഭാവനയോടുകൂടിയിരുന്നാലും മുക്തമാണ്. വിഷയഗന്ധത്തോടുകൂടി

യ മനസ്സ് ദീർഘതപസ്സിൽ പ്രവർത്തിച്ചിരുന്നാലും ബന്ധമുള്ളതുമാണ്. മനസ്സിൽ ഒന്നിലും സക്തിയില്ലാതെ വിക്ഷേപരഹിതമായ സൗഖ്യത്തോടുകൂടി വർത്തിക്കുവാൻ പുറമേ പ്രവൃത്തികൾ ചെയ്താലുമില്ലെങ്കിലും കർത്താവോ ഭോക്താവോ ആകുന്നില്ല.

ശ്രീരാമൻ ചോദിച്ചു-സ്വാമിൻ! സംഗം എങ്ങിനെയുള്ളതാണ്? ഏതൊരു സംഗമാണ് ജീവികൾക്കു ബന്ധത്തിനായി ഭവിക്കുന്നത്? മോക്ഷത്തിനുള്ള ഉപായം ഏതൊന്നാണ്? സംഗത്തെ ഇല്ലാതാക്കാൻ മാർഗ്ഗമെന്ത്?

വസിഷ്ഠൻ-ദേഹം ആര് ദേഹി ആര് എന്നുള്ള വിഭാഗചിന്ത ചെയ്യാതെ ദേഹമാത്രത്തിൽ വിശ്വാസത്തോടുകൂടി ഇരിക്കുന്ന സംഗം ബന്ധാർഹമാണ്. ദേശകാലാദികളാൽ അപരിച്ഛേദ്യമായ ആത്മാവിൽ ദേഹബുദ്ധിയോടുകൂടി വിഷയസുഖങ്ങളെ ആഗ്രഹിച്ചുകൊണ്ടിരിക്കുന്ന സംഗവും ബന്ധാർഹമാണെന്നു പറയപ്പെടുന്നു. ആത്മാവല്ലാതെ മറ്റൊന്നും തന്നെയില്ല. ഞാനെന്തിനു ഗ്രഹിക്കുന്നു? ത്യജിക്കുന്നതെന്തിനെ? ഇപ്രകാരം അസംഗമായ സ്ഥിതി യാതൊന്നോ അത് ജീവന്മുക്തന്മാരുടെ അവസ്ഥയാകുന്നു. ഞാൻ ഈ ദേഹമല്ല, ഞാനല്ലാതെ ആരുമില്ല, മിഥ്യാഭൂതമായ ശരീരത്തെ സംബന്ധിച്ച സുഖങ്ങൾ ഭവിക്കട്ടെ, അല്ലെങ്കിൽ ഭവിക്കാതിരിക്കട്ടെ! ഇങ്ങനെ മനസ്സിൽ നിസ്സംഗതയോടുകൂടി വർത്തിക്കുന്ന മനുഷ്യൻ മുക്തിക്കധികാരിയാണ്. കർമ്മത്യാഗത്തിലോ കർമ്മത്തിലോ താൽപര്യമില്ലാതെ സിദ്ധിയിലും അസിദ്ധിയിലും സമദൃഷ്ടിയായി ഫലത്തിലിച്ഛിക്കയും ചെയ്യാതെ ഇരിക്കുന്നവൻ അസക്തനെന്നു പറയപ്പെടുന്നു. ലോകാനുസരണത്തിനായി കർമ്മങ്ങളെ ഉപേക്ഷിക്കാതെ മനസ്സുകൊണ്ട് നിപുണമാംവണ്ണം കർമ്മേച്ഛയേയും കർമ്മഫലത്തേയും ത്യജിച്ചു ശാന്തനായി വസിക്കുന്നവനും അസക്തനാകുന്നു.

ഹേ രാമ! അസക്തമായ മനോവൃത്തി ഇവിടെ പലവിധ വിജൃംഭണങ്ങളോടുകൂടിയ ചേഷ്ടകളെയെല്ലാം തന്റെ വിശുദ്ധഭാവനയായ ചികിത്സകൊണ്ടു നന്നാക്കി ഗുണഫലങ്ങളാകുമ്പോൾ ആ ചേഷ്ടകൾതന്നെ കൈവല്യത്തെ സമ്പാദിക്കുന്ന സക്തിയാൽ കലുഷിതരാകുന്ന ജനങ്ങൾ ദുഃഖിതരായിത്തന്നെ മരിച്ച്, അനവധി ജന്മങ്ങൾ കൃമികീടാദിയോനികളിൽ വീണ്ടും വീണ്ടും ജനിക്കുന്നു. കടലിൽ തിരയെന്നപോലെ അനവധി അനവധി ജീവജാലങ്ങൾ ഉത്ഭവിക്കയും നശിക്കയും ചെയ്യുന്നത് മനസ്സിന്റെ സക്തദോഷംകൊണ്ടാകുന്നു. സക്തിതന്നെ വന്ധ്യയെന്നും വന്ദ്യയെന്നും രണ്ടുതരമാണ്. വന്ധ്യ മൂഢന്മാരിലും വന്ദ്യ തത്വജ്ഞന്മാരിലും സ്ഥിതിചെയ്യുന്നു. ആത്മതത്വബോധം ഇല്ലാത്തതും ദേഹാദിവസ്തുഭാവനയോടുകൂടിയതും സംസാരത്തെ വീണ്ടും വീണ്ടും ഉദിപ്പിക്കു

ന്നതും ആയ സക്തി വന്ധ്യയെന്നു പറയപ്പെടുന്നു. ആത്മസ്വരൂപനിശ്ച യത്താൽ ആത്മാനാത്മവിവേകത്തിൽ നിന്നുണ്ടായതും സത്യഭൂതയും നിമിഷംതോറും സംസാരത്തെ വർജ്ജിച്ചിരിക്കുന്നതുമായ സക്തി വന്ദ്യ യാകുന്നു. ശംഖചക്രഗദാപാണിയായ ഭഗവാൻ ശ്രീനാരായണൻ ലോ കോദ്ധാരണത്തിനായി അവതാരങ്ങളെടുക്കുന്നത് വന്ദ്യസക്തിക്കു വശം വദനായിട്ടാണ്. വിജ്ഞാനനിഷ്ഠന്മാരായ സിദ്ധന്മാരും ഇന്ദ്രാദിലോകപാ ലന്മാരും വന്ദ്യസംസക്തിക്കധീനന്മാരായിത്തന്നെ പ്രവർത്തിക്കുന്നു. മ നസ്സ് വന്ധ്യ സക്തിക്കധീനമായിമാംസക്കഷണത്തിൽ കഴുകുപക്ഷിയെ ന്നപോലെ വിഷയങ്ങൾ രമ്യങ്ങളാണെന്നു ഭ്രമിച്ച് അവറ്റിൽ പതിക്കു ന്നു. വന്ധ്യസക്തിയെ ആശ്രയിച്ചു ജീവിക്കുന്നവർക്ക് സുഖവാസനത്തി നായുള്ള ഭവനങ്ങൾ രൗരവം, അവീചി, കാലസൂത്രം മുതലായ നരക ങ്ങളാകുന്നു. അവർ ദുഃഖച്ചൂടുതട്ടി ശുഷ്കിച്ചു നരകാഗ്നികളെ ജ്വലിപ്പി ക്കുന്ന വിറകുകളായിത്തീരുന്നു. വിദ്യാദൃഷ്ടി തെളിഞ്ഞും അവിദ്യാദൃ ഷ്ടി മറഞ്ഞും ദൃശ്യപ്രപഞ്ചത്തിൽ ആസക്തി വെടിഞ്ഞും ആത്മമാത്ര നായിരിക്കുന്നവനാരോ അവൻ മുക്തനാണ്. ജ്ഞാനവാനായ പുരുഷൻ ശയനാശനാദികളാൽ പ്രവൃത്തിയുള്ളവനായാലും, മൂഢനോടോ ബുധ നോടോ സഹവസിച്ചാലും, നിത്യനൈമിത്തികാദി കർമ്മങ്ങളനുഷ്ഠിച്ചാ ലും, മനസ്സിനെ വിവിധവിഷയങ്ങളിൽ, സംസക്തമാകാതെ സൂക്ഷിക്കേ ണ്ടതാണ്. ചിന്തകളിൽ, ചേഷ്ടകളിൽ, വസ്തുക്കളിൽ, ആകാശത്തിൽ, താഴെ, മുകളിൽ, ദിക്കുകളിൽ, ഉള്ളിൽ, പുറമെ ഇവ ഒന്നിലും സഞ്ചരി ക്കാൻ അതിനെ അയയ്ക്കരുത്. ഇനിയും കളത്രഭൃത്യാദികളിൽ, ഇന്ദ്രി യവൃത്തികളിൽ, പ്രാണവായുക്കളിൽ, മൂർദ്ധാവിൽ, താലുവിൽ, ഭ്രൂമ ദ്ധ്യത്തിൽ, നാസാഗ്രത്തിൽ, മുഖത്തിൽ, കണ്ണുകളിൽ ഒന്നിലും വ്യാപ രിക്കാൻ വിടരുത്. അതുപോലെ, അന്ധകാരത്തിൽ, പ്രകാശത്തിൽ, ഹൃ ദയാംബരത്തിൽ, ജാഗ്രൽസ്വപ്നസുഷുപ്തികളിൽ, ഗുണത്രയത്തിൽ, വെള്ളയിൽ, കറുപ്പിൽ, മഞ്ഞയിൽ, ചുമപ്പിൽ, മിശ്രനിറങ്ങളിൽ, ചര ത്തിൽ, സ്ഥിരത്തിൽ, ആദിമദ്ധ്യാന്തങ്ങളിൽ, അകലത്തിൽ, അടുക്കൽ, മുൻപിൽ, പിമ്പിൽ, നാമത്തിൽ, രൂപത്തിൽ, ജീവനിൽ, ശബ്ദസ്പർശാ ദികളിൽ, മോഹമദാദിവൃത്തികളിൽ, ഗമനാഗമനങ്ങളിൽ, കാലകലനക ളിൽ യാതൊന്നിലും മനസ്സിനെ പ്രവർത്തിപ്പിക്കരുത്. വിഷയത്തെ അൽ പം ആശ്രയിച്ചിരുന്നാലും കേവലമായ ചിത്തിൽ വിശ്രമിപ്പിച്ച് ഒന്നിലും രസമില്ലാതാക്കി ആത്മദ്ധ്യാനത്തിൽ ലയിപ്പിക്കണം. അഥവാ, വിഷയ സ്പർശം അൽപംപോലുമില്ലാതെ, പ്രശാന്തചിദ്രൂപനായിത്തന്നെ കാ ന്തിചിന്തുന്ന രത്നംപോലെ ആത്മാനന്ദരസം ആസ്വദിച്ചു വാണുകൊ

ള്ളുകയുമാകാം. സംഗത്തോടുകൂടാതെ ആത്മാവിൽ ലയിച്ചിരിക്കുന്ന ജീവൻ അജീവാവസ്ഥയെ-ജീവന്മുക്താവസ്ഥയെ-പ്രാപിക്കുന്നു. ലോകവ്യവഹാരങ്ങൾ ചെയ്കയോ ചെയ്യാതിരിക്കയോ ആയിക്കൊള്ളട്ടെ; ചെയ്താലും ചെയ്തില്ലെങ്കിലും ആകാശത്തെ മേഘങ്ങളെന്നപോലെ കർമ്മഫലങ്ങൾ അവനെ സ്പർശിക്കയില്ല. പരമോദയന്മാരും ആത്മാരാമന്മാരുമായ മഹാന്മാർ ബാഹ്യേന്ദ്രിയവ്യാപാരങ്ങളിൽ മയിൽപീലിയുടെ കുഞ്ചംപോലെ തരളത്വമുള്ളവരും അന്തഃകരണത്തിൽ മഹാമേരുവെപ്പോലെ അചലന്മാരുമാകുന്നു. വിഷയവൃത്തികൾ നിശ്ശേഷം മനസ്സിൽ നിന്നൊഴിയുമ്പോൾ ഉണ്ടാകുന്ന സങ്കൽപരഹിതമായ അവസ്ഥ യാതൊന്നോ അതിനെ ജാഗ്രത്തിലെ സുഷുപ്ത്യവസ്ഥയെന്നു വിദ്വാന്മാർ പറയുന്നു.

ഹേ രാമ! ഈ സുഷുപ്ത്യാവസ്ഥതന്നെ അഭ്യാസയോഗത്താൽ പ്രൗഢയായിത്തീരുമ്പോൾ തുര്യാവസ്ഥയാകും. തുര്യാവസ്ഥയിൽ സുദൃഢമായ സ്ഥിതി ലഭിച്ച് നിരന്തരാനന്ദാഭ്യാസത്താൽ ബ്രഹ്മഭാവത്തെ ഗമിച്ചു സ്വാത്മാനന്ദബ്രഹ്മാനന്ദകലകളേയും കടന്ന് തുര്യാതീതപദത്തെ പ്രാപിച്ച യോഗി മുക്തനെന്നു പറയപ്പെടുന്നു. ആ മഹാത്മാവാകട്ടെ ജന്മഹേതുക്കളായ കാമകർമ്മങ്ങളെല്ലാം നീങ്ങി അജ്ഞാനത്തിൽനിന്നു ജനിക്കുന്ന ദേഹേന്ദ്രിയാദ്യാഭിമാനങ്ങളും നശിച്ച് വെള്ളത്തിൽവീണ ഇന്തുപ്പുകഷണംപോലെ പരമാനന്ദരൂപയായ സത്തയെ-പരമാർത്ഥാവസ്ഥയെ-പ്രാപിക്കുന്നു. ദൃശ്യവിഷയവും ദ്രഷ്ടൃവിഷയവുമായുള്ള ജഡാജഡദൃഷ്ടികളുടെ മദ്ധ്യത്തിൽ ചിന്മാത്രരൂപമായ യാതൊരുവസ്തു പ്രകാശിക്കുന്നോ, അതത്രേ പരമാത്മതത്വമെന്നു ബൃഹദാരണ്യം മുതലായ ഉപനിഷത്തുകൾ ഘോഷിക്കുന്നു. ദൃശ്യദർശനസംബന്ധത്തിൽ പാരമാർത്ഥികമായ യാതൊരു സുഖം ഭവിക്കുന്നോ അതായത് ദൃശ്യങ്ങളുടെ വൃത്തിജ്ഞാനസംബന്ധത്താൽ വൃത്ത്യുപാധിഭേദതാരതമ്യങ്ങളെ വിട്ട് യാതൊരു സുഖം അനുഭവമാത്രമായി ഭവിക്കുന്നോ, ആ സുഖംതന്നെ ബ്രഹ്മമെന്നു പറയപ്പെടുന്നു. ദൃശ്യദർശനസംബന്ധത്തിൽ ഉണ്ടാകുന്ന ഉൽകൃഷ്ടമായ സുഖബോധം രാഗാദികളെ ബന്ധിച്ചു മനോവൃത്തിയോടുകൂടിയായാൽ ബന്ധമായും അഖണ്ഡൈകാത്മഭാവത്തിൽ അനുഭവിച്ചാൽ മോക്ഷമായും തീരുന്നു.

രാമ! നീ ദൃശ്യദർശനസംബന്ധമായ മനോവൃത്തികളെ ദൂരത്തൊഴിക്കുക. എന്നിട്ടുണ്ടാകുന്ന അനുഭവത്തെ അവലംബിച്ചിരിക്കൂ! നിന്റെ സൗഷുപ്തിയായ അവസ്ഥയെ ഭജിക്കൂ! ആ അവസ്ഥതന്നെ തുര്യത്വത്തെ പ്രാപിക്കും. തുര്യദൃഷ്ടിയിലാകട്ടെ ആത്മാവ് സ്ഥൂലനോ അണുവോ

അല്ല. പ്രത്യക്ഷനോ അപ്രത്യക്ഷനോ അല്ല. ചേതനനോ അചേതനനോ അസന്മയനോ സന്മയനോ ഞാനോ അന്യനോ ഏകനോ അനേകനോ അല്ല. ഇക്കാണപ്പെടുന്ന ലോകമെല്ലാം ഇന്ദ്രിയങ്ങൾക്കും മനസ്സിനും വിഷയഭൂതമായ ഒരു പ്രതിഭാസം മാത്രമാണ്. ആത്മപദം ഇതിനെ അതിക്രമിച്ചു സ്ഥിതിചെയ്യുന്നതാണ്. പ്രപഞ്ചത്തിൽ കാണപ്പെടുന്ന യാതൊന്നായിട്ടും അത് ഭവിക്കുന്നില്ല. യാതൊന്നിനോടും ഉപമിക്കത്തക്കതല്ല. മോക്ഷം ആകാശത്തിലോ പാതാളത്തിലോ ഭൂമിയിലോ ഇരിക്കുന്നതല്ല. ആശകളെല്ലാം ക്ഷയിക്കുമ്പോൾ മനസ്സിനുണ്ടാകുന്ന നാശംതന്നെ മോക്ഷം. എനിക്കു മോക്ഷമുണ്ടാകട്ടെ എന്നു വിചാരിക്കുന്നതും ബന്ധകാരണമാണ്. ആ വിചാരത്താൽ മനനരൂപമായ മനസ്സുണ്ടായിക്കഴിയും. മനസ്സിന്റെ ആവിർഭാവം സംസാരബന്ധത്തെ ദൃഢപ്പെടുത്തുകയും ചെയ്യും. ആത്മാവ് സർവപ്രപഞ്ചത്തിൽനിന്നും അതീതനായി ഭവിക്കട്ടെ. അഥവാ, സർവപ്രപഞ്ചമായിത്തന്നെ പരിലസിക്കുന്നവനാകട്ടെ, അതിൽ ബന്ധമോ മോക്ഷമോ എവിടെ? മനസ്സിൽനിന്ന് മനനത്തെ വേരോടെ നശിപ്പിക്കുക. അതുതന്നെ മോക്ഷം; ആത്മനിരതനും പ്രശാന്തനും പരിപൂർണ്ണനുമായി ബന്ധഭ്രമങ്ങളെല്ലാം നീങ്ങി പരിശുദ്ധമായ മനസ്സോടുകൂടി ദ്വന്ദ്വദോഷഭയങ്ങളിൽനിന്നു മോചിച്ച് സംസാരസാഗരത്തെക്കടന്ന് ആവൃത്തിഹീനമായ പദത്തിലെത്തി വിശ്രമിക്കുന്നു. മനസാ വാചാ കർമ്മണാ സംതൃപ്തിയടഞ്ഞ യോഗ്യപുരുഷൻ യാതൊന്നും വാഞ്ഛിക്കയില്ല.

രാഘവ! നീ ആപദ്വൃക്ഷങ്ങളെ ഛേദിക്കുന്ന പരശുവും പരമനിർവൃതിസ്ഥാനവും, ശമവൃക്ഷപൂങ്കുലയുമായിരിക്കുന്ന നൈരാശ്യത്തെ ഭജിക്കുക. നൈരാശ്യത്താൽ അലംകൃതനായ പുരുഷനു ഭൂലോകം ഒരു ഗോഷ്പദംപോലെയാണ്. മഹാമേരു ചെറുകുറ്റിപോലെയും ആശാന്തരാളങ്ങൾ ചെപ്പുകൾപോലെയും മൂന്നുലോകവുംതന്നെ പുല്ലുപോലെയുമാണ്. ശരീരത്തിൽനിന്നും അന്യനാണ് ആത്മാവെന്നറിഞ്ഞ് അതിനെ ദർശിച്ചുകൊണ്ടിരിക്കുന്ന വിവേകിയുടെ ശരീരം അരിഞ്ഞരിഞ്ഞിട്ടാലും അവനറിയുന്നില്ല. ശർക്കര ഭക്ഷിക്കുന്നവനെ അറുത്തു മുറിച്ചാലും തീയിലെരിച്ചാലും അതിന്റെ മധുരാനുഭവരസം അന്യഥാകരിക്കാൻ സാധിക്കുമോ? അതുപോലെ ആത്മസ്വരൂപസുഖത്തേയും മറ്റു വിധത്തിലാക്കാൻ സാധ്യമല്ല. അന്യ പുരുഷനിൽ ആശവച്ചിരിക്കുന്ന സ്ത്രീ ഗൃഹകാര്യങ്ങളിൽ വ്യാപൃതയായിരുന്നാലും സർവദാ അവളുടെ മനസ്സ് ആ പുരുഷനുമായുള്ള സംഭോഗസുഖത്തിൽ മുഴുകിയിരിക്കും. ആത്മവിശ്രാന്തിയെ പ്രാപിച്ച ജ്ഞാനി ലോകകാര്യങ്ങളിലേർപ്പെട്ടിരുന്നാലും

അവന്റെ മനസ്സ് എപ്പോഴും ആത്മാവിൽതന്നെ രമിക്കയായിരിക്കും. പദാർത്ഥങ്ങളിൽ പറ്റുതലില്ലായ്കകൊണ്ട് മനസ്സിനുണ്ടാകുന്ന ശാന്തിയത്രേ വിമുക്താവസ്ഥ. സദേഹനായാലും വിദേഹനായാലും നിർമ്മലനായവന്, ആ അവസ്ഥ ഭവിക്കുന്നു. ഒന്നിലും സ്നേഹമില്ലാതെ ജീവിക്കുന്നവൻ ജീവന്മുക്തനാകുന്നു. സ്നേഹത്തോടുകൂടിയവൻ ബദ്ധനുമാണ്. ഈ രണ്ടവസ്ഥയിൽനിന്നും വേർപെട്ടിരിക്കുന്നവൻ മുക്തനെന്നു പറയപ്പെടുന്നു.

രാമ! ജീവന്മുക്തന്റെ അവസ്ഥ കേൾക്കു. മേൽ വരുന്നതിനെയോ കീഴ്കഴിഞ്ഞതിനെയോ ആലോചിക്കാതെ അപ്പോഴപ്പോൾ വന്നുകൂടുന്നതിനെ അനുസരിച്ചുകൊണ്ടിരിക്കും. അടുത്തുകൂടുന്നവരോട് നിർമ്മനസ്സായി പെരുമാറും. ഭക്തനോടു ഭക്തനെപ്പോലെ, ശഠനോടു ശഠനെപ്പോലെ , ബാലനോടു ബാലനെപ്പോലെ, വൃദ്ധനോടു വൃദ്ധനെപ്പോലെ, ധീരനോടു ധൈര്യവാനെപ്പോലെ, യുവാവിനോടു യുവാവിനെപ്പോലെ. ദുഃഖിയോട് ദുഃഖിയെപ്പോലെ ഇങ്ങനെ തക്ക വിധത്തിൽ എപ്പോഴും ധീരമനസ്കനും, ആനന്ദവാനും, ജനപ്രിയനും, പുണ്യചരിതനും, പ്രസന്നമുഖനും ആയി പെരുമാറും. അവന് ക്ഷീണമോ ദൈന്യമോ ഒരിക്കലും ഭവിക്കയില്ല. സൂര്യൻ ശീതരശ്മികൾ വീശട്ടെ. ചന്ദ്രൻ ഉഷ്ണത്തോടെ കത്തട്ടെ, തീയുടെ ജ്വാല കീഴോട്ടെരിയട്ടെ, ഇതിലൊന്നും വിസ്മയിക്കയില്ല. എല്ലാം ഏകനായ ചിദംബരന്റെ ശക്തിവിലാസങ്ങളാണെന്ന് സമാധാനപ്പെടുകയും ചെയ്യും. ആശ്ചര്യങ്ങളിൽ അവനു കൗതുകം ഉണ്ടാകുമെങ്കിലും ചിത്തത്തിന്റെ വിചിത്രമായ ഒരു വികാരത്തള്ളൽ കാരണമായി തോന്നപ്പെടുന്ന ആവർത്തം ഉണ്ടാകുന്നതുപോലെ, മനസ്സിന്റെ ചലനവിശേഷംകൊണ്ട് മറ്റൊരു രൂപത്തിൽ ഈ ജഗത്തും തോന്നപ്പെടുന്നു. കണ്ണിന്റെ ചില പ്രത്യേക ചലനങ്ങളാലും, ആച്ഛാദന ഭേദങ്ങളാലും സത്യത്തിലില്ലാത്ത ചില നിഴലാട്ടങ്ങൾ മയിൽപീലിക്കണ്ണുകളുടെയും മുത്തുമണികളുടെയും ആകൃതിയിൽ ആകാശത്തിൽ കാണുന്നവണ്ണംതന്നെ മനസ്സിന്റെ സ്പന്ദംകൊണ്ട് ജഗത്തും തോന്നപ്പെടുന്നു.

ശ്രീരാമൻ ചോദിച്ചു-സ്വാമിൻ! ഏതൊരു സ്വഭാവംകൊണ്ടാണ് ചിത്തം ചലിക്കുന്നത്? ഏതൊരുപായം കൊണ്ടു ചലിക്കാതെയിരിക്കും? സദയം അരുളിച്ചെയ്താൽ ആവഴിക്കു മനസ്സിന്റെ ചലനം അടക്കാൻ ഞാൻ ശ്രമിക്കാം.

വസിഷ്ഠൻ-വത്സ! മനസ്സിനെ സ്പന്ദത്തിൽനിന്നു വേറാക്കി ഉദാഹരിക്കാൻ പ്രയാസമാണ്. മഞ്ഞിൽ വെളുപ്പെങ്ങനെയോ, പൂവിൽ മണ

മെങ്ങിനെയോ, അതുപോലെ മനസ്സും സ്പന്ദവും തമ്മിൽ വേർപെടുത്താൻ വിഷമമായ വിധത്തിൽ ഒന്നുചേർന്നാണിരിക്കുന്നത്. ചിത്തത്തെ നശിപ്പിക്കുന്നതിനു യോഗമെന്നും ജ്ഞാനമെന്നും രണ്ടു ക്രമങ്ങൾ പറയപ്പെട്ടിട്ടുണ്ട്. യോഗം ചിത്തവൃത്തി നിരോധവും ജ്ഞാനം ശാസ്ത്രാദികളിൽനിന്നു സിദ്ധിക്കുന്ന ചിത്തശോധനരൂപമായ ആത്മദർശനവുമാകുന്നു. പരിണാമത്തിനധീനമായ പരിസ്പന്ദമത്രേ മനസ്സെന്നു ശ്രുതിരഹസ്യമറിഞ്ഞ മഹാന്മാർ പറയുന്നുണ്ട്. പ്രാണങ്ങളെ നിയന്ത്രിച്ചുവച്ചാൽ മനസ്സടങ്ങിപ്പോകുമെന്നാണ് അവരുടെ വിശ്വാസം. മനസ്സിന്റെ സ്പന്ദം നിലയ്ക്കുമ്പോൾ, സംസാരബന്ധവും നശിച്ചുകഴിയും. ആദിത്യൻ അസ്തമിച്ചുപോയാൽ വെളിച്ചത്തിനു പിന്നെ സ്ഥാനമുണ്ടോ?

ശ്രീരാമൻ ചോദിച്ചു-ദേഹഭവനത്തിൽ ഗൂഢസഞ്ചാരംചെയ്യുന്ന പ്രാണാദിവായുക്കളുടെ ചലനം നിരോധിക്കുന്നതെങ്ങനെ?

വസിഷ്ഠൻ-ശാസ്ത്രജ്ഞനും, സജ്ജനസംസർഗ്ഗം; വിഷയവിരക്തി; സമാധിശീലനം മുതലായവയാൽ ആദ്യമായി സാംസാരികവ്യവഹാരങ്ങളിൽ ഉണ്ടാകുന്ന അനാസ്ഥ ഉറച്ച് ബലപ്പെടുമ്പോൾ ഇച്ഛാനുസൃതമായ ധ്യാനത്താൽ ചിരകാലംകൊണ്ട് മനസ്സിനെ ഏകാഗ്രമാക്കി ഏകവുമഖണ്ഡവുമായ ആത്മസ്വരൂപത്തെ നിരന്തരമായി അനുസന്ധാനം ചെയ്താൽ പ്രാണവായുവിന്റെ ചലനം താനേ അടങ്ങും. പൂരകരേചകകുംഭകഭേദേനയുള്ള പ്രാണായാമം വീണ്ടും വീണ്ടും ദൃഢമാകുംവണ്ണം ചെയ്ത്, ഏകാന്തത്തിൽ ഇരുന്നു ചെയ്യുന്ന ധ്യാനയോഗത്താലും പ്രാണവായുക്കളുടെ ചലനം നിരോധിക്കപ്പെടുന്നു. ഓംകാരോച്ചാരണത്തിൽ ഒടുവിലുള്ള ശബ്ദതത്വത്തിന്റെ അനുസന്ധാനത്താൽ ബഹിർമുഖമായ ചിത്തവൃത്തി അടങ്ങിയാൽ പ്രാണവായുവിന്റെ ചലനം നിലയ്ക്കും. ഇന്ദ്രയോനിയെന്നു പേരുള്ളതും മേലണ്ണാക്കിൽ പശുവിൻമുലപോലെ താഴോട്ട് തൂങ്ങിക്കിടക്കുന്നതുമായ മാംസക്കഷണത്തെ നിത്യാഭ്യാസത്താൽ നാക്കുനീട്ടിവളച്ച് അതിന്റെ അഗ്രംതൊടുവിച്ചമർത്തി താഴെയാക്കീട്ടു മേലോട്ടുള്ള കപാലകുഹരത്തിൽ പ്രാണവായുവിനെ പ്രവേശിപ്പിച്ചാൽ പ്രാണവായുവിന്റെ ചലനം നിലയ്ക്കും. യോഗശാസ്ത്രപ്രകാരം, മൂക്കിന്റെ അറ്റത്തുനിന്നും പന്ത്രണ്ടംഗുലം ദൂരത്തിലുള്ള ശുദ്ധാകാശത്തിൽ മനസ്സും കണ്ണും ഒരുപോലെ ഉറപ്പിച്ച് അടക്കിനിർത്തിയാൽ പ്രാണവായുവിന്റെ ചലനം നിലയ്ക്കും. യോഗശാസ്ത്രപ്രസിദ്ധമായ പവനനിരോധാഭ്യാസത്താൽ പ്രാണവായു, സുഷുമ്നാ മാർഗ്ഗത്തൂടെ, ഷോഡശാരവിശുദ്ധചക്രത്തിലോ, ദ്വാദശാംഗുലപര്യന്തമായ ബ്രഹ്മരന്ധ്രത്തിലോ, അനാഹതമെന്ന ദ്വാദശാര ചക്രത്തിലോ കടന്ന് ബഹിർമുഖവ്യ

ത്തിജ്ഞാനം നശിക്കുമ്പോൾ, പ്രാണസ്പന്ദം നിലയ്ക്കും. ഭൂമദ്ധ്യത്തിൽ കരുമിഴികളെ ഉറപ്പിച്ച് ചിരനിരോധത്താൽ അവയുടെ ദർശനശക്തി ക്ഷയിച്ച് സാങ്കേതികമായ ചേതനം അഥവാ വൃത്തിജ്ഞാനം നശിക്കുമ്പോൾ പ്രാണസ്പന്ദം നിലയ്ക്കും. ഗുരുവിന്റെയോ ഈശ്വരന്റെയോ അനുഗ്രഹത്താൽ പെട്ടെന്ന് ഉദയമായ ജ്ഞാനം അഭ്യാസത്താൽ ദൃഢപ്പെടുകയും, വികൽപങ്ങളെല്ലാം ഒഴിയുകയും ചെയ്യുമ്പോൾ പ്രാണസ്പന്ദം നിലയ്ക്കും. മൗനം ദീക്ഷിച്ചിരുന്നു നിയതമായി ആകാശഭാവനം ചെയ്യുന്ന യോഗിയുടെ വാസനാഹീനമായ ആത്മധ്യാനവും പ്രാണസ്പന്ദത്തെ നിലപ്പിക്കുന്നതാണ്. ഇങ്ങനെ ഇവിടെ പറയപ്പെട്ട ക്രമങ്ങളാലും യുക്തിയിൽ കൽപിതങ്ങളും ആചാര്യപ്രോക്തങ്ങളുമായ മറ്റു പലേ ഉപായങ്ങളാലും, പ്രാണസ്പന്ദം നിരോധിക്കപ്പെടുന്നുണ്ട്. ഈ യോഗയുക്തികളെല്ലാം ഭാഗ്യവാനായ ഒരുത്തൻ വിധിപ്രകാരം അഭ്യസിക്കുന്നതായാൽ സംസാരസമുദ്രം നിഷ്പ്രയാസം കടക്കാൻ അവനു സാധിക്കുന്നതാണ്. അഭ്യാസത്താൽ പ്രാണങ്ങളുടെ സ്പന്ദനം നിലച്ചുകഴിഞ്ഞാൽ മനസ്സു സങ്കൽപാദികളിൽനിന്നു മോചിച്ചു സ്വച്ഛമായി വിശ്രമിക്കും. മനസ്സിനു വിശ്രമം ലഭിച്ചാൽ പിന്നെ ശേഷിക്കുന്നതു നിർവാണമാണ്.

ശ്രീരാമൻ പറഞ്ഞു-സ്വാമിൻ! യോഗയുക്തനായ ഒരുവന്റെ മനസ്സു മായുന്നതെങ്ങനെയെന്നു ഇപ്പോൾ പറഞ്ഞുകഴിഞ്ഞു. അനുഗ്രഹബുദ്ധ്യാ ഇനി ജ്ഞാനക്രമവും അരുളിച്ചെയ്യണമെന്നപേക്ഷിക്കുന്നു.

വസിഷ്ഠൻ- രാമചന്ദ്ര! സർവജഗത്തുകളും ആത്മാവുതന്നെയെന്നു നിശ്ചയിച്ചിട്ട് അതുവഴി സിദ്ധമാകുന്ന പൂർണ്ണാവസ്ഥിതി യാതൊന്നോ അതത്രേ പരമാർത്ഥദർശിയുടെ അവസ്ഥ. ഘടപടാദ്യാകാരങ്ങളായ പദാർത്ഥശരങ്ങളും അവയുടെ ശക്തികളുമെല്ലാം ആത്മാവല്ലാതെ മറ്റൊന്നുമല്ലെന്നുള്ള നിശ്ചയം ദർശനമെന്നും അനാദ്യന്തനായ പരമാത്മാവുതന്നെ സർവത്ര വിളങ്ങുന്നു എന്നുള്ളത് സമ്യഗ്ജ്ഞാനമെന്നും വിദ്വാന്മാർ പറയുന്നു. എല്ലാം ആത്മാവുതന്നെ ആയിരിക്കെ, സത്തെന്നും അസത്തെന്നുമുള്ള ഭേദകൽപന എവിടെ ഇരിക്കുന്നു? ബന്ധമോക്ഷകൽപനയും എവിടെ? വൃഥാ ദുഃഖിക്കുന്നതെന്തിന്? ദൃശ്യം വേറല്ല, ചിത്തവും വേറല്ല, ബ്രഹ്മത്തിന്റെ വിജൃംഭണം മാത്രമാണ്. സർവവും ഏകമായ പരബ്രഹ്മമായിരിക്കുമ്പോൾ മോക്ഷമേത്? ബന്ധമേത്? രാമ! ഭൂമിയും കടലും സൂര്യചന്ദ്രാദിഗോളങ്ങളുമായി കാണപ്പെടുന്ന മഹാ സ്ഥൂലവസ്തുക്കളെല്ലാം അദ്വൈതബ്രഹ്മംതന്നെയെന്നു വിശ്വസിച്ചു സ്വയമേവ പരിപൂർണ്ണപരമാത്മാവായി ഭവിക്കുക! അധിഷ്ഠാനസന്മാത്രരൂപം

മനസ്സിൽ പ്രകാശിച്ചുകഴിഞ്ഞാൽ കല്ല് തടി മുണ്ട് മുതലായ വിഭിന്നപദാർത്ഥങ്ങൾക്ക് അല്പംപോലും ഭേദം തോന്നുകയില്ല. പിന്നെ ത്യാജ്യഗ്രാഹ്യഭേദേനയുള്ള സങ്കൽപവികൽപങ്ങൾ ഉണ്ടാകുന്നതെങ്ങനെ? ഉൽപത്തിക്കുമുമ്പും നാശത്തിനു പിമ്പും വസ്തുജാതങ്ങൾക്കും ജീവപ്രതിഭാസങ്ങൾക്കും പ്രശാന്തവും നാശരഹിതവുമായ യാതൊരുരൂപം ഭവിക്കുന്നുവോ ആ രൂപമായി സ്ഥിതിചെയ്യുക. ജരാമരണാദിവിഭ്രമങ്ങൾ നിമിത്തം ഭേദാഭേദോന്മേഷങ്ങളോടുകൂടിയ ചിത്തസ്വരൂപങ്ങളാൽ ആത്മാവുതന്നെ തിരകളാൽ കടലെന്നപോലെ പലപ്രകാരത്തിൽ സ്ഫുരിക്കുന്നു. എപ്പോഴും അന്തർമുഖമായ ബുദ്ധിയാൽ നിരുപാധികനായ ആത്മാവിനെ ആലിംഗനംചെയ്തു സുഖമേ വസിക്കുന്നവനാരോ ആത്മലോലുപനായ ആ സുകൃതിയെ ബന്ധിക്കുന്നതിന് ഏതൊരുഭോഗംതന്നെ സമർത്ഥമായി ഭവിക്കും? നിരന്തരമായി വിചാരമഭ്യസിച്ചുകൊണ്ടിരിക്കുന്നവന്റെ മനസ്സിനെ ഭോഗാദികളായ ശത്രുക്കൾ ഇളംകാറ്റ് പർവതത്തെയെന്നപോലെ അൽപവും ചലിപ്പിക്കുന്നില്ല; സങ്കൽപരൂപങ്ങളാണ് ഇവിടെ പലപ്രകാരത്തിൽ കാണപ്പെടുന്നതെന്നും തിരയും പതയും കുമുളയുമെല്ലാം സത്യത്തിൽ വെള്ളം തന്നെ ആയിരിക്കുന്നതുപോലെ അന്തഃസ്ഥമായ വസ്തുവിനു നാനാത്വമേയില്ലെന്നും ഉള്ള ഏക നിശ്ചയത്തോടുകൂടിയ ആത്മദർശിയായ പുരുഷൻ വിമുക്തനെന്നു പറയപ്പെടുന്നു.

രാമചന്ദ്ര! ഇനി വീതഹവ്യനെന്നൊരു മഹർഷി അനുവർത്തിച്ച മറ്റൊരു മോക്ഷമാർഗ്ഗം ഞാൻ പറയാം. അദ്ദേഹം കർമ്മകാണ്ഡപരായണനായി വിന്ധ്യാപർവതകന്ദരത്തിൽ വസിച്ചിരുന്നു. പലകാലമായപ്പോൾ തന്റെ കർമ്മങ്ങളെല്ലാം ആധിവ്യാധിസ്വരൂപങ്ങളും ഭയങ്കരമായ സംസാരഭ്രമത്തെ ഉണ്ടാക്കുന്നവയുമാണെന്നു ബോദ്ധ്യപ്പെടുകയാൽ നിർവികൽപസമാധിതന്നെ അനുഷ്ഠേയമെന്നു അദ്ദേഹത്തിനുതോന്നി. ക്ഷണേന കർമ്മങ്ങളെല്ലാം ഉപസംഹരിച്ചു വാഴയിലകൊണ്ടുണ്ടാക്കപ്പെട്ട പരിശുദ്ധമായ തന്റെ പർണ്ണശാലയിൽ കടന്നു. അവിടെ മാൻതോലു വിരിച്ചു പരിശുദ്ധമായ സമാസനത്തിൽ പത്മാസനസ്ഥനായി തുടകളിൽ കയറ്റിവച്ച പിൻകാലടികളുടെ മേലെ കൈത്തലങ്ങൾ മലർത്തിവച്ചു, ബാഹ്യങ്ങളും ആഭ്യന്തരങ്ങളുമായ വിഷയങ്ങളെ ക്രമേണ വിസ്മരിച്ചു ദിക്കുകളിൽ വ്യാപിച്ച മനസ്സിനെ അടക്കി മൗനിയായി ഇരുന്നു. അനന്തരം സുസ്ഥിരമാക്കി മനസ്സിനെ വയ്ക്കണമെന്നുള്ള ആഗ്രഹത്താൽ ഇപ്രകാരം ചിന്തിക്കയായി, ആശ്ചര്യമാശ്ചര്യം! എത്രപിടിച്ചടക്കീട്ടും ചഞ്ചലമനസ്സ് തിരയിൽ അകപ്പെട്ട ഇലപോലെ ഉറച്ചിരിക്കുന്നില്ല. മരത്തോ

ടുമരം ചാടുന്ന കുരങ്ങിനെപ്പോലെ ഘടത്തിൽനിന്നു പടത്തിൽ, പടത്തിൽ നിന്നു ശകടത്തിൽ, ശകടത്തിൽനിന്നു മറ്റൊന്നിൽ ഇങ്ങനെ ചാടിച്ചാടി നടക്കുന്നു. കണ്ണു മുതലായ ഇന്ദ്രിയങ്ങൾ മനസ്സിന് വെളിക്കിറങ്ങാനുള്ള അഞ്ചു വാതിലുകളാണ്. പാതാളത്തിനും സ്വർല്ലോകത്തിനും തമ്മിലെന്നപോലെ കേവലബാഹ്യങ്ങളായ ഇന്ദ്രിയങ്ങൾക്കും അന്തഃസ്ഥവും അഭിജ്ഞവുമായ ആത്മാവിനും യാതൊരു സംബന്ധവുമില്ല. സഞ്ചാരശീലനായി നാലുദിക്കിലും ഭിക്ഷയ്ക്കുനടക്കുന്ന പരലോകപരാങ്മുഖനായ മനസ്സേ! വെറുതെ ദുഃഖങ്ങൾ സഹിച്ചുകൊണ്ടുള്ള നിന്റെ ഈ അലച്ചിൽ നല്ലതല്ല. ഞാനും ആത്മാവിനെപ്പോലെ ഉണറുള്ളവനാണ് എന്നൊരഭിമാനം നിനക്കുണ്ട്. അതു വെറുതെതന്നെ. മൂഢ! അത്യന്തഭിന്നങ്ങളാണ് ചിത്തും മനസ്സുമെന്നു പ്രസിദ്ധമത്രേ! തമ്മിൽ യാതൊരു ചേർച്ചയുമുണ്ടാകയില്ല. ജീവനാണണ് ഞാൻ എന്നൊരഹങ്കാരം നിനക്കുണ്ടല്ലോ. അതും വ്യർത്ഥമാണ്. അവൻ ഞാൻ ഇവൻ എന്നൊക്കെ മിഥ്യാഭ്രമങ്ങളുണ്ടാക്കുന്ന അസത്യ വികാരമാണഹങ്കാരം, അത് ദുഃഖത്തിനല്ലാതെ സുഖത്തിനുള്ളതല്ല. വേഗത്തിൽ അതിനെ ഉപേക്ഷിക്കൂ! സാധു മനസ്സേ! സത്യവിചാരമില്ലായ്ക എന്നുള്ളതാണ് നിന്റെ സ്വരൂപം. ആ വിചാരം പ്രകാശിച്ചാൽ സൂര്യോദയത്താലിരുളെന്നപോലെ നീ നശിച്ചുപോകും. കീഴ്ക്കഴിഞ്ഞകാലത്തും ഇപ്പോഴും മേലിലും രൂപമേയില്ലാത്ത നിനക്കിതാ മംഗളം പറഞ്ഞു പിരിച്ചയയ്ക്കുന്നു. ഇനി എന്നെ ഉപദ്രവിച്ചേക്കരുത്. ഹാ! ഭാഗ്യത്താൽ ഞാൻ ഇപ്പോൾ നിർവൃതനായി; ശാന്തനായി; ദുഃഖരഹിതനായി; തുര്യപദത്തിൽ കടന്നു സ്വാത്മാവിൽ സ്ഥിതിചെയ്കയുമായി. ജന്മഹീനനും ഭഗവാനുമായ ചിദാത്മാവുതന്നെ സാക്ഷിത്വേന സർവവും നിർവഹിക്കുന്നു. ഹേ ഇന്ദ്രിയങ്ങളേ! കഷ്ടം! നിങ്ങളെന്തിനു വെറുതേ ആകുലപ്പെടുന്നു. നിങ്ങളുടെ വൃത്തികളും പ്രവൃത്തികളും വെറും സ്വപ്നംപോലെ ഭ്രാന്തിമയമാണ്. സത്യസ്വരൂപവും അനാമയവുമായ ചിന്മാത്രം, പാമ്പുകളിൽനിന്നു പാമ്പനെന്നപോലെ, പറയനിൽനിന്നു ബ്രാഹ്മണനെന്നപോലെ, നിങ്ങളിൽനിന്നു വളരെ ദൂരത്തുനിൽക്കുന്നു.

സംവിത്തിനെ തിരസ്കരിച്ചു സങ്കൽപങ്ങളിൽ ഉന്മുഖമായി ഭവിക്കുന്നതുതന്നെ ദുഃഖഹേതു. ആത്മദേവൻ കലനാരഹിതനായും മനസ്സും ദേഹവും ജഡപ്രായമായും ഭവിക്കുമ്പോൾ, വിഷയനിർമ്മുക്തമായിത്തീരുന്ന സംവിത്തുതന്നെ സത്ത്, മറ്റൊന്നും സത്തല്ല.

വീതഹവ്യൻ, ഇപ്രകാരം നിർണ്ണയിച്ച് വിവാസനനായി മനസ്സിനെ അടക്കി ഇന്ദ്രിയങ്ങളെയും ഇളകാതെ നിലപ്പിച്ചു. കത്തിക്കാളി വിറകു

കളെല്ലാം എരിഞ്ഞടങ്ങിയ അഗ്നിപോലെ, പ്രാണവായുക്കളുടെ ചലനം നിലച്ചു. നാസാഗ്രത്തിൽ ഊന്നിയുറപ്പിച്ച് അൽപാൽപമടഞ്ഞ കണ്ണുകൾ, ഒട്ടൊട്ടു വികസിതങ്ങളായ പത്മങ്ങൾപോലെ ഭവിച്ചു. കഴുത്തും ദേഹവും തലയും സമമാകുമാറു നിവിർത്തുകൊത്തിവച്ച കല്ലുപോലെ, അഥവാ വരച്ചെടുത്ത ചിത്രംപോലെ, ഇളകാതെയിരുന്നു. ഈ സ്ഥിതിയിൽ മുന്നൂറുവർഷക്കാലം ഒരു നാഴികപോലെ കഴിഞ്ഞുകൂടി. മഴവെള്ളം കുത്തിയൊലിപ്പിച്ച ചെളിക്കെട്ട് മഹർഷിയുടെ ശരീരത്തിൽ തങ്ങിത്തടഞ്ഞ് ഏതാനും കാലംകൊണ്ട് മുഴുവൻ മൂടിമറച്ചു. മുന്നൂറുവർഷം കഴിഞ്ഞുണർന്നപ്പോൾ, ചെളിക്കട്ടയ്ക്കിടയിൽ അനങ്ങാൻ പാടില്ലാത്തവിധം അകപ്പെട്ടിരിക്കകൊണ്ടു ദേഹം ഇളകിയില്ല. ഛിദ്രങ്ങളെല്ലാം അടഞ്ഞിരിക്കനിമിത്തം പ്രാണസ്പന്ദവുമുണ്ടായില്ല. സംവിദ്രൂപമായ ചൈതന്യം മാത്രം ലിംഗദേഹ പ്രതിബിംബിതമായി ദേഹത്തെ വഹിച്ചു. അനന്തരം പ്രാരബ്ധശേഷം അനുഭവിക്കുന്നതിനു ഉൽസുകമായ ജീവസംവിത്ത്, ഉന്മേഷക്രമേണ പ്രൗഢിയെ പ്രാപിച്ച്, മനോരൂപത്തിലായിത്തീരുന്നു. അപ്പോൾ സങ്കൽപസംബന്ധത്താൽ ചില അനുഭവങ്ങൾ തോന്നുകയായി. കൈലാസപർവതത്തിലുള്ള ഒരു കടമ്പിന്റെ ചുവട്ടിൽ ജീവന്മുക്താവസ്ഥയിലെത്തിയ ഒരു മഹർഷിയായി നൂറു സംവത്സരം വസിച്ചതായും ദുഃഖരഹിതനായ വിദ്യാധരനായി നൂറുവർഷം ജീവിച്ചതായും അഞ്ചു യുഗകാലം ദേവചാരണാദിസേവിതനായി സ്വർഗ്ഗത്തിൽ ഇന്ദ്രപദവി അനുഭവിച്ചതായും, ഒരു കൽപം പരമശിവന്റെ അനുചരനായി കഴിച്ചുകൂട്ടിയതായും കണ്ടു; ഉടനേ താൻ വീതഹവ്യനാണെന്നുള്ള മനസ്സുണ്ടായി. പൂർവജന്മങ്ങളെ സ്മരിച്ചു പല ജന്മങ്ങൾ കഴിഞ്ഞതായും നശിച്ചതും നശിക്കാത്തതുമായ ശരീരങ്ങളുടെ കൂട്ടത്തിൽ സ്വകൽപനയോടുകൂടിത്തന്നെ വീതഹവ്യദേഹം ഇരിക്കുന്നതായും അറിഞ്ഞു. ചെളികെട്ടിയുണങ്ങിത്തുടങ്ങിയിരിക്കുന്ന അതിനെ ഉയർത്തണമെന്നുള്ള ബുദ്ധിയുദിക്കയാൽ, അതിലേക്ക് ആദിത്യനെ പ്രാപിക്കണമെന്നു നിശ്ചയിച്ചു. ആ ദേവന്റെ പാർശ്വവർത്തിയായ പിംഗളൻ, നിഷ്പ്രയാസം ദേഹോദ്ധാരണം ചെയ്യണമെന്നാണ് പ്രത്യാശയുണ്ടായത്. അതനുസരിച്ച്, ഇന്ദ്രിയശക്തികൾ അന്തർഭവിപ്പിച്ച പ്രാണവായുവെ പുര്യഷ്ടകശരീരത്തിലാക്കി, കാറ്റുനിറച്ച തുരുത്തിപോലെ ആദിത്യസമീപത്തിലെത്തി. മനഃശരീരനായ മഹർഷിയുടെ ഇംഗിതമറിഞ്ഞ സൂര്യഭഗവാൻ, കാര്യസാദ്ധ്യത്തിന് പിംഗളനെ നിയോഗിച്ചു. ഭഗവാന്റെ അനുവാദം വാങ്ങിക്കൊണ്ട്, വീതഹവ്യന്റെ സൂക്ഷ്മദേഹം പിംഗളദേഹത്തിൽ ആവേശിച്ചിരിക്കയും പിംഗളൻ, ആകാശത്തിൽനിന്നും അവരോഹിച്ച്, മഴക്കാറു മറച്ച

പോലെ ഇരുളടഞ്ഞ നികുഞ്ജകന്ദരസുന്ദരമായ വിന്ധ്യാകാനനത്തെ പ്രാപിക്കയും ചെയ്തു. ഭൂഗർഭത്തിൽ മഹർഷിയുടെ ശരീരം മറഞ്ഞിരിക്കുന്ന ഭാഗത്തെ മേൽമണ്ണു മാന്തിത്തെളിച്ച്, പിംഗളൻ തേജോമയമായ ആ ശരീരം ഉദ്ധരിക്കവേ, സൂക്ഷ്മദേഹം പിംഗളദേഹത്തിൽനിന്നും ക്ഷണേന പകർന്ന്, സ്വദേഹത്തിൽ കടന്നു. അപ്പോൾതന്നെ പിംഗളൻ ആകാശത്തേയ്ക്കും വീതഹവ്യൻ കുളിക്കാനായി പൊയ്കയിലേക്കും നടന്നു. കുളിച്ചുജപിച്ച് ആദിത്യനെയും പൂജിച്ചശേഷം പണ്ടത്തെപ്പോലെ മനോഭൂഷിതനായി മഹർഷി വർത്തിച്ചു. അനന്തരം മൈത്രി, സമത, ആത്മശക്തി, ബുദ്ധിവികാസം, സന്തുഷ്ടി, കരുണ, തേജസ്സ് ഇത്യാദി ഗുണങ്ങളോടുകൂടി, സർവസംഗവിമുക്തനായി അവിടെ ഒരു നദിക്കരയിൽ സുഖമാംവണ്ണം ദിവസങ്ങൾ നയിച്ചു.

പിന്നെയും മനസ്സിനെ ശമപ്രധാനമാക്കണമെന്നു കരുതി ആത്മജ്ഞനായ ആ മുനിശ്രേഷ്ഠൻ, ഒരിക്കൽ ഇങ്ങനെ വിചാരിച്ചു. 'ഇന്ദ്രിയഗ്രാമത്തെ മുമ്പേതന്നെ ഞാൻ സ്ഫുടമായി അമർത്തിക്കഴിഞ്ഞു. ഇനി ചിന്തയെ വിസ്തരിച്ചിട്ട് എനിക്കു കാര്യമില്ല. ഉണ്ടെന്നും ഇല്ലെന്നും മറ്റുമുള്ള ഭേദഭാവനയെല്ലാം, ഇളയ തളിർവള്ളികളെ എന്നപോലെ ഭഞ്ജിച്ച്, ശേഷിച്ച സദ്വസ്തുവെ ദൃഢമായി ധ്യാനിച്ചു നിശ്ചലനായി വസിക്കുന്നുണ്ട്, ഉദിതാവസ്ഥയിൽ അസ്തംഗതനെപ്പോലെ, അസ്താവസ്ഥയിൽ ഉദിതനെപ്പോലെ, സമബുദ്ധിയോടെ ചിന്മാത്രസ്വരൂപനായി ഞാൻ സുഖിക്കുന്നുണ്ട്. പ്രബുദ്ധനെങ്കിലും സുഷുപ്തനായും സുഷുപ്തനെങ്കിലും പ്രബുദ്ധനായും, തുര്യത്തെ അവലംബിച്ച് ചിത്തവൃത്തികളെ നിശ്ശേഷം അടക്കി ഇരിക്കുന്നുണ്ട്.

ഇങ്ങനെ നിശ്ചയംചെയ്തു സമാധിയിൽ ലയിച്ചു. അൽപസമയം ഉറങ്ങിപ്പോയ വഴിപോക്കനെപ്പോലെ ഏഴാംദിവസം സമാധിമാറി പെട്ടെന്നുണർന്നു. ജീവന്മുക്തപദം ലഭിച്ചുകഴിഞ്ഞ ആ മഹാതപോധനൻ പിന്നെ വളരെക്കാലം ലോകത്തിൽ വിഹരിച്ചുകൊണ്ടിരുന്നു. വർജ്ജ്യമെന്നും സ്വീകാര്യമെന്നും വർജ്ജനമെന്നും സ്വീകാരമെന്നുമുള്ള ഭേദദൃഷ്ടിമാറി ഇച്ഛയേയും അനിച്ഛയേയും അതിക്രമിച്ച മനഃസ്ഥിതി അദ്ദേഹത്തിൽ വിളങ്ങി. ജന്മകർമ്മങ്ങളുടെ നിവൃത്തിസ്ഥാനവും സംസാരസംഗത്യാഗ ലക്ഷണവുമായ വിദേഹമുക്തിയെ പ്രാപിക്കണമെന്ന് ആശയുദിച്ചു. അതനുസരിച്ച് പർവതഗുഹയിൽ കടന്ന് പത്മാസനമുറപ്പിച്ചുകൊണ്ടു വിചാരഭാഷയിൽ ഇങ്ങനെ ഉപന്യസിക്കാൻ തുടങ്ങി. രാഗമേ നീ രാഗമായി ഭവിക്കൂ! ദ്വേഷമേ! നിർദ്വേഷമായി നീയും ഭവിക്കൂ! നിങ്ങളോടു വളരെക്കാലം ഞാൻ കളിയാടിക്കൊണ്ടിരുന്നു. അല്ലയോ ഭോഗങ്ങ

ളേ! നിങ്ങൾക്കു നമസ്കാരം. ലാളകന്മാർ ബാലനെയെന്നപോലെ കോടി കോടി ജന്മങ്ങളിൽ നിങ്ങളെന്നെ ലാളിച്ചു. ഹേ സുഖമേ! മഹാപുണ്യമായ ഈ നിർവാണപദവിയെ യാതൊന്നു നിമിത്തമാണോ ഞാൻ വിസ്മരിച്ചിരുന്നത് ആ നിനക്കായി നമസ്കരിക്കുന്നു. ദുഃഖമേ! നീ സവിശേഷം പൂജ്യൻതന്നെ. നിന്റെ ഉപദ്രവം സഹിക്കവയ്യാഞ്ഞത്രേ ആത്മാവിനെ ഞാൻ അന്വേഷിച്ചത്. അതിനാൽ എനിക്കു മുക്തിമാർഗ്ഗമുപദേശിച്ച ഗുരു നീതന്നെ. നിനക്കു നമസ്കാരം ഭവിക്കട്ടെ! അല്ലയോ ദേഹസ്നേഹിത! ചിരകാലബന്ധുവായ നിന്നെ ആത്മജ്ഞനായ ഞാൻ ഇപ്പോൾ ഉപേക്ഷിക്കാൻ പോകുന്നു. മോക്ഷത്തിനായി പ്രയത്നം ചെയ്ത നീതന്നെയാണ് നിനക്കാപത്തു വലിച്ചുവച്ചത്. തൃഷ്ണയായ അമ്മേ! ശാന്തിയെന്ന പത്നിയെ ഞാൻ വിവഹിച്ച് അവളിൽ തന്നെ മതിമറന്ന് പിരിഞ്ഞുപോരികകൊണ്ട് ഏകാകിനിയായി ശോഷിച്ചു ക്ഷീണിച്ചുപോയ അമ്മ വ്യസനിക്കരുതേ! ഇതാ ഞാൻ നമസ്കരിക്കുന്നു. കാമഭഗവാനേ! അങ്ങേ ഇഷ്ടത്തിനൊത്തു നിൽക്കാതെ ഞാൻ ചെയ്ത അപരാധങ്ങൾ ക്ഷമിക്കണമേ! അങ്ങേയ്ക്കു അടുക്കാൻപോലും പാടില്ലാത്ത ഉപശമത്തിലെത്തി ഞാൻ വസിക്കയാണ്. മംഗളമരുളി എന്നെ അനുഗ്രഹിക്കണമേ! ഹേ സുകൃതദേവ! അങ്ങേയ്ക്കും നമസ്കാരം. മുമ്പെന്നെ നരകങ്ങളിൽ നിന്നും കയറ്റി സ്വർഗ്ഗത്തിലാക്കിയതു നിന്തിരുവടിയാണല്ലോ. പ്രാണങ്ങളേ! നിങ്ങളെനിക്കു ജന്മബന്ധുക്കളത്രേ. ക്രമേണ നിങ്ങളേയും ബഹിഷ്കരിക്കാൻ തന്നെത്താൻ തുടങ്ങുന്നു; നിങ്ങൾക്കു നല്ലതു വരട്ടെ. ഞാനിപ്പോൾ യാത്രയാണ്.

ഇപ്രകാരം രാഗദ്വേഷാദികളെ ഓരോരോന്നോരോന്നായി തിരസ്കരിച്ച് സങ്കൽപങ്ങളും ഏഷണകളും നീങ്ങി യോഗഭൂമികയെ പ്രാപിച്ചു വിശുദ്ധഹൃദയനായി വീതഹവ്യൻ, പ്രണവത്തെ ഉച്ചദീർഘസ്വരമായി മന്ദം മന്ദം ഉച്ചരിച്ചു. സങ്കൽപജന്യങ്ങളായി ത്രൈലോക്യത്തിൽ അന്തർഭവിച്ച സർവഭാവങ്ങളും, ബാഹ്യമോ ആഭ്യന്തരമോ സ്ഥൂലമോ സൂക്ഷ്മമോ എല്ലാം, അദ്ദേഹം ഉപേക്ഷിച്ചു. പ്രണവത്തിന്റെ സുദീർഘമായ അന്ത്യസ്വരതന്തുവോടുകൂടി വായു ഗന്ധത്തെ എന്നപോലെ ഇന്ദ്രിയ തന്മാത്രങ്ങളേയും ത്യജിച്ചു ചിദാകാശത്തെ നിഴലാടി മറച്ചവണ്ണം ഉദയം ചെയ്ത തമസ്സിനെ, വിദ്വാൻ കോപലേശത്തെയെന്നപോലെ, നിഷ്പ്രയാസം അകറ്റി; പെട്ടെന്നു പ്രകാശിച്ച തേജസ്സിനേയും അൽപസമയം ചിന്തിച്ചുനോക്കിയശേഷം ഉപേക്ഷിച്ചു. അപ്പോൾ ഇരുളും വെളുവുമില്ലാത്ത ഒരവസ്ഥയായി. ഗുണത്രയത്തെ അതിക്രമിച്ച ആ അവസ്ഥയെ മനസാ സ്വീകരിച്ചിട്ട്, അൽപമാത്രം സ്ഫുരിച്ചു കൊണ്ടിരുന്ന മനസ്സി

നെയും പുല്ലുപോലെ നശിപ്പിച്ചുകളഞ്ഞു. അനന്തരം അപ്പോൾ പിറന്ന കുട്ടിയ്ക്ക് ഉണ്ടാകുന്ന ഉണറുപോലെ ഉദിച്ച നിർവാസനസ്വരൂപചൈതന്യമായ ചിത്തിന്റെ ചേത്യദശയേയും വായു സ്പന്ദശക്തിയേയുമെന്നപോലെ, കാൽനിമിഷത്തിനകം ഉപേക്ഷിച്ചു. ഈ രീതിയിൽ സാക്ഷിമാത്രപരിശേഷലക്ഷണവും പശ്യന്തിപദവാച്യവുമായ പരമപദത്തിൽ കടന്ന്, സത്താമാത്രസ്വരൂപനായി സുഷുപ്തപദത്തെ അവലംബിച്ച് ചലനമറ്റ പർവതംപോലെ വസിച്ചു. സുഷുപ്തത്തിൽ സ്ഥിരതയെ ലഭിച്ചിട്ട് അവസ്ഥാത്രയത്തെ അതിക്രമിച്ച തുര്യരൂപത്തെ പ്രാപിക്കയും ചെയ്തു. അപ്പോൾ അദ്ദേഹം നിരാനന്ദനും സാനന്ദനും സദ്രൂപനും അസദ്രൂപനും അചിന്മയനും ചിന്മയനുമായി വാക്കുകൾക്കു വിഷയമല്ലാത്ത സത്താമാത്രബ്രഹ്മരൂപത്തിൽ വിളങ്ങി. ശൂന്യവാദികൾക്കു ശൂന്യമായും ബ്രഹ്മവിത്തുകൾക്കു ബ്രഹ്മമായും വിജ്ഞാനവേദികൾക്കു വിജ്ഞാനമാത്രമായും തോന്നിച്ചു. സംഖ്യദൃഷ്ടികൾക്കു പുരുഷൻ. യോഗവാദികൾക്കു ഈശ്വരൻ, ശൈവന്മാർക്കു ശിവൻ, കാലവാദികൾക്കു കാലം, ആത്മവാദികൾക്ക് ആത്മാവ്, നിരാത്മവാദികൾക്കു ക്ഷണികവിജ്ഞാനം ഇങ്ങനെ അവരവരുടെ അഭിമതത്തിനനുസരിച്ച രൂപം പ്രകടീഭവിച്ചു. സദസത്തുകളുടെ മദ്ധ്യത്തിൽ അശൂന്യമാത്രമായ തത്വത്തെ വാദിക്കുന്നവർക്ക്, അപ്രകാരമുള്ള പ്രതീതിക്കു വിഷയീഭവിച്ചു. ജീവന്മുക്തന്മാർക്കു സമ്പൂർണ്ണസ്വരൂപനായിത്തോന്നി. സർവശാസ്ത്രങ്ങളുടെയും സിദ്ധാന്തം യാതൊന്നോ സർവഹൃദയാന്തർഗ്ഗതതത്വം യാതൊന്നോ, സർവവും സർവഗവും സർവതത്ത്വഭൂതവും യാതൊന്നോ, തത്താദൃശമായ ആ സദ്വസ്തുവായി വസിച്ചു. അത്യന്തനിഷ്ക്രിയമായും സൂര്യാദിതേജസ്സുകളെ പ്രകാശിപ്പിക്കുന്നതായും അനുഭവമാത്രഗോചരജ്ഞാനരൂപമായും ഭവിക്കുന്ന സദ്വസ്തുവായി സ്ഥിതിചെയ്തു. അശേഷരൂപനായ ആ മുനിശ്രേഷ്ഠൻ ജനനമരണങ്ങളില്ലാത്തതും അനാദ്യവും ആദ്യവും അദ്വിതീയവും നിർമ്മലവും സകളനിഷ്കളസ്വഭാവവും, ആയ അഖണ്ഡവസ്തുവായി സ്ഥിതിചെയ്തുകൊണ്ട്, ആകാശസ്വരൂപത്തെക്കാളും വിചലസ്ഥിതിയായ ഈശ്വരനായി ഭവിച്ചു. ഇങ്ങനെ മുപ്പതിനായിരം വർഷം യഥാസുഖം നിർവികൽപനായി വർത്തിച്ചശേഷം, വീതഹവ്യമഹർഷി ബന്ധലേശമുണ്ടാകാതവണ്ണം നിത്യനിർവാണനിർമ്മലപദത്തിൽ ലയിച്ചു.

ഉപശമപ്രകരണത്തിൽ വീതഹവ്യോപാഖ്യാനം എന്ന
ഇരുപത്തേഴാം സർഗ്ഗം കഴിഞ്ഞു.

ആകാശഗത്യഭാവാദിനിരുപണം

ശ്രീരാമൻ-ആത്മജ്ഞനായ ഭഗവാനേ! ജീവന്മുക്തന്മാർക്ക് ആകാശഗമനാദികളായ അമാനുഷശക്തികൾ ഇവിടെ കാണപ്പെടാതിരിക്കാൻ കാരണമെന്ത്? സദയം അരുളിച്ചെയ്യണം.

വസിഷ്ഠൻ-ആത്മജ്ഞാനിയും മുക്തനുമല്ലാത്തവനുപോലും മണി, ഔഷധം മുതലായ ദ്രവ്യങ്ങൾ, യോഗാഭ്യാസാദി ക്രിയകൾ, തൽഫല പരിപാകകാലം ഇവയുടെ ശക്തികൊണ്ട് ആകാശഗമനാദിസിദ്ധികൾ ലഭിക്കുന്നുണ്ട്. ആത്മജ്ഞന്മാർ അസാരമായ ഈ സിദ്ധിയെ ചിന്തിക്ക പോലും ചെയ്യാതെ എപ്പോഴും ആത്മദർശനത്തിൽതന്നെ ഉൽസുകന്മാരായിരിക്കുന്നു. ആത്മാവിനാൽ ആത്മാവിനെ അറിഞ്ഞു നിത്യസന്തുഷ്ടന്മാരായ അവർ അവിദ്യാമയങ്ങളായ ഏതാദൃശകാര്യങ്ങളിൽ പ്രവർത്തിക്കയും ആഗ്രഹിക്കയുമില്ല. ഏഷണാദിദോഷങ്ങളെ വെടിഞ്ഞ് എല്ലാറ്റിനെയും അതിക്രമിച്ചിരിക്കുന്ന ആത്മജ്ഞാനി ആത്മാനന്ദസുഖത്തിൽ ജയിച്ചു സുഖിക്ക മാത്രമേയുള്ളു. അവിദ്യാമയങ്ങളായ ലൗകികവൃത്തികളിലും ക്രിയകളിലും അവിദ്യയെ അക്രമിച്ചിരിക്കുന്ന ആത്മജ്ഞാനി മുഴുകുന്നതെങ്ങനെ? ആത്മബോധിയായ ഒരുത്തൻ സിദ്ധികളെ ഇച്ഛിക്കുന്നുവെങ്കിൽ അവനും സിദ്ധിസാധകങ്ങളായ ദ്രവ്യങ്ങളെക്കൊണ്ടുതന്നെ അവയെ സാധിക്കേണ്ടി വരും. സിദ്ധികൾക്കുപകരിക്കുന്ന ദ്രവ്യമന്ത്രക്രിയാകാലശക്തികൾ പരമപദപ്രാപ്തിക്ക് ലവലേശം ഉപകരിക്കുന്നവയല്ല. സമ്പൂർണ്ണനും ആത്മജ്ഞനുമായ ഒരുവന്, ഒന്നിലുംതന്നെ ആഗ്രഹം ഉദിക്കയില്ല. ഉണ്ടാകയാണെങ്കിൽ അതു സാദ്ധ്യദശയെ പ്രാപിക്കാതെ ഇരിക്കയുമില്ല. സകല ആശകളും ശമിച്ചതിനുമേൽ ഉണ്ടാകേണ്ടതായ ആത്മലബ്ധി സിദ്ധിലാഭത്തിലുള്ള ആഗ്രഹത്തിൽ മുഴുകിക്കിടക്കുന്നവനു കൈവരുന്നതെങ്ങനെ?

ശ്രീരാമൻ-ഭഗവാനേ! യോഗികൾ സാധാരണന്മാരെക്കാൾ അധികകാലം ജീവിച്ചിരിക്കുന്നതിന്റെ രഹസ്യം എന്താണെന്നുകൂടി പറഞ്ഞുതരുമോ?

വസിഷ്ഠൻ-യോഗികൾ മിക്കസമയവും പ്രാണങ്ങളെ നിരോധിച്ചിരിക്കുന്നവരാണ്. പ്രാണങ്ങൾക്കു ചലനം ഇല്ലാത്ത അവസരത്തിൽ അവരുടെ ശരീരം കേവലം ശിലപോലെ നിർജ്ജീവമായിരിക്കും. ശരീരത്തിനു ക്ഷയമോ വൃദ്ധിയോ ഉണ്ടാകുന്നതിനു കാരണം പ്രാണസ്പന്ദമാണെന്നു സ്പഷ്ടമാണ്. യോഗികളുടെ ജീവിതത്തിൽ അധികകാലവും

ശരീരം പ്രാണചലനമില്ലാതെ നിർജ്ജീവപ്രായമായി കഴിയുകകൊണ്ടാണ് ദീർഘകാലം അവർ ജീവിച്ചിരിക്കുന്നത്. മനസ്സിന്റെയോ, വായുവിന്റെയോ വികാരംനിമിത്തം ആന്തരമോ ബാഹ്യമോ ആയ ചലനം യാതൊന്നും ഇല്ലാത്ത യോഗിക്കു ശരീരമായ വികൃതിയോ, ക്ഷയമോ സംബന്ധിക്കയില്ല. ആ അവസ്ഥയിൽ തൊലി മുതലായ ധാതുക്കൾ ശരീരത്തിലെ സംസ്ഥിതിയെ അതേപ്രകാരംതന്നെ വച്ചുകൊള്ളുന്നു. അതായത് അവയ്ക്കു ക്ഷയമോ വികാരമോ യാതൊന്നും ഭവിക്കാതെ യഥാസ്ഥിതിയിൽ വർത്തിക്കയാകുന്നു. അറിയേണ്ടതിനെ അറിഞ്ഞവരും രാഗാദിദോഷങ്ങൾ ശമിച്ചവരുമായ മഹാത്മാക്കൾ അഹംകാരാദി ഗ്രന്ഥികളെ ഭേദിച്ചു ശരീരത്തിൽ സ്വതന്ത്രന്മാരായി വസിക്കയാണ്. ഇഷ്ടംപോലെ അതിനെ തള്ളുകയോ കൊള്ളുകയോ ചെയ്യാൻ അവർക്കു സാധിക്കുന്നു.

ശ്രീരാമൻ ചോദിച്ചു-ഗുരുനാഥ! വിവേകം ഉദിച്ച മനസ്സിന്റെ സ്വരൂപംപോലും മാഞ്ഞുമറഞ്ഞ മുനിമാർക്കു മൈത്രി മുതലായ ഗുണങ്ങൾ ഉണ്ടാകുന്നതെവിടെ നിന്നാണ്?

വസിഷ്ഠൻ-രാമ! ചിത്തനാശം സരൂപവും അരൂപവുമെന്നു രണ്ടുവിധമുണ്ട്. ജീവന്മുക്താവസ്ഥ ലഭിക്കുമ്പോൾ സരൂപനാശവും വിദേഹമുക്ത്യാവസ്ഥയിൽ അരൂപനാശവും പറയപ്പെടുന്നു. ഭിത്തിയിൽ പ്രതിബിംബിക്കുന്ന മനുഷ്യരൂപംപോലെ കേവലം പ്രതിഭാസമാനമായ ചിത്താവസ്ഥയാണ് ജീവന്മുക്തന്മാർക്കുള്ളത്. സരൂപനാശത്തിന് ദൃഷ്ടാന്തമാണത്. ഈ പ്രതിഭാസംപോലും വിദേഹമുക്തന്മാർക്കില്ലായ്കകൊണ്ട് അവരുടെ ചിത്തനാശാവസ്ഥ അരൂപമാണ്. മനസ്സുണ്ടെങ്കിൽ ഏതുവിധത്തിലും ഇവിടെ ദുഃഖവും മനസ്സില്ലെങ്കിൽ സുഖവും ഭവിക്കുന്നു. അതിനാൽ അഭിജ്ഞനായവൻ സർവാത്മനാ ചിത്തനാശത്തെ ചെയ്യേണ്ടതാണ്. സത്വാദിഗുണജന്യങ്ങളായ ദേഹധർമ്മങ്ങളും ഇന്ദ്രിയധർമ്മങ്ങളും എന്റേതെന്നുള്ള അഭിമാനവും ഏതൊരു ചിത്തത്തിനുണ്ടാകുന്നോ സംസാരദുഃഖത്തിൽ മുഴുകുന്ന ആ ചിത്തം ജീവനെന്നു പറയപ്പെടുന്നു. സുഖദുഃഖാദികളെ ആശ്രയിക്കുന്നതും ഞാനെന്നുള്ള അഭിമാനത്തോടുകൂടിയതുമായ അവസ്ഥ മനസ്സിന്റെ സദവസ്ഥയാകുന്നു. സംസാരവൃക്ഷത്തെ മുളപ്പിച്ചു പുഷ്ടിപ്പെടുത്തി വളർത്തുന്നതും ഈ അവസ്ഥയത്രേ! മനസ്സിന്റെ സദവസ്ഥ ഇങ്ങനെയായില്ലേ? ഇനി മനോനാശത്തെപ്പറയാം കേൾക്കൂ! ധീരനായ യാവനൊരുത്തനെ, സുഖദുഃഖദശകൾ നിശ്വാസവായു പർവതത്തെ എന്നപോലെ സമസ്വഭാവത്തിൽനിന്നു ചലിപ്പിക്കുന്നില്ലയോ, അവന്റെ മനസ്സ് മൃതമാണെന്നു പറയാം. പുത്രമിത്രാദിനാശം, ദാരിദ്ര്യം, പുത്രജന്മാദികളിലുണ്ടാകുന്ന സന്തോഷം, മദം, മാ

ന്ദ്യം, ഉത്സവങ്ങൾ ഇത്യാദിയാൽ യാതൊരു ഭാവഭേദവും ഉണ്ടാകാത്തവന്റെ മനസ്സും മൃതമാണെന്നു പറയാം. മനസ്സിന്റെ സത്ത മൂഢതയുടെ പര്യായമാണ്. അതു നശിക്കുമ്പോൾ മനോനാശരൂപമായ സത്വം ഉദയംചെയ്യുന്നു. ആ സത്വം മൈത്രി മുതലായ ഗുണങ്ങളോടുചേർന്ന് വിശുദ്ധവാസനമായി പിന്നീട് ജന്മമുണ്ടാകാത്ത വിധത്തിൽ ജീവന്മുക്തമനസ്സായി വിളങ്ങുന്നു. സരൂപമായ മനോനാശം ഇതുതന്നെ. ജീവന്മുക്തമായ മനസ്സിന്റെ ഈ അവസ്ഥയിൽ വസന്തത്തിൽ പൂങ്കുലകളെന്നപോലെ മൈത്ര്യാദിഗുണങ്ങൾ പ്രകാശിക്കുന്നു. മനസ്സിന്റെ അരൂപനാശം സത്വാംശംപോലുമില്ലാതെ വിദേഹമുക്തന്മാരിൽ സ്ഥിതിചെയ്യുന്നതാണ്. വിദേഹമുക്തരൂപമായ പരമപാവനപദത്തിൽ മൈത്രി മുതലായ ശ്രേഷ്ഠഗുണങ്ങൾക്കെല്ലാം ആധാരഭൂതമായ സത്വഗുണം ലയിച്ച് ചിത്തം അരൂപമായി നശിച്ചാൽപിന്നെ ഒന്നുംതന്നെ ശേഷിക്കുന്നില്ല. ഗുണങ്ങളും അഗുണങ്ങളും, ശ്രീയും അശ്രീയും, ഉദയാസ്തമയങ്ങളും ഹർഷാമർഷങ്ങളും ഇരുളും വെളിവും, പകലും രാത്രിയും, സത്തയും അസത്തയും, യാതൊന്നുമില്ല. ജീവന്മുക്തപദം, സദസന്മദ്ധ്യഗതമായ അനുഭവരൂപവുമല്ല. വായുക്കൾക്ക് ആകാശമെന്നപോലെ ബുദ്ധിയുടേയും സംസാരാഡംബരത്തിന്റേയും മറുകര എത്തിയവർക്ക് സുഖമേ വിശ്രമിക്കാനുള്ള വിമലസ്ഥാനമാകുന്നു. ദുഃഖകോടികളിൽനിന്ന് വേർപെട്ട് ചേതനവും സുഷുപ്തവും ബ്രഹ്മാനന്ദനിർഭരവുമായ ആ ശ്രേഷ്ഠപദത്തിൽ ചിത്തലേശംപോലുമില്ലാതെ, ആകാശകോശംപോലെ സൂക്ഷ്മദേഹന്മാരും വിദേഹന്മാരുമായ മുക്തന്മാർ വസിക്കുന്നു.

ശ്രീരാമൻ ചോദിച്ചു-ഹേ ബ്രഹ്മൻ! പരപ്പിൽ പടർന്നിരിക്കുന്ന സംസാരമാകുന്ന മുന്തിരിവള്ളിയുടെ ഉൽപത്തിക്കുകാരണമായ ബീജമെന്ത്? ആ ബീജത്തിന്റെ ബീജവും അതിന്റെ ബീജവും അതിനും ഹേതുവായ ബീജവുമെന്ത്? എന്റെ സന്ദേഹനിവൃത്തിക്കായി സംഗ്രഹിച്ചുപറഞ്ഞുതരണം.

വസിഷ്ഠൻ-ഹേ രാമ! ശരീരവല്ലിയുടെ ബീജം മനോവൃത്തിരൂപേണയുള്ള പുണ്യപാപമുളകൾ അടങ്ങിയ ശരീരമാകുന്നു! ജന്മമരണാദ്യവസ്ഥകൾക്ക് ആശ്രയഭൂതവും ദുഃഖരത്നങ്ങളാൽ നിറയപ്പെട്ട പേടകവും ആശാവശഗവുമായ മനസ്സത്രേ ശരീരത്തിന് ബീജം. സത്തായും അസത്തായും ഇവിടെ അറിയപ്പെടുന്ന സകല ശരീരജാതങ്ങളും സ്വപ്നത്തിലെ അനുഭൂതികൾപോലെ മനസ്സിൽനിന്നും ഉദയം ചെയ്യുന്നു. വൃത്തികളാകുന്ന വള്ളികൾ ചുറ്റിപ്പടർന്നിരിക്കുന്ന മനോവൃക്ഷത്തിന് ദൃഢവാസനയെന്നും പ്രാണസ്പന്ദമെന്നും രണ്ടു ബീജങ്ങളുണ്ട്. പ്രാണൻ മനോവഹങ്ങളായ നാഡികളിൽ വ്യാപിച്ചു ചലിക്കുമ്പോൾ ചിത്തം വ്യ

ത്തിജ്ഞാനപ്രചുരമായിത്തീരുന്നു. സർവത്ര വ്യാപിക്കുന്ന ഈ വൃത്തിജ്ഞാനം പ്രാണസഞ്ചാരത്താൽ ദൃശ്യബോധത്തെ ഉണ്ടാക്കുന്നു. അതിനാൽ സംവിത്തിനെ ബഹിർമ്മുഖമാക്കാൻ സമ്മതിക്കാതെ തടുക്കുന്നത് ശ്രേയസ്കരമായിരിക്കും. സംവിത്തു ഉദയംചെയ്താൽ ക്ഷണേന ബാഹ്യവിഷയത്തെ പ്രാപിക്കുന്നു. ബാഹ്യവിഷയബോധം നിമിത്തം മനസ്സിന് അനവധി ദുഃഖങ്ങളും വന്നുകൂടും. സംവിത്ത് ഒരിക്കലും ഉണരാത്തവിധത്തിൽ സുപ്തമായി ആത്മസ്വരൂപത്തിൽ വിശ്രമിക്കയാണെങ്കിൽ പ്രാപ്യമായ പരമപദം കൈവന്നുകഴിയും. അതുകൊണ്ട് പ്രാണസ്പന്ദങ്ങളാലും വാസനാചോദനത്താലും സംവിത്തിനെ വർദ്ധിപ്പിക്കാതിരിക്കുക! നീ ജന്മവൃത്തിഹീനനായി ഭവിക്കും. സംവിത്തിന്റെ ക്ഷോഭവിശേഷം തന്നെയാണ് ചിത്തം. അതുനിമിത്തംതന്നെ അനർത്ഥസമ്പൂർണ്ണമായ ഈ സംസാരം പ്രപഞ്ചിതമായിരിക്കുന്നത്. പ്രാണായാമം ധ്യാനം യോഗശാസ്ത്ര പ്രസിദ്ധമഹാസമുദ്രാദിപ്രയോഗം ഇവയാൽ യോഗീശ്വരന്മാർ ചിത്തശാന്തിക്കായി പ്രാണങ്ങളെ നിരോധിക്കുന്നു. പ്രാണനിരോധനം മനസ്സിന്റെ ചലനങ്ങളെ അടക്കി സമതയിൽ നിർത്തുന്നതിനും വൃത്തിജ്ഞാനത്തെ നശിപ്പിക്കുന്നതിനും ഉപയുക്തമാകുന്നു. രാമ! ഇനി വാസനാജനിതമായ ചിത്തോൽപത്തിപ്രകാരവും പറയാം; കേൾക്കൂ! അത് ജ്ഞാനവാന്മാരാൽ പ്രകടിതവും അനുഭൂതവുമാണ്. പൂർവാപരവിചാരം ചെയ്യാതെ സുദൃഢമായ ഭാവനനിമിത്തം പദാർത്ഥങ്ങളെ ഗ്രഹിക്കുന്നതിന് വാസനയെന്നു പറയുന്നു. ഏതൊരു വസ്തുവിൽ ദൃഢമായ ഒരഭിനിവേശം ഒരാൾക്കുണ്ടാകുന്നോ അവൻ വസ്ത്വന്തരങ്ങളെ സ്മരിക്കാത്തവനായി ആ വസ്തുവിന്റെ രൂപത്തിലായിത്തീരുന്നു. അപ്രകാരം വാസനാവിവശനാകുന്ന പുരുഷൻ ഏതൊരു വസ്തുവിനെ ദർശിക്കുന്നോ അതുതന്നെ സദ്വസ്തുവെന്നു ഭ്രമിക്കുന്നു. ദുർവാസനയാൽ ദൂഷിതമായ ദൃഷ്ടി വസ്തുരൂപത്തെ ഉള്ളതുപോലെ കാണുന്നില്ല. മദംകൊണ്ട് മതിമറന്നവണ്ണം അവാസ്തവരൂപത്തിൽ സർവവസ്തുക്കളേയും ദർശിക്കുന്നു. ഉള്ളതിനെ അല്ലാത്തവിധത്തിൽ കാണുന്നതിനും അനാമാത്മാവിൽ ആത്മഭാവന ഉണ്ടാകുന്നതിനും അവസ്തുവിൽ വസ്തുത്വം കൽപിക്കുന്നതിനും കാരണമായിരിക്കുന്നതേതോ അതുതന്നെ ചിത്തമെന്നു ധരിച്ചുകൊൾക. സങ്കൽപങ്ങളെ ശീലിക്കുന്നതും അത്യന്തം ചഞ്ചലവും ജന്മജരാമരണാദി ഹേതുഭൂതവുമായ ചിത്തം ഉണ്ടാകുന്നത് പദാർത്ഥഭാവന നിമിത്തമാണ്. ത്യാജ്യഗ്രാഹ്യരൂപേണയുള്ള വസ്തുഭാവനയില്ലാതെ സർവവും ഉപേക്ഷിച്ചിരിക്കുന്ന അവസ്ഥയിൽ ചിത്തമുണ്ടാകുന്നില്ല. വാസനകൾ എല്ലാം നശിച്ച് മനസ്സിന്റെ മനനവ്യാപാരം നിലയ്ക്കുമ്പോൾ പരമമായ ഉപശമത്തെ നൽകുന്ന അമനസ്ക

ത-മനസ്സില്ലാതെയിരിക്കുന്ന അവസ്ഥ-ഉദയം ചെയ്യുന്നു. ലോകത്തിലുള്ള യാതൊരു വസ്തുവിലും തോന്നലുണ്ടാകാതെ ഇരുന്നാൽ ശൂന്യവും സ്വച്ഛവുമായി ഭവിക്കുന്ന ഹൃദയാകാശത്തിൽ ചിത്തം എങ്ങിനെയുണ്ടാകാനാണ്?

ഹേ രാഘവ! വസ്തുജാതത്തെ അതാതുരൂപത്തിൽ ആദരിക്കുന്ന ഭാവനതന്നെയാണ് മനസ്സിന്റെ സ്വരൂപം. സങ്കൽപാദിവിഷയമായ ദൃശ്യത്തിൽ അൽപംപോലും ഭാവനയില്ലാതെ ആകാശകോശംപോലെ സ്വച്ഛനായിരിക്കുന്നവന് ചിത്തോദയം എവിടെ ഭവിക്കും? ദൃശ്യം അവസ്തുവാണെന്നുള്ള ബോധവും ദൃശ്യമേ ഇല്ലെന്നുള്ള ബോധവും സർവവും ബ്രഹ്മമാണെന്നുള്ള യഥാർത്ഥവസ്തുബോധവും അമനസ്കതയാണെന്നു പറയപ്പെടുന്നു. ഉള്ളുകൊണ്ടു സർവവും പരിത്യജിച്ച് ശീതളാശയമായി വർത്തിക്കുന്ന ചിത്തം വൃത്തിജ്ഞാനത്തോടുകൂടിയിരുന്നാലും അസദ്രൂപമാകുന്നു. ജന്മവൃത്തിക്കു കാരണഭൂതമായ ഘനവാസനയില്ലാത്ത ജീവന്മുക്തൻ, കറക്കിവിട്ട ചക്രം കുറച്ചുനേരത്തേയ്ക്കു താനേതന്നെ കറങ്ങിക്കൊണ്ടിരിക്കുന്നതുപോലെ, തത്വജ്ഞനായി പ്രാരബ്ധശേഷം ഒടുങ്ങുന്നതുവരെ ദേഹത്തെ വഹിക്കുന്നു. യാവർ ചിലരുടെ വാസനകൾ പുനർജ്ജന്മത്തെ ഉണ്ടാക്കാൻ പര്യാപ്തമാകാത്തവിധം വറുത്തവിത്തുപോലെ വിഷയരസലേശമില്ലാതെ ഭവിക്കുന്നോ അവർ ജീവന്മുക്തന്മാരാകുന്നു. രജസ്തമോഗുണങ്ങളെ നിവർത്തിച്ച് സത്വരൂപത്തെ പ്രാപിച്ച പൂർണ്ണജ്ഞാനികൾ ചിത്തമില്ലാത്തവരാണ്. ദേഹം നശിക്കുമ്പോൾ അവർ ചിദാകാശരൂപന്മാരായി ഭവിക്കുന്നു. മനസ്സിന് പ്രാണസ്പന്ദമെന്നും വാസനയെന്നും രണ്ടു ബീജങ്ങളുണ്ട്. രണ്ടിലൊന്നു നശിച്ചാൽ മറ്റതും നശിച്ചുപോകുന്നു. വാസനനിമിത്തം പ്രാണസ്പന്ദവും പ്രാണസ്പന്ദം നിമിത്തം വാസനയും ഉത്ഭവിക്കുന്നു. അതുകൊണ്ട് ബീജാങ്കുരക്രമം അനുസരിച്ചുള്ള അന്യോന്യസംബന്ധം ചിത്തബീജങ്ങൾക്കുണ്ട്. വാസനയും പ്രാണസ്പന്ദവും ദൃശ്യത്തിൽനിന്നു സ്ഫുരിക്കുന്നവയാകയാൽ അവയ്ക്ക് ബീജഭൂതമായിരിക്കുന്നതു ദൃശ്യം തന്നെയാണ്. ദൃശ്യത്തെ വിട്ടാൽ വേരറ്റ മരംപോലെ പ്രാണസ്പന്ദവും വാസനയും സമൂലം നശിക്കും. വൃത്തിജ്ഞാനം അഥവാ, സംവിത്താണ് ദൃശ്യത്തിനു ബീജമായിരിക്കുന്നത്. വൃത്തിജ്ഞാനമില്ലാതെ ദൃശ്യമില്ല; എണ്ണയില്ലാതെ എള്ളുണ്ടാകയില്ലല്ലോ. ഉള്ളിലും പുറമേയും വിഭിന്നമായ ദൃശ്യമിരിക്കുന്നില്ല. സംവിത്തുതന്നെ സ്ഫുരിച്ചിട്ട് സങ്കൽപത്താൽ, താനേ ദൃശ്യത്തെകാണുകയാണ്. സ്വപ്നത്തിൽ മരിച്ചുപോയിയെന്നും അന്യദേശത്തു വസിക്കുന്നതായും മറ്റും ഭാവനയാൽ കാണുന്നതുപോലെ, സംവിത്തിന്റെ സ്ഫുരണത്താൽ ദൃശ്യവും തോന്നപ്പെടുന്നു. മുമ്പു ക

ണ്ടിട്ടുള്ളതാകട്ടെ അല്ലാത്തതാകട്ടെ, ഏതെങ്കിലും ദൃശ്യം സംവിത്തിൽ സ്ഫുരിക്കുന്നുവെങ്കിൽ, വിദ്വാന്മാർ പണിപ്പെട്ടും അതിനെ പരിഹരിക്കേണ്ടതാകുന്നു. ദൃശ്യത്തെ മറക്കാതിരിക്കുന്നതുതന്നെ സംസാരമെന്നും മറക്കുന്നത് മോക്ഷമെന്നും പറകപ്പെടുന്നു. ദൃശ്യത്തെ അനുസന്ധാനം ചെയ്യുന്നത് അനന്തമായ സംസാരദുഃഖത്തിനും, ജാഡ്യരഹിതമായ ദൃശ്യവിസ്മരണം, മോക്ഷരൂപമായ സുഖത്തിനും ഹേതുവായിത്തീരുന്നു.

ഹേ രഘുരാമ! നീ ജഡനാകാതെയും, സംവേദനത്തോടുകൂടാതെയും ഗളിതാനന്ദനായി ഭവിക്കുക! ദൃശ്യത്തെ അനുസന്ധാനം ചെയ്യാതെ ബോധരൂപമായി വിളങ്ങുന്ന ആത്മതത്വം ഏതോ അതുതന്നെ നീ.

ശ്രീരാമൻ-സ്വാമിൻ! ജാഡ്യം ത്യജിച്ചാൽ സംവേദനം ശേഷിക്കുന്നു. സംവേദനം ഉപേക്ഷിച്ചാൽ ജാഡ്യം ശേഷിക്കുന്നു. ആ സ്ഥിതിക്ക് ജാഡ്യവും സംവേദനവും ഇല്ലാത്ത ഒരവസ്ഥ എങ്ങനെ ഭവിക്കും? സംവേദനമില്ലാതിരിക്കെ ജാഡ്യത്തെ നിവാരണം ചെയ്യുന്നതെങ്ങനെ?

വസിഷ്ഠൻ-ഹേ രാമ! യാതൊരു ജീവനാണോ സർവദൃശ്യങ്ങളിലും ആസ്ഥയില്ലാതെ എന്നാൽ യാതൊന്നിൽനിന്നും ആസ്ഥയെ നിവർത്തിപ്പിക്കാതെയിരിക്കുന്നു അവൻ സംവേദനവും ജാഡ്യവുമില്ലാത്തവനാണ്. അതിത് അവനിവൻ ഇത്യാദി വസ്ത്വവസ്ഥകളുടെ ഭാവനയത്രേ വൃത്തിജ്ഞാനം അഥവാ സംവിത്ത്. ആ ഭാവന ആർക്കില്ലയോ അവൻ എന്തെല്ലാം പ്രവർത്തിക്കുന്നവനായാലും സംവിത്തും ജാഡ്യവുമില്ലാത്തവനാണ്. ദൃശ്യത്തിൽ ഹൃദയാകാശം അൽപംപോലും സ്പർശിക്കാത്തവനാരോ അവൻ സംവിത്തും ജാഡ്യവുമില്ലത്തവനാണ്. ഈ നിലയിലുള്ളവനെ ജീവന്മുക്തനെന്നു പറയാം. വാസനാനാശം നിമിത്തം യാതൊന്നിനെയും ഭാവനം ചെയ്യാതെ ബാലൻ, മൂകൻ മുതലായവരുടെ വിജ്ഞാനംപോലെ, വികൽപങ്ങളില്ലാതെ ഉറച്ചിരിക്കുന്നതെപ്പോഴോ അപ്പോൾ, ജാഡ്യരഹിതമായ അസംവേദനാവസ്ഥയെ പ്രാപിക്കുന്നു. ആ അവസ്ഥയിൽനിന്നും ഒരിക്കലും പിന്നെ വാസനാദിബദ്ധനായി ഭവിക്കുന്നില്ല. വാസനകളെല്ലാം നീങ്ങി നിർവികൽപസമാധിപഥത്തിലെത്തിയാൽ ആകാശത്തിൽ നീലനിറം വിളങ്ങുന്നതുപോലെ സാരമായ ആനന്ദം അനർഗ്ഗളമായി അനുഭവപ്പെടും. ദൃശ്യാനുസന്ധാനമില്ലാതെ സ്ഥിതിചെയ്യുന്ന ആ യോഗിയ്ക്ക് ധ്യേയവസ്തുവോടുള്ള തന്മയത്വം നിമിത്തം, അനാദ്യന്തമായ ആത്മസ്വരൂപത്തിൽ ആനന്ദവും ലയിച്ചുപോകുന്നു. നടക്കുകയോ ഇരിക്കുകയോ, സ്പർശിക്കുകയോ ഘ്രാണിക്കയോ എന്തുചെയ്താലും അവൻ ജാഡ്യത്തെയും സംവിത്തിനേയും ഉപേക്ഷിച്ച് ആനന്ദത്തേയും അതിക്രമിച്ച സുഖിയാണെന്നു പറയപ്പെടുന്നു. പണിപ്പെട്ടും ഈ ദൃഷ്ടിയെ സമ്പാദിച്ച് ദുഃഖാംബുധിയുടെ അപാരഗുണ

നിധാനമായ മറുകരയെ പ്രാപിക്കണം.

രാഘവ! ഈ സംവിത്തിനു ബീജം സന്മാത്രമാണ്. ദീപത്തിൽനിന്നു പ്രകാശമെന്നപോലെ സന്മാത്രത്തിൽ നിന്നാണ് സംവിത്തുദിക്കുന്നത്. സ്വരൂപസത്തയ്ക്കും രണ്ടു രൂപങ്ങൾ പറകപ്പെട്ടിട്ടുണ്ട്. അതിലൊന്നു നാനാരൂപവും മറ്റൊന്ന് ഏകരൂപവുമാകുന്നു. അവയുടെ വിഭാഗം പറയാം. ഘടം, പടം, അത്, നീ, ഞാൻ ഇങ്ങിനെ വിഭിന്നമായ പ്രതീതികളെല്ലാം സത്തയുടെ നാനാകൃതിയാകുന്നു. നാമജാത്യാദിഭേദങ്ങളിൽനിന്നു വിമുക്തമായി നിസ്സംഗവും നിർദ്ദോഷവുമായ യാതൊരു സന്മാത്രം ഭവിക്കുന്നോ അതു സത്തയുടെ വസ്തുത്വമായ ഏകരൂപമെന്ന് അറിയപ്പെടുന്നു. കാലത്തെ സംബന്ധിച്ച ഭൂതഭവിഷ്യദാദിഭേദഭാവനയോ കലയെ സംബന്ധിച്ച സ്ഥൂലസൂക്ഷ്മഹ്രസ്വദീർഘാദി ഭാവനയോ വസ്തു സംബന്ധമായ ഘടപടാദിഭാവനയോ, ഇല്ലാതെ നീ സന്മാത്രത്തിൽതന്നെ നിഷ്ഠയോടുകൂടിയിരിക്കുക. കാലാദിസത്തഭേദകലനകളെ ഉപേക്ഷിക്കുമ്പോൾ സന്മാത്ര പരിശുദ്ധമായി ഉത്തമരൂപത്തിൽ വർത്തിക്കുമെങ്കിലും പരമാർത്ഥമല്ല. ഈ സത്തകളിൽ നാനാത്വകാരണം കണ്ടിട്ട്, വിഭാഗകലന, പലേപ്രകാരത്തിൽ വസ്തുസ്വരൂപഭാവത്തെ അറിയിക്കുന്നു. സത്താരൂപം, ഈ നിലയ്ക്കു പരിശുദ്ധമാകുന്നതെങ്ങനെ? നീ കേവലവ്യാപകമായ സത്താസാമാന്യത്തെ ഭാവനംചെയ്തു ബ്രഹ്മാനന്ദപൂർണ്ണനായി ദിക്കുകളെയെല്ലാം നിറഞ്ഞുവസിക്കുക. സത്താസാമാന്യമാത്രത്തിന്റെ പരമാവധി ഭൂതമായ പദമാണ് ഈ ജഗത്തിന് ബീജഭൂതം. അതിൽനിന്നും ആവിർഭവിച്ചു പ്രവർത്തിക്കുന്നതത്രെ പ്രപഞ്ചം. അതിന്റെ ക്രമം ഇങ്ങനെയാണ്. സത്താസാമാന്യത്തിൽനിന്നും ജഗത്തിന്റെ പ്രതിബിംബചിത്ത് അല്ലെങ്കിൽ സംവിത്തും സംവിത്തിൽനിന്നു ദൃശ്യവും ദൃശ്യത്തിൽനിന്നു പ്രാണസ്പന്ദവാസനകളും അവയിൽ നിന്നു ചിത്തവും ചിത്തത്തിൽനിന്നു ദേഹവും ദേഹത്തിൽനിന്നു സംസാരവും ഉണ്ടായി പ്രവർത്തിച്ചുകൊണ്ടിരിക്കുന്നു. സത്താസാമാന്യത്തിന്റെ അഗ്രകോടിയിൽ യാതൊരു കലനകളും ഇല്ലാതെ ആദ്യവും അനാദ്യന്തവുമായി ഭവിക്കുന്ന പദത്തിന്, ഉത്ഭവകാരണമായ ബീജമില്ല. ആ പദത്തെ പ്രാപിച്ച പുരുഷൻ സത്തയോടുചേർന്നു ലയിച്ചു നിർവികാരനായി സ്ഥിതിചെയ്യുന്നു. സർവകാരണങ്ങൾക്കും അതു കാരണമാണ്. അതിനു കാരണഭൂതമായി യാതൊന്നുമില്ല. സർവസാരങ്ങൾക്കും സാരമാണത്; അതേക്കാൾ സാരമായിട്ടു മറ്റൊന്നില്ല. കരയ്ക്കു നിൽക്കുന്ന വൃക്ഷങ്ങൾ തടാകജലത്തിൽ നിഴലിക്കുന്നതുപോലെ സുവിസ്തൃതമായ ആ ചിൽക്കണ്ണാടിയിൽ ഈ വസ്തുദൃഷ്ടികളെല്ലാം തോന്നിക്കുന്നു. പരിശുദ്ധവും നിർവികാരവും പരമാർത്ഥരൂപവുമായ ആ പദത്തെ സാക്ഷാൽക്ക

രിച്ചാൽ മനസ്സ് ഉപശമത്തെ പ്രാപിക്കും. രാമചന്ദ്ര! നീ വിശാലവും പ്രാമുഖ്യവുമായ അതിനെ ഉണരുവാൻ ശ്രമിക്കുക! എന്നേക്കും സംസാരഭയത്തിൽനിന്നു മുക്തനായി പരമപദസ്വരൂപനായി ഭവിക്കും.

ശ്രീരാമൻ ചോദിച്ചു-സ്വാമിൻ! സംസാരവല്ലിയുടെ ബീജങ്ങളായ ദേഹാദിവിവിധവസ്തുക്കളെ നിന്തിരുവടി ഇവിടെ പറഞ്ഞു. അവയിൽ ഏതിനെ നിവർത്തിച്ചാണ് ഞാൻ തൽപദത്തെ പ്രാപിക്കേണ്ടത്?

വസിഷ്ഠൻ-ഞാനിവിടെ ദുഃഖബീജങ്ങളിൽ ഉത്തരോത്തരമായി പറഞ്ഞതേതോ അതതിന്റെ നിവത്തികൊണ്ട് ക്രമേണ തൽപദത്തെ പ്രാപിക്കാവുന്നതാണ്. നീ പുരുഷപ്രയത്നംകൊണ്ട് ബലാൽക്കാരേണ വാസനകളെ ഉപേക്ഷിച്ച് അക്ഷയമായ ആ പദത്തിൽ ക്ഷണനേരമെങ്കിലും സമാധിയെ ബന്ധിക്കുന്നുവെങ്കിൽ അപ്പോൾ അതിനെ പ്രാപിക്കുമെന്നുള്ളതിനു സംശയമില്ല. അഥവാ, സത്താസാമാന്യത്തിൽ സ്ഥിതിചെയ്കയാണെങ്കിൽ അതിൽനിന്നും അൽപം അധികമായ പ്രയത്നംകൊണ്ട് അതിന്റെ പരമകാഷ്ഠയായ ഈ പദത്തിൽ എത്തിച്ചേരാവുന്നതാണ്. അല്ല, സംവിത്തത്വത്തെ ധ്യാനിച്ചുവസിക്കയാണെങ്കിലും ആ പദത്തെ പ്രാപിക്കാവുന്നതാണ്. പ്രയത്നം കുറച്ചുകൂടി വേണ്ടിവരുമെന്നേയുള്ളു. എന്നാൽ കേവലമായ ദൃശ്യം ഒരിക്കലും ധ്യാനയോഗ്യമല്ല. അതു സംവിത്തിന്റെ ഒരു പ്രതിഭാസം മാത്രമാകകൊണ്ട് അനുഭവരൂപമായ വസ്തുത്വം അതിനില്ല. വാസനാത്യാഗത്തിനായി നീ യത്നിക്കയാണെങ്കിൽ ആധിവ്യാധികളെല്ലാം നശിച്ചു പരമമായ നിർവൃതി ലഭിക്കാം. എന്നാൽ വാസനാത്യാഗം മേൽപറഞ്ഞ മറ്റു പ്രയത്നങ്ങളെ ഒക്കെക്കാൾ വിഷമമാണ്. മഹാമേരുവിനെ അടിയോടെ ഇളക്കാൻ സാധിച്ചാലും വാസനാത്യാഗം സാദ്ധ്യമല്ലെന്നാണ് വിദ്വാന്മാർ പറയുന്നത്. മനസ്സു ലയിക്കുന്നതുവരെ വാസന ക്ഷയിക്കയില്ല. വാസന ക്ഷയിക്കുന്നതുവരെ മനസ്സ് ലയിക്കയുമില്ല. അതുപോലെ തത്വവിജ്ഞാനം ഉദിക്കുന്നതുവരെയും മനസ്സു ക്ഷയിക്കയില്ല. മനസ്സു ക്ഷയിക്കാതിരിക്കുന്ന കാലത്തോളം തത്വബോധം ഉദിക്കയുമില്ല. വാസനകൾ നശിക്കുന്നതുവരെ തത്വജ്ഞാനം ഉണ്ടാകയില്ല. തത്വജ്ഞാനം ഉണ്ടാകുന്നതുവരെ വാസനകൾ ക്ഷയിക്കയുമില്ല. ഇങ്ങനെ തത്വജ്ഞാനവും മനോനാശവും വാസനാനാശവും അന്യോന്യം ഹേതുത്വത്തെ പ്രാപിച്ച് ദുസ്സാധങ്ങളായി സ്ഥിതിചെയ്യുന്നു. അതുകൊണ്ടു പുരുഷപ്രയത്നത്താലും വിവേകത്താലും ഭോഗാഭിലാഷത്തെ ദൂരെ ത്യജിച്ച് ഈ മൂന്നിനേയും അഭ്യസിക്കണം. വഴിപോലെ ഇവ മൂന്നിനേയും ഒരുപോലെ തുടരെത്തുടരെ പരിശീലിക്കാതെ ഇരുന്നാൽ നൂറു സംവത്സരംകൊണ്ടും തത്വസമ്പ്രാപ്തി ഉണ്ടാകയില്ല. വാസനാക്ഷയം വിജ്ഞാനം മനോനാശം ഇവ മൂന്നും ഒരേ കാല

ത്തിൽ അഭ്യസിക്കപ്പെട്ടാൽ പരിപൂർണ്ണഫലത്തെത്തരും. ഒറ്റതിരിച്ചു വളരെക്കാലം അഭ്യസിച്ചാലും നിഷ്ഫലമായേ പരിണമിക്കൂ. പരസ്പര സാപേക്ഷങ്ങളായ മിശ്രദേവതാമന്ത്രങ്ങൾ വേർതിരിച്ചു ജപിച്ചാൽ ഫലസിദ്ധിയുണ്ടാകുമോ? ഹേ രാഘവ! ഇവ മൂന്നും ഒരുമിച്ചഭ്യസിച്ചുകൊണ്ടിരുന്നാൽ, മുറിച്ച താമരത്തണ്ടിലെ നൂലുകളെപ്പോലെ ഹൃദയഗ്രന്ഥികളെല്ലാം അറ്റുപോകുന്നു. പലേ ജന്മാന്തരങ്ങൾകൊണ്ട് ഉരുക്കൂടിയുറച്ച സംസാരസ്ഥിതി, വളരെ നാളത്തെ അഭ്യാസംകൊണ്ടല്ലാതെ നശിക്കയില്ല. പ്രാണനിരോധനവും വാസനാത്യാഗത്തിനു തുല്യമാണെന്നു പറയപ്പെടുന്നു. അതും ഇതോടൊന്നിച്ചഭ്യസിക്കേണ്ടതാണ്. വാസനാത്യാഗംകൊണ്ടു മനസ്സു നശിക്കും. പ്രാണനിരോധംകൊണ്ടും നശിക്കും. ഇവയിലേതാണോ യോഗ്യമെന്നു തോന്നുന്നത് അതിനെ നീ അനുവർത്തിക്കുക! ദൃഢമായ പ്രാണായാമം ഗുരുപദിഷ്ടമായ യോഗം പത്മാദ്യാസനബന്ധം, അശനവിശേഷം ഇവയാൽ പ്രാണങ്ങളെ നിരോധിക്കാവുന്നതാണ്. ഒന്നിനോടും സംഗമില്ലാത്ത ലോകവ്യവഹാരം, സംസാരഭാവനയില്ലായ്ക ശരീരവിസ്മരണം ഇവകൊണ്ടു വാസനകളെ നശിപ്പിക്കാം. വാസനയില്ലെങ്കിൽ മനസ്സും ഇല്ലതന്നെ. കാറ്റിന്റെ ഇളക്കം നിന്നാൽ ധൂളികൾ ആകാശത്തിലുയരുമോ? പ്രാണവായുവിന്റെ സ്പന്ദം തന്നെയാണ് മനസ്സിന്റെ സ്പന്ദം. അതിനാൽ ബുദ്ധിമാന്മാർ പ്രാണസ്പന്ദത്തെ ജയിക്കാൻ അഭ്യസ്തയോഗക്രമമനുസരിച്ച് വീണ്ടും വീണ്ടും യത്നം ചെയ്യേണ്ടതാകുന്നു. പ്രശസ്തമായ യുക്തികൊണ്ടല്ലാതെ മനസ്സിനെ ജയിക്കാൻ സാധിക്കയില്ല. മൂർച്ചയുള്ള തോട്ടിയില്ലെങ്കിൽ മദം പൊട്ടിയ കൊമ്പനാനയെ അടക്കാൻ കഴിയുമോ? അദ്ധ്യാത്മശാസ്ത്രപഠനം, സജ്ജനസംസർഗ്ഗം, വാസനാത്യാഗം, പ്രാണസ്പന്ദനിരോധനം എന്നീ യുക്തികൾ മനോജയത്തിനുള്ള കാരണങ്ങളാകുന്നു. മഴവെള്ളം ഭൂമിയിലെ പൊടിയടക്കുന്നതെങ്ങനെയോ, അതുപോലെ ഈ നാലു യുക്തികളാലും നിശ്ചയമായും മനസ്സ് ജയിക്കപ്പെടാം. ഈ യുക്തികളുള്ളപ്പോൾ ബലാൽക്കാരേണ മനസ്സിനെ നിയമിക്കാൻ തുടങ്ങുന്നവർ ദീപത്തെ ദൂരത്തെറിഞ്ഞു മഷിശലാകകൊണ്ട് ഇരുളകറ്റാൻ യത്നിക്കുന്നവരാണ്. മദംപൊട്ടി അലറിവരുന്ന ആനയെ താമരുനൂൽകൊണ്ട് കെട്ടി നിറുത്താൻ യത്നിക്കുന്നവരുമാണെന്നു പറയാം. ഹഠയോഗസംബന്ധിയായ ബുദ്ധി ക്ഷീണവും തരളിതവുമായി പട്ടണത്തിലകപ്പെട്ട മാൻപേടപോലെ ഒന്നിലും വിശ്വാസമില്ലാതെ ഭ്രമിക്കും. ഹഠയോഗികൾ പ്രായേണ യാഗം, തപസ്സ്, ദാനം, തീർത്ഥസ്നാനം, ദേവാർച്ചനം തുടങ്ങിയ അനുഷ്ഠാനഭ്രമങ്ങളിൽ മുഴുകി പലവിധ ആധികൾക്കു വശംവദരായി, മൃഗങ്ങളെപ്പോലെ കാലം പോക്കുന്നു. നീ ഈ ദുർദൃഷ്ടിയെ നീക്കി വി

ശുദ്ധസംവിത്തിനെ ആശ്രയിച്ച്, രാഗഹീനനായി വർത്തിക്കുക. മനസ്സിന്റെ ബാഹ്യോന്മുഖതയെ നിരോധിച്ചിട്ട്, ജീവൻ മുക്തമനോവൃത്തിയോടെ, അകർത്താവായി കർമ്മങ്ങളെച്ചെയ്ത്, ആദ്യവും ഏകവും ദൃശ്യവർജ്ജിതവും നിർവികൽപവും നിർവാസനവും നിർവികാരവുമായ ഹൃദയസ്ഥബ്രഹ്മത്തിൽ സ്ഥിതിചെയ്യുക. കുറഞ്ഞൊന്നു വിചാരണചെയ്ത് സ്വമനസ്സിനെ അൽപമാത്രമെങ്കിലും നിഗ്രഹിക്കുന്നവനാരോ അവനു ജനനഫലം ലഭിക്കുന്നു. ഹൃദയത്തിൽ അണുമാത്രമായി സ്ഫുരിക്കുന്ന വിചാരകണിക അഭ്യാസയോഗത്താൽ ശതശാഖമായി വർദ്ധിക്കും. മനോവികാസത്താൽ ദൃഢപ്രതിഷ്ഠമായി വളരുന്ന വിചാരപ്പൂമരത്തെ അടിച്ചുലയ്ക്കുന്നതിനു ചിന്താവായു ശക്തമാകയില്ല. വിചാരപ്രവണമായ ഹൃദയമില്ലാത്തവൻ നടക്കുകയോ ഇരിക്കുകയോ ഉറങ്ങുകയോ ഉണർന്നിരിക്കുകയോ ചെയ്താലും, മരിച്ചവൻതന്നെയാണ്. രാമ! നീ തനിച്ചോ സജ്ജനങ്ങളോടു കൂടിയിരുന്നോ, ഞാൻ ആര്? ഈ ജഗത്തെന്ത്? എന്നിങ്ങനെ അദ്ധ്യാത്മദൃഷ്ട്യാ എല്ലായ്പ്പോഴും വിചാരണ ചെയ്യുക. അദ്ധ്യാത്മവിദ്യകളുടെ ബോധം വിചാരമെന്നത്രേ വിദ്വാന്മാർ പറയുന്നത്. പാലിൽ മാധുര്യമെന്നപോലെ ജ്ഞേയവസ്തു വിചാരത്തിൽ അന്തർഹിതമായി സ്ഥിതിചെയ്യുന്നു. ജ്ഞാനപ്രകാശത്താൽ ഉദിക്കുന്ന സമദൃഷ്ടിയോടുകൂടിയവൻ ജ്ഞേയരൂപനാകുന്നു. അവനാകട്ടെ, യാതൊന്നിലും ഭയപ്പെടുകയോ ദീനനാകയോ ചെയ്യുന്നില്ല. കള്ളുകുടിച്ചവൻ എപ്പോഴും മദമത്തനായിരിക്കുന്നതുപോലെ ബ്രഹ്മാനന്ദസുഖാസ്വാദനലോലനായി വർത്തിക്കുന്നു. വിശുദ്ധവും സമവും ചിദ്രൂപവുമായ ജ്ഞേയം ബ്രഹ്മമെന്നറിയപ്പെടുന്നു. ജ്ഞാനോദയമാത്രത്താൽ താനേ അതു പ്രകാശിക്കുന്നു. തത്വജ്ഞനായ മഹാൻ അശുദ്ധമോ അപഥ്യമോ വിഷലിപ്തമോ വിയർത്തതോ ശുഷ്കിച്ചതോ ആയ അന്നത്തെയും മലാദികളെത്തന്നെയും മൃഷ്ടഭാവനയോടെ ഭക്ഷിക്കുന്നു. സുഖമാംവണ്ണം അവ ദഹിക്കുകയും ചെയ്യും. വിഷമാകട്ടെ, പ്രതിവിഷമാകട്ടെ പാലോ നീരോ ചോറോ ആകട്ടെ, വിരക്തനായ ജ്ഞാനിയുടെ ദൃഷ്ടിയിൽ തുല്യമാണ്. പ്രാണദാതാവിനെയും പ്രാണഹർത്താവിനെയും ഒരേവിധം, പ്രസാദമധുരമായ ദൃഷ്ടിയോടെ അവൻ നോക്കുന്നു. പ്രശാന്തബുദ്ധിയായി ഇന്ദ്രിയങ്ങളെ വിഷയങ്ങളിൽ വ്യാപരിക്കാനയയ്ക്കാതെ നിയന്ത്രിക്കുന്നു. മനസ്സിന് വിശ്രാന്തിയും ആത്മബോധവും സ്ഥിതിയുമില്ലാത്ത മൂഢനെ, മാനുകൾ തളിർക്കൂട്ടത്തെ എന്നപോലെ ഇന്ദ്രിയങ്ങൾ ഭക്ഷിച്ചുകളയുന്നു.

ഹേ! രാഘവ! നിഷ്കർഷിച്ചുനോക്കുമ്പോൾ സംഗം ഒന്നുതന്നെയാണ് സർവദോഷങ്ങളേയും ഉണ്ടാക്കുന്നത്. അർത്ഥത്തിനും ആശയ്ക്കും

സംസാരത്തിനും ആപത്തിനും കാരണം സംഗംതന്നെ. സംഗത്യാഗം മോക്ഷരൂപവും ജന്മനാശത്തിനു കാരണവുമാണ്. നീ സർവാത്മനാ സർവസംഗപരിത്യാഗിയായി ജീവന്മുക്തപദത്തിൽ വസിക്കുക!

ശ്രീരാമൻ:-സന്ദേഹനിവർത്തികനായ സ്വാമിൻ! സംഗമെന്നാലെന്ത്? സദയം അരുളിച്ചെയ്യണം.

വസിഷ്ഠൻ-ഇഷ്ടാനിഷ്ടവസ്തുക്കളുടെ ഭാവത്തിലും അഭാവത്തിലും തോഷത്തിനും രോഷത്തിനും കാരണമായിത്തീരുന്ന മലിനവാസനതന്നെ സംഗം. ജീവന്മുക്തശരീരന്മാർക്ക് വിഷയസംഗമില്ല. ജന്മനിവൃത്തികാരണമായി ഹർഷവിഷാദങ്ങളിൽനിന്നു മുക്തമായിരിക്കുന്ന ശുദ്ധവാസനയാണവർക്കുള്ളത്. സംഗരൂപത്തിലുള്ള സംസാരകാരിണിയായ വാസന മൂഢന്മാരുടേതാണ്. രാമ! നീ ഹർഷത്തിനോ അമർഷത്തിനോ വിഷാദത്തിനോ വശഗനാകുന്നുവെങ്കിൽ, മലിനവാസനയാൽ ബന്ധിക്കപ്പെടും. ഹർഷവിഷാദങ്ങളിൽനിന്നും രാഗരോഷഭയങ്ങളിൽ നിന്നും മുക്തനായി അന്യാവസ്ഥയെ പ്രാപിക്കാത്ത നിലയിൽ വർത്തിച്ചാൽ അസംഗനാകും. ദുഃഖാഗമത്തിൽ ക്ഷീണിക്കയും സുഖാഗമത്തിൽ മോദിക്കയും ചെയ്യാതെ ആശാപാശത്തിലും അകപ്പെടാതെയിരുന്നാൽ അസംഗനാകും. സമ്പത്തിലും ആപത്തിലും തുല്യദൃഷ്ടിയായി ദൈവയോഗത്താൽ വന്നുകൂടുന്നതിനെ അനുവർത്തിച്ചു വസിച്ചാൽ അസംഗനാകും. കുമാര! നീ സമസ്തവസ്തുജാതങ്ങളിലും സമാശയനായി, ഒരിക്കലും ദീനത്വം ഭവിക്കാത്തവിധത്തിൽ മനസ്സിനെ സത്വഗുണഭൂയിഷ്ഠമാക്കി അവശ്യം അനുഷ്ഠേയമായ പ്രകൃതത്തെമാത്രം ചെയ്തുകൊണ്ട് അസംഗനായി സുഖമാംവണ്ണം വസിക്കുക.

ആകാശഗത്യഭാവാദിനിരൂപണ

ഇരുപത്തെട്ടാം സർഗ്ഗം സമാപ്തം. ഉപശമപ്രകരണം കഴിഞ്ഞു.

6
നിർവാണപ്രകരണം

ഭുസുണ്ഡോപാഖ്യാനം

വസിഷ്ഠൻ:-രാമ! നീ ദിക്കാലാദികളാൽ അനവിച്ഛിന്നവും ആദ്യന്തരഹിതവും ചിന്മാത്രവുമായ ബ്രഹ്മമാണെന്നും മറ്റു ദേഹാദികളല്ലെന്നും മനസ്സിൽ നിശ്ചയിച്ച് അഭിമാനത്യാഗത്താൽ മുക്തവും പ്രാരബ്ധശേഷത്താൽ അമുക്തവുമായ ശരീരത്തെ വഹിച്ച്, ഏകരൂപനും പ്രശാന്തഹൃദയനും മൗനിയുമായി ആത്മാരാമപദത്തിൽ സ്ഥിതിചെയ്യുക. സർവവും ബ്രഹ്മമാണെന്നുള്ള ഭാവനയില്ലാതെ അജ്ഞാനമയമായ ബന്ധവും പ്രപഞ്ചജാലത്തിൽ ആസ്ഥയും ഉണ്ടായിരിക്കുന്ന കാലംവരെ ചിത്താദികൽപനകൾ നശിക്കുകയില്ല. മനസ്സും അവിദ്യയും ചിത്തവും ജീവനും ബ്രഹ്മത്തിൽനിന്നുണ്ടായ കലനകൾ മാത്രമാണ്. വാസ്തവരൂപങ്ങളല്ല. ഏകവും അനാദ്യന്തവുമായ ബ്രഹ്മംതന്നെ സമുദ്രംപോലെ സർവത്ര നിറഞ്ഞിരിക്കുന്നു. ദേഹത്തിലഹംബുദ്ധിയും ദൃശ്യത്തിലാത്മഭാവനയും ഞാൻ, എന്റേത് ഇത്യാദ്യഭിമാനങ്ങളും എത്രകാലമിരിക്കുന്നോ അതുവരെ ചിത്താദിവിഭ്രമവും നിലനിൽക്കുന്നു. ഞാൻ സർവാത്മകനാണ് എന്നുള്ള ഭാവനയോടുകൂടി ത്രൈലോക്യതൃണത്തെ ചിദ്രൂപമായ അഗ്നിയിൽ ഹോമിക്കുന്ന മുനിയ്ക്ക് ചിത്താദിവിഭ്രമങ്ങൾ താനേ നിവർത്തിക്കുന്നു. ഞാൻ ചിദാത്മാവാണ്, നിരംശനാണ്, അതിരില്ലാതെ സർവത്ര നിറഞ്ഞിരിക്കുന്നവനാണ് എന്നിങ്ങനെ നിജമായ വ്യാപ്തരൂപത്തെ നീ സ്മരിച്ചാലും. സ്വരൂപവിസ്മരണത്താൽ പരിച്ഛിന്നനായി ഭവിക്കരുത്. കഴുത്തറുക്കാനായി അടുക്കുന്ന അത്യന്തശത്രുവായ ഒരുത്തനെയും അകൃത്രിമബന്ധുവായി സ്നേഹപൂർവം ദർശിക്കുന്നവനാരോ അവനാണ് ആത്മതത്വത്തെ അറിഞ്ഞവൻ. നദികൾ കരത്തിട്ടയിൽ നിൽക്കുന്ന വൃക്ഷങ്ങളെ എന്നപോലെ ആരൊരുത്തൻ സ്നേഹമത്സരരാഗദ്വേഷങ്ങളെ വേരോടെ പുഴക്കി ദൂരെത്തള്ളുന്നു അവൻ ഹർഷാമർഷ

ദോഷങ്ങളെ നിഷ്കാസനം ചെയ്തവനാണ്. അന്തഃകരണത്തിൽ ചിരകാലം ധ്യാനിക്കപ്പെടുന്ന അദ്ധ്യാത്മശാസ്ത്രമന്ത്രത്താൽ തൃഷ്ണയാകുന്ന വിഷവിഷൂചിക ശരൽകാലത്തിൽ മഞ്ഞെന്നപോലെ നശിച്ചുപോകുന്നു. അദ്ധ്യാത്മശാസ്ത്രം ഉപദേശയോഗ്യനായ മഹാപുരുഷന്റെ മുഖത്തുനിന്നുതന്നെ ശ്രവിക്കേണ്ടതാകുന്നു. അങ്ങിനെ ശ്രവിക്കുന്ന വാക്ക് ഉണങ്ങിയ കണ്ടത്തിൽ മഴവെള്ളമെന്നപോലെ അന്തഃകരണത്തിൽ ആഴത്തിൽ പ്രവേശിക്കുന്നു. അദ്ധ്യാത്മശാസ്ത്രത്തെ പര്യാലോചിക്കാതേയും സ്വരൂപസംവിത്തിനെ വിവരിക്കാതേയും വസിക്കുന്ന മൂഢബുദ്ധികൾ കാറ്റടിയേറ്റ പുല്ലുകൾപോലെ ഉണറില്ലാതെ ചലിച്ചുകൊണ്ടിരിക്കുകയാണ്. ചിൽച്ചൈതന്യം സാമാന്യേന എല്ലാവരിലും സ്ഥിതിചെയ്യുന്നുണ്ട്. പക്ഷേ അജ്ഞാനവശമായി അതിനെ ഉണരാത്തവർ ദീനത്വത്തെ പ്രാപിച്ചു ദുഃഖിക്കുന്നു. വില്ലിൽ പൂട്ടിയ ഞാണിൽനിന്നു പുറപ്പെടുന്ന ശബ്ദംപോലെ മൂഢന്മാരിൽനിന്നും സ്വരൂപചിത്തിന്റെ ബോധത്തോടുകൂടാത്ത തർജ്ജനഗർജ്ജനങ്ങൾ ഭൂതദ്രോഹത്തിനായിത്തന്നെ മുഴങ്ങുന്നു. ബുദ്ധിമാന്മാർ അവരിൽനിന്നും ഗുണമാകട്ടെ ദോഷമാകട്ടെ കേൾക്കാനിച്ഛിക്കരുത്. മൂഢനായ അധമന് ഏതെങ്കിലും കൊടുത്താൽ ചേറ്റിൽ കളയുന്നതുപോലെ വിഫലമാണ്. വല്ല കഥയും അവനോടു പറയുന്നത് ആകാശത്തുനോക്കി നായ് കുരയ്ക്കുന്നതുപോലെയുമാണ്. മൂഢത്വം ആപത്തുകളുടെ സങ്കേതമാകുന്നു. ജ്ഞാനമില്ലാത്തവന് ലോകത്തിൽ ആപത്തല്ലാതെ ഒന്നുമില്ല. മൂഢന്മാരുടെ പ്രസാദംകൊണ്ടത്രേ ഈ സംസാരസരണി പ്രവർത്തിക്കുന്നത്. ബോധികൾ കുളമ്പടിയിലെ വെള്ളംപോലെ നിസ്സാരമായി കാണുന്ന ഈ സംസാരം അഗാധവും അപര്യന്തവുമായ മഹാസമുദ്രംപോലെ മൂഢന്മാർ കാണുന്നു. വിഷയങ്ങളാൽ സംസൃഷ്ടമല്ലാതെയും ശാന്തമായും സർവാത്മകമായും യാതൊരുവസ്തു ഭവിക്കുന്നോ സച്ചിദാനന്ദമയവും സങ്കൽപരഹിതവും നിർഭേദവുമായ അതുതന്നെ വാസ്തവത്തിലുള്ളത്. ബന്ധനസ്വഭാവയായ അവിദ്യ അതിൽനിന്നും താനേതന്നെ ഉദയംചെയ്യുന്നു. ആ അവിദ്യയാകട്ടെ സൂക്ഷ്മയെന്നും മദ്ധ്യയെന്നും സ്ഥൂലയെന്നും ഇങ്ങനെ മൂന്നുവിധത്തിൽ കൽപിക്കപ്പെടാം. സൂക്ഷ്മാദിഭേദങ്ങളോടുകൂടിയ അവിദ്യയത്രേ ഗുണത്രയരൂപിണിയായ പ്രകൃതി. ജന്തുക്കൾക്കു സംസാരബന്ധകാരണമായിരിക്കുന്നതും ഈ അവിദ്യതന്നെയാണ്. അതിനെ കടന്നു കയറിയാൽ എത്തിച്ചേരുന്ന പദംതന്നെ മോക്ഷം. ഇവിടെ പറയപ്പെട്ട ഗുണത്രയത്തിനും പ്രത്യേകം മൂന്നുപിരിവുകളുണ്ട്. ഇങ്ങനെ ഗുണരൂപിണിയായ അവിദ്യ ഒൻപതു പ്രകാരത്തിൽ വിഭജിക്കപ്പെട്ടിരിക്കുന്നു. ഋഷി

മാർ, മുനിമാർ, സിദ്ധന്മാർ, നാഗന്മാർ, വിദ്യാധരന്മാർ, ദേവന്മാർ ഇവരെല്ലാം അവിദ്യയുടെ സ്വാതികഭാഗമാണ്. ഈ സത്വഭാഗത്തിൽ തന്നെ സത്വരജസ്തമസ്സുകളുടെ ഭേദകൽപനയുണ്ട്. നാഗന്മാരും വിദ്യാധരന്മാരും അതിലെ താമസാംശവും, മുനിമാരും സിദ്ധന്മാരും രാജസാംശവും ശങ്കരാദിദേവന്മാർ ശുദ്ധസാത്വികാംശവുമാണ്. അവിദ്യയുടെ ഈ സത്വഭാഗം സാമാന്യേന വിദ്യാഭാവത്തിൽ സ്ഥിതിചെയ്യുന്നു. അവിദ്യയിലെ ശുദ്ധസത്വഭാഗമേതോ അതത്രേ വിദ്യ. ഇങ്ങനെതന്നെ രാജസിയും താമസിയുമായ സൃഷ്ടിയും മുമ്മൂന്നുവിധത്തിൽ ഭവിക്കുന്നുണ്ട്. അജ്ഞാനപിണ്ഡങ്ങളായ സ്ഥാവരാദി സൃഷ്ടികൾ തമോഗുണത്തിന്റെ പരമകാഷ്ഠയിൽ സ്ഥിതിചെയ്യുന്നവയാണ്.

ശ്രീരാമൻ-അത്യന്തം ഘനതയെ പ്രാപിച്ച അജ്ഞാനം സ്ഥാവരാദി ശരീരങ്ങളിൽ സ്ഥിതിചെയ്യുന്നതെങ്ങിനെയാണെന്നു പറഞ്ഞുതരണം.

വസിഷ്ഠൻ-മനസ്സ് ഉണ്ടായിരിക്കയെന്ന അവസ്ഥയിലല്ലാതെ, ഇല്ലാതിരിക്കയെന്ന അവസ്ഥയിലെത്താതെ മദ്ധ്യസ്ഥമായ ഒരു നിലയെ ആശ്രയിച്ചത്രെ ചിത്ത് സ്ഥാവരങ്ങളിലിരിക്കുന്നത്.

ശ്രീരാമൻ-മനസ്സ് ഉണ്ടായിരിക്കയെന്ന അവസ്ഥയിൽനിന്നു മാറിയാണ് സ്ഥാവരങ്ങളിൽ ചിത്തിരിക്കുന്നതെങ്കിൽ മുക്തി ദൂരത്തല്ലെന്നു വിചാരിക്കാമല്ലോ.

വസിഷ്ഠൻ-സ്ഥാവരങ്ങളല്ലാത്തവയിൽ ചിത്ത് ഇന്ദ്രിയങ്ങൾക്കു വ്യാപാരമില്ലാതെ ഉറങ്ങിയ നിലയിൽ ഇരിക്കുമ്പോൾ അതു മോക്ഷകാരണമായി ഭവിക്കും. എന്നാൽ സ്ഥാവരങ്ങളിൽ മൂകാന്ധജഡന്മാരിലെന്നപോലെ സത്താമാത്രമായി സ്ഥിതിചെയ്കയാണ്.

ശ്രീരാമൻ-സത്താമാത്രസ്ഥിതിയാണെങ്കിൽ സങ്കൽപവികൽപങ്ങളില്ലെന്ന് സിദ്ധമാണല്ലോ; അപ്പോഴും മുക്തിവിദൂരമല്ലെന്നു പറയുന്നതിൽ അസംഗത്യമെന്തുള്ളു?

വസിഷ്ഠൻ-ഈ ജഗത്തിനെ ശ്രുതിയുക്തിയനുഭവങ്ങളെക്കൊണ്ടു പര്യാലോചിച്ചു നോക്കി പരമാർത്ഥനിശ്ചയം ചെയ്തിട്ടുണ്ടാകുന്ന സത്താമാത്രബോധം മോക്ഷദമായി ഭവിക്കും. നല്ലപോലെ വിചാരണചെയ്ത് വാസനകളെ അടിയോടെ പരിത്യജിച്ചാൽ ശേഷിക്കുന്ന സത്താസാമാന്യഭാവവും മോക്ഷരൂപമായിത്തീരാം. അദ്ധ്യാത്മശാസ്ത്രതത്ത്വങ്ങൾ ഗുരുമുഖത്തിൽനിന്നു ഗ്രഹിച്ച് ബ്രഹ്മവാദികളുമായി വിചാരണചെയ്ത് ആത്മഭാവനയിൽ സത്താസാമാന്യനിഷ്ഠനായി ഭവിക്കുന്നതും മുക്തിപദം തന്നെയാണ്. എന്നാൽ സ്ഥാവരാവസ്ഥയിൽ വാസനകൾ വിത്തിൽ മുള എന്നപോലെ ജഡപ്രായമായി ഉള്ളിലുറങ്ങുകയാണ്. ആ

സുഷുപ്താവസ്ഥ വീണ്ടും ജന്മത്തെ ഉണ്ടാക്കുകതന്നെ ചെയ്യും. മനോവ്യാപാരങ്ങളെയും വാസനകളെയും ഉള്ളിലടക്കിവച്ചിരിക്കുന്ന സുഷുപ്താവസ്ഥ ജഡധർമ്മിത്വം നിമിത്തം ജന്മങ്ങൾക്കും ദുഃഖശതങ്ങൾക്കും കാരണമാകുന്നു. സ്ഥാവരങ്ങളെല്ലാം ജഡധർമ്മികളായി സുഷുപ്തപദത്തെ ആരോഹിച്ചിരിക്കകൊണ്ട് വീണ്ടും വീണ്ടും ജനിക്കുന്നതിനർഹങ്ങളായിത്തീരും വിത്തുകളിൽ പൂവെന്നപോലെയും മുത്തുകളിൽ ഘടമെന്ന പോലെയുമാണ് സ്ഥാവരങ്ങളുടെ ഉള്ളിൽ വാസനകളിരിക്കുന്നത്. വാസനാബീജം അടങ്ങിയിരിക്കുന്ന സുഷുപ്തം ഒരിക്കലും മോക്ഷപ്രദമാകയില്ല. വാസനാബീജത്തോടുകൂടാതെ, തുര്യാവസ്ഥയിലുള്ള സുഷുപ്തം മോക്ഷകാരണമായിരിക്കയും ചെയ്യും. ലേശമാത്രമായാലും ശക്തിയെ കാണിക്കുന്നതായി ഏഴു കൂട്ടമുണ്ട്-വാസന, അഗ്നി, കടം, വ്യാധി, സ്നേഹം, ശത്രു, വിഷം ഇവ സ്വൽപമാത്രം ശേഷിച്ചാലും ശക്തിയോടെ ബാധിക്കാതിരിക്കയില്ല. വാസനയുടെ മൂലബീജത്തെ ദഹിപ്പിച്ച്, സത്താസാമാന്യരൂപനായിരിക്കുന്നവൻ, സദേഹനായാലും വിദേഹനായാലും, ദുഃഖഭാക്കാകയില്ല. സാക്ഷാൽ ബ്രഹ്മചൈതന്യത്തിന്റെ യാതൊരു ശക്തിയാണോ സർവദേഹികൾക്കും വാസനാബീജരൂപമായി തോന്നപ്പെടുന്നത്, വാസ്തവരൂപം മറയ്ക്കുന്ന തിരശ്ശീലയും യാതൊരു ശക്തിയാണോ അതാണ് അവിദ്യ. അവിദ്യയ്ക്കു പ്രധാനവും അപ്രധാനവുമായ രണ്ടു ഭാഗങ്ങളുണ്ട്. പ്രധാനം തേജോമയവും മറ്റതു തമോമയവുമാണ്. തേജോഭാഗത്താൽ ഇതരഭാഗത്തെ നശിപ്പിക്കാൻ സംഘർഷണം ചെയ്യണം. ഒടുവിൽ രണ്ടും നശിച്ച് ശിവം പ്രകാശിക്കുന്നതുവരെ ഘർഷണം നടത്തുകയും വേണം. ജഗത്തു ബ്രഹ്മമല്ലെന്നുള്ള നിശ്ചയം ഏതോ അതാണ് അവിദ്യയുടെ ജീവദ്രൂപം. ബ്രഹ്മംതന്നെ ജഗത്തെന്നുള്ള നിശ്ചയം അതിന്റെ സംഹാരരൂപവുമാണ്. ഹേ രാമ! ഹരാദി ദൈവതങ്ങളുടെയും നാരദാദി മഹർഷിമാരുടെയും ഹൃദയത്തിലെ വിശുദ്ധമായ ബ്രഹ്മനിശ്ചയം നിനക്കുണ്ടാകട്ടെ.

ശ്രീരാമൻ-ഭഗവാനേ! ധീരന്മാരായ ഈ മഹാത്മാക്കൾ ഏതൊരു നിശ്ചയംകൊണ്ടാണ് ശോകഹീനന്മാരായി പരിലസിക്കുന്നത്. പരമാർത്ഥം എനിക്കു പറഞ്ഞുതരണം.

വസിഷ്ഠൻ-രാമ! കേട്ടോളു. സുവിസ്തൃതമായി ഇക്കാണപ്പെട്ട ജഗജ്ജാലമെല്ലാം പരിശുദ്ധബ്രഹ്മത്തിന്റെ ഒരു ബൃംഹണമാണ്. ചിത്തും ഭുവനവും ഭൂതപരമ്പരയും ഞാനും ശത്രുവും ബന്ധുവും സുഹൃത്തുക്കളുമെല്ലാം ബ്രഹ്മമാണ്. ഇതാണ് അവരുടെ നിശ്ചയം. ലോകം മൂഢന്മാർക്കു ദുഃഖപൂർണ്ണവും ജ്ഞാനികൾക്ക് ആനന്ദമയവുമാണ്. അന്ധ

നായവന് ഭുവനമെല്ലാം അന്ധം. കണ്ണുള്ളവന് പ്രകാശമയം. സർവവും ബ്രഹ്മമയമെന്നു ഭാവന ചെയ്യുന്നവൻ ബ്രഹ്മമായിത്തന്നെ ഭവിക്കും. അമൃതു നിറയെ കുടിച്ചാൽ അമൃതമയനാകാത്തവനാര്? വിഷയസ്പർശമില്ലാതെ ജ്ഞാനസ്വരൂപമായി വിളങ്ങുന്നതും, സംശുദ്ധവും, സർവത്ര വ്യാപ്തവും, സർവഭൂതങ്ങളിലും ഉണറായിരിക്കുന്നതും, പ്രശാന്തവുമായ വസ്തു യാതൊന്നോ അത് ചിദ്രൂപമായ പരബ്രഹ്മമാണെന്നറിയപ്പെടുന്നു. മനസ്സ് മറ്റൊന്നിൽ പ്രവർത്തിച്ചിരിക്കുമ്പോൾ, പണ്ടു കണ്ടു പരിചയമില്ലാത്ത ഒരു വഴിപോക്കനെ കണ്ടാൽ, സർവവികൽപനിർമ്മുക്തമായ യാതൊരു പ്രതീതിയാണോ ഉണ്ടാകുന്നത്, അതാണ് വിശുദ്ധചിത്തിന്റെ അനുഭവം.

സർവഗമായ ചിദ്ബ്രഹ്മമാണു ഞാൻ. സർവസങ്കൽപങ്ങൾക്കും ഫലത്തെ നൽകുന്നതും, സർവ്വതേജസ്സുകളേയും പ്രകാശിപ്പിക്കുന്നതും സ്വീകാര്യങ്ങളിൽവച്ചു പരമോൽകൃഷ്ടവുമായ ചിദാത്മാവിനെ ഞാൻ ഉപാസിക്കുന്നു. സകല സങ്കൽപങ്ങളും ശമിച്ച്, കൗതുകങ്ങളും സംരഭങ്ങളും യാതൊന്നുമില്ലാതെ വിളങ്ങുന്ന ചിദാത്മാവിനെ ഞാൻ ഉപാസിക്കുന്നു ഈ നിശ്ചയത്തോടുകൂടി, ബ്രഹ്മനിഷ്ഠന്മാരും നിഷ്പാപന്മാരുമായ ആ മഹാത്മാക്കൾ, ശാന്തവും ഏകരൂപവുമായ സത്യപദത്തിൽ, സുഖമാംവണ്ണം സ്ഥിതിചെയ്യുന്നു. ഇപ്രകാരം സമവും രാഗഹീനവുമായ മനസ്സും, പരിപൂർണ്ണബുദ്ധിയും പരിലസിക്കുന്ന ആ ധീരന്മാർ മരണത്തെയാകട്ടെ, ജീവിതത്തെയാകട്ടെ, നിന്ദിക്കയോ നന്ദിക്കയോ ചെയ്യുന്നില്ല.

ശ്രീരാമൻ-സ്വാമിൻ! ജ്ഞാനപ്രകാശത്താൽ വാസനകളെല്ലാം നശിച്ചു കിട്ടുന്ന ജീവന്മുക്തപദം എനിക്കു സ്വാധീനമായിക്കഴിഞ്ഞു. ഇനി പ്രാണസ്പന്ദനിരോധദ്വാരാ വാസനകൾക്കു നാശമുണ്ടായി ജീവന്മുക്തപദം ലഭിക്കുന്നതെങ്ങനെയെന്നു പറഞ്ഞുതരണം.

വസിഷ്ഠൻ-സംസാരത്തെക്കടക്കുന്നതിനുള്ള ഉപായത്തിനു യോഗമെന്നു പറയും. അത് ആത്മജ്ഞാനമെന്നും പ്രാണനിരോധനമെന്നും രണ്ടു വിധമുണ്ട്. യോഗശബ്ദംകൊണ്ട് ഇവ രണ്ടിനേയും പറയാറുണ്ടെങ്കിലും, പ്രാണനിരോധത്തിലാണ് ആ ശബ്ദം പ്രരൂഢമായിരിക്കുന്നത്. ചിലർക്കൊക്കെ യോഗം അസാദ്ധ്യമായിരിക്കും. മറ്റു ചിലർക്ക് ജ്ഞാനം ദുഷ്കരമായിരിക്കും. അഭിരുചിപോലെ ജനങ്ങൾ അനുഷ്ഠിച്ചുകൊള്ളട്ടെയെന്നു കരുതി, ഈ രണ്ടു മാർഗ്ഗങ്ങളും പരമശിവനാൽ പറയപ്പെട്ടിരിക്കുന്നു. രാമചന്ദ്ര! ജ്ഞാനമാർഗ്ഗം നിനക്കു ഞാൻ ഉപദേശിച്ചുകഴിഞ്ഞു. ഇനി യോഗക്രമവും കേൾക്കു! അതിനെ ഉദാഹരിക്കുന്ന പരമാത്മഭൂതമായ ഒരു വൃത്താ

ന്തം ഇവിടെ പറയാം.

ഞാനൊരിക്കൽ ദേവലോകത്തുപോയിരുന്നു. അവിടെ ഇന്ദ്രന്റെ ആസ്ഥാനത്തിൽ വസിക്കുമ്പോൾ നാരദാദിമഹർഷിമാർ ചിരംജീവികളുടെ കഥകൾ പറയുന്നതു കേൾക്കാനിടയായി. ആ കഥാപ്രസംഗത്തിനിടയിൽ ചിരഞ്ജീവികളുടെ മഹിമകൾ വർണ്ണിച്ചകൂട്ടത്തിൽ ശാതാതപൻ എന്ന മുനി പറഞ്ഞു- മഹാമേരുവിന്റെ വടക്കു കിഴക്കേ കോണിലുള്ള പത്മരാഗമണിമയങ്ങളായ വൃക്ഷലതാദികൾ നിറഞ്ഞ ഒരു മോഹനശൃംഗത്തിൽ, സുശോഭനമായ ഒരു കൽപവൃക്ഷം നിൽക്കുന്നുണ്ട്. പൊൻവള്ളികൾ ചുറ്റിപ്പിണഞ്ഞുകിടന്ന അതിന്റെ തെക്കോട്ടുള്ള കൊമ്പിൽ പക്ഷികൾ നിവസിക്കുന്ന കൂടുകൾ ധാരാളമുണ്ട്, ആ കൊമ്പിൽ തന്നെ വിരക്തനും വിശാലഹൃദയനുമായ ഭുസുണ്ഡൻ എന്ന വായസശ്രേഷ്ഠൻ അണ്ഡകടാഹത്തിനുള്ളിൽ ബ്രഹ്മദേവനെന്നപോലെ തന്റെ പഞ്ജരത്തിൽ വസിക്കുന്നു. ഭുവനങ്ങളിലെല്ലാം സുഖമേ വിഹരിക്കശീലമുള്ളവനാകകൊണ്ട് ഭുസുണ്ഡനാമം സിദ്ധിച്ചു. ദീർഘകാലമായി ജീവിച്ചിരിക്കുന്ന ആ മഹാത്മാവിനു സമം ഒരു ചിരംജീവി ഈ സ്വർഗ്ഗത്തുപോലും ഉണ്ടായിട്ടില്ല. ഇനി ഉണ്ടാകയുമില്ല. ദീർഘായുഷ്മാനും വിരക്തനും, ശ്രീമാനുമവനാണ്. വിശാലവും വിശ്രാന്തവും ശാന്തവുമായ ഹൃദയമുള്ളവനുമവൻതന്നെ. മഹാതേജസ്വിയും കലാകോവിദനും ആ സുകൃതിതന്നെയാണ്. ഈ ധന്യവാദത്താൽ കുതൂഹലിതരായ ദേവന്മാർ ആ വായസത്തിന്റെ വരമഹിമകളെക്കുറിച്ചു ചോദിക്കയും മുനി വീണ്ടും വീണ്ടും വർണ്ണിച്ചുകേൾപ്പിക്കയും ചെയ്തു. കഥാപ്രസംഗമെല്ലാം കഴിഞ്ഞു സഭ പിരിഞ്ഞ് എല്ലാവരും പോയപ്പോൾ ഭൂസുണ്ഡപക്ഷിയെ ഒന്നു കണ്ടാൽ കൊള്ളാമെന്ന് എനിക്കു കൗതുകം തോന്നി. അതുവഴി തന്നെ ഞാൻ ഭുസുണ്ഡന്റെ നിവാസസ്ഥാനമായ മേരുശൃംഗത്തിൽ എത്തി. അവിടെ ഇലച്ചിലുകൾ പടർന്ന കൊമ്പുകളാൽ വർത്തുളാകാരമായ ആ കൽപവൃക്ഷതല്ലജം കാണപ്പെട്ടു. അതിന്റെ കോടരങ്ങളിലും പത്രകുഞ്ജങ്ങളിലും വള്ളിക്കെട്ടുകളിലും കവരങ്ങളിലും പൂങ്കുലകളിലുമെല്ലാം നിവസിക്കുന്ന പല പല പക്ഷികളേയും ഞാൻ കണ്ടു. ചന്ദ്രകലാഖണ്ഡങ്ങളാൽ പരിപുഷ്ടങ്ങളായ ബ്രഹ്മ വാഹനഹംസങ്ങളുടെ കുഞ്ഞുങ്ങൾ സാമഗായകന്മാരായി ഒരു ദിക്കിൽ വസിക്കുന്നു. ശുകങ്ങൾ, കാകങ്ങൾ, കോകിലങ്ങൾ മുതലായ പലതരം പക്ഷികൾ സ്വാഹാ ശബ്ദപല്ലവിതങ്ങളായ മന്ത്രങ്ങൾ ഉച്ചരിക്കുന്നു. സുബ്രഹ്മണ്യങ്കൽനിന്ന് ഉപദേശദ്വാരാ ശൈവജ്ഞാനം സിദ്ധിച്ച മയിലുകൾ പാർവതിയുടെ കൂന്തലലപോലെയുള്ള പീലികൾ വിടർത്തി ഒരുഭാഗത്തു

സ്ഥിതിചെയ്യുന്നു. വൃക്ഷത്തിന്റെ വിശാലമായ ഒരു കവരപ്പരപ്പിൽ അന വധി കാകങ്ങൾ സഭകൂടി വട്ടമിട്ടിരിക്കുന്നു. മദ്ധ്യത്തിലായി തേജസ്വി യും ഉത്തുംഗശരീരനും സർവാംഗസുന്ദരനും പരിപൂർണ്ണ മനസ്കനുമാ യ ഭൂസുണ്ഡൻ മൗനിയായി ഇരുന്നുരുളുന്നു. പ്രാണസ്പന്ദനിരോധത്താൽ ഇന്ദ്രിയങ്ങളെ അന്തർമുഖമാക്കി പ്രസന്നഗംഭീരഹൃദയനായി സുഖിയും സുധിയുമായി വിളങ്ങുന്ന ആ പുണ്യശരീരന്റെ പുരോഭാഗത്തിൽ ഞാൻ ആവിർഭവിച്ചു. കാറ്റേറ്റ നീലത്താമരപ്പൊയ്കപോലെ കാകസഭ ആകെ യൊന്നു ചലിച്ചു. എന്റെ ആഗമനം പ്രതീക്ഷിതമായിരുന്നില്ലെങ്കിലും ക ണ്ടയുടനെ, വസിഷ്ഠനാണ് ആഗമിച്ചതെന്ന് ആ ദിവ്യൻ മനസ്സിലാക്കി. മേഘശകലം കൊടുമുടിയിൽ നിന്നിളകുന്നതുപോലെ വേഗേന ആ പ ത്രപുഞ്ജത്തിൽ നിന്നെഴുന്നേറ്റ്– മഹർഷേ! താങ്കൾക്കു സ്വാഗതം എ ന്നു മധുരാക്ഷരമായി ഉച്ചരിച്ചു. മഞ്ഞുകട്ടകൾ മേഘങ്ങളിൽനിന്നു പൊ ഴിയുന്നവണ്ണം സങ്കൽപമാത്രത്താൽ അപ്പോൾ മുളച്ചുണ്ടായ കൈകളാൽ പുഷ്പാഞ്ജലി ചെയ്തു. ഒരു കൽപവൃക്ഷത്തളിർക്കുല താൻതന്നെ ഒടിച്ചിട്ട് ഇതാ ആസനം ഇരിക്കാം എന്നു സൽക്കരിച്ചു. എന്നെത്തന്നെ ഉറ്റുനോക്കിക്കൊണ്ടിരുന്ന പക്ഷികളുടെ ഇടയ്ക്ക് സൽകൃതമായ ആ ആസനത്തിൽ ഞാൻ ഉപവേശിച്ചു അർഘ്യപാദ്യാദികളും ആഹരിച്ചു. സന്തുഷ്ടനായ ഭുസുണ്ഡൻ എന്റെ സമീപത്തുവന്ന്– 'ഭഗവാനേ! അ ങ്ങേ ദർശനം വൃക്ഷങ്ങൾക്കു മഴവെള്ളമെന്നപോലെ ഞങ്ങൾക്ക് തോ ഷപോഷജനകമായിരിക്കുന്നു. ഇത്ര ബുദ്ധിമുട്ടി ഇപ്പോൾ ഇങ്ങോട്ടെഴു ന്നെള്ളാൻ കാരണമെന്തോ? കൽപനകേൾക്കാൻ ഞങ്ങൾ കാത്തിരിക്കു ന്നു. അങ്ങേ പാദദർശനമഹിമയാൽ വസ്തുതകളെല്ലാം എന്റെ ഹൃദയ ത്തിൽ ഉണർന്നുകഴിഞ്ഞു. ചിരംജീവികളെ വിചാരിച്ച കൂട്ടത്തിൽ എ ന്റെയും സ്മരണയുണ്ടാകയാൽ ഇങ്ങോട്ടു പോന്നതാണെന്നു മനസ്സി ലായി. എങ്കിലും അങ്ങേ മധുരവാക്കുകളെ ആസ്വദിക്കുന്നതിനുള്ള കൗ തുകംകൊണ്ടു ചോദിച്ചതാണ്' എന്നിങ്ങനെ കുശലങ്ങൾ പറഞ്ഞു പൂ ജിച്ചു. ത്രികാലജ്ഞനായ പക്ഷിയുടെ മധുരമഞ്ജുളധന്യവാദങ്ങളാൽ ഞാൻ പരിതുഷ്ടനായി; 'ഹേ പക്ഷിരാജ! വാസ്തവം തന്നെ; ചിരംജീ വിയായ താങ്കളെ ദർശിക്കാനത്രേ എന്റെ ആഗമനം. എനിക്ക് അൽപമാ യ ഒരു സംശയമുള്ളത് നിവർത്തിച്ചുതരണം. അങ്ങ്, ഏതൊരു കുല ത്തിലാണ് ജനിച്ചത്? ആത്മജ്ഞാനിയായി ഭവിച്ചതെങ്ങനെ? എത്ര വ യസ്സായി അങ്ങേയ്ക്ക്? പൂർവ്വവൃത്താന്തസ്മരണകൾ ഉണ്ടോ? ഈ വാ സസ്ഥാനം നിർദ്ദേശിച്ചുതന്ന ദീർഘദർശിയാരാണ്?' എന്നു ഞാൻ ചോ ദിച്ചു. നിർമ്മലഹൃദയനായ ആ ദിവ്യൻ സന്തോഷിക്കയോ സങ്കോചിക്ക

യോ ചെയ്യാതെ ശാന്തമധുരമാംവണ്ണം പറഞ്ഞു. 'മഹർഷേ! അങ്ങേപ്പോലെയുള്ള മഹാത്മാക്കളുടെ കൽപന ആർക്കുതന്നെ ലംഘിക്കാം? എന്റെ പൂർവചരിത്രങ്ങൾ കേൾക്കാൻ കൗതുകമാണെങ്കിൽ പറയാം. ഈ ലോകത്തിൽ ദേവശ്രേഷ്ഠനായി, ഈശ്വരേശ്വരനായ ഭഗവാൻ ശങ്കരൻ ഭവിക്കുന്നു. വികൃതാകൃതികളായ അനവധി ഭൂതഗണങ്ങൾ ലീലാർത്ഥമായി അവിടേയ്ക്കുണ്ട്, ശിരസ്സിൽ കുളമ്പുകളും, കുളമ്പിൽ കൈകളും, കൈയിൽ ദന്തങ്ങളും, മുഖത്തിൽ വയറും, കുരങ്ങ്, ഒട്ടകം, ആട്, ആന മുതലായവയെപ്പോലെ മുഖങ്ങളും ധരിച്ച ആ ഗണങ്ങൾക്കു പുറമേ പരിവാരഗണത്തിൽ മാതൃഗണങ്ങളുമുണ്ട്. മാതൃക്കൾ ഭൂതഗണത്താൽ സേവിതകളായി ദേവന്റെ തിരുമുമ്പിൽ നടമാടുക പതിവാണ്. ഗിരികൂടങ്ങൾ, ആകാശം, ലോകാന്തരങ്ങൾ, കുഴികൾ, ചുടുകാടുകൾ, ദേഹികളുടെ ശരീരം ഇവയാണ് അവരുടെ ആവാസസ്ഥാനം. ആ മാതൃക്കളിൽ മുഖ്യകളായി ജയ, വിജയ, ജയന്തി, അപരാജിത, സിദ്ധ, രക്ത, അലംബുഷ, ഉൽപല, ഇങ്ങനെ എട്ടുപേരുണ്ട്. ഇവരെ പിൻതുടർന്ന് ഒരുകൂട്ടം മാതൃക്കളും അവരെ പിൻതുടർന്ന് മറ്റുകൂട്ടരുമുണ്ട്. എല്ലാ മാതൃക്കളുടേയും നായികമാർ ഇവരെട്ടുപേരുമാണ്. വൈഷ്ണവിക്കു ഗരുഡനെന്നപോലെ കറുത്തുതടിച്ച വജ്രാസ്ഥിതുണ്ഡനായ ചണ്ഡനെന്ന കാകനാണ് ഇവരിൽ അലമ്പുഷയെന്ന വിഖ്യാതയായ ദേവതയുടെ വാഹനം. അഷ്ടൈശ്വര്യയുക്തകളും രൗദ്രചേഷ്ടിതകളുമായ ഈ മാതാക്കൾ എല്ലാവരുമായി ഒരിക്കൽ ഒരു ഉത്സവമാഘോഷിക്കാൻ ആകാശത്തിൽ സമ്മേളിക്കയുണ്ടായി. ഉല്ലാസകരങ്ങളായ പല വിനോദങ്ങളും അവിടെ പ്രദർശിപ്പിച്ചു. ആത്മതത്വപ്രകാശകങ്ങളായ വാഗ്വാദങ്ങൾ നടത്തുകയും ചിരിക്കുകയും കുടിച്ചുമദിച്ച് നടമാടുകയും പാടുകയും ചെയ്തു. ഈ ആഘോഷങ്ങൾ നോക്കി അവരുടെ വാഹനങ്ങളും മദ്യസേവയും നടനവും ചിരിയും കളിയുമെല്ലാം മറ്റൊരുഭാഗത്തു നടത്തിക്കൊണ്ടിരുന്നു. ബ്രാഹ്മീദേവിയുടെ വാഹനങ്ങളായ അരയന്നപ്പേടകൾ അവിടെ ഒരുദിക്കിൽ മദ്യമത്തകളായി നൃത്തംവച്ചുകളിച്ചു. അലംബുഷയുടെ വാഹനമായ കാകനും അക്കൂട്ടത്തിൽചേർന്നു. നാട്യോത്സാഹത്തിൽ മുഴുകിപ്പോകയാൽ, മദ്യമത്തകളായ ഹംസികളെല്ലാം ചണ്ഡനോടൊരുമിച്ചു രമിക്കയും ദൈവേച്ഛയാ ഗർഭം ധരിക്കയും ചെയ്തു. ഒടുവിൽ എല്ലാവരും പിരിഞ്ഞ് അവരവരുടെ സ്ഥാനത്തെ പ്രാപിച്ചപ്പോൾ ഉള്ളുണർന്ന ഹംസികൾ ബ്രാഹ്മിയോട് മദ്യലഹരിയാൽ തങ്ങൾക്കു പറ്റിപ്പോയ അപകടത്തെ അറിയിച്ചു. ദേവി ദയാവതിയായി അവരെനോക്കി 'വത്സകളേ! നിങ്ങളിപ്പോൾ ഗർഭിണികളായിത്തീർന്നിരിക്കുന്നു. പ്രസവംവരെ എന്റെ ര

ഥകർമ്മത്തിന് സമർത്ഥകളാകയില്ല. അതിനാൽ യഥേഷ്ടം പോയി വി ഹരിച്ചുകൊള്ളുവിൻ' എന്നരുളിച്ചെയ്തു നിർവികൽപസമാധിയിൽ ല യിച്ചു. ഹംസികളാകട്ടെ, ബ്രഹ്മസരസ്സിൽ പോയി താമസിച്ച് ഗർഭം മുറ്റി യപ്പോൾ അനുക്രമമായി ഇരുപത്തൊന്നു പുത്രന്മാരെ ജനിപ്പിച്ചു. ഞ ങ്ങൾ ഇരുപത്തൊന്ന് സഹോദരന്മാരാണ് ആ സന്താനങ്ങൾ. ഞങ്ങളും അമ്മമാരുമായി ചെന്ന് വളരെക്കാലം ബ്രാഹ്മീദേവിയെ ആരാധിച്ചു. തൽ ഫലമായി ദേവി സമാധിയിൽനിന്നുണരുകയും കാലക്രമേണ ഞങ്ങളിൽ സന്തുഷ്ടയായി മുക്തന്മാരായി ഭവിക്കട്ടെയെന്ന് അനുഗ്രഹിക്കയും ചെ യ്തു. ദേവീപ്രസാദത്താൽ വിരക്തശാന്തഹൃദയന്മാരായ ഞങ്ങൾ ഏ കാന്തത്തിൽ പോയി ധ്യാനത്തിലിരിക്കണമെന്നുള്ള നിശ്ചയത്തോടുകൂ ടി പിതാവിന്റെ സമീപത്തിൽ ചെന്ന് അദ്ദേഹത്തെയും അലംബുഷാദേ വിയേയും ഭക്തിപൂർവം നമസ്കരിച്ചു. പ്രസാദസുഗന്ധിയായ കടാക്ഷ മാല്യത്താൽ ദേവി ഞങ്ങളെ അലങ്കരിച്ചനുഗ്രഹിച്ചു. അനന്തരം ഞങ്ങൾ മുക്തന്മാരാകട്ടെയെന്ന് ബ്രാഹ്മീദേവി അനുഗ്രഹിച്ച വസ്തുത അച്ഛനെ ഗ്രഹിപ്പിക്കയും ഏകാന്തസുഖവാസത്തിന് ഉത്തമമായ ഒരു സ്ഥാനം ഞ ങ്ങൾക്കു പറഞ്ഞുതരണമെന്നപേക്ഷിക്കുകയും ചെയ്തു. ജ്ഞാനിയും ത്രികാലവേദിയുമായ ആ മഹാത്മാവ് നിർദ്ദേശിച്ചുതന്ന നിർബാധസ്ഥാ നമാണ് ഈ കൽപവൃക്ഷം. ഞങ്ങൾ ദേവിയേയും പിതാവിനേയും വ ണങ്ങി വാങ്ങി ഇവിടെവന്നു താമസമുറപ്പിച്ചു. കാലവും വളരെയായി. മുനീശ്വര! ഇപ്പോൾ നിന്തിരുവടിയുടെ ദർശനത്താൽ എന്റെ പുരാകൃത പുണ്യംഫലിച്ചു. താപത്രയച്ചൂടകറ്റുന്ന രാഗാദിരോഗരസായനമായ സൽ സംഗക്കുളിർനിലാവ് ആരെയാണ് ആനന്ദിപ്പിക്കാത്തത്? സകല ഏഷ ണികളും നശിച്ച സാധുക്കളോടുള്ള സമാഗമത്തെക്കാൾ ശ്രേഷ്ഠമായ ഒരു കുശലം മാറ്റില്ലെന്നുതന്നെ ഞാൻ വിചാരിക്കുന്നു. അല്ലയോ ഭഗ വാനേ! അങ്ങേ ദർശനത്താൽ എന്റെ സകല പാപങ്ങളും നശിച്ചു. പര മാത്മതത്വവും ഉള്ളിലുദിച്ചു. ജന്മവും സഫലമായി. സാധുസംഗം സമ സ്തഭയഹരമാണെന്ന് എത്രതവണ പറഞ്ഞാലും മതിയല്ല. ഇങ്ങനെ പ്രസ്താവിച്ചിട്ട്, വീണ്ടും പാദ്യർഘ്യങ്ങളാൽ ആ പക്ഷിശ്രേഷ്ഠൻ എ ന്നെ പൂജിച്ചു. അപ്പോൾ ഞാൻ, സമാനബോധികളായ സഹോദരകാക ങ്ങൾ ഇരുപതുപേരും എവിടെയെന്നു ചോദിച്ചു അതിനു മറുപടിയായി ഭുസുണ്ഡൻ പറഞ്ഞു. മുനീന്ദ്ര! ഞങ്ങൾ വളരെക്കാലം ഒരുമിച്ചു താമ സിച്ചിരുന്നു. അനവധി യുഗങ്ങളും കൽപങ്ങളും കഴിഞ്ഞു. ഒടുവിൽ ജീവിതം നിർത്ഥകമെന്നു തോന്നുകകൊണ്ട് അവരെല്ലാവരും ദേഹത്തെ പുല്ലുപോലെ ഉപേക്ഷിച്ച് ശിവപദത്തിൽ ലയിച്ചു. ദീർഘായുസ്സുകളും

മഹാത്മാക്കളും സാധുക്കളും ബലശാലികളുമെല്ലാം ഒടുവിൽ കാലത്തിന്റെ കബളങ്ങളായിത്തീരണമല്ലോ.

ഞാൻ ചോദിച്ചു:-ഹേ മഹാത്മാവേ! കൽപാന്തങ്ങളിൽ അഗ്നിയും വെള്ളവും വായുവും ബ്രഹ്മാണ്ഡത്തെ നിർദ്ധൂതമാക്കുമാറു ക്ഷോഭിക്കുമ്പോൾ, ദ്വാദശാദിത്യന്മാർ അഗ്നിരശ്മികൾ ചൊരിയുമ്പോൾ താങ്കൾ സങ്കടപ്പെടാതെ കഴിച്ചുകൂട്ടുന്നതെങ്ങിനെ?

ഭുസുണ്ഡൻ:-കൽപാന്തത്തിൽ ലോകവ്യവഹാരങ്ങളെല്ലാം ശമിക്കുന്ന അവസരത്തിൽ കൃതഘ്നൻ മിത്രത്തെ എന്നപോലെ ഞാൻ ഈ പഞ്ജരത്തെ ഉപേക്ഷിക്കുന്നു. എന്നിട്ട്, ശരീരവും അവയവങ്ങളും അൽപവും ചലിക്കാതെ സങ്കൽപവികൽപങ്ങൾ വെടിഞ്ഞ് മനസ്സിനെ നിർവാണമാക്കി ആകാശാവകാശത്തിൽ സ്ഥിതിചെയ്യുന്നു. കൽപാന്തസൂര്യൻ തപിക്കുമ്പോൾ വരുണഭാവനയെ ബന്ധിച്ചു വ്യോമാംഗണത്തിൽ തന്നെ നിശ്ചയബുദ്ധിയായി വസിക്കുന്നു. പർവതങ്ങളെയും അടിച്ചിളക്കുന്ന പ്രളയവായു വീശുമ്പോൾ, ശാന്താകാശത്തിൽ കടന്ന്, പർവതഭാവനയോടുകൂടി ഇളകാതിരിക്കുന്നു. മേരു മുതലായവ ഗളിതങ്ങളായി ലോകം ഏകാർണ്ണവതയെ പ്രാപിക്കുന്ന സമയത്തിൽ ഞാൻ വായവിയായ ധാരണയെ വഹിച്ചു ജലത്തിനു മേൽഭാഗത്തു വർത്തിക്കുന്നു. ഗോളങ്ങളും ഭൂതങ്ങളുമെല്ലാം നിശ്ശേഷം നശിക്കുന്ന ആത്യന്തികപ്രളയത്തിൽ സപ്താവരണങ്ങളും കടന്നു വെളിയിൽ വിശുദ്ധപദത്തിലെത്തി, സുഷുപ്താവസ്ഥയിൽ ലയിച്ചിരിക്കുന്നു. വീണ്ടും ബ്രഹ്മദേവൻ സൃഷ്ടികർമ്മമാരംഭിക്കുമ്പോൾ ബ്രഹ്മാണ്ഡത്തിൽ കടന്നു വിഹഗാലയത്തിലെത്തി വസിക്കുന്നു. എന്റെ സങ്കൽപത്താൽ കൽപംതോറും കൽപവൃക്ഷം ഇവിടെത്തന്നെ ഉണ്ടാകുകയും പതിവാണ്.

ഞാൻ:-ഖഗേശ്വര! കൽപകാലം വരുമ്പോൾ താങ്കളിങ്ങിനെ, ധാരണാശക്തിയാൽ അഖണ്ഡിതനായി വസിക്കുന്നു. മറ്റു യോഗികളാരും ഈ അഭ്യാസംചെയ്തു ജീവിക്കുന്നതായിക്കാണുന്നില്ല. എന്തുകാരണത്താൽ?

ഭുസു:-മഹാത്മാവേ! പരമേശ്വരനിയതി ആർക്കുതന്നെ ലംഘിക്കാം. എനിക്കിങ്ങനെ, അനുഭവം, അവരുടെ അനുഭവമങ്ങനെ. ദൈവികമായി ഭവിക്കുന്നതും ഭവിക്കേണ്ടതും അന്യഥാകരിക്കാൻ ആർക്കുകഴിയും. ഓരോന്നിനും ഓരോരനുഭൂതി സ്വഭാവസിദ്ധമാണ്.

ഞാൻ:-ജ്ഞാനിയും വിജ്ഞാനിയും യോഗിയുമായ താങ്കൾ നിരവധി കൽപങ്ങൾ കണ്ടുകഴിഞ്ഞുവല്ലോ. അത്ഭുതകരങ്ങളായ പൂർവചരിത്രങ്ങൾ വല്ലതും ഇപ്പോൾ ഓർക്കുന്നുണ്ടോ? ഉണ്ടെങ്കിൽ പറയണം.

ഭുസു:-സംഭവങ്ങൾ പലതും ഓർമ്മയുണ്ട്. ഒട്ടൊക്കെപ്പറയാം. പണ്ടൊരു കൽപത്തിൽ ഭൂമി, മരങ്ങളും തൃണങ്ങളും കാടും മലയുമൊന്നുമില്ലാതെ വലിയ കല്ലുകളാൽ നിറയപ്പെട്ടിരിക്കുന്നു. ഒരു പ്രളയസന്ധ്യാകാലത്തിൽ, പതിനോരായിരം വത്സരകാലം ഭസ്മംമൂടിക്കിടന്നിരുന്നു. ഒരു ചതുർയ്യുഗത്തിൽ വനവൃക്ഷങ്ങൾ നിറഞ്ഞും മറ്റൊന്നിൽ പർവതപംക്തികൾ തിങ്ങിയും മറ്റൊരു ചതുർയ്യുഗത്തിൽ അഗസ്ത്യമുനി ജനിക്കായ്കകൊണ്ട്, പൊങ്ങിവളർന്ന വിന്ധ്യാപർവതത്താൽ മൂടപ്പെട്ടും ഇരുന്നു. ബ്രാഹ്മണരെല്ലാം കള്ളുകുടിയന്മാരായും ശൂദ്രജാതികൾ കള്ളുകുടിക്കാതെയും കുലസ്ത്രീകൾ വ്യഭിചരിച്ചും ഇരുന്ന ഒരു സർഗ്ഗവും കണ്ടതായി ഓർക്കുന്നുണ്ട്. സൂര്യചന്ദ്രന്മാരുണ്ടായതും ഇന്ദ്രോപേന്ദ്രന്മാരുടെ ധർമ്മവ്യവസ്ഥകളും ഹിരണ്യാക്ഷൻ ഭൂമിയെ അപഹരിച്ചതും ഭഗവാൻ വരാഹാവതാരമെടുത്തു വീണ്ടതും ഓർമ്മയുണ്ട്. രാജാവിന്റെ അഞ്ജലിജലത്തിൽ മത്സ്യപോതം ആവിർഭവിച്ചതും മത്സ്യമൂർത്തി സോമകാസുരനെ വധിച്ചു വേദങ്ങളെ വീണ്ടെടുത്തതും, ദേവാസുരന്മാർ മന്ദരമലയിളക്കിക്കൊണ്ടുപോയി പാലാഴികടഞ്ഞതും, സമുദ്രങ്ങളുടെ ഉത്ഭവവും, ഗരുഡനു ചിറകു മുളയ്ക്കാതിരുന്ന കാലവും ഓർക്കുന്നുണ്ട്. ഇതൊക്കെ അടുത്തകാലത്തെ സംഭവങ്ങളാണെന്നേ കരുതാനുള്ളു. ബാലന്മാർക്കു പോലും ഓർമ്മിക്കത്തക്കതാണ്. അതുപോലെതന്നെ, ഈ ലോകത്തിൽ ഉണ്ടായ നിന്തിരുവടി, ഭരദ്വാജൻ, പുലസ്ത്യൻ, അത്രി, നാരദൻ, ഇന്ദ്രൻ, മരീചി തുടങ്ങിയവരുടെയും സനൽകുമാരൻ, ഭൃഗു, ഈശൻ, സ്കന്ദൻ, വിഘ്നരാജൻ മുതലായവരുടേയും ഗൗരി, സരസ്വതി, ലക്ഷ്മി, ഗായത്രി ആദിയായ ദേവിമാരുടെയും ഉത്ഭവാദി ചരിത്രസ്മരണയും അത്ര കാര്യമായി ഗണിക്കാനാവില്ല. സുദീർഘമായ സ്മൃതിപഥത്തെ ആസ്പദമാക്കി ചില വസ്തുതകൾ ഞാൻ പ്രസ്താവിക്കാം.

മഹർഷേ! അങ്ങിപ്പോൾ എട്ടാമത്തെ ജന്മത്തിലാണ് ബ്രഹ്മപുത്രനായി ജനിച്ചിരിക്കുന്നത്. ഈ ജന്മത്തിൽ നാം തമ്മിലിങ്ങനെ സമാഗമം ഭവിക്കുമെന്നുള്ള വസ്തുതയും മുമ്പേതന്നെ എനിക്കോർമ്മയുണ്ട്. അങ്ങേടെ ജന്മം ഓരോരിക്കൽ ഓരോന്നിൽനിന്നാണ്. ഒരിക്കൽ ആകാശത്തിൽനിന്ന്, മറ്റൊരിക്കൽ ജലത്തിൽനിന്ന്, ഒരു തവണ ശൈലത്തിൽനിന്ന്, ഇനിയുമൊരിക്കൽ അഗ്നിയിൽനിന്ന് ഇങ്ങനെ ഭിന്നഭിന്നമാണ് ജനനസ്ഥാനം. അഞ്ചുവട്ടം ഈ ഭൂമി സമുദ്രത്തിൽ താണുപോയതും കൂർമ്മരൂപധരനായ വിഷ്ണുഭഗവാൻ ഉദ്ധരിച്ചതും എനിക്കോർമ്മയുണ്ട്. പാലാഴി പന്ത്രണ്ടുവട്ടം മഥിച്ചതും ഞാൻ കണ്ടിട്ടുണ്ട്. മൂന്നുവട്ടം ഹിരണ്യാ

ക്ഷൻ ഭൂമിയെ പാതാളത്തിൽ കൊണ്ടുപോയിട്ടുള്ളതറിയാം. ഭഗവാൻ ഭാർഗ്ഗവരാമനായി ആറുവട്ടം അവതരിച്ചിട്ടുണ്ട്. നൂറ് കലിയുഗങ്ങളിൽ ബുദ്ധാവതാരമുണ്ടായിട്ടുണ്ട്. ത്രിപുരദഹനം മുപ്പതുവട്ടം നടന്നതായി അറിവുണ്ട്. ദക്ഷയാഗഭഞ്ജനം രണ്ടുതവണയുണ്ടായി. ചില അവിനയ പ്രവൃത്തികൾ സഹിക്കായ്കയാൽ പരമശിവൻ പത്തിന്ദ്രന്മാരെ നിഗ്ര ഹിച്ച കഥയറിയാം. ബാണനുവേണ്ടി ശ്രീകൃഷ്ണനോട് എട്ടുവട്ടം യു ദ്ധംചെയ്തിട്ടുണ്ട്. മൂന്നുതവണ യാഗത്തിനായി കുതിരയെ നടത്തിയ തും കണ്ടിട്ടുണ്ട്.

യുഗംതോറും ആളുകൾക്കുള്ള ബുദ്ധിയുടെ ഏറ്റക്കുറച്ചിലനുസ രിച്ച് വേദപാഠങ്ങൾക്കും ക്രിയകൾക്കും ഉണ്ടായിട്ടുള്ള ഭേദഗതികളും ഓർക്കുന്നു. യുഗംതോറും നിവർത്തിതങ്ങളാകുന്ന പുരാണങ്ങൾ, അ ടുത്തയുഗത്തിൽ സമാനാർത്ഥത്തിൽ ബഹുപാഠങ്ങളായി പ്രവർത്തി ക്കുന്നതറിയാം. രാമായണമെന്നപേരിൽ ഒരു ലക്ഷം പദ്യങ്ങളടങ്ങിയ തും, അദ്ധ്യാത്മതത്വപ്രതിപാദകവുമായ മറ്റൊരിതിഹാസഗ്രന്ഥം ഉണ്ടാ യിരുന്നതായി ഓർക്കുന്നു. സാക്ഷാൽ വാല്മീകിയാലോ വാല്മീകിയെ ന്നു പേരുള്ള മറ്റൊരാളാലോ നിർമ്മിക്കപ്പെട്ട ആ ഗ്രന്ഥം, യുഗംതോറും നിവർത്തിതമായിട്ട് ഇപ്പോൾ പന്ത്രണ്ടാമത്തെത്തവണയാണ് നിർമ്മി ക്കാൻ പോകുന്നത്. അതിനു സമവും രണ്ടാമത്തെ ഒരിതിഹാസവുമാ യ മഹാഭാരതം വ്യാസകൃതമായി മുമ്പുണ്ടായിട്ടുണ്ട്. സാക്ഷാൽ വ്യാ സനോ ആനാമധേയമുള്ള മറ്റൊരാളോ ആയിരിക്കണം ഗ്രന്ഥകർത്താ വ്. അതിപ്പോൾ ഏഴാമത്തെത്തവണ ഉണ്ടാകാൻ പോകുന്നു. രാക്ഷസ നിഗ്രഹത്തിനായി ഭൂമിയിലവതരിച്ച രാമദേവൻ, ഈ സർഗ്ഗത്തിൽ അവ തരിക്കാൻ പോകുന്നത് പതിനൊന്നാം പ്രാവശ്യമാണ്. അതുപോലെ ഭൂ ഭാരഹരണാർത്ഥം വസുദേവഭവനത്തിൽ കൃഷ്ണാവതാരം ഉണ്ടാകുന്ന തു പതിനാറാമതാണ്.

ജഗന്മയിയായ ഈ ഭ്രാന്തി ഇടയ്ക്കിടെത്തെളിഞ്ഞും മറഞ്ഞും വെ ള്ളത്തിലെ കുമിളപോലെ സ്ഥിതിചെയ്യുന്നു. സൃഷ്ടികാലത്തിൽ കാ ണപ്പെടുന്നതെല്ലാം കൽപാന്തത്തിൽ കാണാതെയാകുന്നു. അനിഷ്ടമാ യ ഈ ദൃശ്യഭ്രാന്തി ആത്മാവിൽ അന്തർഭവിച്ച സംവിത്താണ്. വെള്ള ത്തിലെ ഓളത്തള്ളൽപോലെ മുറയ്ക്കു മുറയ്ക്കു ഉദിക്കയും ക്ഷയിക്ക യും ചെയ്യുന്നു. കഴിഞ്ഞ കൽപത്തിൽ വടക്കേദിക്ക് ഇതല്ലായിരുന്നു. ഈ പർവതവും ഇവിടെയായിരുന്നില്ല. സൂര്യാദി ഗ്രഹങ്ങളുടെ സഞ്ചാര വും മേർവാദിപർവതങ്ങളുടെ സംസ്ഥാനവും അടിസ്ഥാനപ്പെടുത്തിയാ ണല്ലോ ദിക്കുകളെ കൽപിക്കുന്നത്. അവയ്ക്കു സ്ഥാനഭേദം ഭവിച്ചാൽ

ദിക്കുകൾക്കും ഭവിക്കുന്നതിൽ ആശ്ചര്യമില്ല.

കലിയുഗത്തിൽ കൃതയുഗാചാരവും കൃതത്തിൽ കലിയുഗാചാരവും അനുഷ്ഠിച്ചു വന്നതായി ഞാൻ കണ്ടിട്ടുണ്ട്. അതുപോലെ ത്രേതയിൽ ദ്വാപരാചാരവും ത്രേതാചാരം ദ്വാപരത്തിലും ഭവിച്ചതായും അറിവുണ്ട്.

ഇങ്ങനെ അത്ഭുതചരിത്രങ്ങൾ ഉപന്യസിച്ച ഭുസുണ്ഡനോടു ഞാൻ - ഹേ! പക്ഷിരാജ! ഈ ജഗൽകോശത്തിൽ സഞ്ചരിക്കയും ലോകവ്യവഹാരങ്ങളനുഷ്ഠിക്കയും ചെയ്യുന്ന താങ്കളുടെ ശരീരത്തെ മൃത്യു ബാധിക്കാതിരിക്കുന്നതെങ്ങനെ എന്നു ചോദിച്ചു.

ഭുസുണ്ഡൻ പറഞ്ഞു-സർവജ്ഞനായ മഹർഷേ! അറിയാഞ്ഞല്ല അതെന്നോടു ചോദിക്കുന്നത്. എന്റെ വചോരീതി പരിശോധിക്കാനാവാം. ഭൃത്യന്മാർക്കു വാക് സാമർത്ഥ്യമുണ്ടാക്കുക മഹാന്മാരുടെ സ്വഭാവമാണ്. ഏതായാലും ചോദിച്ച നിലയ്ക്കു അറിഞ്ഞതു പറയാം. സാധുപൂജ അവരുടെ ആജ്ഞകളെ അനുസരിക്കുകയാണെന്നു വിധിയുമുണ്ടല്ലോ.

ഹേ ഭഗവാൻ! രാഗദ്വേഷാദിമുത്തുമണികൾ കോർത്ത വാസനച്ചരട് ആരുടെ മനസ്സിനെ ബന്ധിക്കുന്നില്ലയോ, അവനെ മൃത്യുബാധ പീഡിപ്പിക്കുന്നില്ല. ആത്മവിശ്വാസവൃക്ഷത്തെ അറുത്തു തള്ളുന്ന ഈർച്ചവാളുകളും ദേഹവല്ലിയെ തുളച്ചുകയറുന്ന തടിപ്പുഴുക്കളുമായ മനോദുഃഖങ്ങളില്ലാത്തവനെയും പീഡിപ്പിക്കുന്നില്ല. ചിന്താഫണങ്ങൾ വിടുർത്ത് ദേഹവൃക്ഷത്തെ ചുറ്റിപ്പിണയുന്ന ആശാസർപ്പങ്ങൾ, ആരുടെ അന്തഃകരണത്തെ ദഹിപ്പിക്കുന്നില്ലയോ അവനെ മൃത്യു ബാധിക്കുന്നില്ല. രാഗദ്വേഷവിഷമത്തമായി മനപ്പൊത്തിൽ കടന്നുകൂടുന്ന ലോഭസർപ്പത്തിന്റെ കടിയിലകപ്പെടാത്തവനെയും ബാധിക്കുന്നില്ല. വിവേകജലത്തെ എരിച്ചുവറ്റിക്കുന്ന ദേഹസമുദ്രത്തിലെ ബഡവാഗ്നിയായ കോപം ആരെ ദഹിപ്പിക്കുന്നില്ലയോ അവനെ മൃത്യുബാധ പീഡിപ്പിക്കുന്നില്ല. അതികർക്കശമായ യന്ത്രം എള്ളിൻകൂട്ടത്തെ എന്നപോലെ കാമദേവനാൽ മർദ്ദിക്കപ്പെടാതിരിക്കുന്നവനെ മൃത്യു ബാധിക്കുന്നില്ല. പരമപാവനവും ഏകവുമായ പരിശുദ്ധപദത്തിൽ, മനസ്സിനെ വിശ്രമിപ്പിച്ചു വസിക്കുന്നവനാരോ അവനെയും ബാധിക്കുന്നില്ല.

ഹേ! ബ്രഹ്മൻ! സംസാരവ്യാധിഹേതുക്കളായ ഈ ദോഷങ്ങളൊന്നും ആത്മൈകതാനമായ ഹൃദയത്തെ സ്പർശിക്കയില്ല. പുത്രമിത്രാദി വ്യാമോഹത്താൽ പ്രവർത്തങ്ങളും ആധിവ്യാധികളാൽ ഉദ്ഭൂതങ്ങളുമായ ദുഃഖങ്ങൾ ആത്മൈകതാനമായ ഹൃദയത്തെ സ്പർശിക്കയി

ല്ല. കാമക്രോധവികാരങ്ങളിൽനിന്നുണ്ടായി ഹൃദയാകാശത്തെ മൂടിമറയ്ക്കുന്ന ചിന്ത ആത്മൈകതാനമായ ഹൃദയത്തെ ഹിംസിക്കുന്നില്ല. ദുഷ്ടങ്ങളായ സാംസാരികകാര്യങ്ങൾ അവറ്റെ സമ്പാദിക്കാനുള്ള ഉദ്യമങ്ങൾ കൃതഘ്നത കൃപണത മുതലായ ദുർഗുണങ്ങൾ ദുർവ്യവഹാരങ്ങൾ ദുർന്നയങ്ങൾ ഇവയൊന്നും ആത്മൈകതാനമായ ഹൃദയത്തെ ബാധിക്കുന്നില്ല.

ഹേ മഹർഷേ! ഹൃദയത്തെ ഉത്തരകാലത്തിൽ മോക്ഷഫലത്തെ നൽകുമാറ് സത്യസന്ധവും ഉപാധിരഹിതവും മായാസംസാരമുക്തവുമാക്കി ആത്മാവിൽ യോജിപ്പിക്കണം. ചിരകാലം വൈരസ്യത്തെ ഉണ്ടാക്കുന്ന അശുദ്ധമായ ഭേദഭ്രമപ്പിശാചിനാൽ സ്പർശിക്കപ്പെടാത്ത വിശുദ്ധബ്രഹ്മത്തിൽ തൽപരമാക്കി ഉറപ്പിക്കണം. ആത്മചിന്ത സർവദുഃഖങ്ങളെയും ശമിപ്പിക്കുന്നതാണ്. അതു ഭവാദൃശന്മാർക്കു സുപ്രാപയും അസ്മാദൃശന്മാർക്കു ദുഷ്പ്രാപയുമാണ്. സർവസങ്കൽപങ്ങളെയും അതിക്രമിച്ച് അഗ്രകോടിയെ പ്രാപിച്ചിരിക്കുന്ന ആത്മപദം സാമാന്യബുദ്ധികൾ എങ്ങനെ സമ്പാദിക്കണം? ആത്മചിന്തയോട് ഏകദേശം തുല്യമായി പലതരത്തിലുള്ള അതിന്റെ അവാന്തരവിഭാഗങ്ങളിൽ ഒന്നായിരിക്കുന്നതും സർവദുഃഖങ്ങളെയും നശിപ്പിക്കുന്നതും സർവസൗഭാഗ്യങ്ങളെയും ഉദിപ്പിക്കുന്നതും, ഇവിടെ ജീവസന്ധാരണത്തിനു ഹേതുഭൂതവുമായ പ്രാണചിന്തയെയാണ് ഞാൻ ആശ്രയിക്കുന്നത്.

ഇങ്ങനെ പറഞ്ഞു വിരമിച്ച ഭുസുണ്ഡനോട് ഞാൻ വാസ്തവം എനിക്കറിയാമെങ്കിലും പ്രാണചിന്തയെന്നാലെന്താണെന്നു ലീലാർത്ഥമായി ചോദിച്ചു.

ഭുസുണ്ഡൻ പറകയായി:-മഹർഷേ! മനോഹരമായ ദേഹത്തെ അധിവസിക്കുന്ന പ്രാണങ്ങളുടെ ആധാനക്രമം കേട്ടാലും. ദേഹമദ്ധ്യസ്ഥമായ ഹൃദയപത്മത്തിൽ, പ്രാണനെന്നും അപാനനെന്നും രണ്ടുവായുക്കളിരിക്കുന്നുണ്ട്. അവയിൽ ഒന്നു, മേലോട്ടും മറ്റതു കീഴോട്ടും പ്രസരിക്കുന്നു. ആ വായുക്കളുടെ ഗതിയെ അവലംബിച്ചാണ് എന്റെ അവസ്ഥിതി. പ്രാണൻ ഉഷ്ണരൂപിയും അപാനൻ ശീതരൂപിയുമാണ്. രണ്ടും ആകാശഗാമികളും ദേഹയന്ത്രത്തെ വഹിക്കുന്നവയുമാണ്. ഒരിക്കലും അവ തളരുന്നില്ല, ഹൃദയാകാശത്തിലെ സൂര്യചന്ദ്രന്മാരായ അഗ്നി സോമസ്വരൂപങ്ങളാണ് ശരീരത്തെനടത്തിക്കൊണ്ടും അതിന്റെ വിക്രിയകളാൽ രോധിക്കപ്പെടാതെയും ജാഗ്രൽ സ്വപ്നസുഷുപ്തികളിൽ സമരൂപങ്ങളായി വിളങ്ങുന്നത്. അവയെ അനുസരിച്ചിരിക്കകൊണ്ട് എന്റെ വാസനകൾ സുഷുപ്തസ്ഥിതന്റെ എന്നപോലെ ബ്രഹ്മത്തെത്തന്നെ വാഞ്ഛരി

ക്കുന്നു. ഇവയുടെ ഗതി ആയിരമാക്കിക്കീറിയ താമരനൂലിനേക്കാൾ സൂക്ഷ്മതരമാണ്. പ്രാണൻ എപ്പോഴും ഗതിയോടും ചലനശക്തിയോടും കൂടി ബാഹ്യവും ആഭ്യന്തരവുമായ ശരീരത്തിൽ മേലോട്ടു ഗമിച്ചുകൊണ്ടിരിക്കുന്നു. അപാനനും സദാ സഞ്ചാരവും ചലനശക്തിയുമുണ്ട്. ബാഹ്യാഭ്യന്തരശരീരത്തിൽ ഗതിയുമുണ്ട്. ഗതി കീഴ്പോട്ടാണെന്നു മാത്രമേ ഭേദമുള്ളു. അഭിജ്ഞനായ ഒരുവന്റെ പ്രാണായാമക്രമം ഉറങ്ങുമ്പോഴും ഉണർന്നിരിക്കുമ്പോഴും എങ്ങനെയെന്നു പറയാം. അതു കേൾക്കുന്നതു സർവഥാ ശ്രേയസ്കരമാണ്. താമരപ്പൂങ്കുടത്തിൽനിന്നു വണ്ടെന്നപോലെ പ്രയത്നംകൂടാതെ ഉള്ളിൽനിന്നും, പ്രാണങ്ങൾ വെളിയിലേക്കു സുഖമേ പ്രസരിക്കുന്നതിന് ഉന്മുഖമായി ഭവിക്കുന്നു. അതിന് അന്തസ്ഥരേചകമെന്നു പേരാണ്. പുറമേ പുറപ്പെടുന്ന പ്രാണൻ പന്ത്രണ്ടംഗുലംദൂരം വ്യാപിച്ച് അനന്തരം അതിന്റെ അംഗങ്ങൾ തമ്മിൽ സമ്മേളിക്കുന്നതു ബാഹ്യരൂപമായ പൂരകമാകുന്നു. അപാനവായു പുറമേനിന്നും ശരീരാന്തർഭാഗത്തിൽകടന്നു യത്നംകൂടാതെ ശരീരത്തെ നിറഞ്ഞു വ്യാപിക്കുന്നതിന് അന്തഃപൂരകമെന്നു പറയുന്നു. ഹൃദയത്തിൽനിന്നു അപാനൻ വിട്ടുമാറിയും പ്രാണൻ ഉദയംചെയ്യാതെയുമിരിക്കുന്നതും പ്രായേണയോഗികളാൽ അനുഭവിക്കപ്പെടുന്നതുമായ അവസ്ഥ, അന്തഃകുംഭകമാണ്. സാമാന്യമണ്ണ് മണ്ണായും നിമിത്തകാരണങ്ങളാൽ മർദ്ദിതമായും പിന്നീട് കുടമായും ഭവിക്കുന്നതുപോലെ രേചകവും പൂരകവും കുംഭകവും അഭ്യാസസ്ഥാനഭേദേന മൂന്നുവിധത്തിൽ പറയപ്പെടാം. മൂക്കിനുവെളിയിൽ പന്ത്രണ്ടംഗുലം അകലത്തിലുള്ള ആകാശത്തിൽ അപാനവായുവിന്റെ അവസ്ഥിതി ബാഹ്യകുംഭകമാകുന്നു. ഹൃദയത്തിൽനിന്നും ബാഹ്യോന്മുഖമായി ഗമിക്കുന്ന പ്രാണവായുവിന്റെ നാസാഗ്രംവരെയുള്ള ഗതി ആദ്യമായ ബാഹ്യരൂപകമെന്ന് യോഗജ്ഞന്മാർ പറയുന്നു. അവിടെനിന്നും പന്ത്രണ്ടംഗുലം ദൂരംവരെ വെളിയിലുള്ള ഗതി അന്യമായി ബാഹ്യപൂരകമാണ്. പ്രാണൻ വെളിയിൽവന്നു അസ്തമിക്കയും അന്തരാകർഷണശീലമായ അപാന വായു ഉദ്ഗമിക്കാതിരിക്കയും ചെയ്യുന്ന അവസ്ഥയിൽ സമ്പൂർണ്ണവും സമാവസ്ഥവുമായ ബാഹ്യകുംഭകം പറയപ്പെടാം. വായു അപാനോദയരൂപമായി ഉള്ളിലേക്കു കടക്കാൻ ഉന്മുഖമാകുന്ന അവസ്ഥ ബാഹ്യരേചകമത്രേ. ഇതു മോക്ഷപ്രദമായ ഒരഭ്യാസമാകുന്നു. അപാനൻ ദ്വാദശാന്തത്തിൽനിന്നും ഉത്ഥാനം ചെയ്തിട്ട് ഉരുക്കൂടി തടിക്കുന്നത് ബാഹ്യമായ മറ്റൊരു പൂരകമാകുന്നു. പ്രാണാപാനവായുക്കളുടെ ബാഹ്യാഭ്യന്തരങ്ങളായ രേചകപൂരകകുംഭകങ്ങളെ വഴിയേ ശീലിച്ചാൽ ജനനപാശം നശിക്കും. ഇവിടെ പറയപ്പെട്ടവ

ണ്ണം ദേഹവായുക്കളുടെ മുക്തിപ്രദങ്ങളായ എട്ടു സ്വഭാവങ്ങളും രാപ്പകൽ ഞാൻ അനുസ്മരിച്ചുകൊണ്ടിരിക്കയാണ്. മനസ്സിനെ ബാഹ്യവിഷയങ്ങളിൽ പ്രവർത്തിപ്പിക്കാതെ അടക്കി ഈ പ്രാണായാമങ്ങളഭ്യസിച്ചുകൊണ്ടിരുന്നാൽ ഏതാനും ദിവസങ്ങൾകൊണ്ട് കേവലപദത്തെ പ്രാപിക്കാവുന്നതാണ്. വിശേഷിച്ചും പ്രാണായാമങ്ങളെ അനുഷ്ഠിക്കുന്നവന്റെ മനസ്സ് നായ്ത്തോൽസഞ്ചിയെ ബ്രാഹ്മണൻ ആഗ്രഹിക്കാത്തതുപോലെ ബാഹ്യവിഷയങ്ങളെ രുചിക്കയില്ല. ഈ ദൃഷ്ടിയെ അവലംബിച്ച് സ്ഥിരബുദ്ധിയായി വസിക്കുന്നവൻ പ്രാപ്യത്തെ പ്രാപിച്ചവൻതന്നെ. യാതൊരു ദുഃഖങ്ങളും അവനെ ബാധിക്കയില്ല. ഉറങ്ങുമ്പോഴും ഉണർന്നിരിക്കുമ്പോഴും നടക്കുമ്പോഴുമിരിക്കുമ്പോഴുമെല്ലാം ഈ ദൃഷ്ടിയെ വച്ചു കൊള്ളാമെങ്കിൽ അവൻ ബന്ധമുക്തനാകുന്നു. പ്രാണന്റെ ഉദ്ഗമനം ഹൃദയസ്ഥമായ പത്മയന്ത്രത്തിൽനിന്നാണ്; വെളിയിൽ പന്ത്രണ്ടംഗുലം ദൂരത്തിൽ അതിന്റെ ഗതി അസ്തമിക്കുന്നു. നേരേമറിച്ച് അപാനന്റെ ഉദയം പുറമേ പന്ത്രണ്ടംഗുലം ദൂരത്തിലും അസ്തമയം ഹൃദയസ്ഥപത്മത്തിന്റെ മദ്ധ്യത്തിലും ആകുന്നു. അപാന ചന്ദ്രൻ ശരീരത്തെ പുറമേ പോഷിപ്പിക്കയും പ്രാണസൂര്യൻ അകമേ പചിക്കയും ചെയ്യുന്നു. അപാനചന്ദ്രന്റെ അന്തഃസ്ഥമായ കല പ്രാണസൂര്യനാൽ ഗ്രസിക്കപ്പെടുന്ന സ്ഥാനമേതോ അതിനെ പ്രാപിക്കുന്ന മനുഷ്യൻ പിന്നെ ജന്മഭാക്കായി ഭവിക്കയില്ല. അതുപോലെ പ്രാണസൂര്യന്റെ അന്തഃസ്ഥകല അപാനചന്ദ്രനാൽ ഗ്രസിക്കപ്പെടുന്നപദത്തെ പ്രാപിച്ചാലും ജന്മഭാക്കാകയില്ല. ഗമനാഗമനങ്ങളെ ചെയ്തുകൊണ്ടിരിക്കുന്ന പ്രാണവായുതന്നെ സൂര്യചന്ദ്രഭാവത്തെ കൈക്കൊള്ളുന്നു. അപാനൻ പ്രാണനേയോ പ്രാണൻ അപാനനേയോ ഭക്ഷിക്കാൻ ഉന്മുഖമായി ഭവിക്കുമ്പോൾ, രണ്ടിന്റേയും അന്തരാളത്തിൽ സ്ഥിതിചെയ്യുന്ന പദത്തെ അധിരോഹിച്ചവന് ജനനക്ലേശം പിന്നെ ഉണ്ടാകയില്ല. പ്രാണവായു അസ്തമിക്കുന്നതിനടുക്കൽ അപാനവായുവിന്റെ ഉദയകോടിയിൽ രണ്ടിനും മദ്ധ്യസാക്ഷിയായി വർത്തിക്കുന്ന ചിത്തത്വത്തെ ഞാൻ ഉപാസിക്കുന്നു. അപാനൻ അസ്തമിച്ചു, ക്ഷണനേരം പ്രാണൻ ഉദയം ചെയ്യാതെയും ഇരിക്കുന്നതിനിടയിൽ അവിദ്യഹീനമായി വിളങ്ങുന്ന ചിത്തത്വത്തെ ഞാൻ ഉപാസിക്കുന്നു. പ്രാണവായു അസ്തമിച്ചും അപാനവായു ഉദയം ചെയ്യാതെയുമിരിക്കുന്ന നാസാഗ്രഗഗനത്തിൽ, അതായതു നാസാഗ്രത്തിൽനിന്നും ദ്വാദശാന്തമായ ആകാശത്തിൽ, സാക്ഷിത്വേന ആവർത്തിച്ചുകൊണ്ടിരിക്കുന്ന ചിത്തത്വത്തെ ഞാൻ ഉപാസിക്കുന്നു. സകല കലനാകളങ്കങ്ങളുമറ്റ് ജീവസ്വരൂപപ്രതിഭാസകമായി അത്യുൽകൃഷ്ടവും ദേവവന്ദ്യവും അനു

ഭവൈകവേദ്യവുമായിരിക്കുന്ന പരംപദത്തെ ഞാൻ പ്രാപിച്ചു. ഈദൃശ പ്രാണസമാധിയാൽ ക്രമേണ ഞാൻ നിർമ്മലമായ ചിദാത്മാവിൽ വിശ്രാന്തി ലഭിച്ചു. കീഴിൽക്കഴിഞ്ഞതിനെയോ മേൽവരുന്നതിനെയോ കുറിച്ചുള്ള ചിന്ത എനിക്കില്ല. വർത്തമാനത്തിൽ മാത്രം ദൃഷ്ടിയോടുകൂടി വസിക്കുന്നു. ഇതെനിക്കു കിട്ടി; ഇനി അതെനിക്കു സമ്പാദിക്കണം ഇത്യാദി ചിന്തകളും ആശകളുമൊന്നുമെനിക്കില്ല. അതുകൊണ്ടു യാതൊരു ബാധയുമില്ലാതെ ചിരഞ്ജീവിയായി വസിക്കുന്നു. എന്റേതെന്നോ അന്യന്റേതെന്നോ ഉള്ള വിചാരത്തോടെ, ഞാൻ യാതൊന്നിനെയും സ്തുതിക്കയും നിന്ദിക്കയുമില്ല. അതിനാൽ അനാമയനായി സുഖിക്കുന്നു. ശുഭംവരുമ്പോൾ സന്തോഷിക്കയോ അശുഭപ്രാപ്തിയിൽ സന്തപിക്കയോ ചെയ്യുന്നില്ല. അതിനാൽ അനാമയനായി സുഖിക്കുന്നു. പരമമായ ത്യാഗത്തെ ആശ്രയിച്ചു ജീവിതാദി സർവത്തിലും വൈരാഗ്യത്തോടുകൂടി വസിക്കുന്നു. അതുനിമിത്തം നിരാമയനായി സുഖിക്കുന്നു. മഹർഷേ! എന്റെ മനസ്സ് ചലനവും, ദുഃഖവും അസ്തമിച്ച്, ആശകളുമറ്റ് പ്രശാന്തമായി വിളങ്ങുന്നു അതിനാൽ ഞാൻ നിരാമയനായി സുഖിക്കുന്നു. ഇവൻ ബന്ധു അവൻ ശത്രു ഇതെന്റേത് അതവന്റേത് എന്നുള്ള അറിവേ എനിക്കില്ല. അതിനാൽ ഞാൻ ചിരംജീവിയായിരിക്കുന്നു. ആശാപാശപരവശമായ ചിത്തവൃത്തി അന്തഃകരണത്തിൽ സ്പർശിക്കാൻ സമ്മതിക്കാതെ സമാഹിതനായി വർത്തിക്കുന്നു. അതിനാൽ അനാമയനായി ജീവിക്കുന്നു. അന്യസുഖത്തിൽ സുഖിക്കയും അന്യദുഃഖത്തിൽ ദുഃഖിക്കയും ചെയ്യുന്നവനാണ് ഞാൻ. എല്ലാവർക്കും പ്രിയമിത്രവുമാണ്. അതിനാൽ അനാമയനായി ജീവിക്കുന്നു. ആപത്തിൽ പർവതംപോലെ അചലനായും സമ്പത്തിൽ സർവലോകബന്ധുവായും വർത്തിക്കുന്നു. പദാർത്ഥഗതമായ ഭേദഭാവന എനിക്കില്ല. അതിനാൽ അനാമയനായി ജീവിക്കുന്നു. അല്ലയോ ജ്ഞാനപാരഗനായ മഹർഷേ! അങ്ങേടെ ആജ്ഞയെ നിർവഹിക്കാൻ വേണ്ടിമാത്രം ധാർഷ്ട്യത്താൽ ഞാൻ എന്റെ ചിരംജീവിതപ്രകാരങ്ങൾ പറഞ്ഞു എന്നല്ലാതെ ത്രികാലജ്ഞനായ നിന്തിരുവടി അറിയാത്തതല്ല."

ഇതുകേട്ട് ഞാൻ അനുമോദനലോലനായി "ഹേ പക്ഷീന്ദ്ര! താങ്കളുടെ ചരിത്രം ബഹുചിത്രമെന്നേ പറവാനുള്ളു. ശ്രുതിഭൂഷണമായതത്വങ്ങളാണ് താങ്കൾ ഉപന്യസിച്ചത്. താങ്കൾക്കു മംഗളം ഭവിക്കട്ടെ! നേരം മദ്ധ്യാഹ്നമാകുന്നു. എനിക്കിനി ദേവലോകത്തേയ്ക്കു പോകേണ്ട ആവശ്യമുണ്ട്. അനുയാത്രവന്നു വെറുതെ ബുദ്ധിമുട്ടണമെന്നില്ല. ആത്മപഞ്ജരത്തിൽ കടന്നു സുഖമേ വിശ്രമിക്കുക!" എന്നുപറഞ്ഞു വിഷ്ടര

ത്തിൽ നിന്നെഴുന്നേറ്റ് പക്ഷിയെപ്പോലെ നഭസ്സിൽ ഉൽപതിച്ചു. ഭുസുണ്ഡൻ ഒരുയോജന ദൂരംവരെ എന്നെ അനുഗമിക്കുകയുണ്ടായി. ഒടുവിൽ വളരെ പ്രയാസപ്പെട്ടു മടക്കി അയച്ചു. സാധുക്കളെ വേർപിരിയുന്ന കാര്യം മഹാവിഷമംതന്നെയാണ്. പിന്നീട് ഇക്കഴിഞ്ഞ കൃതയുഗത്തിന്റെ ആദിയിൽ ഒരിക്കൽ ഞാൻ പോയി ഭുസുണ്ഡനെ കണ്ടു. കൃതയുഗംകഴിഞ്ഞ് ഇപ്പോൾ ത്രേതായുഗമാണു നടക്കുന്നത്. ഹേ! രാമചന്ദ്ര! ത്രേതയുടെ മദ്ധ്യത്തിലാണ് നിന്റെ അവതാരം. നിനക്ക് എട്ടുവയസ്സായിരുന്ന കാലത്തൊരിക്കൽ വീണ്ടും ഞാൻ പോയി ആ പക്ഷിശ്രേഷ്ഠനെ കണ്ടിട്ടുണ്ട്. ഇപ്പോഴും ആ പർവതത്തിൽ കൽപവൃക്ഷത്തിന്റെ മുകളിൽ അന്നത്തെപ്പോലെതന്നെ ഇരിക്കുന്നു. ജരാനരകളൊന്നും ബാധിച്ചിട്ടില്ല. ഇത്രയുമാണ് ഭുസുണ്ഡചരിത്രം. നല്ലപോലെ ചിന്തിച്ചുനോക്കി ഉത്തമമായ ചര്യാക്രമത്തെ സ്വീകരിച്ചിരിക്കുക!

നിർവാണപ്രകരണത്തിൽ ഭൂസുണ്ഡോപാഖ്യാനം എന്ന
ഇരുപത്തൊമ്പതാം സർഗ്ഗം കഴിഞ്ഞു.

ദേവപൂജോപാഖ്യാനം

വസിഷ്ഠൻ:-ഹേ രാമ! പ്രാണവൃത്തികളുടെ അനുസന്ധാനത്താൽ ചിത്തവിശ്രാന്തി സമ്പാദിക്കാമെന്നു കഴിഞ്ഞ ഉപാഖ്യാനത്തിൽ ഉദാഹരിച്ചില്ലേ? അതുപോലെ ദേവപൂജകൊണ്ടും ചിത്തത്തെ വിശ്രാന്തമാക്കാൻ സാധിക്കും. ദേഹാഭിമാനമാണ് മോക്ഷോപായങ്ങൾക്കെല്ലാം വിഘ്നമായി നിൽക്കുന്നത്. ഈ ശരീരം കേവലം പ്രതിഭാസമാത്രസിദ്ധമാണെങ്കിലും വിചാരിച്ചുനോക്കായ്കകൊണ്ടു ഇവനെന്നും ഞാനെന്നുമുള്ള ഭ്രാന്തി അസത്തായ അതിൽ തോന്നുന്നു. മാംസാസ്ഥിസങ്കലിതമായ ശരീരമാണ് ഞാനെന്നുള്ള ഭ്രമത്തെ നീ ഉപേക്ഷിക്കുക. ഇതുപോലെ സങ്കൽപകൽപിതങ്ങളായ ദേഹങ്ങൾ എത്രയെത്ര ഭവിക്കുന്നു. സുഖമായി കിടക്കയിൽ കിടന്നുറങ്ങുമ്പോൾ, നിന്റെ സ്വപ്നദേഹം ഏതെല്ലാം ദിക്കുകളിൽ സഞ്ചരിക്കുന്നു. ആ ദേഹം എവിടെയാണ് സ്ഥിതിചെയ്യുന്നത്? ഉണർന്നിരിക്കുമ്പോൾതന്നെ, മനോരാജ്യത്തിൽ സ്വർഗ്ഗത്തിലോ മേരുവിലോ സഞ്ചരിക്കുന്ന ശരീരവും എവിടെ സ്ഥിതിചെയ്യുന്നു? ഹേ കുമാര! അതുപോലെ സംസാരം ദീർഘമായ ഒരു സ്വപ്നമെന്നോ ദീർഘമായ വിഭ്രമമെന്നോ ദീർഘമനോരാജ്യമെന്നോ ധരിച്ചുകൊൾക. ജഗ

ത്ത്രയം പ്രതിഭാസമാത്രമാണ്. അസത്തല്ലെന്നു തോന്നുന്നുവെങ്കിലും സത്തല്ല, എന്നിങ്ങനെ അന്യസങ്കൽപത്തോടുകൂടാത്ത അവസ്ഥതന്നെ പരമാർത്ഥദർശനം. മരിച്ചേതീരു എന്നുള്ളതു നിശ്ചയമായിരിക്കേ, മരണം വരുമ്പോൾ ദുഃഖിക്കുന്നതെന്തിന്? ജനിച്ചാൽ ശരീരവൃത്തിയ്ക്ക് അൽപവിഭവങ്ങൾ ലഭിച്ചേ തീരൂ എന്നിരിക്കെ അൽപധനം ലഭിക്കുമ്പോൾ അഹങ്കരിക്കുന്നതുമെന്തിന്? പദാർത്ഥസമൂഹരൂപമായ ഈ പ്രപഞ്ചത്തെ ഭേദബുദ്ധി തോന്നാതെ വെറും ആഭാസമാത്രമായി കരുതി സർവാനുവൃത്തമായ സച്ചിന്മാത്രത്തെ അതിൽ ദർശിക്കുക. ആഭാസമാത്രദർശനംതന്നെ ചിത്തസംബന്ധദൂഷിതമാകകൊണ്ട്, ആഭാസമാത്രത്തെയും ഉപേക്ഷിച്ചു നിർവികൽപനായി ഭവിച്ചാലും. ഏതൊരു പുരുഷന്റെ മനപ്പൊത്തിൽ രാഗദ്വേഷങ്ങളാകുന്ന രണ്ടു സർപ്പങ്ങൾ കുടികൊള്ളുന്നില്ലയോ, കൽപവൃക്ഷതുല്യനായ അവങ്കൽനിന്നു എന്തുതന്നെ ലഭിക്കുകയില്ല? ശാസ്ത്രപഠനത്താൽ ലൗകികവൈദികവ്യവഹാരങ്ങളിൽ സമർത്ഥനായിരുന്നാലും താൻ ബുദ്ധിമാനാണെന്നോ വിദ്വാനാണെന്നോ ഉള്ള ഗർവത്താൽ രാഗദ്വേഷങ്ങൾക്കു വശംവദനാകുന്നുവെങ്കിൽ മാന്യമായ ഒരു കഴുതയാണവൻ. അവനെ തൊടുന്നതുപോലും നിന്ദ്യമാണ്. സംസാരചക്രത്തിന്റെ നടുക്കുടം മനസ്സാണ്. മനസ്സായ നടുക്കുടത്തെ ചലിക്കാതെ അമർത്തിക്കൊണ്ടാൽ സംസാരചക്രത്തിന്റെ ഗതി നിന്നുപോകും. നടുക്കുടത്തെ ഇളക്കി വിട്ടുകൊടുത്താൽ ചക്രത്തിന്റെ ഗതി എത്രതടുത്താലും നിലയ്ക്കുകയില്ലെന്നു സിദ്ധവുമാണ്. അതിനാൽ പൗരുഷത്തെയും ബലത്തെയും ബുദ്ധിയേയും ഉപയോഗിച്ച് യുക്തിപൂർവം സംസാരചക്രനാഭിയായ മനസ്സിനെ തടുത്തുകൊള്ളണം. ബുദ്ധിയും സൗജന്യവും ശാസ്ത്രജ്ഞാനവുമുള്ളവന് പൗരുഷംകൊണ്ടു സാധിക്കാത്തതായി യാതൊന്നുമില്ല. ഭയങ്കരവും അമംഗളവും ധൈര്യസർവസ്വത്തെ ഹരിക്കുന്നതുമായ മനഃപിശാചിനെ ഉപേക്ഷിച്ച് നിന്റെ വാസ്തവരൂപത്തിൽ ദൃഢനിശ്ചയനായി വസിക്കുക. മനഃപിശാചുബാധിച്ച മനുഷ്യനെ രക്ഷിക്കുന്നതിന്, ശാസ്ത്രങ്ങളോ ബന്ധുക്കളോ ഗുരുക്കന്മാരോ ശക്തരാകയില്ല. മനഃപിശാചിന്റെ ഉപദ്രവം ഒഴിഞ്ഞു കഴിഞ്ഞാൽ, അവനെ രക്ഷിക്കാൻ ഗുരുബാന്ധവാദികൾക്കു തെല്ലും വിഷമതയുമില്ല. വിഷയവിസ്താരങ്ങളെല്ലാം ബഹിഷ്കരിച്ച് ആര്യന്മാരുടെ പദത്തെ അനുകരിക്കയും പരമാർത്ഥം ചിന്തിച്ചുനോക്കി, ഏകവും നിത്യവുമായ സ്വാത്മാവിനെ ആശ്രയിക്കയും വേണം. ഹേ രാമ! ഇനി മോഹനാശനമായ മറ്റൊരു ദർശനം ഞാൻ പറയാം. സംസാരശാന്തിക്കായി പണ്ടൊരിക്കൽ പരമശിവൻ എനിക്കുപദേശിച്ചതാണ്. ചന്ദ്രകിരണപ്രസരണത്താൽ ഭാ

സുരവും, ദേവലോകത്തേക്കാൾ മോഹനവുമായ സാക്ഷാൽ ഗൗരീരമണന്റെ മണിമന്ദിരമായ ശ്രീ കൈലാസം ഉത്തരദിക്കിൽ വിളങ്ങുന്നു. ഞാൻ അവിടെ ഭഗവാനെ പൂജിച്ചുകൊണ്ടു ഗംഗാതടത്തിൽ ഒരാശ്രമം കെട്ടി താമസിച്ചിരുന്നു. തപോനിഷ്ഠനായി വളരെക്കാലം താപസാചാരങ്ങളോടുകൂടി മറ്റു മുനിമാരോടുചേർന്ന്, ശാസ്ത്രവാദം ചെയ്തും, പൂജാപുഷ്പങ്ങൾ ആഹരിക്കാൻ കൂടുകൾ നെയ്യുക, അദ്ധ്യാത്മഗ്രന്ഥങ്ങൾ സംഗ്രഹിക്കുക ഇത്യാദി നിർദ്ദോഷകർമ്മങ്ങളിൽ ഏർപ്പെട്ടും കാലംകഴിച്ചുവന്നു. അക്കാലത്തൊരിക്കൽ കൈലാസവനകുഞ്ജത്തിൽ കടന്നു, ഇന്ദ്രിയങ്ങളെ നിയമിച്ചു തപസ്സിനൊരുങ്ങി സമാധിയിൽ ലയിച്ചു വളരെക്കാലം കഴികെ ഒരു ശ്രാവണമാസത്തിൽ കറുത്തപക്ഷത്തിലെ അഷ്ടമിനാളിൽ രാത്രിയുടെ ആദ്യഭാഗം കഴിഞ്ഞപ്പോൾ, ഞാൻ സമാധിയിൽനിന്നുണർന്നു. ദിക്കുകളെല്ലാം നിശ്ശബ്ദമായും കാടുകളിൽ കട്ടയിരുൾ കെട്ടിനിറഞ്ഞിരിക്കുന്നതായും കണ്ടു. പെട്ടെന്ന് ആ കാടകം വിളങ്ങത്തക്കവണ്ണം വെണ്മവീശി സഞ്ചരിക്കുന്ന ചന്ദ്രബിംബസമൂഹംപോലെ ഒരുപ്രകാശം ദൂരത്തുതെളിഞ്ഞു. എന്റെ ഉള്ളകം നിത്യവും വിളക്കിക്കൊണ്ടിരുന്ന തേജോവിശേഷമാണ് അതെന്നു മനസ്സിലായി. ഭഗവാനായ പരമേശ്വരൻ, ദേവിയുടെ കയ്യും പിടിച്ചു, നന്ദീശ്വരനാൽ വഴി തെളിക്കപ്പെട്ടവനായി ആ താഴ്വരയിൽ എഴുന്നരുളുന്നതു കാണായി. അടുത്തുണ്ടായിരുന്ന ശിഷ്യന്മാരെയും ഉണർത്തി അർഘ്യവും വഹിച്ചുകൊണ്ടു ഞാൻ വേഗത്തിൽ പുറപ്പെട്ടു. ഭഗവദ്ദർശനവിശുദ്ധമായ അഗ്രഭാഗത്ത് ഒട്ടകലത്തുവച്ചുതന്നെ പുഷ്പാഞ്ജലിചെയ്തു പൂജിച്ചു നമസ്കരിച്ചു. സകല ദുഃഖങ്ങളെയും ഹരിക്കുന്നതും ചന്ദ്രരശ്മിയെക്കാൾ ശീതശീതവുമായ തൃക്കൺനോട്ടത്താൽ തന്തിരുവടി എന്നെ കൃതാർത്ഥനാക്കിച്ചെയ്തു. പുഷ്പസാനുവിൽ പരിജനസമേതം എഴുന്നരുളിയ ഭഗവാനെ, പാദ്യാർഘ്യപുഷ്പങ്ങളാൽ ഞാൻ വീണ്ടും വീണ്ടും പൂജിച്ചു. മന്ദാരപുഷ്പാഞ്ജലികളും അനവധി അർപ്പിച്ച്, വിവിധനമസ്കാരങ്ങളാലും സ്തോത്രങ്ങളാലും ആരാധിച്ച് സേവിച്ചു. അതേ പൂജാക്രമങ്ങളാൽതന്നെ ദേവിയേയും സേവിക്കാതിരുന്നില്ല. അനന്തരം ദേവിയുടെ തോഴിമാരെയും ഭൂതഗണങ്ങളെയും യഥായഥം പൂജചെയ്തു വിനീതനായിനിന്നു. ഭഗവാൻ കരുണാകടാക്ഷം തൂകി, മന്ദഹാസപൂർവ്വം എന്നെ നോക്കി. "അല്ലയോ ബ്രഹ്മനന്ദന! ശമഭൂയിഷ്ഠങ്ങളും പരമപദത്തിൽ വിശ്രാന്തിയെ പ്രാപിച്ചവയും മംഗളകരങ്ങളുമായ താങ്കളുടെ സംവിത്തുകൾക്കു യോഗവിഘ്നങ്ങളൊന്നും ഭവിക്കുന്നില്ലല്ലോ? തപസ്സ് നിർവിഘ്നമായി അനുവർത്തിക്കുന്നുവോ? മനസ്സ് പ്രാപ്യത്തെ പ്രാപിച്ചുവോ? ഭയങ്ങളൊന്നും ബാധിക്കുന്നില്ലല്ലോ" എന്നു ചോദിച്ചു.

ഭഗവാന്റെ ധന്യധന്യമായ ഈ കുശലപ്രശ്നം കേട്ട് അനുനയപൂർവം വിനയമധുരസ്വരത്തിൽ ഞാൻ പറഞ്ഞു. പ്രഭോ! നിന്തിരുവടിയുടെ അനുസ്മരണമാകുന്ന മംഗളത്തോടുകൂടിയവർക്ക് ദുഷ്പ്രാപമായി യാതൊന്നുമില്ല. ഭയങ്ങളൊന്നും അവരെ ബാധിക്കയുമില്ല. സ്വാമിൻ! നിന്തിരുസ്മരണത്താൽ പരമാനന്ദച്ഛുരിപൂരിതമായ മനസ്സുള്ളവരെ കണ്ടാൽ കാൽക്കൽ നമസ്കരിക്കാതെ ഈ ജഗൽക്കോശത്തിലാരുള്ളു? അങ്ങേ അനുസ്മരണത്തിൽ ഏകതാനമനസ്സുകളായ മഹാത്മാക്കൾ എവിടെ വസിക്കുന്നുവോ അവിടമാണു ദേശം. ജനപദവും അവിടമാണ്. ദിക്കുകളും പർവതങ്ങളുമെല്ലാം ആ പുണ്യപ്രദേശം തന്നെ. അങ്ങേ അനുസ്മരണം ഭൂതകാലപുണ്യത്തിന്റെ ഫലവും വർത്തമാനപുണ്യത്തിനു വളവും ഭവിഷ്യൽ സുകൃതത്തിന് ബീജവുമാണ്. ജ്ഞാനാമൃതത്തിനു നിറകുടവും മനോധൈര്യചന്ദ്രിക വീശുന്ന ചന്ദ്രനും മോക്ഷപുരത്തിന്റെ തുറന്ന വാതലുമാണ്. ദേവദേവ! എപ്പോഴും അങ്ങേ അനുസ്മരണമാകുന്ന ചിന്താമണി അണിഞ്ഞിരിക്കുന്ന ഞാൻ സർവ ആപത്തുകളുടേയും മൂർദ്ധാവിൽ പദമൂന്നി വസിക്കുന്നു.

ഈ നിവേദനംകേട്ടു സുപ്രസന്നവദനനായി സ്ഥിതി ചെയ്ത ഭഗവാനെവണങ്ങി വീണ്ടും ഞാൻ പറഞ്ഞു. ദേവ! അങ്ങേ കാരുണ്യത്താൽ ഞാൻ പൂർണ്ണകാമനായി ഭവിച്ചിരിക്കുന്നു. എന്നാലും അൽപമായ ഒരു സന്ദേഹം എന്റെ മനസ്സിനെ ക്ലേശിപ്പിക്കുന്നു. നിന്തിരുവടി അതു നിവർത്തിച്ചുതരണം. സർവപാപക്ഷയകരവും സമഗ്രകല്യാണപ്രദവുമായ ദേവപൂജാവിധി അറിവാൻ ഞാൻ ആഗ്രഹിക്കുന്നു.

ഭഗവാൻ:-വേദജ്ഞനായ മഹർഷേ! അനുത്തമമായ ദേവപൂജാവിധാനം പറഞ്ഞുതരാം. ദേവനെന്നു വച്ചാൽ മഹാവിഷ്ണുവോ മഹേശനോ ആണെന്നു ഭ്രമിക്കരുത്. പരിമിതമായ ദേഹരൂപത്തിലോ ചിത്തരൂപത്തിലോ സ്ഥിതിചെയ്യുന്നവൻ ദേവനല്ല. അകൃത്രിമവും അനാദ്യന്തവുമായ ചിന്മാത്രമാണ് ദേവശബ്ദത്താൽ പറയപ്പെടുന്നത്. ആകാരാദികളാൽ പരിഛിന്നമായ വസ്തുവിൽ ദേവത്വമില്ല. ചിന്മാത്രത്തെത്തന്നെ ദേവത്വേന കൽപിച്ചു പൂജിക്കേണ്ടതാണ്. ദേവശബ്ദംകൊണ്ടു പറയപ്പെടുന്നതും അതു മാത്രമാണ്. എന്നാൽ പരമാത്മതത്വം അറിയാൻ കഴിയാത്ത അജ്ഞന്മാർ സാകാരപൂജനത്തെ സ്വീകരിച്ചെന്നുവരാം. യോജനദൂരം നടക്കാൻ ശക്തനാകാത്തവൻ ക്രോശാന്തമാർഗ്ഗത്തെ അവലംബിക്കുന്നു. ഇരുകരകളുമില്ലാത്ത ചിദാകാശംതന്നെ സർവത്ര നിറഞ്ഞിരിക്കുന്നു. ദൃശ്യസംബന്ധത്തോടുകൂടാത്ത ആ വിശുദ്ധചൈതന്യം കൽപാന്തകാലങ്ങളിലും ശേഷിക്കുന്നു. ജ്ഞാനം, സമത, ശമം എന്നീ വിശിഷ്ടപുഷ്പങ്ങളാൽ പരമശിവവും പരിശുദ്ധവുമായ ചിന്മാത്രത്തെ പൂ

ജിക്കണമെന്നത്രേ പൂജാവേദികൾ പറയുന്നത്. ദേവപൂജനം അതുതന്നെയാണ്. ആകാരപൂജ പൂജയായി ഭവിക്കയില്ല. മുൻപറഞ്ഞ പൂജകൊണ്ട് അകൃത്രിമവും അനാദ്യന്തവും അദ്വിതീയവും അഖണ്ഡിതവും ബാഹ്യപ്രയത്നങ്ങളാൽ സാധിക്കാത്തതും ആയ കൈവല്യസുഖം ലഭിക്കുന്നു. ഈ പൂജ ബാഹ്യമെന്നും ആഭ്യന്തരമെന്നും രണ്ടുവിധമുണ്ട്. ആദ്യം ബാഹ്യപൂജയെപ്പറയാം.

പഞ്ചഭൂതാത്മകമായ പ്രപഞ്ചത്തെ അതിക്രമിച്ചിരിക്കുന്നതും സകല ഭാവങ്ങളുടെയും ഉള്ളിൽ വിളങ്ങുന്നതും സത്തിന്റെയും അസത്തിന്റെയും മദ്ധ്യത്തിൽ സത്താസാമാന്യരൂപേണ സ്ഥിതിചെയ്യുന്നതും ആയ സംവിത്തു മഹാസത്താരൂപത്തെ പ്രാപിച്ച ദേവശബ്ദത്താൽ വ്യവഹരിക്കപ്പെടുന്നു. ആ സംവിത്താകട്ടെ വികൽപങ്ങൾക്കധീനമായി ജാഡ്യഭാവനയുണ്ടായി ക്രമേണ ചിൽസ്വരൂപത്തിൽനിന്നും പതിച്ചു ദൃശ്യഭാവത്തെ പ്രാപിക്കയാണ്. ദേശകാലാദിശക്തികളുടെ പ്രഭാവത്താൽ ക്ഷുഭിതമായിത്തീരുന്ന ആ സംവിത്തു ക്രമേണ ജീവനായി ബുദ്ധിയായി അഹങ്കാരമായി മനസ്സായിത്തീരുന്നു. മനോരൂപത്തിലാകുമ്പോൾ മനനസംസർഗ്ഗത്താൽ സംസാരത്തെ അവലംബിക്കുന്നു. ഈ വ്യതിയാനം ചണ്ഡാലനാൽ വളർത്തപ്പെടുന്ന ബ്രാഹ്മണക്കുട്ടിക്കു താൻ ചണ്ഡാലനാണെന്നുള്ള ഭാവനയുണ്ടാകുന്നതുപോലെയാണ്. ഇവൻ ഞാൻ ഇത്യാദ്യഭിമാനങ്ങളോടുകൂടി ദേഹത്തിലിരുന്നു കൊണ്ടു തന്റെ സ്ഥാനവും സത്യവും മറന്നു മോഹപങ്കത്തിൽ മുഴുകി ദുഃഖാൽദുഃഖത്തെ പ്രാപിക്കുന്നു. സങ്കൽപത്താലുണ്ടായി സങ്കൽപത്താൽതന്നെ പുഷ്ടിയെ പ്രാപിക്കുന്ന ഈ ദുഃഖം സങ്കൽപത്തെ നശിപ്പിക്കുന്ന മാത്രയിൽ മറഞ്ഞുപോകും. ഈ വസ്തുത മനസ്സിലാക്കിയാൽ സംസാരദുഃഖത്തിനവകാശമില്ല. ഏതെങ്കിലും ഒരു സങ്കൽപമുണ്ടായാൽ മനുഷ്യർ ദുഃഖത്തിനു പാത്രമാകുന്നു. ഒരു സങ്കൽപവുമില്ലെങ്കിൽ അവ്യയമായ സുഖമനുഭവിക്കുന്നു. സങ്കൽപമേഘങ്ങളെല്ലാം വിവേകക്കാറ്റുവീശി ദൂരത്തു പറത്തി ശരദാകാശംപോലെ സ്വച്ഛമായ ഹൃദയത്തോടുകൂടി വസിക്കുക. സങ്കൽപംനിമിത്തം മനസ്സിനുണ്ടാകുന്ന കലക്കത്തെ പൗരുഷത്താൽ ശോധനചെയ്തു തെളിച്ചു പരമാനന്ദമനുഭവിക്കുക. സർവശക്തിമയനായ ആത്മാവ് പലരൂപത്തിലുള്ള തന്റെ ശക്തികളുടെ നൃത്തത്താൽ സംസാരത്തെയും സംസാരനിവൃത്തിയേയും ചെയ്യുന്നു. സർവ്വഭൂതനും സമനും നിരാകാരനും ചിന്മയനും ആണെങ്കിലും ആത്മാവ് ഇച്ഛാസത്ത, വ്യോമസത്ത, കാലസത്ത, നിയതിസത്ത, മഹാസത്ത, ജ്ഞാനശക്തി, ക്രിയാശക്തി, കർത്തൃത്വം, അകർത്തൃത്വം, ഇത്യാദി അവസാനമില്ലാത്ത ശക്തിയുള്ളവനാണ്. ഉല്ലാസശക്തികൊണ്ട് സംസാരം സർവത്ര പ്ര

വർത്തിക്കുന്നു. നിരോധശക്തിയാൽ നിശ്ശേഷം ക്ഷയിക്കയുമാകുന്നു. പൂജാക്രമങ്ങളെല്ലാറ്റിലും വച്ചു ദേഹഭാവനയെ ദഹിപ്പിക്കുന്നതാകുന്നു പരിശുദ്ധമായിട്ടുള്ളത്. ത്യാജ്യമായ ദേഹത്തെത്തള്ളി പ്രയത്നപ്പെട്ടും ആത്മതത്വത്തെ ഉണർത്തേണ്ടതാകുന്നു. പരനായ ആത്മാവുതന്നെ സാധുക്കളാൽ എപ്പോഴും പൂജാർഹനായിരിക്കുന്ന ദേവൻ. ധ്യാനം മാത്രമല്ലാതെ വേറേ പൂജനമൊന്നും ആചരിക്കേണ്ടതില്ല. ചിന്മയനും സൂര്യലക്ഷപ്രകാശനും സൂര്യാദികളെ പ്രകാശിപ്പിക്കുന്നവനും ശരീരാന്തർഭാഗത്തിൽ സ്ഫുരിക്കുന്ന ചിൽപ്രകാശവും സർവഭൂതനും അഹന്തയിലെ സാരഭൂതചൈതന്യവുമായി പരമാകാശവിസ്താരമാകുന്ന കഴുത്തും അധോലോകത്തിലെ ആകാശപ്പരപ്പാകുന്ന പാദങ്ങളും അനന്തദിഗ്ഭാഗഭുജാദണ്ഡങ്ങളും ലോകജാലരൂപേണയുള്ള ആയുധങ്ങളും ധരിച്ചു നിരവധി ബ്രഹ്മാണ്ഡപരമ്പരകൾ വിശ്രമിക്കുന്ന ഹൃൽക്കോശകോണത്തെ വഹിച്ചു പ്രകാശപരമാകാശത്തിന്റെ ആദ്യവസാനം വ്യാപിച്ചിരിക്കുന്ന വിഗ്രഹത്തോടുകൂടി അധോഭാഗത്തും ഊർദ്ധ്വഭാഗത്തും നാലുദിക്കുകളിലും വിദിക്കുകളിലും നിറഞ്ഞു ബ്രഹ്മാവിഷ്ണുമഹേശ്വരാദിദൈവതങ്ങളെ തങ്കലടക്കി വിളങ്ങുന്ന ത്രിഭുവനാധരഭൂതനായ ഈ ദേവനെ നിത്യവും ധ്യാനരൂപേണ പൂജിക്കണം. ഇക്കാണുന്ന ഭൂതജാലങ്ങളെല്ലാം ആ ദേവന്റെ രോമാളിയാണെന്നു സങ്കൽപിക്കണം. വിവിധാരംഭങ്ങൾക്കു പ്രേരണകാരണവും ഭുവനയന്ത്രത്തിന്റെ ബന്ധപാശങ്ങളുമായ ഇച്ഛാദികളായ ശക്തികൾ ആ ദേവന്റെ ശരീരത്തിൽ അന്തർഭവിച്ചവയാണെന്നു വിചാരിക്കണം. സർവ്വാശ്രയഭൂതനും സർവവ്യാപിയും അനുഭവൈകവേദ്യനും ചിന്മയനും അത്യുൽകൃഷ്ടനുമായ ആ ദേവൻതന്നെയാണ് സജ്ജനങ്ങളാൽ സർവദാപൂജ്യനായിരിക്കുന്നത്. അനന്തവും ആത്മാധാരവും, സത്താമാത്രവിഗ്രഹവും ജഗത്തുകളെ വിവർത്തനം ചെയ്യിക്കുന്നതുമായ കാലം ദേവന്റെ ദ്വാരപാലത്വം വഹിക്കുന്നു. ഈ ദേവനെ, എങ്ങും കണ്ണുള്ളവൻ, എല്ലാം മണക്കുന്നവൻ, എല്ലാറ്റേയും തൊടുന്നവൻ, എല്ലാം രുചിനോക്കുന്നവൻ, എല്ലായിടത്തും കാതുള്ളവൻ, എല്ലാറ്റിലും മനനമുള്ളവൻ, എന്നാൽ ഒന്നിലും മനനമില്ലാത്തവൻ, പരമൻ, ശിവൻ എന്നിങ്ങനെ ധ്യാനിച്ചുവേണം പൂജിക്കുവാൻ. സ്വസംവിൽസ്വരൂപനാകയാൽ പൂജിക്കുന്നതിന് ഉപകരണങ്ങളൊന്നും ആവശ്യമില്ല. പ്രയത്നം കൂടാതെ കിട്ടുന്നതും ശീതളവും നാശരഹിതവും ആയ തന്റെ ബോധാമൃതമാത്രത്താൽ പൂജിക്കാവുന്നതാണ്. ഉള്ളിലിരിക്കുന്ന ശുദ്ധചിന്മാത്രത്തെ ഉണരുകയെന്നതു യാതൊന്നോ അതുതന്നെ പരമമായ ധ്യാനം. ശ്രേഷ്ഠമായ പൂജയും അതുതന്നെ. നോക്കുക, കേൾക്കുക, തൊടുക, മണക്കുക, ഭുജിക്കുക, ഗമിക്കുക, ഉറങ്ങുക, ശ്വസിക്കുക,

സംഭാഷിക്കുക, തള്ളുക, കൊള്ളുക ഇത്യാദി വ്യാപാരങ്ങളിലെല്ലാം വിശുദ്ധസംവിത്തിൽത്തന്നെ ധ്യാനം വച്ചുകൊള്ളേണ്ടതാകുന്നു. ആത്മാവിന്റെ പൂജോപകരണം ധ്യാനമാണ്. പൂജയും അതുതന്നെ. ധ്യാനത്താലല്ലാതെ മറ്റൊന്നുകൊണ്ടും ആത്മലാഭം ഉണ്ടാകയില്ല. മൂഢനായാലും പതിമൂന്നുനിമിഷം ഈ ധ്യാനത്താൽ ഈശനെ പൂജിക്കാമെങ്കിൽ പശുദാനംചെയ്ത ഫലം കിട്ടും. നൂറുനിമിഷം പൂജിക്കാമെങ്കിൽ അശ്വമേധയാഗം ചെയ്ത ഫലവും,, അരനാഴിക ഒരേസമയത്തു ധ്യാനിച്ചാൽ ആയിരം അശ്വമേധത്തിന്റെ ഫലവും ലഭിക്കും. ധ്യാനബലിയാകുന്ന ഉപകരണംകൊണ്ടു ഒരുനാഴികനേരം ആത്മാവിനെ പൂജിച്ചാൽ രാജസൂയയാഗം ചെയ്തഫലം അവനു ലഭിക്കുന്നതാണ്. മദ്ധ്യാഹ്നംവരെ ഈ വിധത്തിൽ പൂജിക്കുന്നവനു ലക്ഷം രാജസൂയത്തിന്റെ ഫലമുണ്ടെന്നും ഉദയാസ്തമയാന്തം പൂജിച്ചാൽ സദ്യോന്മുക്തി ലഭിക്കുമെന്നും പറയപ്പെടുന്നു. പരമായയോഗവും പരമമായ തപസ്സും ഈ പൂജതന്നെ.

ഇത് ആത്മാവിന്റെ ബാഹ്യപൂജനമാണ്. ഇനി ആഭ്യന്തരപൂജ പറയാം. അന്തരദ്ധ്യാനത്തിനു വിഷയീഭൂതൻ ജീവാത്മാവുതന്നെയാണ്. കിടക്കുക, എഴുന്നേൽക്കുക, നടക്കുക, ഇരിക്കുക, തൊടുക, ത്യജിക്കുക, പലവിധത്തിലുള്ള ഭോഗങ്ങളെ ഭുജിക്കുക, വെറുക്കുക ഇത്യാദി വ്യാപാരങ്ങളോടുകൂടി ശരീരത്തിൽ സ്ഥിതിചെയ്യുന്ന ജീവനെത്തന്നെ പരനായ ശിവനായി കൽപിച്ച് ധ്യാനിക്കണം. ബഹിർമുഖചിത്തവൃത്തി പ്രവാഹത്തിനു വിഷയമായ ഘടാദിയിൽ പ്രതിബിംബിക്കുന്ന ആത്മചൈതന്യത്തിന്റെ അനുസന്ധാനമാകുന്ന സ്നാനത്താൽ വിശുദ്ധനായി മനസ്സിന്റെ മനനശക്തിയെ പ്രവർത്തിപ്പിച്ചും പ്രാണാപാനന്മാരുടെ മദ്ധ്യത്തിൽ ഉദയംചെയ്തും ഹൃദയം കണ്ഠം താലു ഇവയുടെ മദ്ധ്യവർത്തിയായും ഭ്രൂമദ്ധ്യത്തിലും നാസാഗ്രത്തിലും, ഉപാസ്യമായും മുപ്പത്തിയാറു തത്വങ്ങളുടെ അഗ്രകോടിയിൽ അഭിലഷിച്ചും ഭയദുഃഖാദികളെ അതിക്രമിച്ചും വിളങ്ങുന്ന ജ്ഞാനവിഗ്രഹത്തെ നിരർഗ്ഗളധ്യാനരൂപേണ പൂജിക്കണം. ഹസ്തപാദാദിസകല അവയവങ്ങളിലും ചൈതന്യം വ്യാപിച്ചു സ്വദേഹത്തിൽ വർത്തിക്കുന്ന ചിദാഭാസനെത്തന്നെ ദേവത്വേന ഭാവിച്ചുകൊള്ളാം. എന്നിട്ടു സങ്കൽപിക്കേണ്ടതിങ്ങനെയാണ്. ബാഹ്യേന്ദ്രിയങ്ങളുടെ വിഭിന്നവ്യാപാരങ്ങളായ വിചിത്രശക്തികൾ ഭർത്താവിനെ കുലസ്ത്രീകളെന്നപോലെ എന്നെ എപ്പോഴും സേവിക്കുന്നു. മൂന്നുലോകങ്ങളെയും അറിയിക്കുന്ന എന്റെ മനസ്സ് ദ്വാരപാലനാണ്. ബാഹ്യാർത്ഥവിഷയയാകുന്ന ചിന്ത വിശ്വാസയോഗ്യയായ ദ്വാരപാലികയാണ്. വിവിധവസ്തുജ്ഞാനങ്ങൾ എന്റെ അവയവങ്ങളിലെ ഭൂഷണമാണ്. ബുദ്ധീന്ദ്രിയഗണങ്ങളോടുകൂടിയ കർമ്മേന്ദ്രിയങ്ങൾ വെളിയിലേക്കു കടക്കാ

നുള്ള വാതിലുകളാണ്. ഇങ്ങനെ അനുഭവമാത്രവേദ്യനായ ഞാൻ പരിച്ഛേദരഹിതസ്വരൂപനായി സർവാന്താത്മാവായി സമസ്തവസ്തുപൂരിതനായി സർവാന്തര്യാമിയായി അഖണ്ഡവും അദ്വിതീയവുമായ രൂപത്തോടുകൂടി സ്ഥിതിചെയ്യുന്നു. സമ്പൂർണ്ണനും മനഃശാന്തിയാൽ സമരസമായ ആചാരത്തോടുകൂടിയവനും സർവപ്രാണികളിലും സമമായി ആഭാസിക്കുന്നവനും നിർവികാരനുമായി അവ്യയനായ ആത്മാവിനെ മേൽ പറഞ്ഞപ്രകാരം പൂജിച്ചാൽ ജീവന്മുക്താവസ്ഥയെ പ്രാപിക്കാം. ദേവസ്വരൂപത്തെ വഴിപോലെ അറിഞ്ഞവന് രാഗാദി രഹിതവും ഏകനിഷ്ഠവും ആയ ബുദ്ധിയോടുകൂടി ഉചിതവ്യാപാരസിദ്ധമായ അർത്ഥംകൊണ്ടും പൂജിക്കാം. വിശേഷാൽ പൂജോപകരണങ്ങൾ സംഭരിക്കാൻ യത്നം ചെയ്യണമെന്നില്ല. സുലഭമായ ഇഷ്ടവസ്തു ഏതെങ്കിലും നിവേദിച്ചു പൂജിച്ചാൽ മതിയാകുന്നതാണ്. നാനാവിഭവങ്ങളോടുകൂടിയ ഭക്ഷ്യഭോജ്യങ്ങളോ അന്നപാനങ്ങളോ ശയനാസനവാഹനങ്ങളോ പ്രയാസപ്പെടാതെ സ്വാധീനത്തിലുണ്ടെങ്കിൽ അതുകളെക്കൊണ്ടും പൂജിക്കണം. ശിവസ്വരൂപത്തെ വഴിപോലെ അറിഞ്ഞ് മനോഹരാന്നങ്ങളെക്കൊണ്ടും മാല ചന്ദനം തുടങ്ങിയ സുഖസാധനങ്ങളെക്കൊണ്ടും സർവപ്രകാരേണയും പൂജിക്കണം. ആധിവ്യാധികളാലും മോഹസംരംഭത്താലും ഉണ്ടാകുന്ന സർവോപദ്രവദുഃഖങ്ങളെക്കൊണ്ടും ദേവപൂജ ചെയ്യണം. ദാരിദ്ര്യംകൊണ്ടും രാജ്യംകൊണ്ടും വാസനയ്ക്കനുരൂപമായ നാനാചേഷ്ടകളാകുന്ന പുഷ്പംകൊണ്ടും പൂജിക്കണം. നിഷിദ്ധഭോഗങ്ങളുടെ ത്യാഗവും ഉത്തമഭോഗങ്ങളുടെ സ്വീകാരവുംകൊണ്ടും ആത്മാവിനെ പൂജിക്കണം. മനസ്സിനെ യാതൊരുവിധത്തിലും വികാരപ്പെടുത്താതെ പോയതിനെ പോയതിനെ ഉപേക്ഷിക്കയും വരുന്നതിനെ വരുന്നതിനെ സ്വീകരിക്കുകയും ചെയ്യുന്നത് ആത്മാവിന്റെ പരമമായ അർച്ചനമാണ്. പ്രഥമദൃഷ്ടിയിൽ രമണീയമായും ദുസ്സഹമായും തോന്നുന്നതെല്ലാം ആത്മപൂജാനിരതനായിരിക്കുന്ന മനുഷ്യൻ ആത്മസമർപ്പണം ചെയ്തു തദ്രൂപമാക്കിത്തീർക്കണം. എപ്പോഴും അവിടെയും ഏതു രൂപത്തിലും കാണുന്നത് ബ്രഹ്മംതന്നെയെന്നുള്ള ദൃഢനിശ്ചയത്തോടുകൂടി ആത്മപൂജാവ്രതം ആചരിക്കണം. ജ്ഞാനിയായവൻ കിട്ടാത്തതിനെ ആഗ്രഹിക്കാതെയും, കിട്ടിയതിനെ ഉപേക്ഷിക്കാതെയും താനേ വന്നുകൂടുന്ന ഭോഗഭൂതികളെ സമുദ്രം നദികളെയെന്നപോലെ ഭുജിക്കേണ്ടതാകുന്നു. പക്ഷികളോ മേഘങ്ങളോ മറ്റേതു പദാർത്ഥങ്ങളൊ സഞ്ചരിക്കട്ടെ, അല്ലെങ്കിൽ സഞ്ചരിക്കാതിരിക്കട്ടെ, ആകാശത്തിനു വല്ല ഭാവഭേദവുമുണ്ടോ? അതുപോലെ, ശൂന്യാശൂന്യരൂപങ്ങളായ പദാർത്ഥപ്രതിപത്തികളിൽ മനസ്സിനു വികാരത്തെക്കൊടുക്കാതെ നിശ്ചലനായി സ്ഥിതിചെയ്യണം. ദേ

ശകാലക്രിയകൾക്കു അനുഗുണമായ വിധത്തിൽ വന്നുകൂടുന്ന ശുഭാശുഭത്തെ നിർവികാരമായി സ്വീകരിച്ച് അതുകൊണ്ട് ആത്മാവിനെ പൂജിക്കണം. ഈ ആത്മപൂജാവിധാനത്തിൽ ശുഭാശുഭരൂപേണ പറയപ്പെട്ട പദാർത്ഥസമ്പത്തുകൾ വിവിധരസങ്ങളാണെങ്കിലും ശമമായ ഏകരസത്താൽ വാസിതങ്ങളാകുമ്പോൾ, അവയുടെ പുളിപ്പ് കയ്പ് ചവർപ്പ് എരിവ് മുതലായവ വെടിഞ്ഞ് മധുരങ്ങളായിത്തീരുന്നു. സമരൂപവും ഇന്ദ്രിയശക്തിയെ അതിക്രമിച്ചതും ആസ്വാദ്യവുമായ അതിന്റെ രസശക്തിയാൽ ഭാവിതമായിട്ട് ദൃശ്യമെല്ലാം ക്ഷണേന മധുരമായി ഭവിക്കുന്നു. സമതയാകുന്ന അമൃതുകൊണ്ട് ഏതേതിനെ ഭാവന ചെയ്യുന്നുവോ അതതെല്ലാം ചന്ദ്രനിൽനിന്നു പൊഴിയുന്ന അമൃതുപോലെ മാധുര്യത്തെ പ്രാപിക്കുന്നു. ഏകരൂപമായ ചിത്തവൃത്തിയോടുകൂടി ചന്ദ്രനെപ്പോലെ പൂർണ്ണനും സ്വച്ഛനുമായി ചിൽഘനമായ ബ്രഹ്മത്തോടൈക്യം പ്രാപിക്കുന്ന ജ്ഞാനി കല്ലുപോലെ നിർവികാരനായി ഭവിക്കും. മഹർഷേ! താങ്കൾ ദേശകാലകർമ്മക്രമേണ, ഉദയംചെയ്യുന്ന വസ്തുക്കളുടെ സുഖദുഃഖരൂപങ്ങളായ വിലാസങ്ങളാൽ ശരീരനാഥനെ പൂജിച്ച് സകല ഇച്ഛകളുമൊഴിഞ്ഞ് സ്വച്ഛമായ ബുദ്ധിയോടുകൂടി സ്ഥിതിചെയ്യുക. ബുദ്ധിമാനായ രജകൻ മലം കൊണ്ടുതന്നെ മലത്തെ നീക്കുന്നപോലെ വിദ്വാനായവൻ അവിദ്യകൊണ്ടുതന്നെ അവിദ്യയെ നശിപ്പിക്കുന്നു. അതായത് അവിദ്യയുടെ അമലഭാഗത്താൽ മലിനഭാഗത്തെ നീക്കുന്നു. വാസ്തവത്തിൽ ആത്മജ്ഞാനസിദ്ധിക്കു ഹേതുക്കളല്ലെങ്കിലും ഗുരൂപദേശം മുതലായ അവിദ്യയുടെ ഉത്തമഭാഗങ്ങൾ ഏതോവിധത്തിൽ ഹേതുക്കളായിത്തീരുന്നുണ്ട്. ഉപദേശദ്വാരാ ശിഷ്യനിൽ പ്രവർത്തമാകുന്ന ആത്മജ്ഞാനം ശബ്ദങ്ങളാൽ പ്രതിപാദിക്കാൻ ഗുരുവിന് കഴിയുന്നില്ല. വിശേഷചിത്തവൃത്തിയാൽ ജ്ഞാനം കാണപ്പെടുന്നില്ല. എങ്കിലും താനേ അനുഭവപ്പെടുന്നു. ശാസ്ത്രാർത്ഥങ്ങളാലും ആത്മാവ്, രൂപനിർണ്ണയം ചെയ്തു പ്രതിപാദിക്കപ്പെടുന്നില്ല. സ്വരൂപാനുസന്ധാനമഹിമകൊണ്ടു താനേതന്നെ അതുണരുകയാകുന്നു. എന്നാലും ഗുരൂപദേശമോ ശാസ്ത്രാർത്ഥമോ ഇല്ലാതെ അതുണരുക ഉണ്ടാകയില്ല. ഗുരുശാസ്ത്രാർത്ഥങ്ങളുടെ സാന്നിദ്ധ്യസത്ത ആത്മജ്ഞാനത്തെ പ്രകാശിപ്പിക്കുന്നതിനാവശ്യമാകുന്നു. ഗുരുശിഷ്യന്മാരുടെയും ശാസ്ത്രാർത്ഥങ്ങളുടെയും ചിരകാലസംയോഗം കൊണ്ട് ആദിത്യനുദിക്കുമ്പോൾ ലോകവ്യവഹാരം ആരംഭിക്കുന്നതുപോലെ ആത്മജ്ഞാനം പ്രവർത്തിക്കുന്നു. മേൽപറഞ്ഞപ്രകാരം ദേവാർച്ചനത്തെ നിത്യവും അനുഷ്ഠിക്കുന്ന ജ്ഞാനി അസ്മദാദികൾക്കുപോലും ഭൃത്യസ്ഥാനം മാത്രമുള്ള അഖണ്ഡബ്രഹ്മപദത്തെ പ്രാപിക്കുന്നു.

ഉള്ളതുപോലെ തോന്നപ്പെടുന്ന ഈ ജഗത്തുകളെല്ലാം കേവലം ആഭാസമാത്രമാണ്, വാസ്തവമല്ല. ബ്രഹ്മം പരമാത്മാവ് പരംജ്യോതിസ്സ് ഇത്യാദി ശബ്ദങ്ങളാൽ പ്രതിപാദിക്കപ്പെടുന്ന തത്വം യാതൊന്നോ അതുതന്നെ ക്രമേണ വൃത്തിജ്ഞാനമായി ദൃശ്യമായി നാമയോഗ്യമായി തീരുന്നു. ആ ചിത്തു ദൃശ്യത്തെ ഭാവനംചെയ്കകൊണ്ട് അഹന്തയെ പ്രാപിക്കുന്നു. കാട്ടാനയായിത്തീർന്നുവെന്നും മറ്റും ചിലർക്ക് സ്വപ്നഭാവന ഉണ്ടാകാറുണ്ടല്ലോ, അതുപോലെയാണെന്നു ധരിച്ചുകൊൾക. അഹന്തയെ പ്രാപിച്ച ചിത്തിന്റെ നാനാരൂപങ്ങളായ ശക്തികൾ, ദേശകാലാദിരൂപത്തെ ഗമിച്ചിട്ട് സ്വയമേവ സഖാക്കളെപ്പോലെ ഉപചരിക്കുന്നു. ചിന്മയിയായ ആ സത്ത, ദേശകാലാദിശക്തികളാൽ ചുറ്റപ്പെട്ട്, ജീവരൂപത്തിലായി അജ്ഞപദത്തിലിരുന്നുകൊണ്ട് ബുദ്ധിരൂപത്തിൽ പ്രവർത്തിക്കുന്നു. ഇങ്ങനെ ബുദ്ധിത്വത്തെ പ്രാപിച്ച് നിശ്ചയകർത്താവായി വർത്തിക്കുന്ന ജീവശക്തിയാകട്ടെ, ശബ്ദശക്തി, ജ്ഞാനശക്തി, ക്രിയാശക്തി ഇവയാൽ അനുഗമിക്കപ്പെടുന്നു. ഈ അഹങ്കാരാദി ഗുണങ്ങളെല്ലാം വേഗത്തിൽ സമ്മേളിച്ച്, സ്മരണയെ ഉരുക്കൂട്ടി സങ്കൽപവൃക്ഷത്തിന്റെ വിത്തായ മനസ്സായിത്തീർന്നു. ആതിവാഹിക ദേഹമെന്നു വിദ്വാന്മാർ പറയുന്നതു ഈ മനസ്സിനെത്തന്നെയാണ്. വിചാരവികൽപാദിരൂപത്തിൽ സ്ഫുരിക്കുന്ന അതിന്റെ ശക്തികൾ അസംഖ്യങ്ങളാണ്. മനസ്സുതന്നെ ആകാശാദി നാനാരൂപത്തെ പ്രാപിച്ച് ജഗത്തായി വിളങ്ങുന്നു. കേവലം അവസ്തുവായ വേതാളംപോലെ മനോവാസന ഉദയം ചെയ്തുണ്ടായതാണ് ഈ ജഗത്ത്. ആ വാസന നശിച്ചാൽ ജഗത്തു നശിക്കയും അക്ഷയമായ ശാന്തി ശേഷിക്കയും ചെയ്യുന്നു. അഹന്തയിലും ജഗത്തിലും മൃഗതൃഷ്ണാജലത്തിലും ആസ്ഥയോടുകൂടിയ ശപിക്കപ്പെട്ട മനുഷ്യൻ വർജ്യനത്രേ. ബ്രഹ്മവിദ്യോപദേശത്തിന് അവൻ അർഹനല്ല. ബ്രഹ്മവിത്തുകൾ വിവേകിയായ പുരുഷനു മാത്രമല്ലാതെ, വിപരീതജ്ഞാനത്തോടുകൂടിയ സജ്ജനവർജ്യന്മാരായ മൂഢന്മാർക്ക് ഉപദേശിക്കയില്ല. വിചാരഹീനനായി മൂഢന്മാർക്കുപദേശം ചെയ്യുന്ന ഗുരു സ്വപ്നത്തിൽകണ്ട പുരുഷന് സുന്ദരിയായ സ്വപുത്രിയെ വിവാഹം കഴിച്ചുകൊടുക്കും. മഹർഷേ! താങ്കൾ ചോദിച്ചതനുസരിച്ച് ദേവപൂജാവിധി ഞാൻ പറഞ്ഞു. താങ്കൾക്കു മംഗളം ഭവിപ്പൂതാക! ഇനി ഇഷ്ടദേശംപ്രതി ഞങ്ങൾക്കു പോകേണ്ടിയിരിക്കുന്നു. ഹേ പർവതപുത്രീ! എഴുന്നേറ്റു വരിക.' ഇപ്രകാരമരുളിച്ചെയ്തു, മഹാദേവനെഴുനേൽക്കവേ ഞാൻ പുഷ്പാഞ്ജലിയാൽ പൂജിച്ചു. പരിവാരങ്ങളോടുകൂടി അദ്ദേഹം അംബരകോടാരത്തിൽ മറയുകയും ചെയ്തു. അന്നുമുതൽക്ക് ആ ക്രമമനുസരിച്ച് ഞാൻ ആത്മപൂജചെയ്തുകൊണ്ടിരിക്കുന്നു. എന്റെ വാസന

കൾ വ്യവഹാരപരങ്ങളാണെങ്കിലും ഈ പൂജാവിധാനത്താൽ അവയുടെ ക്ലേശങ്ങൾ ബാധിക്കുന്നില്ല. ദൈവയോഗത്താൽ വന്നുകൂടുന്ന ക്രിയകളുടെയും ആചാരങ്ങളുടെയും അനുഷ്ഠാനമാകുന്ന പുഷ്പങ്ങളെക്കൊണ്ടു ഞാൻ നടത്തുന്ന ആത്മപൂജ ലൗകികദൃഷ്ട്യാ വിച്ഛിന്നമാണെന്നു തോന്നിയാലും ആത്മാവിൽ അവിച്ഛിന്നമായി പ്രവർത്തിച്ചുകൊണ്ടിരിക്കയാണ്. സർവദേഹികൾക്കും ഗ്രാഹ്യഗ്രാഹകസംബന്ധം സാമാന്യമാണ്. യോഗികളാൽ അനുധ്യേയനായ ആത്മാവിന്റെ അർച്ചനം സംധാരണന്മാർക്കു സാധ്യമല്ലെന്നു ശങ്കിക്കരുത്. അവധാനപൂർവമായ ധ്യാനമത്രേ ആത്മാർച്ചനയായി യോഗികൾക്കു ഭവിക്കുന്നത്. അതുപോലെ സംഗങ്ങളിൽനിന്നു മനസ്സിനെ വേർപെടുത്തി സാവധാനദൃഷ്ടിയായി നീയും സംസാരവനത്തിൽ വിഹരിച്ചുകൊണ്ടാൽ തജ്ജന്യമായ ദുഃഖം ഒരിക്കലും ബാധിക്കയില്ല.

ശ്രീരാമൻ-സ്വാമിൻ! എന്റെ സംശയമെല്ലാം സവിശേഷം നിവൃത്തമായി. അറിയേണ്ടതറിഞ്ഞു. അകൃത്രിമമായ സംതൃപ്തി അടഞ്ഞു. സംസാരസമരത്തിൽ എന്റെ മനസ്സ്, അന്യന്മാരാൽ അഭേദ്യവും ആശാഗജസംഹാരകവുമായ ധീരത്വത്തെ പ്രാപിച്ചുകഴിഞ്ഞു. വികൽപങ്ങളും ശ്രമവും നീങ്ങി, ആശകൾ ശമിച്ച്, ജ്ഞാനപ്രസന്നവും ലോകോത്തരസുഖസ്വരൂപവും പ്രമുദിതവുമായി വിളങ്ങുന്നു.

(നിർവാണപ്രകരണത്തിൽ ദേവപൂജോപാഖ്യാനമെന്ന
മുപ്പതാം സർഗ്ഗം കഴിഞ്ഞു.

വിലോപാഖ്യാനം

ശ്രീരാമൻ-ഭഗവൻ! അങ്ങേ വാക്യാമൃതപാനത്തിൽ എനിക്കു തൃപ്തി വരുന്നില്ല. ഇനിയും തത്ത്വമയിയായ വല്ല കഥയും അരുളിച്ചെയ്യണമേ!

വസിഷ്ഠൻ-രാമ! ആത്മോദ്ബോധകങ്ങളായ തത്ത്വങ്ങൾ എത്രയെത്ര പറഞ്ഞാലും അവസാനിക്കയില്ല. കേൾക്കൂ! ആഗ്രഹിച്ച ഏതെങ്കിലും വസ്തു കിട്ടുന്ന അവസരത്തിലുണ്ടാകുന്ന സന്തോഷം, അടുത്ത നിമിഷത്തിൽ ഉണ്ടാകുന്നില്ലെന്നുള്ളത് സർവവിദിതമാണല്ലോ. ഒരു വസ്തു വാഞ്ഛാകാലത്തിൽ ചെയ്യുന്ന സന്തുഷ്ടി മറ്റൊരിക്കൽ ചെയ്യുന്നില്ലതന്നെ. ബാലന്മാരല്ലാതെ ക്ഷണികമായ ഈ സുഖത്തിൽ ആഗ്ര

ഹിക്കയില്ല. വാഞ്ഛരാകാലത്തിലുണ്ടാകുന്ന സന്തുഷ്ടിക്കു കാരണം ആ വാഞ്ഛതന്നെ എന്നു സ്പഷ്ടമാണ്. ആ സന്തുഷ്ടി നീരസത്തിൽ അവസാനിക്കുന്നതുമാണ്. ഈ വസ്തുത മനസ്സിലാക്കി വാഞ്ഛയെ പരിത്യജിക്കുക! വിഷയങ്ങളിൽ അനാസ്ഥയോടുകൂടി ജീവിതത്തെ നയിക്കുക! ആശ നിരാശതയെ പ്രാപിക്കട്ടെ! വിഷയഭാവന അഭാവനയെ ഗമിക്കട്ടെ! മനസ്സു നിർവികൽപതയെ അവലംബിക്കട്ടെ! വാതവർഷാദിക്ഷോഭകാരണങ്ങൾ ഭവിച്ചാലും, ആകാശം സ്വച്ഛമായി സ്ഥിതി ചെയ്യുന്നതുപോലെ, അന്തരിന്ദ്രിയങ്ങളെ വാസനാരഹിതമാക്കി ക്രിയകളനുഷ്ഠിച്ചാൽ, നിന്റെ അന്തഃകരണം വികൃതമായിത്തീരുകയില്ല. സംസാരത്തിന്റെ പ്രളയവും ഉദയവും മനസ്സിന്റെ ആവിർഭാവ തിരോഭാവങ്ങളാണ്. അതിനാൽ വാസനകളെയോ പ്രാണങ്ങളെയോ നിരോധിച്ച് മനസ്സിനെ ലയിപ്പിച്ചുകൊള്ളുക! അജ്ഞാനത്തിന്റെ ഉന്മേഷനിമേഷങ്ങൾ നിമിത്തമാണ് കർമ്മങ്ങൾക്കു പ്രളയോദയങ്ങൾ ഭവിക്കുന്നത്. ആ അജ്ഞാനത്തെ ഗുരൂപദേശത്താലും ശാസ്ത്രാർത്ഥചിന്തനത്താലും ധാരണാധ്യാനസമാധികളാലും ബലാൽകാരേണ നശിപ്പിക്കുക. സംവിത്തിന്റെ ബഹിർമ്മുഖമായ വ്യാപാരം നിലച്ചാൽ അഥവാ പ്രാണവേഗത്തെ നിരോധിച്ചാൽ മനസ്സിന്റെ മനനാവസ്ഥ നശിക്കും. പരമപദം അതുതന്നെയാണ്. ഇഷ്ടവസ്തുക്കളിൽ ഇന്ദ്രിയസംബന്ധമുണ്ടാകുമ്പോൾ ഉദിക്കുന്ന പരമാർത്ഥസുഖം യാതൊന്നോ, ആ സുഖത്തെ ഉണർത്തിക്കൊണ്ട് ഉള്ളിലിരിക്കുന്ന ആത്മാവിനെ നിരന്തരമായി ധ്യാനിച്ചാൽ മനസ്സ് നശിക്കും. ആ ധ്യാനംതന്നെ ബ്രഹ്മദൃഷ്ടിയെന്നു പറയപ്പെടുന്നത്. യാതൊരു സുഖത്തിൽ ചിത്തവൃത്തികൾ ഉദയം ചെയ്യാതിരിക്കുന്നുവോ അതാണ് കൈവല്യസുഖം. ആ സുഖം ക്ഷയിക്കയോ വർദ്ധിക്കയോ ഉദിക്കയോ അസ്തമിക്കയോ ചെയ്യുന്നില്ല. ജ്ഞാനികൾക്കും ചിത്തമുണ്ടെങ്കിലും അതിനെ ചിത്തമെന്നു പറവാൻ പാടില്ല. ബ്രഹ്മമെന്നുതന്നെ പറയണം. ബ്രഹ്മത്തിൽനിന്നു ഭിന്നമായതെന്നത്രേ ചിത്തശബ്ദത്തിന്റെ അർത്ഥം. ജ്ഞാനിയുടെ ചിത്തമാകട്ടെ, രാസപ്രയോഗത്താൽ ചെമ്പു പൊന്നാകുന്നതുപോലെ, നിരന്തര ബ്രഹ്മധ്യാനത്താൽ ബ്രഹ്മമായി പ്രകാശിക്കുന്നു. വിദ്വച്ചിത്തം ജഗൽസ്ഥിതിയിൽ കുറച്ചുകാലം വിഹരിച്ചിട്ട്, ശ്രവണമനനാദികളാൽ തുര്യാവസ്ഥയിലെത്തി, ചിദ്രൂപമായി സ്ഥിതി ചെയ്തു ക്രമേണ തുര്യാതീതപദത്തെ പ്രാപിക്കുന്നു. ഏകമായ ബ്രഹ്മംതന്നെയാണ് ഭുവനഭ്രാന്തിവിലാസപരമ്പരകളോടുകൂടി, ഒരേസമയത്തു പലേ രൂപത്തിൽ ഇവിടെക്കാണപ്പെടുന്നത്. സ്വപ്നദൃഷ്ടവസ്തുപോലെ, മറ്റുചിത്താദികളായ ഒന്നുംതന്നെ വാസ്തവങ്ങളല്ല. ഈ തത്വത്തെ സ്ഫുടമാക്കുമാറ് വിസ്മയോല്ലാസഹേതുവായഒരു പൂർവകഥ

ഞാൻ ഇവിടെ സംഗ്രഹിച്ചുദാഹരിക്കാം. അനേകായിരം യോജന വിസ്താരമുള്ളതും വിമലവും സ്ഫുടവും യുഗപരിവർത്തനങ്ങളാൽ കേടുവരാത്തതും ആയ ഒരു വലിയ കൂവളക്കായുണ്ട്. അതു വളരെപ്പഴക്കം ചെന്നതാണെങ്കിലും ബാലചന്ദ്രക്കലപോലെ സുന്ദരവും മൃദുവുമാണ്. കൽപാന്തവായുപോലും അതിനെ ചലിപ്പിക്കാൻ ശക്തമല്ല. പതിനായിരം കോടി കോടി ലക്ഷം യോജനയിലുമധികം വിസ്താരമുള്ളതാണ്. ജഗൽസ്ഥിതിക്ക് ആദിമൂലമാണ്. പർവതസമീപത്തിൽ കടുകുകളെന്നപോലെ ആ കൂവളക്കായുടെ ചുറ്റിലും അനവധി ബ്രഹ്മാണ്ഡങ്ങൾ കിടക്കുന്നു. നല്ല പാകംവന്നതാണെങ്കിലും ഒരിക്കലും ജരിക്കാത്തതുകൊണ്ട്, വീണുപോകത്തക്കനിലയിൽ എത്തുന്നില്ല. സർവഫലങ്ങൾക്കും സാരഭൂതമായ ഈ മഹാഫലത്തിന്റെ ഉള്ളിലെ കഴമ്പ് ചിച്ഛക്തിയുടെ സ്ഫൂർത്തിതന്നെയാണ്. ആ ശക്തിയുടെ നാനാരൂപത്തിലുള്ള സ്ഫുരണം ഹേതുവായി, സത്യമായ നിജരൂപത്തിൽ താഴെപ്പറയും പ്രകാരമുള്ള തോന്നലുകൾ അതായത്, ഇത് അനന്തമായ ആകാശം, ഇത് കാലരൂപമായ കല, ഇതു ജഗത്തുകളെ നിയമിക്കുന്നതിന് ഉദ്യതമായ നിയതി, ഇതു ചലനസ്വഭാവയായ ക്രിയാശക്തി, ഇതു ബ്രഹ്മാണ്ഡമണ്ഡലം, ഇതു ദിങ്മണ്ഡലം ഇത്യാദി പ്രതീതികൾ ഉണ്ടാകുന്നു. ആ വില്വഫലത്തിന്റെ കഴമ്പായി സംവിച്ഛത്തി സ്ഫുരിക്കുന്നതിന്റെ ക്രമം ഇങ്ങനെയാണ്.

രാമചന്ദ്രൻ-ഭഗവാനേ! നിന്തിരുവടി കൂവളക്കായാക്കി പറഞ്ഞതു മഹാബ്രഹ്മസത്തയെയാണെന്നു മനസ്സിലായി. അഹന്താദിയാൽ വിസ്തൃതമായ ഈ ജഗത്താണ് അതിന്റെ കഴമ്പ്. ദ്വൈതമെന്നോ ഏകമെന്നോ ഉള്ള ഭേദാഭേദദൃഷ്ടിയ്ക്ക് ഇതിൽ അൽപവും അവകാശമില്ല. മേരുമുതലായവ, ബ്രഹ്മാണ്ഡകൂശ്മാണ്ഡത്തിന്റെ കഴമ്പായിരിക്കുന്നതെങ്ങനെയോ, അപ്രകാരം ചിൽക്കൂവളക്കായുടെ കഴമ്പ് ബ്രഹ്മാണ്ഡജാലസങ്കലിതമായ വിശ്വമാണെന്നു സിദ്ധംതന്നെ.

നിർവാണപ്രകരണത്തിൽ വില്വോപാഖ്യാനം എന്ന
മുപ്പത്തൊന്നാം സർഗ്ഗം കഴിഞ്ഞു.

ശിലോപാഖ്യാനം

വസിഷ്ഠൻ:-ഇനി വിസ്മയാവഹമായ മറ്റൊരുപാഖ്യാനം ഞാൻ പറവാൻ പോകുന്നു; കേൾക്കുക! വളരെ പരപ്പും മിനുപ്പും മെഴുപ്പുമുള്ള

തും സ്ഫുടവും ഘനവും പഴുതില്ലാത്തതുമായ ഒരു വമ്പിച്ച ശിലയുണ്ട്. ആ ശിലയിൽ സാധാരണ പൊയ്കയിലെന്നപോലെ രമ്യങ്ങളായ അസംഖ്യം വിടർന്ന താമരകൾ, അന്യോന്യം പിണഞ്ഞും തമ്മിൽ തൊടാതെ അകന്നും, കണ്ണുകൾക്ക് വിഷയമായും വിഷയമാകാതെയും ഒന്നിന് മുകളിലൊന്നായും വേരുകൾ മേലോട്ടായും കീഴോട്ടായും വേരുകളില്ലാതെയും ഇങ്ങനെ പലവിധത്തിൽ നിൽക്കുന്നു. അവയുടെ സമീപത്തിലായി ലക്ഷക്കണക്കിൽ ശംഖുകളും വമ്പിച്ച ചക്രങ്ങളുമുണ്ട്.

ശ്രീരാമൻ:-സ്വാമിൻ! ശരിയാണ്. ഈ മാതിരി ശില സാളഗ്രാമരൂപനായ വിഷ്ണുവിന്റെ മൂർദ്ധാവിൽ ഞാൻ കണ്ടിട്ടുണ്ട്.

വസിഷ്ഠൻ:-രാമ! ഈ ജഗൽസ്ഥിതിയെല്ലാം അന്തർഭവിച്ച ചിദ്രൂപശിലയെയത്രേ ഞാൻ ഉപന്യസിച്ചത്. ഘനത്വം ഏകരൂപത്വം മുതലായവയാൽ, ചിത്തിനു ശിലയോടു ധാരാളം സാദൃശ്യമുണ്ട്. ഘനരൂപവും ഉൾപഴുതില്ലാത്തതുമാണെങ്കിലും ഈ ചിഛിലയുടെ ഉള്ളിൽ, അന്തരീക്ഷത്തിൽ വായുവെന്നപോലെ, പലേ ജഗജ്ജാലങ്ങൾ വർത്തിക്കുന്നു. സ്വർഗ്ഗം, ഭൂമി, വായു, ആകാശം, പർവതങ്ങൾ, നദികൾ, ദിക്കുകൾ, എല്ലാം അതിനകത്തുണ്ട്. ഉള്ളിലേക്കു പഴുതോടുന്ന ഒരു ചെറുസുഷിരംപോലുമില്ലതാനും. കല്ലിൽ ശംഖപത്മാദിരൂപങ്ങൾ കൊത്തിവച്ചാലും ആ കല്ലല്ലാതെ മറ്റൊന്നും ഇല്ലാത്തതുപോലെ, ചിദ്രൂപശിലാപ്രതിമ, തന്നെക്കൊണ്ടുതന്നെ തങ്കൽ ജഗദ്രൂപം തോന്നിച്ചു ത്രികാലങ്ങളിലും സ്ഥിതിചെയ്കയാണ്. കല്ലിൽ കൊത്തിയ താമര കല്ലിൽനിന്നു ഭിന്നമല്ലാത്തതുപോലെ, ചിത്തിൽ തോന്നിയ സർഗ്ഗവും അതിൽനിന്നും അഭിന്നമായിത്തന്നെ ഇരിക്കുന്നു. മുളകിൽ എരിവെന്നപോലെ ഉദയാസ്തമയങ്ങളില്ലാതെ തദ്രൂപമായി ഭവിക്കുന്നു. ഗർഭത്തിനുള്ളിൽ ശിശുവെങ്ങനെയോ കൂവളക്കായ്ക്കുള്ളിൽ കഴമ്പെങ്ങനെയോ അപ്രകാരം വിവിധവികാരങ്ങളോടുകൂടിയ ബ്രഹ്മാണ്ഡങ്ങൾ ചിത്തിൽ അന്തർഭവിച്ചിരിക്കുന്നു. ശിലാപട്ടത്തിൽ ചക്രപത്മാദിരേഖകൾ സുഷുപ്തമെന്നു തോന്നുമാറ് ഇളകാതിരിക്കുന്നതുപോലെ ചിത്തിനുള്ളിൽ ജഗത്തുകളും സ്ഥിതിചെയ്യുന്നു. സർവാത്മകമായ ബ്രഹ്മം എവിടെ, ഏതു രൂപത്തിൽ, ഏതൊന്നായി എങ്ങനെ പ്രവർത്തിക്കുന്നുവോ, അവിടെ ആ വസ്തു അതേരൂപത്തിൽ അതായിത്തന്നെ തോന്നപ്പെടുന്നു. ഇങ്ങനെ ഏകബ്രഹ്മമത്രേ സുഷുപ്താവസ്ഥയെ പ്രാപിച്ചവണ്ണം സർവത്ര സ്ഥിതിചെയ്യുന്നത്. അനവധി ഭാവവികാരങ്ങളോടുകൂടിയ ഈ ജഗൽഭ്രമം കല്ലിൽ തോന്നിയ താമരപോലെ സുഷുപ്താവസ്ഥമായ ബ്രഹ്മംതന്നെയാണ്. പ്രശാന്തവും ചിദ്ഘനവുമായ ആത്മാവിൽ ഈവിധം

തോന്നിക്കൊണ്ടിരിക്കുന്ന ജഗദ്വിലാസം കല്ലിൽ താമരപോലെ ബ്രഹ്മത്തിന്റെ സുഷുപ്തഭാവത്തിലുള്ള അവസ്ഥയാണെന്നും കാണപ്പെടുന്ന സർഗ്ഗാദ്യവസ്ഥകൾ നിർമ്മൂലങ്ങളാണെന്നും സിദ്ധമായിരിക്കേ ജീവികളുടെ അഭിമാനത്തിനു വിഷയീഭൂതമായ ശരീരം വാസ്തവസ്വരൂപമാകുന്നതെങ്ങനെ?

നിർവാണപ്രകരണത്തിൽ ശിലോപാഖ്യാനം എന്ന
മുപ്പത്തിരണ്ടാം സർഗ്ഗം കഴിഞ്ഞു.

അർജ്ജുനോപാഖ്യാനം

ശ്രീരാമൻ:-ഭോ ആചാര്യപാദ! ഞാനറിയേണ്ടതെല്ലാം അറിഞ്ഞു. ദർശിക്കേണ്ടതു വഴിപോലെ ദർശിക്കയും ചെയ്തു. ഇനിയും സംഭാഷണപ്രസക്ത്യാ ജ്ഞാനാഭിവൃദ്ധിക്കുപകരിക്കുന്ന ചിലതു ചോദിക്കുന്നു. ജഗൽസഹസ്രങ്ങളെ നിർമ്മിക്കുക എന്ന മഹിമയോടുകൂടിയ നിർമ്മലദർപ്പണമായി വിളങ്ങുന്ന പുര്യഷ്ടകത്തിന്റെ രൂപം ഏതുപ്രകാരത്തിലാണെന്നു പറഞ്ഞുതരുമോ?

വസിഷ്ഠൻ:-ആദ്യന്തങ്ങളില്ലാത്തതും പ്രപഞ്ചകാരണവും നിരാമയവുമായ യാതൊരു ബ്രഹ്മം ഭവിക്കുന്നോ, അതുതന്നെ അവിദ്യയോടു ചേരുമ്പോൾ ജീവനായിത്തീരുന്നു. മായാകലനത്തോടുകൂടാത്ത ആത്മരൂപം ശുദ്ധചിന്മാത്രവും കലനോന്മുഖതയെ പ്രാപിച്ചത് ജീവനുമാണെന്നു ഭേദം. ഈ ജീവനാകട്ടെ, ശരീരത്തിൽ ഉരുക്കൂടി, സ്ഫുടമായി ചലിക്കുന്നു. അഹംഭാവത്താൽ അഹംകാരമായും മനനത്താൽ മനസ്സായും ബോധനിശ്ചയം നിമിത്തം ബുദ്ധിയായും, ആത്മദൃഷ്ടമായി അതതു കർമ്മങ്ങളെ ഉപാർജ്ജിക്കകൊണ്ട് ഇന്ദ്രിയമായും തീരുന്നു. ദേഹഭാവനയാൽ ദേഹമായി രൂപപ്പെടുന്നു. ഘടഭാവനയാൽ ഘടമായി ഭവിക്കുന്നു. ഇപ്രകാരമുള്ള സ്വരൂപത്തോടുകൂടിയ ഈ ജീവൻതന്നെ പുര്യഷ്ടകമെന്നു പറയപ്പെടുന്നത്. മറ്റൊരുപ്രകാരത്തിൽ ലക്ഷണം ചെയ്കയാണെങ്കിൽ, ഞാൻ അറിയുന്നവൻ, ഞാൻ ചെയ്യുന്നവൻ, ഞാൻ ഭുജിക്കുന്നവൻ, ഞാൻ സാക്ഷിഭൂതൻ ഇത്യാദ്യഭിമാനത്തോടുകൂടി ശരീരത്തിൽ സ്ഥിതിചെയ്യുന്ന സംവിദ്രൂപനായ ജീവൻതന്നെ പുര്യഷ്ടകം. ജനങ്ങൾ ഈ പുര്യഷ്ടകത്തിനടിമപ്പെട്ട് അസത്യമായ സ്വപ്നത്തിൽ മറ്റൊരു സ്വപ്നമെന്നപോലെ, കേവലം മിഥ്യയായ ലോകത്തെ കണ്ടുകൊള്ളുന്നു. അർ

ജ്ജുനൻ ശ്രീകൃഷ്ണന്റെ ഉപദേശത്താൽ മനസ്സിലെ പറ്റുകൾ നീങ്ങി, ജീവന്മുക്തനായി മൗനമവലംബിച്ച് സുഖമാകുംവണ്ണം തന്റെ ജീവിതത്തെ ദുഃഖരഹിതമാക്കി മേൽക്കാലം നയിക്കുന്നതുപോലെ ഹേ രാമചന്ദ്ര! നീയും ജീവിതത്തെ സുഖഭൂയിഷ്ഠമാക്കുക.

ശ്രീരാമൻ ചോദിച്ചു:-മഹർഷേ! പാണ്ഡുപുത്രനായ ആ അർജ്ജുനൻ മേലിൽ എന്നാണു ഭവിക്കുന്നത്? ഏതുതരത്തിലുള്ള ജ്ഞാനമാണ് ഹരി അവനുപദേശിക്കുന്നത്?

വസിഷ്ഠൻ: ഭഗവാൻ ധർമ്മരാജൻ ഓരോ ചതുർയുഗത്തിന്റെയും അവസാനത്തിൽ, ഭൂതജാലമരണത്തിന്റെ പാപപരിഹാരത്തിനായി തപസ്സു ചരിക്കുകയുണ്ട്. ചിലപ്പോൾ എട്ടുവർഷം, ചിലപ്പോൾ പത്ത്, ചിലപ്പോൾ പന്ത്രണ്ട്, ചിലപ്പോൾ അഞ്ച്, ചിലപ്പോൾ ഏഴ്, ചിലപ്പോൾ പതിനാറ് ഇങ്ങനെയായിരിക്കും തപശ്ചരണത്തിന്റെ കാലമാനം. അക്കാലങ്ങളിൽ ഭൂതജാലങ്ങൾക്ക് മരണമില്ലാതിരിക്കും; മഴക്കാലത്തു മദംപൊട്ടുന്ന ആനയെ ഈച്ചകൾ പൊതിയുന്നതുപോലെ, ഭൂതലം ജീവജന്തുക്കളാൽ നിബിഡീഭൂതമാകും. ഭൂഭാരഹരണത്തിനു ദേവന്മാർ ഓരോ യുക്തികൾ പ്രയോഗിച്ച് അപ്പോഴപ്പോൾ ജന്തുഹിംസചെയ്കയും പതിവാണ്. ഇങ്ങനെ അനേകായിരം യുഗങ്ങളും ലോകവ്യവഹാരങ്ങളും കോടികോടി ഭൂതജാലങ്ങളും കൃതാന്തന്മാരും മാഞ്ഞുമറഞ്ഞു. ഇപ്പോഴത്തെ പിതൃനായകനായ വൈവസ്വതൻ, ഇനിയും ഏതാനും യുഗങ്ങൾ കഴിയുമ്പോൾ ഒരിക്കൽ, പാപശാന്തിക്കായി പന്ത്രണ്ടുവർഷം തപസ്സുചെയ്യേണ്ടിവരും. അതുനിമിത്തം മരണമില്ലാതെ ജീവരാശികൾ പെരുകി, ഭാരാധിക്യത്താൽ ഭൂമി സങ്കടപ്പെട്ടുപോയി മഹാവിഷ്ണുവിനെ ശരണം പ്രാപിക്കയും ദയാനിധി രണ്ടു ദേഹമെടുത്ത് ഒരേ സമയത്തു ഭൂമിയിൽ അവതരിക്കയും ചെയ്യും. വാസുദേവനാമത്തിൽ വസുദേവന്റെ മകനായും പാണ്ഡുപത്നിയിൽ ഇന്ദ്രപുത്രൻ അർജ്ജുനനായുമായിരിക്കും അവതാരം. ധാർത്തരാഷ്ട്രന്മാരുമായി അർജ്ജുനൻ ഭയങ്കരസമരത്തിനാരംഭിക്കവേ, തന്നോടു യുദ്ധം ചെയ്‌വാൻ ബന്ധുജനങ്ങൾ സന്നദ്ധരായി അടുക്കുന്നതും മരണോന്മുഖരായ സ്വജനങ്ങളെയും നോക്കി വിഷാദത്തോടെ വില്ലുംവച്ചു തേരിലിരുന്നുകളയും. ഈ അവസരത്തിൽ കൃഷ്ണൻ തൽക്കാലകാര്യസാദ്ധ്യത്തിനായി, സ്വാംശഭൂതനായ അർജ്ജുനനെ, ബോധവാനാക്കാൻ ഇപ്രകാരം യുക്തികൾ ഉപന്യസിക്കും. ഹേ രാജസിംഹ! ദേഹാദിവ്യതിരിക്തവും അനന്തവും അനാദിമദ്ധ്യവും സംവിദ്രൂപവും ദോഷഹീനവുമായ ആത്മതത്ത്വത്തെ അകക്കണ്ണുകൊണ്ടു കണ്ടറിയുക. നീ നിത്യനാണ്, ദുഃഖഹീനനാണ്, ജന്മഹീനനാണ്, ആ

ത്മാവ്, ഒരിക്കലും ജനിക്കുന്നില്ല; മരിക്കുന്നുമില്ല. ഒരിക്കൽ ഇല്ലാതിരുന്നിട്ടു പിന്നെ ഉണ്ടാകയോ ഉണ്ടായിപ്പിന്നെ നാശം പ്രാപിക്കയോ ഇല്ല. അജനും നിത്യനും ശാശ്വതനും പുരാതനനുമായ ആത്മാവ് ശരീരം നശിച്ചാലും നശിക്കുന്നതല്ല. ഈ നിശ്ചയത്തോടുകൂടി സിദ്ധ്യസിദ്ധികളിൽ സമനായി, നിസ്സംഗനായി കർമ്മം ചെയ്യുക! സർവകർമ്മങ്ങളും ബ്രഹ്മത്തിൽ സമർപ്പിച്ചാൽ ക്ഷണേന നീ ബ്രഹ്മമായിത്തന്നെ ഭവിക്കും. സർവകർമ്മങ്ങളും ഈശ്വരങ്കൽ സമർപ്പിച്ച്, ഈശ്വരനിഷ്ഠനായി സുഖിച്ച്, ഭൂമിയെ അലങ്കരിക്കുമാറ്, ഈശ്വരനായി ഭവിക്കുക! സർവ സങ്കൽപങ്ങളും സന്യസിച്ചശേഷം, സമനും ശാന്തനും മൗനിയുമായി, ഫലത്യാഗത്തോടെ കർമ്മങ്ങൾചെയ്തു മനസ്സിനെ മുക്തമാക്കുക!

ശ്രീകൃഷ്ണന്റെ അരുളപ്പാടുകേട്ട് അർജ്ജുനൻ ചോദിക്കും-ഭഗവാനേ! എന്റെ മോഹനിവൃത്തിക്കായി സംഗത്യാഗം ബ്രഹ്മാർപ്പണം ഈശ്വരാർപ്പണം സന്യാസം ജ്ഞാനം യോഗം ഇവയുടെ വിഭാഗം എപ്രകാരമാണെന്ന് സദയം അരുളിച്ചെയ്യണമേ!

ഭഗവാൻ-സർവസങ്കൽപങ്ങളും ശമിച്ച് വാസനാബന്ധം നീങ്ങുമ്പോൾ ഭാവനായോഗ്യമായ രൂപത്തോടുകൂടാതെ സ്ഫുരിക്കുന്ന വിശുദ്ധചിന്മാത്രം യാതൊന്നോ അതുതന്നെ ബ്രഹ്മം. ബ്രഹ്മത്തെ അറിയുന്നതിനുള്ള അഭ്യാസം ജ്ഞാനമെന്നും യോഗമെന്നും പറയപ്പെടുന്നു. ഞാനും ജഗത്തും ബ്രഹ്മം തന്നെയെന്ന ഭാവനയത്രേ ബ്രഹ്മാർപ്പണം. കർമ്മങ്ങളുടെ ഫലത്യാഗം യാതൊന്നോ അതു സന്യാസം. സങ്കൽപങ്ങളുടെ ത്യാഗം അസംഗമാകുന്നു. സങ്കൽപവികൽപങ്ങളെല്ലാം ഭേദപ്രതീതിയോടുകൂടാതവണ്ണം ഈശ്വരമയമായി ഭാവിച്ച് സർവവ്യവഹാരങ്ങളും ഈശ്വരങ്കൽ സമർപ്പിക്കുന്നതുതന്നെ ഈശ്വരാർപ്പണം. ഹേ അർജ്ജുന! നീ എന്നെത്തന്നെ സ്മരിക്കുക! എന്നിൽ ഭക്തിയോടുകൂടിയിരിക്കുക! എന്നെ യജിക്കുക! എന്നെ നമസ്കരിക്കുക! ഇങ്ങനെ എന്നിൽതന്നെ സക്തനായി, മനസ്സ് എന്നിൽ യോജിപ്പിച്ചാൽ നീ എന്നെത്തന്നെ പ്രാപിക്കും. എനിക്കു സാമാന്യമെന്നും പരമെന്നും ഇങ്ങനെ രണ്ടുരൂപങ്ങളുണ്ട്. അതിൽ സാമാന്യരൂപം സാവയവമാണ്. ശംഖചക്രാദ്യായുധങ്ങൾ ധരിച്ച കൈകളോടും കിരീടാദ്യലങ്കാരങ്ങളോടും കൂടിയതാണ്. പരമമായ രൂപം ആദ്യന്തങ്ങളില്ലാത്തതും ഏകവും അനാദ്യന്തവുമാകുന്നു. അതു ബ്രഹ്മം ആത്മാവ് പരമാത്മാവ് ഇത്യാദി ശബ്ദങ്ങളാൽ വ്യവഹരിക്കപ്പെടുന്നു. നീ ആത്മജ്ഞാനം സിദ്ധിക്കാതെ മൂഢനായി വസിക്കുന്ന കാലത്തോളം ചതുർഭുജാദ്യുപേതമായ ദേവരൂപത്തെത്തന്നെ ഉപാസിക്കുക! അതുവഴി ക്രമേണ, ആത്മജ്ഞാനമുണ്ടായി പ

രമമായ എന്റെ അനാദ്യന്തരൂപം നിനക്കറിയാറാകും. അതറിഞ്ഞാൽ പിന്നെ ജന്മമില്ല. മാനമോഹങ്ങളും സംഗദോഷങ്ങളും വിട്ട് കാമമുക്തന്മാരായി അദ്ധ്യാത്മനിഷ്ഠയോടെ സുഖദുഃഖാദിദ്വന്ദ്വങ്ങളെ മോചിച്ച വിദ്വജ്ജനങ്ങൾ അവ്യയമായ ആ പദത്തെ പ്രാപിക്കുന്നു. യാവനൊരുത്തന് സകല സംരംഭങ്ങളും കാമസങ്കൽപവർജ്ജിതമായി ഭവിക്കുന്നോ കർമ്മങ്ങളെല്ലാം ജ്ഞാനാഗ്നിയിൽ ദഹിച്ചടങ്ങിയ അവനെത്തന്നെ പണ്ഡിതനെന്നു വിദ്വാന്മാർ പറയുന്നു. ഹേ അർജ്ജുന! നീ ദ്വന്ദ്വഭാവനകളെ നീക്കി സർവദാ സത്വഗുണനിഷ്ഠനും ഇഷ്ടാനിഷ്ടപ്രാപ്തി പരിഹാരങ്ങളിൽ ഉദാസീനനും അപ്രമത്തചിത്തനുമായി ദൈവദാഗതമാകുന്നതിനെ അനുവർത്തിച്ചുകൊണ്ട് ഭൂമിയെ അലങ്കരിച്ചിരിക്കുക! വിന്ധ്യപർവതം പിളർന്നാലും പ്രളയവായു വീശിയാലും ഗുരൂപദിഷ്ടവും ശാസ്ത്രാനുസിദ്ധവുമായ മാർഗ്ഗത്തെ ബുദ്ധിമാന്മാർ കൈവിട്ടുകൂടാ. ഹേ! സാധോ! അജ്ഞാന ഇരുൾ മൂടുമ്പോഴാണ് വാസനാപ്പിശാചുകൾ ഉദയം ചെയ്യുന്നത്. ആത്മജ്ഞാനവെളിച്ചം പരന്നാൽ അവ മറഞ്ഞുപോകും.

ഇപ്രകാരം അരുളിച്ചെയ്തു തുഷ്ണീംഭൂതനായി ഭഗവാൻ ക്ഷണനേരം ഇരിക്കവേ നീലത്താമരയിൽ അണഞ്ഞു മുരളുന്ന മധുകരം പോലെ അർജ്ജുനൻ ഉണർത്തിക്കും. ലോകഭർത്താവായ ഭഗവാനേ! നിന്തിരുവടിയുടെ അരുളപ്പാടുകളാൽ എന്റെ ഹൃദയം സർവശോകഭാരങ്ങളും ഒഴിഞ്ഞ് സ്വച്ഛമായി സൂര്യനെക്കണ്ട താമരപ്പൂപോലെ തെളിഞ്ഞു.

നിർവ്വാണപ്രകരണത്തിൽ അർജ്ജുനോപാഖ്യാനം എന്ന
മുപ്പത്തിമൂന്നാം സർഗ്ഗം കഴിഞ്ഞു.

ശതരുദ്രോപാഖ്യാനം

വസിഷ്ഠൻ-രാമ! ഇനി മനനശീലനായ ഒരു സന്യാസിയുടെ ചരിത്രം കേൾക്കൂ! പണ്ട് സമാധ്യഭ്യാസാദി ദിനകൃത്യങ്ങളോടുകൂടിയ ഒരു മഹാസന്യാസി ഉണ്ടായി. അദ്ദേഹത്തിന്റെ ഹൃദയം ഏതൊന്നിനെ ഭാവനചെയ്താലും വെള്ളം ഓളമായി മാറുന്നതുപോലെ ഉടനെ ആ രൂപത്തിലാകത്തക്കവണ്ണം വിശുദ്ധമായിഭവിച്ചിരുന്നു. ഒരിക്കൽ സമാധിവിരതനായി ഓരോ വ്യവഹാരപ്രകാരങ്ങളെ ഏകാഗ്രമായി ആലോചിച്ചുകൊണ്ട് ആസനത്തിൽ സ്ഥിതിചെയ്തു. അതിനിടയ്ക്കു സാമാന്യജനങ്ങളുടെ വൃത്തിയെ വിനോദാർത്ഥം ഭാവനചെയ്താലോ എന്നൊരുവി

ചാരം അദ്ദേഹത്തിനുദിച്ചു. വിചാരചലനത്താൽ തൽക്കാലപ്രകൃതി മാറിയ ഹൃദയം കാറ്റടി ഏൽക്കുമ്പോൾ വെള്ളം ഓളം തള്ളി മാറുന്നതുപോലെ മറ്റൊരു നരാകാരതയെ പ്രാപിച്ചു. ജീവടനെന്നാണു തന്റെ പേരെന്ന് കാകതാലീയംപോലെ യദൃച്ഛയാ ഒരഭിമാനം മനസ്സിലുണ്ടായി. ആ സ്വപ്നപുരുഷൻ സ്വപ്നനിർമ്മിതമായ ഒരു നഗരത്തിന്റെ വീഥികളിൽ വിഹരിച്ചുകൊണ്ടിരിക്കേ മദ്യപാനത്താൽ മദാലസനായി മയങ്ങിക്കിടന്നു കുറഞ്ഞൊന്നുറങ്ങി. സ്വപ്നത്തിൽ താൻ വേദപാഠാദ്യാചാരശുദ്ധിയോടുകൂടിയ ബ്രാഹ്മണനായി എന്നുതോന്നി. ആ ബ്രാഹ്മണനാകട്ടെ ഒരിക്കൽ പകൽ ജോലികളാൽ ക്ഷീണനായി വൃക്ഷം ബീജാവസ്ഥയിൽ ലയിക്കുന്നതുപോലെ വിശ്രമാർത്ഥം നിദ്രയെ അവലംബിച്ചു. തൽക്ഷണം ഒരു സാമന്തനായി മാറി എന്നു സ്വപ്നമുണ്ടായി. സാമന്തൻ ഒരുനാൾ ഊണുകഴിഞ്ഞ് ഉറക്കം പിടിച്ചപ്പോൾ സ്വപ്നത്തിൽ ഒരു മഹാരാജാവായിത്തോന്നി. സ്വസ്ഥനായി രാജ്യം വാണിരുന്ന ആ രാജാവ് ഒരുനാൾ സ്വപ്നത്തിൽ ഒരു ദേവസ്ത്രീയായി രൂപാന്തരപ്പെട്ടു. അവൾ ഒരു ദിവസം രതിശ്രാന്തയായി ഗാഢനിദ്ര അവലംബിക്കവേ പെൺമാനായിയെന്നു സ്വപ്നംതോന്നി. പെണ്മാനും അതുപോലെ ഉറക്കത്തിൽ മനോലീനമായ അഭ്യാസവിശേഷത്താൽ ഒരു വല്ലിയായി രൂപംമാറി എന്നുകണ്ടു. കാണുകയും കേൾക്കുകയും ചെയ്യുന്നവയുടെ സ്മരണ സംസ്കാരത്തെ പ്രാപിച്ചിട്ട്, തിര്യക്കുകളും സ്വപ്നം കാണുക സാധാരണമാണ്. അനന്തരം ആ ലത, തളിരും പൂവും കായും നിറഞ്ഞ് വനദേവിമാരുടെ കേളീകുഞ്ജംപോലെ ശോഭിച്ചു. വിത്തിനകത്തെ മുളപോലെ നിഗൂഢമായ ആത്മചൈതന്യത്തിന്റെ ഉണറുകൊണ്ട് താൻ ചില വൃക്ഷങ്ങളിൽ ചുറ്റിപ്പറ്റിപ്പടർന്ന് കയറിതായിത്തോന്നി. പിന്നെ കുറച്ചുകാലം തീരെ ഉണറില്ലാതെ നിദ്രാവസ്ഥയിൽ ലയിച്ചു സ്വപ്നത്തിൽ താനേ ഒരു വണ്ടായിത്തോന്നി. വണ്ട് ഒരു താമരയിൽ മോഹിച്ചുചെന്ന് അതിനകത്തകപ്പെട്ടുപോയി. ജഡപ്രാണികളുടെ ഹൃദയവും ചിലപ്പോൾ കാമലോലമാകുക പതിവുണ്ട്. താമരപ്പൊയ്ക കലക്കാനായി സമീപവനത്തിലുള്ള ഒരു ആന ചെന്നിറങ്ങി. നല്ല വസ്തുക്കളെ നശിപ്പിക്കാൻ മൂർഖന്മാർക്കു വിരുതുകൂടുമത്രേ. വെള്ളം കലക്കിമറിച്ചകൂട്ടത്തിൽ വണ്ടകപ്പെട്ടിരുന്ന താമര ആന പറിച്ചെടുത്തു പൊടിച്ചുകളഞ്ഞു. വണ്ടാകട്ടെ ആനയെക്കണ്ട് അതിന്റെ ഭാവന മനസ്സിലൂന്നി ഉറയ്ക്കയാൽ ദേഹം നശിച്ചപ്പോൾ മദജലമൊഴുകുന്ന ഒരു വമ്പിച്ച കൊമ്പനാനയായി ഭവിച്ചു. അങ്ങനെ സഞ്ചരിച്ച കൂട്ടത്തിൽ ആന അത്യഗാധമായ കൊപ്പക്കുഴിയിൽ വീഴുകയും രാജപുരുഷന്മാർ പിടിച്ചു മെരുക്കിക്കൊണ്ടു പോ

യി, ചതുരംഗസേനാംഗമായി ചേർക്കുകയും ചെയ്തു. അചിരേണ ഒരു യുദ്ധത്തിൽ വധിക്കപ്പെട്ടിട്ട്, ഗണ്ഡഭ്രമരങ്ങളുടെ ഭാവനനിമിത്തം വീണ്ടും ഒരു വണ്ടായിത്തീർന്നു. അതും മുമ്പിലെപ്പോല താമരയിലകപ്പെട്ട് ആനയാൽ ചൂർണ്ണീകൃതമായി, സമീപസ്ഥമായ അരയന്നത്തിന്റെ ഭാവന നിമിത്തം വണ്ട് ഒരരയന്നമായിത്തീർന്നു. വളരെക്കാലം പിന്നെയും പല യോനികളിൽ ജന്മമെടുത്ത്, യദൃച്ഛയാ ഒടുവിൽ ബ്രഹ്മവാഹനഹംസമായി. ബ്രഹ്മഹംസം ഒരിക്കൽ കൈലാസപരിസരത്തിൽ സഞ്ചരിക്കവേ, രുദ്രനെ ദർശിക്കയും രുദ്രോഹം എന്ന ഭാവനയാൽ രുദ്രത്വം പ്രാപിക്കയുമായി. രുദ്രന്റെ അലങ്കാരപരിവാരാദി സാമഗ്രികളോടുകൂടി കുറേക്കാലം അവിടെ സുഖമായി വസിച്ചു. ഈ അവസരത്തിൽ അനുത്തമ ജ്ഞാനവിലാസത്തോടുകൂടിയ ബോധവിശേഷത്താൽ, പൂർവജന്മസ്മരണകളുണ്ടായി. വിശുദ്ധവിജ്ഞാനസ്വരൂപനായ ഭഗവാൻ അനുസ്യൂതമായി തനിക്കുണ്ടായ സ്വപ്നശതങ്ങളാൽ വിസ്മിതനായി ഒരിക്കൽ ഏകാന്തിത്തിലിരുന്നു ചിന്തിച്ചു. വിശ്വവിമോഹിനിയായ മായയുടെ വൈഭവം അത്ഭുതം തന്നെ. മരുവാരിപോലെ, ഇല്ലാത്തതുണ്ടെന്ന് തോന്നിക്കുന്ന കൗശലം എത്ര ചതുരമായിരിക്കുന്നു. അതിവിചിത്രകളായ പലേ സംസാരവനഭൂമികളും സത്യമെന്നു ഭ്രമിച്ച് അവറ്റിലകപ്പെട്ടു ഞാൻ വലഞ്ഞു. ഒരു സർഗ്ഗത്തിൽ ജീവടനായി ജനിച്ചു. ഒന്നിൽ ബ്രാഹ്മണനായി മറ്റൊന്നിൽ രാജാവായി. പത്മവനത്തിൽ അരയന്നമായി കുറേനാൾ കഴിച്ചു. വിന്ധ്യകക്ഷത്തിൽ ആനയായി നടന്നു. ഇങ്ങനെ പലേ ജന്മങ്ങളും കഴിഞ്ഞ് ഇപ്പോൾ രുദ്രത്വം പ്രാപിച്ചിരിക്കുന്നു. ഈ പ്രദർശനത്തിൽ നൂറു ചതുർയുഗങ്ങളും ആയിരം വർഷങ്ങളും കഴിഞ്ഞുകൂടി. ഇനി ഞാൻ പോയി എന്റെ ആ സർഗ്ഗങ്ങളെല്ലാം നേരിൽ കാണുന്നുണ്ട്. അവർക്കെല്ലാം വഴിപോലെ ജ്ഞാനപ്രദാനംചെയ്തു എന്നോട് ഏകീകരിക്കുന്നുണ്ട്. രുദ്രൻ ഈ നിശ്ചയത്തോടെ സന്യാസി ശവപ്രായം ഉണററ്റു കിടക്കുന്ന സർഗ്ഗത്തെ പ്രാപിച്ച്, ക്ഷണേന മനസ്സും ചൈതന്യവും കൊടുത്തുണർത്തി; സന്യാസിക്കു തന്റെ മനോഭൂമവിധങ്ങൾ ഓർമ്മവന്നു. താൻ ജീവടാദി സർഗ്ഗങ്ങളിലൂടെ കടന്നുപോയി രുദ്രരൂപത്തെ പ്രാപിച്ചു. പരിവർത്തന വൈചിത്ര്യംകണ്ട്, വിസ്മയപരിധിയെക്കടന്ന ബോധിയായിരുന്നിട്ടും വിസ്മയത്തിനധീനനായി. അനന്തരം അവർ രണ്ടാളുമൊരുമിച്ച് ചിദാകാശത്തിന്റെ ഒരുകോണിൽ സ്ഥിതിചെയ്യുന്ന ജീവടസർഗ്ഗത്തിലെത്തി. ആ സ്വപ്നപുരുഷനെയും ഉണർത്തി മനസ്സും ചൈതന്യവും നൽകി എഴുന്നേൽപിച്ചു. മൂന്നുപേരും വസ്തുതഃ വിസ്മയത്തിനർഹന്മാരല്ലെങ്കിലും ആ മായാപ്രബന്ധം ഓർക്കും തോറും വിസ്മയി

ച്ചുപോയി. വിഭിന്നമൂർത്തിത്വേന ഏകരൂപന്മാരായ അവർ മൂന്നാളുമായി ബ്രാഹ്മണാദിസർഗ്ഗങ്ങളെ പ്രാപിച്ച് യഥാക്രമം അവരെയും ഉണർത്തി എഴുന്നേൽപിച്ച് തങ്ങളോടുചേർത്തു. ഇങ്ങനെ ദിവ്യജ്ഞാനികളായ രുദ്രാംശഭൂതന്മാർ നൂറുപേർ തികഞ്ഞു. സാക്ഷാൽ രുദ്രന്റെ കൽപനയനുസരിച്ച് അവരെല്ലാവരും സ്വഭവനങ്ങളിലെത്തി പുത്രമിത്രാദികളോടുചേർന്ന് സുഖമായിത്താമസിച്ചു. രുദ്രഭഗവാൻ മായാശക്തിയുടെ മഹിമ കണ്ടിട്ട് സ്വാംശഭൂതന്മാരായ അവരെ പ്രാരബ്ധശേഷ പരിഹാരത്തിനായി വീണ്ടും സംസാരത്തിൽതന്നെ മുഴുകിച്ചു. കാലക്രമേണ എല്ലാവരും ദേഹം ത്യജിച്ച് രുദ്രസായൂജ്യം ലഭിക്കയും ചെയ്തു.

ഹേ രാമ! ചിൽക്കോശത്തിൽ സർവ്വവും അടങ്ങിയിരിക്കുന്നു. ചിത്ത്, ഏതൊന്നിനെ ഏതുവിധത്തിൽ നോക്കുന്നുവോ അതിനെ ആ വിധത്തിലാക്കിത്തീർക്കാനുള്ള ശക്തി സർവ്വാത്മകത്വംനിമിത്തം അതിനുണ്ട്. സ്വപ്നത്തിൽ കാണുന്നതും സങ്കൽപത്താൽ അറിയുന്നതും എപ്പോഴും അതേരൂപത്തിൽ അവിടവിടെ ഭവിക്കുന്നുണ്ട്. ഏതവസ്ഥയിലാണോ സങ്കൽപത്താൽ, അല്ലെങ്കിൽ സ്വപ്നത്താൽ അറിയപ്പെടുന്നവസ്തു പ്രാപിക്കപ്പെടുന്നത്, പരമമായ അഭ്യാസവും യോഗവുമില്ലെങ്കിൽ ആ അവസ്ഥ സിദ്ധിക്കുന്നില്ല. സമാധിയാലും വിജ്ഞാനത്താലും ലഭിക്കപ്പെടുന്ന തത്ത്വദർശനങ്ങൾ സഫലീഭവിച്ചു വിളങ്ങുന്ന ശങ്കരാദികൾ തങ്ങളുടെ സങ്കൽപത്തിനനുസരിച്ച് എല്ലാം എല്ലായിടത്തും കാണുന്നു. മനസ്സിനെ ഏകനിഷ്ഠമാക്കി ഉറപ്പിക്കാൻ കഴിയുന്നവനു മാത്രമേ ആഗ്രഹിച്ച കാര്യം കൈവരികയുള്ളു. തെക്കേദിക്കുനോക്കിപ്പോകുന്നവൻ വടക്കുദിക്കിൽ ചെന്നുചേരുമോ? സങ്കൽപാർത്ഥങ്ങൾ അറിയണമെങ്കിൽ അവയിൽ താൽപര്യം ഉദിക്കണം. മുമ്പിൽ തന്നെ ഇരിക്കുന്ന വസ്തുവേയും അറിയണമെന്നു താൽപര്യമുള്ളവർ മാത്രമേ അറിയുന്നുള്ളു. കൺവെട്ടത്തെ വസ്തുക്കളിൽ മനസ്സു പ്രവർത്തിക്കുമ്പോൾ സങ്കൽപാർത്ഥമായ മറ്റൊന്നിനെ ആഗ്രഹിക്കുന്നതാരോ അവൻ ഏകനിഷ്ഠത്വമില്ലായ്കകൊണ്ട് രണ്ടിനേയും കളയുന്നു. മനസ്സിനെ ഒന്നിലുറപ്പിച്ചുനിർത്താൻ കഴിയായ്കയാൽ രണ്ടുമനുഭവിക്കില്ലെന്നു സാരം. ഞാൻ വിദ്യാധരനാണ് ബ്രാഹ്മണനാണ് ഇത്യാദിബോധം സഫലമാകുന്നതുതന്നെ അർത്ഥസിദ്ധിക്കുദൃഷ്ടാന്തം. ഈ ഏകനിഷ്ഠത്വംകൊണ്ട് ഭിക്ഷുരൂപനായ ജീവൻ രുദ്രത്വത്തെ പ്രാപിച്ച് സങ്കൽപത്തെ സത്യവൽക്കരിച്ച് ഭിക്ഷുവിന്റെ സങ്കൽപജീവന്മാരെല്ലാം രുദ്രഭാവത്താൽ സത്യതയെ പ്രാപിച്ച് പ്രത്യേകം പ്രത്യേകം ലോകത്തെ ദർശിക്കയായി. ഇങ്ങനെ ജീവബ്രാഹ്മണാദികളെല്ലാവരും രുദ്രന്റെ മഹിമയാൽ അവരവരുടെ സങ്കൽ

പനഗരങ്ങളെ പ്രാപിച്ചു വസിച്ചു. ഒടുവിൽ രുദ്രനോടു ചേർന്ന് പരമ്പദത്തേയും ഗമിച്ചു.

ശ്രീരാമൻ-ഭഗവാനേ! സങ്കൽപാർത്ഥത്തിൽ സത്യഭാവം എങ്ങിനെ ഭവിക്കും. ജീവടബ്രാഹ്മണാദികൾ സത്യത്വത്തെ പ്രാപിച്ചതെങ്ങനെ?

വസിഷ്ഠൻ-കുമാര! ഭഗവാൻ മഹാവിഷ്ണു അംശാവതാരലീലകളെക്കൊണ്ടു ലോകരക്ഷ നടത്തുന്നതുപോലെ ഒന്നുതന്നെ നൂറായിട്ടും ആയിരമായിട്ടും ഭവിക്കും. സന്യാസിയുടെ സങ്കൽപത്താൽ വിശുദ്ധസംവിത്തിന്റെ ഏകാംശഭൂതന്മാരായ ജീവടാദികൾ സത്യരൂപേണ സ്ഥിതി ചെയ്യുകയാണ്.

നിർവാണപ്രകരണത്തിൽ ശതരുദ്രോപാഖ്യാനം എന്ന
മുപ്പത്തിനാലാം സർഗ്ഗം കഴിഞ്ഞു.

വേതാളോപാഖ്യാനം

വസിഷ്ഠൻ-ഹേ രാമ! നീ സങ്കൽപാദിരൂപമായ മനോവിലാസത്തെ നിശ്ശേഷം ഉപേക്ഷിച്ച് വാസനാമലങ്ങളും അകറ്റി സുഷുപ്തമൗനനിഷ്ഠനായി ബ്രഹ്മഭാവത്തെ അവലംബിച്ച് വസിക്കുക.

ശ്രീരാമൻ-മഹർഷേ! വാങ്മൗനം, അക്ഷമൗനം, കാഷ്ഠമൗനം ഇങ്ങനെ മൂന്നുവിധമൗനമേ ഞാൻ അറിഞ്ഞിട്ടുള്ളു. സുഷുപ്തമൗനം എന്താണെന്നു പറഞ്ഞു തരുമോ?

വസിഷ്ഠൻ-വത്സ! മുനിജനങ്ങൾ കാഷ്ഠതപസ്വികളെന്നും ജീവന്മുക്തന്മാരെന്നും രണ്ടുതരത്തിലാണ്. ബ്രഹ്മഭാവനയില്ലാതെ ശുഷ്കങ്ങളായ പ്രാണായാമാദികളിൽ മനസ്സുറപ്പിച്ച് ഹഠയോഗത്താൽ ഇന്ദ്രിയഗ്രാമത്തെ ജയിച്ചിരിക്കുന്ന മുനി കാഷ്ഠതാപസനാകുന്നു. ഞാനും ജഗത്തും ബ്രഹ്മം എന്ന നിശ്ചയത്തോടെ ആത്മാനുസന്ധാനം ചെയ്തു വ്യവഹാരത്തിനുവേണ്ടി ലോകതുല്യനായിരുന്നാലും മനസ്സിനെ നിത്യതൃപ്തമാക്കിവസിക്കുന്ന മുനി മുക്തനെന്നു പറയപ്പെടുന്നു. ശാന്തിയെ ഭജിക്കുന്ന ഈ ഇരുകൂട്ടരുടെയും മനോനിശ്ചയരൂപമായ ഭാവം യാതൊന്നോ, അതാണു മൗനം. വാക്കുകളുടെ നിയമനം വാങ്മൗനവും ബലാൽകാരേണയുള്ള ഇന്ദ്രിയനിരോധനം അക്ഷമൗനവും, ചേഷ്ടകളുടെ പരിത്യാഗം കാഷ്ഠമൗനവും ആകുന്നു. ഈ മൂന്നുതരം മൗനങ്ങളും

മനോവാസനയുടെ സ്ഫുരണമുള്ളവയാണ്. ഹഠമൗനങ്ങളെന്നാണ് ഇവയെപ്പറയുന്നത്. കാഷ്ഠതാപസൻ ഈ മൗനങ്ങൾക്കു വിഷയീഭൂതനാകുന്നു. സമാധിയിൽ ലയിച്ചിരിക്കുമ്പോഴും, ഉണർന്നിരിക്കുമ്പോഴും, ജാഗ്രദാദിഭേദങ്ങൾ തോന്നാതെ, കർമ്മേന്ദ്രിയനിരോധനക്ലേശവും ഉദിക്കാതെ, അന്തഃകരണത്തെ വിളക്കിക്കൊണ്ടിരിക്കുന്ന ആദ്യന്തരഹിതമായ ബ്രഹ്മഭാവന ഏതോ അതാണ് സുഷുപ്തമൗനം. നാനാരൂപേണ തോന്നപ്പെടുന്ന ജഗത്തിനെ അതിന്റെ വാസ്തവരൂപത്തിൽ, അതായത് ബ്രഹ്മരൂപത്തിൽ ദർശിച്ച് വികൽപം ഉണ്ടാകാത്തവിധം ബ്രഹ്മാനുസന്ധാനം ചെയ്തിരിക്കുന്നതും സുഷുപ്തമൗനമാണ്. അനേകം സംവിൽസ്വഭാവമായ അഖണ്ഡബ്രഹ്മമത്രേ ജഗത്തെന്നുള്ള ബോധത്താൽ, നിരവദ്യമായ ഉദിക്കുന്ന നിശ്ചലബ്രഹ്മനിഷ്ഠത്വവും സുഷുപ്തമൗനംതന്നെ. ചിദാകാശവിവർത്തഭാവത്താൽ ആകാശമെന്നും, മൂർത്തിമത്താകയാൽ ആകാശമല്ലെന്നും സത്താപ്രതീതിയാൽ ഉണ്ടെന്നും സങ്കൽപജമാകയാൽ ഇല്ലെന്നും, തോന്നിക്കുന്നു. ഈ ജഗത്ത് വസ്തുതഃബ്രഹ്മത്തിൽ നിന്നന്യമല്ലെന്നുള്ള ഏകരൂപവും പ്രശാന്തവും നിർവികൽപവുമായ നിഷ്ഠയും സുഷുപ്തവിശിഷ്ടമായ മൗനമാകുന്നു. സുഷുപ്തമൗനത്തിനധികാരികൾ, സാംഖ്യയോഗികളെന്നും യോഗ യോഗികളെന്നും രണ്ടു തരക്കാരാണ്. തത്വബോധികളായി അദ്വിതീയബ്രഹ്മത്തിൽതന്നെ മനസ്സിനെ വിശ്രമിപ്പിച്ചിരിക്കുന്ന യോഗികൾ, സംഖ്യയാൽ അതായത്, സമ്യഗ്ജ്ഞാനത്താൽ അവബുദ്ധന്മാരാണെന്ന അർത്ഥത്തിൽ, സാംഖ്യന്മാരെന്നു പറയപ്പെടുന്നു. അഷ്ടാംഗയോഗത്താൽ പ്രാണാദിവായുക്കളെ അടക്കി, അനാമയവും അനാദ്യന്തവുമായ പദത്തെ പ്രാപിച്ചവർ യോഗ യോഗികളാകുന്നു. യോഗികളെല്ലാവരും അഭിലഷിക്കുന്നത്, ശാന്തവും അകൃത്രിമവുമായ പരമപദംതന്നെ. സാംഖ്യംകൊണ്ടും യോഗംകൊണ്ടും പ്രാപിക്കപ്പെടുന്ന പദവും അതൊന്നുതന്നെ. വാസനാവാഗുരയാൽ ആക്രമിക്കപ്പെട്ടിരിക്കുന്ന പ്രാണമനോവ്യാപാരങ്ങൾ നിശ്ശേഷം സ്പർശിക്കാതെ വിദ്യോതിക്കുന്ന പദമേതോ അതുതന്നെ പരമപദം.

മനസ്സ് സത്യത്തിൽ അവസ്തുവാണ്. താൻ മരിച്ചുവെന്നു സ്വപ്നം കാണുന്നതുപോലെ. വിവേകത്തിന്റെ അഭാവത്താൽ വെറുതേ തോന്നപ്പെടുന്നുവെന്നേയുള്ളു. ഏകാത്മതത്വത്തിന്റെ നിരന്തരാഭ്യാസം, പ്രാണനിരോധം, മനോനിഗ്രഹം ഈ മൂന്നാണ് മോക്ഷശബ്ദംകൊണ്ടു സംഗ്രഹിച്ചിരിക്കുന്നത്. മൂന്നിൽ ഏതെങ്കിലുമൊന്നു കൈവന്നാൽ മറ്റു രണ്ടും താനേ സ്വാധീനപ്പെടും. ജന്തുക്കളുടെ പ്രാണനും മനസ്സും ഒന്നില്ലെങ്കിൽ മറ്റതുമില്ലെന്നുള്ള വിധത്തിൽ, എള്ളും എണ്ണയുംപോലെ, പൂവും മണ

വുംപോലെ, ആധാരവും ആധേയവുംപോലെ, അന്യോന്യം സമ്മേളി ച്ചാണിരിക്കുന്നത്. ഒന്നു നശിച്ചാൽ രണ്ടും നശിച്ചതുതന്നെ. രണ്ടിന്റെ യും നാശമാകുന്ന കാരണത്തിൽനിന്നും ജനിക്കുന്ന കാര്യം മംഗളമായ മോക്ഷമാണ്. നിർദ്ദോഷാഭ്യാസത്താൽ ഭാവ്യമാനമായ സ്വരൂപസിദ്ധിയു ണ്ടാകുന്നതെപ്പോഴോ അതുവരെ പ്രാമാണികമായ ഏകാത്മതത്വത്തിൽ ചിത്തവൃത്തി ഊന്നേണ്ടതാകുന്നു. സകല സങ്കൽപങ്ങളും ശമിച്ചു വി ശുദ്ധമായ മനസ്സ് ചിരകാലാഭ്യാസത്താൽ ഏതൊന്നിലാണോ ഏകതാ നമായി ഭവിക്കുന്നത് ഉടനേ ആ രൂപത്തിലായിത്തീരും. സംസാര സ്വ പ്നത്തെക്കുറിച്ചു പണ്ടൊരിക്കൽ ഒരു വേതാളം ചോദിച്ച ചില ചോദ്യ ങ്ങൾ കേൾക്കൂ! പ്രസംഗവശാൽ ഇപ്പോൾ ഓർമ്മവന്നതാണ്. വിന്ധ്യ പർവതത്തിലുള്ള വിസ്തൃതവിപിനത്തിൽ ഭയങ്കരാകാരമായ ഒരു വേ താളം വസിക്കുന്നുണ്ട്. വനത്തിലും, ചിലപ്പോൾ ഭക്ഷണംതേടി പരിസ രപ്രദേശങ്ങളിലും അതു സഞ്ചരിക്കുന്നു. ഭക്ഷണാർത്ഥിനിമിത്തം ഒരി ക്കൽ ആ സത്വം, സമീപത്തുള്ള ഒരു രാജ്യത്തിൽ കടന്നു. സജ്ജനങ്ങ ളുടെ അധിവാസസ്ഥാനമായ ഒരു ദിക്കിലടുത്ത്, മാംസാദ്യുപഹാരങ്ങ ളാൽ ചെയ്യപ്പെട്ട പലമാതിരി ബലിപൂജകളുടെ ദേവതാഭാഗം അനുഭവി ച്ച് നിത്യതൃപ്തനായി താമസിച്ചു. ആ വേതാളമാകട്ടെ വിശന്നിരിക്കുന്ന അവസ്ഥയിലും നിരപരാധിയായ ഒരുത്തൻ മുമ്പിൽ ചെന്നകപ്പെട്ടാൽ, അകാരണമായി അവനെ നിഗ്രഹിക്കയില്ല. സാധുക്കൾ ഏതുകാലത്തും ന്യായമല്ലാതെ പ്രവർത്തിക്കയില്ലല്ലോ. ക്ഷുത്തിനാൽ പരവശമായ ആ ഉഗ്രസത്വം ധർമ്മമനുസരിച്ച് അപരാധികളായ മനുഷ്യരെ തേടിപ്പിടിച്ചു തിന്നണമെന്നു കരുതി, കാലാന്തരത്തിൽ മറ്റൊരു നഗരത്തെ പ്രാപിച്ചു. രാക്കൂറ്റിൽ ഗൂഢസഞ്ചാരത്തിനിറങ്ങിയ ആ രാജ്യത്തെ രാജാവിനെത്ത ന്നെ ആദ്യമായിക്കണ്ടുമുട്ടി. അൽപനേരം സൂക്ഷിച്ചു നോക്കിയശേഷം ഇടിവെട്ടിയപോലെ ഘോരശബ്ദം മുഴക്കി പറഞ്ഞു:- 'ഭോജരാജൻ! അ ങ്ങ് ഭയങ്കരവും ഭക്ഷണാർത്ഥവുമായ ഈ വേതാളത്തിന്റെ വായിലക പ്പെട്ടു. ഏങ്ങോട്ടാണു യാത്ര? ഇനി വിട്ടയയ്ക്കാൻ നിശ്ചയിച്ചിട്ടില്ല. ഇന്ന ത്തെ അത്താഴം സുഖം, അടുത്തു വരിക!.'

ധൈര്യവാനായ രാജാവ് ഈ വാക്കുകളെ അവഗണിച്ച മാതിരി, അ ലക്ഷ്യമായി നോക്കി:- 'എടാ രാക്ഷസ! നീ നീതിവിരുദ്ധമായി ബലാൽ ക്കാരേണ എന്നെ ഭക്ഷിക്കയാണെങ്കിൽ, നിന്റെ തല ആയിരം നുറുങ്ങി ച്ചിതറിപ്പോകും സംശയമില്ല.' എന്നു പറഞ്ഞു.

വേതാളം-രാജാവേ! നീതിവിരുദ്ധമായി നിന്നെ തിന്നണമെന്നെനി ക്കു പക്ഷമില്ല. ഞാൻ ന്യായവാദം ചെയ്യുന്നു. രാജാവായ അങ്ങ് അർ

ത്ഥികളുടെ അഭീഷ്ടത്തെ നിറവേറ്റേണ്ട ആളാണ്. സപ്രയോജനമായ എന്റെ ഒരഭ്യർത്ഥന പൂരിപ്പിക്കാൻവേണ്ടി ഞാൻ ചോദിക്കുന്ന ചില ചോദ്യങ്ങളെ പരിഹരിക്കണം. (1) ഏതൊരു സൂര്യന്റെ രശ്മികളിലാണ് ബ്രഹ്മാണ്ഡകോടികൾ കൃശാണുക്കളായി ഭവിക്കുന്നത്? (2) ഏതൊരു മാതരിശ്വാവിൽ മഹാകാശങ്ങളാകുന്ന രേണുക്കൾ സ്ഫുരിച്ചുകൊണ്ടിരിക്കുന്നു? (3) സ്വപ്നത്തിൽ നൂറ്റുക്കണക്കിലും ആയിരക്കണക്കിലും സ്വപ്നാന്തരങ്ങളെ പ്രാപിക്കയും ഉപേക്ഷിക്കയും ചെയ്താലും, ഭാസുരമായ സ്വരൂപത്തെ ത്യജിക്കാതിരിക്കുന്നതാര്? (4) വാഴത്തണ്ട് ഉള്ളിലുള്ളിൽ പോളകളാൽതന്നെ നിറയപ്പെട്ടും ഉള്ളകം അവസ്തുവായും ഇരിക്കുന്നതുപോലെ ഏതൊരു സൂക്ഷ്മശക്തിയുടെ വിവർത്തനമായിത്തന്നെ ഈ വിശ്വം വിളങ്ങുന്നു? (5) ബ്രഹ്മാണ്ഡങ്ങൾ ആകാശം സൂര്യമണ്ഡലം മേരു തുടങ്ങിയവയെല്ലാം അണുത്വത്തിൽതന്നെ വർത്തിക്കുന്ന ഏതൊന്നിന്റെ പരമാണുക്കളാകുന്നു? (6) ഈ ജഗത്ത്രയം അവയവത്തോടുകൂടാത്ത ഏതൊരു പരമാണു മഹാപർവതത്തിന്റെ ഉള്ളിലുള്ള ശിലാവിശേഷത്തിലെ മജ്ജയായി ഭവിക്കുന്നു?

വേതാളത്തിന്റെ ചേദ്യങ്ങൾ കേട്ട് രാജാവ് വെളുക്കെ ചിരിച്ചു പറഞ്ഞു– 'ദുഷ്ടഭൂതമേ! നിന്റെ ചോദ്യങ്ങൾ ഓരോന്നായി പരിഹരിക്കാൻ ഞാൻ ശ്രമിക്കാം. സർവത്ര പ്രകാശം വീശുമാറ് ഉദിച്ചുവിളങ്ങുന്ന ചിൽസൂര്യൻ, എല്ലാറ്റിലും രശ്മികൾ വ്യാപിപ്പിച്ച്, ജീവരൂപത്തിൽ സർവഅന്തഃകരണങ്ങളേയും പ്രവർത്തിപ്പിച്ചുകൊണ്ടിരിക്കുന്നു. ഈ ഭുവനഭോഗങ്ങളെല്ലാം ആ സൂര്യരശ്മിയിലെ രേണുക്കളാണ്. വിജ്ഞാനസ്വരൂപനായ ആ ജ്യോതിഷ്മാന്റെ കാന്തിപ്രസരത്താൽത്തന്നെ ഉത്ഭവിക്കയും നശിക്കയുമാണ്. ഇനി രണ്ടാമത്തെ ചോദ്യം പരിഹരിക്കാം. കാലസത്ത, ആകാശസത്ത, വായുസത്ത, ചിദ്രൂപമായ ശുദ്ധചൈതന്യസത്ത ഇത്യാദി ചേതനാചേതനരൂപമായ ചിദ്ബിംബങ്ങളെല്ലാം പൂവിൽ മണം എന്നപോലെ പരമാത്മവായുവിൽ തദ്രൂപമായും അല്ലാതെയും സ്ഫുരിച്ചുകൊണ്ടിരിക്കുന്ന ചഞ്ചല രജസ്സുകളാകുന്നു. മൂന്നാംചോദ്യത്തിനു സമാധാനം കേൾക്കൂ! മഹാസ്വപ്നമായ ജഗത്തിൽ ജനനമരണക്ഷുദ്രസ്വപ്നങ്ങൾ സംഖ്യയില്ലാതെ കഴിഞ്ഞുകഴിഞ്ഞുപോയാലും ജീവൻ ആദിമമായ തന്റെ ബ്രഹ്മരൂപത്തെ ത്യജിക്കുന്നില്ല. ഇനി നാലാംചോദ്യമോർത്തോളൂ! ഉത്തരം പറയാം. വാഴത്തണ്ട് അകത്തകത്തു പോളകളാൽതന്നെ നിറയപ്പെട്ടിരിക്കുന്നതുപോലെ, ഈ വിശ്വം ബ്രഹ്മൈകവിവർത്തിതമാകുന്നു. അഞ്ചാംചോദ്യത്തിനു ഉത്തരം കേൾക്കുക. കണ്ടറിവാനോ കൈക്കലാക്കാനോ കഴിയാത്തതാകകൊണ്ട് പരമാത്മാവിന് അണുത്വം സിദ്ധമാണ്. അനന്തമായ അതു സർവകാരണമായി ഭവിക്കുന്നു. വിത

തമായ ആത്മാവിൽ മേരു മുതലായതെല്ലാം പരമാണുപ്രായങ്ങളത്രേ. ആറാംചോദ്യവും ഇതാ പരിഹരിച്ചേക്കാം. പുരുഷൻ, അഥവാ ആത്മാവ് അലഭ്യത്വംനിമിത്തം പരമാണുവും ഗുഹകളിൽ കാറ്റെന്നപോലെ ശബ്ദപൂരണസ്വഭാവമാകകൊണ്ട്, മഹാഗിരിയുമാകുന്നു. സ്ഥൂലപ്രപഞ്ച രൂപേണ സാവയവനാണെങ്കിലും വാസ്തവത്തിൽ നിരവയവനാണ് സർവാധിനിഷ്ഠാനുഭൂതനായ ആത്മാവിന് ഉൾക്കട്ടിയായി വിളങ്ങുന്നത്. വിജ്ഞാനവും ജഗത്ത്രയം വിജ്ഞാന മദ്ധ്യസ്ഥവുമാകയാൽ അതിനെ പ്രസ്തുത പരമാണു മഹാപർവതത്തിന്റെ അന്തഃശിലയുടെ മജ്ജയായിക്കരുതരുതോ?'

രാജാവിന്റെ സമഞ്ജസവാക്കുകളാൽ വിവേകിയായിത്തീർന്ന വേതാളം സ്വരൂപജ്ഞാനവിശിഷ്ടമായ ശാന്തിയെ പ്രാപിച്ചു ശരീരവും വിരളമായ വിശപ്പും വിസ്മരിച്ചു വിശ്വസ്തവിജനത്തിൽപോയി നിർവികൽപസമാധിയിൽ സസുഖം ലയിച്ചു.

(നിർവാണപ്രകരണത്തിൽ വേതാളോപാഖ്യാനം എന്ന
മുപ്പത്തഞ്ചാംസർഗ്ഗം കഴിഞ്ഞു.)

ഭഗീരഥോപാഖ്യാനം

വസിഷ്ഠൻ-രാമകുമാര! നീ ബാഹ്യവിഷയങ്ങളിൽനിന്നു മനസ്സിനെ പ്രത്യാഹരിച്ചു സ്വരൂപനിഷ്ഠമായ അന്തരാത്മാവോടുംകൂടി ആചാരക്രമമനുസരിച്ചു വന്നു കൂടുന്ന കർമ്മങ്ങളെച്ചെയ്തുകൊണ്ട് ഒന്നിലും ഇച്ഛയില്ലാതെ ശാന്തഹൃദയനായിരിക്കുക. മനസ്സുകൊണ്ടുതന്നെ മനസ്സിനെ ആകാശവിശദമാക്കി സർവത്ര സമദൃഷ്ടിയോടെ മൗനമവലംബിച്ച് ഉപശമശാന്തനായി വസിക്കൂ. സുസ്ഥിര ബുദ്ധിയും ദൈവാൽ പ്രാപ്തമായതിനെമാത്രം അനുവർത്തിക്കുന്നവനുമായ വിദ്വാനു ഭഗീരഥരാജാവിനെപ്പോലെ ദുസ്സാധമായ കാര്യങ്ങളും കൈവരുത്താൻ കഴിയും; ഭഗീരഥൻ സ്വർഗ്ഗംഗയെ ഭൂമിയിൽ അവതരിപ്പിക്കയുണ്ടായി.

ശ്രീരാമൻ-പ്രഭോ! ഏതുപ്രകാരത്തിലുള്ള ചിത്തചമൽക്കാരംകൊണ്ടാണ് ഭഗീരഥന് ഗംഗാവതരണം സാധിച്ചതെന്നു പറയുമോ?

വസിഷ്ഠൻ-രാമചന്ദ്ര! പൂർവകാലത്തു സമുദ്രമേഖലയായ ഈ ഭൂമിക്കു തൊടുകുറിപോലെ പരമധാർമ്മികനായി ഭഗീരഥൻ എന്നൊരു രാജാവു ഭവിച്ചു. യാചകന്മാർ സങ്കൽപമാത്രത്താൽതന്നെ സക

ലാഭീഷ്ടങ്ങളും ചിന്താമണിയിൽ നിന്നെന്നപോലെ ചന്ദ്രപ്രസന്നവദന നായ ആ രാജാവിങ്കൽനിന്നു ലഭിച്ചു. ലോകബന്ധുവായ അദ്ദേഹം പാതാളത്തിൽ വസിച്ച തന്റെ ബന്ധുക്കളെ ഗംഗാസോപനത്തൂടെ ബ്രഹ്മലോകത്തെ പ്രാപിപ്പിച്ച ആളാണ്. ദുഃഖഭൂയിഷ്ഠമായ ഈ ലോകയാത്രയെക്കുറിച്ചു തുടരെ ചിന്തിച്ചുകൊണ്ടിരുന്ന ആ രാജാവിനു യൗവനത്തിൽ തന്നെ മരുഭൂമിയിൽ ലത എന്നപോലെ വൈരാഗ്യചമൽക്കാരത്തോടുകൂടിയ വിചാരകണിക മനസ്സിലുദയം ചെയ്തു. ആപൽസംകുലവും നിത്യദുഃഖകരവുമായ ഈ ലോകയാത്രയെക്കുറിച്ച് ഒരു ദിവസം ഏകാന്തത്തിലിരുന്നു വിചാരിക്കാൻ തുടങ്ങി, 'എന്തൊരു പ്രബന്ധമോ ഇത്? ദിവസങ്ങൾ കഴിയുംതോറും പിന്നെയും വന്നുകൊണ്ടിരിക്കുന്നു. രാത്രികളും അങ്ങനെതന്നെ. കർമ്മികൾ ശുഷ്കവിരസങ്ങളായ ത്യാഗഭോഗങ്ങൾ അനവധിയായി ദിവസംപ്രതി സ്വീകരിക്കുന്നു. യാതൊരു വസ്തുവിന്റെ ലാഭത്താൽ ലഭിക്കപ്പെടേണ്ടതായി യാതൊന്നും ശേഷിക്കുന്നില്ലയോ അതിനുവേണ്ടി ചെയ്യുന്ന കർമ്മംതന്നെ കർമ്മമെന്നു ഞാൻ വിചാരിക്കുന്നു. മറ്റു കർമ്മങ്ങളെല്ലാം കേവലം വിഷൂചികപോലെതന്നെ. ചെയ്തതിനെത്തന്നെ വീണ്ടും വീണ്ടും ചെയ്യുവാൻ മൂഢബുദ്ധികൾ ലജ്ജിക്കുന്നില്ല. വിദ്വാന്മാർ നിശ്ചയമായി ഈ ബാലലീലയ്ക്കു മനസ്സുവയ്ക്കില്ല.'

ഇപ്രകാരം തത്വചിന്താപരനായ ഭഗീരഥൻ സംസാരഭീതനായി വിഷാദിച്ച് ഒരു ദിവസം സ്വഗുരുവായ ത്രിതുലനെ ഏകാന്തത്തിൽ വണങ്ങിച്ചോദിച്ചു. ഭഗവാനേ! ഭയത്തെ നൽകുന്ന ജരാമരണമോഹാദികളായ സംസാരദുഃഖങ്ങൾ നശിപ്പിക്കാൻ മാർഗ്ഗമുണ്ടോ? ഉണ്ടെങ്കിൽ പറഞ്ഞുതരണം.

ത്രിതുലൻ പറഞ്ഞു-വളരെനാളത്തെ ആത്മാനുസന്ധാനംകൊണ്ട് നിർവിശേഷമായി സ്ഫുരിക്കുന്ന ജ്ഞേയമായ പരമതത്വത്തിന്റെ സാക്ഷാൽക്കരണത്താൽ സർവദുഃഖങ്ങളും ക്ഷയിക്കും. അഹങ്കാരാദി ഗ്രന്ഥികൾ പൊട്ടിത്തെറിക്കും. സർവകർമ്മങ്ങളും സന്ദേഹങ്ങളും അസ്തമിക്കും. ജ്ഞേയമായ പരമതത്വമാകട്ടെ ജ്ഞാനസ്വരൂപവും നിത്യവും സർവഗതവും വിശുദ്ധവും ഉദയാസ്തമയങ്ങളില്ലാത്തതുമായ ആത്മാവാകുന്നു.

ഭഗീരഥൻ-മുനീശ്വര! നാശകളങ്കക്ഷോഭരഹിതമായ വിശുദ്ധ ചിന്മാത്രംതന്നെ സർവത്ര ഭവിക്കുന്നുവെന്നും മറ്റു ദേഹാദികളൊന്നും വാസ്തവമല്ലെന്നും എനിക്കറിയാം. എന്നാൽ ആ അറിവിന് ഒരു ദൃഢതയും പ്രായോഗികമാക്കാനുള്ള മനോനിശ്ചയവും ഉണ്ടാകുന്നില്ല. അതുണ്ടാകുന്നതിന് ഉപായമെന്താണെന്നു പറഞ്ഞുതരുമോ?

ത്രിതുലൻ-മേൽപറയാൻ പോകുന്ന ജ്ഞാനസാധനങ്ങളാൽ ഹൃദയാകാശത്തിൽ സ്വരൂപനിർണ്ണയമുണ്ടായാൽ ജീവൻ സർവാത്മകമായ ബ്രഹ്മമായി ഭവിച്ച് ജന്മമുക്തനായി വിളങ്ങുന്നു. വിഷയങ്ങളിൽ അനാസക്തി, പുത്രദാരാദികളിൽ മമത്വമില്ലായ്മ, ഇഷ്ടത്തിലും അനിഷ്ടത്തിലും സമത്വം, അഭേദഭാവനമായ ആത്മധ്യാനം, വിജനവാസം, ദുർജ്ജനസഹവാസം വെറുക്കുക; ആത്മജ്ഞാന തൽപരത്വം, തത്വജ്ഞാന പ്രയോജനമായ ആത്യന്തിക ദുഃഖനിവൃത്തിചിന്ത ഇവയെല്ലാം ജ്ഞാനമെന്നു പറയപ്പെടുന്നു. ഇതിനു വിപരീതമായ വിഷയാസക്തി തുടങ്ങിയുള്ളതെല്ലാം അജ്ഞാനവുമാണ്. രാജാവേ! ഇവിടെ ആത്മജ്ഞാനത്തിനു പ്രതിബന്ധമായിരിക്കുന്നത് അഹങ്കാരമാണ്. അത് നശിക്കുമ്പോൾ സംസാരവ്യാധിക്ക് ഔഷധമായ ജ്ഞാനം ഉദിക്കും.

ഭഗീരഥൻ-ഗുരോ! പർവതത്തിൽ വൃക്ഷമെന്നപോലെ ഈ ശരീരത്തിൽ വേരൂന്നി ഉറച്ചു നിൽക്കുന്ന അഹങ്കാരം നശിപ്പിക്കുന്നതെങ്ങനെ?

ത്രിതുലൻ-ജ്ഞാനസമാധ്യഭ്യാസാദികളെക്കൊണ്ടു വിഷയവാസനകൾ നീക്കി പൂർണ്ണസത്തയെ പ്രാപിച്ചാൽ അഹങ്കാരം നശിക്കും. സംസാരയന്ത്രപഞ്ജരമായ ലജ്ജാഭിമാനാദികൾ നശിച്ച് ആത്മമാത്രശേഷനായി ഭവിക്കാതിരിക്കുന്ന കാലംവരെ അഹങ്കാരം നിവൃത്തിക്കയില്ല. ആ പഞ്ജരത്തെ നശിപ്പിച്ച്, നിശ്ചലനായിരിക്കാമെങ്കിൽ അഹങ്കാരം പൊയ്പോകും. നിരഹങ്കാരാവസ്ഥ പരമപദമാകുന്നു. ഭഗീരഥ! നീ അവസ്ഥാഭിമാനങ്ങളും ഏഷണികളും നീക്കി നിർഭയനായി ആത്മൈകതാനിചിത്ത വൃത്തിയോടുകൂടി സകല സമ്പത്തുകളും ശത്രുക്കളെ വിളിച്ചു ദാനംചെയ്തു അഹങ്കാരവും ദേഹഭാവനയും ഇല്ലാതെ ആ ശത്രുക്കളുടെ ഇടയിൽ നടന്നു ഭിക്ഷയാചിച്ചു ജ്ഞാനാചാര്യനായ എന്നേയും ഉപേക്ഷിച്ചുകഴിഞ്ഞാൽ സർവോൽകൃഷ്ടബ്രഹ്മമായി ഭവിക്കും.

ഗുരുവിന്റെ അരുളപ്പാടുകൾ ശ്രവിച്ച ഭഗീരഥൻ സ്വകർത്തവ്യത്തെ മനസ്സിലുറപ്പിച്ചുകൊണ്ട് ആത്മവ്യാപാരങ്ങളിലേർപ്പെട്ടു. അൽപകാലം ആ നിലയിൽ കഴിഞ്ഞുകൂടിയശേഷം, സർവസ്വദാനത്തെ ഉദ്ദേശിച്ചു അഗ്നിഷ്ടോമം എന്ന യാഗം വിധിപ്രകാരം അനുഷ്ഠിച്ചു. പശു ഭൂമി കുതിര സ്വർണ്ണം മുതലായ സർവധനവും ഉത്തമബ്രാഹ്മണന്മാർക്കും ദരിദ്രന്മാർക്കുമായി അവരവരുടെ യോഗ്യതയനുസരിച്ചു ദാനംചെയ്തു. മൂന്നുദിവസംകൊണ്ടു ഉടുത്തവസ്ത്രം ഒഴികെയുള്ളതെല്ലാം കൊടുത്തുകഴിഞ്ഞു. അനന്തരം സർവസമ്പത്തുകളും ഒഴിഞ്ഞ തന്റെ രാജ്യം സമീപത്തുള്ള ശത്രുരാജാവിനെ വിളിച്ചു പുല്ലുപോലെ കൊടുത്തുകളഞ്ഞു. മന്ത്രിപ്രഭൃതികൾക്കും പുരവാസികൾക്കും അളവറ്റ ദുഃഖമുണ്ടായി. രാ

ജാവ് അപ്പോൾതന്നെ ഉടുത്തിരുന്ന മുണ്ടോടുകൂടിമാത്രം ദേശാന്തരങ്ങളിലേക്കു പുറപ്പെടുകയും ആയി. പേരുകേട്ടാലും മുഖം കണ്ടാലും തന്നെ അറിയാത്ത ഗ്രാമപുരങ്ങളിലും വനങ്ങളിലും ചിലകാലം വസിച്ചു. അചിരേണ സകല ഏഷണികളും നീങ്ങി പരമമായ ശമത്താൽ ആത്മവിശ്രാന്തി ലഭിച്ചു. രാജ്യങ്ങളിലും ദ്വീപങ്ങളിലുമെല്ലാം ചുറ്റിച്ചുറ്റിസഞ്ചരിക്കവേ യദൃച്ഛയാ ഒരിക്കൽ ശത്രുവിനാൽ ഭരിക്കപ്പെടുന്ന തന്റെ രാജ്യത്തിൽ വന്നു ചേർന്നു. പൗരന്മാരുടെയും, മന്ത്രിമാരുടെയും ഭവനങ്ങളിൽ നിർഭേദമായി കടന്ന്, ഭിക്ഷ യാചിച്ച അദ്ദേഹത്തെ മുഖപരിചയത്താൽ തങ്ങളുടെ രാജാവാണെന്നു മനസ്സിലാക്കി അവരെല്ലാവരും സങ്കടത്തോടെ തൊഴുതുനിന്നു. പ്രഭുവേ! ഇനിയെങ്കിലും രാജ്യം സ്വീകരിച്ചിരിക്കുക എന്നപേക്ഷിച്ചു. ശത്രുവായ അവിടുത്തെ രാജാവുപോലും ഈ അപേക്ഷ ചെയ്യാതിരുന്നില്ല. എന്നാൽ ഭഗീരഥൻ വിസമ്മതിക്കയാണ് ചെയ്തത്. ഭക്ഷണമല്ലാതെ യാതൊന്നും തനിക്കാവശ്യമില്ലെന്ന് അദ്ദേഹം പറഞ്ഞു. കഷ്ടം! രാജാവിന്റെ സ്ഥിതി നോക്കുക! എന്നിങ്ങനെ ലോകരാൽ അനുകമ്പിതനായ ആ ധീരപുരുഷൻ, കുറച്ചുനാൾ അവിടെ താമസിച്ചശേഷം മറ്റു ദിക്കിലേക്കു നടന്നു. വികാരങ്ങളും വിചാരങ്ങളുമില്ലാതെ, വിശ്രാന്തചിത്തനും സുഖിയുമായി ചുറ്റിസഞ്ചരിച്ചുകൊണ്ടിരുന്നു. അക്കാലത്ത് ആചാര്യനായ ത്രിതുലനെ യദൃച്ഛയാ ഒരു ദിക്കിൽ കണ്ടു. ഉചിതമായ വിധത്തിൽ സ്വാഗതസൽക്കാരം ചെയ്തു രണ്ടാളുമായി കുറേക്കാലം കാടുകളിലും നാടുകളിലും ചുറ്റി. സമദർശന്മാരായി ഒരേനിലയിൽ വർത്തിച്ച സ്വസ്ഥമനസ്സുകളായ ആ ഗുരുശിഷ്യന്മാർക്ക് ദേഹസന്ധാരണം കേവലം ദുഃഖഭൂയിഷ്ഠമായിത്തോന്നി. ദേഹം വച്ചുകൊണ്ടിരിക്കുന്നതെന്തിന്? അഥവാ, ഈ ജഡവസ്തു ഇരുന്നാലെന്ത്? നശിച്ചാലെന്ത്? ക്രമത്തിനും ആചാരത്തിനും ഭംഗമില്ലാത്ത നിലയിൽ ഇരിക്കുന്നതുവരെ ഇരുന്നുകൊള്ളട്ടെ. ഇങ്ങനെ നിശ്ചയിച്ച് സ്വച്ഛന്ദമാം വണ്ണം കാടോടുകാടു ചുറ്റിക്കൊണ്ടിരുന്നു. സുഖഹേതുക്കളെയും ദുഃഖഹേതുക്കളെയും ഗണിച്ചില്ല. സുഖദുഃഖമദ്ധ്യാവസ്ഥമായ അനുഭവത്തെയും അഭിലഷിച്ചില്ല; ആന, കുതിര മുതലായ രാജകീയൈശ്വര്യങ്ങളെന്നല്ല സർവധനവും വർജ്യമെന്നുതന്നെ അവർക്കുതോന്നി. സിദ്ധന്മാർ സന്തോഷിച്ച് അനുഗ്രഹരൂപേണ നൽകിയ അഷ്ടമഹാസിദ്ധികൾപോലും ഉണക്കപ്പുല്ലുപോലെ അപമാനിച്ചുകളഞ്ഞു. ഇങ്ങനെ കഴിയവെ ഒരു വിദൂരരാജ്യത്തിലെ രാജാവ് പുത്രനില്ലാതെ മരിച്ചു. അരാജകത്വം നിമിത്തം ദേശസ്ഥിതികൾ കുഴപ്പത്തിലാകയാൽ മന്ത്രിപ്രഭൃതികൾ രാജസ്ഥാനത്തേയ്ക്കു യോഗ്യനായ പുരുഷനെ അന്വേഷിച്ചു പുറപ്പെട്ടു. വി

ശാലഗുണലക്ഷ്മി വിളയാടി വിളങ്ങുന്ന ഭഗീരഥനെ ഭിക്ഷുവേഷത്തിൽ കണ്ട് പരമാർത്ഥം മനസ്സിലാക്കി കൂട്ടിക്കൊണ്ടുപോയി. ഏതു കാര്യത്തിലും സമ്മതവും വിസമ്മതവുമില്ലാത്ത അവസ്ഥയിൽ സ്ഥിതിചെയ്ത ഭഗീരഥൻ അവരുടെ ഇഷ്ടത്തെ അനുസരിച്ചതിൽ അത്ഭുതമില്ല. രാജധാനിയിൽ എത്തിച്ചേർന്നപ്പോൾ പൊയ്കയിൽ മഴവെള്ളം എന്നപോലെ സൈന്യസംഘം നാലുപാടും വന്നുനിറഞ്ഞു. ഭഗീരഥനെ ഒരു വലിയ ആനപ്പുറത്തെഴുന്നള്ളിച്ചിരുത്തി, ഭഗീരഥരാജൻ ജയിക്കുന്നു ജയിക്കുന്നു എന്നു ദിഗന്തങ്ങൾ മുഴങ്ങത്തക്കവണ്ണം ഉദ്ഘോഷിച്ചു വിധിപ്രകാരം സിംഹാസനസ്ഥനാക്കി അഭിഷേകവും ചെയ്തു. ഈ വർത്തമാനമറിഞ്ഞു ഭഗീരഥന്റെ സ്വന്തരാജ്യത്തിലെ മന്ത്രി മുതലായവർ അവിടെ എത്തി- പ്രഭോ! നമ്മുടെ രാജ്യംഭരിച്ചുവന്ന രാജാവ് കാലവശേഷനായി. ഇനി നിന്തിരുവടിതന്നെ രാജത്വം കയ്യേറ്റ് ഞങ്ങളെ അനുഗ്രഹിക്കണം. അപേക്ഷിക്കാതെ വന്നുചേരുന്ന സമ്പത്ത് ഉപേക്ഷ്യമല്ല എന്നുണർത്തിച്ചു. അതിനും ഭഗീരഥൻ വിസമ്മതം പറഞ്ഞില്ല. സപ്തസാഗരമേഖലയായ പൃഥ്വീചക്രത്തിന്റെ ആധിപത്യം കയ്യേറ്റ് സമഭാവനനും പ്രശാന്തഹൃദയനും മൗനിയുമായി മത്സരാദിദോഷങ്ങളും മമത്വവും വെടിഞ്ഞ് ഒന്നിങ്കലും അത്ഭുതവും കൗതുകവുമില്ലാതെ പ്രാപ്തകാര്യങ്ങളെ മാത്രം അനുഷ്ഠിച്ചുകൊണ്ട് ബന്ധമുക്തനായി വസിച്ചു. അനന്തരകാലത്തിൽ സ്വപിതാമഹന്മാരെ നരകത്തിൽനിന്നും ഉദ്ധരിക്കാൻ ആയിരം വത്സരം തപസ്സുചെയ്തു ഗംഗയെ ഭൂമിയിൽ അവതരിപ്പിച്ചു. രാജാവായിരിക്കേ അദ്ദേഹം ഭൂമിയിൽ അവതരിപ്പിച്ച യശശ്ചന്ദ്രികയെ മുഖ്യമായി അവരോഹിപ്പിച്ച മാർഗ്ഗം ഈ ഗംഗാവതരണം തന്നെയാകുന്നു.

നിർവാണപ്രകരണത്തിൽ ഭഗീരഥോപാഖ്യാനം എന്ന
മുപ്പത്തിആറാം സർഗ്ഗം കഴിഞ്ഞു.*

ശിഖിദ്ധ്വജോപാഖ്യാനം

വസിഷ്ഠൻ-രാമ! നീ ആദ്യമായി മനഃപക്ഷി എങ്ങോട്ടും പറക്കാതെ ഒരിടത്തുറപ്പിച്ച്, വിശ്വഭാവന നീക്കി ശിഖിദ്ധ്വജരാജനെപ്പോലെ ശാന്തനായി ആത്മാവിൽ സുദൃഢം രമിക്കുക!

ശ്രീരാമൻ-ഭഗവാനെ! ശിഖിദ്ധ്വജരാജൻ ആരാണ്? അദ്ദേഹത്തിനു പദപ്രാപ്തി ഉണ്ടായതെങ്ങനെ? സദയം അരുളിച്ചെയ്താലും!

വസിഷ്ഠൻ-കുമാര! കേൾക്കൂ! കഴിഞ്ഞ ഏഴാമത്തെ മന്വന്തരത്തിലെ ആദ്യദ്വാപരായുഗത്തിൽ മാളവരാജ്യാധിപതിയായി ശിഖിദ്ധ്വജനെന്നൊരു രാജാവുണ്ടായി. അദ്ദേഹം ധൈര്യഔദാര്യനിധിയും ദയാവാനും സത്യം ക്ഷമ ദമം ശമം ഇത്യാദി ഗുണങ്ങൾക്കാസ്പദവും ശൂരനും ശുഭസമാചാരനും മുനിയും ആയിരുന്നു. സൗരാഷ്ട്രരാജന്റെ മകളായ ചൂഡാലയെ അദ്ദേഹം വിധിപ്രകാരം വിവാഹംചെയ്തു. അന്യോന്യം അനുരൂപനും അഭിയുക്തരുമായ ആ ദമ്പതികൾ ആലോകസല്ലാപാദികളാൽ മനസ്സിണങ്ങി അനുരാഗാമൃതത്തിരകളിൽ മുങ്ങി സുഖമായി വസിച്ചുവന്നു. നൃത്തവാദിത്രഗീതാദികലകളിൽ രണ്ടുപേരും വിദഗ്ദ്ധരായിരുന്നു. പരസ്പരാകാരദ്ധ്യാനത്താൽ കൃതാർത്ഥരായി വിവിധവിനോദങ്ങളാൽ രസിച്ചും യൗവ്വനലീലകളാടി രമിച്ചും തൃതീയപുരുഷാർത്ഥത്തിന്റെ കമനീയാനന്ദം അനുഭവിച്ചു. വത്സരം പലതുകഴിഞ്ഞു. പൊട്ടിയ കുടത്തിലെ വെള്ളംപോലെ താരുണ്യവും ക്രമേണ ഒഴിഞ്ഞു. സുകൃതികളായ ആ ദമ്പതികൾക്ക് ഉടനെ വിവേകമുണ്ടായി. "ഹാ കഷ്ടം! യൗവ്വനത്തിലെ സുഖം എത്രയോ ക്ഷണഭംഗുരം! താമരയെ മഞ്ഞുമഴയെന്നപോലെ ശരീരത്തെ ജര ആക്രമിക്കുന്നു. പാകംവന്ന ഫലത്തിന്റെ പാതംപോലെ മരണവും ദുർന്നിവാരമായിരിക്കുന്നു. കൈയിൽ കോരിയ വെള്ളം ചോർന്നു വീഴുംവണ്ണം ആയുസ്സും ഗളിച്ചുഗളിച്ചൊഴിയുന്നു. തൃഷ്ണമാത്രം മഴക്കാലത്തു ചുരവള്ളി എന്നപോലെ നീണ്ടു നീണ്ടുപോകുന്നുണ്ട്. മലയാറ്റിലെ ഒഴുക്കത്തിനു സമം യൗവ്വനം പ്രയാണംചെയ്യുന്നു. സുഖങ്ങളെല്ലാം വില്ലിൽ തൊടുത്തുവിട്ട അമ്പുപോലെ വേഗത്തിൽ പാഞ്ഞുമറയുന്നു. വാഴയുടെ ഗർഭംപോലെ ലോകവ്യവഹാരങ്ങളും വിരാഗതയെത്തന്നെ നൽകുന്നു. ആശ്ചര്യം! കൈവന്നാൽ പിന്നെ മനസ്സിനു ദുഃഖം നൽകാത്തവിധം ശോഭനമായ യാതൊന്നും ഈ സംസാരത്തിലില്ലതന്നെ."

ഈ നിശ്ചയത്തോടുകൂടി രാജാവും രാജ്ഞിയും സംസാരഭേജഷമായ അദ്ധ്യാത്മശാസ്ത്രചിന്തയിൽ മനസ്സുവച്ചു. ആത്മജ്ഞാനമന്ത്രം കൊണ്ടു സംസാരവിഷൂചിക ശമിക്കുമെന്നു വിശ്വസിച്ച് അതിൽ താൽപര്യത്തോടുകൂടിയവരായി ഭവിച്ചു. മനസ്സും പ്രാണനും നിഷ്ഠയും ആശ്രയവും ആഗ്രഹവും എല്ലാം ജ്ഞാനത്തിൽതന്നെ സമർപ്പിച്ചു ജ്ഞാനികളെ പൂജിച്ചു. അദ്ധ്യാത്മശാസ്ത്രം നിരന്തരമായി അഭ്യസിക്കുകയും അന്യോന്യം ബോധിപ്പിക്കുകയും അതിൽതന്നെ പ്രീതിയും പ്രവൃത്തിയും വച്ചു പാലിക്കുകയും ചെയ്തു. വിശേഷിച്ചും ചൂഡാല, രമണീയമായ ആരംഭക്രമത്തോടുകൂടി അദ്ധ്യാത്മജ്ഞാനികളുടെ മുഖത്തുനിന്നും

ജ്ഞാനപ്രധാനങ്ങളായ ഉപദേശങ്ങൾ കേട്ട് ബുദ്ധിതെളിഞ്ഞ് രാപ്പകൽ ആത്മാവിനെക്കുറിച്ചു ചിന്തിച്ചുകൊണ്ടിരുന്നു. ലോകവ്യവഹാരങ്ങളിൽ ഏർപ്പെട്ടിരുന്നാലും ഇല്ലെങ്കിലും എപ്പോഴും വിചാരം അതുതന്നെയായി. ഒരിക്കൽ ഇങ്ങനെ ആത്മഗതം ചെയ്തു. ആത്മാവാരെന്നുള്ള അന്വേഷണം ഇവിടെ ആവശ്യമാണ്. ഞാനെന്ന് അഭിമാനിക്കുന്നത് എന്തിനെ? ഈ സംസാരമോഹം ആരെ ബാധിച്ചിരിക്കുന്നു? അത് എങ്ങനെ എവിടെനിന്നും ഉണ്ടായി? ജഡവും മൂഢവുമായ ഈ ശരീരം ഞാൻ അല്ലെന്നു നിശ്ചയംതന്നെ; അതിൽനിന്നും അഭിന്നങ്ങളായ കർമ്മേന്ദ്രിയങ്ങളും ജഡങ്ങൾതന്നെ. ബുദ്ധീന്ദ്രിയങ്ങൾ വടിയാൽ മൺകട്ട എന്നപോലെ മനസ്സിനാൽ പ്രേരിതങ്ങളാകയാൽ ജഡങ്ങളാണെന്നു കാണാം. സങ്കൽപാത്മകമായ മനസ്സും ജഡമാണെന്നുള്ളതിനു സംശയമില്ല. കവണകളാൽ കല്ലെന്നപോലെ ബുദ്ധിയുടെ പ്രേരണകൊണ്ടാണ് അതു പ്രവർത്തിക്കുന്നത്. നിശ്ചയരൂപമായ ബുദ്ധിയും ചാലുതോന്നിക്കുന്നവഴിക്കു വെള്ളം തിരിയുന്നതുപോലെ അഹങ്കാരപ്രേരണത്താൽ പ്രവർത്തികമാകകൊണ്ട് ജഡസ്വരൂപംതന്നെ; അഹങ്കാരമോ? നിസ്സാരവും ശവംപോലെ ജഡസ്വഭാവവുമാണ്. ബാലദൃഷ്ടിയിൽ പിശാചു തോന്നുംവണ്ണം ജീവനാൽ കൽപ്പിക്കപ്പെടുന്ന അസത്യവസ്തുവാകുന്നു. ജീവനും കൽപിതസ്വഭാവനാണ്! പ്രാണരൂപനായി ഹൃദയത്തിൽ മറ്റേതോ ഒരു ശക്തിയുടെ സഹായത്താൽ ജീവിക്കുന്നു. ശരി ശരി! മനസ്സിലായി ദൃശ്യത്തിന്റെ പ്രതിബിംബത്താൽ കളങ്കപ്പെട്ട അനാദിയും ആത്മസ്വരൂപിയുമായ ചിന്മാത്രത്താലാണ് ജീവൻ ജീവിക്കുന്നത്. കാറ്റിൽ മണംപോലെ ചാലിൽ നീരോട്ടംപോലെ ദൃശ്യാഭിമാനത്തോടുകൂടി ചിദ്രൂപത്താൽ ജീവൻ ജീവിക്കുന്നു. അസത്യവും ജഡവുമായ ചേത്യാംശത്തിന്റെ ചേർച്ചനിമിത്തം ചിൽസ്വരൂപം വെള്ളത്തിൽവീണ അഗ്നിപോലെ സ്വന്തരൂപത്തെ വെടിയുന്നു. ഇങ്ങനെ ദൃശ്യബന്ധത്താൽ ജഡമായും ശൂന്യമായും അസത്തുപോലെയും ഭവിച്ചാലും വീണ്ടും ചൈതന്യത്തിന്റെ അനുപ്രവേശം ഉണ്ടാകുമ്പോൾ പ്രബുദ്ധമായിത്തീരും. ശരി ശരി! ചിത്ത് മനോബുദ്ധ്യാദിരൂപത്തിൽ പ്രവർത്തിക്കുന്നത് എന്തു കാരണത്താലാണെന്ന് ഇപ്പോൾ എനിക്കു മനസ്സിലാകുന്നു. വളരെക്കാലമായി ഞാൻ ആഗ്രഹിച്ചുകൊണ്ടിരുന്ന അനാമയമായ ജ്ഞേയവസ്തു ഇതാ അറിവിൽപ്പെട്ടു. മനോബുദ്ധ്യാദികൾ ചിത്തിന്റെ പ്രതിഫലനമാത്രത്താൽ തോന്നപ്പെടുന്നവയാണ്. ഏകാഗ്രമായി ധ്യാനം ഉറയ്ക്കുമ്പോൾ മനസ്സും ബുദ്ധിയും ഇന്ദ്രിയങ്ങളും ഇല്ല. മഹാസത്ത എന്ന അപരനാമമുള്ള പരിശുദ്ധചിത്ത് ഒന്നുതന്നെ ഇവിടെ ഭവിക്കുന്നു. നിഷ്കളങ്കയും നിഖിലാത്മി

കയും നിർമ്മലയും നിത്യപ്രകാശയുമായ ആ ചിച്ഛക്തി ഏകകാലത്തിൽ എങ്ങും നിറഞ്ഞിരിക്കുന്നു. അതിനെത്തന്നെയാണ് ബ്രഹ്മം, പരമാത്മാവ് ഇത്യാദിനാമങ്ങളാൽ കീർത്തിക്കപ്പെടുന്നത്. ചൂഡാല ഇപ്രകാരം ദിവസംതോറും മനസ്സിനെ അന്തർമുഖമാക്കി ആത്മാവിൽതന്നെ രമിച്ച് പ്രകൃതിസ്ഥിതയായി വസിച്ചു. ഒന്നിലും രാഗവും ആസക്തിയും ആരംഭവും ഇഷ്ടാനിഷ്ടബുദ്ധിയുമില്ലാതെ, ഒന്നുംതന്നെ ഉപേക്ഷിക്കണമെന്നോ അപേക്ഷിക്കണമെന്നോ കരുതാതെ, പ്രാകൃതിക സമാചാരങ്ങളനുഷ്ഠിച്ചുകൊണ്ടിരുന്നു. പരമാത്മമഹാലാഭത്താൽ പരിപൂർണ്ണഹൃദയയായി ബ്രഹ്മാനന്ദപദത്തെയും അതിക്രമിച്ച് വാക്കുകൾക്കു വിഷയമല്ലാത്ത സത്താമാത്രതയെ പ്രാപിച്ചു. വിവേകഘനാഭ്യാസസിദ്ധമായ ആത്മോദയത്താൽ ആ സ്ത്രീരത്നം പുതുതായി മുളച്ചുണ്ടായ പൂവള്ളിപോലെ മനോഹരിയായി ശോഭിച്ചു.

ശിഖിദ്ധ്വജൻ ഒരിക്കൽ അവളുടെ അപൂർവശോഭ നോക്കി വിസ്മയപരവശനായിപ്പറഞ്ഞു. ഹേ സുന്ദരീ! നിന്റെ ശരീരത്തിൽ പുതുതായി ഒരു കാന്തിവിലാസം കാണപ്പെടുന്നു. പണ്ടത്തെ യൗവനം പതിന്മടങ്ങു സൗഭാഗ്യത്തോടെ വീണ്ടും വന്നിരിക്കുന്നു. അലങ്കാരങ്ങളും അനുനിമിഷം വർദ്ധിച്ചു വർദ്ധിച്ചു വരുന്നു. അമൃതു നിറയെക്കുടിച്ചതുപോലെ അമൃതപദത്തിലടുത്തതുപോലെ, ആനന്ദാമൃതത്തിൽ മുഴുകിയപോലെ നീ വിളങ്ങിക്കൊണ്ടിരിക്കുന്നു. നിന്റെ ഹൃദയം ഭോഗവിരസവും പ്രശാന്തവും ഊർജ്ജസ്വലവും സമഭാവനവും ഗംഭീരവും പ്രസന്നവും ആയി തോന്നപ്പെടുന്നു. കാരണമെന്ത്?

ചൂഡാല പറഞ്ഞു-ഭർത്താവേ! സത്യത്തിലില്ലാത്തതും ഉണ്ടെന്നു ഭ്രമിപ്പിക്കുന്നതുമായ ജഗത്തിനെ ഉപേക്ഷിച്ച് നിരാകാരബ്രഹ്മത്തെ ഞാൻ പ്രാപിച്ചു. അതിനാൽ ശ്രീമതിയായി വിളങ്ങുന്നു. ചരാചരപ്രപഞ്ചത്തെ വസ്തുഹീനമായിക്കണ്ട് സദസൽപ്രതീയമാനവും വിശ്വവിലക്ഷണവുമായ സത്യബ്രഹ്മത്തെ ആശ്രയിച്ചിരിക്കയാൽ ശ്രീമതിയായി വിളങ്ങുന്നു. ഒന്നായും ഒന്നുമല്ലാതെയുമിരിക്കുന്ന സത്യവസ്തു സൃഷ്ടിസ്ഥിതിസംഹാരങ്ങളിൽ എങ്ങനെയെല്ലാം പ്രവർത്തിക്കുന്നു. എങ്ങനെ ആ കർമ്മങ്ങളിൽ നിന്നു നിവർത്തിക്കുന്നുവെന്നുള്ള വസ്തുതകൾ നല്ലതുപോലെ മനസ്സിലാക്കിയിരിക്കയാൽ ഞാൻ ശ്രീമതിയായി വിളങ്ങുന്നു. ഭുജിക്കപ്പെടാതെ ദൂരത്തിലിരിക്കുന്ന ഭോഗങ്ങളെയും ഭുജിച്ചപോലെ കരുതി തൃപ്തിപ്പെടുകയും ഭുജിക്കണമെന്നുള്ള ആഗ്രഹമോ ഭുജിച്ചാലൊരു സന്തോഷമോ ഭവിക്കാതെയും ഇഷ്ടഭംഗത്തിൽ കോപവും ഇഷ്ടലാഭത്തിൽ മോദവും ഇല്ലാതെയും ഇരിക്കയാൽ ഞാൻ ശ്രീമതി

യായി വിളങ്ങുന്നു. ആകാശവിശദവും വിശുദ്ധവുമായ സ്വാത്മാവിൽ ഏകയായിത്തന്നെ സർവദാ രമിക്കകൊണ്ടും നൃത്തഗീതാദി രാജലീലകളിൽ തെല്ലും രമിക്കായ്കകൊണ്ടും ശ്രീമതിയായി വിളങ്ങുന്നു. ജഗത്തുകളുടെ പ്രഭുത്വം എനിക്കാണെന്നും ബ്രഹ്മസ്വരൂപിണിയാണ് ഞാനെന്നുമുള്ള ബോധത്താൽ ശ്രീമതിയായി വിളങ്ങുന്നു. വിദ്വേഷരാഗങ്ങളില്ലാത്തവരും ശാസ്ത്രാർത്ഥബോധസ്വരൂപിണികളുമായ ഇഷ്ടതോഴിമാരുമായി നിത്യവും വിനോദിക്കനിമിത്തം ഞാൻ ശ്രീമതിയായി വിളങ്ങുന്നു. കണ്ണുകൾക്കോ മറ്റിന്ദ്രിയങ്ങൾക്കോ മനസ്സിനോ വിഷയീഭവിക്കുന്നതൊന്നുംതന്നെ ഉണരാതെ ദൃശ്യവ്യതിരിക്തമായ പരമവസ്തുവെ ഇടവിടാതെ അന്തഃകരണത്തിൽ കണ്ടുകണ്ടു വിനോദിക്കകൊണ്ട് ശ്രീമതിയായി വിളങ്ങുന്നു.

ആത്മൈകവിശ്രാന്തയായ ചൂഡാല പറഞ്ഞ ഈ വാക്കുകളുടെ അർത്ഥം മനസ്സിലാകാതെ ശിഖിദ്ധ്വജൻ ചിരിച്ചു. എന്തൊരസംബന്ധങ്ങളാണ് ഉപന്യസിക്കുന്നത്! ചൂഡാലേ! നീ ബാലയാണ്? എന്നെപ്പോലെ തന്നെ നീയും രാജഭോഗങ്ങൾ ഭുജിക്കുന്നു. വത്സേ! പ്രത്യക്ഷം അനുഭവത്തിലുള്ളതിനെ നിരാകരിച്ച് അഗോചരവും അവസ്തുവുമായ ഒന്നിനെ സ്വീകരിക്കുന്ന ആൾ വിവേകിയാകുന്നതെങ്ങനെ? ലഭിക്കാത്ത ഭോഗങ്ങളിൽ തൃപ്തീഭവിച്ച് അവയെ ഉപേക്ഷിക്കുന്ന മൂഢൻ ദരിദ്രനെപ്പോലെ ഭാഗ്യമില്ലാത്തവനാണ്. ബുദ്ധിമാനെന്ന് അവനെ എങ്ങനെ പറയാം. നേരിൽ കാണുന്നതു കാണുന്നില്ലെന്നും കൺവെട്ടത്തില്ലാത്ത മറ്റൊന്നാണ് കാണുന്നതെന്നും ഉള്ള നിരർത്ഥപ്രലപനം എത്ര ശോഭിക്കും. ഹേ വിലാസിനി നീ! ചപലയാണ്; ബാലയും മുഗ്ദ്ധയുമാണ്. നേരംപോക്കുകൾ പറഞ്ഞു കളിക്കയായിരിക്കാം. കളിച്ചോളു! ഇപ്രകാരം പറഞ്ഞു പൊട്ടിച്ചിരിച്ചുകൊണ്ട് ശിഖിദ്ധ്വജൻ മാദ്ധ്യന്ദിനസ്നാനത്തിനു പോയി.

കഷ്ടം! ഭർത്താവിന് ആത്മവിശ്രാന്തി ലഭിച്ചില്ല. അതുനിമിത്തം എന്റെ വാക്കുകളുടെ അർത്ഥം ഗ്രഹിച്ചില്ല. എന്നിങ്ങനെ ഖിന്നമതിയായ ചൂഡാല സ്വവ്യാപാരങ്ങളെ ശ്രദ്ധിച്ചുകൊണ്ടിരുന്നു. ഇങ്ങനെ അന്യോന്യവിരുദ്ധമായ മനഃസ്ഥിതിയോടുകൂടി അവർ രണ്ടാളും രാജഭോഗങ്ങളിൽ പ്രവർത്തിച്ചുവരവേ കാലം വളരെക്കഴിഞ്ഞു. ഇച്ഛയും അഭിമാനവും ലേശമില്ലാതെ നിത്യതൃപ്തയായി വസിച്ചുവന്ന ചൂഡാലയ്ക്കു ഒരിക്കൽ ആകാശഗമനാഗമനത്തിൽ അഭിലാഷം ഉണ്ടായി. താനേ വിജനത്തിൽപോയി യോഗാസനമുറപ്പിച്ചിരുന്ന്, പ്രാണവായുവെ മേൽപോട്ടു ഗമിപ്പിക്കാനുള്ള അഭ്യാസമാരംഭിച്ചു.

ഇതുകേട്ട് ശ്രീരാമൻ ചോദിച്ചു-സ്വാമിൻ! പ്രയത്നേന ഏതൊരു പ്രാ

ണസ്പന്ദത്തിന്റെ ചിരാഭ്യാസംചെയ്താലാണ് ആകാശഗമനഫലം സിദ്ധമാകുന്നത്. പ്രാണവായുവിന്റെ ഊർദ്ധ്വാഭ്യാസത്താൽ ശരീരം ആകാശത്തിൽ ഉയരുമോ?

വസിഷ്ഠൻ–കുമാര! വഴിപോലെ പറഞ്ഞുതരാം. ശ്രദ്ധിച്ചു കേൾക്കൂ. മനസ്സിലുള്ള വസ്തുവിഷയവാസനകളെല്ലാം ത്യജിച്ച് പ്രാണങ്ങളെ യഥേഷ്ടം നിയമിക്കുന്നതിനും ചലിപ്പിക്കുന്നതിനുമുള്ള ശക്തി ആദ്യമായി സമ്പാദിക്കണം. യോഗശാസ്ത്രപ്രകാരം മഹാമുദ്രാദി സംസ്ഥാനവിശേഷങ്ങളാൽ അപാനാദിദ്വാരങ്ങളെ രോധിക്കുക. ഭോജനശുദ്ധി, ആസനശുദ്ധി, യോഗശാസ്ത്രചിന്ത, യോഗാംഗാനുഷ്ഠാനം, സൽസംഗം സർവത്യാഗവിശിഷ്ടമായ അവസ്ഥിതി പ്രാണായാമപരിശീലനം ലോഭക്രോധാദികളെ ഒഴിക്കുക ഭോഗത്യാഗം ഇവയാൽ നായകത്വം സിദ്ധിക്കുന്ന അഭിജ്ഞനായ പുരുഷന് പ്രാണവായുക്കൾ പിടിക്കുകയും വിടുകയും തടുക്കുകയും ചെയ്യുന്ന വിഷയത്തിൽ ഭൃത്യവർഗ്ഗത്തെപ്പോലെ സ്വാധീനപ്പെടുന്നു. രാജൈശ്വര്യം മുതൽ മോക്ഷസുഖംവരെയുള്ള സമസ്ത സമ്പത്തുകളും പ്രാണവായുക്കളുടെ സ്വാധീനശക്തികൊണ്ടു സമ്പാദിക്കാവുന്നതാണ്. വേഷ്ടനി എന്നൊരു പ്രധാന നാഡി മറ്റനവധി നാഡികളുടെ സംബന്ധത്തോടുകൂടി ചുറ്റിവളഞ്ഞിരിപ്പുണ്ട്. വീണയുടെ അറ്റത്തെ ചുറ്റുപോലെയും വെള്ളത്തിലെ ചുഴിപോലെയും, തണുപ്പുകൊണ്ട് ഞെരുങ്ങിച്ചുരുങ്ങിയിരിക്കുന്ന പാമ്പുപോലെയും എപ്പോഴും വായുവിന്റെ സംസ്പർശത്താൽ ചലിച്ചുകൊണ്ടിരിക്കുന്നു. കൃമികീടാദി സകല ജീവജാലങ്ങളിലും നിർഭേദമായി അതു സ്ഥിതിചെയ്യുന്നു. വാഴപ്പിണ്ടിപോലെ മൃദുവായ അതിന്റെ അന്തർഭാഗത്തിൽ സർവശക്തികൾക്കും വേഗംകൊടുക്കുന്ന പരമമായ ഒരു വായുശക്തിയുണ്ട്. ആ ശക്തി കോപിച്ചു ചീറുന്ന സർപ്പിണിപോലെ എപ്പോഴും നിശ്വാസരൂപത്തിൽ ഫൂൽക്കാരം പുറപ്പെടുവിച്ച് പ്രാണസഞ്ചാരഹേതുവായി സ്ഥിതിചെയ്യുന്നു. ഹൃദയത്തിലെ നാഡികളുടെയെല്ലാം കെട്ടുപാട് ഈ ശക്തിയിലാണ്. ക്രിയാഹേതുവും സ്പർശാനുഭവഹേതുവുമായ ഈ വിശുദ്ധശക്തി അന്തഃകുണ്ഡലിനി എന്നു പറയപ്പെടുന്നു. ഇതുതന്നെ, കലനത്താൽ കലയായും ചൈതന്യത്താൽ ചിത്തായും ജീവഹേതുവാൽ ജീവനായും, മനനത്താൽ മനസ്സായും, സങ്കൽപത്താൽ സങ്കൽപമായും, ബോധത്താൽ ബുദ്ധിയായും, അഹങ്കാരരൂപത്താൽ പുര്യഷ്ടകമായും സ്ഥിതിചെയ്യുന്നു. ശരീരത്തിലെങ്ങും ജീവശക്തിയായി വിളങ്ങുന്നത് സർവോത്തമമായ ഈ കുണ്ഡലിനിതന്നെയാണ്. പ്രാണാപാനരൂപത്തിൽ മേലോട്ടും കീഴോട്ടും സഞ്ചരിച്ചുകൊണ്ടിരിക്കുന്നു. ചിലപ്പോൾ ഈ ശക്തി

മുഴുവൻ മേലോട്ടും ചിലപ്പോൾ മുഴുവൻ കീഴോട്ടും സഞ്ചരിക്കും. ഇങ്ങനെ മുഴുവൻ വെളിയിൽ കടന്നുപോയാൽ ആ ജീവിയുടെ പ്രാണൻ പോയി. പ്രാണനെന്നു പറയപ്പെടുന്നത് ഈ ശക്തിതന്നെയാണ്. പ്രാണശക്തിയെ നിരോധാഭ്യാസത്താൽ മേലോട്ടും കീഴോട്ടും ചലിക്കാൻ സമ്മതിക്കാതെ ഉള്ളിൽ ഉറപ്പിച്ചുനിറുത്താമെങ്കിൽ ആധിവ്യാധികളെന്നല്ല, ജരാമരണാദികളും ബാധിക്കയില്ല.

ശ്രീരാമൻ-പ്രഭോ! ആധിവ്യാധികൾ ശരീരത്തിൽ ഉണ്ടാകുന്നതും ഒഴിയുന്നതും എന്തു കാരണത്താലാണെന്നു പറഞ്ഞുതരുമോ?

വസിഷ്ഠൻ-രാമ! വ്യാധി ശരീരദുഃഖഹേതുവാണെന്നും ആധി വാസനാരൂപമായി മനസ്സിനെ ദുഃഖിപ്പിക്കുന്നതാണെന്നും അറിഞ്ഞുകൊൾക! തത്വജ്ഞാനം മനസ്സിൽ ഉദിക്കാതിരിക്കുമ്പോൾ മൗർഖ്യമൂലങ്ങളായ ഇവരണ്ടും ഉണ്ടാകുന്നു. തത്വജ്ഞാനമില്ലായ്കകൊണ്ട് ഇന്ദ്രിയങ്ങളെ കീഴടക്കാൻ കഴിയാതെവരുമ്പോൾ മനസ്സു രാഗദ്വേഷങ്ങൾക്കടിമപ്പെട്ട്, ഇതുകിട്ടി, അതുകിട്ടിയില്ല എന്നും മറ്റുമുള്ള ആശാഭിമാനമൗഢ്യത്താൽ ഘനമോഹത്തെ ഉണ്ടാക്കുന്ന ആധികൾ വർഷകാലത്തിൽ മഞ്ഞെന്നപോലെ ഹൃദയത്തിൽ അനൽപമായി പ്രവർത്തിക്കുന്നു. ഇച്ഛകൾ അധികമായി സ്ഫുരിക്കയും മൗർഖ്യം വർദ്ധിക്കയും ചെയ്തിട്ട്, ദുഷ്ടാന്നം ഭക്ഷിക്കുക, ശ്മശാനാദി ദുർദ്ദേശങ്ങളിൽ സഞ്ചരിക്കുക, ദുഷ്കാലങ്ങളിൽ ശുഭകർമ്മങ്ങളെ നടത്തുക, ശവവഹനാദി മലിനക്രിയകളിൽ ഏർപ്പെടുക, ദുർവ്യാധികളോ മാലിന്യങ്ങളോ ഉള്ളവരെ സ്പർശിക്കുക, കോപാദി ദുർവികാരങ്ങളെ ഉദ്ഭാവിക്കുക ഇത്യാദ്യനാചാരങ്ങളാൽ നാഡീരന്ധ്രങ്ങൾ വീർക്കുകയോ ചുരുങ്ങുകയോ ചെയ്തിട്ടു രക്തപ്രവാഹത്തിനു വൈഷമ്യമുണ്ടായി ദേഹം വികലമായിത്തീരുന്നു. അപ്പോൾ വാതാദി ദോഷങ്ങൾ കോപിച്ച് ശരീരത്തിൽ വ്യാധികൾ ഉണ്ടാകുന്നു. നദികൾക്കു മഴയുടേയും വെയിലിന്റേയും ആധിക്യത്താൽ വെള്ളത്തിന്റെ ഏറ്റക്കുറച്ചിലനുസരിച്ച് രൂപവ്യത്യാസം ഉണ്ടാകുന്നതുപോലെയാണ് പൂർവജന്മത്തിലോ ഈ ജന്മത്തിലോ ഉള്ള ശുഭാശുഭവാസനകളിൽ ഏതിനാണോ പ്രാബല്യം അധികം ആ വാസന, സ്വാനുരൂപമായ വ്യവഹാരക്രമത്തിൽ ജീവിയെ പ്രവർത്തിപ്പിക്കുന്നു. പഞ്ചഭൂതാത്മകമായ ശരീരത്തിൽ ആധികളും വ്യാധികളും ഇപ്രകാരമാണ് ഉദ്ഭവിക്കുന്നത്. ഇനി നശിക്കുന്നതെങ്ങനെയെന്നു കേൾക്കൂ! ആധികൾ സാമാന്യമെന്നും സാരഭൂതമെന്നും രണ്ടുപ്രകാരത്തിലുണ്ട്. വ്യാവഹാരികം സാമാന്യവും സാരം മലിനവാസനാസിദ്ധവുമാകുന്നു. വ്യാവഹാരികമായ ആധി ഇച്ഛിച്ചതു ലഭിക്കുമ്പോൾ നശിച്ചുപോകുന്നു. ആധികൾ നശി

ച്ചാൽ അതു സംബന്ധമായുണ്ടാകുന്ന വ്യാധികളും നാശംപ്രാപിക്കും. രജ്ജൂഖണ്ഡത്തിലെ സർപ്പബുദ്ധി വസ്തുബോധം ഉണ്ടാകുന്നതുവരെ നശിക്കാതിരിക്കുന്നതുപോലെ സാരഭൂതമായ ആധി ആത്മജ്ഞാനം പ്ര കാശിക്കാതെ ഒരിക്കലും കഴിയുകയില്ല. ആധിജങ്ങളല്ലാത്ത വ്യാധികൾ, ഔഷധമന്ത്ര പത്ഥ്യാചരണാദികളാൽ സുഖപ്പെടുമെന്നു നമുക്ക് അനു ഭവംകൊണ്ടറിയാവുന്നതാണ്.

ശ്രീരാമൻ ചോദിച്ചു-ഭഗവാനേ! ആധി വ്യാധിയായിത്തീരുന്നതും പി ന്നീട് നശിക്കുന്നതും എങ്ങനെയെന്നു പറഞ്ഞുതരുമോ?

വസിഷ്ഠൻ-രാമ! മനസ്സിന് ആധി പിടിപെടുമ്പോൾ ദേഹത്തിനു ക്ഷോ ഭമുണ്ടാകും. ക്ഷോഭമുദിച്ചു പോയാൽ ആ ജന്തു പുരോഭാഗം കാണുക യില്ല. ബാണമേറ്റ മൃഗംപോലെ നേർവഴിവിട്ട് അമാർഗ്ഗത്തിൽകൂടി ഓടി ത്തുടങ്ങുന്നു. പ്രസ്തുത ക്ഷോഭം പ്രാണവായുക്കളെ സമനിലയിൽനി ന്നു മാറ്റി ദുഷിപ്പിക്കുന്നു. അതുനിമിത്തം നാഡികളും വിഷമസ്ഥിതിയി ലായിത്തീരുന്നു. രാജാവിന്റെ സ്ഥിതി പിഴയ്ക്കുമ്പോൾ വർണ്ണാശ്രമക്രമ ങ്ങൾ നഷ്ടപ്പെടുന്നതുപോലെ പ്രാണങ്ങളും നാഡികളും കുഴപ്പത്തിലാ യാൽ ഭക്ഷിക്കപ്പെടുന്ന അന്നം ക്രമത്തിലധികം ജീർണ്ണിക്കയോ ജീർണ്ണി ക്കാതിരിക്കയോ ക്രമംതെറ്റി ജീർണ്ണിക്കയോ ചെയ്യുന്നു. വിരുദ്ധാവസ്ഥ യിൽ പ്രവർത്തിക്കുന്ന അന്നംതന്നെ സ്വഭാവേന വ്യാധിയായിപ്പരിണമി ക്കുന്നു. ആധിയിൽനിന്നു വ്യാധി ഉണ്ടാകുന്നപ്രകാരം ഇതാണ്. ആധി ശ മിച്ചു കഴിഞ്ഞാൽ വ്യാധിയും നാമാവശേഷമാകുന്നതാണ്.

ഇനി, മന്ത്രംകൊണ്ട് വ്യാധി നീങ്ങുന്നതെങ്ങനെ എന്നു പറയാം. ക ടുക്ക, സ്വഭാവേനതന്നെ മലമോചനകരമായ ഒരു ഫലമാണെന്നു നമു ക്കറിയാം. അതുപോലെ മന്ത്രഘടിതങ്ങളായ യരലവാദി വർണ്ണങ്ങൾ ക്കും രോഗനിവൃത്തിരൂപമായ കാര്യം ചെയ്യാനുള്ള ശക്തിയുണ്ട്. വിശു ദ്ധവും പുണ്യവുമായ കർമ്മംകൊണ്ടും സാധുസേവകൊണ്ടും സ്വർണ്ണം നികർഷത്താലെന്നപോലെ മനസ്സു നൈർമ്മല്യത്തെ പ്രാപിക്കുന്നു. മ നസ്സിലെ കളങ്കങ്ങൾ നീങ്ങി ശുദ്ധമായാൽ കുളിർനിലാവിൽ കുളിച്ചതു പോലെ ദേഹത്തിനും ആനന്ദാനുഭൂതി വർദ്ധിക്കും. പ്രാണവായുക്കളും വിഷമാവസ്ഥ നീങ്ങിസഞ്ചരിച്ച്, അന്നങ്ങളുടെ പചനക്രിയയെ ശരിപ്പെ ടുത്തും. ഭക്ഷണസാധനം ക്രമം തെറ്റാതെ ദഹിച്ചുതുടങ്ങിയാൽ വ്യാധി ക്കു പിന്നെ സ്ഥാനമില്ല. അപ്പൊഴേ നശിച്ചുപോകതന്നെ ചെയ്യും.

ഹേ രാഘവ! ആധിവ്യാധികളുടെ ഉത്ഭവനാശക്രമങ്ങൾ പറഞ്ഞു കഴിഞ്ഞു. ഇനി പ്രകൃതത്തെ അനുസരിച്ചു കുണ്ഡലിനീശക്തിയുടെ യോ ഗക്രമം കേൾപ്പിക്കാം. ഗന്ധത്തിനു പൂങ്കുല എങ്ങനെ ആധാരമായിരി

ക്കുന്നോ അതുപോലെ പുര്യഷ്ടകനാമാവായ ജീവന്റെ ജീവനാണ് കുണ്ഡലിനി. പൂരകാഭ്യാസത്താൽ ഈ കുണ്ഡലിനിയെ പൂരിപ്പിച്ചു നിർവികാരമാക്കി നിറുത്താമെങ്കിൽ മലപോലെയുള്ള സ്ഥിരതയും ദേഹസ്ഥൗല്യവും ലഭിക്കും. ഉഷ്ണത്താൽ ശ്രാന്തനായ ഒരുവൻ തണലത്തിരുന്നു ചൂടുമാറ്റാൻ ശീതകുംഭകം അഭ്യസിക്കുമ്പോൾ ചെയ്യുന്നതുപോലെ, പൂരകാഭ്യാസത്താൽ പ്രാണവായുവെ ഉള്ളിൽ നെടുകെ നിറച്ചുവച്ചു സംവിത്തിനാൽ ഊർദ്ധ്വഗതിഭാവനകൊണ്ട്, കുണ്ഡലിനീശക്തിയെ ആകാശത്തിൽ നയിച്ചാൽ അതു സർപ്പിണിപോലെ നേരേ നിവർന്നു ദേഹത്തിൽ ചുറ്റിപ്പിണഞ്ഞുകിടക്കുന്ന സർവനാഡികളെയും വഹിച്ചുകൊണ്ടു ദേഹത്തെ മുഴുവൻ ശീഘ്രഗതിയിൽ മേലോട്ടുയർത്തുന്നു. കാറ്റുനിറച്ച് വെള്ളത്തിലിട്ട തുരുത്തി മനുഷ്യനെ എങ്ങനെയോ അപ്രകാരം താഴാതെ നിറുത്തുകയും ചെയ്യുന്നു. ദരിദ്രന്മാർ ഇന്ദ്രപദവിയെ പ്രാപിക്കുന്നതുപോലെ, യോഗികൾ ഇത്തരം അഭ്യാസവിലാസത്തോടുകൂടിയ യോഗത്താലത്രേ ആകാശസഞ്ചാരത്തിന് സമർത്ഥന്മാരായിത്തീരുന്നത്. കുണ്ഡലിനി സുഷുപ്താന്തർഭാഗത്തുകൂടി മേലോട്ട് പ്രവഹിച്ച് ബ്രഹ്മരന്ധ്റത്തിന് വെളിയിൽ ആകാശത്തിൽ പന്ത്രണ്ടംഗുലം മുകളിൽ, സർവനാഡികളെയും നിരോധിക്കുന്ന രേചകാഭ്യാസത്താൽ, മുഹൂർത്തമാത്രം സ്ഥിതിചെയ്യുമ്പോൾ, സിദ്ധവിദ്യാധരാദ്യാകാശചാരികളെ കാണ്മാൻ കഴിവുണ്ടാകുന്നു. സ്വരൂപചൈതന്യസാന്നിദ്ധ്യത്തോടുകൂടിയ ജ്ഞാനദൃഷ്ടിയാലത്രേ അവരെക്കാണുന്നത്. കാണുകമാത്രമല്ല, ഇഷ്ടങ്ങളായ അണിമാദിസിദ്ധികൾ അവരിൽനിന്നും ലഭിക്കയും ചെയ്യാം.

രേചകാഭ്യാസരൂപമായ യോഗവിശേഷത്താൽ പ്രാണവായുവെ മുഖത്തുനിന്നും പന്ത്രണ്ടംഗുലം ദൂരത്തിലുള്ള ബാഹ്യാകാശത്തിൽ വളരെനേരം ഇറക്കിനിറുത്താമെങ്കിൽ പരകായപ്രവേശസിദ്ധി ഭവിക്കുന്നു.

ശ്രീരാമൻ ചോദിച്ചു-അത്യന്തം സൂക്ഷ്മമായ രന്ധ്റത്തിൽ പ്രവേശിക്കുന്നതിനും, ആകാശത്തിൽ നിറഞ്ഞിരിക്കുന്നതിനും തക്ക ചെറുപ്പവും വലിപ്പവും ശരീരത്തിനുണ്ടാക്കാനുള്ള വിദ്യ എന്താണെന്നുകൂടി പറഞ്ഞുതരുമോ?

വസിഷ്ഠൻ-രാമ! ഇക്കാണപ്പെട്ട ജഗത്തും അതിലുൾപ്പെട്ട വസ്തുജാതങ്ങളും വാസ്തവമല്ല. ചിത്തു മാത്രമേ വാസ്തവത്തിൽ ഭവിക്കുന്നുള്ളു. അത് സാക്ഷാൽസൂക്ഷ്മതരവും, ശാന്തവും ശുദ്ധവും സൗമ്യവും അലേപകവുമാണ്. ചിത്തു സങ്കൽപോന്മുഖതയെ പ്രാപിച്ചു സ്വയമേവ പരിച്ഛിന്നമായിത്തീരുമ്പോൾ കലുഷിതമായി ജീവനാമത്താൽ വ്യവഹരിക്കപ്പെടുന്നു. മൂഢാത്മാവായ ജീവൻ, ബാലൻ പിശാചിനെയെന്ന

പോലെ അസത്യമായ ഈ ശരീരത്തെക്കാണുന്നു. ഇതാണ് വസ്തുസ്ഥിതി. അതിനാൽ ആത്മജ്ഞാനികൾ ഏതൊരു വസ്തുവിനെ ഏതു പ്രകാരത്തിൽ ഭാവിക്കുന്നോ, ദൃഢഭാവനനിമിത്തം ആ വസ്തു അപ്രകാരം കാണപ്പെടുന്നു. പ്രായേണ ആത്മജ്ഞാനികളല്ലാത്തവരും ഭാവനയുടെ ദാർഢ്യംനിമിത്തം അമൃതത്തെ വിഷമായും വിഷത്തെ അമൃതമായും അനുഭവത്തിൽ അറിയുന്നുണ്ടല്ലോ. ഇങ്ങനെ പദാർത്ഥങ്ങൾക്കു രൂപവും സ്വഭാവവും ഭാവനകൊണ്ട് ഭേദിപ്പിക്കാമെന്നു സിദ്ധമാണ്. സത്യഭാവത്തിൽ ദേഹത്തെ ദർശിച്ചാൽ സ്ഥൂലമായും അസത്യഭാവത്തിൽ ദർശിച്ചാൽ ശുദ്ധആകാശരൂപമായും ഭവിക്കും. യോഗികൾക്ക് അണിമാദി പ്രാപ്തികളിൽ ഈ രൂപത്തിലുള്ള ഭാവനായുക്തി സുലഭമാണ്.

അണിമാദ്യൈശ്വര്യയുക്തമായ രാജപത്നി ചൂഡാല, ഈദൃശാഭ്യാസക്രമത്താൽ ആകാശമാർഗ്ഗത്തിലുൽപതിച്ച് വിശുദ്ധയായ ഗംഗാനദിപോലെ പാതാളത്തിലും ഭൂമിയിലും സ്വർഗ്ഗലോകത്തും സ്വൈരവിഹാരംചെയ്തു സുഖിച്ചു. ആലിംഗനാദികൾക്കായി ഭർത്താവു സമീപത്തിലണഞ്ഞാൽ വിഷയവിരക്തയായ ചൂഡാലയുടെ മനസ്സ്, സംസാരസുഖത്തിൽ പതിയാതെ അദ്ദേഹത്തിനു ജ്ഞാനോപദേശം ചെയ്യുന്നതിനുള്ള ഉപായങ്ങൾ ചിന്തിച്ചുതുടങ്ങും. ആ സാധ്വീരത്നം പലനാൾ പണിപ്പെട്ട് പുത്രന്മാർക്ക് പിതാവെന്നപോലെ, വിശിഷ്ഠജ്ഞാനസാരങ്ങളെല്ലാം രാജാവിന് ഉപദേശിച്ചു. എത്രയായിട്ടും രാജാവിന്റെ മനസ്സ് മുത്തുമണിയിൽ ഉരഞ്ഞ മുത്തുപോലെ ഇരുന്നതല്ലാതെ അൽപവും വിശ്രാന്തമായി ഭവിച്ചില്ല. ഇക്കാലത്തിനകം ബാലൻ വിദ്യയെ എന്നവണ്ണം രാജാവു ചൂഡാലയുടെ പരമാർത്ഥയോഗ്യത അറിഞ്ഞതുമില്ല. ശൂദ്രനിൽനിന്നു യാഗക്രിയകൾ മറയ്ക്കുന്നപോലെ അവളും ആത്മശാന്തിയെ പ്രാപിക്കാത്ത രാജാവിനെ തന്റെ സിദ്ധിയും പ്രതാപവും കാണിച്ചില്ല.

ശ്രീരാമൻ-ഭഗവാനെ സിദ്ധയോഗിനിയായ ചൂഡാല എത്ര പണിപ്പെട്ടിട്ടും ശിഖിദ്ധ്വജനു ജ്ഞാനസിദ്ധിയുണ്ടായില്ലെങ്കിൽ, മറ്റു സാധാരണന്മാർക്ക് അതു ഭവിക്കുന്നതെങ്ങനെ?

വസിഷ്ഠൻ-രാമ! ഉപദേശക്രമം ജ്ഞാനാർത്ഥമായി പണ്ടുപണ്ടേ ഏർപ്പെടുത്തീട്ടുള്ള ഒരു വ്യവസ്ഥയുടെ പാലനമെന്നേയുള്ളൂ. ആത്മസാക്ഷാൽകാരമുണ്ടാകുന്നതിനു കാരണം ശിഷ്യന്റെ ബുദ്ധിശുദ്ധിതന്നെയാണ്.

ശ്രീരാമൻ-സ്വാമിൻ! അങ്ങനെയാണെങ്കിൽ, ഈ ലോകത്തിൽ ഗുരൂപദേശം ആത്മജ്ഞാനത്തിനു കാരണമാണെന്നു സ്ഥാപിതമായിരിക്കുന്നതെങ്ങനെ?

വസിഷ്ഠൻ-രാമ! ഒരു ഉദാഹരണംകൊണ്ടു ഞാൻ ഇതു സ്ഫുടമാക്കാം. പണ്ട് വിന്ധ്യാപർവതത്തിന്റെ താഴ്‌വരത്തുള്ള വനത്തിന്നു സമീപമായി ധനധാന്യസമൃദ്ധിയോടുകൂടിയ മഹാകൃപണനായ ഒരു വൈശ്യൻ, ബ്രാഹ്മണാദികളെപ്പോലെ കുടുംബസംരക്ഷണം ചെയ്തു താമസിച്ചിരുന്നു. ഒരിക്കൽ കാട്ടരികിൽകൂടി പോകുമ്പോൾ ഒരു കവടി അവന്റെ കൈയിൽനിന്ന് പുല്ലുകളുടെ ഇടയിൽ വീണുപോയി. പരമലുബ്ധനായിരുന്നതുകൊണ്ട് കവടി നോക്കിയെടുക്കാതെ യാത്ര തുടരാൻ മനസ്സുവന്നില്ല. പുല്ലുകളെല്ലാം നീക്കിനോക്കി വളരെ ശ്രമപ്പെട്ടിട്ടും കവടി കണ്ടില്ല. മൂന്നുദിവസം മുഴുവൻ ഇങ്ങനെ അന്വേഷണം നടത്തി. മൂന്നാം ദിവസത്തിന്റെ അവസാനത്തിൽ പൂർണ്ണചന്ദ്രബിംബംപോലെ ശാന്തകാന്തമായ ഒരു ചിന്താരത്നം ആ ദുർഭൂമിയിൽനിന്ന് ലഭിച്ചു. കേവലം ഒരു കവടിക്കായി തുടരെ ബുദ്ധിമുട്ടിയ വൈശ്യന്, മൂന്നുലോകവും കൊടുത്താൽ വിലതീരാത്ത രത്നമാണ് ലഭിച്ചത്. ഇതുപോലെയാണ് ശാസ്ത്രോപദേശദ്വാരാ ആത്മജ്ഞാനം സിദ്ധമാകുന്നതും. ഗുരൂപദേശമായ ഉപായത്താൽ അന്വേഷിക്കപ്പെടുന്നതൊന്ന് പ്രാപിക്കപ്പെടുന്നതു മറ്റൊന്ന്. വാസ്തവത്തിൽ ഗുരൂപദേശം ജ്ഞാനത്തിന് കാരണമല്ലെങ്കിലും കവടിയുടെ അന്വേഷണത്താൽ മണികിട്ടിയതുപോലെ അതുനിമിത്തം ജ്ഞാനസിദ്ധിയുണ്ടാകുന്നു.

നിർവാണപ്രകരണത്തിൽ വൈശ്യോപാഖ്യാനം
എന്ന പ്രകരണം കഴിഞ്ഞു.

അനന്തരം ശിഖിദ്ധ്വജൻ തത്വജ്ഞാനരൂപമായ വിശ്രാന്തിപദത്തെ പ്രാപിക്കാതെ ഇരുട്ടത്ത് അകപ്പെട്ടവരെപ്പോലെ പരമായ മോഹത്തെ പ്രാപിച്ചു ദുഃഖാഗ്നിയാൽ ദീപിതമനസ്കനായി, ഇഷ്ടോപനീതമായ ഭോഗങ്ങളെ അഗ്നിജ്വാലകൾപോലെ വെറുത്തു. താനേ വന്നുകൂടിയ ഈ വിരക്തിയാൽ ധാരാളം ധനദാനംചെയ്തു തീർത്ഥയാത്ര പുറപ്പെടുകയും കൃഛ്റതപസ്സുകൾ ചരിച്ച് ദേശങ്ങളിൽ ചുറ്റിസ്സഞ്ചരിക്കുകയും ചെയ്തു. ഒന്നുകൊണ്ടും മനോദുഃഖം ശമിച്ചില്ല. ചിന്താപാരവശ്യത്താൽ ദീനനായി രാജ്യത്തെ വിഷംപോലെ ദർശിച്ചു. ഒരിക്കൽ ഏകാന്തത്തിൽ ചൂഡാലയെ മടിയിൽ ഇരുത്തി മധുരമാംവണ്ണം പറഞ്ഞു: ഹേ സുന്ദരി! രാജ്യഭോഗങ്ങൾ വളരെക്കാലം ഞാൻ അനുഭവിച്ചു, സമ്പൽസൗഖ്യത്തിന്റെ പ്രകാരങ്ങളും ധരിച്ചു. ഇപ്പോൾ എല്ലാറ്റിലും വിരക്തിതോന്നുന്നതു

കൊണ്ട് കാട്ടിൽ പോകാമെന്നു വിചാരിക്കുന്നു. സുഖദുഃഖങ്ങളോ ആപത്തുകളോ സമ്പത്തുകളോ ഒന്നുംതന്നെ വനവാസിയായ മുനിയെ വശീകരിക്കുന്നില്ല. രാജ്യം പൊയ്പോകുമെന്നോ യുദ്ധത്തിൽ ജനസംഘത്തെ കൊല്ലണമെന്നോ ഉള്ള യാതൊരു ശങ്കയ്ക്കും അവകാശം ഇല്ല. ആകപ്പാടെ വനവാസികളുടെ സുഖം രാജസുഖത്തേക്കാൾ ശ്രേഷ്ഠമെന്നുതന്നെ ഞാൻ വിചാരിക്കുന്നു. ഏകാന്തത്തിൽ നിരുപദ്രവമായിരിക്കുമ്പോൾ മനസ്സിനുണ്ടാകാവുന്ന വിശുദ്ധി ചന്ദ്രബിംബത്തിലോ ബ്രഹ്മസത്മത്തിലോ ഇന്ദ്രപുരിയിലോ ഭജനം പാർത്താലും ലഭിക്കയില്ല. ഭദ്രേ! എന്റെ ഈ ആരംഭത്തിന് നീ വിഘ്നം ചെയ്യരുത്. കുലസ്ത്രീകൾ ഭർത്താവിന്റെ ഇച്ഛയ്ക്കു വിപരീതം പ്രവർത്തിക്കയില്ലെന്ന് പ്രസിദ്ധമാണല്ലോ.

ചൂഡാല-നാഥാ! കാലത്തിനു യോജിച്ച കാര്യമേ ശോഭിക്കൂ. മറ്റൊക്കെ ഗോഷ്ടിയായിട്ടല്ലാതെ പരിണമിക്കയില്ല. വസന്തം വരുമ്പോൾ പൂക്കളും ശരൽക്കാലത്തിൽ ഫലങ്ങളും ശോഭനങ്ങളായിരിക്കും. അകാലത്തിലെ പൂവും കായും ആപൽക്കരമായേ ഗണിക്കപ്പെടുകയുള്ളു. വയസ്സായവർക്ക് വനവാസം യുക്തമായിരിക്കാം. പക്ഷേ അങ്ങയെപ്പോലുള്ള തരുണന്മാർക്ക് ഒരിക്കലും അതു വിഹിതമല്ല. ഇപ്പോൾ അങ്ങേടെ ഈ സമാരംഭം എനിക്ക് അഭിമതമായി തോന്നുന്നില്ല.

ശിഖിദ്ധ്വജൻ;-വല്ലഭേ! എന്റെ ഇഷ്ടത്തെ മുടക്കാൻ തുടങ്ങരുത്. ഞാൻ കാനനത്തെ പ്രാപിച്ചു കഴിഞ്ഞു എന്നു വിചാരിക്കുക. നീ ബാലയും കോമളശരീരയും ആകകൊണ്ട് ഇപ്പോൾ വനവാസം വിഹിതമല്ല. കാട്ടിലെത്താമസം കഠിനദേഹന്മാരായ പുരുഷന്മാർക്കുപോലും പ്രയാസമേറിയതാണ്. നീ രക്ഷാകർത്രിയായിട്ടു രാജ്യത്തിൽതന്നെ താമസിക്കണം. ഭർത്താക്കന്മാർ വിട്ടുപോയാൽ കുടുംബഭരണം സ്ത്രീകളുടെ ചുമതലയാണ്.

ഇപ്രകാരം തന്റെ ദൃഢനിശ്ചയത്തെ പ്രസ്താവിച്ചിട്ട് ശിഖിദ്ധ്വജൻ പകലിലെ ജോലികളെല്ലാം ഒരുക്കി സ്നാനത്തിനു പുറപ്പെട്ടു. ലോകവ്യവഹാരങ്ങളുടെ ഭരതവാക്യം ഉച്ചരിച്ചുകൊണ്ടു സൂര്യഭഗവാൻ പശ്ചിമസമുദ്രത്തിൽമുങ്ങി. യാമിനീകാമിനി പത്മമുകുളക്കുത്തുമുലകളും കുലുക്കി യൗവനയുക്തയായി വിളങ്ങി. രാജാവു സന്ധ്യാസമാചാരങ്ങളനുഷ്ഠിച്ചശേഷം സമുദ്രത്തെചേർന്ന മൈനാകംപോലെ പത്നിയോടുകൂടി സുവിസ്തൃതമായ ശയ്യയിൽ സുഖനിദ്രയ്ക്കു ഭാവിച്ചു. നേരം പാതിരാത്രിയായി. എല്ലാവരും ഘനനിദ്രയിൽ ലയിച്ച് പ്രപഞ്ചരംഗം നിശ്ശബ്ദമായി ഭവിച്ചിരിക്കുന്നതുനോക്കി രാജാവു രാജ്ഞിയെ ഉണർത്താതെ പതുക്കെ എഴുന്നേറ്റ്; ധർമ്മസംരക്ഷണാർത്ഥം രാത്രിസഞ്ചാരത്തി

നു പോകയാണെന്നു പറഞ്ഞ്, തന്റെ അനുചരനെ അവിടെ നിറുത്തീട്ട് സംതൃപ്തനായി പുറത്തിറങ്ങി. ഹേ! വിവേകശൂന്യയായ രാജലക്ഷ്മി! ഇന്നോളം എന്നെ വ്യാമോഹിപ്പിച്ച ഭവതിക്കു നമസ്കാരം എന്നു മാത്രം പറഞ്ഞ്, ഏകനായി പുറപ്പെട്ടുപോയി മഹാസമുദ്രത്തെ പുഴയെന്നപോലെ വലിയ ഒരു വനാന്തരത്തെ പ്രാപിച്ചു. അവിടെനിന്നും പത്തു ദിവസം പകലും രാത്രിയും ഇടവിടാതെ നട തുടർന്നുചെന്നു ജനസഞ്ചാരശങ്കയ്ക്കുപോലും അവകാശമില്ലാത്ത മന്ദരഗിരിത്താഴ്‌വരയിലെ കൊടുങ്കാട്ടിലെത്തി. അക്കാടകം ഇരച്ചൊഴുകുന്ന വെള്ളച്ചാലുകൾ ഉള്ള കുളങ്ങളാൽ ചുറ്റപ്പെട്ട് മരങ്ങൾ നിറഞ്ഞതും ബ്രാഹ്മണാശ്രമങ്ങൾ പണ്ടുണ്ടായിരുന്നതായി ലക്ഷ്യപ്പെടുന്ന പൂജാമണ്ഡപങ്ങൾ ബലിത്തിട്ട മുതലായവയുടെ അവശിഷ്ടങ്ങളോടുകൂടിയതും ക്ഷുദ്രപ്രാണിവർഗ്ഗം ഇല്ലാത്തതും സിദ്ധസംഘങ്ങൾ അധിവസിക്കുന്ന ലതാഗൃഹങ്ങളാൽ പരിലസിതവും ആയിരുന്നു. അവിടെ ഒരു സമതല പ്രദേശത്തിൽ ശിഖിദ്ധ്വജൻ പർണ്ണശാലകെട്ടി താപസകർമ്മത്തിന് ആവശ്യമുള്ള സാമഗ്രികളെല്ലാം ഒരുക്കി മിനുത്ത മുളവടി, കായ്കനികൾ വച്ചു ഭക്ഷിക്കാനുള്ള പാത്രം, പൂജാപാത്രം, പൂക്കുട, ജപമാല, ജലപാത്രം, തണുപ്പുമാറ്റാൻ തുണിക്കഷണം, ഇട്ടിരിക്കാൻ മാൻതോൽ തുടങ്ങി സർവവും സംഭരിച്ച് സൂര്യോദയത്തിനു മുമ്പു ജപമാരംഭിക്കുക, പുലർന്നാൽ ഏഴരനാഴികവരെ പൂക്കൾ ശേഖരിക്കുക, പിന്നീടുപോയി കുളിച്ചു ദേവപൂജ നടത്തുക; ഉച്ചതിരിഞ്ഞാൽ കാട്ടുകായ്കളോ കിഴങ്ങുകളോ വല്ല താമരത്തണ്ടോ ഭക്ഷിച്ചു വിശപ്പടക്കുക, സായാഹ്നസന്ധ്യാവന്ദനത്തിനുശേഷം വീണ്ടും ഏഴരനാഴിക ജപിക്കുക, ഇങ്ങനെ നിത്യവ്രതചര്യകളോടുകൂടി കാനനാശ്രമത്തിൽ താമസിച്ചു.

ഇനി ചൂഡാലയുടെ കഥ അന്വേഷിക്കാം. ഭർത്താവ് എഴുന്നേറ്റുപോയി ഒട്ടകലെ എത്തിയപ്പോൾ ഗ്രാമത്തിൽ ഉറങ്ങുന്ന മാൻപേടപോലെ ആ സാധ്വി ഞെട്ടിഉണർന്നു. മെത്തയിൽ ഭർത്താവിനെ കാണാഞ്ഞു സംഭ്രമിച്ചെഴുന്നേറ്റു സമീപത്തൊക്കെനോക്കി. ചുറ്റഴിഞ്ഞു തറയിൽ വീണതും തളിരുകൾ വാടിത്തളർന്നതുമായ വള്ളിപോലെ അവയവശക്തി ക്ഷയിച്ചു. ക്ഷണനേരം ശയ്യയിൽതന്നെ ഇരുന്നു. കഷ്ടം! പ്രഭു രാജ്യത്തെയുപേക്ഷിച്ചു കാട്ടിൽതന്നെ പോയിരിക്കണം. ഞാനിനി എന്താ ചെയ്ക! സംശയിക്കാതെ ഭർത്തൃസമീപത്തെ പ്രാപിക്കതന്നെ. സ്ത്രീകൾക്കു ഭർത്താവല്ലാതെ വേറെ ഗതിയില്ലെന്നാണല്ലോ ശാസ്ത്രം എന്നിങ്ങനെ ആത്മഗതം ചെയ്തു കിളിവാതിൽവഴി ആകാശത്തിലുയർന്നു. യോഗശാലിനിയായ ആ സാധ്വി മുഖശോഭയാൽ സിദ്ധന്മാർക്കു ചന്ദ്രവിഭ്രാ

ന്തിയെ ജനിപ്പിച്ചുകൊണ്ട് ത്വരിതഗതിയിൽ യാത്രചെയ്യവേ, കൈയിൽ ഖഡ്ഗവുമായി കാടുനോക്കി പോകുന്ന കാന്തനെ കണ്ടുകൂടി. ക്ഷണനേരം ആകാശകോടരത്തിൽ ചലിക്കാതെ നിന്ന് രാജാവിന്റെ ഭവിഷ്യച്ചരിത്രങ്ങൾ ചിന്തിച്ചുനോക്കി. വസ്തുതകൾ ഗ്രഹിച്ചപ്പോൾ ആ വഴിക്കു ഭർത്താവിനെ വിട്ടയയ്ക്കതന്നെ വേണമെന്നു തീർച്ചയാക്കി. വളരെക്കാലം കഴിഞ്ഞതിനുമേൽവേണം ഭർത്താവിനെ സന്ദർശിക്കാനെന്നും ദൈവനിശ്ചയവും അപ്രകാരമാണെന്നും ജ്ഞാനദൃഷ്ടിയാൽ ധരിച്ച് തിരിച്ചുപോയി അന്തരീക്ഷത്തിലമ്പിളിക്കലപോലെ അന്തഃപുരത്തിനുള്ളിൽ ശയിച്ചു. പിറ്റേദിവസം രാജാവിനെ അന്വേഷിച്ചവരോടെല്ലാം ദേശാന്തരത്തിൽ ഒരു കാര്യവുമായിപ്പോയിരിക്കയാണെന്നു പറഞ്ഞു സമാധാനപ്പെടുത്തി. രാജ്യകാര്യങ്ങളെല്ലാം നിർദ്ദാക്ഷിണ്യമായി മുറയ്ക്കു നടത്തിക്കൊണ്ടുമിരുന്നു. ദിവസങ്ങളും വർഷങ്ങളും കഴിഞ്ഞു പതിനെട്ടു വത്സരം മുഴുവനായപ്പോൾ ഭർതൃസമീപത്തിലേക്കു പോകാൻ കാലമായി എന്നു തോന്നുകയാൽ ചൂഡാല ഒരു രാത്രിയിൽ ആകാശമാർഗ്ഗത്തൂടെ പുറപ്പെട്ട് മകന്ദരത്തിലടുത്ത് അദൃശ്യയായി അന്തരീക്ഷത്തിൽ നിന്ന് ഭർത്താവിനെ നോക്കുകയായി. കറുത്തു ചടച്ച് മെയ്യാഭരണങ്ങളൊന്നുമില്ലാത്ത മുതുമിച്ച ഒരു ശരീരിയെയാണ് മുമ്പിൽ കണ്ടത്. അവയവസാമ്യം അൽപവും തോന്നാത്ത വിധത്തിലായിരിക്കുന്ന ആ മനുഷ്യൻ തന്നെയാണ് സ്വഭർത്താവെന്ന് യോഗശക്തിയാൽ മനസ്സിലാക്കി സ്വഭാവേന ഉദിച്ചുയർന്ന വിഷാദത്തെ വിവേകത്താലടക്കി വിചാരഭാഷയിൽ പറഞ്ഞു!- ആശ്ചര്യമാശ്ചര്യം! സർവശാസ്ത്രജ്ഞനായിരുന്നിട്ടും ഇദ്ദേഹത്തെ അജ്ഞാനം വിഷമിപ്പിക്കുന്നു, ഈ ദുരവസ്ഥകളെല്ലാം അതു നിമിത്തം ഉണ്ടായതാണ്. ഇനിയിപ്പോൾ ഭോഗമുക്തി സമ്പദ്രൂപമായ പരമാത്മപദത്തിൽ, എന്റെ നാഥനെ അവശ്യം ഞാൻ അധിരോഹിപ്പിക്കുന്നുണ്ട്. അദ്ദേഹത്തിന്റെ ഹൃദയം ഇപ്പോൾ രാഗരോഷാദി ദോഷങ്ങളൊഴിഞ്ഞ് നിർമ്മലമായിരിക്കുന്നു. ആത്മതത്വം പ്രതിബിംബിക്കാൻ എളുപ്പമുണ്ട്."

ഇങ്ങനെ ആത്മഗതംചെയ്ത ചൂഡാല സാമാന്യധ്യാനശക്തിയാൽ ഒരു ബ്രാഹ്മണകുമാരന്റെ രൂപംധരിച്ചു. പഴുക്കച്ചുട്ട തങ്കത്തിന്റെ നിറവും കഴുത്തിൽ മുത്തുമാലയും വെള്ളിക്കമ്പിപ്പൂണുനൂലും വെള്ളവസ്ത്രങ്ങളുമായി ശിഖിദ്ധ്വജന്റെ മുമ്പിൽ പ്രത്യക്ഷപ്പെട്ടുവന്നു. ദേവസാധാരണമാംവണ്ണം കാലുകൾ രണ്ടും ഭൂമിയിൽ തൊടാതെ ഒരു മുഴം ഉയരത്തിൽനിന്നു അവിചാരിതമായി ആവിർഭവിച്ച ബാലബ്രാഹ്മണനെക്കണ്ട്, ശിഖിദ്ധ്വജൻ സംഭ്രമപൂർവം ഉത്ഥാനംചെയ്തു. ഭൂമിയെ സ്പർശിക്കാ

തെയുള്ള നിലനോക്കി ദേവജാതനായിരിക്കുമെന്നു കരുതി വേഗത്തിൽ മെതിയടികൾ രണ്ടും ഊരിവച്ച് വിനീതനായി സമീപത്തുചെന്നു. ദേവപുത്ര! അങ്ങേയ്ക്കു നമസ്കാരം! ഇതാ ഈ ആസനത്തിൽ എഴുന്നള്ളി ഇരിക്കാം എന്നു സൽക്കരിച്ച്, കൈകൾകൊണ്ട് ഒരു പത്രാസനം കാണിച്ചുകൊടുത്തു, രാജർഷേ! അങ്ങേയ്ക്കു നമസ്കാരം എന്നു പ്രതിവന്ദനവചസ്സുകൾ ഉച്ചരിച്ചശേഷം ബാലബ്രാഹ്മണൻ ആസനസ്ഥനായി. ശിഖിദ്ധ്വജനും അതിഥിവര്യനാൽ അർപ്പിതമായ പുഷ്പാഞ്ജലിയുമേറ്റ് സസുഖം സമീപത്തിൽ ഇരുന്നു. ‘മഹാത്മാവായ രാജനന്ദന! നിന്തിരുവടി ഏതൊരുപുണ്യദേശത്തിൽനിന്നാണ് എഴുന്നള്ളിവരുന്നത്. അങ്ങേ ദർശിക്കയാൽ ഇന്നത്തെ ദിവസം സഫലമെന്നുതന്നെ ഞാൻ കരുതുന്നു.’ എന്നീ ഉപചാരവാക്കുകളോടുകൂടി രാജാവ് തന്റെ ഇഷ്ടദേവതയെ പാദ്യാർത്ഥ്യമാല്യപുഷ്പങ്ങളാൽ വിധിപ്രകാരം പൂജിച്ചു.

ആഗതൻ പറവാൻ തുടങ്ങി-ഭോ രാജൻ! പേശലവും അനുരൂപവും ആയ ഈ വിനയം അങ്ങേയ്ക്കു ചിരംജീവിത്വത്തെ പ്രദാനംചെയ്യുമെന്നാണ് എന്റെ പക്ഷം. സങ്കൽപങ്ങളെ ത്യജിച്ച് ശാന്തമനസ്സായി മോക്ഷസാധകമാംവണ്ണം ഉദാരവും മഹത്തരവുമായ തപസ്സു അങ്ങു സംഭരിച്ചിട്ടുണ്ടോ! അനുഭവസാമർത്ഥ്യവും സൗകര്യവുമുള്ളപ്പോൾ രാജലക്ഷ്മിയെ ഉപേക്ഷിച്ച് വനസേവനത്തിനാരംഭിച്ച ആളാണല്ലോ അങ്ങ്. അതുകൊണ്ട് സൗമ്യശാന്തമായ ഈ വ്രതം അസിധാരാവ്രതത്തിനു തുല്യമാണ്. സുന്ദരിമാരുമായി ക്രീഡിച്ചു കഴിഞ്ഞുകൂടുന്ന യുവാക്കന്മാർക്ക് മനസ്സിനെ ബലാൽക്കാരേണ നിസ്സംഗമാക്കി സൂക്ഷിക്കാൻ സാധിക്കുമെങ്കിൽ അതിനാണ് അസിധാരവ്രതമെന്നു പേര്.

ശിഖി-ഹേ ഭഗവൻ! ദേവനായ അങ്ങ് സർവവും അറിഞ്ഞിരിക്കുന്നതിൽ വിസ്മയമില്ല. സർവോത്തമമായി വിളങ്ങിക്കാണുന്ന ലക്ഷണശ്രീകൾ അങ്ങേടെ സർവജ്ഞത്വത്തിനു ഒരു സ്പഷ്ടമുദ്രയാണ്. അങ്ങ് ആരാണെന്നും ആരുടെ മകനാണെന്നും എന്തൊരു ദൈവാനുകൂല്യത്താലാണ് ഇങ്ങോട്ടെഴുന്നള്ളിയതെന്നും അരുളിച്ചെയ്യണം.

ആഗതൻ-രാജാവേ! പരമാർത്ഥംപോലെ സകലവൃത്താന്തവും പറയാം. വിനയപൂർവം ചോദിക്കുന്ന ഒരു ജിജ്ഞാസുവിനെ ആരുതന്നെ വഞ്ചിക്കും? നാരദമഹർഷിയെ കേട്ടിരിക്കുമല്ലോ. പുണ്യലക്ഷ്മിയുടെ കാന്തമായ മുഖപത്മത്തിൽ കർപ്പൂരതിലകംപോലെ വിളങ്ങുന്ന ആ വിശുദ്ധാത്മാവ് ഒരു കാലത്തു ഗംഗാതടത്തോടു സമീപിച്ച് ഹിമവൽ പർവ്വതഗുഹയിൽ ബ്രഹ്മധ്യാനപരനായി വസിച്ചിരുന്നു. ഒരിക്കൽ ധ്യാനത്തിൽ നിന്നു വിരമിച്ചിരിക്കവേ, കൈവളകളുടെ കിലുക്കത്തോടുകൂടെ രമ്യമാ

യ ഒരു ലീലാകളകളം വെളിയിൽ കേൾക്കായി. എന്തായിരിക്കുമെന്നറിവാനുള്ള ഉൽക്കണ്ഠയാൽ പുറത്തിറങ്ങിനോക്കി. നദിയിൽ കുളിച്ചും കളിച്ചും വിനോദിക്കുന്ന ചില സുന്ദര തരുണിമാരെയാണ് കണ്ടത്. പുരുഷന്മാരാരും സമീപത്തില്ലെന്നു കരുതി വസ്ത്രമുടുക്കാതെ, പിറന്ന മേനിക്കു തന്നെ അവർ കളിയാടിക്കൊണ്ടിരുന്നു. അവയവങ്ങളെല്ലാം സ്പഷ്ടമായിക്കാണത്തക്കവണ്ണം വിലാസലോലകളായി ക്രീഡിക്കുന്നു. കണ്ണാടിപോലെ മിന്നുന്ന ശരീരങ്ങൾ അന്യോന്യം പ്രതിബിംബിക്കുന്ന ശോഭയും അനിർവചനീയമായിരുന്നു. സൗന്ദര്യത്തിൽ ഉർവശ്യാദികളെപ്പോലും അധഃകരിക്കത്തക്ക മനോഹാരിത്വത്തോടുകൂടിയ ആ തരുണിമാരെക്കണ്ടമാത്രയിൽ മഹർഷിയുടെ മനസ്സഴിഞ്ഞു. പ്രാണവായുക്കൾ സ്ഥാനങ്ങളിൽ നിന്നിളകി. പെട്ടെന്നു മനസ്സറിയാതെ രേതഃസഖ്ലനവും ഉണ്ടായി.

ശിഖി-ഹേ ദേവ! ജ്ഞാനിയും ജീവന്മുക്തനുമായ മുനിക്കു കേവലം പരിഹാസ്യമായ കാമപാരവശ്യം ഭവിക്കാൻ കാരണം എന്തായിരിക്കും?

ആഗതൻ-അന്തഃകരണത്തിൽ വിളങ്ങിക്കൊണ്ടിരിക്കുന്ന വിശുദ്ധവും സത്യവുമായ സ്വരൂപം നിമിഷമാത്രം വിസ്മൃതമായാൽ മഴക്കാലത്തു കാറുകൂടുന്നതുപോലെ പ്രപഞ്ചം അവിടെ പ്രകാശിച്ചുകഴിയും. ചിന്മാത്രസ്വഭാവമായ സ്വരൂപത്തിന്റെ നിരന്തരാനുസന്ധാനത്താലുള്ള ഉണർച്ച മായാതെ ഇരിക്കുന്ന കാലംവരെ ദൃശ്യപ്പിശാചിന്റെ ഉപദ്രവം ഉണ്ടാകയില്ല. സുഖദുഃഖങ്ങളുടെ സങ്കൽപസ്ഫുരണമാണ് ജീവന്റെ ബന്ധം. സ്ഫുരിക്കാതെ ഇരിക്കുന്നത് മോക്ഷവുമാണ്. ബന്ധമോക്ഷപ്രകാരങ്ങളുടെ വ്യവസ്ഥിതി ഈ അവസ്ഥകൾ രണ്ടിനെ ആശ്രയിച്ചാണിരിക്കുന്നത്. വിശുദ്ധവും സ്വരൂപജ്ഞാനത്തിൽ നിന്ന് അഭിന്നവുമായ പരബ്രഹ്മാനുഭൂതിയിൽ സുഖദുഃഖാദികൾ അസത്യമെന്നുള്ള ബോധം ഉദിക്കുന്ന ജ്ഞാനി ജീവന്മുക്തനാണ്. ജഗത്തു ചിദാകാശരൂപമായ ബ്രഹ്മമാണെന്നുള്ള ഘനനിശ്ചയം നിലവിൽ വന്നാൽ ജീവൻ നിസ്നേഹദീപംപോലെ നിർവാണനായിത്തീരുന്നു. ആത്മസ്വരൂപത്തിൽനിന്നുളവായ മഹത്തായ ഈ ജഗത്ത് വാസനയാൽ രൂപപ്പെട്ടു കർമ്മാധീനമായി വർത്തിക്കുകയാണ്. വാസനകളെ അകറ്റി ധർമ്മാധർമ്മങ്ങളാൽ ബന്ധിക്കപ്പെടാതെ ഇരുന്നാൽ ജീവന്റെ ജന്മപാശം നശിക്കുമെന്നാണ് ഞങ്ങൾ മുനിമാരുടെ സിദ്ധാന്തം.

ശിഖി-ഹേ വാഗ്വിലാസവരനിലയമേ! ദേവകുമാര! അത്യുദാരവും ആശ്ചര്യകരവുമാംവണ്ണം താങ്കൾ സംസാരിക്കുന്നു. അങ്ങേ വാക്കുകൾ എ

നിക്കു പരമാർത്ഥാനുഭൂതിക്കു ഹേതുവാകുന്നുണ്ട്. കേൾക്കുന്തോറും എന്റെ ഹൃദയം അമൃതു കുടിച്ചതുപോലെ കുളുർക്കുന്നു. ഇനി ആത്മോൽപത്തിയുടെ പ്രകാരം സംഗ്രഹിച്ചു പറഞ്ഞുതരണം. അതു കഴികെ ജ്ഞാനപ്രകാശമായ ആത്മതത്വം ഞാൻ കേട്ടുകൊള്ളാം. ബ്രഹ്മപുത്രനായ നാരദൻ ആ വീര്യത്തെ എവിടെ നിക്ഷേപിച്ചുവെന്നും അതുസംബന്ധിച്ച കഥയും ആദ്യമായി അരുളിച്ചെയ്യണം.

ആഗതൻ-രാജർഷേ! മാരവികാരത്തിനു താൻ അധീനനായ കഥ ഉണർന്നപ്പോൾ വിജ്ഞാനിയായ നാരദൻ ആത്മബോധത്തോൽക്കയർകൊണ്ട് മനസ്സാകുന്ന മത്തഗജത്തെ വിവേകക്കെട്ടുകുറ്റിയിൽ ദൃഢമായി ബന്ധിച്ചുനിർത്തി; വീര്യം സമീപസ്ഥമായ ഒരു സ്ഫടികകുംഭത്തിൽ നിക്ഷേപിച്ചു സങ്കൽപശക്തിയാൽ അതിൽ പാൽ നിറച്ചു സൂക്ഷിച്ചു. ഒരുമാസക്കാലംകൊണ്ടു ഗർഭം പരിപൂർണ്ണമായി ഗിരിഗർഭത്തിൽ നിന്നു ചന്ദ്രനെന്നപോലെ ശിശു കുംഭത്തിൽനിന്നു പുറത്തു പുറപ്പെട്ടു. സർവസംസ്കാരസമ്പന്നനായ ബാലനു പിതാവുതന്നെ വിദ്യകൾ ഓരോന്നോരോന്നായി ഉപദേശിച്ചുകൊടുത്തു. ചതുർദ്ദശവിദ്യകളും പാഠമായിക്കഴിഞ്ഞയുടനെ മഹർഷി പുത്രനെയും കൂട്ടിക്കൊണ്ട് ബ്രഹ്മലോകത്തിൽ പോയി. പത്മജൻ സ്വപൗത്രനെ ജ്ഞാനപാരംഗതനാക്കി സദയം അനുഗ്രഹിക്കയുംചെയ്തു. ഹേ രാജേശ്വര! കുംഭസംഭവനായ ആ ബാലൻ അങ്ങേടെ പുരോഭാഗത്തു ഇപ്പോൾ സ്ഥിതിചെയ്യുന്ന ബ്രാഹ്മണകുമാരനാണ്. കുംഭനെന്നത്രേ എനിക്കു നാമം വിധിച്ചിട്ടുള്ളത്. വേദങ്ങൾ നാലും ലീലാലോലനായ എന്റെ കളിച്ചങ്ങാതികളാണ്. മാതാവു സരസ്വതിയും മാതൃസഹോദരി ഗായത്രിയുമത്രേ. ഞാൻ ഇഷ്ടംപോലെ ത്രിഭുവനത്തിലെങ്ങും സഞ്ചരിച്ചു കൊണ്ടിരിക്കുന്നു.

ശിഖി-മുനിനന്ദന! അങ്ങേടെ സമാഗമത്താലും വാക്യാമൃതമാധുരി അനുഭവിക്കകൊണ്ടുണ്ടായ ആനന്ദാതിരേകത്താലും ഞാൻ ഇപ്പോൾ ധന്യധന്യനായി. രാജ്യലാഭാദിമഹൈശ്വര്യങ്ങൾപോലും സജ്ജനസംഗംപോലെ എന്റെ മനസ്സിനെ ശീതളമാക്കാൻ മതിയല്ല.

കുംഭൻ-രാജേന്ദ്ര! എന്നെസ്സംബന്ധിച്ച വൃത്താന്തങ്ങളെല്ലാം ഞാൻ പറഞ്ഞു. ഇനി അങ്ങാരാണെന്നും വനത്തിൽവന്നു താമസിക്കാനുള്ള കാരണമെന്തെന്നും പറയണം.

ശിഖി-ബ്രഹ്മജ്ഞാനിയായ അങ്ങേയ്ക്കു സർവവും ജ്ഞാനഗോചരമാണെങ്കിലും ചോദ്യത്തെ ആദരിച്ചു പറയാം. ശിഖിദ്ധ്വജനെന്നു പേരായ ഒരു രാജാവാണ് ഞാൻ. സംസാരഭയത്താൽ രാജ്യമുപേക്ഷിച്ചുവന്നു വനത്തിൽ താമസിക്കുന്നു. സംസാരത്തിലും ജന്മവൃത്തിയിലും എ

നിക്ക് അനൽപമായ ഭയമുണ്ട്. നിർദ്ദോഷങ്ങളും വിഹിതങ്ങളുമായ കർമ്മങ്ങളനുഷ്ഠിച്ചുകൊണ്ടു നിർബാധമായ വിജനത്തിൽ താമസിച്ചിട്ടും ദുഃഖാൽദുഃഖംതന്നെ ഞാൻ അനുഭവിച്ചുകൊണ്ടിരിക്കുന്നു. അമൃതം എനിക്കു വിഷമായി പരിണമിക്കുന്നു.

കുംഭൻ–ഭൂപതേ! കർമ്മാനുഷ്ഠാനത്താൽ മനഃശാന്തിയോ സന്തോഷമോ സമ്പാദിക്കാമെന്നു വ്യാമോഹിക്കേണ്ട. കേവലം കാലക്ഷേപത്തിനുള്ള വിനോദങ്ങളായിട്ടേ അവറ്റെ കരുതാനുള്ളൂ. പരമമായ സുഖസാധനം ജ്ഞാനം ഒന്നുതന്നെയാണ്. അതുകൊണ്ടുതന്നെ മോക്ഷവും ലഭ്യമാകും. എന്നാൽ ആത്മജ്ഞാനം ലഭിക്കാത്തവർക്കു കർമ്മങ്ങൾ പരഗതിക്കു കാരണമായേക്കാം. വാസനാബദ്ധന്മാരാകകൊണ്ട് അവരുടെ കർമ്മങ്ങൾ സഫലങ്ങളായിരിക്കും. ജ്ഞാനികൾക്കു വാസനാബന്ധമില്ലാത്തതിനാൽ കർമ്മങ്ങൾക്കു ഫലപ്രസക്തി ഉണ്ടാകയില്ല. പുതിയ ഒരു ഋതുവരുമ്പോൾ പൂർവഋതുവിലെ പുഷ്പാദികൾ നശിച്ചുപോകുന്നു. അതുപോലെ വാസനകൾ നശിച്ചു മനസ്സു ശാന്തിപദത്തിൽ അധിരോഹിക്കവേ, ക്രിയാഫലങ്ങളും അസ്തമിക്കതന്നെ ചെയ്യും. ശരപ്പുല്ലുപൂക്കുകയല്ലാതെ ഒരിക്കലും ഫലിക്ക ശീലമുള്ളതല്ലല്ലോ. അപ്രകാരം നിർവാസനമായ കർമ്മവും സ്വഭാവേന പരലോകത്തിൽ ഫലത്തെച്ചെയ്കയില്ല. സകലം ബ്രഹ്മം എന്നുള്ള ഭാവനയാൽ അജ്ഞാനനാശം ഭവിക്കുന്ന അഭിജ്ഞ മനുഷ്യനിൽ മരുഭൂമിയിൽ സമുദ്രമെന്നപോലെ വാസനകൾ ഉദിക്കുന്നില്ല. വാസന ഒന്നുമാത്രം ത്യജിച്ചാൽ മതി. ജീവൻ ജരാമരണവർജ്ജിതവും ജന്മാവൃത്തിഹീനവുമായ പരമപദമായി ഭവിക്കുന്നതാണ്. വാസനയോടുകൂടിയ മനസ്സ് ജ്ഞാനമെന്നും കൂടാത്തതു ജ്ഞേയമെന്നും പറയപ്പെടുന്നു. ജ്ഞാനത്താൽ ജ്ഞേയതയെ പ്രാപിക്കുന്ന ജീവൻ, പിന്നെ ജനനത്തിനധീനനാകുന്നില്ല. പരമമായ ശ്രേയസ്സ് ജ്ഞാനമാണെന്ന്, ബ്രഹ്മാദിമഹാത്മാക്കൾ തന്നെ പറയുന്നു. സംസാരസമുദ്രത്തെ കടത്തുന്ന പോതം ജ്ഞാനം മാത്രമാണ്. കഷ്ടം! താങ്കൾ ഇനിയും അജ്ഞാനിയായിത്തന്നെ ഇരിക്കുന്നതെന്തുകൊണ്ട്? ഞാനാര്! ഈ ജഗത്തെങ്ങനെ ഉണ്ടായി? അതു നശിക്കുന്നതെങ്ങനെ? എന്നെല്ലാം ഗാഢമായി ചിന്തചെയ്യാതെ അജ്ഞനെപ്പോലെ ഇരുന്നുകളയുന്നതെന്ത്? ബന്ധമെങ്ങനെ ഉണ്ടാകുന്നു? മോക്ഷം ഭവിക്കുന്നതെങ്ങനെ? എന്നുള്ള ചോദ്യങ്ങൾക്കു ഉത്തരമന്വേഷിച്ചുപോയി സംസാരസമുദ്രത്തിന്റെ മറുകര എത്തിയ ജ്ഞാനികളുടെ പാദപത്മങ്ങൾ സേവിക്കാത്തതെന്ത്? സമദൃഷ്ടിയുള്ള സാധുക്കളോടു ചോദിക്കയും അവരെ സേവിക്കയും അവരോടു സഹവസിക്കയും ചെയ്താൽ മോക്ഷസൗ

ധത്തെ ആരോഹിക്കുന്നതിനുള്ള വാതിൽ സുലഭമായി തുറന്നു കിട്ടും.

ദേവരൂപധാരിണിയായ പത്നിയാൽ ഇപ്രകാരം പ്രബോധിതനായ രാജാവ് മിഴികളിൽ ആനന്ദാശ്രുധാര വർഷിച്ചു പറഞ്ഞു. ഹേ ദേവപുത്ര! വളരെക്കാലം കഴികെ ഇപ്പോൾ താങ്കളുടെ കാരുണ്യത്താൽ എനിക്കു പ്രബോധം ഉദിച്ചു. മൂഢത്വം നിമിത്തം സജ്ജനസംഗത്തിൽ മനസ്സു വയ്ക്കാതെ ഇതുവരെ വെറുതെ കാട്ടിലിരുന്നു കാലം കഴിച്ചു. അങ്ങിപ്പോൾ ഇവിടെ വരികയും ജ്ഞാനോപദേശം ചെയ്‌വാൻ ഇടയാകയും ചെയ്കകൊണ്ട് എന്റെ സർവപാപങ്ങളും ക്ഷയിച്ചു. അങ്ങ് എന്റെ ഗുരുവാണ്; പിതാവാണ്; ബന്ധുവാണ്; ഇതാ, ശിഷ്യൻ പാദപത്മങ്ങളിൽ നമസ്കരിക്കുന്നു. കരുണ ചെയ്താലും. ഏതൊന്നാണോ അത്യുൽകൃഷ്ടമെന്നു താങ്കൾ അറിയുന്നത് ഏതൊന്ന് അറിഞ്ഞാൽ പിന്നെ ദുഃഖമില്ലായോ, ഏതൊന്നിനാൽ ഞാൻ നിർവൃതനായി ഭവിക്കുമോ ആ ബ്രഹ്മതത്വം എനിക്കുപദേശിക്കണം.

കുംഭൻ പറഞ്ഞു-രാജർഷേ! ഉപദേശകർത്തൃത്വത്തിന് ഞാൻ അധികാരിയാണെന്നു ബോദ്ധ്യമുണ്ടെങ്കിൽ പറയാം. അല്ലെങ്കിൽ ഏതുമാതിരിയെല്ലാം പറഞ്ഞുതന്നാലും ഫലമില്ല. അനാദരത്തോടെ ചോദിക്കപ്പെടുകയും പറവാനധികാരിയല്ലാതിരിക്കയും ചെയ്യുന്നവന്റെ വാക്കിന് ഇരുട്ടത്തു കണ്ണുകൾകൊണ്ടുള്ള ഫലമേ ഉള്ളു.

ശിഖിദ്ധ്വജൻ-ഭഗവൻ! അങ്ങേ അരുളപ്പാടുകൾ കേൾക്കുന്ന മാത്രയിൽ ഗുണദോഷചിന്ത ചെയ്യാതെ വേദവിധികൾപോലെ കരുതി ഞാൻ അനുഷ്ഠിച്ചുകൊള്ളാം. സത്യം!!

കുംഭൻ-മോക്ഷമാർഗ്ഗങ്ങൾ പിതാവ് ഉപദേശിച്ചാൽ പുത്രൻ ആദരിക്കുന്നതെങ്ങനെയോ അതുപോലെ എന്റെ വാക്കുകളെ അംഗീകരിക്കുക! രാജേശ്വര! ആദ്യമായി അത്യത്ഭുതമായ ഒരു ചരിതം ഞാൻ പറയുന്നു. അതിനുശേഷം പ്രകൃതമായ ജ്ഞാനയോഗം സവിസ്തരം പ്രതിപാദിക്കാം.

ചിന്താമണ്യുപാഖ്യാനം

സർവഗുണശ്രീകൾക്കും നിദാനവും ശാസ്ത്രാർത്ഥതത്വസമ്പന്നനും ആയി ശ്രീമാനായ ഒരു പുരുഷൻ ഉണ്ടായി. എന്നാൽ അവന് ആത്മജ്ഞാനം ഉദയം ചെയ്തില്ല. സമുദ്രത്തെ ശോഷിപ്പിക്കാൻ യത്നം ചെയ്യുന്ന ബഡവാഗ്നിപോലെ ശ്രമലഭ്യമായ ചിന്താരത്നം സ്വാധീനപ്പെ

ടുത്താൻ അവൻ ആരംഭിച്ചു. വളരെക്കാലം നിർബന്ധബുദ്ധിയോടുകൂടി നിരന്തരമായി പ്രവർത്തിച്ചുവന്ന അവനു ചിന്താമണി കൈകൊണ്ട് എത്തി എടുക്കത്തക്കവണ്ണം അഗ്രഭാഗത്തു കാണപ്പെട്ടു. ഉത്സാഹികൾക്ക് ഉദയശൃംഗത്തിൽ ആവിർഭവിച്ച ചന്ദ്രബിംബംപോലെ ഉജ്ജ്വലമായി കാണപ്പെട്ട ആ രത്നതല്ലജത്തെ അവൻ വിശ്വസിച്ചില്ല. രാജത്വം കിട്ടിയ ദരിദ്രനെപ്പോലെ വിഭ്രാന്തചിത്തനായി ഇപ്രകാരം ആലോചിച്ചു:- ഇതു മണിയേ അല്ല, ആണെങ്കിൽത്തന്നെ ചിന്താമണി ആയിരിക്കയില്ല. ഇതിനെ ഞാൻ സ്പർശിക്കയില്ല. സ്പർശിച്ചാൽ ഇതു മറഞ്ഞുപോകുമോ? മറ്റുവല്ല അനിഷ്ടഫലങ്ങളും വരുത്തുമോ എന്നും നിശ്ചയമില്ല. ഈ സ്വൽപകാലംകൊണ്ട് മഹത്തായ ചിന്താരത്നം കൈവശപ്പെടാൻ ന്യായമില്ല. ജീവിതാവധി പ്രയത്നിച്ചാൽ ഒരുപക്ഷേ കാട്ടിവരാമെന്നേ ആഗമങ്ങളാൽ അറിയുന്നുള്ളു. പരമലുബ്ധനായ ഞാൻ കണ്ണുകൾ കോണിച്ചു നോക്കുകകൊണ്ട് ഇളകുന്ന തീക്കൊള്ളിപോലെ രത്നത്തിന്റെ പ്രഭാപൂരം കാണുന്നു. എന്നാൽ അത് ഇരട്ടച്ചന്ദ്രനെ കാണുംവണ്ണം പ്രമാദത്തിന്റെ ഒരു വിലസനമാണെന്നേ തോന്നുന്നുള്ളു. സർവസിദ്ധികളെയും നൽകുന്ന ഈ മണിരത്നം ഇത്ര വേഗത്തിൽ കൈവശപ്പെടത്തക്ക മഹാഭാഗ്യം എനിക്കിപ്പോൾ എവിടെനിന്നും വന്നു? അൽപകാലംകൊണ്ട് ആഗ്രഹം സാധിച്ചു കിട്ടുന്ന മഹാഭാഗ്യവാന്മാർ ചിലർ മാത്രമേ ഈ ലോകത്തിലുള്ളു. ഞാനോ തപശ്ശക്തി തീരെ ഇല്ലാത്ത മനുഷ്യൻ. സാധുജനദയനീയനായ ദീനൻ. ഭാഗ്യക്കേടിന്റെ മുഴുമൂർത്തിയായ ഈ എന്നെ സിദ്ധികൾ എങ്ങനെ പ്രാപിക്കും.

മൂഢനായ അവൻ ഇങ്ങനെ പലവിധത്തിലുള്ള സങ്കൽപവികൽപങ്ങളാൽ ചിന്താധീനനായി, മായാമോഹത്തിൽ മുഴുകി മണിയെ ഗ്രഹിക്കുന്നതിന് യത്നം ചെയ്തില്ല. ഓരോ ആലോചനയിൽ നിമഗ്നനായി നിൽക്കേ ചിന്താമണി പറന്നു മറഞ്ഞുപോയി. സിദ്ധികളുടെ സ്വഭാവം തന്നെ ഞാണടിയേറ്റ ബാണംപോലെ അവമാനിച്ചവനെ അപ്പോഴേ ഉപേക്ഷിക്കുകയാണ്. പിന്നെയും മണിരത്നത്തെ സ്വാധീനപ്പെടുത്താനുള്ള ശ്രമം അവൻ കുറച്ചില്ല. ഉത്സാഹശീലന്മാർ കാര്യസിദ്ധിവരെ ആരംഭം കൈവിടുകയില്ലല്ലോ. നിരർത്ഥകമായ ഈ ഉദ്യമത്തെ പരിഹസിച്ച്, വഞ്ചകന്മാരായ സിദ്ധന്മാർ ഒരു ദിവസം മറവിൽനിന്നുകൊണ്ട് വെറും മിനുപ്പുതോന്നിക്കുന്ന ഒരു കുരുട്ടുകല്ല് മുമ്പിലിട്ടുകൊടുത്തു. ചിന്താമണിയാണെന്നു ഭ്രമിച്ച് മൂഢനായ ആ മനുഷ്യൻ വേഗത്തിൽ അതിനെ കൈക്കലാക്കി. മോഹിതന്മാരായ അജ്ഞാനികൾ മണ്ണുതന്നെ പൊന്നാണെന്നു കരുതിപ്പോകും. ഇനി എനിക്കു ധനമെന്തിന്? സർവസമ്പത്തു

കളും ചിന്താമണി തരുമല്ലോ എന്നായി മൂഢന്റെ വിചാരം. അതനുസരിച്ച് വീടും കുടുംബവും ധനവുമെല്ലാം ഉപേക്ഷിച്ചു സ്വന്തദേശം പാപികളാൽ പരിവൃതവും അസുഖകരവും ആണെന്നും, ദൂരദിക്കിൽപോയി സമ്പൽസമൃദ്ധിയോടുകൂടി സുഖിക്കാമെന്നും കരുതി മണിയുമെടുത്ത് കാട്ടിലേയ്ക്കു പോയ്ക്കളഞ്ഞു. അവിടെ മണികൊണ്ട് യാതൊരു പ്രയോജനവും ഉണ്ടായില്ലെന്നു മാത്രമല്ല, പലപല ആപത്തുകൾക്കും അതു കാരണമായും തീർന്നു.

ശിഖിദ്ധ്വജോപാഖ്യാനത്തിൽ
ചിന്താമണി പ്രകരണം കഴിഞ്ഞു.

ഗജേന്ദ്രോപാഖ്യാനം

കുംഭൻ-രാജാവേ! ബുദ്ധിക്കു വികാസം ഉണ്ടാകുന്ന രമ്യമായ മറ്റൊരു ചരിതവും ഞാൻ പറയാം. താങ്കളുടെ ജീവിതക്രമത്തോടു വളരെ സാമ്യമുള്ള ഒന്നാണ്. വിന്ധ്യനിലെ ആനക്കൂട്ടങ്ങൾക്കെല്ലാം അധിനായകനായ ഒരു കൊമ്പനാന ആ കാനനത്തിൽ വസിക്കുന്നു. നീണ്ടു തടിച്ച് വെളുവെളുത്ത വജ്രകർക്കശങ്ങളായ രണ്ടു വലിയകൊമ്പുകൾ അതിനുണ്ട്. ആനക്കാരൻ ബലമുള്ള ഒരിരുമ്പു ചങ്ങലകൊണ്ട് ബലാൽക്കാരേണ അതിനെ ബന്ധിച്ചു. ക്രൂരശൃംഖലയുടെ സമ്മർദ്ദം സഹിക്കവയ്യാതെ ആ ഗജം വിഷമിച്ചു. വളരെ ബലമുള്ള കൊമ്പുകൾ കൊണ്ട്, തട്ടിത്തട്ടി വളരെ പണിപ്പെട്ടു നാലുനാഴികയ്ക്കകം ആ ചങ്ങല പൊട്ടിച്ചു കളഞ്ഞു. ഈ സംഭവംനോക്കിക്കൊണ്ട് വൃക്ഷക്കൊമ്പിലിരുന്ന ആനക്കാരൻ വീണ്ടും ആനയെക്കെട്ടണമെന്നുള്ള കരുത്തോടുകൂടി അതിന്റെ മസ്തകം നോക്കിച്ചാടി. പക്ഷേ ചാട്ടം പിഴച്ചു തറയിൽ വീണുപോകയാണുണ്ടായത്. ആനക്കാരന്റെ ദയനീയമായ കിടപ്പുകണ്ട് ആ മൃഗത്തിനുതന്നെ കരുണതോന്നി. തിര്യക്കുകളിലും ചിലതിന് മനോഗുണം ഉള്ളതായി നമുക്ക് അനുഭവം ഉണ്ടല്ലോ. നിരായുധനും നിരാശ്രയനുമായിക്കിടക്കുന്ന ആ മനുഷ്യനെപ്പിളർക്കുന്നത് തന്റെ പൗരുഷത്തിന് പോരാത്തതാണെന്നുള്ള ഭാവത്തിൽ ആന വഴിതിരിഞ്ഞ് പൊയ്ക്കളഞ്ഞു. ആനക്കാരൻ ഉണർന്നെഴുന്നേറ്റ് വീണ്ടും അന്വേഷണം തുടങ്ങി. വളരെ നേരത്തെ അന്വേഷണത്തിന്റെ ഫലമായി ഒടുവിൽ ഒരു കാട്ടിൽ ആനയെ കണ്ടുകൂടി. അടുത്തു ബന്ധിക്കാൻ വഴി കാണായ്കകൊണ്ട് അതി

നെ അകപ്പെടുത്താനായി വലുതായ ഒരു കുഴി ഉണ്ടാക്കി. മേൽഭാഗം ചുറ്റും ഇളംപുല്ലുകളും വല്ലികളും മൂടി മറച്ചിട്ടു. കാട്ടിൽ സ്വച്ഛന്ദം വിഹരിച്ചുകൊണ്ടിരുന്ന ആന ഏതാനും ദിവസങ്ങൾ കഴികെ പാൽക്കടലിൽ പർവതമെന്നപോലെ ആ കുഴിയിൽ ചെന്നു പതിച്ചു. വീണ്ടും ആനക്കാരനാൽ ബന്ധിക്കപ്പെടുകയും ചെയ്തു. ഹേ രാജേശ്വര! സ്വഭവനത്തിൽ മഹാബലി എന്നപോലെ ആ ഗജശ്രേഷ്ഠൻ ഇന്നും ദുഃഖിച്ചുകൊണ്ടിരിക്കുകയാണ്. മുമ്പിൽവീണ അവസരത്തിൽ ശത്രുവായ ആനക്കാരനെ കുത്തിക്കൊന്നിരുന്നുവെങ്കിൽ കുഴിയിൽവീണ് ബന്ധനദുഃഖം അനുഭവിക്കാൻ സംഗതിവരുമോ? മൂഢത്വം നിമിത്തം വർത്തമാനകാലപ്രവൃത്തികളാൽ ഭാവികാലത്തെ നിർബാധമാക്കാൻ സാധിക്കാത്ത മനുഷ്യർ വിന്ധ്യഗജത്തെപ്പോലെ ദുഃഖിക്കതന്നെ ചെയ്യും.

ചിന്താമണിവിവരണം

ശിഖിദ്ധ്വജൻ-ദേവപുത്ര! ചിന്താരത്നപ്രാപ്തിയേയും വിന്ധ്യാഗജബന്ധനത്തേയും വിഷയമാക്കി താങ്കൾ ഇവിടെ ഉപന്യസിച്ച കഥകളുടെ അന്തസ്സാരമെന്താണ് വിശദമായി പറഞ്ഞുതരണം.

കുംഭൻ-ഭൂപതേ! ശാസ്ത്രാർത്ഥകുശലനും തത്വജ്ഞാനത്തിൽ അപണ്ഡിതനും ആയ രത്നസാധകനാക്കി ഞാൻ കൽപിച്ചത് അങ്ങേത്തന്നെ. അങ്ങു, ശാസ്ത്രകുശലനും ആത്മജ്ഞാനത്തിൽ അശിക്ഷിതനുമാണ്. അകൃത്രിമമായ സർവത്യാഗത്തെ ചിന്താമണിയാക്കി ഞാൻ പറഞ്ഞു. രാജ്യവും ഭവനവും ദാരധനബന്ധുമിത്രങ്ങളേയുമെല്ലാം ഉപേക്ഷിച്ച്, അതിദൂരസ്ഥമായ ഈ കാനനത്തെ പ്രാപിച്ച താങ്കൾ സർവദുഃഖനാശകമായ സർവത്യാഗമെന്ന ചിന്താമണി കൈക്കലാക്കാൻ ഉദ്യമിക്കുന്നു. അഹംബുദ്ധി ശേഷിച്ചിരിക്കുന്നതിനാൽ അങ്ങയ്ക്ക് സർവത്യാഗം പൂർണ്ണമായിട്ടില്ല. പൂർണ്ണത്യാഗി ആകുന്നതുവരെ ആകാശത്തെ മേഘം എന്നപോലെ ത്യാഗവികൽപം താങ്കളുടെ ബുദ്ധിയെ മറച്ചുകൊണ്ടിരിക്കും. ഇപ്പോൾ ലഭിച്ചിട്ടുള്ള ത്യാഗം പരമാനന്ദമയവും മഹോദയവുമായ സർവത്യാഗമല്ലെന്നും അത് ചിരസാദ്ധ്യമായ ഏതോ ഒന്നാണെന്നുമുള്ള വിചാരത്താൽ മനസ്സിൽ വികൽപം വർദ്ധിച്ചിട്ട്, വൃക്ഷക്കൊമ്പുകൾ കൊടുങ്കാറ്റടിയാൽ ഇളകുമ്പോൾ പക്ഷികൾ എന്നപോലെ താങ്കളുടെ ത്യാഗബുദ്ധി പറന്നുപൊയ്ക്കളഞ്ഞു. സർവ്വത്യാഗരൂപമായ ചിന്താമണി നഷ്ടപ്പെട്ടപ്പോൾ സങ്കൽപദൃഷ്ട്യാ താങ്കൾ തപസ്സാകുന്ന കാചമണി കണ്ടുകൂടി. സുസാധമായ അമിതാനന്ദത്തെ ഉപേക്ഷിച്ച് പരിമിതാനന്ദ

ത്തെ അതു ദുഃസാധവുമായിരിക്കെ, ആഗ്രഹിച്ചു പ്രവർത്തിക്കുന്നവൻ ആത്മദ്രോഹിയായ ശഠനാണ്. ചിന്താമണി ലഭിച്ചുകഴിഞ്ഞുവെന്നു താങ്കൾ തൃപ്തിപ്പെട്ടിരിക്കയാണ്. എന്നാൽ അതിനോടു സാജാത്യമുള്ള സ്ഫടികത്തിന്റെ ശകലംപോലും താങ്കൾക്കു ഇനിയും ലഭിച്ചിട്ടില്ല.

ഗജവൃത്താന്തവിവരണം

ഇനി രണ്ടാമത്തെ കഥയുടെ കൽപിതാർത്ഥം പറയാം. വിന്ധ്യാപർവതത്തിലെ ആനയാക്കിപ്പറഞ്ഞത് താങ്കളെത്തന്നെ. വെളുത്തുതടിച്ച നെടിയ കൊമ്പുകൾ താങ്കളുടെ വിവേകവും വൈരാഗ്യവുമാണ്. ആനയെ അക്രമിക്കാൻ തൽപരനായിപ്പുറപ്പെട്ട പാപ്പൻ, ദുഃഖിതമായ താങ്കളുടെ അജ്ഞാനമാണ്. അതിശക്തനായ ആന അശക്തനായ ആനക്കാരനാൽ എന്നപോലെ, നിത്യസ്വതന്ത്രനായ താങ്കൾ തുച്ഛമായ അജ്ഞാനത്താൽ ബദ്ധനായി ദുഃഖിക്കയും ഭയപ്പെടുകയും ചെയ്യുന്നു. ശൃംഖലയാൽ ആനയെന്നവണ്ണം ആശാപാശത്താൽ താങ്കൾ ബദ്ധനായിരിക്കയാണ്. ഇരിമ്പുചങ്ങലയെക്കാൾ വിഷമവും വിപുലവും ആണ് ആശാപാശം. ഇരുമ്പ് കാലംകൊണ്ട് ക്ഷയിച്ചുപോകുന്നു, ആശ അങ്ങനെയല്ല. നിമിഷംതോറും വർദ്ധിച്ചുകൊണ്ടേയിരിക്കും. ആന ചങ്ങലക്കെട്ട് പൊട്ടിച്ചതായിപ്പറഞ്ഞത് രാജ്യത്തേയും ഭോഗങ്ങളേയും സ്വയമേവ താങ്കൾ ഉപേക്ഷിച്ചതിനെ സൂചിപ്പിച്ചാണ്. പനമരത്തിൽനിന്നുള്ള ആനക്കാരന്റെ പതനം രാജ്യമുപേക്ഷിച്ച താങ്കളുടെ ഹൃദയത്തിലെ അജ്ഞാനപാതം തന്നെ. ആനക്കാരനെ നശിപ്പിക്കാതെ ആന കാടുകയറിയത്, അജ്ഞാനത്തെ ഉന്മൂലനം ചെയ്യാത്ത താങ്കളുടെ വനഗമനമാണെന്നും ധരിച്ചുകൊൾക. വിരക്തനായ പുരുഷൻ ഭോഗാശയെ തിരിക്കുന്നതിന് ഇച്ഛിക്കുമ്പോൾ തന്നെ, മുറിക്കുന്ന വൃക്ഷത്തിലിരിക്കുന്ന പിശാചിനെപ്പോലെ അജ്ഞാനം വിറച്ചുതുടങ്ങും. ഭോഗവാസന അജ്ഞാനത്തിന്റെ സംസ്ഥാനംതന്നെയാണ്. വിവേകിയായവൻ ഭോഗാശയെ നിശ്ശേഷം ത്യജിച്ചുകഴിയുമ്പോൾ വൃക്ഷം മുറിച്ചുകളഞ്ഞാൽ പിശാചെങ്ങനെയൊ അതുപോലെ, അജ്ഞാനം പലായനം ചെയ്യുന്നു. താങ്കൾ വനത്തിന് പുറപ്പെട്ടപ്പോൾ അജ്ഞാനത്തിന്, ഉടവുതട്ടിവീണു. എന്നിട്ടും സർവത്യാഗഖഡ്ഗത്താൽ ആ ശത്രുവിനെ താങ്കൾ ഹനിച്ചില്ല. അതുകൊണ്ട് വീണ്ടും എഴുന്നേറ്റ്, പ്രതികാരബുദ്ധിയോടുകൂടി തപോരൂപമായ കാനനഗർത്തത്തിൽ താങ്കളെ തള്ളിമറിച്ചു. രാജ്യത്യാഗസമയത്തുതന്നെ അജ്ഞാനത്തെ നശി

പ്പിച്ചിരുന്നുവെങ്കിൽ പിന്നീടുണ്ടായ ദുഃഖത്തിന് സംഗതി വരികയില്ലായിരുന്നു. ആനയെ ചാടിക്കാൻ കുഴിതോണ്ടിയതായിപ്പറഞ്ഞത് അജ്ഞാനം താങ്കൾക്ക് വരുത്തിവച്ച ദുഃഖങ്ങളെ സൂചിപ്പിച്ചാണ്. ഗജശത്രുവിന്റെ പരിഹാരശ്രീകൾ അജ്ഞാനത്തിന്റെ വികൽപവിശേഷങ്ങളാണ്. കൊപ്പക്കുഴി ബാലലതകൾകൊണ്ട് മൂടിയെന്നുള്ളത് തപസ്സാകുന്ന ദുഃഖം അൽപമായ സജ്ജനവൃത്തിയാൽ മറയ്ക്കപ്പെട്ടു എന്ന അർത്ഥത്തിലാണ്. ഇങ്ങനെ എപ്പോഴും തപോരൂപമായ ദാരുണദുഃഖക്കുഴിയിൽ പാതാളബദ്ധനായ ബലി എന്നപോലെ താങ്കൾ സ്ഥിതിചെയ്യുന്നു.

ഗജവൃത്താന്തവിവരണപ്രകരണം കഴിഞ്ഞു.

കുംഭൻ-രാജർഷേ! പരമതത്വജ്ഞയും ശ്ലാഘ്യചരിതയുമായ താങ്കളുടെ പത്നി ചൂഡാല ഉപദേശിച്ച ജ്ഞാനത്തെ താങ്കൾ എന്തുകൊണ്ട് അംഗീകിരിച്ചില്ല? അവൾ പരമജ്ഞാനവതിയാണ്. പറയുന്നതും ചെയ്യുന്നതുമെല്ലാം സത്യംതന്നെയായിരിക്കും. ആദരപൂർവം അത് അനുകരണീയമാണ്. അവളുടെ വാക്കിനെ അനുഷ്ഠിക്കാതിരുന്ന താങ്കൾ ഈ സർവത്യാഗാരംഭത്തെ പൂർണ്ണമാക്കാഞ്ഞതെന്തുകൊണ്ട്?

ശിഖിദ്ധ്വജൻ-മഹാത്മാവേ! ഞാൻ രാജ്യം ഉപേക്ഷിച്ചു. ഭവനം ഉപേക്ഷിച്ചു. ദേശവും ഉപേക്ഷിച്ചു. ഭാര്യാപുത്രാദികളെ എല്ലാം ഉപേക്ഷിച്ചു. ഇനിയും സർവത്യാഗമായില്ലെന്നു പറവാൻ കാരണമെന്ത്?

കുംഭൻ-ധനവും പത്നിയും ഗൃഹവും രാജ്യവും ഭൂമിയും ഛത്രവും ബന്ധുവർഗ്ഗവുമൊന്നും താങ്കളുടെയല്ല. പിന്നെ അങ്ങേടെ സർവത്യാഗമെന്തോന്നാണ്? അത്യുല്ബണവും പ്രബലവുമായ രാഗം താങ്കളാൽ പരിത്യജിക്കപ്പെടാതിരിക്കുന്നു. അതിനെ നിശ്ശേഷം ഉപേക്ഷിച്ചാൽ പരയായ ദുഃഖശാന്തി ഭവിക്കും?

ശിഖിദ്ധ്വജൻ:-രാജ്യാദികളൊന്നും എന്റേതല്ല. പർവതവൃക്ഷലതാത്മകമായ വനമാണെന്റേതെങ്കിൽ, ആ വനത്തേയും ഇതാ ഞാൻ ഉപേക്ഷിക്കുന്നു. ഇപ്രകാരം പറഞ്ഞിട്ടു വാശിയും ധീരനുമായ ശിഖിദ്ധ്വജൻ അരക്ഷണംകൊണ്ട് ജലപ്രവാഹം തീരസ്ഥമായ രജോരേഖയെ എന്നപോലെ, വനാസ്ഥയെ ഹൃദയത്തിൽനിന്നും നിശ്ശേഷം നീക്കി. ഹേ ദേവപുത്ര! വൃക്ഷാദ്രിബിലസങ്കീർണ്ണമായ വനത്തിൽനിന്നും വാസനയെ ഞാൻ ത്യജിച്ച് സർവത്യാഗം എനിക്കു ഭവിച്ചിരിക്കുന്നു എന്നു പറഞ്ഞു.

കുംഭൻ:-രാജാവേ! മലയും മരവും കാടും കുഴിയും ജലവും സ്ഥലവും ഒന്നും താങ്കൾക്കുള്ളതല്ല. അവറ്റയെ ഉപേക്ഷിക്കുന്നതുകൊണ്ട് സർ

വത്യാഗം താങ്കൾക്കു എങ്ങനെ ഭവിക്കും? താങ്കൾക്ക് സർവപ്രബലമായ രാഗം ഒന്ന് ഉപേക്ഷിക്കപ്പെടാതെയിരിക്കുന്നു.

ശിഖിദ്ധ്വജൻ:-കാനനാദികളല്ല, ഈ ഭാജനാദികളും ആശ്രമവും കുളവും ആണ് എനിക്കുള്ളതെങ്കിൽ അവറ്റെ ഇതാ ഈ നിമിഷത്തിൽ ഉപേക്ഷിക്കുന്നു.

കുംഭൻ:-രാജൻ! ആശ്രമവും ഭാജനാദികളും താങ്കളുടെ വകയല്ല. അവറ്റെ ഉപേക്ഷിച്ചതുകൊണ്ടു സർവത്യാഗം താങ്കൾക്ക് ഭവിക്കുകയില്ല. സർവപ്രബലമായ രാഗം ഉപേക്ഷിക്കപ്പെടേണ്ടതായിരിക്കുന്നു.

ശിഖിദ്ധ്വജൻ:-ഭാജനാദികൾ എന്റേതല്ല എങ്കിൽ മറ്റെനിക്കുള്ള പുലിത്തോലും പൂണുനൂലും പൂജാവേദിയും ധാന്യശിഷ്ടവും എല്ലാം ഇതാ ഇപ്പോൾ ഉപേക്ഷിക്കുന്നു എന്നുപറഞ്ഞ് എഴുന്നേറ്റ് അക്ഷമാല മൃഗാജിനം തുടങ്ങിയ സർവവും ത്യാഗബുദ്ധിയോടെ വാരി തീയിലെരിച്ചു. സംഭാരങ്ങളെല്ലാം ഉണങ്ങിയ വിറകുകൊണ്ട് അഗ്നികത്തിച്ചു മുഴുവൻ ദഹിപ്പിച്ചുകഴിഞ്ഞപ്പോൾ സർവസ്നേഹങ്ങളും അസ്തമിച്ചു. കേവലാകൃതിയായ രാജാവു സന്തോഷപൂർവം പറഞ്ഞു. ഇതാ ഞാൻ വാസനയെ ഉപേക്ഷിച്ചു സർവത്യാഗിയായി ഭവിച്ചിരിക്കുന്നു. ഭാഗ്യംകൊണ്ടു താങ്കളാൽ പ്രബോധിപ്പിക്കപ്പെട്ടു. ശുദ്ധനും സ്വതന്ത്രനുമായി സുഖമേ വസിക്കുന്നു. പരമാത്മതത്വം ഞാൻ അറിഞ്ഞുകഴിഞ്ഞു. കേവലം സങ്കൽപിതോപയോഗമായ ഈ സംസാരത്തിലെ ഭവനഭാണ്ഡാദികളെ ആശ്രയിക്കുക എന്ന അവിവേകം എത്ര ദയനീയം! അവയിൽ വാസ്തവമെവിടെ? ബന്ധഹേതുക്കളായ ഇവറ്റെ എത്രയെത്ര ഉപേക്ഷിക്കുന്നോ അത്രയത്ര മനസ്സ് പരമമായ നിർവൃതിയെ പ്രാപിക്കുന്നു. ഞാൻ ശമത്തിൽ ലയിക്കുന്നു. നിർവൃതനായി സുഖിയായി ജയിക്കുന്നു. എന്റെ ബന്ധങ്ങളെല്ലാം നശിച്ചു. സർവത്യാഗിയായി ഞാൻ ഭവിച്ചു. ഹേ ദേവപുത്രാ! ദിഗംബരനായി ദിക്കുസമാനമായി ഞാൻ സ്ഥിതിചെയ്യുന്നു. ഇനി മഹാത്യാഗാവസ്ഥയെ പ്രാപിക്കാൻ വല്ലതും ശേഷിപ്പുണ്ടോ?

കുംഭൻ-രാജാവേ! എല്ലാം താങ്കൾ ഉപേക്ഷിച്ചു കഴിഞ്ഞില്ല. വെറുതെ സർവത്യാഗമഹാനന്ദം അഭിനയിക്കണമെന്നില്ല.

ഈ വാക്കുകൾകേട്ടു ശിഖിദ്ധ്വജൻ കുറച്ചുനേരം ചിന്താമഗ്നനായി സ്ഥിതിചെയ്തു. ഇനി ത്യാഗം പൂർണ്ണമാകാൻ എനിക്ക് ശേഷിപ്പുള്ളത് ഈ ദേഹംമാത്രം. ഇന്ദ്രിയസർപ്പങ്ങൾ കുടികൊള്ളുന്ന രക്തമാംസമയമായ അതിനെയും വല്ല കുഴിയിലോ പുഴയിലോ തള്ളി നശിപ്പിച്ചു ഇക്ഷണത്തിൽ ഞാൻ സർവത്യാഗിയായി ഭവിക്കുന്നുണ്ട്. എന്നുപറഞ്ഞുകൊണ്ടു സമീപസ്ഥമായ ഒരു കുഴിയിൽ അതിനെ തള്ളാനായി എഴുന്നേറ്റു. കുംഭൻ കുതുകഹാസിയായി പറഞ്ഞു.

രാജേശ്വര! എന്തൊരു സംരംഭമാണിത്? നിരപരാധമായ ഈ ശരീരത്തെ പടുകുഴിയിൽ തള്ളി നശിപ്പിക്കാൻ ഉദ്യമിക്കുന്നതെന്ത്? വിരണ്ട കാള ഒരു ഉപദ്രവവും ചെയ്യാത്ത കന്നുകുട്ടിയെ കുത്തിക്കൊല്ലുന്നതുപോലെയാണല്ലോ ഈ പ്രവൃത്തി. ശരീരത്തെ ത്യജിച്ചെന്നുവച്ചു സർവത്യാഗം താങ്കൾക്കു നിഷ്പന്നമാകയുമില്ല. വിഷമമായ ഒന്നാണു സർവത്യാഗം. യാതൊന്നാണോ ദേഹത്തെ ക്ഷോഭിപ്പിക്കുന്നത് ജന്മകർമ്മങ്ങൾക്കു ബീജമായുമിരിക്കുന്നത് അതിനെ ഉപേക്ഷിക്കാൻ ശ്രമിക്കുക, എന്നാൽ സർവത്യാഗിയായി ഭവിക്കും.

ശിഖിദ്ധ്വജൻ:-ഹേ ദേവ! താങ്കളാൽ സൂചിതമായ ആ ത്യാജ്യവസ്തു ഏതാണെന്നു വിശദമായി പറഞ്ഞുതരണം.

കുംഭൻ-അതു മറ്റൊന്നുമല്ല. സർവജഗത്തായി പരിണമിച്ചിരിക്കുന്നതും ജീവാദിനാമങ്ങളാൽ വ്യാപരിക്കപ്പെടുന്നതുമായ മനസ്സുതന്നെ. ജഡാജഡരൂപവും ഭ്രാന്തവുമായ മനസ്സു സർവവുമായി സ്ഥിതിചെയ്യുന്നു. രാജാവേ! ഈ പ്രപഞ്ചവും ബന്ധവുമെല്ലാം മനസ്സാണെന്നു പറയപ്പെടുന്നു. അതിനെ ഉപേക്ഷിക്കാമെങ്കിൽ സർവത്യാഗമായി. ജന്മങ്ങൾക്കും കർമ്മങ്ങൾക്കും ബീജം മനസ്സൊന്നുതന്നെ. കാറ്റു വൃക്ഷത്തെയെന്നപോലെ ദേഹത്തെ ചലിപ്പിക്കുന്നതും അതുതന്നെ. ചിത്തത്യാഗമത്രേ സർവത്യാഗമെന്നു വിദ്വാന്മാർ പറയുന്നു. ചിത്തത്തെ ത്യജിച്ചാൽ ദ്വൈതഭാവം നീങ്ങി, സർവത്ര ഏകഭാവനയുദിക്കും. പരമവും ശാന്തവും ഏകവും അച്ഛവും അനാമയവുമായ പദം ശേഷിക്കും. പ്രഭോ! സർവത്യാഗം പരമാനന്ദമാണെന്നും, അതു സിദ്ധമാകുന്നതുവരെ ദാരുണദുഃഖനിവൃത്തി ഭവിക്കയില്ലെന്നുമുള്ള വിശ്വാസം താങ്കൾക്കുണ്ടാകട്ടെ. എന്നിട്ട് ഉചിതമായ മാർഗ്ഗത്തിൽ പ്രവർത്തിക്കുക. സർവത്യാഗം ചെയ്താൽ ശാന്തനും സ്വസ്ഥനും ആകാശവിമലനുമായി ഭവിക്കും. താങ്കളുടെ വാസ്തവസ്വരൂപം അതാണ്. അതിനെ പ്രാപിക്കുക!

ശിഖിദ്ധ്വജൻ-വിജ്ഞാനിയായ ദേവപുത്ര! അനുഗ്രഹബുദ്ധ്യാ ചിത്തത്തിന്റെ സ്വരൂപം ആദ്യമായി എനിക്കു പറഞ്ഞുതരിക. അനന്തരം അതിനെ ഉപേക്ഷിക്കേണ്ട ക്രമവും ഉപദേശിക്കണം.

കുംഭൻ-രാജർഷേ! മനസ്സെപ്പോഴും വാസനാരൂപമാണ്. വാസനയുടെ പര്യായപദമാണ് മനസ്സെന്നും വിദ്വാന്മാർക്കഭിപ്രായമുണ്ട്. സർവാനർത്ഥങ്ങൾക്കും ഏകഭാജനമായ അഹങ്കാരം ചിത്തവൃക്ഷത്തെ മുളപ്പിക്കുന്ന ബീജമാകുന്നു. ആദിഭൂതമായ അഹങ്കാരത്തിൽനിന്നും അനുഭവരൂപത്തിൽ ഒരു മുളപൊട്ടി പുറപ്പെടുന്നു. നിശ്ചയാത്മകവും നിരാകാരവുമായ അതിനു ബുദ്ധിയെന്നു പേരാണ്. ഏറ്റവും സൂക്ഷ്മമായ ആ ബുദ്ധ്യങ്കുരത്തെ സങ്കൽപദളങ്ങൾ പൊതിഞ്ഞു തടിപ്പിച്ചു വളർ

ത്തും. അങ്ങനെ വൃക്ഷരൂപത്തിലാകുമ്പോൾ ചിത്തമെന്നും മനസ്സെന്നും ചേതസ്സെന്നും മറ്റുമുള്ള നാമങ്ങൾക്ക് അതു വിഷയീഭവിക്കുന്നു. ഈദൃശമായ മനോദുർവൃക്ഷത്തിന്റെ സങ്കൽപസന്ദേഹാദി വാസനാശാഖകളെ ക്ഷണംതോറും മുറിച്ചു മുറിച്ചു നീക്കി, മൂലഭൂതമായ അഹങ്കാരത്തെ ഉന്മൂലനം ചെയ്‌വാൻ ശ്രമിക്കണം. ചുവടോടെ ത്യജിച്ചെങ്കിലേ ത്യാഗമാകൂ എന്നാണ് വിദ്വാന്മാർ പറയുന്നത്. നാനാപ്രകാരത്തിൽ സുഖദുഃഖാദിരൂപമായ ഫലത്തെ വിതരിക്കുന്ന വാസനാശാഖകൾ, ആത്മാനുസന്ധാനബലത്താൽ ഉപേക്ഷിതങ്ങളാകുമ്പോൾ മുറിഞ്ഞുവീഴുന്നു. വാദവിചാരണാദികളടങ്ങി ഒന്നിലും പറ്റില്ലാത്ത മനസ്സോടുകൂടി മൗനിയായി അവശ്യകർത്തവ്യങ്ങളെ ലോകാനുസരണാർത്ഥം അനുഷ്ഠിച്ചുകൊണ്ടിരിക്കുന്നവൻ മനോവൃക്ഷശാഖകളെ ഛേദിച്ചവനാണ്. എന്നാൽ ശാഖാച്ഛേദം കേവലം അപ്രധാനമാണ്. മൂലച്ഛേദനമാണു പ്രധാനം. അതുകൊണ്ടു മനോവൃക്ഷത്തെ നാരായവേരോടെ പുഴക്കി ചുട്ടെരിച്ചു കളവാൻതന്നെ താങ്കൾ ശ്രമിക്കുക. മുഖ്യത്വേന മൂലഭാഗത്തെ ദഹിപ്പിച്ചു കഴിഞ്ഞാൽ മനസ്സിന്റെ ബന്ധം എന്നേയ്ക്കുമായി താങ്കളിൽ നിന്നൊഴിയും.

ശിഖിദ്ധ്വജൻ-മഹാത്മാവേ! അഹങ്കാരരൂപമായ മനോവൃക്ഷബീജത്തെ ദഹിപ്പിക്കുന്നതിൽ പ്രയോജനപ്പെടുന്ന അഗ്നി ഏതാണ്?

കുംഭൻ- ഞാനാര് എന്ന രൂപത്തിലുള്ള ആത്മവിചാരംതന്നെ മനോദുർവൃക്ഷബീജത്തെ ദഹിപ്പിക്കുന്നതിനുള്ള അഗ്നി.

ശിഖിദ്ധ്വജൻ-ഹേ ദേവ! ഞാൻ ജഗത്തല്ല; മാംസരക്താദിരൂപമായ ശരീരവും ഞാനല്ല; കർമ്മേന്ദ്രിയങ്ങളും ജ്ഞാനേന്ദ്രിയങ്ങളുമല്ല. മനസ്സും ബുദ്ധിയും അഹങ്കാരവുമല്ല. ജഡസ്വരൂപങ്ങളാകയാൽ ഇവയെല്ലാം ചേതനാത്മാവായ എന്നിൽനിന്നും അന്യമാണ്. സ്വർണ്ണത്തിൽ കടകഭാവംപോലെ ചിദാത്മാവിൽ ഞാനെന്നുള്ള തോന്നൽ ഉണ്ടാകുകയത്രേ. ഈ തത്വങ്ങൾ മുമ്പേതന്നെ ഞാൻ വിചാരിച്ചറിഞ്ഞിരിക്കുന്നു.

കുംഭൻ-ശരി. ജഡരൂപങ്ങളെക്കൊണ്ട് ഇപ്പറയപ്പെട്ടവയൊന്നും താങ്കളല്ലെങ്കിൽ, താങ്കൾ പിന്നെ ആരാണ് എന്നോടു പറയുക.

ശിഖിദ്ധ്വജൻ-ബുദ്ധിക്കു വിഷയീഭവിക്കുന്ന സർവപദാർത്ഥങ്ങളും യാതൊന്നിൽ അറിയപ്പെടുന്നോ യാതൊന്നിനാൽ നിർണ്ണയിക്കപ്പെടുന്നോ നിർമ്മലവും അജവും ചിന്മാത്രവുമായ ആ ചൈതന്യമാണ് ഞാൻ. അങ്ങനെയുള്ള എന്റെ ഹൃദയത്തിൽ മനോവൃക്ഷത്തിന്റെ ബീജമായ അഹങ്കാരമലം അകാരണമായിച്ചേർന്നിരിക്കുന്നു. അതിനെ ഉപേക്ഷിക്കാൻ ഞാൻ ശക്തനാകായ്കകൊണ്ട് എനിക്കു കുണ്ഠിതമുണ്ട്. ഉപേക്ഷിക്കുന്തോറും വീണ്ടും വീണ്ടും അത് എന്നെ ബാധിക്കുന്നു.

കുംഭൻ-രാജാവേ! കാരണത്തിൽ നിന്നല്ലാതെ കാര്യമുണ്ടാകയില്ല. അതുകൊണ്ടു താങ്കളെ ദുഃഖിപ്പിക്കുന്ന അഹംഭാവത്തിന്റെ കാരണമെന്തെന്ന് അന്വേഷിച്ചു പറയാമോ?

ശിഖിദ്ധ്വജൻ-അഹംഭാവകാരണം വൃത്തിജ്ഞാനം, അതായതു ചിത്തിന്റെ ചേത്യോന്മുഖത്വം ആകുന്നു. ദുഃഖഹേതുവായ ആ ചേത്യം ശമിക്കാൻ മാർഗ്ഗമെന്താണെന്നു പറഞ്ഞുതരുമോ?

കുംഭൻ-അഹംഭാവകാരണം വൃത്തിജ്ഞാനമാണെങ്കിൽ വൃത്തിജ്ഞാനത്തിനു കാരണമെന്തെന്നു കേൾക്കട്ടെ. കാരണാകാരണക്രമം പിന്നീടു ഞാൻ പറഞ്ഞുതരാം.

ശിഖിദ്ധ്വജൻ-വാതലേഖയാൽ സ്പന്ദമെങ്ങനെയോ അതുപോലെ ദേഹാദിരൂപത്തിലുള്ള അസത്യസ്ഫുരണത്തോടുകൂടിയ വസ്തുസത്ത കൊണ്ടു വൃത്തിജ്ഞാനമുണ്ടാകുന്നു. എന്നാൽ മനസ്സിനു കാരണമായ അഹങ്കാരവും അതിനു കാരണമായ വൃത്തിജ്ഞാനവും നശിക്കുന്നതിനുള്ള വസ്തുസത്തയുടെ മിഥ്യാത്വം അറിവാൻ എനിക്കു സാധിക്കുന്നില്ല.

കുംഭൻ-ദേഹാദിവസ്തുസത്ത പരമാർത്ഥമാണെങ്കിൽ വൃത്തിജ്ഞാനത്തിനും സ്ഥാനമുണ്ടെന്നു സമ്മതിക്കാം. പരമാർത്ഥമല്ലെന്നു സിദ്ധമായിരിക്കെ വൃത്തിജ്ഞാനത്തിനവലംബമെന്ത്?

ശിഖിദ്ധ്വജൻ-ഹസ്തപാദാദികളോടുകൂടി ക്രിയാഫലങ്ങളെ ഉണ്ടാക്കി എപ്പോഴും അനുഭവിക്കപ്പെട്ടുകൊണ്ടിരിക്കുന്ന ഈ ശരീരം ഇല്ലാത്തതാകുന്നതെങ്ങനെ?

കുംഭൻ-കാരണമില്ലാതെ ഉണ്ടാകുന്ന കാര്യം വാസ്തവമായിരിക്കയില്ല. രജ്ജുസർപ്പംപോലെ ഭ്രാന്തിജന്യമായ ഒരു തോന്നലാണെന്നേ വരൂ. ഭ്രാന്തികൽപിതങ്ങളെല്ലാം അവാസ്തവങ്ങളാണെന്നും സിദ്ധംതന്നെ.

ശിഖിദ്ധ്വജൻ-ജഗത്തു മിഥ്യയെന്നു പ്രസിദ്ധമാണല്ലോ. സ്രഷ്ടാവായ ബ്രഹ്മാവ് അതിനു കാരണമാണെന്നു പറഞ്ഞുകൂടായോ?

കുംഭൻ-സർഗ്ഗാദിയിൽ കേവലവും ശാന്തവുമായ ബ്രഹ്മം മാത്രം ഭവിക്കുന്നു എന്നുള്ളതു സത്യം. നിർവികാരവും നിർഗ്ഗുണവുമാകയാൽ അതു മറ്റൊന്നിനു കാരണമാകയില്ല. ബ്രഹ്മത്തിൽനിന്നും അന്യമായി ഒന്നുമില്ലെന്നും സിദ്ധമാകകൊണ്ടു ബ്രഹ്മാവിനും കാരണമില്ല. പിന്നെയല്ലേ ബ്രഹ്മാവു മറ്റൊരു കാര്യത്തിനു കാരണമാകേണ്ടത്?

ശിഖിദ്ധ്വജൻ-എന്ത്? പരബ്രഹ്മം ബ്രഹ്മാവിനു കാരണമല്ലെന്നോ? എനിക്കതു മനസ്സിലാകുന്നില്ല.

കുംഭൻ-അനന്തവും അജവും ആദ്യവും അദ്വിതീയവുമായ യാതൊരു ചിദ്വസ്തു ഭവിക്കുന്നോ അത് വാദവിഷയമല്ല, ജ്ഞാനഗോചരമല്ല,

നശിക്കുന്നതല്ല, ചലിക്കുന്നതല്ല, ക്ഷയിക്കുന്നതോ വർദ്ധിക്കുന്നതോ അ ല്ല, ആദ്യന്തമുള്ളതല്ല, ശിവവും ശാന്തവും അവ്യയവുമാണ്. അത് ഏ തൊന്നിന് എങ്ങനെ കർത്താവോ ഭോക്താവോ ആകും. അതിനാൽ ഈ ജഗത്ത് ആരുമുണ്ടാക്കിയതല്ല. ഉള്ളതുമല്ല. വേധാവു ചിന്മാത്രകൽപിത നാകകൊണ്ട് ചിത്തായിത്തന്നെ വിളങ്ങുന്നു. സർഗ്ഗവും ചിന്മാത്രരൂപ നായ ബ്രഹ്മാവിൽനിന്നുണ്ടായതാകയാൽ ചിദ്രൂപമായിത്തന്നെ ഭവിക്കു ന്നു. ഭോ രാജൻ! ഈ ജഗത്തായും ഞാനായും തോന്നപ്പെടുന്നതെല്ലാം ശാന്തവും അജവുമായ പരമശിവമാണ്. ഞാൻ കർത്താവും ഭോക്താ വുമല്ല, എന്നിങ്ങനെ ദൃഢനിശ്ചയംചെയ്തു അജ്ഞാനത്തെ ക്ഷയിപ്പി ക്കുക! ഈ വിധത്തിൽ ശിഥിലീഭവിക്കുന്ന അജ്ഞാനം നഷ്ടപ്രായമാ ണെന്നുതന്നെ വിദ്വാന്മാർ പറയുന്നു. എന്തെന്നാൽ നാശമണയാതെ പൂർ വസ്ഥിതിക്കു വിച്യുതി ഭവിക്കുന്നില്ല. അസമവായികാരണത്തിന്റെ നാ ശത്തിൽ കാര്യദ്രവ്യത്തിന് നാശം കൽപിക്കപ്പെടാവുന്നതുപോലെ, പൂർ വസ്ഥിതിക്കു ഭംഗം വരുമ്പോഴും വസ്തുവിനു നാശം പറയപ്പെടാവുന്ന താണ്. യാതൊന്നിൽ ക്ഷയം കാണപ്പെടുന്നോ അത് പൂർവസ്ഥിതിഭംഗ ത്താൽ അനുക്രമമായി സ്വയമേവ പ്രശമത്തെ പ്രാപിക്കും.

ഹേ രാജേശ്വര! ദേവദേവനായ പരമാത്മാവു ചിദ്രൂപത്വേന സ്ഥിതി ചെയ്തുകൊണ്ട് സങ്കൽപമാത്രത്താൽ തങ്കൽതന്നെ പ്രപഞ്ചരൂപത്തിൽ സ്ഫുരിക്കയാണ്. തന്റെ സ്വരൂപത്തെ ബ്രഹ്മാവെന്നു താൻതന്നെ പറ യുകയുമാണ്. അതിനാൽ ഇക്കാണപ്പെടുന്ന വിശ്വം പരമാത്മാവിന്റെ ശാ ന്തരൂപമാണെന്നു ധരിക്കുക.

ശിഖിദ്ധ്വജൻ-ഭഗവൻ! ഞാൻ പ്രബുദ്ധനായി. അങ്ങേ വചനം യു ക്തിയുക്തംതന്നെ. കർത്താവില്ലായ്കകൊണ്ട് കാര്യമായ ജഗത്തും ഇ ല്ലതന്നെ. അതുനിമിത്തം പദാർത്ഥദൃഷ്ടിയും അവാസ്തവമാണെന്നു സിദ്ധമത്രേ. ഇങ്ങനെ ആത്മാവിൽനിന്ന് അന്യമായി ദൃശ്യമില്ലെന്നുള്ള ബോധം എനിക്ക് ഉദിച്ചു. ചിന്മാത്രസ്വരൂപനായ ഞാൻതന്നെ സർവവു മായി സ്ഫുരിക്കുന്നു എന്നുമറിഞ്ഞു. ഞാൻ വിശുദ്ധനും ശിവനുമാണ്. നമസ്കാര്യനായ മറ്റൊരു ദേവനെക്കാണായ്കകൊണ്ട് എന്നെത്തന്നെ ഞാൻ നമസ്കരിക്കുന്നു. പദാർത്ഥജ്ഞാനം ഹേതുവായിട്ടാണ് അസ ത്തായ ജഗത്തു തോന്നപ്പെടുന്നത്. ഇനി ആ പ്രതീതി എനിക്കുണ്ടാകു ന്നതല്ല. ഇപ്പോൾ ഞാൻ ആകാശഗർഭംപോലെ പ്രശാന്തനും സ്വച്ഛനു മായി വിളങ്ങുന്നു. ദിക്കാലകലനകളോടുകൂടെ ലോകത്തേയും പദാർ ത്ഥഭേദങ്ങളേയും അധികരിച്ചുള്ള തോന്നൽ, ചിരകാലംകൊണ്ട് ഇപ്പോൾ നിശ്ശേഷം ശമിച്ചുകഴിഞ്ഞു. അവ്യയരൂപശാന്തബ്രഹ്മം മാത്രം ശേഷിച്ചു.

കുംഭനാൽ പ്രബോധിതനായ രാജാവ്, ഇപ്രകാരം മോഹകോടികൾ

നിശ്ശേഷം നീങ്ങിവിളങ്ങി. അകൃത്രിമമായ ആ വാഗമൃതത്തെ ഭാവനംചെയ്തു, ക്ഷണനേരം സ്വാത്മാപദത്തിൽ ലയിച്ചു. വൃത്തികളിൽനിന്ന് മനസ്സു നിവൃത്തമായി. കണ്ണുകൾ താനേ അടഞ്ഞു, വാക്കുകളടങ്ങി, മൗനമുദ്ര വിളങ്ങി കല്ലിൽ കൊത്തിവച്ച ചിത്രംപോലെ നിശ്ചലാവയവനായി ഭവിച്ചു. മുഹൂർത്തമാത്രത്താൽ പ്രബോധിച്ചു മിഴികൾ തുറന്നപ്പോൾ, അദ്ദേഹത്തെ നോക്കി കുംഭരൂപിണിയായ ചൂഡാല ചോദിച്ചു:- രാജേന്ദ്ര! സമാധിസ്ഥന്മാർക്കു വിശ്രമസ്ഥാനവും സ്ഫാരവും മൃദുവുമായ ആത്മപദത്തിൽ അങ്ങ് സുഖമായി വിശ്രമിച്ചുവോ? മനസ്സിൽ തത്വബോധം ഉദിച്ചുവോ? ഭ്രാന്തികളെല്ലാം നശിച്ചുവോ? അറിയേണ്ടത് അറിയുകയും കാണേണ്ടതു കാണുകയും ചെയ്തുവോ?

ശിഖിദ്ധ്വജൻ:-ഭഗവാനേ! നിന്തിരുപ്രസാദത്താൽ, അണിമാദ്യലംകൃതവും സർവോപരിഷ്ടവുമായ മഹാപദവിയെ ഞാൻ ദർശിച്ചു. അറിയേണ്ടതറിഞ്ഞ മഹാത്മാക്കളായ സാധുക്കളുടെ സമാഗമമാകുന്ന അപൂർവ പരമാമൃതം സാരമായ ഫലത്തെ നൽകുന്നതാണ്. ഒരു പ്രകാരത്തിലും ഇതുവരെ എനിക്കു ലഭിക്കാതിരുന്ന മഹനീയമായ അമൃതം ഇപ്പോൾ പ്രാപ്തമായി. അതിനു കാരണം അങ്ങേ സമാഗമമാണ്. അനന്തവും ആദ്യവും അമൃതവുമായ ആത്മപദം ഇതുവരേയും എനിക്കു ലഭിക്കാതിരിക്കാൻ കാരണമെന്തോ?

കുംഭൻ-മനസ്സ് ഭോഗൈഷണകൾ നീങ്ങി ഉപശമത്തെ പ്രാപിക്കയും, ഇന്ദ്രിയങ്ങളുടെ ബാഹ്യാഭിലാഷങ്ങൾ അസ്തമിക്കയും ചെയ്യുമ്പോൾ, കയുമ്പപ്പൂവിന്റെ ചായംചേർന്ന വെള്ളത്തുള്ളികൾ വെളുത്ത വസ്ത്രത്തിലെന്നപോലെ, ദേശികവാക്യങ്ങൾ മനസ്സിൽ പ്രരൂഢമായി പ്രകാശിക്കുന്നു. ദേഹത്തിലുള്ള സർവ മലങ്ങളും കാലംകൊണ്ടു പാകപ്പെട്ട് വൃക്ഷത്തിൽനിന്നു ഫലങ്ങൾ എന്നപോലെ അധഃപതിക്കുന്നു. രണ്ടെന്നും ഒന്നെന്നുമുള്ള ഭേദഭാവനാദൃഷ്ടിതന്നെ മനസ്സെന്നു പറയപ്പെടുന്നത്. അജ്ഞാനവും അതുതന്നെ. ഈ ദൃഷ്ടിയുടെ ലയമത്രേ ജ്ഞാനം. അതുതന്നെ കൈവല്യം. രാജാവേ! താങ്കൾ പ്രബുദ്ധനും വിമുക്തനുമാണ്. മനസ്സ് താങ്കളാൽ ഉപേക്ഷിതമായി. ആത്മലാഭം സിദ്ധിച്ച നിർമ്മലനായ താങ്കൾ മൗനിയായി സ്വരൂപത്തിൽ സ്ഥിതിചെയ്താലും!

ശിഖിദ്ധ്വജൻ-ദേവപുത്ര! പ്രബോധിയായ തത്വജ്ഞാനിക്കു ചിത്തമില്ലെന്നോ പറയുന്നത്? ജീവന്മുക്താവസ്ഥയെ പ്രാപിച്ചിരിക്കുന്ന സുകൃതി ലോകത്തിൽ വിഹരിക്കുന്നതെങ്ങനെയെന്നു പറഞ്ഞുതരണം.

കുംഭൻ-പുനർജ്ജന്മത്തെ ഉണ്ടാക്കുന്ന ഘനവാസനയാണു ചിത്തം. അത് ജ്ഞാനികൾക്കില്ലതന്നെ. തത്വജ്ഞന്മാർ ഇവിടെ വിഹരിക്കുന്നത് ഏതൊരു വാസനയാലാണോ, അത് സത്വാത്മികയാണ്. പുനർജ്ജന്മ

ത്തിന് ആ വാസന കാരണമാകയില്ല. മൂഢമായ വാസനയെ അഥവാ ചിത്തത്തെ, ചിത്തമെന്നും പ്രബുദ്ധമായതിനെ സത്വമെന്നും പറയുന്നു. അജ്ഞാനികൾ ചിത്തസ്ഥന്മാരും ജ്ഞാനികൾ സത്വസ്ഥന്മാരുമാണെന്നു ഭേദം. സ്വർഗ്ഗമോക്ഷാദിഫലങ്ങളെ നൽകുന്ന കർമ്മങ്ങളും ആചാരങ്ങളും താങ്കൾ അനുഷ്ഠിക്കേണ്ടതില്ല സർവവും ഉപേക്ഷിച്ചു നിർവിചാരനായി സ്ഥിതിചെയ്യുക. ആഭാസമാത്രമായി സർവത്ര വ്യാപിച്ചിരിക്കുന്ന ജ്യോതിസ്സത്രേ താങ്കളുടെ സ്വരൂപം എന്നു ധരിച്ചുകൊള്ളുക. പദാർത്ഥങ്ങളെ ഗ്രഹിക്കാതവണ്ണം മനസ്സിന്റെ ചലനത്തെ നിയന്ത്രിക്കുക. മനശ്ചലനം അടങ്ങിയവനെ സംസാരം ബാധിക്കയില്ല മൂന്നുലോകത്തിലും ഏതേതു ദുഃഖങ്ങൾ സ്ഫുരിക്കുന്നുവോ അതെല്ലാം മനശ്ചാപല്യത്തിന്റെ ഫലങ്ങളാണ്. മനസ്സിന്റെ ബാഹ്യപ്രസരത്തേയും സമാധിയേയും നിരന്തരമായ സ്വരൂപാനുസന്ധാനത്താലഭേദമാക്കി അദ്വയബ്രഹ്മത്തോടേകീഭവിച്ചു യഥാകാമം വസിക്കുക.

ശിഖിദ്ധ്വജൻ-മനസ്സിന്റെ ബാഹ്യപ്രസരവും സമാധിയും ഏകത്വത്തെ പ്രാപിക്കുന്നതെങ്ങനെ? സംശയ നിവൃത്തിക്കായി പറഞ്ഞുതരണം.

കുംഭൻ-കടലെല്ലാം ജലരൂപമായിരിക്കുന്നതുപോലെ സർവജഗത്തും ചിന്മാത്രമായി സ്ഥിതിചെയ്യുന്നു. ഓളത്തള്ളലാൽ വെള്ളം എങ്ങനെയോ അതുപോലെ ആ ചിത്ത് ബുദ്ധിവൃത്തികളാൽ ചലിക്കുന്നു. സത്യം സച്ചിദാനന്ദം ഇത്യാദി നാമങ്ങളുള്ള അമലബ്രഹ്മചിന്മാത്രത്തെ തന്നെ മൂഢന്മാർ ജഗദ്രൂപത്തിൽ കാണുന്നത്. ചിത്തിന്റെ സ്പന്ദമാത്രരൂപമായ സർഗ്ഗം, തെളിഞ്ഞ ദൃഷ്ടികൊണ്ടു നോക്കുമ്പോൾ ലയിച്ചുപോകും. തെളിവില്ലാതെ മങ്ങിയ ദൃഷ്ടിയിൽ രജ്ജുവിൽ സർപ്പഭ്രമംപോലെ തോന്നിക്കയും ചെയ്യും. ശാസ്ത്രത്തിന്റേയും സജ്ജനസംസർഗ്ഗത്തിന്റേയും സന്തതാഭ്യാസയോഗത്താൽ മനസ്സു കാലക്രമേണ ഉദിതചന്ദ്രനെപ്പോലെ നിർമ്മലമായി ഭവിക്കുന്നു. മഹാത്മാക്കളുടെ ഉള്ളിൽ സ്വപ്രകാശവും വിസ്തൃതവുമായ ആത്മജ്യോതിസ്സു താനേ ഉദിക്കുന്നു. ഹേ! ശിഖിദ്ധ്വരാജ! ജഗത്തിന്റെ ഉദയനാശക്രമങ്ങൾ ഞാൻ പറഞ്ഞുകഴിഞ്ഞു. ഇതിനെ മനസ്സിലാക്കി യുക്തികളാൽ അനുസന്ധാനം ചെയ്തു പരമാർത്ഥംപോലെ ഗ്രഹിച്ച് ജീവന്മുക്തിപദത്തിൽ ഇച്ഛപോലെ വസിച്ചാലും!

ഇനി എനിക്കു പർവകാലം സംബന്ധിച്ച് ദേവലോകത്തേയ്ക്കു പോകണം. നാരദമുനി ബ്രഹ്മലോകത്തുനിന്നും ഇന്ദ്രസഭയിൽവരും; അപ്പോൾ എന്നെക്കണ്ടില്ലെങ്കിൽ കോപിക്കാനിടയുണ്ട്. ഭവ്യനായവൻ ഗുരുക്കന്മാർക്കനിഷ്ടമായി പ്രവർത്തിച്ചുകൂടാത്തതാണല്ലോ. സങ്കൽപസമൂഹമെല്ലാം ഉപേക്ഷിച്ച് യാതൊന്നും വാഞ്ഛിക്കാതെ താങ്കൾ സർവദാ ഇവിടെത്തന്നെ വസിക്കുക. പരിശുദ്ധമായ ദർശനക്രമം അതാണ്.

ഭഗവാനായ കുംഭൻ ക്ഷണേന അന്തർദ്ധാനം ചെയ്തു. ഉടനേ രാജാവിന് പരമമായ വിസ്മയം ഉണ്ടായി. ശീതളവും ശുദ്ധവും ശാന്തവും ആയ ആത്മീയപദവി അമൃതപ്രവാഹംപോലെ എന്റെ അന്തരംഗത്തെ കുളുർപ്പിക്കുന്നു. എന്നിങ്ങനെ ചിന്തിച്ചു നിർവാസനാശയനും നിരാശ്രയനുമായി നിശ്ചലശിലാപ്രതിമപോലെ മൗനത്തെ അവലംബിച്ചു സങ്കൽപവികൽപങ്ങളില്ലാതെ സുസ്ഥിരമാംവണ്ണം വസിച്ചു. നിർവികൽപസമാധിയിൽ ലയിച്ച്, കാഷ്ഠകുഡ്യംപോലെ അവസ്ഥിതിയെ പ്രാപിച്ചു.

ശിഖിദ്ധ്വജന്റെ അവസ്ഥ ഇപ്രകാരം ഇരിക്കെ ചൂഡാല ആകാശത്തിലുയർന്ന്, സുന്ദരമായ തന്റെ രൂപം ധരിച്ച് രാജധാനിയിലേക്കുപോയി. അവിടെ രാജ്യകാര്യങ്ങളും വഴിപോലെ നടത്തിക്കൊണ്ട് അന്തഃപുരത്തിൽ സുഖമായി വസിച്ചു. മൂന്നുസംവത്സരം കഴിഞ്ഞപ്പോൾ വീണ്ടും ആകാശത്തിൽ ഉൽപതിച്ചു. മുൻപിലെപ്പോലെ കുംഭവേഷധാരിണിയായി ശിഖിദ്ധ്വജൻ വസിക്കുന്ന കാനനത്തിലെത്തി. നിർവികൽപസമാധിയിൽ നിശ്ചലമിരുന്നരുളുന്ന രാജാവിനെ കണ്ടിട്ട് തൽക്ഷണം ഉണർത്തണമെന്നു കരുതി, വനവാസികൾ ഭയപ്പെടത്തക്കവണ്ണം ഉച്ചശബ്ദത്തിൽ ഒരു സിംഹനാദം പുറപ്പെടുവിച്ചു. പലപ്രാവശ്യം ശബ്ദം പുറപ്പെടുവിച്ചിട്ടും ഇളകാതെ കല്ലുപോലെയിരുന്ന രാജാവിനെ ചൂഡാല പിടിച്ചുലച്ചു തള്ളി താഴത്തിട്ടു; എന്നിട്ടും ഉണരുകയുണ്ടായില്ല. 'ആശ്ചര്യം! ഇദ്ദേഹം ആത്മപദത്തിൽ ലയിച്ചുകഴിഞ്ഞു. ജീവസംബന്ധം ശരീരത്തിനുണ്ടോ എന്ന് അടുത്തുചെന്ന് പരിശോധിച്ചുനോക്കാം. ജീവിതശേഷമിദ്ദേഹത്തിനുണ്ട്, ബോധബീജമായ അന്തഃകരണവും ഉണ്ടെങ്കിൽ അന്യോന്യം ദാമ്പത്യസിദ്ധിക്കായി ഞാനും ജീവിക്കാം. അല്ലെങ്കിൽ സ്ത്രീദേഹം എന്നേക്കുമായി ഉപേക്ഷിച്ച് ജന്മാവൃത്തിയുണ്ടാകാതവണ്ണം പരമപദത്തെ പ്രാപിക്കുന്നുണ്ട്. ഭർത്താവിനോടുകൂടാതെ ഞാൻ ജീവിക്കുന്നതെന്തിന്?' ഇങ്ങനെ വിചാരിച്ചുകൊണ്ട് ഭർത്തൃപ്രണയിനിയായ ആ സാധ്വി സ്പർശംകൊണ്ടും നേത്രംകൊണ്ടും രാജശരീരം പരിശോധിച്ചു. ബോധകാരണമായ സത്വശേഷം ഹൃദയത്തിൽനിന്നു വിട്ടുപോയിട്ടില്ല എന്നു സാശംകമായി ഉച്ചരിച്ചു. കണ്ണുകളുടെ സജീവഭാവവും മർമ്മങ്ങളിലെ നാഡീസ്പന്ദനവും നോക്കി സത്വശേഷം അന്തർലീനമായി സ്ഥിതിചെയ്യുന്നുണ്ടെന്നുതന്നെ നിശ്ചയിച്ചു.

ശ്രീരാമൻ-ഗുരോ! അത്യന്തം പ്രശാന്തചിത്തനായി കാഷ്ഠലോഷ്ടതുല്യം നിശ്ചലസ്ഥിതിയിൽ വസിക്കുന്ന ധ്യാനശാലിയായ ഒരുവന്റെ ഉള്ളിൽ സത്വശേഷം ഉണ്ടെന്നോ ഇല്ലെന്നോ നിർണ്ണയിക്കുന്നതെങ്ങനെ?

വസിഷ്ഠൻ-സമാധിസ്ഥന്റെ ദുർദ്ദർശമാംവണ്ണം സൂക്ഷ്മതമമായ ഹൃദയത്തിൽ ബോധകാരണമായ സത്വശേഷം ബീജത്തിൽ പൂവും കാ

യും എങ്ങനെയോ അതുപോലെ ലയിച്ചിരിക്കുന്നു. ചിത്തസ്പന്ദംപോലും നീങ്ങി കല്ലുപോലെ ഇളക്കമറ്റിരിക്കുന്ന സമാധിസ്ഥന്റെ സമസമനിബദ്ധമായ ശരീരം മങ്ങുകയോ തെളിയുകയോ ഇല്ല. അസ്തമനത്തെയും ഉദയത്തെയും പ്രാപിക്കയില്ല. പ്രാകൃതികസമ്മർദ്ദങ്ങളാൽ വാട്ടമോ ഏറ്റമോ കുറവോ ഉണ്ടാകാതെ സമനിലയിൽ ഇരിക്കും. ഈ ലക്ഷണങ്ങളാൽ സമാധിസ്ഥന്മാരുടെ അന്തസ്സത്വം പരിശോധിച്ചാലറിയാവുന്നതാണ്. ഇനി പ്രകൃതം കേൾക്കുക-ചൂഡാല ഇപ്രകാരം നിർണ്ണയിച്ചിട്ട്, സ്വദേഹം ത്യജിച്ച് രാജശരീരത്തിൽ പ്രവേശിച്ച് അന്തസ്ഥമായ ചിത്തത്വത്തിൽ സ്ഥിതിചെയ്തു രാജചേതസ്സിനു ചലനമുണ്ടാക്കിയതിനുശേഷം ആകാശത്തിൽനിന്നു കൂട്ടിൽവന്നുപറ്റുന്ന പക്ഷിയെപ്പോലെ വീണ്ടും തന്റെ ദേഹത്തിൽ കടന്നു. അനന്തരം എഴുന്നേറ്റ് ആസനസ്ഥയായി മധുരമധുരമായ ഭ്രമരീനാദം മുഴക്കി സാമഗാനമാരംഭിച്ചു. ഗാനം കേട്ട് രാജാവിൻെറ ശരീരത്തിലിരുന്ന സത്വഗുണവിശിഷ്ടമായ ചിത്ത് വസന്തകാലത്തിൽ പുഷ്പങ്ങളെന്നപോലെ ഉണർന്നു വികസിച്ചു. സൂര്യപ്രകാശത്താൽ താമരപ്പൊയ്കയെന്നപോലെ കണ്ണുകൾ രണ്ടും തുറന്നു. പൂർവ്വബന്ധുവായ കുംഭൻ പുരോഭാഗത്തു ഇരിക്കുന്നതു രാജാവു കണ്ടു. ആശ്ചര്യം! വീണ്ടും താങ്കൾ ഗമിക്കയാൽ ഞാൻ ധന്യനായി എന്നുച്ചരിച്ചുകൊണ്ട് കുംഭനെ പുഷ്പദാനത്താൽ സൽക്കരിച്ച്, 'ഹേ! ദേവപുത്രാ! അങ്ങു വീണ്ടും വനത്തിലെഴുന്നരുളിക്കാണ്മാനിടയായത് ഇജ്ജനത്തിന്റെ ഭാഗ്യമെന്നേ പറയേണ്ടു. ഇപ്പോൾ നിന്തിരുവടി ആഗമിച്ചത് എന്നെ വിശുദ്ധീകരിക്കാൻതന്നെ.'

കുംഭൻ-രാജശേഖര! ഞാൻ ഇവിടെനിന്നും പോയപ്പോൾ മുതൽ ഇതുവരെയും എന്റെ മനസ്സ് താങ്കളിൽ തന്നെ സ്ഥിതിചെയ്തിരുന്നു. സർഗ്ഗലീലകളിൽ എനിക്കു കൗതുകം തോന്നുന്നില്ല. താങ്കളോടൊരുമിച്ചു താമസിക്കാമെന്നുതന്നെ വിചാരിക്കുന്നു. താങ്കളെപ്പോലെ ഉത്തമബന്ധുവും വിശ്വാസ്യനും സുഹൃത്തും മിത്രവും സഖാവും ശിഷ്യനും ഈ ലോകത്തിൽ എനിക്കു വേറെയില്ല.

ശിഖിദ്ധ്വജൻ-മഹാത്മാവേ! നിന്തിരുവടി അസംഗനാണെങ്കിലും അൽപസാരനായ എന്റെ സമാഗമത്തെ ഇച്ഛിക്കുന്നുവല്ലോ, ആശ്ചര്യം! ചിരകാലവർദ്ധിതമായ എന്റെ പുണ്യപാദപം ഫലിച്ചു. സദയം നിന്തിരുവടി ഉപദേശിച്ച യോഗയുക്തികളാൽ എനിക്കു ലഭിച്ച വിശ്രാന്തിസുഖം സ്വർല്ലോകങ്ങളിൽപോലും ലഭിക്കയില്ല. സ്വച്ഛവും പ്രകാശവിശിഷ്ടവുമായ ഈ സ്ഥിതിയെ അവലംബിച്ച് ഞാൻ ഭൂലോകത്തിലും സ്വർഗ്ഗത്തിലും യഥേഷ്ടം വിഹരിക്കുന്നുണ്ട്.

കുംഭൻ:-രാജാവേ! അങ്ങ് മഹാനന്ദരൂപമായ പരമപദത്തിൽ വിശ്രാ

ന്തിയെ പ്രാപിച്ചുവോ? സുഖദുഃഖ ഭേദ ബുദ്ധികളെ എല്ലാം സംത്യജിച്ചുവോ? താങ്കൾക്ക് ആപാദരമ്യങ്ങളായ സങ്കൽപങ്ങളിലുള്ള അഭിലാഷം നിശ്ശേഷം അസ്തമിച്ചുവോ? താങ്കളുടെ മനസ്സ് ത്യാജ്യഗ്രാഹ്യദശയെ അതിക്രമിച്ച് ദൈവാൽ സംഭവിക്കുന്ന കാര്യങ്ങളിൽ ഉദ്വേഗമില്ലാതെ ശാന്തമായി സ്ഥിതിചെയ്യുന്നുവോ?

ശിഖിദ്ധ്വജൻ:-ഭഗവൻ! അങ്ങേ പ്രസാദത്താൽ പ്രപഞ്ചാതീതമായ പദവിയെ ഞാൻ ദർശിച്ച് സംസാരസീമയെ ലംഘിച്ചു. ലഭിക്കേണ്ടതായ നിശ്ചയം ലഭിച്ചു. ഉപദേശിക്കപ്പെടേണ്ടതായി ഇനി ഒന്നും ഇല്ല. സർവത്ര സംതൃപ്തനും സന്തുഷ്ടനുമായി ഭവിച്ചിരിക്കുന്നു. ഹേ മുനിനന്ദന! ഞാൻ സംസാരസമുദ്രത്തിന്റെ പാരതീരം പ്രാപിച്ചു കഴിഞ്ഞു. മോഹവും ഭയവും രാഗവും ദൂരദൂരം ഒഴിഞ്ഞു കളത്രപുത്രാദി മമതാപാശങ്ങളുമഴിഞ്ഞ് സകല കൂലനകളുമറ്റ് ശമവിശിഷ്ടവും സമവുമായ ഹൃദയത്തോടുകൂടി സർവാത്മകത്വേന നിത്യോദിതനും ആകാശകോശംപോലെ സ്വച്ഛനുമായി നിത്യാനന്ദബ്രഹ്മമായി വിളങ്ങുന്നു. ഇപ്രകാരം അദ്ധ്യാത്മപവിത്രകളായ കഥകൾ അന്യോന്യം പറഞ്ഞുകൊണ്ട് തത്വബോധികളായ അവർ സുഖമായി വനസ്ഥലികളിൽ വിഹരിച്ചുകൊണ്ടിരുന്നു. തുല്യമായ സത്വത്തോടും ഉത്സാഹത്തോടും അന്യോന്യസ്നേഹത്തോടും കൂടിയവരായ ആ തപസ്വികൾ മൃഗാദിസങ്കീർണ്ണങ്ങളായ വിവിധവനങ്ങളും മരുപ്രദേശങ്ങളും തടങ്ങളും സരസ്സുകളും വള്ളിപ്പടർപ്പുകളും ചുറ്റിനോക്കി ഒരുമിച്ചു സഞ്ചരിച്ചുകൊണ്ടിരുന്നു. പിതൃക്കളേയും ദേവന്മാരേയും പൂജിച്ച് ശിഷ്ടാന്നം ഭക്ഷിച്ചു. ത്യാജ്യഗ്രാഹ്യാദിഭേദകലനകൾ മഹാമേരുവെ കാറ്റെന്നപോലെ അവരുടെ ചിത്തത്തെ ചലിപ്പിച്ചില്ല. ചിലപ്പോൾ ധൂളികൾ അണിഞ്ഞും മറ്റുചിലപ്പോൾ ചന്ദനാദി സുഗന്ധദ്രവ്യങ്ങൾ പൂശിയും ചിലപ്പോൾ ഭസ്മഭൂഷിതന്മാരായും സഞ്ചരിച്ചു. സമചിത്തതയും സത്വോദാരതയും നിമിത്തം ഏതാനും ദിവസങ്ങൾകൊണ്ട് രാജാവ് കുംഭനെപ്പോലെ തേജസ്വിയായി വിളങ്ങി. ആദിത്യതുല്യമായ പ്രഭ ഭർത്താവിൽ വീശിത്തെളിഞ്ഞതു കണ്ടിട്ട്, ചൂഡാല ഇപ്രകാരം ആലോചിച്ചു. 'ഭർത്താവ് ഉദാരമനസ്കനും സന്തുഷ്ടനും യൗവനയുക്തനുമായി പരിലസിക്കുമ്പോൾ ഭോഗേച്ഛ ഉളവാകാത്ത തരുണി ധിക്കരിക്കപ്പെടേണ്ടവളാണ്. ദൈവമോഹത്താൽ വന്നുകൂടുന്ന നിന്ദ്യമല്ലാത്ത മഹാസുഖത്തെ ബ്രഹ്മജ്ഞാനിയായാലും ഉപേക്ഷിക്കുന്നുവെങ്കിൽ ആ ജ്ഞാനംകൊണ്ട് എന്തൊരു പ്രയോജനമുള്ളു? അതിനാൽ ഭർത്താവിന് എന്നോടുചേർന്നു രമിക്കുന്നതിന് പുതുതായ ഒരു പ്രപഞ്ചത്തെ പ്രജ്ഞാശക്തിയാൽ ഞാൻ ഇവിടെ നിർമ്മിക്കുന്നുണ്ട്.' ഈ വിചാരത്തോടുകൂടി കുംഭരൂപധാരിണിയായ ആ സാധ്വി ഭർത്താവിനെ നോ

ക്കി ആൺകുയിലിനോടു പെൺകുയിലെന്നപോലെ പറഞ്ഞു– 'ഇന്ന് ചൈത്രമാസ ശുക്ലപക്ഷത്തിലെ പ്രതിപദമാകയാൽ സ്വർഗ്ഗവാസികൾക്കു വളരെ പ്രധാനമാണ്. ഇന്ദ്രസഭയിൽ ഇന്നേദിവസം ഒരു മഹാസമ്മേളനം നടക്കും. പിതാവും മറ്റു പല മഹർഷിമാരും ഹാജരുണ്ടാകും. എനിക്കും അതിലേക്കു പോകാതെ കഴികയില്ല. നടന്നുവരുന്ന പതിവിനു ഭേദം ചെയ്തുകൂടാ. ഞാൻ പോയി വരുന്നതുവരെ താങ്കൾ ഈ വനസ്ഥലികളിൽ സുഖമായി ക്രീഡിച്ചുകൊണ്ടിരിക്കണം. സമാധിചെയ്യുന്ന അവസരത്തിൽ ധ്യാനത്താലും, അല്ലാത്ത സമയങ്ങളിൽ കാട്ടുപൂക്കളാലും വിനോദിച്ചു കഴിയാം. ദിനാന്തത്തിൽ നിശ്ചയമായി ഞാൻ മടങ്ങിവരാതിരിക്കയില്ല. സ്വർഗ്ഗത്തേക്കാൾ അങ്ങേ സമാഗമസുഖത്തെയാണ് ഞാൻ ഇഷ്ടപ്പെടുന്നത്.' ഇങ്ങനെ പ്രസ്താവിച്ചശേഷം, വിശേഷവിധിയായി തന്റെ മനഃപ്രീതിയെന്നപോലെ സുശോഭനമായ ഒരു കൽപവൃക്ഷപ്പൂങ്കുലയും രാജാവിനു സമ്മാനിച്ചു തിരിച്ചു. വേഗംതന്നെ തിരിച്ചുവരണേ എന്നുള്ള രാജാവിന്റെ അഭ്യർത്ഥനത്തെ അനുവദിച്ചുകൊണ്ട് ശരന്മുഖമേഘംപോലെ ആകാശത്തിലുയർന്നു. രാജദൃഷ്ടിപഥം മറഞ്ഞയുടനെ കുംഭവേഷത്തെ ത്യജിച്ച് ആവർത്തമടങ്ങിയ ജലംപോലെ സമുദ്ധമായ ആത്മരൂപത്തെ സ്വീകരിച്ചുപോയി, സ്വർണ്ണരൂപത്തിൽ വിളങ്ങുന്ന ഹർമ്മ്യപ്രാസാദാദി മഞ്ജരികളോടുകൂടിയ കൽപവൃക്ഷമോ എന്നു തോന്നുമാറുള്ളതും നാരീകുലസംകുലവുമായ അന്തഃപുരത്തിൽ അദൃശ്യയായി കടന്നു. രാജ്യകാര്യങ്ങളെല്ലാം വഴിപോലെ അന്വേഷിച്ച് വേണ്ടപ്രകാരം നടത്തിച്ചശേഷം വീണ്ടും കുംഭരൂപത്തെ ധരിച്ചുപോയി രാജസവിധത്തിലെത്തി. മഞ്ഞുമൂടിയചന്ദ്രനെപ്പോലെയും രാക്കൂറ്റിലെ താമരപോലെയും മുഖത്തിനു വലുതായ ഒരു വാട്ടം തോന്നിച്ചുകൊണ്ടാണ് ഇത്തവണ പ്രത്യക്ഷപ്പെട്ടത്. അഭൂതപൂർവമായ ഈ ദുരവസ്ഥകണ്ട് ദുഃഖിതനായ ശിഖിദ്ധ്വജൻ വേഗത്തിൽ എഴുന്നേറ്റു സമീപത്തിൽവന്ന്, വിനയപൂർവം പറഞ്ഞു– 'ഹേ ദേവപുത്ര! അങ്ങേയ്ക്കു നമസ്കാരം. ദുഃഖിതനെപ്പോലെ കാണപ്പെടുന്നതെന്ത്? ആത്മജ്ഞാനികൾ ജലാർദ്രതയെ പത്മമെന്നപോലെ സുഖദുഃഖങ്ങളെ സ്പർശിക്കാതെ സ്വസ്ഥന്മാരായിരിക്കുന്നു. അസ്വാസ്ഥ്യം നീക്കി ആസനത്തിൽ ഉപവേശിച്ചാലും.'

ഈ അഭ്യർത്ഥനമനുസരിച്ച് കുംഭൻ ആസനത്തിൽ ഉപവേശിച്ച് പഴകി ജീർണ്ണിച്ച മുളംകുഴലിലെ ശബ്ദംപോലെ ദീനസ്വരത്തിൽ പറഞ്ഞു. ദേഹമുള്ളകാലം വരെ സുഖദുഃഖാവസ്ഥകളിൽ മനസ്സിനെ നിർവികാരമാക്കി കർമ്മേന്ദ്രിയങ്ങളെ പ്രവർത്തിപ്പിച്ചുകൊണ്ടിരിക്കാത്തവർ തത്വജ്ഞന്മാരല്ല, ശഠന്മാരെന്നുവേണം അവരെ പറവാൻ. തത്വജ്ഞന്മാരല്ലാത്തവർ വ്യാമോഹത്താൽ സാംസാരികഹേതുക്കളാൽ ഉണ്ടാകുന്ന സു

ഖദുഃഖങ്ങൾക്കടിമകളായി വികാരവാന്മാരായി ഭവിക്കുന്നു. എള്ളുണ്ടെങ്കിൽ എണ്ണയും ഉണ്ടായിരിക്കുമെന്നതുപോലെ ദേഹമുണ്ടെങ്കിൽ സുഖദുഃഖങ്ങളും സംബന്ധപ്പെട്ടിരിക്കും. സുഖദുഃഖങ്ങൾക്ക് വിഷയീഭവിക്കാതെ ദേഹത്തെ ധരിക്കുന്നവൻ ഖഡ്ഗത്താൽ അന്തരീക്ഷത്തെ ഛേദിക്കുന്നതിനു ശക്തനായിരിക്കും. സമാധിയോഗത്താൽ മനസ്സിനുണ്ടാകുന്ന സാമ്യം അല്ലെങ്കിൽ നിർവികാരതയത്രേ അത്യുത്തമമായ ദുഃഖപരിത്യാഗം. അല്ലാതെ കർമ്മേന്ദ്രിയസ്ഥിതിസാമ്യത്തിൽ ദുഃഖപരിത്യാഗം ഭവിക്കുന്നില്ലതന്നെ. അതുകൊണ്ട് ജ്ഞാനിയായ പുരുഷൻ ദേഹം ധരിക്കുന്ന കാലത്തോളം വർണ്ണാശ്രമാചാരമനുസരിച്ച് കർമ്മേന്ദ്രിയങ്ങളോടുകൂടി വസിക്കേണ്ടതും ബുദ്ധീന്ദ്രിയങ്ങളെ നിയന്ത്രിക്കേണ്ടതുമാണ്. വിശുദ്ധസത്വഭൂതന്മാരായ ബ്രഹ്മാദികൾതന്നെയും ദേഹാവസ്ഥകളെ പാലിച്ചുകൊണ്ടാണിരിക്കുന്നത്. ദൈവസങ്കൽപം ഇപ്രകാരമാണ്. ജ്ഞാനികളും അജ്ഞാനികളും എന്നുവേണ്ട സകല ഭൂതജാലങ്ങളും സമുദ്രത്തെ ജലമെന്നപോലെ നിയതിയെത്തന്നെ അനുസരിക്കുന്നു. എന്നാൽ ഈ അനുസരണത്തിൽ അജ്ഞതജ്ഞഭേദേന മഹത്തായ അന്തരമുണ്ട്. തജ്ഞന്മാർ ദേഹമുള്ള കാലംവരെ ബുദ്ധീന്ദ്രിയങ്ങളെ നിയമിച്ചും കർമ്മേന്ദ്രിയങ്ങളെ ചലിപ്പിച്ചുമാണ് നിയതിയെ അനുവർത്തിക്കുന്നത്. അജ്ഞന്മാർ ബുദ്ധീന്ദ്രിയങ്ങളെ ക്ഷോഭിപ്പിച്ച് സുഖദുഃഖങ്ങളാൽ ഹതന്മാരായി അനവധി ശരീരങ്ങളെ സ്വീകരിച്ചു കഷ്ടപ്പെട്ടുമാണ് അനുവർത്തിക്കുന്നത്.

അങ്ങു പരമാർത്ഥബോധിയാണ്. നിയതിയുടെ ഗതിലംഘിക്കത്തെക്കതല്ലെന്നുമറിയാം. ഒഴിക്കാൻ പാടില്ലാത്ത കാര്യങ്ങളിൽ വെറുതേ ദുഃഖിച്ചിട്ടാവശ്യമില്ല.

കുംഭൻ-രാജർഷേ! എനിക്കു ദുഃഖമില്ല. ദൈവഗതി അനുസരിക്കതന്നെ വേണമെന്നറിയാം. ഇതാ! സ്ത്രീത്വത്തെ ഞാൻ അനുസരിക്കുന്നു. ഇങ്ങനെ പറഞ്ഞൊത്തു രണ്ടാളുമായി ഒരേ ശയ്യയിൽതന്നെ കിടന്ന് രാത്രി കഴിച്ചുകൂട്ടി. പ്രഭാതമായപ്പോൾ സ്ത്രീത്വം മാറി കുംഭന്റെ നിജരൂപം പ്രകാശിച്ചു. ഇങ്ങനെ പകൽ പുരുഷരൂപവും രാത്രി സ്ത്രീരൂപവും ധരിച്ച് സാധ്വിയായ ചൂഡാല അൽപകാലം വനത്തിൽ വിഹരിച്ചുകൊണ്ടിരുന്നു. ഒരുദിവസം അവൾ ഭർത്താവിനെ നോക്കി 'രാജേശ്വര! ഞാൻ ദിവസംതോറും രാത്രിയിൽ അംഗനയായി ഭവിക്കുന്നു. അതുകൊണ്ട് അംഗനാധർമ്മത്തെ ശരിവരെ പുലർത്തണമെന്നുതന്നെ ഞാൻ വിചാരിക്കുന്നു. വിവാഹവിധിപ്രകാരം ഒരു പുരുഷനെ ഭർത്താവായി ലഭിച്ചാൽ കൊള്ളാമെന്ന് എനിക്കഭിലാഷമുണ്ട്. അതിലേയ്ക്കു യോഗ്യനായ ആൾ താങ്കൾതന്നെ എന്നു വിശ്വസിക്കുന്നു. എന്നെ വിവാഹം ചെയ്തു രാ

ത്രിതോറും ഭാര്യയായി സ്വീകരിക്കുമോ?

ശിഖിദ്ധ്വജൻ-ഭദ്രേ! ഈ കാര്യം ചെയ്യുന്നതുകൊണ്ടു ശുഭമോ അശുഭമോ ഉണ്ടെന്നു തോന്നുന്നില്ല. ഇഷ്ടംപോലെ ചെയ്തുകൊള്ളാം.

കുംഭൻ-അങ്ങനെയെങ്കിൽ വിവാഹത്തിനു ഇന്ന് ഒരു ശുഭമുഹൂർത്തമാണ്. ശ്രാവണമാസത്തിലെ വെളുത്ത വാവാണ് ഇന്ന്. ഇന്നലെത്തന്നെ ഞാൻ ഗണിച്ചുവച്ചിരിക്കുന്നു. രാത്രിയിൽ കലാപൂർണ്ണനായ ചന്ദ്രന്റെ ഉദയകാലത്തിൽ നമ്മുടെ വിവാഹം നടത്താം. എന്നാൽ ഇനി വിവാഹത്തിനു വേണ്ട ചന്ദനവും പൂവും രത്നങ്ങളുമെല്ലാം സംഭരിക്കാൻ നമുക്കു പുറപ്പെടാം. ഇപ്രകാരം സമ്മതിച്ചു രണ്ടാളുമായി പോയി, വിവാഹത്തിനു വേണ്ട വിശിഷ്ടവസ്തുക്കളെല്ലാം സംഭരിച്ച് ഒരു സുവർണ്ണഗുഹയിൽവച്ചു. അനന്തരം ഗംഗയിലിറങ്ങി കുളിച്ചു ദേവപിതൃമുനിജനത്തെ പൂജിച്ചു. എന്നാൽ ക്രിയാഫലത്തെയോ ലോകസംഗ്രഹണം ഉദ്ദേശിച്ചു ക്രിയാത്യാഗത്തെയോ അവർ ഇച്ഛിച്ചില്ല. വെള്ളനിറത്തിലുള്ള കൽപവൃക്ഷപ്പൂമ്പട്ടുകളും ഉടുത്ത് ഫലങ്ങളും ഭക്ഷിച്ചുകൊണ്ടു വിവാഹസ്ഥാനമായ ഗുഹാന്തർഭാഗത്തിൽ എത്തി. അപ്പോഴേയ്ക്കു ആദിത്യൻ അസ്താചലത്തെ പ്രാപിച്ചതുകണ്ട്, സന്ധ്യാവന്ദനാദികളെല്ലാം വിധിപ്രകാരം നിർവഹിച്ചു. രാത്രിയുടെ ആഗമനത്തോടുകൂടി കുംഭൻ സ്ത്രീരൂപംധരിച്ചു വിളങ്ങിനിന്ന് – 'നാഥാ! എന്നെ അലങ്കാരങ്ങളണിയിക്കുക. അഗ്നിയെ ജ്വലിപ്പിച്ചു പാണിപീഡനവിധി അനുഷ്ഠിക്കുക. മദനിക എന്ന നാമത്തിൽ ഞാൻ അങ്ങേടെ ധർമ്മപത്നിയായി ഇരിക്കുന്നുണ്ട്' എന്നുപറഞ്ഞു. നിർദ്ദേശമനുസരിച്ചു രാജാവു പ്രവർത്തിക്കയും അപ്പോൾത്തന്നെ മഹേന്ദ്രകന്ദരത്തിൽവച്ചു വിവാഹവിധി അനുഷ്ഠിക്കപ്പെടുകയും ചെയ്തു. അന്യോന്യ സ്നിഗ്ദ്ധരായ ആ ദമ്പതികൾ പൂവും തളിരും കായും നിറഞ്ഞു സമൃദ്ധമായ വിവിധവനരാജികളിൽ വിഹരിച്ചു സുഖിച്ചു. മുമ്മൂന്നു ദിവസത്തിലൊരിക്കൽ ശിഖിദ്ധ്വജൻ ഉറങ്ങിക്കിടക്കുമ്പോൾ ചൂഡാല ഗൂഢമായി എഴുന്നേറ്റുപോയി രാജ്യകാര്യങ്ങൾ അന്വേഷിച്ചു തിരിച്ചുപോരും. ഇങ്ങനെ ചില മാസങ്ങൾ കഴിഞ്ഞപ്പോൾ ഒരിക്കൽ ചൂഡാല രാജാവിനു ഭോഗസുഖത്തിലുള്ള ആസക്തി എനിക്കൊന്നു പരീക്ഷിക്കണം. യാതൊരു ഭോഗങ്ങളിലും അദ്ദേഹത്തിന്റെ മനസ്സു രമിക്കാതിരിക്കണമല്ലോ എന്നിങ്ങനെ നിശ്ചയിച്ചു മാറിമറഞ്ഞുനിന്നുകൊണ്ട് ദേവനടിമാർ ഉൾപ്പെടെയുള്ള ദേവസംഘത്തോടുകൂടി ഇന്ദ്രൻ എഴുന്നള്ളിച്ചെല്ലുന്നതായി അവിടെ കാണിച്ചുകൊടുത്തു. പരിവാരസമേതം വനത്തിൽ വന്ന ഇന്ദ്രനെ ശിഖിദ്ധ്വജൻ യഥാവിധി പൂജിച്ച് ദേവരാജാ! അങ്ങു ദുർഗ്ഗമമായ ഈ കൊടുംകാട്ടകത്തു കാലൂന്നുക എന്ന ദുഃഖം സഹിച്ചത് എന്തിനോ? എന്നു ചോദിച്ചു.

ഇന്ദ്രൻ പറഞ്ഞു-രാജാവേ! കാട്ടിൽ വിട്ടിരിക്കുന്ന പക്ഷികളെ കാലിൽ കെട്ടീട്ടുള്ള ചരടുവഴി പിടിച്ചടുപ്പിക്കുന്നതുപോലെ താങ്കളുടെ ഗുണാതിശയത്താൽ ആകൃഷ്ടരാകകൊണ്ടാണ് ഞങ്ങൾ ഇങ്ങോട്ടു പോന്നത്. എഴുന്നേൽക്കുക! നമുക്കു സ്വർഗ്ഗത്തേയ്ക്കു പോകാം. അവിടെ എല്ലാവരും താങ്കളെ കാത്തിരിക്കുന്നു. ദേവസുന്ദരിമാർ അങ്ങേടെ ഗുണഗണങ്ങൾ ശ്രവിച്ച് ആശ്ചര്യത്തോടുകൂടി വസിക്കുന്നു. ജീവന്മുക്തനായ താങ്കൾക്കു കൽപാന്തകാലം വരെ വിവിധഭോഗാനുഭവങ്ങളോടുകൂടി സ്വർഗ്ഗത്തിൽ താമസിക്കാം. കൂട്ടിക്കൊണ്ടുപോകാനാണ് ഞാൻതന്നെ പുറപ്പെട്ടത്.

ശിഖിദ്ധ്വജൻ-ദേവരാജാ! സ്വർഗ്ഗസമാചാരങ്ങളെല്ലാം ഞാൻ നല്ലപോലെ അറിയുന്നു. എനിക്കു സർവത്ര സ്വർഗ്ഗംതന്നെയാണ്. എല്ലാറ്റിലും എല്ലായിടത്തും ഞാൻ സന്തോഷിക്കയും രമിക്കയും ചെയ്യുന്നു. ഒന്നിനേയും ആഗ്രഹിക്കാത്തതുകൊണ്ട് എപ്പോഴും ആനന്ദത്തോടുകൂടി വസിക്കുന്നു. എല്ലായിടവും സ്വർഗ്ഗംതന്നെ കാണുന്ന ഞാൻ ഒരു പ്രത്യേക സ്വർഗ്ഗത്തിലേക്കു പോരുന്നതെന്തിനെന്നു മനസ്സിലാകുന്നില്ല. അതുകൊണ്ടു അങ്ങേടെ ആജ്ഞയെ നിരസിക്കയല്ലാതെ നിവൃത്തിയില്ല.

രാജാവു ഖണ്ഡിച്ചു പറഞ്ഞയുടനെ ദേവസംഘം ഹേ രാജൻ! താങ്കൾക്കു മംഗളം ഭവിക്കട്ടെ എന്ന് ആശംസിച്ചു മറഞ്ഞുപോയി. മായയെ ഉപസംഹരിച്ച ശേഷം ചൂഡാല വിചാരിച്ചു-ഭാഗ്യം! ഭാഗ്യം! ഭർത്താവിനു ഭോഗേച്ഛ ലവലേശം ഇല്ലെന്നു ബോദ്ധ്യമായി. ദേവലോകത്തെ സുകുമാരസുഖങ്ങളെ വർണ്ണിച്ചുകൊണ്ട് ഇന്ദ്രൻ വന്നു ക്ഷണിച്ചിട്ടുപോലും അൽപവും ആശാലോലനാകാതെ ദൃഢമനസ്സോടെ വ്യവഹാരം നടത്തിയല്ലോ. ഇനിയും രാഗദ്വേഷവിഷയത്തിൽ ഒരു പ്രബലപരീക്ഷകൂടി നടത്താനുണ്ട്. ഈ നിശ്ചയത്തോടെ രാത്രിയിൽ ചന്ദ്രോദയസമയത്തിൽ ശിഖിദ്ധ്വജൻ ജപനിരതനായി സ്ഥിതിചെയ്ത അവസരത്തിൽ പൂക്കളും തളിരുകളും പഴുതില്ലാതവണ്ണം മൂടിയിരിക്കുന്ന വനദേവിമാരുടെ ലീലാരംഗമായ ഒരു വള്ളിക്കുടിലിൽ കടന്ന് ഒരു പൂമെത്ത സങ്കൽപിച്ച് അതിൽകിടന്ന് സങ്കൽപത്താലുണ്ടാക്കിയ ഒരു ജാരനുമായി ക്രീഡിച്ചുകൊണ്ടിരുന്നു. ശിഖിദ്ധ്വജൻ സന്ധ്യാവന്ദനം കഴിഞ്ഞ് മദനികയെ അന്വേഷിച്ചന്വേഷിച്ചുപോയി വള്ളിക്കുടിലിൽ നോക്കി. വിധിപ്രകാരം താൻ പാണിഗ്രഹണംചെയ്ത മദനിക പരപുരുഷനുമായി പരിരംഭണാദികളാൽ സുഖിച്ചും അന്യോന്യം നോക്കി ഹസിച്ചും വസിക്കുന്നതാണു കണ്ടത്. എന്നിട്ടും മനസ്സിന് യാതൊരു വികാരവും ഉണ്ടായില്ല. അനുരക്തമായ മിഥുനം ക്രീഡിച്ചു സുഖിക്കുന്നു എന്നു മോദമോഖേദമോ ഇല്ലാതെ ആത്മഗതംചെയ്തു. 'ഹേ! പ്രണയലോലരായ സ്ത്രീപു

രുഷന്മാരേ! നിങ്ങൾ ഭയപ്പെടരുത്. ഇഷ്ടംപോലെ സുഖം അനുഭവിക്കുവിൻ' എന്നു പറഞ്ഞു മാറിപ്പൊയ്ക്കളഞ്ഞു. രണ്ടുനാഴിക കഴികെ സുരതശ്രമലക്ഷണങ്ങളോടുകൂടി ചൂഡാല ഭർത്താവിന്റെ സമീപത്തേയ്ക്കു ചെന്നു. അദ്ദേഹം ഒരു ഹേമശിലാപട്ടത്തിൽ സമാധിസ്ഥനായി അർദ്ധമുകുളിതനയനനായി സ്ഥിതിചെയ്തിരുന്നു. മദനിക സമീപത്തെത്തി ലജ്ജയാലെന്നപോലെ മുഖവും താഴ്ത്തി മിണ്ടാതെ നിലയായി. ശിഖിദ്ധ്വജൻ സമാധി മാറി. അവളെ നോക്കി യാതൊരു ഭാവഭേദവുമില്ലാതെ മുഖത്തെളിവോടെ മധുരസ്വരത്തിൽ പറഞ്ഞു. 'വത്സേ! നീ ഇത്ര വേഗത്തിൽ ഇങ്ങോട്ടു പോന്നതെന്ത്? നിങ്ങളുടെ ആനന്ദത്തിനു ഞാൻ വിഘ്നകാരിയായി ഭവിച്ചുവോ! പ്രണയവൃത്തികളാൽ ഇനിയും പോയി ഭർത്താവിനെ സന്തോഷിപ്പിക്കുക. അന്യോന്യാഭിലാഷത്തോടുകൂടിയ അനുരാഗം ത്രൈലോക്യത്തിൽ ദുർല്ലഭമാണ്.'

മദനിക പറഞ്ഞു:- ഹേ മഹാഭാഗാ! സ്ത്രീകൾ സ്വഭാവേന ചപലകളാണ്. മാത്രമല്ല പുരുഷന്മാരെക്കാൾ അവർക്കു എട്ടുമടങ്ങു കാമവും ഏറും. അബലയും ബാലയുമായ ഞാൻ മൂഢത്വത്താൽ അപരാധം ചെയ്തു പോയതു ക്ഷമിക്കണം. സാധുക്കൾ ക്ഷമാശീലന്മാരാണല്ലോ.

ശിഖിദ്ധ്വജൻ:-ഭദ്രേ! എനിക്കു കോപമേ ഇല്ല. ഉണ്ടെങ്കിൽ ആകാശത്തു വൃക്ഷമുണ്ടെന്നു വിചാരിക്കുക. സജ്ജനനിന്ദയെ ഭയപ്പെടുകകൊണ്ടുമാത്രം മേലാൽ നിന്നെ ഭാര്യയായി സ്വീകരിക്കുന്നില്ലെന്നേയുള്ളൂ.

സമഭാവനവും ശാന്തയുമായ ഈ വചനം ഉച്ചരിച്ചു വീണ്ടും സമാധിയിൽ ലയിച്ചു. ഇതു കണ്ടപ്പോൾ ചൂഡാലയ്ക്കു ഭർത്താവിന്റെ ഭാവശുദ്ധി ബോദ്ധ്യമായി. അഹോ! ഭാഗ്യവാനായ ഇദ്ദേഹം സർവത്ര സമദർശിയായി ഭവിച്ചു. ഭോഗാശയോ സമ്പദാശയോ മേലിൽ ഉദിക്കയില്ല. എന്റെ പരമാർത്ഥം ഇനി അറിയിക്കുന്നതുകൊണ്ട് ദോഷം വരാനില്ല. മദനികാരൂപം മാറ്റി ഇപ്പോൾത്തന്നെ ചൂഡാലയായി അഗ്രഭാഗത്തു ഞാൻ സ്ഥിതിചെയ്യുന്നുണ്ട്. ഇങ്ങനെ ചിന്തിച്ചു ചൂഡാല സ്വന്തരൂപത്തിൽ അവിടെ പ്രത്യക്ഷയായി നിന്നു. ശിഖിദ്ധ്വജൻ കണ്ണുതുറന്നു നോക്കി. തന്റെ പട്ടമഹിഷിയായ ചൂഡാല പ്രണയപേശലമായ മുഖവികാസത്തോടുകൂടി മുമ്പിൽ നിൽക്കുന്നതുകണ്ടു വിസ്മയിച്ചുപോയി. ആശ്ചര്യംകൊണ്ടും ആനന്ദംകൊണ്ടും തൊണ്ട ഇടറിപ്പറഞ്ഞു. 'സുന്ദരി! നീ ആര്? എവിടെനിന്നു വരുന്നു? എത്ര നേരമായി വന്നിട്ട്? ഇവിടെ എന്തിനിങ്ങനെ നിൽക്കുന്നു? നോക്കും വാക്കും ചിരിയും നിലയും വടിവും മുഖവും എല്ലാം കണ്ടിട്ട് എന്റെ സഹധർമ്മിണി ചൂഡാലയെപ്പോലെ തോന്നുന്നുവല്ലോ.'

ചൂഡാല:-പ്രഭോ! തോന്നൽ ശരിതന്നെ; ഞാൻ അങ്ങയുടെ സഹ

ധർമ്മിണിയായ ചൂഡാലയാണ്. അകൃത്രിമമായ ശരീരത്തെ ഇപ്പോൾ ഞാൻ പ്രകാശിപ്പിച്ചു കുംഭാദിദേഹങ്ങളെടുത്ത് അങ്ങേയ്ക്കു ബോധമുണ്ടാക്കാനായി പല പ്രപഞ്ചങ്ങളിലും ഞാൻ ഇവിടെ പ്രത്യക്ഷപ്പെട്ടു. ആത്മജ്ഞനായ അങ്ങ് ധ്യാനദൃഷ്ടികൊണ്ടു നോക്കിയാൽ പരമാർത്ഥമെല്ലാം മനസ്സിലാകും.

ചൂഡാലയുടെ ഈ നിവേദനം കേട്ടു ശിഖിദ്ധ്വജൻ പരികരം ബന്ധിച്ചിരുന്ന്, ജ്ഞാനദൃഷ്ടി തെളിച്ചു നോക്കി. താൻ രാജ്യംവിട്ടു തിരിച്ചതുമുതൽ അപ്പോൾ ചൂഡാലയെക്കണ്ടതുവരെയുള്ള സകല സംഭവങ്ങളും കണ്ണാടിയിലെന്നപോലെ മനസ്സിൽ പ്രതിഫലിച്ചുകണ്ടു. ക്ഷണേന സമാധിയിൽനിന്നെഴുന്നേറ്റ് ആനന്ദപുളകത്തോടു കൈകൾ രണ്ടും നീട്ടി ചൂഡാലയെ ചിരകാലം ആലിംഗനം ചെയ്തു. ആനന്ദത്തള്ളലിന്റെ ഘനതകൊണ്ട് അൽപസമയത്തേക്ക് ഒന്നും മിണ്ടാൻ ശക്തനായില്ല. അനന്തരം പത്നിയെ മടിയിൽ പിടിച്ചിരുത്തി പ്രണയമധുരമാംവണ്ണം പറഞ്ഞു. ഭദ്രേ! ഒരു തരത്തിലും കടന്നുകയറാൻ സാദ്ധ്യമല്ലാത്ത സംസാരകുഹരത്തിൽനിന്നും നീ എന്നെ ഉദ്ധരിച്ച യുക്തി ഏതൊന്നിനോടുപമിക്കാം. അനാദിഗഹനവും അനന്തവും വിഷമവുമായ മോഹഗഹ്വരത്തിൽ അകപ്പെട്ടു ദുഃഖിക്കുന്ന ഭർത്താക്കന്മാരെ കുലാംഗനകൾ ശ്രമപ്പെട്ടു രക്ഷിക്കുക പതിവാണ്. സംസാരസമുദ്രത്തിന്റെ മറുകരയെ പ്രാപിച്ച് ഇച്ഛകളെല്ലാം അസ്തമിച്ചിരിക്കുന്ന നിനക്ക് ഈ ഉപകാരത്തിനു ഞാൻ എങ്ങനെയാണ് പ്രതിക്രിയ ചെയ്യുന്നത്.

ചൂഡാല:-നാഥാ! ശുഷ്കങ്ങളായ ഓരോ ക്രിയകളിൽ താങ്കളേർപ്പെട്ടിരുന്നപ്പോൾ ആ ദുരവസ്ഥയെക്കുറിച്ച് എനിക്ക് അനൽപമായ ദുഃഖമുണ്ടായി. അതുനിമിത്തം ഇപ്പോൾ അങ്ങയെ പ്രബുദ്ധനാക്കാനും സംഗതിയായി. ഇതിൽ ഞാൻ സാധിച്ചത് സ്വാർത്ഥത്തെത്തന്നെയാണ്. ഇക്കാര്യത്തിൽ താങ്കൾ എനിക്കു ഗൗരവം കൽപിക്കേണ്ട കാര്യമില്ല. തുച്ഛകളായ തൃഷ്ണാകലനകളും സങ്കൽപദുഷ്കലനകളും ആകാശത്തിൽ പർവതമെന്നപോലെ ഇപ്പോൾ താങ്കളിൽ കാണപ്പെടുന്നില്ല.

ശിഖിദ്ധ്വജൻ-ഞാൻ നിരീഹനും നിരംശനുമായി ഭവിച്ചു. ആകാശംപോലെ നിർമ്മലനും നിസ്പൃഹനും ആയിരിക്കുന്നു. എന്റെ അഹങ്കാരം ശാന്തമായി. വളരെക്കാലമായിട്ട് ഇപ്പോഴാണ് ഞാൻ ഞാനായത്. പരിപൂർണ്ണചിന്മാത്രനിഷ്ഠനായി സ്വസ്ഥനായും തീർന്നു. സന്തോഷമോ ദുഃഖമോ എനിക്കില്ല. ഇക്കാണപ്പെടുന്ന ലോകവും അന്യമായതും ഞാനല്ല. തേജോബിംബങ്ങളിൽനിന്നും നിർഗ്ഗമിച്ചതും കുഡ്യാദികളായ ആശ്രയാന്തരങ്ങളിൽ പതിക്കാത്തതും ക്ഷയവൃദ്ധികളില്ലാത്തതും ആയ പ്രകാശത്തോടു സദൃശനായി വർത്തിക്കുന്നു. നിത്യസദ്വസ്തുവായി യാ

തൊന്നു ഭവിക്കുന്നോ അതുതന്നെ ഞാൻ. നാമരൂപാദികളില്ലായ്കയിൽ ആപത്ത് ഇന്നതെന്നു പറഞ്ഞറിയിക്കാൻ നിവൃത്തിയില്ല. ഉത്തമേ! നീ എന്റെ ഗുരുവായി ഭവിക്കുന്നു. നിന്നെ ഞാൻ നമസ്കരിക്കുന്നു. ഹേ വിശാലാക്ഷി! ഭവതിയുടെ പ്രസാദംകൊണ്ടു സംസാരസമുദ്രത്തിൽനിന്നും കരയേറാൻ എനിക്കു സാധിച്ചു. ഞാൻ സർവാതീതനും സർവഗനുമായി സ്വച്ഛമായ ആകാശംപോലെ സ്ഥിതിചെയ്യുന്നു.

ചൂഡാല-ഈ അവസ്ഥയിൽ ഹേ മഹാത്മാവായ വല്ലഭ! അങ്ങ് ഇഷ്ടപ്പെടുന്നത് ഏതെന്നു പറഞ്ഞാലും.

ശിഖിദ്ധ്വജൻ-ഞാൻ ഒന്നിനേയും പ്രതിഷേധിക്കുന്നില്ല. ഒന്നുംതന്നെ അഭിലഷിക്കുന്നുമില്ല. നീ യാതൊന്നിനെ ആചരിക്കുന്നോ അതിനെത്തന്നെ ഞാനും ആചരിച്ചുകൊള്ളാം. സുന്ദരി! നീ എന്തെങ്കിലും അറിയുന്നുവെങ്കിൽ അതിനെ ചെയ്യുക. രത്നം നിഴലിനെ എന്നപോലെ ഞാൻ അതിനെ പകർത്തിക്കൊള്ളാം. ഒന്നിനേയും ഞാൻ നിന്ദിക്കുകയോ സ്തുതിക്കുകയോ ചെയ്യുകയില്ല ഇച്ഛിക്കുന്നപോലെ ചെയ്തുകൊള്ളുക.

ചൂഡാല-അങ്ങനെയാണെങ്കിൽ എന്റെ അഭിപ്രായം പറയാം. ജീവന്മുക്തനായ അങ്ങ് അതു കേട്ടിട്ട് യുക്തമെന്നു തോന്നുന്നുവെങ്കിൽ അനുഷ്ഠിക്കുക. നാം ഇപ്പോൾ സർവവും ഏകരൂപമായി ദർശിക്കകൊണ്ട് അജ്ഞാനഭയങ്ങളെല്ലാം നീങ്ങി ആഗ്രഹങ്ങളും അടങ്ങി ആകാശവിശദരായി വസിക്കുകയാണ്. ആദ്യന്തമധ്യങ്ങളിൽ ഒരുപോലെ സ്ഥിതിചെയ്യുന്ന നാം അജ്ഞാനത്തെ ഒന്നിനെ ഉപേക്ഷിച്ചിട്ട് ബ്രഹ്മത്വത്തെ പ്രാപിച്ച്, പഴയപടി വീണ്ടും രാജ്യത്തെ രക്ഷിച്ചിരിക്കണമെന്നാണെന്റെ പക്ഷം. അങ്ങനെ ഇരുന്നു കാലാന്തരത്തിൽ വിദേഹമുക്തിയെ പ്രാപിക്കയും ചെയ്യാം. അങ്ങു സ്വന്തരാജ്യത്തിൽ സിംഹാസനസ്ഥനായി സ്ഥിതി ചെയ്യുക. ഞാനും അങ്ങേടെ മഹിഷീപദത്തെ അലങ്കരിച്ചു വസിക്കാം. ഇതു ദുഃഖമാണ്, ഇതു ദുഃഖമല്ല എന്നു ഭാവനകൾ രണ്ടുമില്ലാതെ സകല ഏഷണകളും നീങ്ങി ശാന്തപദത്തിൽ വർത്തിച്ചാലും.

ശിഖിദ്ധ്വജൻ-ഹേ സുന്ദരി! സമബുദ്ധ്യാ ഭവതി ഉരചെയ്ത വചനം യുക്തംതന്നെ. രാജ്യം സ്വീകരിച്ചാലെന്ത്; ഒരു ഹാനിയും ഭവിക്കാനില്ല. സുഖദുഃഖവിചാരവും മത്സരാദി മനോദോഷവും ഇല്ലാതെ നമുക്കു സ്വച്ഛമായി സ്വതന്ത്രമായി രാജ്യത്തിൽ വസിക്കാം.

ഇതുകേട്ടു ചൂഡാല എഴുന്നേറ്റു സപ്തസമുദ്രങ്ങളിലെയും ജലത്താൽ പൂർണ്ണമായ ഒരു കുംഭത്തെ പുരോഭാഗത്തു സങ്കൽപിച്ചു. രാജാവിനെ കിഴക്കു മുഖമാക്കി ഇരുത്തി, അപ്പോൾത്തന്നെ ആ മംഗല കുംഭത്തിലെ ജലംകൊണ്ടു അഭിഷേകംചെയ്തു. രാജാവും ദേവിയായ ചൂഡാലയെ ആസനസ്ഥയാക്കി അഭിഷേകവിധി അനുഷ്ഠിച്ചു. ഹേ സു

ന്ദരി! യാത്രയിൽ നമ്മെ അകമ്പടി സേവിക്കുന്നതിനു വേണ്ട സൈന്യങ്ങളേയും ഭവതി സങ്കൽപംകൊണ്ടു വരുത്തുക എന്നുപറഞ്ഞു. ചൂഡാല സങ്കൽപിച്ച ക്ഷണത്തിൽ കാനനം നിറയെ സൈന്യങ്ങൾ ആവിർഭവിച്ചു. രാജയോഗ്യമാംവണ്ണം അലങ്കരിച്ചതും സാമന്തന്മാരാൽ രക്ഷിക്കപ്പെട്ടതുമായ ഒരു വലിയ കൊമ്പനാനപ്പുറത്ത് രാജാവും രാജ്ഞിയും ആരോഹണം ചെയ്തു. ബാധയില്ലാതവണ്ണം തിക്കിത്തിരക്കി നടക്കുന്ന അനവധി പദാതികളാൽ അനുഗതനായി അപ്പോൾത്തന്നെ മഹേന്ദ്രശൈലത്തിൽ നിന്നു പുറപ്പെട്ട് അൽപകാലംകൊണ്ട് സ്വർഗ്ഗശോഭനമായ സ്വപത്തനത്തെ പ്രാപിച്ചു. മന്ത്രിമാരും സാമന്തന്മാരും ആദരപൂർവം ജയ ജീവ സ്തുതിവാദങ്ങൾ ഉൽഘോഷിച്ചു പുറപ്പെട്ടുവന്ന് എതിരേറ്റു രണ്ടു കക്ഷിസൈന്യങ്ങളും തമ്മിൽ സമ്മേളിച്ച് തുര്യാദിവാദ്യമേളനാഘോഷത്തോടുകൂടി കൊട്ടാരത്തിൽ പ്രവേശിക്കയും ചെയ്തു. ശിഖിദ്ധ്വജരാജൻ പതിനായിരംവർഷം ചൂഡാലയോടുകൂടി ദേഹസ്നേഹവും വിഷയസ്നേഹവും ഇല്ലാതെ രാജ്യം രക്ഷിച്ചുവസിച്ചു. അനന്തരം എണ്ണവറ്റിയ ദീപംപോലെ ദേഹത്തെ ഉപേക്ഷിച്ച് ജന്മാവൃത്തി ഇല്ലാതവണ്ണം നിത്യനിർവാണം അടഞ്ഞു. ഇപ്രകാരം അനന്തഭോഗങ്ങളെ ഭുജിച്ചു വളരെക്കാലം സകല രാജാക്കന്മാരുടെയും ചൂഡാരത്നംപോലെ പരിലസിച്ച ശിഖിദ്ധ്വജൻ സർവത്യാഗിയായി തൽസ്വരൂപത്തെ പ്രാപിച്ചതിൽപിന്നെ ആഗതപ്രകൃതത്തെ ശോകരാഗാദികളോടുകൂടാതെ വീണ്ടും അനുസരിച്ച് ജീവന്മുക്തപദത്തിലിരുന്നു വിദേഹമുക്തിയെ പ്രാപിച്ചു.

നിർവാണപ്രകരണത്തിൽ വൈശ്യന്റേയും ചിന്താമണിയുടേയും ഗജത്തിന്റേയും ഉപാഖ്യാനങ്ങളടങ്ങിയ ശിഖിദ്ധ്വജോപാഖ്യാനം എന്ന 37-ാം സർഗ്ഗം കഴിഞ്ഞു.

കചോപാഖ്യാനം

വസിഷ്ഠൻ-രാമ! ശിഖിദ്ധ്വജരാജന്റെ മാർഗ്ഗത്തെ അവലംബിച്ചാൽ ഒരിക്കലും ദുഃഖം ഉണ്ടാകയില്ല. ആ രാജശ്രേഷ്ഠൻ ബോധത്തെ പ്രാപിച്ചതുപോലെതന്നെ, ബൃഹസ്പതിപുത്രനായ കചനും അഭിജ്ഞനായി ഭവിച്ചിട്ടുണ്ട്. നീ അപ്രകാരം ബോധത്തെ ലഭിക്കൂ!

ശ്രീരാമൻ-ഭഗവാനേ! ബൃഹസ്പതിനന്ദനൻ പ്രബോധവാനായതെങ്ങനെയെന്നു സംക്ഷേപിച്ചു പറയണമേ!

വസിഷ്ഠൻ-കചൻ ബാലഭാവമതിക്രമിച്ച് തൽത്വംപദാർത്ഥങ്ങളറിഞ്ഞയുടനെ, സംസാരസരണി തരിക്കണമെന്നുള്ള താൽപര്യത്തോടുകൂടി, ബൃഹസ്പതിയെ വണങ്ങി പറഞ്ഞു. പിതാവേ! ജീവതന്തുവാൽ നിബദ്ധനായിരിക്കുന്ന ജന്തു സംസാരപഞ്ജരത്തിൽനിന്നും രക്ഷപ്പെടുന്നതിനുള്ള വഴിയെന്ത്?

ബൃഹസ്പതി-പുത്ര! അനർത്ഥരൂപങ്ങളായ മകരമത്സ്യങ്ങൾ അധിവസിക്കുന്ന ഈ സംസാരസാഗരം, സർവത്യാഗയാനപാത്രത്തെ ആശ്രയിച്ചു കടന്നു കയറാവുന്നതാണ്.

പിതാവിന്റെ പരമപാവനമായ ഈ ഉപദേശം ശ്രവിച്ച ക്ഷണത്തിൽ തന്നെ കചൻ സർവ്വസ്വവും ഉപേക്ഷിച്ച് ഏകാന്തമായ കാനനത്തെ പ്രാപിച്ചു. മകന്റെ യാത്ര യാതൊരുവിധമായ മനോവേദനയ്ക്കും ഹേതുവായില്ല. സംയോഗത്തിലോ വിയോഗത്തിലോ മഹാന്മാർക്ക് ക്ഷോഭം ഭവിക്കുമോ? ഏഴെട്ടുവത്സരം കഴികെ ഒരിക്കൽ ഒരു കാനനഭാഗത്തിൽവച്ച് കചൻ പിതാവിനെ കണ്ടു. പിതൃസഹജമായ വാത്സല്യത്തോടുകൂടി അദ്ദേഹം ആലിംഗനം ചെയ്കയും പുത്രൻ പൂജിച്ചുവന്ദിച്ച് നമസ്കാരപൂർവ്വം ഉപചരിക്കയും ചെയ്തു. എന്നിട്ട്, മധുരസ്വരത്തിൽ പിതാവേ! ഞാൻ സർവ്വസ്വവും ഉപേക്ഷിച്ചിട്ടുകഴിഞ്ഞിട്ട് എട്ടുവർഷമായിരിക്കുന്നു. ഇതുവരെയും മനസ്സിനു വിശ്രാന്തി ലഭിച്ചില്ല കാരണമെന്ത്? എന്നു ചോദിച്ചു.

മകനേ, നീ സർവ്വസ്വവും ഉപേക്ഷിക്കുക എന്നുമാത്രം അരുളിച്ചെയ്തശേഷം ഭഗവാനായ ബൃഹസ്പതി മറഞ്ഞുപൊയ്ക്കളഞ്ഞു. ഉടനെ കചൻ അരയിൽ ചുറ്റിയിരുന്ന കീറത്തുണി മുതലായതെല്ലാം ദൂരത്തെറിഞ്ഞു. അവന്റെ ഹൃദയം സൂര്യചന്ദ്രാദികളോ മേഘങ്ങളോ യാതൊന്നുമില്ലാത്ത സ്വച്ഛമായ ആകാശംപോലെ തെളിഞ്ഞു. എന്നിട്ടും ആത്യന്തികമായ ദുഃഖനിവൃത്തി ഭവിച്ചില്ല. പിന്നെയും മൂന്നുവത്സരം കഴികെ, കാട്ടിൽ ഒരിടത്തുവച്ച്, പിതാവിനെ വീണ്ടും കണ്ടുമുട്ടി. ഭക്തിപൂർവം പൂജിച്ചു നമസ്കരിച്ചു ഉള്ളിൽ കൊള്ളാത്ത സങ്കടത്തോടെ തൊണ്ടയിടറിപ്പറഞ്ഞു. ജനയിതാവേ! ഞാൻ എല്ലാം ഉപേക്ഷിച്ച്, അരയിൽ പഴന്തുണിപോലും ചുറ്റാതെ നിർവാണപ്രകൃതിയായി ജീവിക്കയാണ്. എന്നിട്ടും ആത്മപദ വിശ്രാന്തി ലഭിക്കുന്നില്ല. ഇനി എന്തു വേണ്ടു! എന്നു ചോദിച്ചു.

ബൃഹസ്പതി-മകനേ, നീ എല്ലാം ത്യജിച്ചു എന്നു പറഞ്ഞതുകൊണ്ടായില്ല. എല്ലാം എന്നതു മനസ്സാണെന്നത്രേ വിദ്വാന്മാരുടെ അഭിപ്രായം. അതിനെ ഉപേക്ഷിച്ചാൽ നീ വിശ്രാന്തനായി ഭവിക്കും. സർവ്വത്യാ

ഗം എന്ന വാക്കിനു മനസ്സിന്റെ ത്യാഗം എന്നാണർത്ഥം. ഇങ്ങനെ ഉദ്ബോധിപ്പിച്ച് പുത്രനെ ആലിംഗനം ചെയ്തശേഷം ദേവഗുരു ആകാശത്തിലുയർന്നു മറഞ്ഞു. കചൻ മനസ്സിനെ ഉപേക്ഷിക്കാനായി അതിനെ അന്വേഷിക്കാൻ തുടങ്ങി. എത്ര ചിന്തിച്ചിട്ടും ചിത്തത്തിന്റെ സ്വരൂപം കാണപ്പെടാതായപ്പോൾ, ബുദ്ധിപൂർവ്വം യുക്തിവാദം ആരംഭിച്ചു. ദേഹാദിപദാർത്ഥങ്ങളൊന്നും ചിത്തമല്ലെന്നു സിദ്ധമാണ്. നിരപരാധങ്ങളായ അതുകളെ എന്തിനായി ഏതവസ്ഥയിൽ ഞാൻ ഉപേക്ഷിക്കണം? നേരെ അച്ഛന്റെ അടുക്കലേക്കു പോകാം. മഹാശത്രുവായ ചിത്തത്തെ അദ്ദേഹത്തോടു ചോദിച്ചറിഞ്ഞ്, ഉടനെ ദൂരത്തുതള്ളി വിജ്വരനായി വസിക്കാം ഇങ്ങനെ നിശ്ചയിച്ചു പുറപ്പെട്ടുപോയി, ബൃഹസ്പതിയെ വണങ്ങി, അച്ഛാ! ചിത്തമെന്നുവച്ചാൽ എന്താണ്? എന്നു ചോദിച്ചു.

ബൃഹസ്പതി-ചിത്തമെന്നത് അവനവന്റെ അഹങ്കാരമല്ലാതെ മറ്റൊന്നുമല്ല. ജന്തുക്കൾക്കു ഞാനെന്നുള്ള ഒരു ഭാവമുള്ളിലുണ്ടല്ലോ, അതാണ് ചിത്തമെന്നു പറയപ്പെടുന്നത്.

കചൻ-പിതാവേ, അഹങ്കാരത്യാഗം സാധിക്കത്തക്ക ഒരു കാര്യമാണെന്നു തോന്നുന്നില്ല. അതു സാധിക്കാൻ വല്ല മാർഗ്ഗവുമുണ്ടെങ്കിൽ പറഞ്ഞുതരണം.

ബൃഹസ്പതി-വത്സ! എത്രയോ എളുപ്പമായ ഒരു കാര്യം മഹാവിഷമമാണെന്നു നീ പറഞ്ഞതിൽ ഞാൻ അത്ഭുതപ്പെടുന്നു. പുഷ്പത്തിന്റെ ഇതൾ വിടർത്തുന്നതേക്കാളും കണ്ണടച്ചു തുറക്കുന്നതേക്കാളും സുകരമാണ് അഹങ്കാരത്യാഗം. ആദ്യന്തങ്ങളില്ലാത്തതും ഏകവും നിർമ്മലവും വിസ്തൃതവും, ആകാശത്തെക്കാൾ അത്യുച്ഛവും ആയ ചിന്മാത്രംതന്നെ സർവത്ര സാക്ഷിയായി വിളങ്ങുന്നത്. അതിനെത്തന്നെ ഹൃദയത്തിലുറപ്പിച്ചു ധ്യാനിച്ചുകൊണ്ടു ശാന്തനായി സ്ഥിതിചെയ്യുക. മിഥ്യാരൂപമായ അഹങ്കാരം അപ്പോൾ ഒഴിഞ്ഞുപൊയ്ക്കൊള്ളും. ആകാശസ്വച്ഛമായ ചിത്തുതന്നെ സർവത്ര പരിലസിക്കുമ്പോൾ അഹങ്കാരത്തിനു സ്ഥാനമേത്? അത് ഏതൊന്ന്? എവിടെ നിന്നുണ്ടായി? അവസ്തുരൂപമാകയാൽ, വാസ്തവചിൽപ്രതിഭാസമായ അന്തഃകരണത്തിൽ ഉദയം ചെയ്യുന്നതെങ്ങനെ? വെള്ളത്തിൽ പൊടിയും അഗ്നിയിൽ ജലവും ഉണ്ടാകുമോ? പുത്ര! ഇവൻ ഞാൻ എന്നിങ്ങനെയുള്ള അർത്ഥമില്ലാത്ത പ്രത്യയത്തെ നീ ഉപേക്ഷിക്കുക! അത്, തുച്ഛവും പരിമിതാകാരവും, ദിക്കാലാദിവ്യവച്ഛേദങ്ങൾക്ക് അധീനവുമാണ്. നീയോ ദിക്കാലാദ്യനവച്ഛിന്നവും സ്വച്ഛവും വിസ്തൃതവും, സർവാർത്ഥവും ഏകാർത്ഥവുമായ നിർമ്മലചിന്മാത്രമാണെന്നും ധരിച്ചുകൊൾക.

ഇപ്രകാരം പരമവും അനുത്തമവുമായ ഉപദേശം ലഭിക്കകൊണ്ട്, അന്തഃകരണവിശുദ്ധി സിദ്ധിച്ച കചൻ ജീവന്മുക്തപരമപദത്തെ പ്രാപിച്ചു. ഹേ രാമ! ജീവപുത്രനെപ്പോലെ, നിർമ്മമനും നിരഹങ്കാരനും സകല ബന്ധങ്ങളുമറ്റ പ്രശാന്തമനസ്കനുമായി നിർവികാരാവസ്ഥയിൽ വർത്തിക്കുക! അഹങ്കാരം അസദ്രൂപമാണെന്നു ധരിക്കുക! അതിനെ ആശ്രയിക്കയും ത്യജിക്കയും വേണ്ട, സത്യത്തിൽ ഇല്ലാത്തതായ മുയൽക്കൊമ്പു ത്യജിക്കണമെന്നോ ഗ്രഹിക്കണമെന്നോ പറഞ്ഞാൽ വല്ല അർത്ഥവുമുണ്ടോ? അഹങ്കാരം എന്ന് ഒന്നില്ലെന്നുതന്നെ നീ വിശ്വസിക്കുക!

നിർവാണപ്രകരണത്തിൽ കചോപാഖ്യാനം എന്ന
മുപ്പത്തിഎട്ടാം സർഗ്ഗം കഴിഞ്ഞു.

മിഥ്യാപുരുഷോപാഖ്യാനം

വസിഷ്ഠൻ-രാമ! ഒന്നെന്നും രണ്ടെന്നുമുള്ള ഭാവനകൾ രണ്ടുമുപേക്ഷിച്ച് ശേഷിക്കുന്ന പരമപദത്തിൽ നീ വിശ്രമിക്കൂ! മിഥ്യാപുരുഷനെപ്പോലെ അർത്ഥമില്ലാതെ മനസ്സിനെ ക്ലേശിപ്പിക്കരുത്.

ശ്രീരാമൻ-ഭഗവാനേ! അങ്ങേ മുഖപത്മത്തിൽ നിന്നും ഉദ്ഗളിക്കുന്ന ജ്ഞാനാമൃതം പാനം ചെയ്കയാൽ ഞാൻ സംതൃപ്തനായി. എന്നാലും, പ്രസംഗവശാൽ ചോദിക്കയാണ്. മിഥ്യാപുരുഷൻ ആര്? വാസ്തവത്തിൽ ഇല്ലാതെ ഉണ്ടെന്നു തോന്നിക്കുന്ന പുരുഷനെന്നർത്ഥമാണല്ലോ.

വസിഷ്ഠൻ-രാമ, മിഥ്യാപുരുഷന്റെ സ്വരൂപം അറിയുന്നതിന് ഞാൻ ഒരു ഉപാഖ്യാനം പറയാം. കേട്ടാൽ ചിരിച്ചുപോകും. മൂഢത്വത്താൽ അഭിമാനിയും ബുദ്ധിഹീനനുമായ ഒരു പുരുഷൻ മായായന്ത്രമയനായി ശുദ്ധശൂന്യമായ ഒരേകാന്തത്തിൽ വസിക്കുന്നു. സൂര്യചന്ദ്രന്മാരുടെ പരിവേഷംപോലെയും മരുവിലെ മരീചികപോലെയും അവൻ അവസ്തുഭൂതനാണ്. അവന്റെ വാസസ്ഥലത്ത് ആരെങ്കിലുമുണ്ടെങ്കിൽ അത് അവൻ മാത്രമാണ്. ആകാശാദിരൂപത്തിൽ അഭിഭാസിച്ചുകൊണ്ടിരിക്കുന്ന പ്രപഞ്ചാതീതമായ സത്യവസ്തുവെ, ബുദ്ധിഹീനത നിമിത്തം അവൻ കാണുന്നില്ല. ക്രമേണ പുഷ്ടിപ്പെട്ടപ്പോൾ, അവന് ആകാശത്തെ ഒരടവിനകത്താക്കി രക്ഷിക്കണം എന്നൊരു സങ്കൽപം ഉദിച്ചു. ഇഷ്ടവസ്തുവെ ആരും രക്ഷിക്കേണ്ടതാണല്ലോ എന്നും തോന്നി ഉദ്ദേശസാദ്ധ്യ

ത്തിനായി വിസ്തൃതമായ ഒരു ഗൃഹം പണികഴിപ്പിച്ച് അതിനകത്തു ആ കാശത്തെ വച്ചു രക്ഷിക്കയാണെന്ന് അഭിമാനിച്ചുകൊണ്ടിരുന്നു. ശരദാ ഗമനത്തിൽ കാർമേഘത്തിനും കാറ്റടിയാൽ തിരമാലയ്ക്കും നാശം ഭ വിക്കുന്നതുപോലെ, കാലാതിപാതം നിമിത്തം ആ ഭവനം നശിച്ചുപോ യി. ഹാ! ഗൃഹാകാശമേ! നീ നശിച്ചുവോ! ഹാ ഹാ! ഗൃഹം നശിച്ച പ്പോൾ നീ എവിടെ മറഞ്ഞുകളഞ്ഞു എന്നിങ്ങനെ ദുഃഖിതനായി അ വൻ വിലപിച്ചു. അനന്തരം ഒരു കിണറുണ്ടാക്കി ആകാശത്തെ അതിന കത്തു സൂക്ഷിച്ചുവന്നു. ഒട്ടുകാലം ചെന്നപ്പോൾ കിണറു നികഴ്ന്നുപോ യി. അയ്യോ എന്റെ ആകാശം നഷ്ടപ്പെട്ടല്ലോ എന്നു പിന്നെയും ദുഃഖി ക്കുകയായി. വേഗംതന്നെ ഒരു കുടമുണ്ടാക്കി ആകാശത്തെ രക്ഷിച്ച് കുംഭാകാശപരനായി കുറച്ചുനാൾ വസിച്ചു. ആ കുംഭവും നഷ്ടപ്പെട്ടു കഴിഞ്ഞു. ദുർഭഗൻ ഏതൊന്നിനെ സ്വീകരിച്ചാലും അതു നഷ്ടത്തിൽ തന്നെ കലാശിക്കുമത്രേ. കുംഭാകാശം നശിച്ചതുകണ്ട് കുണ്ഠിതപ്പെട്ടു നിലവിളിച്ചുകൊണ്ട്, ആകാശരക്ഷണത്തിനായി ഒരു വലിയ കുണ്ഡം ഉ ണ്ടാക്കിവച്ചു. അതും കാലക്രമേണ നശിക്കയാൽ ദുഃഖവിഹ്വലനായി വലുതായ ഒരു നാലുകെട്ടു പണിയിച്ച് അതിനകത്തെ ആകാശത്തെ അഭിമാനിച്ചുകൊണ്ടിരുന്നു.

കാറ്റാടിയാൽ ഇല ഉണങ്ങിപ്പൊടിഞ്ഞുപോകുന്നതുപോലെ കാല ക്രമേണ ആ നാലുകെട്ടും നശിച്ചു. അപ്പോഴും അടങ്ങാത്ത ദുഃഖത്തോ ടുകൂടി അവൻ പരിദേവനം തുടങ്ങി. അനന്തരം വലിയ ഒരു ധാന്യപ്പുര പണിയിച്ച് അതിനുള്ളിലുള്ള ആകാശത്തിൽ താൽപര്യത്തോടുകൂടി വ സിച്ചു. ധാന്യപ്പുരയും കാലംകൊണ്ട് നഷ്ടപ്പെടുകയാൽ അവന്ന് അ നൽപമായ ദുഃഖമുണ്ടായി. ഇങ്ങനെ വിഭിന്നമായ ഓരോരുപാധിയിൽ ആകാശരക്ഷണം അഭിമാനിക്കനിമിത്തം അവന്റെ ജീവിതം ദുഃഖമയ മായിത്തന്നെ കഴിഞ്ഞുകൊണ്ടിരുന്നു. രാമചന്ദ്ര! നോക്കുക! ദുർബുദ്ധി യായ അവൻ ഭവനം കിണറു മുതലായവയിലെ ആകാശം താന്റേതാ ണെന്നഭിമാനിക്കകൊണ്ട് ദുഃഖത്തിനുമേൽ ദുഖം ഇടവിടാതെ അനുഭ വിക്കുന്നു. ഉപാധികളുടെ ഗമനാഗമനസംബന്ധത്തിൽ വ്യാമോഹിച്ച് താ നേ നശിക്കുകയും ചെയ്യുന്നു.

ശ്രീരാമൻ-പ്രഭോ! മിഥ്യാപുരുഷപ്രസംഗംകൊണ്ട്, നിന്തിരുവടി ഉ പന്യസിച്ച മായാമയൻ ആരാണ്? ആകാശരക്ഷണവും ഏതർത്ഥത്തി ലാണു പറഞ്ഞത്?

വസിഷ്ഠൻ-രാമ! മായായന്ത്രമയനായ പുരുഷനാക്കി ഞാൻ കൽ പിച്ചത്, ശൂന്യാകാശത്തിൽ ഉദയംചെയ്യുന്ന അഹങ്കാരത്തെയാണെന്ന

റിഞ്ഞുകൊൾക. ഇക്കാണപ്പെട്ട ജഗത്തെല്ലാം യാതൊരു ചിദാകാശകോശത്തിലാണോ ഉദയം ചെയ്തിരിക്കുന്നത്, സർഗ്ഗാദിയിൽ ആ ആകാശം അവസ്തുവായി ശൂന്യമായി സ്ഥിതിചെയ്യുന്നു. നിശ്ചലവായുവിൽ ചലനമെങ്ങനെയോ അതുപോലെ ആദ്യമായി അതിൽനിന്നും അഹങ്കാരം ഉണ്ടാകുന്നു. വാസ്തവത്തിൽ അനാത്മാവായ അഹങ്കാരം ചിദാകാശരൂപമായ ആത്മാവിന്റെ രക്ഷണത്തിനായി പലവിധത്തിലുള്ള ദേഹങ്ങളെ, തുടരെത്തുടരെ അവ നശിച്ചാലും പ്രയത്നേന വീണ്ടും സൃഷ്ടിക്കുകയാണ്. ഭവനം, കിണറ്, കലം, കുടം മുതലായ ഉപാധികളിൽ നിരാവരണാകാശത്തെ സൂക്ഷിച്ചതായി അഭിമാനിച്ചതുപോലെ, സർവവ്യാപിയായ ചിദാത്മാവിനെ ശരീരങ്ങൾ വഹിക്കുന്നതായി അഭിമാനിക്കുന്നു. ഹേ രാഘവാ! നീയും മിഥ്യാപുരുഷനെപ്പോലെ മൂഢമായ അഭിമാനത്താൽ ക്ലേശിക്കരുത്. ആകാശത്തെക്കാൾ വിസ്താരമേറിയതും ശുദ്ധവും സൂക്ഷ്മവും ശിവവും ശുഭവും ആയ ആത്മാവിനെ ഗ്രഹിക്കാൻ ആർക്കുതന്നെ കഴിയും? രക്ഷിക്കാനും ആരൊരുത്തൻ ശക്തനാകും? ഹൃദയാവിച്ഛിന്നമായ ആകാശത്തിന് ശരീരക്ഷയം ഉണ്ടാകുമ്പോൾ, ആത്മാവു നശിച്ചുവെന്ന് മിഥ്യാബോധത്താൽ ജീവരാശികൾ സങ്കടപ്പെടുന്നു. കുടം മുതലായവയിൽ അന്തർഭവിച്ചിരിക്കുന്ന ആകാശത്തിന്, ആ വസ്തുക്കളുടെ നാശത്താൽ യാതൊരു ഹാനിയും ഇല്ലാത്തതുപോലെ ദേഹങ്ങൾ എത്ര നശിച്ചാലും ആത്മാവ് സ്വതന്ത്രനും നിസ്സംഗനുമായി സ്ഥിതിചെയ്യുന്നു. ആകാശത്തേക്കാൾ അണുവിൽവച്ചു അണുവും ശുദ്ധചിന്മാത്രവുമായ ആത്മാവ്, സ്വതഃസിദ്ധമായ അനുഭവമാത്രരൂപത്വം നിമിത്തം നിത്യവർത്തിയായി ഒരിക്കലും നശിക്കാതെയിരിക്കുന്നു. ഒരിക്കലും ഒരിടത്തും അൽപംപോലും അതു ജനിക്കയോ മരിക്കയോ ചെയ്യുന്നില്ല. ജഗദ്രൂപത്തിൽ വിജൃംഭിക്കുന്നത് ഏകവും നിത്യവുമായ ബ്രഹ്മമാണ്. കുമാര! ആത്മാവ് സർവരൂപവും ഏകവും ആദിമധ്യാന്തങ്ങളും ഭാവാഭാവങ്ങളുമില്ലാത്തതും ആണെന്നറിഞ്ഞു സുഖിയായി ഭവിക്കുക! സർവാപത്തുകൾക്കും ഇരിപ്പിടവും അധ്രുവവും അസ്വതന്ത്രവും നശ്വരവും അപ്രാമാണികവും ജഡവുമായ അഹങ്കാരപദത്തെ നിശ്ശേഷം ഉപേക്ഷിച്ച് ജ്ഞാനപദത്തിലെത്തി ജീവന്മുക്താവസ്ഥയെ പ്രാപിക്കുക!

നിർവാണപ്രകരണത്തിൽ മിഥ്യാപുരുഷോപാഖ്യാനം എന്ന
39-ാം സർഗ്ഗം കഴിഞ്ഞു.

ഭൃംഗീശോപാഖ്യാനം

വസിഷ്ഠൻ–ഹേ രാമ! സർവപ്രപഞ്ചാധിഷ്ഠാനുഭൂതമായ ആത്മതത്വത്തിന്റെ വിസ്മൃതി നിമിത്തമാണ് ജഗത്തു സ്ഥിതിയെ പ്രാപിച്ചിരിക്കുന്നത്. അതായത്, കയറ്റുകഷണത്തെ പാമ്പാണെന്നു കരുതുന്നതുപോലെ, ആത്മതത്വത്തെ അനുസന്ധാനം ചെയ്തറിയുന്നതുവരെ തോന്നുന്ന ഒരുഭ്രമം മാത്രമാണ് ജഗത്ത്. രശ്മിജാലം ആദിത്യനിൽനിന്ന് അന്യമാണെന്നു ഏവനൊരുത്തൻ കരുതുന്നുവോ അവന് ആദിത്യനും രശ്മികളും ഏകമാണെന്നുള്ള ഭാവന ഉണ്ടാകുകയില്ല. അതുപോലെ സ്വർണ്ണത്തിൽനിന്നു വള വേറാണെന്നു ഭാവിക്കുന്നവന് ഒരിക്കലും വള സ്വർണ്ണമാകയില്ല. പ്രത്യുത, രശ്മികളും ആദിത്യനും രണ്ടല്ലെന്നു ബോധിച്ചാൽ ഭേദബുദ്ധി ഉദിക്കുന്നില്ല. ഇപ്രകാരം അഭേദബുദ്ധി ആർക്കുണ്ടോ അവനെ നിർവികൽപനെന്നു പറയാം. വളയും സ്വർണ്ണവും അഭേദമായി വിചാരിക്കുന്നവനും സ്വർണ്ണൈകമഹാബുദ്ധിയാകയാൽ നിർവികൽപൻ തന്നെയാകുന്നു. ഹേ രാമ! നീ സകല നാനാത്വങ്ങളും ഉപേക്ഷിച്ച്, ശുദ്ധചിന്മാത്രഗർഭത്തിൽ സ്ഥിതിചെയ്യുന്നതും സംവേദ്യത്തോടു കൂടാത്തതുമായ സംവിത്തത്വത്തിൽ സമാഹിതനായി ഭവിക്കുക! സ്പന്ദശക്തിയെ വായുവെന്നപോലെ ആത്മാവ് സങ്കൽപശക്തിയെ കാര്യോന്മുഖമാക്കിച്ചെയ്യുന്നതെപ്പോഴോ , അപ്പോൾ തങ്കൽനിന്നും അന്യമായ ഒന്നുപോലെ ആഭാസിക്കുന്നതും സങ്കൽപകലനാരൂപവും സർവപ്രപഞ്ചകാരണവുമായ സ്വരൂപത്തെ ധ്യാനിക്കുന്നു. അതുനിമിത്തം മനസ്സായി പരിണമിക്കയും ചെയ്യുന്നു. ആ മനസ്സിനകത്തെ ഒരു വെറും പ്രതിഭാസമാണ് വിസ്തൃതമായ ഈ ജഗത്ത്. ആത്മജ്ഞാന പ്രകാശം തെളിഞ്ഞാൽ ഇരുളുപോലെ മറയും. ജഗത്ത് ഒരിക്കലും സത്യമല്ല. വ്യവഹാര്യത്വമുള്ളതുകൊണ്ട് മിഥ്യയാണെന്നും പറഞ്ഞുകൂടാ. സ്വപ്നംപോലെ ഉദയം ചെയ്തിരിക്കുന്ന ഒന്നാണ്. ശരീരത്തെ സംബന്ധിച്ചാണെങ്കിൽ, കാണുന്നു കേൾക്കുന്നു തൊടുന്നു മണക്കുന്നു പറയുന്നു വ്യവഹരിക്കുന്നു ഉറങ്ങുന്നു ഇവയൊന്നും സത്യത്തിൽ ഭവിക്കുന്നില്ല. സത്യമെന്നു ഭാവിച്ച് ചെയ്യപ്പെടുന്നതെല്ലാം നിർമ്മലവും വിസ്തൃതവും വികസിതസ്വരൂപവുമായ ചിന്മാത്രമാകുന്നു. ബ്രഹ്മമെന്നല്ലാതെ മറ്റൊന്നുമേ ഇവിടെ ഇല്ല. പദാർത്ഥജാതങ്ങൾ സർവവും സംവിന്മാത്രരൂപങ്ങളാകയാൽ, ജഗത്തുതന്നെ സംവിന്മാത്രമാണെന്നു സിദ്ധിക്കുന്നു. അതിൽനിന്നും അന്യമായ കൽപനയില്ലതന്നെ. വിവിധ രൂപചരാചരങ്ങളായി പരിലസിക്കുന്നത് ഒരേ സംവിത്താണ്. ആ സ്ഥിതിക്ക് ദൃശ്യപ്രപഞ്ചമേ വാസ്തവമ

ല്ലെന്നുവരുന്നു. ബന്ധമോക്ഷങ്ങൾക്കു പിന്നെ സ്ഥാനമെവിടെ? രാമച ന്ദ്ര! ബന്ധമെന്നും മോക്ഷമെന്നുമുള്ള വിചാരം ബലാൽകാരേണ നീ ക്കി അഭിമാനവും മാനമദങ്ങളുമകറ്റി, മൗനിയും വശിയുമായി, മഹാത്മ ത്വേന നിരഹങ്കാരനായി തൻകാര്യങ്ങൾ വിഘ്നപ്പെടുത്താതെ ചെയ് തുകൊണ്ടിരിക്കുക. മഹാകർത്താവും മഹാഭോക്താവും മഹാത്യാഗിയു മായി ഭവിക്കുക! സർവശങ്കകളും പരിത്യജിച്ച്, ശാശ്വതമായ ധൈര്യ ത്തെ അവലംബിച്ചു വസിക്കുക.

ശ്രീരാമൻ-പ്രഭോ! മഹാകർത്താവെന്നും മഹാഭോക്താവെന്നും മ ഹാത്യാഗിയെന്നും നിന്തിരുവടി പറഞ്ഞതിന്റെ അർത്ഥം സ്പഷ്ടമാ യില്ല. വിവരിച്ചു പറഞ്ഞുതരുമോ?

വസിഷ്ഠൻ-രാഘവ! ഈ മൂന്നു വ്രതങ്ങളും പണ്ടു പരമേശ്വരൻ ഭൃംഗീശന് ഉപദേശിക്കയും, അതുനിമിത്തം അവന് ദുഃഖശാന്തി ഭവിക്ക യും ഉണ്ടായിട്ടുണ്ട്. അക്കഥ പറയാം. പണ്ടൊരിക്കൽ പരമേശ്വരൻ മ ഹാമേരുപർവതത്തിന്റെ അഗ്നിപ്രഭമായ ഉത്തരശൃംഗത്തിൽ പരിവാരസ മേതം വസിച്ചിരുന്നു. ഒരുദിവസം അദ്ദേഹത്തിന്റെ പാദപത്മങ്ങൾ വണ ങ്ങിനിന്ന് ആത്മതത്വജിജ്ഞാസുവായ ഭൃംഗീശൻ ചോദിച്ചു: നാഥ! തര ങ്ഗതരളയായ ഈ സംസാരരചന കണ്ടിട്ട്, തത്വവിശ്രാന്തി ഭവിക്കാതെ ഞാൻ വിമോഹിക്കുന്നു. ജഗദ്രൂപമായ ഈ ജീർണ്ണഗൃഹത്തിൽ, മനസ്സി ന് അസ്വാസ്ഥ്യം കൂടാതെ കഴിച്ചുകൂട്ടുന്നതിന് പ്രശസ്തിയുള്ള ഏതൊ രു സുസ്ഥിരനിശ്ചയത്തെയാണ് ഞാൻ സ്വീകരിക്കേണ്ടത്!

പരമേശ്വരൻ-ഹേ അനുചര! നീ സർവശങ്കകളും നീക്കി, ശാശ്വത മായ ധൈര്യത്തോടുകൂടി മഹാകർത്താവും മഹാഭോക്താവും മഹാത്യാ ഗിയുമായി ഭവിക്കുക!

ഭൃംഗീശൻ-പ്രഭോ! എനിക്കു മനസ്സിലായില്ല. മഹാനായ കർത്താ വും ഭോക്താവും ത്യാഗിയുമാകുക എങ്ങനെയാണ്? വഴിപോലെ അരു ളിച്ചെയ്യണം.

പരമേശ്വരൻ-രാഗദ്വേഷങ്ങളും ധർമ്മകർമ്മങ്ങളും സുഖദുഃഖങ്ങളും ഫലാഫലങ്ങളും അപേക്ഷിക്കാതെ പ്രവർത്തിക്കുന്നവനാരോ അവനെ മഹാകർത്താവെന്നു പറയാം. മൗനിയായി അഹംഭാവാവമാനമത്സരങ്ങ ളില്ലാതെ മനസ്സിനു ക്ഷോഭമുണ്ടാകാതെ, കർത്തവ്യങ്ങളനുഷ്ഠിക്കുന്ന വനെയും മഹാകർത്താവെന്നു പറയാം. ഒന്നിലും സ്നേഹമില്ലാതെയും ഒരഭിലാഷവും കൂടാതെ കാര്യങ്ങൾ ചെയ്തും സാക്ഷിത്വേന വസിക്കു ന്നവൻ മഹാകർത്താവാകുന്നു. സമവും സ്വച്ഛവുമായ ബുദ്ധിയോടുകൂ ടി ഉദ്വേഗവും ആനന്ദവുമില്ലാതെ മോദിക്കുകയും ഖേദിക്കുകയും ചെ

യ്യാതെ വസിക്കുന്നവനും മഹാകർത്താവാണ്. ജനനമരണ ജീവിതങ്ങളിലും, ആപൽസമ്പൽകാലങ്ങളിലും തുല്യമനസ്സായി വർത്തിക്കുന്നവൻ മഹാകർത്താവാണ്.

ഒന്നിനെയും ദ്വേഷിക്കാതെയും ഒന്നുംതന്നെ വാഞ്ഛരിക്കാതെയും കിട്ടുന്നതെല്ലാം ഭക്ഷിക്കുന്നവൻ മഹാഭോക്താവാകുന്നു. സുഖദുഃഖങ്ങളും ക്രിയായോഗങ്ങളും ഭ്രമമുണ്ടാക്കുന്ന ഭാവാഭാവങ്ങളും, അൽപവും മനഃക്ഷോഭമില്ലാതെ ശാന്തനായി അനുഭവിക്കുന്നവൻ മഹാഭോക്താവാകുന്നു. ജരാമരണങ്ങൾ, ആപത്ത്, രാജ്യപ്രാപ്തി, ദാരിദ്ര്യം ഇവയെ ഒരുപോലെ രമ്യമെന്നു കരുതി സ്വീകരിക്കുന്നവൻ മഹാഭോക്താവാകുന്നു. ഭക്ഷണസാധനം എരിവോ പുളിയോ കയ്പോ ഉപ്പോ ഉള്ളതായാലും, മൃഷ്ടമോ അമൃഷ്ടമോ ഉത്തമമോ അധമമോ ആയാലും, സമഭാവനയോടെ ഭക്ഷിക്കുന്നവൻ മഹാഭോക്താവാകുന്നു. രസമുള്ളതുമില്ലാത്തതും സുഖം തോന്നുന്നതുമല്ലാത്തതുമായ സാധനങ്ങളെ ഒരുപോലെ ഭാവിച്ചു ഭുജിക്കുന്നവൻ മഹാഭോക്താവാകുന്നു. പാലായാലും കള്ളായാലും മറ്റു ശുഭാശുഭപേയം ഏതായാലും, അതിൽ സ്ഥിരമായ സമത്വം പ്രദർശിപ്പിക്കുന്നവൻ മഹാഭോക്താവാകുന്നു. ഇതു ഭോജ്യം ഇതു അഭോജ്യം എന്നുള്ള വികൽപിതവും, അഭിലാഷവുമില്ലാതെ ഭുജിക്കുന്നവൻ മഹാഭോക്താവാകുന്നു. ആപത്തും സമ്പത്തും ആനന്ദവും ദുഃഖവും മോഹവുമെല്ലാം സമബുദ്ധ്യാഭുജിക്കുന്ന സാധുഹൃദയനും മഹാഭോക്താവാകുന്നു

ധർമ്മാധർമ്മങ്ങൾ സുഖം ദുഃഖം മരണം ജനനം മുതലായതെല്ലാം ബുദ്ധികൊണ്ട് പരിത്യജിച്ചിരിക്കുന്നവൻ ആരോ അവനെ മഹാത്യാഗിയെന്നു പറയുന്നു. സകല ഇച്ഛകളും ശങ്കകളും പ്രത്യാശകളും നിശ്ചയങ്ങളും ഉപേക്ഷിച്ചിരിക്കുന്നവനും മഹാത്യാഗി ആകുന്നു. ധർമ്മം അധർമ്മം മനസ്സിന്റെ മനനം അഭിലാഷം ഇവയെ നിരസിച്ചിരിക്കുന്നവനും ഇക്കാണപ്പെട്ട ദൃശ്യകല നിശ്ശേഷം വഴിപോലെ ഉപേക്ഷിച്ച്, ആത്മാവിൽ തന്നെ രമിച്ചിരിക്കുന്നവനും മഹാത്യാഗിയാകുന്നു.

ഹേ രാഘവ! ഇപ്രകാരമാണ് ഭഗവാൻ മഹാദേവൻ ഭൃംഗീശനായി ഉപദേശിച്ചത്. നീയും ഈ ദൃഷ്ടിയെ അവലംബിച്ചുതന്നെ ശോകഹീനനായി വസിക്കുക. നിത്യോദിതവും വിമലരൂപവും അനന്തവും ആദ്യവും ആയ ബ്രഹ്മം മാത്രം സത്യം; മറ്റുള്ള കലാകലനങ്ങളെല്ലാം അസത്യം; എന്ന് ഉത്ഭാവനം ചെയ്തു, നിത്യനിർമ്മല ശാന്തവൃത്തിയും നിരഞ്ജനവുമായി പരമപദം പ്രാപിക്കുക. ദുഃഖരഹിതവും സകല വസ്തുതത്വങ്ങൾക്കു ബീജവും സർവവസ്തുജാതത്തിന്റെയും സ്ഫുരണസ്ഥാ

നവും, ബൃഹത്തും പരമാത്മരൂപവും ആയ യാതൊരു ചിദ്ബ്രഹ്മം ഭവിക്കുന്നോ, അതിൽനിന്നും അന്യമായ സത്താകട്ടെ, അസത്താകട്ടെ യാതൊന്നും ഒരിടത്തും ഒരിക്കലും ഭവിക്കുന്നില്ലെന്നുള്ള ദൃഢനിശ്ചയത്താൽ, സർവസന്ദേഹങ്ങളുമറ്റ അന്തഃപ്രകാശവിലാസത്തോടുകൂടി വസിക്കൂ! രാമ! മനസ്സിനെ എപ്പോഴും അന്തർമുഖമാക്കി ബാഹ്യകാര്യങ്ങളെ ചെയ്തുകൊണ്ടിരുന്നാൽ, ഒരിക്കലും ദുഃഖത്തിനിടയാകാതെ അനഹങ്കാരവാനായി ഭവിക്കും.

നിർവാണപ്രകരണത്തിൽ ഭൃംഗീശോപാഖ്യാനം എന്ന
40-ാം സർഗ്ഗം കഴിഞ്ഞു.

ഇക്ഷ്വാകൂപാഖ്യാനം

ശ്രീരാമൻ-ഭഗവാനേ! അഹങ്കാരമെന്നു പേരായ മനസ്സു നശിച്ചാൽ, അഥവാ നശിച്ചതുപോലെ സങ്കൽപങ്ങളെല്ലാം അസ്തമിച്ചു കഴിഞ്ഞാൽ, പ്രാണികളുടെ ലക്ഷണമെന്തായിരിക്കും? പറയാമോ?

വസിഷ്ഠൻ-രാമ! മനസ്സുനശിച്ചു പാപസംബന്ധങ്ങളെല്ലാം മാറിയാൽ, ബലാൽക്കാരേണ കടന്നുകയറുന്ന ലോഭമോഹാദിദോഷങ്ങൾ, താമരയിലയിലെ ജലമെന്നപോലെ വിശുദ്ധമായ ആശയത്തെ സ്പർശിക്കയില്ല. മൈത്ര്യാദികളായ ശ്രീകൾ ഒരിക്കലും മുഖത്തുനിന്നു മറയുകയുമില്ല. വാസനാഗ്രന്ഥികൾ ക്രമേണ കെട്ടുപൊട്ടി വീഴുകയും, കോപമോഹങ്ങൾ താനേ വഴിയൊഴിഞ്ഞുപോകയും ചെയ്യും. കാമവും ലോഭവും എവിടെയെന്നറിയാതെ ഓടിമറയും. ഇന്ദ്രിയങ്ങളുടെ പ്രവൃത്തി മന്ദിക്കും. സുഖദുഃഖങ്ങളുടെ നടമാട്ടം നിലയ്ക്കും. മനസ്സിനെ കുളുർപ്പിക്കുന്ന സമത്വം സർവത്ര ഉദിക്കും. സുഖദുഃഖങ്ങളുടെ ലാഞ്ഛനംപോലും മുഖത്തു സ്ഫുരിക്കയില്ല. അഥവാ സ്ഫുരിക്കുന്നുണ്ടെങ്കിൽ, അത് കേവലം കൽപിതമായിരിക്കുമത്രേ. മനസ്സിനു നാശമടഞ്ഞ സുകൃതി ദേവന്മാരാൽ പോലും അഭിലഷണീയനാകുന്നു. സമത്വമാകുന്ന ശീതളചന്ദ്രിക അവന്റെ അന്തഃകരണത്തിൽ പ്രകാശിക്കുന്നു. ശരീരം ഉപശാന്തവും ഉജ്ജ്വലവും സമാധിക്കു പ്രതിബന്ധമല്ലാത്തതും നിർവികാരവും ദൈന്യരഹിതവും നിർമ്മലവും ആയിത്തീരുന്നു. സംസാരഭ്രമം ഉൽപത്തിനാശങ്ങളാൽ ഭംഗമുള്ളതും വിചിത്രവും മഹത്തരവും ആണെന്നിരുന്നാലും, സാധുക്കൾക്കു സന്തോഷത്തിനോ സന്താപത്തി

നോ അതു കാരണമാകയില്ല. വിചാരശക്തിയാൽ പ്രകടീഭവിക്കുന്ന മോക്ഷലക്ഷണമായ സത്യവസ്തുവിൽ, ആപദ്രഹിതമായ പരിശുദ്ധാത്മാവിൽ, മോഹം ഹേതുവായിട്ട് ആരുടെ മനസ്സു പ്രവർത്തിക്കുന്നില്ലയോ ആ നരാധമൻ നിന്ദ്യനാണെന്നുള്ളതു നിർവിവാദമത്രേ. നിരന്തരസംഗദുഃഖങ്ങളാകുന്ന രത്നങ്ങൾ നിറഞ്ഞ സംസാരസമുദ്രത്തെ കടക്കണമെന്നാഗ്രഹിക്കുന്നവന് ഉചിതമായ വിശ്രാന്തിയെ പ്രാപിക്കത്തക്ക പരമമായ ഉപായം, ഞാൻ ആര്? ആത്മസ്വരൂപമെന്ത്? ഈ ജഗത്തെങ്ങനെ ഉണ്ടായി? ഭോഗങ്ങളെക്കൊണ്ടു ഫലമെന്ത്? എന്നിങ്ങനെയുള്ള വിചിന്തനമാകുന്നു.

രാമചന്ദ്ര! നിങ്ങളുടെ വംശത്തിലെ ആദിരാജാവായ ഇക്ഷ്വാകു മുക്തിയെ പ്രാപിച്ചത് ഏതുപ്രകാരത്തിലാണെന്നു കേൾക്കുക! ആ രാജശ്രേഷ്ഠൻ രാജ്യപാലനം ചെയ്തു വസിക്കുന്ന കാലത്തൊരിക്കൽ, സുഖമേ ഏകാന്തത്തിലിരുന്ന് ജരാമരണാദികളാൽ സംക്ഷുബ്ധവും സുഖദുഃഖഭ്രമലസിതവുമായ ഈ സംസാരത്തിനു കാരണമെന്തായിരിക്കും എന്ന് ആലോചിക്കാൻ തുടങ്ങി. എത്ര ആലോചിച്ചിട്ടും ജഗത്തിന്റെ കാരണം കണ്ടുപിടിക്കാൻ അദ്ദേഹത്തിനു സാധിച്ചില്ല. അന്നൊരുദിവസം, ബ്രഹ്മലോകത്തുനിന്നും ആഗതനായ മനുവിനെ സൽക്കരിച്ചിരുത്തി വിനീതനായി വണങ്ങി- ഭഗവാനേ! അങ്ങേപ്രസാദത്താൽ ഒരു സന്ദേഹം ഉണർത്തിക്കുന്നതിനു ഞാൻ ധൈര്യപ്പെടുന്നു. ഈ സർഗ്ഗം എവിടെനിന്നുണ്ടായി? അതിന്റെ സ്വരൂപമെന്ത്? അളവെന്ത്? അതിനു നാഥനാര്? ആരാൽ എപ്പോൾ സൃഷ്ടിക്കപ്പെട്ടു? അത്യന്തം വിഷമമായ ഈ സംസാരഭ്രമത്തിൽനിന്നും ഞാൻ എങ്ങനെയാണ് വളരെദൂരം പരത്തി വിതിർത്തിരിക്കുന്ന വലയിൽനിന്നും പക്ഷിയെന്നപോലെ രക്ഷപ്പെടുന്നത്? എന്നുചോദിച്ചു.

മനു പറഞ്ഞു-രാജാവേ! വളരെക്കാലംകൊണ്ടു വികസിതമായ വിവേകത്തിന്റെ ഫലമായിട്ടാണു താങ്കൾ സാരവത്തായ ഈ പ്രശ്നം ഇപ്പോൾ ചെയ്തത്. അതിനെ പരിഹരിക്കാൻ എനിക്കു കൗതുകമുണ്ട്. ഇക്കാണപ്പെടുന്ന ദൃശ്യം ലവലേശം വസ്തുവല്ല. ഗന്ധർവനഗരംപോലെയും മരുമരീചികപോലെയും കേവലം ഭൂമിവിലസിതമാകുന്നു. ഇന്ദ്രിയങ്ങൾക്കും മനസ്സിനും വിഷയമല്ലാത്ത യാതൊരു വസ്തു എങ്ങും കാണപ്പെടാതെ സർവവ്യാപിയായിരിക്കുന്നുവോ അവിനാശിയായ അതുതന്നെ ഉള്ളത്. അതിനെ ആത്മാവെന്ന് പറയുന്നു. ദൃശ്യാദിസർഗ്ഗപരമ്പരയെല്ലാം ആത്മമഹാദർപ്പണത്തിലെ ഒരുതരം പ്രതിബിംബമാണ്. സ്വഭാവേന ബ്രഹ്മത്തിൽ ഉദയം ചെയ്യുന്ന തേജോമയങ്ങളായ സ്ഫുരണ

ശക്തികളിൽ ചിലവ, ബ്രഹ്മാണ്ഡങ്ങളായും മറ്റു ചിലവ ഭൂതതതികളായും തോന്നപ്പെടുന്നു. അല്ലാതെ പരമാർത്ഥത്തിൽ ദൃശ്യപ്രപഞ്ചമില്ല. ബന്ധവും മോക്ഷവും ഇല്ല. നിരാമയമായ ബ്രഹ്മം മാത്രമേയുള്ളു. ഏകത്വമോ ദ്വിതമോ ഇല്ല. സംവിത്സ്വരൂപം ഒന്നുതന്നെ സർവത്ര വിളങ്ങുന്നത്. വെള്ളംതന്നെ ഓളമായും തിരയായും പതയായും, പലതരത്തിൽ വികൃതമാകുന്നതുപോലെ കേവലചിത്ത് വിസ്തൃത പ്രപഞ്ചരൂപേണ പരിസ്ഫുരിക്കയാണ്. ഹേ! രാജേശ്വര! നീ ബന്ധമെന്നും മോക്ഷമെന്നുമുള്ള കലനകളെ ദൂരത്തുപേക്ഷിച്ച്, സംസാരഭയമില്ലാതെ സ്വസ്ഥനായി ആത്മാവിൽ രമിക്കുക. ആ ചിന്മാത്രത്തിന്റെ സംവിത്തുകൾതന്നെ, സങ്കൽപോന്മുഖങ്ങളായി വെള്ളം തിരയായി മാറുന്നതുപോലെ ജീവത്വത്തെ പ്രാപിക്കുന്നു. ആ ജീവന്മാർ മുമ്പുതന്നെ ഉദയംചെയ്ത സംസാരത്തിൽ ജനിച്ചും മരിച്ചും പരിവർത്തിക്കുന്നു. സംഖദുഃഖദശകളും മോഹവും മനസ്സിനെയല്ലാതെ ആത്മാവിനെ സംബന്ധിക്കുന്നില്ല. ഗ്രസിക്കപ്പെടുന്ന ചന്ദ്രനാൽ അദൃശ്യനായ രാഹു ഏതുപ്രകാരം കാണപ്പെടുന്നുവോ, അപ്രകാരം ദേഹാദ്യുപാധികളാൽ അനുഭവമാത്രരൂപനായി ആത്മാവ് അറിയപ്പെടുന്നു. ശാസ്ത്രജ്ഞാനത്താലോ ഗുരൂപദേശത്താലോ ആത്മദർശനം സാദ്ധ്യമല്ല. സ്വപൗരുഷത്താൽ ബുദ്ധിയെ സത്വഗുണനിഷ്ഠമാക്കിയാൽ ദർശിക്കാൻ പ്രയാസവുമില്ല. വഴിയാത്രയിൽ കണ്ടുമുട്ടുന്ന അപരിചിതന്മാരെ, രാഗമോ ദ്വേഷമോ ഇല്ലാതെ ഉദാസീനനിലയിൽ കാണുന്നതുപോലെ ഇന്ദ്രിയങ്ങളാകുന്ന ശത്രുക്കളേയും കാണേണ്ടതാകുന്നു. ദേഹേന്ദ്രിയങ്ങളിൽ ആദരലേശവും അനാദരഭാവവും ആവശ്യമില്ല. പദാർത്ഥമാത്രങ്ങളായിക്കരുതി അവ ഇരിക്കുന്നതുപോലെ ഇരുന്നുകൊള്ളട്ടെയെന്നു നിശ്ചയിക്കണം. രാജേശ്വര! താങ്കൾ പദാർത്ഥജാതങ്ങളായ ദേഹാദികളെ ബുദ്ധികൊണ്ടു ദൂരെത്തള്ളി ശീതളമനസ്സോടെ ആത്മമയനായി ഭവിക്കുക. ദേഹോഹമെന്ന ബുദ്ധി യാതൊന്നോ അതത്രേ സംസാരത്തെ നിബന്ധിക്കുന്നത്. മോക്ഷത്തെ ആഗ്രഹിക്കുന്നവൻ ഒരിക്കലും ആ ബുദ്ധിയെ സ്വീകരിച്ചുകൂടാത്തതാകുന്നു. വിശ്വവിലക്ഷണചിന്മാത്രരൂപനാണ് ഞാൻ, ആകാശത്തെക്കാൾ സൂക്ഷ്മതരനാണ്, എന്നിങ്ങനെ ശാശ്വതയായിരിക്കുന്ന ബുദ്ധി സംസാരമോചനിയാകുന്നു. സൂര്യരശ്മികൾ നിർമ്മലജലത്തിന്റെ അകത്തും പുറത്തും വ്യാപിക്കുന്നതുപോലെ ആത്മചൈതന്യം സർവവസ്തുജാതത്തിലും ഉള്ളും വെളിയും നിറഞ്ഞു വിളങ്ങുന്നു. സ്വർണ്ണം ഓരോ സംസ്ഥാനത്തെ പ്രാപിച്ച് പല രൂപത്തിലായി, കടകം മോതിരം മുതലായ ആഭരണങ്ങളായിത്തിരിയുന്നപ്രകാരം, മായാസഹായനായ ആത്മാവും ഭിന്നാഭിന്നമായ ലോകലൗകികപ്രപഞ്ചഭാവത്തെ അംഗീകരിക്കയാണ്. ഭൂതജാല

ത്തിരത്തള്ളലോടുകൂടിയ ജഗന്നദികൾ, വിനാശബഡവാഗ്നിയാൽ ആക്രാന്തമായ പ്രളയകാലമഹാസമുദ്രത്തെ പ്രാപിക്കുന്നു. കൽപകോടികൾ എത്ര കഴിഞ്ഞിട്ടും ഇന്നും പൂർണ്ണമാകാത്ത ആ കാലസമുദ്രത്തെ നിശ്ശേഷപാനം ചെയ്യുന്ന ആത്മാവാകുന്ന അഗസ്ത്യനെ ഹേ രാജൻ! താങ്കൾ എപ്പോഴും ഭാവിക്കുക! ആത്മാവല്ലാത്ത ദേഹാദി ദൃശ്യജാലത്തിലുള്ള ആത്മാഭിമാനത്തെ ഉപേക്ഷിച്ച്, ജ്ഞാനിയായി ആകാരഗോപനം ചെയ്തു സുഖമേ വസിക്കുക! മാർവത്തു കിടന്നുറങ്ങുന്ന മകനെ ഓർക്കാതെ, ശയ്യയിൽ തപ്പിനോക്കീട്ട് കുഞ്ഞിനെക്കണ്ടില്ലെന്നു വ്യസനിച്ചുകരയുന്ന മാതാവിനെപ്പോലെയാണ്, അത്യന്തസന്നിഹിതനായ ആത്മാവിനെ അന്വേഷിച്ചു ജനങ്ങൾ ദുഃഖിക്കുന്നത്. ദേഹനാശം ഭവിക്കുമ്പോൾ ഹാ ഞാൻ ഹതനായി, നഷ്ടനായി, അനാഥനായി എന്നിങ്ങനെ നിലവിളിക്കുന്നു. ആത്മാവിന് ജരാമരണങ്ങളില്ലെന്നുള്ള വസ്തുത വിചാരിക്കുന്നില്ല. ചലനം ഹേതുവായിട്ട് ജലം തരംഗാദിരൂപത്തിൽ കാണപ്പെടുന്നതുപോലെ, ചിൽസ്വരൂപമായ ബ്രഹ്മവും, സങ്കൽപവശാൽ ആകാശാദിരൂപേണ വിസ്തൃതമായി നാനാരൂപേണ കാണപ്പെടുന്നു. രാജാവേ! താങ്കൾ സങ്കൽപകളങ്കത്തെ നീക്കി മനസ്സിനെ ആത്മാവിൽ സംസ്ഥാപിച്ചിട്ട്, സകല സന്ദേഹങ്ങളുമറുത്ത്, ചലനത്തിലും ചലനരഹിതനെപ്പോലെ, ഈശ്വരഭാവേന സുഖമേ രാജ്യപാലനം ചെയ്തു വസിക്കുക! ലോകപ്രഭു സർഗ്ഗാദികളായ സ്പന്ദങ്ങളാൽ ബാലനെപ്പോലെ ക്രീഡിക്കയും ഒടുവിൽ സംഹാരശക്തിയാൽ സർവവും നശിപ്പിച്ച് ആത്മാവിൽ സ്ഥിതിചെയ്യുകയുമാണ്. യാതൊരു ശക്തികൊണ്ടു ബന്ധമുണ്ടാകുന്നോ യാതൊന്നുകൊണ്ടു മോക്ഷവും വിധേയമാകുന്നോ, ആ ശക്തികൾ രണ്ടും ആത്മാവിനു സ്വഭാവസിദ്ധങ്ങളാകുന്നു. ചന്ദ്രൻ, സൂര്യൻ, അഗ്നി, ചുട്ടുപഴുപ്പിച്ച ഇരുമ്പ്, രത്നം ഇവയിൽ നിന്നു വീശുന്ന തേജോവിശേഷങ്ങൾ, വൃക്ഷങ്ങളിലെ പൂവ് തളിര് ഇവ മുതലായവ നീരൊഴുക്കിൽ പലതരത്തിൽ പൊട്ടിപ്പൊടിയുന്ന നീർത്തുള്ളികൾ, ഇവ ഓരോ കൂട്ടവും അന്യോന്യം അഭിന്നങ്ങളാണെങ്കിലും ഭിന്നങ്ങളായി കൽപിക്കപ്പെടുന്നതുപോലെ, സുവിസ്തൃതമായ ബ്രഹ്മം അവിദ്യാവൈഭവത്താൽ ലോകമെന്നും ഭൂതജാലമെന്നുംമറ്റുമുള്ള ഭേദബുദ്ധിക്കു വിഷയീഭവിക്കുന്നു. ഈ ഭേദഭ്രമം അജ്ഞാനികൾക്കു ദുഃഖപ്രദമായും തീരുന്നു. ആത്മാവ് സർവഅവയവങ്ങളിലും വ്യാപിച്ചിരിക്കയാണെങ്കിലും ദേഹികൾക്ക് ആ വസ്തുത ഗ്രഹിക്കാൻ സാധിക്കുന്നില്ല. അഹോ! വിശ്വവിമോഹിനിയായ മായ അത്ഭുതസ്വരൂപിണിതന്നെ. സർവജഗത്തും ചിദാകാശമയമാണെന്നറിഞ്ഞ്, ശാന്താന്തഃകരണനായി വസിക്കുന്നവൻ ബ്രഹ്മകവചം ധരിച്ച സുഖിയാകുന്നു. അഹങ്കാരത്തെ നിശ്ശേഷമുപേക്ഷിച്ച് പ

ദാർത്ഥഭാവന നീങ്ങിയ സ്വച്ഛമനസ്സോടുകൂടി, നിരാലംബവും ശൂന്യവുമായ ചിദാകാശരൂപത്തിൽ ജഗത്തിനെക്കാണേണ്ടതാകുന്നു. നല്ലതെന്നും കൊള്ളാത്തതെന്നുമുള്ള ഭവനയത്രേ ദുഃഖസന്തതിക്കു ബീജം. സമഭാവനാഗ്നിയിൽ ആ ബീജത്തെ നശിപ്പിച്ചാൽ ദുഃഖത്തിനു പിന്നെ അവകാശമില്ല. നല്ലതെന്നും ആകാത്തതെന്നുമുള്ള ഭേദബുദ്ധിയുള്ളവൻ, അഭാവനാസ്ത്രംകൊണ്ടും സ്വപൗരുഷംകൊണ്ടും മനസ്സിൽനിന്നും ആ ബുദ്ധിയെ ബഹിഷ്കരിക്കേണ്ടതാണ്. അതോടുകൂടി അഭാവനാസ്ത്രത്താൽ തന്നെ കർമ്മകാനനത്തേയും വെട്ടിനീക്കി വാസനകളെ ക്ഷയിപ്പിച്ച്, ദുഃഖരഹിതനായി സ്ഥിതിചെയ്യുക! ഹേ രാജൻ! താങ്കൾ പരിപൂർണ്ണാത്മദർശനനായി ഭുവനമെങ്ങും നിറഞ്ഞ് ഭേദബുദ്ധിയില്ലാതെ, നിർവാസനജ്ഞാനവിലാസത്താലും വിവേകത്താലും വിശിഷ്ടനായി, പരമാനന്ദമുണർത്തി ഉപശമത്താൽ സമഭാവനയും ഉജ്ജ്വലവും നിർമ്മലവുമായ പരിപൂർണ്ണാവസ്ഥയിലെത്തി ഭയലേശമില്ലാതെ ചിത്സ്വരൂപത്തെ പ്രാപിച്ച് ചിരകാലം സുഖിക്കുക!

ഇനി മോക്ഷേച്ഛുക്കൾക്കു വിധിച്ചിട്ടുള്ള യോഗമാർഗ്ഗം ഞാൻ ഇവിടെ സംഗ്രഹിച്ചു ഉപന്യസിക്കാം. ശാസ്ത്രപാഠം, സജ്ജനസംസർഗ്ഗം മുതലായ വിശിഷ്ടചര്യകളാൽ ആദിയിൽ ബുദ്ധിയെ വികസിപ്പിക്കുന്നതത്രെ യോഗവിഹിതമായ ഒന്നാമത്തെ ഭൂമിക. രണ്ടാമത്തേത്, വിചാരണയും മൂന്നാമത്തെ ഭൂമിക അസംഗഭാവനയുമാകുന്നു. വാസനയെ വിലയിപ്പിക്കുന്നത്, അതായത് നശിപ്പിക്കുന്നത് എന്ന അർത്ഥത്തിൽ നാലാമത്തെ ഭൂമികയ്ക്കു വിലാപിന എന്നു പറയുന്നു. നിർവാസനവും സംവിൽസ്വരൂപവുമായ ആനന്ദമത്രേ അഞ്ചാമത്തെ ഭൂമികയുടെ രൂപം. അർദ്ധപ്രബുദ്ധനും അർദ്ധസുപ്തനുമായി ലോകവ്യവഹാരം നടത്തുന്ന ജീവന്മുക്തൻ സ്ഥിതിചെയ്യുന്നത് ഈ ഭൂമികയിലാണ്. ആറാമത്തെ ഭൂമിക, അസംവേദനം അതായത് ബാഹ്യപ്രപഞ്ചത്തെ അറിയായ്ക എന്ന രൂപത്തോടുകൂടിയതാണ്. അത്, സുഷുപ്താവസ്ഥയ്ക്കു തുല്യം ആനന്ദഘനമായ അനുഭൂതിയെ നൽകുന്നതും, ഉപശമഭൂയിഷ്ഠവും ജാഗ്രദാദ്യവസ്ഥാത്രയത്തെ അതിക്രമിച്ച തുര്യപദവുമാണ്.. സാക്ഷാൽ നിർവാണപദമെന്നുതന്നെ അതിനെ പറയാം. സൗമ്യയായ ഏഴാമത്തെ ഭൂമിക, സർവ്വത്ര പരിപൂർണ്ണവും സ്വച്ഛവുമായ അവസ്ഥിതിയത്രേ. അതിപ്രൗഢവും തുര്യാതീതവുമായ ആ മഹാനിർവാണപദവി ജീവിച്ചിരിക്കുന്ന കാലത്തു ആർക്കും ലഭിക്കത്തക്കതല്ല. വിദേഹമുക്തന്മാർക്കുമാത്രം വിഹിതമായിട്ടുള്ളതാകുന്നു. ആദിയിൽ പറയപ്പെട്ട മൂന്നു ഭൂമികകളും ജാഗ്രദവസ്ഥതന്നെ. നാലാമത്തെ ഭൂമികയിൽ ജഗൽപ്രതീതി സ്വപ്നതുല്യമാകയാൽ ആ ഭൂമികയ്ക്കു സ്വപ്നമെന്നു പറയുന്നു. ആനന്ദഘനാ

വസ്ഥയോടുകൂടിയ അഞ്ചാമത്തെ ഭൂമിക, സുഷുപ്തയാകുന്നു. തുര്യാവസ്ഥയത്രേ അസംവേദനരൂപമായ ആറാമത്തെ ഭൂമിക. ഏഴാമത്തേത്, വാക്കിനും മനസ്സിനും എത്താതെ സ്വയംജ്യോതിസ്സായി വിളങ്ങുന്ന അത്യുൽകൃഷ്ടമായ തുര്യാതീതപദംതന്നെയാകുന്നു. രാജാവേ! താങ്കൾ മനസ്സിനെ അന്തർമുഖമാക്കി, ദൃശ്യത്തെ വിഭാവനം ചെയ്യാതിരിക്കാമെങ്കിൽ, മഹത്തായ ആ സമത്വം നിമിത്തം മുക്തനായി ഭവിക്കും-സംശയമില്ല. ഭോഗജന്യങ്ങളായ സുഖദുഃഖാംശങ്ങൾ സ്പർശിക്കപോലും ചെയ്യാത്ത തികവുറ്റ ബുദ്ധിയോടുകൂടി, ആത്മാവിൽ രമിച്ചിരിക്കുന്നതത്രേ മുക്താവസ്ഥ. ഈ അവസ്ഥയോടുകൂടിയവൻ വ്യവഹാരിയോ ഉപശാന്തനോ ഗൃഹസ്ഥനോ സന്യാസിയോ സദേഹനോ വിദേഹനോ ആയാലും സർവഥാ മുക്തനാകുന്നു. ജനനമരണങ്ങൾ എനിക്കില്ല. ഞാൻ ഉള്ളവനോ ഇല്ലാത്തവനോ അല്ല. ഒന്നുംതന്നെ ഞാനല്ല. കേവലചിത്താണ് ഇങ്ങനെ വിചാരിച്ചു ജീവിക്കുന്നവൻ ദുഃഖിക്കുന്നില്ല. എനിക്കു ജരാദിബാധകളില്ല; ഒന്നിനോടും സംബന്ധമില്ല; വാസനയും രാഗദ്വേഷങ്ങളുമില്ല, നിരവയവവും നിത്യനിർമ്മലവുമായ ചിദാകാശമാണു ഞാൻ എന്നീ വിചാരമുള്ളവനും ദുഃഖിക്കാതെതന്നെ ജീവിക്കുന്നു. അതുപോലെ, അഹംമതി എന്നെ ബാധിച്ചിട്ടില്ല. ഞാൻ ശുദ്ധനും ബുദ്ധനും അജരാമരണനുമാണ്, ശാന്തനും പരിപൂർണ്ണനുമാണ്, എന്ന വിചാരത്തോടുകൂടിയവനും, പുല്ലിൻനുനിയിലും ആകാശത്തിലും സൂര്യാദിഗോളങ്ങളിലും ദേവമനുഷ്യനാഗാദികളിലും, നിർഭേദമായി യാതൊന്നു ഭവിക്കുന്നോ അതുതന്നെ, ഞാൻ അതൊന്നുതന്നെ. ഇങ്ങനെ മനനം ചെയ്യുന്നവനും ദുഃഖിക്കുന്നില്ല. അന്തമില്ലാത്ത വിലാസത്തോടുകൂടിയ ചിദ്രൂപനായ എന്റെ മഹിമ, ഊർദ്ധ്വാധോഭാഗങ്ങളിലും വിലങ്ങത്തിലും വ്യാപിച്ചുവിളങ്ങുന്നു എന്ന ബോധത്തോടുകൂടിയവനും ദുഃഖം ഭവിക്കയില്ല.

ഏതൊരർത്ഥമാണോ, ഗാഢമായ വാസനാബന്ധത്തോടുകൂടി ഭുജിക്കപ്പെടുന്നത് അത് ആദിയിൽ സുഖിപ്പിക്കും എങ്കിലും ഒടുവിൽ നാശത്തെ പ്രാപിച്ചിട്ട് ദുഃഖിപ്പിക്കയും ചെയ്യും. സുഖവും ദുഃഖവും ഒന്നോടൊന്നു സംബന്ധപ്പെട്ടുതന്നെ ഇരിക്കയുള്ളു എന്നു പ്രസിദ്ധമാണ്. എന്നാൽ വാസനയെ തീരെ ചുരുക്കിയോ നിശ്ശേഷമുപേക്ഷിച്ചോ സേവിക്കപ്പെടുന്ന അർത്ഥം ഒരിക്കലും സുഖത്തെ ചെയ്യുന്നതല്ല. അതുകൊണ്ട് നാശകാലത്തിൽ ദുഃഖിപ്പിക്കുന്നതുമല്ല. വാസനാബന്ധമില്ലാത്ത ബുദ്ധിയോടുകൂടി യാതൊരു കർമ്മം ചെയ്യപ്പെടുന്നുവോ, അതു വറുത്ത വിത്തുപോലെ ഒരിക്കലും പിന്നെ മുളക്കുന്നില്ല. ദേഹേന്ദ്രിയാദികളാകുന്ന പല കരണങ്ങളാൽ ചെയ്യപ്പെടുന്നതാണല്ലോ കർമ്മം. അതിന്റെ കർതൃത്വമോ ഭോക്തൃത്വമോ, ഒന്നിൽതന്നെ ആരോപിക്കുന്നതെങ്ങനെ? പ

ദാർത്ഥവിഷയകമായ ഭാവനയെല്ലാം ഉപേക്ഷിച്ച് മോക്ഷത്തിനായി ഉദ്യമിച്ചവൻ ചന്ദ്രനെപ്പോലെ ശീതളനും പൂർണ്ണനും സൂര്യനെപ്പോലെ തേജസ്വിയുമായി വിളങ്ങുന്നു. ചെയ്യപ്പെടുന്നതോ ചെയ്തുകഴിഞ്ഞതോ ആയ, കർമ്മരൂപമായ പഞ്ഞിക്കൂട്ടം ദേഹമാകുന്ന ഇലവുവൃക്ഷത്തിൽ ജ്ഞാനക്കാറ്റു വീശിത്തുടങ്ങുമ്പോൾ ദൂരദൂരം പറന്നുപോകുന്നു. പ്രായേണ സർവകലകളും നിത്യാഭ്യാസമില്ലെങ്കിൽ നശിച്ചുപോകുന്നു. എന്നാൽ, ജ്ഞാനകലയാകട്ടെ, ഒരിക്കൽ മനസ്സിലുദിച്ചാൽ, വളമുള്ള കണ്ടത്തിൽ വീണ വിത്തുപോലെ ദിവസംപ്രതി വൃദ്ധിയെ പ്രാപിക്കയാണു ചെയ്യുന്നത്. സരസ്സുകളിലും സമുദ്രങ്ങളിലും ജലമെങ്ങനെയോ അതുപോലെ വിശ്വരൂപനും ഏകനുമായ ആത്മാവ് സകല വസ്തുക്കളിലും സ്ഫുരിക്കുന്നു. അതിനാൽ ഇക്കാണപ്പെട്ട സർവജഗത്തും സങ്കൽപരഹിതവും സത്താമാത്രവും ഏകവുമായ ചിദ്വസ്തുവാണെന്നു അറിഞ്ഞുകൊൾക.

ആത്മാവിന് ഏതു കാലംവരെ വിഷയഭോഗാശ ഇരിക്കുന്നുവോ അതുവരെയും ജീവഭാവം ഭവിക്കുന്നു. ആ ആശ അവിവേകത്താൽ ഉണ്ടാകുന്നതല്ലാതെ സ്വതഃസിദ്ധമല്ലതാനും. വിവേകത്താൽ ആശയ്ക്കു ക്ഷയം ഭവിക്കുമ്പോൾ ആത്മാവ് ജീവത്വത്തെ വിട്ട് ബ്രഹ്മഭാവത്തെ ഗമിക്കുന്നു. രാജാവേ! താങ്കൾ അധോലോകത്തുനിന്നും ഊർദ്ധ്വലോകത്തേയ്ക്കും അവിടെനിന്ന് അധോലോകത്തേയ്ക്കും കയറിയുമിറങ്ങിയും സംസാരഘടീയന്ത്രത്തിൽ ബന്ധിച്ചിരിക്കുന്ന ചിന്തയാകുന്ന കയറ്റിൽ തൂങ്ങുന്ന ജലപാത്രമായി ഭവിക്കരുത്. ഇവൻ എന്റെ മകൻ, അവൾ ഭാര്യ, അയാൾ എന്റെ അച്ഛൻ എന്നിങ്ങനെ ഭ്രമരൂപമായ വ്യവഹാരത്തിൽ മുഴുകി മോഹാന്ധരായി വസിക്കുന്ന ശഠന്മാർ, താഴോട്ടുതാഴോട്ടു പോകുന്നു. ഭ്രമവ്യവഹാരങ്ങൾക്കു ഹേതുവാകുന്ന മോഹത്തെ ബുദ്ധികൊണ്ട് ഉപേക്ഷിച്ചിരിക്കുന്നവൻ മേലോട്ടു മേലോട്ടു പോകയും ചെയ്യും. രാജാവേ, സ്വയം പ്രകാശമായ സ്വാത്മാവിനെത്തന്നെ ക്ഷണേന ആശ്രയിച്ച് സുഖമായി വസിക്കുക! സർവജഗത്തുക്കളെയും സ്വച്ഛാകാശരൂപമായ ആത്മാവായിത്തന്നെ ദർശിക്കുക! വ്യാപ്തമായ ചിദ്രൂപത്തെ പരമാർത്ഥമായി അറിയുമ്പോൾ, സംസാരസമുദ്രത്തിന്റെ പാരതീരത്തിലെത്തി പരമേശ്വരനായി ഭവിക്കാം. ബ്രഹ്മാവും ഇന്ദ്രനും വിഷ്ണുവും വരുണനും, ഏതേതു കർമ്മങ്ങൾ അനുഷ്ഠിക്കാൻ ഉദ്യതന്മാരായിരിക്കുന്നുവോ, അവ എല്ലാം ചിന്മാത്രരൂപനായ ഞാൻതന്നെ ചെയ്യുന്നു എന്നിങ്ങനെ ഭാവിക്കണം. വൈദികങ്ങളോ അവൈദികങ്ങളോ ആയ ദർശനങ്ങളിൽ, ഏതേതുകാലത്ത് എതേതൊക്കെപ്പറയപ്പെട്ടുവോ അതതെല്ലാം സത്യമായിത്തന്നെ ഭവിക്കാം. എന്തെന്നാൽ, ചിത്തിന്റെ വിലാസവിധങ്ങൾ ആർ

ക്കും നിർണ്ണയിക്കത്തക്കതല്ല. മൃത്യുവിനെക്കടന്ന് നിർമ്മനസ്കനായി ചിദ്ഭാവത്തെ പ്രാപിച്ച സുകൃതിക്ക്, അനുഭവപ്പെടുന്ന പരമാനന്ദം, ഏതൊന്നിനോടും ഉപമിക്കത്തക്കതല്ല. രാജാവേ , ഈ ഭുവനം ഉള്ളതും ഇല്ലാത്തതുമല്ല, ചിത്തും അചിത്തുമല്ല; ആത്മരൂപവും അന്യരൂപവുമല്ല എന്ന് ഉത്ഭാവനം ചെയ്യുക. ഈ ഭാവനയുണ്ടാകുമ്പോൾ ഭുവനസ്വരൂപിണിയായ അവിദ്യ താനേ നശിച്ചുപോകുന്നു.

ഹേ ഭൂമീന്ദ്ര! മോക്ഷം എന്നു പറയുന്ന ഒരു ദേശമില്ല. കാലവുമില്ല. മറ്റൊരവസ്ഥയും മോക്ഷം എന്ന പേരിൽ ഇല്ലതന്നെ. അഹങ്കാരവിമോഹം നശിക്കുന്നതോടുകൂടി, വാസനാത്മികമായ അവിദ്യ ലയിച്ചുമറയുന്ന അവസ്ഥതന്നെ മോക്ഷമെന്നു പറയപ്പെടുന്നത്. ശാസ്ത്രാർത്ഥവിചാരത്തിങ്കലുള്ള ചാപല്യവും, നാനാരസാത്മകമായ കാവ്യകൗതുകവും നിശ്ശേഷവികൽപവിഭ്രമങ്ങളും നീങ്ങി സാമ്യനിലയെ പ്രാപിച്ച ധന്യപുരുഷൻ ശാശ്വതസ്വരൂപനായി സസുഖം സ്ഥിതിചെയ്യുന്നു. ഏതൊന്നെങ്കിലുംകൊണ്ട് ശരീരം മറയ്ക്കയും, ഏതോ കിട്ടുന്നതു തിന്നു വിശപ്പടക്കുകയും വിശ്രമാർത്ഥം ഏതൊരിടത്തോ കിടക്കുകയും ചെയ്യുന്നവൻ സാമ്രാജ്യാധിപതിയെക്കാൾ പ്രഭുവാകുന്നു. വർണ്ണാശ്രമാചാരങ്ങളോ ശാസ്ത്രനിയന്ത്രണങ്ങളോ ആദരിക്കാതെ, നിരഭിമാനനായി വസിക്കുന്നവൻ, ദുർബലപഞ്ജരത്തിൽനിന്നു സിംഹമെന്നപോലെ സംസാരവലയെ ഛേദിച്ചു പുറത്തിറങ്ങുന്നു. വിഷയാശാദൃഷ്ടിയില്ലാതെ അത്യന്തം വിരക്തനായി വാക്കുകൾക്കു വിഷയീഭവിക്കാത്തവണ്ണം ശരദാകാശംപോലെ അവാച്യമായ ശോഭയെ വഹിച്ചും, മലഞ്ചെരുവിലെ കയംപോലെ പ്രസന്നഗംഭീരനായും പരമാനന്ദരസത്തിൽ മുങ്ങി താനേ തന്നിൽതന്നെ രമിച്ചു സുഖിക്കുന്നു. കർമ്മങ്ങളിൽ ഫലാപേക്ഷയില്ലാതെ നിത്യതൃപ്തനായി നിരാലംബനായി വർത്തിക്കുന്നവനെ, പാപമോ പുണ്യമോ, മറ്റ് ആയുർഭോഗാദികളോ യാതൊന്നും സ്പർശിക്കുന്നില്ല. പ്രതിബിംബിതപദാർത്ഥങ്ങൾ സ്ഫടികത്തിൽ പറ്റാത്തതുപോലെ, ജ്ഞാനിയുടെ ഹൃദയത്തിൽ കർമ്മഫലസംബന്ധമേ ഭവിക്കയില്ല. അവൻ ജനതാമദ്ധ്യത്തിൽ ദേശാഭിമാനരഹിതനായി വിഹരിച്ച്, സ്വദേഹത്തെ ഛേദിക്കയോ പൂജിക്കയോ എന്തായാലും നിഴലിനെച്ചെയ്യുന്നതുപോലെ കരുതി മോദിക്കയോ ഖേദിക്കയോ ഇല്ല. സ്വകീയമോ പരകീയമോ ആയ സ്തുതിപാഠത്തിൽ പ്രവർത്തിക്കാതെ നിർവികാരനായും താൻ അല്ലാതെ പൂജ്യൻ ഇല്ലെന്നുള്ള ഭാവനയിൽ അന്യപൂജയിൽനിന്നു വിരമിച്ചും, ആചാരനീതികളിൽ പറ്റുണ്ട് ഇല്ല എന്ന നിലയിലും വസിക്കുന്നു. അവനിൽ നിന്നും ലോകത്തിനോ ലോകത്തിൽനിന്നും അവനോ ഭയമുണ്ടാകുന്നില്ല. രാഗം ദ്വേഷം ഭയം ആനന്ദം മുതലായ മനോവൃത്തികളെ തെല്ലും സ്വീകരിക്കാ

തെ എന്നാൽ ഉപേക്ഷിക്കാതെ അവൻ കാലം നയിക്കുന്നു. മഹാശയത്വത്താൽ മഹത്തുക്കൾക്കുപോലും ദുർല്ലഭനായിരിക്കും. എന്നാൽ സ്വച്ഛമനോവൃത്തിനിമിത്തം ബാലന്മാർക്കുതന്നെ സുലഭനായി തോന്നപ്പെടുകയും ചെയ്യും. സ്വശരീരത്തെ എപ്പോഴെന്നില്ലാതെ പുണ്യതീർത്ഥത്തിലോ ചണ്ഡാലക്കുടിയിലോ ഉപേക്ഷിക്കും. ജ്ഞാനോദയസമയത്തിൽ ഇവൻ നിർമ്മനസ്കനും മുക്തനും ആയിരിക്കും. ഞാനെന്നുള്ള തോന്നൽ ബന്ധവും ജ്ഞാനത്താൽ ആ തോന്നൽ നശിക്കുന്നതു മോക്ഷവുമാണ്. അഹംഭാവം നശിച്ചുകഴിഞ്ഞ ജ്ഞാനി സർവജനങ്ങളാലും പൂജ്യനും സ്തുത്യനും പ്രയത്നേന നമസ്കരണീയനുമായി വിളങ്ങുന്നു. ഉദ്ഗതിയെ ആഗ്രഹിക്കുന്ന ഏവരും ആ മഹാത്മാവിനെ ചെന്നു കാണുകയും സേവിക്കയും വേണ്ടതാണ്. യാഗം ദാനം തീർത്ഥസ്നാനം മുതലായ സൽക്കർമ്മങ്ങളാൽ ആർക്കുംതന്നെ പരമപദപ്രാപ്തി ഉണ്ടാകുന്നില്ല. എന്നാൽ സംസാരദുഃഖം നശിച്ച ആത്മവിത്തുകളായ സാധുക്കളുടെ സേവനം ആ പദത്തെ വിധേയമാക്കുമെന്നുള്ളതിനു സംശയവുമില്ല.

ഭഗവാനായ മനു ഇപ്രകാരമരുളിച്ചെയ്തിട്ട്, ബ്രഹ്മഗേഹത്തിലേക്കു യാത്രയായി. ഈ ഉപദേശങ്ങൾ വഴിപോലെ ധരിച്ച ഇക്ഷ്വാകുരാജൻ, ആ ദൃഷ്ടിയെത്തന്നെ അവലംബിച്ചു സ്ഥിരനായി വസിക്കുകയും ചെയ്തു.

(നിർവാണപ്രകരണത്തിൽ ഇക്ഷ്വാകൂപാഖ്യാനം എന്ന
41-ാം സർഗ്ഗം കഴിഞ്ഞു.)

മുനിവ്യാധോപാഖ്യാനം

ശ്രീരാമൻ-ഭഗവാനേ, ജീവന്മുക്തന് ആകാശഗമനാദിസിദ്ധികളൊന്നുമില്ലെന്നല്ലേ പറഞ്ഞു? അവന് പിന്നെ അസാധാരണമായ എന്തൊരു മാഹാത്മ്യമാണ് ഉള്ളത്.

വസിഷ്ഠൻ-രാമ! ജ്ഞാനിയുടെ ബുദ്ധി വിശ്വവിലക്ഷണമായ പ്രഭുത്വത്തിൽതന്നെ ദൃഢമായി ബന്ധിച്ചിരിക്കുന്നു. അത്രമാത്രംകൊണ്ട്, അവൻ നിത്യതൃപ്തനും പ്രശാന്തഹൃദയനുമായ ആത്മാവിൽതന്നെ സ്ഥിതി ചെയ്കയാണ്. ആകാശഗമനാദികളെ തൃണംപോലെ അവൻ അവ

ഗണിക്കുന്നു. താപസമോ മാന്ത്രികമോ താന്ത്രികമോ ആയ സിദ്ധിയുള്ളവർ ധാരാളം ആകാശത്തിൽ സഞ്ചരിക്കയും മറ്റും ചെയ്യുന്നുണ്ട്. സാധാരണപക്ഷികൾതന്നെ ആകാശഗാമികളല്ലേ? അതിൽ അപൂർവതയ്ക്കു അവകാശമെന്തുള്ളൂ? അണിമാദികളായ അഷ്ടൈശ്വര്യങ്ങളും ഇപ്രകാരമുള്ള സിദ്ധന്മാർക്കാണ് പ്രായേണ ലഭിക്കുന്നത്. എന്തെന്നാൽ അവ യത്നസാദ്ധ്യങ്ങളാണ്. ആത്മജ്ഞാനി സർവയത്നങ്ങളിൽനിന്നും നിവർത്തിച്ചിരിക്കകൊണ്ട്, സിദ്ധികളെ അഭിലഷിക്കപോലും ചെയ്യുന്നില്ല. അവന്റെ മനസ്സ് ഒന്നിലും ആസ്ഥയില്ലാതെ ഒന്നിനേയും സ്നേഹിക്കാതെ നിർമ്മമമായിരിക്കയാണെന്നുള്ള വിശേഷം മറ്റു സാധാരണന്മാരെ അപേക്ഷിച്ച് അവനുണ്ട്. ഹേ രാമ! വർണ്ണാശ്രമാചാരാദികളോടുകൂടാതെ, സംസാരരൂപമായ ചിരകാലഭ്രമം നീങ്ങി നിർവൃതനായ ജ്ഞാനിയുടെ മുഖ്യലക്ഷണം കാമക്രോധലോഭമോഹാദ്യാപത്തുകൾ ദിനംപ്രതി നശിച്ചൊഴിയുമെന്നുള്ളതാണ്. ബ്രാഹ്മണൻ ജാത്യാദിമഹിമകൾ വിട്ടു ദുരാചാരത്താൽ ശുദ്രഭാവം സ്വീകരിക്കുന്നതുപോലെ ഈശ്വരൻ ജീവത്വം അംഗീകരിക്കുന്നു. സർഗ്ഗംതോറും ജീവജാലത്തിന്റെ ഉത്ഭവം രണ്ടുപ്രകാരമാണ്. ആദിമചിത്തിന്റെ സ്പന്ദമാത്രത്താൽ ചില ഭൂതങ്ങളുണ്ടാകുന്നുണ്ട്. അവയ്ക്കു കാരണമില്ല. ഈശ്വരങ്കൽനിന്നും ഉത്ഭവിക്കുന്ന സ്വസ്വകർമ്മങ്ങളുടെ ഫലമനുസരിച്ച് ജന്മാന്തരങ്ങളെ അനുഭവിക്കുന്നു. ആദിമജന്മം അവരുടെ അനന്തരകർമ്മങ്ങൾക്കു കാരണമായും ആ കർമ്മങ്ങൾ ജന്മാന്തരങ്ങൾക്കു കാരണമായും തീരുന്നു. ഇതാണ് ജന്മകർമ്മങ്ങളുടെ കാര്യകാരണസംബന്ധം. ജീവജാലങ്ങളെല്ലാം പരബ്രഹ്മത്തിൽനിന്നു നിഷ്കാരണമായി ഉത്ഭവിക്കുന്നു. പിന്നീട് സുഖദുഃഖങ്ങൾക്കു ഹേതുവാകുന്നത് അവരവരുടെ കർമ്മങ്ങളാണ്. കർമ്മങ്ങൾക്കു കാരണം അജ്ഞാനജമായ സങ്കൽപമാകുന്നു. സങ്കൽപത്തെ സ്വീകരിക്കുന്നത് ബന്ധഹേതുവാകയാൽ, അതിനെ നീ ഉപേക്ഷിക്കണം. സങ്കൽപ നിവൃത്തിയത്രേ മോക്ഷം. ആ മോക്ഷാവസ്ഥയെത്തന്നെ നിത്യവും ബുദ്ധികൊണ്ട് അഭ്യസിക്കാൻ ശ്രമിക്കുക! സങ്കൽപദശകളെല്ലാം ക്രമേണ അഭ്യാസത്താൽ പരിഹരിച്ച് ദൃശ്യദർശനസംബന്ധത്തിൽ സദാ അവധാനപൂർവം വർത്തിക്കണം. ദൃശ്യമെന്നോ ദ്രഷ്ടാവെന്നോ ഉള്ള ഭാവത്തെ അഭിമാനിക്കരുത്. സർവഭാവനകളും വിട്ടാൽ ശേഷിക്കുന്നതേതോ ആ തത്വത്തോട് ഏകീഭവിക്കുക! ഇന്ദ്രിയസമൂഹം ഇടവിടാതെ ഏതേതർത്ഥത്തിൽ പതിക്കുന്നോ, ആ പതനം രാഗത്തോടുകൂടിയാണെങ്കിൽ ബന്ധവും രാഗരഹിതമാണെങ്കിൽ മോക്ഷവും ആയിരിക്കും ഫലം. രാമ! മനസ്സിൽ ഏതോ ഒരഭിലാഷമുണ്ടെങ്കിൽ നിന്നെ സം

സാരം ബന്ധിച്ചുകഴിയും. ഒരഭിലാഷവും ഇല്ലെന്നു വരട്ടെ, സകല ബന്ധങ്ങളും താനേ അഴിയും. അതുകൊണ്ട് പുല്ലുമുതൽ ദേവൻവരെയുള്ള ചരാചരജാതി ഒന്നിലും തന്നെ നിന്റെ മനസ്സ് ബന്ധിക്കാതിരിക്കട്ടെ. യാതൊരഭിലാഷവുമില്ലാതെ നീ ഭക്ഷിക്കയോ പ്രവർത്തിക്കയോ ഉപേക്ഷിക്കയോ എന്തോ ആയാലും കർത്തൃത്വമോ ഭോക്തൃത്വമോ ഒന്നും നിന്നെ ബന്ധിക്കയില്ല. നീ നിർമ്മനസ്കനും ശാന്തനും ആയിത്തന്നെ ഇരിക്കും. സാധുക്കൾ ഭൂതകാര്യത്തിൽ ദുഃഖിക്കയോ ഭവിഷ്യത്തിനെ ചിന്തിക്കയോ ചെയ്യുന്നില്ല. അപ്പോഴപ്പോൾ വന്നുകൂടുന്നതിനെ ഉദാസീന നിലയിൽ സ്വീകരിച്ചുകൊണ്ടിരിക്കുമത്രേ. തൃഷ്ണ മദം മോഹം തുടങ്ങിയ ദുർവൃത്തികൾ, മനസ്സിനെ ബന്ധിച്ചിരിക്കുന്ന പാശങ്ങളാണ്. വിദ്വാനായവന് മനസ്സുകൊണ്ടുതന്നെ മനസ്സിനെ ഖണ്ഡിക്കാം. ഇരുമ്പുകൊണ്ട് ഇരുമ്പിനെയെന്നപോലെ വിവേകത്താൽ മൂർച്ചകൂട്ടിയ മാനസത്താൽ മലിനമനസ്സിനെ ഛേദിച്ചു കളയണം. എങ്കിൽ മാത്രമേ സംസാരഭ്രമം നശിക്കൂ. വിദഗ്ദ്ധന്മാർ മലംകൊണ്ടുതന്നെ മലത്തെ നീക്കുന്നു. അസ്ത്രംകൊണ്ടു അസ്ത്രത്തെയും വിഷംകൊണ്ടു വിഷത്തെയും തടുക്കുന്നു. ജീവനു സ്ഥൂലം സൂക്ഷ്മം പരം ഇങ്ങനെ മൂന്നുരൂപങ്ങളാണുള്ളത്. അവയിൽ സ്ഥൂലസൂക്ഷ്മങ്ങളെ ഉപേക്ഷിച്ചു പരമായ രൂപത്തെ നീ ഭജിക്കുക! ഭോഗങ്ങൾക്കായി ഭ്രമിച്ചുഴലുന്ന ശരീരം ജീവന്റെ സുഖദുഃഖാനുഭവത്തിനുള്ള സ്ഥൂലരൂപമാണ്. സങ്കൽപരൂപത്തിൽ സംസാരത്തെ ഭാവനചെയ്യുന്ന ചിത്തം ജീവന്റെ സൂക്ഷ്മരൂപവുമാകുന്നു. ആദ്യന്തരഹിതവും സത്യവും ചിന്മാത്രവും നിർവികൽപവുമായി വിളങ്ങുന്ന ജീവന്റെ ആദിമരൂപമേതോ, അതത്രേ മൂന്നാമതായിപ്പറഞ്ഞ പരരൂപം. ഇതു വിശുദ്ധമായ തുര്യപദമാണ്. മറ്റു രണ്ടിനെയും ഉപേക്ഷിച്ച് ഇതിൽത്തന്നെ ബദ്ധപദനായി നീ ഭവിക്കുക!

ശ്രീരാമൻ-മുനീശ്വര! ജാഗ്രൽസ്വപ്നസുഷുപ്തങ്ങളിൽ സ്ഥിതിചെയ്യുന്നതും അവയാൽ ലക്ഷിക്കപ്പെടാത്തതുമായ തുര്യത്തെ വിവരിച്ചു പറഞ്ഞുതരുമോ?

വസിഷ്ഠൻ-യാതൊരു ചൈതന്യമാണോ അഹം, നാഹം, സത്ത്, അസത്ത് എന്നീ ഭാവനകളും യാതൊന്നിലും പറ്റുമില്ലാതെ സ്വച്ഛമായി സ്ഥിതിചെയ്യുന്നത് അതു തുര്യമെന്നു പറയപ്പെടുന്നു. സമതയോടും ശാന്തതയോടും സ്വച്ഛമാംവണ്ണം ജീവന്മുക്തൻ നടത്തുന്ന ലോകവ്യവഹാരത്തിൽ അംഗീകൃതമായ സാക്ഷ്യവസ്ഥയത്രേ തുര്യം. തുര്യത്തിൽ സങ്കൽപങ്ങളില്ല. അതുകൊണ്ട് ജാഗ്രത്തെന്നോ സ്വപ്നമെന്നോ അതിനെപ്പറഞ്ഞുകൂട. ജഡാവസ്ഥമാകയാൽ സുഷുപ്തവുമില്ല. പ്രത്യക്ഷമായ

ഈ ജഗത്ത്, ശാന്തന്മാരും നല്ലപോലെ ആത്മജ്ഞാനം സിദ്ധിച്ചവരുമായ സാധുക്കൾക്ക് ബ്രഹ്മലീനമായി അനുഭവപ്പെടുന്ന അവസ്ഥയത്രേ തുര്യം. ജഗത്താകട്ടെ, അജ്ഞാനികൾക്കു സ്ഥിരമായി തോന്നപ്പെടുന്നു. അഹങ്കാരകലകൾ നീങ്ങി സമഭാവനമായ മനസ്സ് നിർവികാരമായി ഭവിച്ചാൽ തുര്യാവസ്ഥയായി.

ഹേ രാമ! പ്രബുദ്ധനായ നിനക്ക് ഇനിയും ബോധം വിളങ്ങത്തക്ക ഒരു കഥ ഞാൻ ഉദാഹരിക്കാം. ഒരിക്കൽ അമ്പുകൊണ്ട് ഓടിപ്പോയ മാനിനെത്തേടി പുറകേ ചെന്ന കാട്ടാളൻ കാടകത്തു സമാധിയിലിരുന്ന ഒരു മഹർഷിയെ നോക്കി, ഹേ മുനിശ്രേഷ്ഠ! എന്റെ ബാണം തറച്ച മൃഗം ഇതുവഴി ഓടി വന്നുവല്ലോ, കണ്ടുവോ എന്നു ചോദിച്ചു. ബാഹ്യപ്രപഞ്ചം വിസ്മരിച്ചിരുന്ന താപസൻ ചോദ്യകേട്ടു കണ്ണുതുറന്നു, ഹേ സാധോ! ഞങ്ങൾ ബ്രഹ്മനിഷ്ഠന്മാരായി വനത്തിൽ വസിക്കുന്ന മുനിമാരാണ്. വ്യവഹാര ക്ഷമമായ അഹങ്കാരം ഞങ്ങൾക്കില്ല. ഇന്ദ്രിയവ്യവഹാരങ്ങൾക്കെല്ലാം കർത്താവ് മനസ്സാണ്. അഹങ്കാരരൂപമായ ആ മനസ്സ് പണ്ടേതന്നെ എനിക്കു നശിച്ചുകഴിഞ്ഞിരിക്കുന്നു. ജാഗ്രൽസ്വപ്നസുഷുപ്താവസ്ഥകളൊന്നും ഞാൻ അറിയുന്നില്ല. എപ്പോഴും തുര്യത്തിൽതന്നെ സ്ഥിതിചെയ്യുന്നു. തുര്യാവസ്ഥയിൽ ദൃശ്യപ്രപഞ്ചമേ ഇല്ല.

ഇപ്രകാരം മഹർഷി പറഞ്ഞ വാക്കുകൾക്ക് അർത്ഥം മനസ്സിലാകാതെ, കാട്ടാളൻ അവന്റെ വഴിക്കുപോയി. അതുകൊണ്ടു ഞാൻ പറയുന്നത്, തുര്യത്തിൽ നിന്നും അന്യമായ ഒരു വാസ്തവാവസ്ഥ ഇല്ലെന്നാണ്. യാതൊരു വികൽപങ്ങളുമില്ലാത്ത ചിത്തുതന്നെ തുര്യം. അതൊന്നല്ലാതെ ഇവിടെ മറ്റൊന്നില്ല. ജാഗ്രത്ത്, സ്വപ്നം, സുഷുപ്തം ഇങ്ങനെ മൂന്നു രൂപങ്ങളാണ് ചിത്തത്തിന്. അതനുസരിച്ച് ഘോരം ശാന്തം മൂഢം ഈ മൂന്നു സ്വഭാവത്തോടുകൂടി സ്ഥിതിചെയ്കയുമാണ്. ഘോരം ജാഗ്രന്മയവും ശാന്തം സ്വപ്നമയവും മൂഢം സുഷുപ്താത്മകവുമാകുന്നു. ഈ മൂന്നു രൂപങ്ങളുമില്ലാത്ത മനസ്സ്, മരിച്ചതുതന്നെ, മരിച്ചുകഴിഞ്ഞാൽ സമവും ഏകവുമായ സത്വമായിട്ടത്രേ മനസ്സ് സ്ഥിതിചെയ്യുന്നത്. സത്വാവസ്ഥമായ ഈ മനസ്സിനെത്തന്നെ സകല യോഗികളും യത്നേന സമ്പാദിക്കാൻ ശ്രമിക്കുന്നു. രാമ! ഭേദകൽപനകളില്ലാത്ത മഹാത്മാക്കളായ മഹർഷിമാർ സ്ഥിതിചെയ്യുന്ന നിശ്ചലവും നിസ്സങ്കൽപവുമായ തുര്യപദത്തിൽതന്നെ നിരാമയനായി നീ വസിക്കുക.

നിർവാണപ്രകരണത്തിൽ മുനിവ്യാധോപാഖ്യാനം എന്ന
42-ാം സർഗ്ഗം കഴിഞ്ഞു.

യോഗസപ്തഭൂമികോപാഖ്യാനം

വസിഷ്ഠൻ-രാമ! ശാന്തവും അഗ്രിമവുമായ ബ്രഹ്മം മാത്രം സത്യം. അവിദ്യയും മായയും മായാകാര്യങ്ങളും അസത്യം. ഇങ്ങനെ പ്രപഞ്ചത്തെ തിരസ്കരിച്ച്, ബ്രഹ്മൈകസത്തയെ സ്ഥാപിക്കുകതന്നെ അദ്ധ്യാത്മശാസ്ത്രങ്ങളുടെ സിദ്ധാന്തം. സ്വസ്ഥവും പ്രശാന്തവും നിർഭേദപരിപൂർണ്ണവും സമഗ്രശക്തികൾ അടങ്ങിയതും ബ്രഹ്മസംജ്ഞവുമായ ചിദാകാശത്തെ ശൂന്യമെന്നും വിജ്ഞാനമാത്രമെന്നും ഈശ്വരനെന്നും മറ്റും പല രൂപത്തിൽ ജനങ്ങൾ നിർണ്ണയിച്ചു അന്യോന്യം വാദകോലാഹലം മുഴക്കുന്നു. രാമ! നീ സർവവും ത്യജിച്ച്, മഹാമൗനത്തെ ഭജിക്കുക! നിർവാണാവസ്ഥയിൽ ലയിക്കുക! മനനങ്ങളില്ലാതെ മനസ്സിനെ അടക്കി ആത്മാവിലൂന്നിക്കൊണ്ടു പ്രശാന്തബുദ്ധിയോടെ, കാതും കണ്ണും നാവുമില്ലാത്തവനെപ്പോലെ സർവദാ അന്തർമുഖദൃഷ്ടിയായിരിക്കുക. ജാഗ്രത്തിലും സുഷുപ്തസ്ഥിതനായിത്തന്നെ കർമ്മങ്ങളെച്ചെയ്യുക! ഉള്ളുകൊണ്ടു സർവവും ത്യജിച്ചു പുറമേ വന്നുകൂടുന്നതിനെ വ്യവഹാരാർത്ഥമായിച്ചെയ്തു വസിക്കുക! ചിത്തം ഉണ്ടായിരുന്നാൽ മഹാദുഃഖവും, ഇല്ലാതെയായാൽ പരമസുഖവുമാകുന്നു. അതുകൊണ്ടു ബാഹ്യപ്രപഞ്ചത്തെ അനുസന്ധാനം ചെയ്യാതെ ബ്രഹ്മൈകതാനനായി ചിത്തത്തെ ക്ഷയിപ്പിക്കുക! മനസ്സിനെ സുഖിപ്പിക്കുന്നതോ അല്ലാത്തതോ ഏതുകണ്ടാലും, സമഭാവനനായി കല്ലുപോലെ ഇളകാതെ ഇരിക്കണം. ഇത്രയും ഒന്നു സാധിക്കാമെങ്കിൽ സംസാരസമദ്രത്തിന്റെ മറുകര കടന്നുകഴിയും. ഇതു സുഖം, ഇത് അസുഖം, ഇത് സുഖാസുഖമിശ്രം എന്നീ മൂന്നുവിധമായ ഭേദകൽപനയും ഉണ്ടാകാതിരുന്നാൽ ആത്യന്തികമായ ദുഃഖനിവൃത്തി ഭവിക്കും. തജ്ഞനായവൻ പൂർണ്ണചന്ദ്രനെപ്പോലെ, അന്തഃകരണത്തിൽ അമൃതരസം നിറഞ്ഞു സ്വരൂപസുഖത്തെ ലഭിക്കുന്നു. പ്രപഞ്ചരഹസ്യങ്ങളെല്ലാം മനസ്സിലാക്കി, പരമാത്മാവിൽ ലയിച്ചിരിക്കുന്ന ആ വിശിഷ്ടപുരുഷൻ, പ്രവൃത്തികൾ ചെയ്താലും അവറ്റിൽ അഭിമാനമില്ലായ്കകൊണ്ട് ഒന്നും പ്രവൃത്തിക്കാത്ത ഫലമേ ഉണ്ടാകയുള്ളൂ.

ശ്രീരാമൻ-ഭഗവാനേ! ഏഴു യോഗഭൂമികൾ പറകപ്പെട്ടിട്ടുണ്ടല്ലോ. അവയുടെ അഭ്യാസക്രമം എങ്ങനെ? ഓരോ ഭൂമികയേയും ആരോഹിക്കുന്ന യോഗിയുടെ ചിഹ്നങ്ങൾ ഏവ?

വസിഷ്ഠൻ-രാമ! മനുഷ്യർ പ്രവൃത്തന്മാരും നിവൃത്തന്മാരുമെന്നു

രണ്ടുവിധമാണ്. സകാമധർമ്മാനുഷ്ഠാനത്താൽ സ്വർഗ്ഗത്തെ അപേക്ഷിക്കുന്നവർ പ്രവൃത്തന്മാരും, നിഷ്കാമകർമ്മത്താൽ മോക്ഷത്തെ ഇച്ഛിക്കുന്നവർ നിവൃത്തന്മാരുമാകുന്നു. അവരുടെ ലക്ഷണം പറയാം! കേൾക്കു. മോക്ഷമെത്രയോ നിസ്സാരം, അതേക്കാൾ സംസാരമാണ് ശ്രേഷ്ഠം എന്ന നിശ്ചയത്തോടുകൂടി കർമ്മങ്ങൾ ചെയ്യുന്നവൻ പ്രവൃത്തനെന്നു പറയപ്പെടുന്നു. ഇനി, നിവൃത്തന്റെ ലക്ഷണം പറയാം. തിരയടിക്കുന്ന സമുദ്രങ്ങളുടെ ഇടയ്ക്കുള്ള കരത്തിട്ടയിൽ തുളയുണ്ടാക്കി മറുപുറം കടക്കുന്ന ആമയ്ക്കു മുമ്പോട്ടോ, പിമ്പോട്ടോ പോയാലും ദ്വാരത്തിൽ അനങ്ങാതെ ഇരുന്നാലും വിശ്രമം ലഭിക്കാത്തതുപോലെ, ജന്മത്തിൽ നിന്നു ജന്മാന്തരത്തെ പ്രാപിക്കുന്ന ജീവന്, മുൻജന്മത്തിലോ പിൻജന്മത്തിലോ മദ്ധ്യസ്ഥമായ യാതനാദേഹത്തിലോ യാതൊരു സുഖവുമുണ്ടാകുന്നില്ല. ഇങ്ങനെ നിരന്തരദുഃഖിയായി നിരവധി ജന്മങ്ങളെടുത്താൽ പുണ്യാംശമുണ്ടായി വിവേകമുദിക്കുന്നു. സംസാരം നിസ്സാരമെന്നും വിഫലകർമ്മങ്ങളാൽ ദിവസങ്ങളെ നയിക്കുന്നതു ശരിയല്ലെന്നും തോന്നുന്നു. തൽഫലമായി, വിശ്രാന്തിപരവും കർമ്മഫലതാരതമ്യത്തോടുകൂടാത്തതുമായ പരമപദം ഏതെന്നുള്ള അന്വേഷണം മനസ്സിലുദിക്കുന്ന മോക്ഷേച്ഛു നിവൃത്തനാകുന്നു. അഹോ! ഞാൻ വൈരാഗ്യവാനായി, സംസാരസമുദ്രം എങ്ങനെ കടക്കും എന്നവിചാരം ദൃഢപ്പെടുമ്പോൾ, അവന്റെ ബുദ്ധി ദിവസംതോറും അന്തർവാസനകളിൽനിന്നു വിരമിച്ച്, സർവദാ സന്തോഷത്തോടുകൂടി വിളങ്ങുകയും ചെയ്യും. അവൻ ഗ്രാമ്യങ്ങളായ കൃഷ്യാദിപ്രവൃത്തികളിൽ സംശയഗ്രസ്തനായി ഭവിക്കും. നിരർത്ഥകമോ ദൂഷണപരമോ ആയ വചനം പറകയില്ല. എപ്പോഴും പുണ്യകർമ്മങ്ങളിൽതന്നെ മനസ്സുവച്ചു അന്യന്മാർക്കു ഉപദ്രവമുണ്ടാകാത്ത ശാന്തപ്രവൃത്തികളെച്ചെയ്തുകൊണ്ടിരിക്കും. പാപത്തിൽ ഭയവും ഭോഗങ്ങളിൽ വെറുപ്പുമുണ്ടാകും. ദേശകാലോചിതവും മൃദുവും മധുരവും സ്നേഹഗർഭവുമായ വാക്കുകളെ ഉച്ചരിക്കും. ഈ നില യോഗത്തിന്റെ ഒന്നാമത്തെ ഭൂമികയാണ്. സംസാരതരണത്തെ ഉദ്ദേശിച്ചു മനസാ വാചാ കർമ്മണാ സജ്ജനങ്ങളെ സേവിക്കുന്നതിലും ജ്ഞാനശാസ്ത്രങ്ങൾ അന്വേഷിച്ചു വരുത്തി വായിക്കുന്നതിലും അവൻ ഉൽസുകനായിരിക്കും. ഇപ്രകാരം സന്മാർഗ്ഗവർത്തിയായ പുരുഷനെ ഭൂമികാവാനെന്നും മറ്റു വിധത്തിൽ സദാചാരപരനായി വസിക്കുന്നവനെ ആര്യനെന്നും പറയുന്നു. വിചാരമെന്നുപേരായ രണ്ടാമത്തെ ഭൂമികയെ പ്രാപിച്ചവർ, വേദശാസ്ത്രാഭ്യാസത്താൽ ശുഭാചാരവാന്മാരും, ധാരണ ധ്യാനം മുതലായ യോഗമുറകളെ ശീലിച്ചവരും, അദ്ധ്യാത്മശാസ്ത്രങ്ങൾ വ്യാഖ്യാനിച്ചു കീർത്തി പരത്തിയവരുമായ പണ്ഡിതന്മാരെ സമാശ്രയിക്കുന്നു. അദ്ധ്യാ

ത്മശാസ്ത്രങ്ങൾ കേട്ട്, നിത്യാനിത്യവസ്തു വിവേകമുണ്ടായി ഗൃഹ്യ വിഷയങ്ങളിൽ ഗൃഹപതി എന്നപോലെ, കാര്യവും അകാര്യവും വഴി പോലെ തിരിച്ചറിയുന്നു. ബാഹ്യവിഷയങ്ങളിൽ അൽപാൽപം സ്ഫുരിക്കുന്ന മദം അഭിമാനം മാത്സര്യം ഡംഭ് മുതലായ മനോദൂഷ്യങ്ങളുടെ കയറ്റത്തെ സർപ്പം വളയെ എന്നപോലെ അപ്പോഴപ്പോൾ അകറ്റിക്കളയുന്നു. ഇപ്രകാരം ശുഭവാസനകളാൽ വാസിതഹൃദയനായി, ദ്വിതീയ ഭൂമികയിൽ സ്ഥിതിചെയ്യുന്ന ആ സുകൃതി ഗുരുകാരുണ്യത്താലും സജ്ജനസേവനത്താലും, ശാസ്ത്രാന്തർഭൂതമായ രഹസ്യമെല്ലാം ശരിക്കു ധരിക്കുന്നു. അനന്തരം മനോമോദകരനായി, പുതുപ്പൂമെത്തയിലെന്നപോലെ, അസംസംഗമെന്ന മൂന്നാമത്തെ യോഗഭൂമികയിൽ എത്തിച്ചേരുന്നു. അദ്ധ്യാത്മശാസ്ത്രപ്രതിപാദകമായ ആത്മതത്വത്തിൽ നിശ്ചലമാം വണ്ണം ബുദ്ധിയുറപ്പിച്ച്, മുന്യാശ്രമങ്ങളിൽ വസിക്കുന്ന ആത്മനിഷ്ഠന്മാരുമായി അദ്ധ്യാത്മശാസ്ത്രങ്ങൾ വായിച്ചും സംസാരദൂഷകവും വൈരാഗ്യപ്രതിപാദകവുമായ കഥനങ്ങളിൽ ഏർപ്പെട്ടും ശിലാപട്ടത്തെത്തന്നെ ശയ്യയാക്കി കാലംപോക്കുന്നു. ഇടയ്ക്കിടെ എഴുന്നേറ്റു കാടകങ്ങളിൽ ചുറ്റിയും, വീണ്ടും ആസനസ്ഥനായി സമാധി ശീലിച്ച്, ചിത്തോപശമത്താൽ സിദ്ധമാകുന്ന അനുപമമായ അസംഗസുഖമനുഭവിച്ചും വസിക്കുന്നു. ശാസ്ത്രപാഠം പുണ്യകർമ്മാനുഷ്ഠാനം ഇതുകളെക്കൊണ്ടാണ്, മനുഷ്യർക്കു മൂന്നാംഭൂമികയിലെ ഈ ജ്ഞാനദൃഷ്ടി പ്രകാശിക്കുന്നത്.

ഈ ഭൂമികയെ പ്രാപിക്കുന്നവൻ അസംസംഗത്തെ രണ്ടു പ്രകാരത്തിൽ അനുഭവിക്കുന്നു. സാമാന്യമെന്നും ശ്രേഷ്ഠമെന്നുമാണ് അതിന്റെ പ്രകാരഭേദം. ഞാൻ നിഷ്ക്രിയനാകകൊണ്ടു കർത്താവല്ല. നിത്യതൃപ്തനാകയാൽ ഭോക്താവല്ല. നിർവൃതനാകയാൽ ബാദ്ധ്യനല്ല. നിർവ്യാപരനാകയാൽ ബാധകനുമല്ല എന്നിങ്ങനെ പദാർത്ഥസംഗം അശേഷമില്ലാത്ത അവസ്ഥയത്രെ സാമാന്യസംഗം അഥവാ സുഖമാകട്ടെ, ദുഃഖമാകട്ടെ പൂർവജന്മകർമ്മായത്തമോ, ദൈവായത്തമോ ആണ്. അതിൽ കർത്തൃത്വമഭിമാനിക്കാൻ എനിക്ക് അവകാശമില്ല. വിഷയവിസ്താരങ്ങൾ മഹാരോഗങ്ങളും സമ്പത്തുകൾ മഹാ ആപത്തുകളുമാകുന്നു. സംയോഗം വിയോഗത്തിനായി വന്നുകൂടുന്നതുതന്നെ. ആധികൾ ബുദ്ധിയുടെ വ്യാധികളാകുന്നു. കാലൻ സർവവും വിഴുങ്ങാനൊരുങ്ങി സർവവസ്തുക്കളെയും നശിപ്പിച്ചുകൊണ്ടിരിക്കുന്നു എന്നിങ്ങനെയുള്ള വിചാരം സാമാന്യാസംഗമാകുന്നു. ഈദൃശമായ അഭ്യാസയോഗം സജ്ജനസംഗമം, ദുർജ്ജനവർജ്ജനം, ആത്മവിചിന്തനം, ഇവയാൽ പൗരുഷത്തെ മുൻനിർത്തിച്ചെയ്യുന്ന സമാധ്യാഭ്യാസം നിമിത്തം കൈയിലെ നെല്ലിക്ക

നിപോലെ പരമാർത്ഥവസ്തു പ്രകാശിക്കുമ്പോൾ ഈശ്വരനോ പൂർവ ജന്മകർമ്മമോ ആണ് സകലകർമ്മങ്ങൾക്കും കർത്താവെന്നും താനല്ലെന്നുമുള്ള ശബ്ദാർത്ഥങ്ങളെ ഭാവനം ചെയ്യാതെ, സർവകാരണവും അബാധിതവും പ്രപഞ്ചാതീതവുമായ പരബ്രഹ്മത്തിൽ ലയിച്ച് മൗനമായി ശാന്തമായി സ്ഥിതിചെയ്യുന്നത് ശ്രേഷ്ഠാസംഗമെന്നു പറയപ്പെടുന്നു. യാതൊരു ഭാസനരൂപമാണോ ഉള്ളിലും വെളിയിലും കീഴും മേലും ആശകളിലും ആകാശത്തിലുമല്ലാതെ, പദാർത്ഥത്തിലും അല്ലാത്തതിലും ജഡത്തിലും ചേതനത്തിലുമല്ലാതെ സർവപ്രകാശവും സർവകാരണവും അനാദ്യന്തവും അജവും ശാന്തവും കാന്തവുമായി വിളങ്ങുന്നു അതിനെത്തന്നെ അനുസന്ധാനം ചെയ്യുന്നതു ശ്രേഷ്ഠാസംഗമാകുന്നു. ഹേ രാഘവാ! അന്തഃകരണത്തിൽ മുളച്ചുവളർന്ന സൽക്കാര്യങ്ങളാകുന്ന ഇലകൾ വീശി മനത്തണ്ടിന്റെ അറ്റത്തുനിൽക്കുന്നതും, സംതൃപ്ത്യാനന്ദത്താൽ തുളുമ്പുമാറ്, വിവേകസൂര്യനാൽ വിടർത്തപ്പെട്ടതുമായ ആത്മാനാത്മബോധത്താമരയിൽ ഫലിക്കുന്ന ഫലമാണ് അസംസംഗമെന്ന ഈ മൂന്നാമത്തെ ഭൂമിക. ആദ്യഭൂമിക, വിശുദ്ധസജ്ജനങ്ങളുടെ സംസർഗ്ഗം കൊണ്ടും, പുണ്യകർമ്മാനുഷ്ഠാനംകൊണ്ടും കാകതാലീയംകൊണ്ടും ദൈവഗത്യാ ഉദയം ചെയ്യുകയാണ്. അമൃതായമാനമായ ആ ഭൂമിക മുളച്ചുവെന്നുകണ്ടാൽ മുള വാടിപ്പോകാതെ വിവേകജലം മുറമുറയായി തളിച്ചു സൂക്ഷിക്കണം. വളരുന്നതിന് ഉചിതമായ വളം കൃഷിക്കാരൻ ചെടികൾക്കെന്നപോലെ വഴിപോലെ സംഭരിച്ചുപയോഗിക്കണം. ഇങ്ങനെ വളർത്തുന്നതായാൽ ആ ഭൂമികയിൽ മറ്റു ഭൂമികകൾ ജനിച്ചുതുടങ്ങും ആദ്യഭൂമികയിൽ ചെയ്യുന്ന പ്രയത്നം കൊണ്ട് രണ്ടാമത്തെയും മൂന്നാമത്തെയും ഭൂമിക താനേ സ്വാധീനപ്പെടും. ശ്രേഷ്ഠാസംഗമെന്ന മൂന്നാമത്തെ ഭൂമികയിൽ എത്തിയവന് സങ്കൽപകലനകൾ നിശ്ശേഷം അസ്തമിച്ചു കഴിയും.

ശ്രീരാമൻ-ഭഗവാനേ രാഗാദിദോഷങ്ങളുള്ള മൂഢൻ അസൽകുലത്തിൽ ജനിച്ചവൻ, കാമ്യകർമ്മപ്രസക്തൻ, അധമൻ, യോഗസിദ്ധിയെ പ്രാപിക്കാത്തവൻ ഇവർക്കു സംസാരസമുദ്രത്തെ കടക്കുന്നതിനു വല്ല മാർഗ്ഗവുമുണ്ടോ? യോഗഭൂമികകളിൽ ഒന്നാമത്തെയോ രണ്ടാമത്തെയോ മേലോട്ടുള്ള മറ്റേതെങ്കിലുമോ യോഗഭൂമികയെ പ്രാപിച്ചവൻ ജീവിച്ചിരിക്കുമ്പോഴും മരിച്ചതിനു ശേഷവുമുള്ള അവസ്ഥയെന്തായിരിക്കും. ഈ വസ്തുതകൾ സദയം അരുളിച്ചെയ്യണം.

വസിഷ്ഠൻ-രാമ! രാഗദ്വേഷാദികളോടുകൂടിയ മൂഢന് ജന്മാന്തരശതങ്ങൾ കഴിഞ്ഞാലും, യോഗഭൂമികയിൽ പ്രവേശംലഭിക്കുന്നതുവരെ, സംസാരബന്ധം നീങ്ങുകയില്ല. ഒരുപക്ഷെ, കാകതാലീയയോഗത്താൽ

അവന്നു സാധുസംഗം ലഭിച്ച് സംസാരദോഷങ്ങൾ കണ്ടറിഞ്ഞ് വൈരാഗ്യമുദിച്ചെന്നുവരാം. വൈരാഗ്യം ഭൂമികോദയത്തിനു കാരണമാണെന്നും ഭൂമിക ഉദിച്ചാൽ സംസാരം നശിച്ചുപോകുമെന്നുമാണ് ശാസ്ത്രസിദ്ധാന്തം. ഏതോ ഒരു ഭൂമികയെ ആരോഹിച്ചു മരിച്ച ശരീരിയുടെ ജീവനു ആ ഭൂമികയുടെ ശ്രേഷ്ഠത്വത്തെ അനുസരിച്ച്, പാപകോടികൾക്കു ക്ഷയം സംഭവിച്ചിരിക്കും. സുകൃതത്തിന്റെ ആധിക്യത്താൽ, അവൻ ദേവവിമാനങ്ങളിലോ, ലോകപാലപുരങ്ങളിലോ, മേരുപർവ്വത കുഞ്ജങ്ങളിലോ സുന്ദരിമാരുമായി സുഖിച്ച് ചിരകാലം വസിക്കുന്നു. ഇങ്ങനെ പുരാകൃതമായ സുകൃതസംഭാരം ക്ഷയിച്ച് ഭൂമികാംശമാഹാത്മ്യത്താൽ, പാപക്ഷയവും സംഭവിച്ചിരിക്കുമ്പോൾ, ഗുണവാന്മാരും ശ്രീമാന്മാരുമായ സാധുക്കളുടെ സുരക്ഷിതമായ ഭവനത്തിൽ, യോഗികളായി ജനിക്കുന്നു. വാസനാരൂപേണ യോഗത്തെത്തന്നെ സേവിക്കയും ചെയ്യുന്നു. പൂർവ്വജന്മത്തിൽ പ്രാപിച്ചുകഴിഞ്ഞ ഭൂമികാക്രമം അറിഞ്ഞ് അനന്തരഭൂമികകളിലേക്കുള്ള അഭ്യാസം നടത്തുന്നു. മേൽപറഞ്ഞ ആദ്യഭൂമികകൾ മൂന്നും ജാഗ്രത്താണെന്നത്രേ വിദ്വാന്മാർ പറയുന്നത്. എന്തെന്നാൽ ആ ഭൂമികകളിൽ ജാഗ്രത്തിലെന്നപോലെ വിസ്പഷ്ടമായി ഭേദബുദ്ധിയുടെ സ്ഫുരണം ഉണ്ടാകുന്നു. ഈ ഭൂമികാത്രയത്തെ ആരോഹിക്കുന്ന യോഗിക്ക്, ആദ്യമായി ആര്യന്റെ–അതായത്, ഉൽകൃഷ്ടനായ ഒരു മുമുക്ഷുവിന്റെ–ലക്ഷണങ്ങൾ പ്രകാശിക്കും. ആ ലക്ഷണങ്ങൾ കണ്ടാൽ മൂഢബുദ്ധികൾക്കുപോലും മോക്ഷേച്ഛ ഉദിക്കാതിരിക്കയില്ല. കർത്തവ്യങ്ങളെ അറിഞ്ഞനുഷ്ഠിച്ചും അകർത്തവ്യങ്ങളിൽനിന്നു വിരമിച്ചും, ദേഹധാരണാവശ്യങ്ങളെ ആചരിച്ചു വസിക്കുന്നവൻ ആര്യനാകുന്നു. മനസ്സിനെ വഞ്ചിക്കാതെ ആചാരത്തെയും ശാസ്ത്രത്തെയും ലംഘിക്കാതെ മര്യാദകളെ മാനിച്ചു ലോകവ്യവഹാരം നടത്തുന്നവൻ ആര്യനാകുന്നു. ആര്യത്വമാകട്ടെ, ഒന്നാമത്തെ ഭൂമികയിൽ മുളച്ചു രണ്ടാമത്തേതിൽ വികാസം പ്രാപിച്ച് മൂന്നാമത്തേതിൽ ഫലത്തെ തരുന്നു. ആര്യത്വത്തിൽ സ്ഥിതിചെയ്യുമ്പോൾ മരിക്കുന്ന യോഗി വിശുദ്ധ സങ്കൽപങ്ങളാൽ, സംഭരിക്കപ്പെട്ട ഭോഗങ്ങളെ ചിരകാലം ഭുജിച്ചിട്ട് യോഗശാലിയായിത്തന്നെ വീണ്ടും ജനിക്കും. ആദ്യഭൂമികകളിൽ മൂന്നും അഭ്യസിക്കകൊണ്ട്, അജ്ഞാനനാശവും ജ്ഞാനോദയവും ഉണ്ടായി, പൂർണ്ണചന്ദ്രോദയംപോലെ മനോഹരക്കുളുർമ്മയടയുന്ന മനസ്സ്, അനാദ്യന്തം കടക്കുന്ന യോഗി സർവലോകങ്ങളും നിർവിഭാഗമായും സമമായും കാണുന്നു. അദ്വൈതബുദ്ധി ഉറയ്ക്കുകയും ദ്വൈതബുദ്ധി നശിക്കയും ചെയ്തു കഴിഞ്ഞാൽ, കേവലം സ്വപ്നംപോലെയാണ് ലോകത്തെ അവൻ ദർശിക്കുന്നത്. ജാഗ്രത്തിലെപ്പോലെയാണ് ലോകത്തെ അവൻ ദർശിക്കുന്നത്. ജാഗ്രത്തി

ലെപ്പോലെ ഭേദബുദ്ധിസ്ഫുരണം ഭവിക്കനിമിത്തം ആദ്യഭൂമികാത്രയത്തിനു ജാഗ്രത്തെന്നു പേരുണ്ടായതുപോലെ ശരൽക്കാലത്തു കാർമേഘങ്ങളെന്നവണ്ണം മനസ്സ് ലയിച്ചുപോകുന്നതാകകൊണ്ട് നാലാമത്തെ ഭൂമികയ്ക്കു സ്വപ്നമെന്നു പറയുന്നു. അഞ്ചാമത്തെ ഭൂമികയെ പ്രാപിച്ച യോഗി സത്താമാത്രനായി വിളങ്ങുന്നു. മനസ്സിന്റെ അഭാവത്താൽ അവന് പ്രപഞ്ചവികൽപം ഉദിക്കുന്നതേയില്ല. സുഷുപ്തപദമെന്നു പറയപ്പെടുന്ന ആ ഭൂമികയിലെത്തിയവൻ ദൃശ്യപ്രതീതി നിശ്ശേഷം നീങ്ങി അദ്വൈതത്തിൽതന്നെ സ്ഥിതി ചെയ്യുകയാണ്. ദ്വൈതഭ്രമം ലേശം ഉണ്ടാകാതെ, സന്തുഷ്ടനും ബോധിയുമായി സുഷുപ്തനെപ്പോലെ ഘനഭൂതനായി വർത്തിക്കുന്നു. ബാഹ്യകാര്യങ്ങളിൽ പ്രവർത്തിച്ചാലും മനസ്സിനെ അന്തർമുഖമാക്കി ഉറപ്പിച്ച് പ്രശാന്തനായിരിക്കകൊണ്ട് അവൻ എപ്പോഴും നിദ്രാലുവെന്നപോലെ കാണപ്പെടുന്നു. ഇങ്ങനെ അഞ്ചാംഭൂമികയിൽ അഭ്യാസം നടത്തി ക്രമേണ വിവാസനനായി, തുര്യമെന്നുപേരായ ആറാമത്തെ ഭൂമികയിൽ കടക്കും. അവിടെ സദ്രൂപനും അസദ്രൂപനുമല്ലാതെ, അഹന്തയും അനഹന്തയുമില്ലാതെ മനനങ്ങളേറ്റ് ഭേദാഭേദഭാവങ്ങളെയതിക്രമിച്ചു വസിക്കുന്നു. അഹങ്കാരഗ്രന്ഥി അഴിഞ്ഞ് സന്ദേഹങ്ങളെല്ലാമൊഴിഞ്ഞു; വാസനകളും നശിച്ചു ജീവന്മുക്തനായി, സദേഹനെങ്കിലും നിർവാണനായി ചിത്രത്തിലെ ദീപംപോലെ സ്ഥിതിചെയ്യുന്നു. ആകാശത്തിൽ തങ്ങിയ കുടംപോലെ അകവും പുറവും ശൂന്യമായും സമുദ്രമഗ്നമായ കുടംപോലെ അകവും പുറവും നിറഞ്ഞ് അൽപവസ്തു സമ്പന്നനെങ്കിലും വസ്തുസമ്പത്തിയേ ഇല്ലാത്തവനായും വർത്തിക്കുന്നു. ഇങ്ങനെ ആറാംഭൂമികയിലിരുന്നിട്ട്, ക്രമേണ ഏഴാംഭൂമികയിൽ കടക്കുന്നു. വിദേഹമുക്താവസ്ഥയെന്നാണ് ആ ഭൂമികയെപ്പറക. അത് വാക്കുകൾക്കെത്താത്തതും പ്രശാന്തവും ഭവഭൂമികകളുടെ അവസാന പദവുമാകുന്നു. നിരുപാധികമാകകൊണ്ട് വ്യപദേശവിഷയമല്ലെങ്കിലും, മതഭേദമനുസരിച്ച് ഓരോരുത്തർ അതിനെ ശിവനെന്നും ബ്രഹ്മാവെന്നും വിഷ്ണുവെന്നും അർത്ഥമെന്നും കാലമെന്നും ശൂന്യമെന്നും പ്രകൃതിപുരുഷാത്മകമെന്നും ഇങ്ങനെ പല നാമത്തിൽ വ്യവഹരിച്ചുവരുന്നു.

രാമ! സപ്തഭൂമികകളും പറയപ്പെട്ടു. ഇവറ്റെ യഥാവിധി അഭ്യസിച്ചാൽ ദുഃഖപ്രസംഗമേ ഉണ്ടാകയില്ല. ഈ യോഗഭൂമികകളിൽ, മദോന്മത്തയും മൃദുമന്ദാരസഞ്ചാരിണിയും ഇടംവലം തേറ്റകളുടെ ശംഖഭാഗത്താൽ പ്രശോഭിതയും യുദ്ധോദ്യുക്തയുമായ ഒരു വലിയ പിടിയാന, അക്രമണത്തിനായി നിർഭയം ചുറ്റിനടക്കുന്നുണ്ട്. മഹാ അനർത്ഥങ്ങളെയുണ്ടാക്കുന്ന ആ ജന്തുവിനെ നിഗ്രഹിച്ചല്ലാതെ ഭൂമികാസ്ഥിതന്മാർ

ക്കു വിജയമില്ല. അതുവരെ സംസാരസമ്പൽപോർക്കളത്തിൽ യുദ്ധവീരത്വം അഭിമാനിക്കാനും സാദ്ധ്യമല്ല.

ശ്രീരാമൻ-സ്വാമിൻ! മദമത്തയായ ആ കരിണി ഏത്? ആ യുദ്ധഭൂമികളും ഏവ? കരിണിയെ നിഗ്രഹിക്കുന്നതിനുള്ള ഉപായമെന്ത്? നിത്യവും അതു വിഹരിക്കുന്നതുമെവിടെ? വിവരിച്ചു പറഞ്ഞുതരണം.

വസിഷ്ഠൻ-രാമ! എനിക്കിതുവേണം എന്നൊരിച്ഛ ലോകസാധാരണമായി ഉണ്ടല്ലോ? അതിനെയാണ് ഞാൻ കരിണിയാക്കിപ്പറഞ്ഞത്. പലേ കൗതുകങ്ങളെ ഉളവാക്കുന്ന ആ മത്തജന്തുവിന്റെ സഞ്ചാരം ദേഹമാകുന്ന കാനനത്തിലാണ്. ഇന്ദ്രിയരൂപത്തിലുള്ള ആനക്കുട്ടികളോടുകൂടി രസനയെന്ന ചങ്ങലയും കിലുക്കിക്കൊണ്ട്, സൽക്കർമ്മദുഷ്കർമ്മത്തോറ്റകളുമായി അതു ചുറ്റി നടക്കുന്നു. അതിന്റെ വിശ്രമസ്ഥാനം മനസ്സാകുന്ന കൊടുംകാടാണ്. സർവവിഷയങ്ങളിലും പ്രസരിക്കശീലമായ വാസനാവ്യൂഹം മദജലമാകുന്നു. ഈ കരിണിയുടെ സ്വഭാവം ദീനജീവികളെ നിർദ്ദയം ഹിംസിക്കയത്രേ. മനുഷ്യന് പലവിധത്തിലും ജയാപജയങ്ങളെ ഉണ്ടാക്കുന്ന സംസാരദൃഷ്ടികളാണ് അതിലെ യുദ്ധഭൂമികൾ. അന്തഃകരണകോശത്തിലുള്ള വാസന, കർമ്മേച്ഛ, മനസ്സ്, ചിത്തം, സങ്കൽപം, ഭാവനം, ലാഭേച്ഛ മുതലായവ ആ കരിണിയുടെ നാമസമൂഹമാകുന്നു. ബ്രഹ്മത്തിൽ ഊന്നിയുറപ്പിച്ച മനഃസ്ഥൈര്യമാകുന്ന വരായുധംകൊണ്ടു സർവ്വവിഷയങ്ങളെയും ആത്മരൂപത്തിൽ ഗ്രസിക്കുന്നതും, മറ്റുള്ള ആയുധപ്രയോഗങ്ങളെ വകവയ്ക്കാതെ മുന്നോട്ടടുക്കുന്നതുമായ ആ ജന്തുവിനെ നിർബന്ധപൂർവം നിഗ്രഹിക്കണം. എനിക്കിതുവേണം എന്ന അഭിലാഷമാകുന്ന ആന മനക്കാട്ടിൽ സഞ്ചരിക്കുന്ന കാലത്തോളം ദുഷ്ടസംസാരവിഷവിഷൂചിക ബാധിച്ചുകൊണ്ടേയിരിക്കും. രാമ! ഇതെനിക്കുവേണം എന്ന മനസ്സുതന്നെ സംസാരം. ആ മനസ്സില്ലാതാകുന്നതു മോക്ഷം-ഇതത്രേ ജ്ഞാനോപദേശങ്ങളുടെ സാരസർവസ്വം. സ്വതേ നിർമ്മലവും പ്രസാദകരവുമായ ഗുരൂപദേശം കണ്ണാടിയിൽ എണ്ണത്തുള്ളി എന്നപോലെ നിസ്സങ്കൽപമായ വിമലശിഷ്യനിൽ സംക്രമിക്കുന്നു. മേൽപറഞ്ഞവിധം അനർത്ഥകരമായ ഇച്ഛ അൽപമായിട്ടെങ്കിലും ഉദയം ചെയ്യുന്നതു കണ്ടാൽ വിഷവൃക്ഷത്തിന്റെ മുളപോലെ കരുതി അസംവേദനായുധംകൊണ്ട് ഉടനെ അതിനെ ഛേദിക്കണം. ഇച്ഛയാൽ ആക്രാന്തനായ ജീവൻ എന്നുമെന്നും ദീനനായിരിക്കുമത്രേ. അസംവേദനമാത്രത്താൽ ഇച്ഛയെന്ന സംസാരാങ്കുരം മുളയ്ക്കാതെ തടുക്കാവുന്നതാണ്. അസംവേദനമെന്നത് മനസ്സിന്റെ മൗനാവസ്ഥയാകുന്നു. ഇതു പ്രത്യാഹാരമെന്ന യോഗാംഗമത്രേ. ഇതുകൊണ്ട് ഇച്ഛാവൃത്തിയെ നിഷ്പ്രയാസം നിവാരണം ചെയ്യാം. ഇതെനിക്കു ഭവിക്ക

ട്ടെ എന്ന വിജ്ഞാനം യാതൊന്നോ അതിനു കൽപനമെന്നു പേരാണ്. ബാഹ്യാർത്ഥങ്ങളെ ഭവിക്കാതുള്ള ഇരിപ്പിനു കൽപനാത്യാഗമെന്നു പറയുന്നു. സങ്കൽപമെന്നതു സ്മരണയാകുന്നു. സ്മരണയില്ലായ്ക ശിവവും ശാന്തവുമായ ബ്രഹ്മംതന്നെ. പണ്ടനുഭവിച്ചിട്ടുള്ളതും അല്ലാത്തതുമായ സർവവും സ്മരണത്തിനു വിഷയീഭവിക്കുന്നു. നീ ആ സ്മരണകളെല്ലാം മറന്ന് ആത്മപ്രകാശത്തെ മനസ്സിൽ പൂരിപ്പിച്ചു നിശ്ചലമായ തടിപോലെ നിർവികാരനായി സ്ഥിതിചെയ്യുക. അസങ്കൽപം ഒന്നുതന്നെ പരമമായ ശ്രേയസ്സ്. ജനങ്ങൾ എന്താണാവോ അതിനെ ആദരിക്കാത്തത്. യാതൊരു പരമപദം ചക്രവർത്തിത്വത്തെപ്പോലും തൃണപ്രായമാക്കിച്ചെയ്യുന്നുവോ അതിനെ പ്രാപിക്കാൻ അസങ്കൽപനം മാത്രം മതിയാകുന്നതാണ്. ഗമിക്കേണ്ട ദേശത്തിൽതന്നെ മനസൂന്നി നടന്നുപോകുന്ന ഒരു യാത്രക്കാരൻ സങ്കൽപമില്ലാതെ കാലുകൾ ഇളക്കിയിളക്കി വയ്ക്കുന്നതുപോലെ ബ്രഹ്മനിഷ്ഠന്മാർ മനഃകൽപനത്തോടുകൂടാതെതന്നെ ലോകവ്യവഹാരം നടത്തുന്നു. എന്തിനധികം! സങ്കൽപനം മഹാബന്ധവും അതില്ലാതിരിക്കുന്നതു മോക്ഷവുമാണ്. രാമചന്ദ്ര! കാണപ്പെട്ട ജഗത്തെല്ലാം ശാന്തവും അനന്തവും അനശ്വരവുമായ പരിശുദ്ധചിത്തായി ദർശിച്ചു നിർവൃതനായി വസിക്കൂ. ശാന്തമായ ഉത്തമാസനം മനോമൗനയോഗമാകയാൽ സിദ്ധിയേയോ അസിദ്ധിയേയോ ഗണിക്കാതെ യോഗനിഷ്ഠനായി നീ കർമ്മങ്ങളെ ചെയ്യുക. വികൽപങ്ങളെച്ചെയ്യാതെയുമിരിക്കുക! മൗനയോഗംതന്നെ അപ്രയാസസിദ്ധമായ ചിത്തക്ഷയമെന്നറിയപ്പെടുന്നു. സർവാത്മനാ തന്മയനായ നിന്റെ വാസ്തവരൂപമേതോ അതിൽ സ്ഥിതിചെയ്യുക! ഞാനെന്നും എന്റേതെന്നുമുള്ള അഭിമാനമിരിക്കുന്നതുവരെ നിനക്കു ദുഃഖനിവൃത്തിയില്ല. ആ അഭിമാനം നീങ്ങിയാൽ പിന്നെ ദുഃഖവുമില്ല. ഇതിലേതാണോ ഇഷ്ടം അതിനെ ആചരിക്കൂ! ഹേ രാമകുമാര! സർവത്ര പരിപൂർണ്ണവും നിർവികാരവും ജന്മരഹിതവും സംസാരനിവർത്തകവും ജ്ഞാനസ്വരൂപവുമായ ചിൽബ്രഹ്മത്തെ സർവാത്മകമായി ഭാവനം ചെയ്യുന്നതുതന്നെ കർമ്മത്യാഗമെന്നു പറയപ്പെടുന്നു.

ശ്രീ വാല്മീകിയമായ മോക്ഷോപായം
വാസിഷ്ഠരാമായണം നിർവാണപ്രകരണത്തിൽ യോഗസപ്തഭൂമികോപാഖ്യാനം എന്ന 43-ാം സർഗ്ഗം കഴിഞ്ഞു.

ശാസ്ത്രഗ്രഹണഫലനിർദ്ദേശം

ഇങ്ങനെ പതിനെട്ടുദിവസം മഹാസദസ്സിൽവച്ച് വസിഷ്ഠമുനിയാൽ പ്രബോധിതനായ ശ്രീരാമൻ, സംസാരമോഹപ്രബന്ധങ്ങൾ നീങ്ങി തിരയടങ്ങിയ കടൽപോലെ പരിശുദ്ധസത്വപരിപൂർണ്ണനായി വിളങ്ങി. ഈ അവസരത്തിൽ, സന്തുഷ്ടന്മാരായ ദേവന്മാർ മുത്തുമണികൾ വിതറുന്നതുപോലെ രമണീയമായ വിധത്തിൽ ആകാശംനിറയെ കൽപവൃക്ഷപ്പൂക്കൾ വാരിവാരി വർഷിച്ചു. മനുഷ്യദേഹത്തിൽ രാമനാമാവായി അവതരിച്ച സാക്ഷാൽ വിഷ്ണുഭഗവാൻ അൽപകാലം സംസാരമഗ്നനായി ദുഃഖമാചരിച്ചശേഷം യോഗജ്ഞാനത്താൽ പ്രബോധിതനായി ഭവിച്ചു. ഉടനെ, പിതൃഭ്രാതൃസമേതനായി വസിഷ്ഠമഹർഷിയെ നമസ്കരിച്ചു പൂജിക്കയും സ്തോത്രങ്ങളാൽ വീണ്ടും വീണ്ടും കീർത്തിക്കയും ചെയ്തിട്ട്, 'ഭഗവാനേ, നിന്തിരുപ്രസാദത്താൽ എന്റെ ഹൃദയം, സന്ദേഹങ്ങളും ദുഃഖങ്ങളും നീങ്ങി, ശീതളമായി ചലനമില്ലാതെ അടങ്ങിക്കഴിഞ്ഞു. സർവസങ്കടങ്ങളേയും ഹരിക്കുന്ന ഗുരുനാഥനും സർവജ്ഞനും സമസ്തദേവസേവ്യനുമായ നിന്തിരുവടി, മോഹകോടികളാകുന്ന ഇരുൾക്കെട്ടിന്, മേഘാവരണമില്ലാത്ത സൂര്യനെപ്പോലെ വിളങ്ങുന്നു' എന്നിങ്ങനെ വിശദമധുരനായി പറഞ്ഞു. അനന്തരം വസിഷ്ഠൻ ജ്ഞാനോപദേശം കേൾക്കുന്നതിന് ആകാശത്തിൽ ഹാജരായിരുന്ന ദേവഗന്ധർവവിദ്യാധരാദികളെ വിളിച്ചുവരുത്തി രാമചന്ദ്രനു കാണിച്ചുകൊടുത്തു. ഭക്തിപൂർവം പാദ നമസ്കാരം ചെയ്തു രഘുപതിയെനോക്കി, സന്തോഷകുതുകിതന്മാരായ ആ ദിവ്യന്മാർ, രാജകുമാര! ഇവിടെ വിസ്തരിച്ച മഹോദയമായ ജ്ഞാനശാസ്ത്രം മുഴുവൻ ഞങ്ങൾ കേട്ടു. ത്രൈലോക്യവാസികളുടെ മോഹാർത്തിയെ ഹരിക്കുന്ന ഗുരുശിഷ്യന്മാരായ നിങ്ങളെ ഞങ്ങൾ വന്ദിക്കുന്നു. നിങ്ങളുടെ സംവാദനിഃസൃതമായ ജ്ഞാനാമൃതം, മഹാ ശ്രേയസ്കരമത്രേ; എന്നോരോതരത്തിൽ ധന്യവാദങ്ങൾ വർഷിച്ചു.

ആത്മതത്വഗ്രഹണത്താൽ നിത്യസന്തുഷ്ടനും നിസ്സംഗനുമായ ശ്രീരാമൻ, സാക്ഷാൽ വിദേഹരാജനെപ്പോലെ, സർവകാര്യങ്ങളും നിഷ്കാമനായിത്തന്നെ നിർവഹിച്ചുവന്നു. പരിശുദ്ധമായ രാമഹൃദയത്തിൽ, രാജ്യഭോഗംകൊണ്ട് യാതൊരു പറ്റുതലുമുണ്ടായില്ല. വെള്ളത്തിൽ മുങ്ങിക്കിടന്നാലും താമരയിലയ്ക്കു നനവു പറ്റുകയുണ്ടോ? ഭൂതിമാനായ ശ്രീരാമന്, പാമ്പിൻമുഖത്തു കൈവയ്ക്കുന്ന പാമ്പാട്ടിക്കെന്നപോലെ, സംസാരഭയം ഭവിച്ചില്ല.

വൈരാഗ്യം, സത്സംഗം, സദാചാരം ഇത്യാദികളുള്ള ധർമ്മബുദ്ധികൾക്ക് ഈ ശാസ്ത്രം പ്രയത്നപ്പെട്ടും ഉപദേശിക്കേണ്ടതാകുന്നു. മഹാജനങ്ങളേ! ലോകോപകാരം ചെയ്യണമെന്നുള്ള സദ്ബുദ്ധി നിങ്ങൾക്കു ഉദിക്കുന്നുവെങ്കിൽ, സർവാത്മനാ ഈ ശാസ്ത്രത്തെ പാത്രമറിഞ്ഞു ദാനം ചെയ്യുവിൻ! വിദ്യാദാനം മഹാ ഫലപ്രദമാകുന്നു. ദുർഗ്രഹപീഡിതന്മാർക്കും പ്രമാദികൾക്കും നിന്ദാശീലന്മാർക്കും അസത്തുകൾക്കും ഒരുകാലത്തും ഈ ശാസ്ത്രതല്ലജം ഉപദേശിക്കരുത്. ത്രിമൂർത്തികളേയും ആദിത്യനേയും സേവിക്കാൻ സംഗതിയായിട്ടില്ലാത്തവർക്ക് അപൂർവമായ ഈ ശാസ്ത്രലാഭം ഉണ്ടാകയില്ല. മഹാദേവനും ദേവിയും വിഷ്ണുവും പൂർവകാലത്തു നാരദാദികൾക്കു ഉപദേശിച്ചത് ഉത്തമമായ ഈ ശാസ്ത്രമാകുന്നു. മോക്ഷോപായമെന്ന അപരനാമത്തോടുകൂടിയ മഹാരാമായണക്ഷീരസമുദ്രത്തിൽനിന്നും ഉദ്ധരിക്കപ്പെട്ട അമൃതാണിത്. ഇതിന്റെ സാമാന്യമായ വിചാരംകൊണ്ടുതന്നെ സർവപാപങ്ങളും ക്ഷയിക്കുന്നു. വിചാരം വഴിപോലെ ചെയ്താൽ പരമപദപ്രാപ്തിയുണ്ടാകുമെന്നുള്ളതിൽ എന്തുസംശയം? ഒരു തവണ ഈ ശാസ്ത്രം വഴിപോലെ അധ്യയനം ചെയ്താൽമതി സർവ്വപാപങ്ങളും നശിച്ച് ആത്മജ്ഞാനം ഉദിക്കുന്നു. മൂഢനായാലും ഭക്തിയോടുകൂടി ഇതിനെ ഭാവനം ചെയ്യുന്നവന്റെ ഹൃദയം സർവസങ്കൽപങ്ങളും നീങ്ങി വിശുദ്ധമായി ഭവിക്കും. പരബ്രഹ്മപ്രകാശവും സുദുർല്ലഭവും പരമാർത്ഥവുമായ ഈ ശാസ്ത്രം, മൂഢന്മാർക്കും മോക്ഷേച്ഛുക്കൾക്കും സംയമമുള്ളവർക്കും ഇല്ലാത്തവർക്കും ഒരുപോലെ അദ്ധ്യയനം ചെയ്യാം. അൽപം ബുദ്ധിസംസ്കാരമുള്ളവർക്കു സുഖകരമായ ഒരു ശാസ്ത്രം ഇതുപോലെ മറ്റില്ല. ഭക്തിമുക്തിപ്രദവും യോഗിജനപ്രിയവും, സച്ചിദാത്മകവുമായ ഈ ശാസ്ത്രം പൂർവപുണ്യമുള്ളവർക്കല്ലാതെ ലഭിക്കയില്ല. ഇതിന്റെ പ്രണേതാവായ വസിഷ്ഠൻ, വേദസാരങ്ങളെല്ലാമറിഞ്ഞ മഹാത്മാവാണെന്നും ഈ ശാസ്ത്രം മോക്ഷോപായസാരമാണെന്നും പ്രസിദ്ധമാകുന്നു. ബന്ധുക്കളുടെയോ ധനം മുതലായവയുടെയോ വിയോഗത്താൽ ദുഃഖിക്കുന്നവർക്ക്, ശാസ്ത്രപാരായണമല്ലാതെ മനഃസമാധാനത്തിനു മറ്റെന്താണുള്ളത്? സമ്പൂർണ്ണനായ ഈ ശാസ്ത്രചന്ദ്രൻ, അമൃതം നിറഞ്ഞു സുഖരശ്മികളെ വീശിക്കൊണ്ട് കാവ്യരസത്തിന്റെ ഉപശോഭയാൽ പ്രകാശമാനനും ആനന്ദധാമവുമായ ചിദാകാശത്തിൽ ഉദയം ചെയ്തിരിക്കയാണ്. ഹേ രാമ! ബ്രാഹ്മവിചാരത്തിൽ ക്ഷണനേരമെങ്കിലും മനസ്സ് സ്ഥിരമായി നിൽക്കുമെങ്കിൽ അവൻ ത്രൈലോക്യപൂജ്യനാകുന്നു. സർവതീർത്ഥങ്ങളിലും സ്നാനംചെയ്തവനും ഭൂമി മുഴുവൻ ദാനംചെയ്തവ

നും ആയിരം യാഗങ്ങളനുഷ്ഠിച്ചവനും സകല ദേവന്മാരെയും പൂജിച്ച വനും സംസാരത്തിൽനിന്നും സ്വപിതൃക്കളെ ഉദ്ധരിച്ചവനുമാകുന്നു.

നിർവാണപ്രകരണത്തിൽ ശാസ്ത്രഗ്രഹണഫല നിർദ്ദേശമെന്ന 44-ാം സർഗ്ഗം കഴിഞ്ഞു.

ഭരദ്വാജാനുശാസനം

ഭരദ്വാജൻ-ഭഗവാനേ, വസിഷ്ഠമുനിയാൽ ഇപ്രകാരം ഉപദിഷ്ടമായ ജ്ഞാനസാരം നിശ്ശേഷം ശ്രവിച്ച വിമലാത്മാവായ രഘുരാമൻ, പിന്നെയും വല്ലതും അറിവാനിച്ഛിച്ചുവോ? അതോ സന്ദേഹമോഹങ്ങളെല്ലാമകന്ന് ആത്മസുഖസമ്പൂർണ്ണനായി മൗനം ഭജിച്ചു വസിച്ചുവോ?

വാല്മീകി-വത്സ! വേദാന്തസാരഭൂതമായ വസിഷ്ഠോപദേശം ഇത്രമാത്രം കേട്ടുകഴിഞ്ഞപ്പോൾ സാക്ഷാൽ വിഷ്ണ്വംശഭൂതനായ രഘുപതി ക്ഷണനേരത്തേയ്ക്കു സ്വരൂപത്തിൽ ജാഗരിതനായി ശമസുഖപദമാമൃതത്തിൽ മുഴുകി. ചോദ്യോത്തരവിഭാഗപരിപാടികളും പരിതഃസ്ഥിതികളും മറന്ന് ആത്മാത്മയോഗത്താൽ പ്രകടീഭൂതമായ ചിദാനന്ദത്തിൽ ലയിച്ചു. മിഴികളിൽ ആനന്ദാശ്രുക്കൾ ഒഴുകി; ശരീരത്തിലെങ്ങും രോമാഞ്ചപല്ലവം നിറഞ്ഞു. സത്താസാമാന്യസ്വരൂപനായി, അഷ്ടഗുണൈശ്വര്യാദികളെയും തൃണപ്രാണമായി ഗണിച്ച്, ശിവപദത്തോടേകീഭവിച്ച് മിണ്ടാതെയിരുന്നു.

ഭര:-ആശ്ചര്യം! ആശ്ചര്യം! മഹാത്മാവായ രാമചന്ദ്രൻ ആവൃത്തിശൂന്യമായ പരമപദത്തെ പ്രാപിച്ചുവല്ലോ. എന്നെപ്പോലെയുള്ളവർക്ക് ഈദൃശമായ ശിവപദപ്രാപ്തി എങ്ങനെ ഭവിക്കും? അൽപജ്ഞന്മാരും പാപികളും ദയനീയന്മാരുമായ മാദൃശന്മാരെവിടെ? ബ്രഹ്മാദികളാലും പ്രാർത്ഥിക്കത്തക്ക ദുർല്ലഭമായ രാമസംസ്ഥിതിയെവിടെ? ഭഗവാനേ! ഞാൻ ദുസ്കരമായ സംസാരസമുദ്രം കടന്ന്, നിത്യവിശ്രാന്തിയെ പ്രാപിക്കുന്നതെങ്ങനെ? അതിലേക്കുള്ള ഉപായം പറഞ്ഞുതരണം.

വാല്മീകി: ഹേ വയസ്യ! വസിഷ്ഠമുനി രാമചന്ദ്രനു ഉപദേശിച്ച ജ്ഞാനസാരം മുഴുവൻ ശ്രവിച്ചുവല്ലോ. അതിനെ ബുദ്ധികൊണ്ടു നല്ലപോലെ വിചാരിച്ചു അനുഭവത്തിൽ വരുത്തുവാൻ ശ്രമിക്കുക! സാരഭൂതമായ തത്വം ഞാൻ ഇവിടെ ഉദ്ബോധിപ്പിക്കയുംചെയ്യാം. പ്രപഞ്ചം അവിദ്യയാൽ തോന്നപ്പെടുന്ന ഒരദ്ധ്യാസമല്ലാതെ അണുപോലും അതിൽ സ

ത്യമില്ല. വിവേകികൾ ഗുണദോഷചിന്ത ചെയ്തു അതിന്റെ അവസ്തുതയെ മനസ്സിലാക്കുന്നു. അവിവേകികൾ അജ്ഞാനഭ്രമത്താൽ അന്യോന്യം വാദിക്കയാണ് ചെയ്യുന്നത്. ചിത്തത്വത്തിൽനിന്നു വിഭിന്നമായി യാതൊന്നും ഭവിക്കുന്നില്ല. പിന്നെ പ്രപഞ്ചമേത്? അതിന്റെ ബന്ധമാർക്ക്? നീ മഹാവാക്യാർത്ഥാദി രഹസ്യങ്ങളുടെ അനുസന്ധാനത്താൽ വിമലാത്മാവായി ഭവിക്കുക! പ്രപഞ്ചവിഷയത്തിലുള്ള വൃത്തിജ്ഞാനം ജാഗ്രത്തിലെ നിദ്രയാണെന്നു പറയപ്പെടുന്നു. യാവനൊരുത്തന്റെ ഹൃദയത്തിൽ ആവരണമില്ലാതവണ്ണം ചിൽപ്രദീപം പ്രകാശിക്കുന്നുവോ അവനാണ് പ്രബുദ്ധൻ .പ്രപഞ്ചത്തിന്റെ മൂലം മിഥ്യാഭൂതമായ അജ്ഞാനമാണ്. അന്തവും അങ്ങനെതന്നെ. വസ്തുത നോക്കിയാൽ മദ്ധ്യത്തിലും സത്തയില്ല. ഇതിങ്കൽ ബുദ്ധിമാന്മാർ ആസ്ഥവയ്ക്കുന്നതു ശരിയല്ല. ഗന്ധർവനഗരംപോലെ അസത്തായ ഈ സംസാരവിഭ്രമം, അനാദിയായ വാസനാബന്ധം കൊണ്ടത്രേ ഉണ്ടാകുന്നത്. ഹേ ഭരദ്വാജ! നീ മംഗളകാരിയായ ആത്മാമൃതകന്ദളിയെ അഭ്യസിക്കാതെ, വെറുതെ വാസനാവിഷവള്ളിയിൽ ആസക്തനായി മോഹിക്കുന്നതെന്ത്? ജാഗ്രദാദ്യവസ്ഥകൾ മൂന്നും നിരാലംബജ്ഞാനസോപാനത്തിൽ ആരോഹിക്കുന്നതുവരെ മാത്രമേ ഉണ്ടായിരിക്കയുള്ളു. തുര്യാവസ്ഥയിൽ എത്തിയ യോഗീശ്വരന്മാർക്കു ഇതനുഭവസിദ്ധമാണ്. അവിദ്യാനദിയുടെ പ്രവാഹം വാസ്തവമേയല്ല. നിപുണന്മാർ ആത്മരൂപം ധരിച്ചു മുങ്ങാനിറങ്ങുന്ന നിമിഷത്തിൽ അതു മറഞ്ഞുപോകും. ജഗത്തു മുമ്പുണ്ടായിരുന്നതോ ഇപ്പോൾ ഉള്ളതോ മേൽ ഉണ്ടായിരിക്കുന്നതോ അല്ല. കേവലം സ്വപ്നവൃത്തമാണെന്നു ധരിച്ചുകൊൾക. അവിദ്യായോനികളായ ഈ ഭേദങ്ങളെല്ലാം വെറും കുമിളകൾപോലെ ക്ഷണനേരംകൊണ്ടു ജ്ഞാനസമുദ്രത്തിൽ ലയിച്ചുപോകും. ബഹിർഭ്രാന്തികളാകുന്ന ഗ്രീഷ്മതാപം ശമിക്കുന്നതിന് ആത്മജ്ഞാനശീതളോദകനദി കണ്ടുപിടിച്ച് അതിൽ കുളിച്ചാൽ മതിയാകും. ജഗത്തു മുഴുക്കെ വ്യാപിച്ചിരിക്കുന്ന അജ്ഞാനസമുദ്രത്തിൽ നീ മുഴുകരുത്. അവിദ്യക്കാറ്റടിച്ച് ഞാൻ നീ ഇത്യാദ്യഭിമാനത്തിരകൾ അതിൽ ഉണ്ടായിക്കൊണ്ടിരിക്കുന്നു. സങ്കൽപം ഇച്ഛ മുതലായ ഓളങ്ങളും മമത്വച്ചുഴികളും പ്രവർത്തിക്കുന്നു. അതിൽ കുടികൊള്ളുന്ന രാഗദ്വേഷമുതലകളുടെ വായിലകപ്പെട്ടാൽ അനർത്ഥപാതാളത്തിൽ ആണ്ടുപോകതന്നെ വേണ്ടിവരും. തടുക്കാൻ ആരെക്കൊണ്ടും സാദ്ധ്യമല്ല. പ്രശാന്തവും അമൃതമയ കല്ലോലങ്ങളാൽ വിലസിതവുമായ ആത്മജ്ഞാനസമുദ്രം സ്വാധീനമായിരിക്കേ ദ്വൈതഭ്രമക്ഷാരസമുദ്രത്തിൽ ചാടി കഷ്ടപ്പെടേണ്ട ആവശ്യം നിനക്കെന്ത്? രാമചന്ദ്രന് തത്ത്വബോധത്താൽ സംസാരം നശിച്ചുവെന്നും നിനക്കതു നശിക്കാതിരിക്കു

ന്നതെന്താണെന്നും ഉള്ള സംശയമാണെങ്കിൽ, മായാശക്തിക്കു വശംവദനാകാതെ, സംസാരത്തിന്റെ ആഗമത്തെക്കുറിച്ചു വഴിപോലെ വിചാരണചെയ്യുക. ജഗത്തായി ഇവിടെ പ്രപഞ്ചീഭവിച്ചിരിക്കുന്നത്, ആത്മതത്വം ഒന്നുമാത്രമാണ്. അന്യമായി ഒന്നും ഇല്ലാതിരിക്കെ നിനക്കു ദുഃഖവിഷയമെന്ത്? അജ്ഞന്മാരാണ് ബ്രഹ്മത്തിൽ ജഗൽസ്വരൂപം കാണുന്നത്. ജ്ഞാനികൾ ആനന്ദമാത്രമായി ബ്രഹ്മത്തെ അറിഞ്ഞ് അനുഭവിക്കുന്നു. അവിവേകികളായ ജനങ്ങൾ ദുഃഖിക്കയും പൊടുന്നനവേ സന്തോഷിക്കയും ചെയ്യുന്നു. തത്വജ്ഞന് എപ്പോഴും സന്തോഷമല്ലാതില്ല. വ്യാമോഹിക്കുന്നതായി തോന്നുന്നുവെങ്കിൽ, അത് അജ്ഞന്മാരെ അനുകരിക്കാനുള്ള ഭാവനമാത്രമായിരിക്കും. സാമാന്യജനങ്ങൾ അവിദ്യാവൃതമായ ആത്മതത്വത്തെ മരുമരീചികപോലെ സംശയിക്കുന്നു. ജഗത്തു പൃഥ്വിവ്യാദി ഭൂതങ്ങളുടെ പരമാണുരൂപമാണെന്നുള്ള മായികതത്ത്വം നോക്കിയാലും സജീവനും മൃതനും ശോച്യനും പൂജ്യനും ആര്? ഇല്ലാത്തതുണ്ടാകയും ഉള്ളതില്ലാതാകയും ചെയ്യുന്നില്ല. ആവിർഭാവതിരോഭാവങ്ങൾ അവിദ്യാകൽപിതങ്ങളായ പ്രതിഭാസങ്ങളാകുന്നു. പൂർണപുണ്യപാപഫലങ്ങൾ തന്നെ സുഖമെന്നും ദുഃഖമെന്നും ജനനമെന്നും മരണമെന്നുമുള്ള തോന്നലുകളെ ഉണ്ടാക്കുന്നു. ഈ വസ്തുത എത്രതവണ ഉപദേശിച്ചിട്ടും മനസ്സിൽ കടക്കാത്തത് പാപശേഷത്താലായിരിക്കാം. പാപപരിഹാരാർത്ഥം ഭക്താനുഗ്രഹലോലനും ജഗദ്ഗുരുവുമായ പരമശിവനെ ഭജിക്കുക! അദ്ദേഹം പുണ്യപാപകർമ്മഫലങ്ങളാകുന്ന പാശങ്ങൾ കൊണ്ടാണ് പ്രാണികളെ ബന്ധിച്ചിരിക്കുന്നത്.

മനസ്സിൽ സത്വഗുണോദയം ഉണ്ടാകുന്നതുവരെ നനീസാകാരഭജനംതന്നെ ആചരിക്കൂ. എന്നാൽ നിരാകാരബ്രഹ്മത്തിൽ അകൃത്രിമമായ സ്ഥിതി താനേ ഭവിക്കും. പലേ വ്യാമോഹശക്തികളുള്ള തമസ്സിനെ ഈശ്വരോപാസനത്താൽ ജയിച്ചിട്ട് ഗുരുശാസ്ത്രോപദേശവിശ്വാസത്തോടുകൂടി, ഇന്ദ്രിയങ്ങളെയും മനസ്സിനെയും അടക്കുന്നതിനുള്ള യോഗാംഗമായ യമത്തെ അനുസരിക്കുക. ക്ഷണനേരം സമാധിസ്ഥനായി പ്രത്യഗാത്മാവിനെ ആത്മാവിൽ ദർശിക്കൂ! നിന്റെ തമോവൃതബുദ്ധിയാകുന്ന രാത്രി അസ്തമിച്ചു പുലർച്ചയുണ്ടാകട്ടെ. പൗരുഷത്തെ മുൻനിർത്തി വിധിപ്രകാരമുള്ള കർമ്മങ്ങളനുഷ്ഠിക്കാമെന്നുവച്ചാലും ഈശ്വരാനുഗ്രഹമുണ്ടെങ്കിലേ ലഭിക്കേണ്ടതു ലഭിക്കൂ. ആഭിജാത്യമോ, ചാരിത്രമോ, നയമോ, വിക്രമമോ യാതൊന്നുമല്ല ഇവിടെ പ്രബലമായിരിക്കുന്നത്. പ്രാക്തനപുണ്യ പാപങ്ങൾതന്നെയാണ്. ശ്രുതിപ്രസിദ്ധമായ ധർമ്മമാർഗ്ഗത്തൂടെ ജ്ഞാനസമ്പാദനം ചെയ്തെങ്കിലല്ലാതെ പുണ്യപാപബന്ധം നശിക്കയില്ല. അതിനായി പരിശ്രമിക്കാത്തതെന്ത്? ഉപാസനത്താൽ പ്രസാ

ദിപ്പിച്ചാലും ഈശ്വരൻ കർമ്മബന്ധത്തെ സ്വന്തം കൈകൊണ്ടു തുടച്ചെടുക്കുകയല്ല ചെയ്യുന്നത്. യത്നത്തിനനുസരിച്ചുള്ള ജ്ഞാനദാനത്താൽ ഉന്മൂലനം ചെയ്യുകയാണ്.

അഖണ്ഡബ്രഹ്മജ്ഞാനത്തെ ഉപദേശിക്കുന്ന ഗുരുവും കേട്ടു ധരിക്കത്തക്കവണ്ണമുള്ള ശിഷ്യന്റെ ബുദ്ധിവൈദഗ്ദ്ധ്യവും ക്രമേണ അസ്തമിതപ്രായമായിത്തീരുന്ന ശിഷ്യന്റെ മോഹവല്ലരിയും അന്യോന്യം മേളിക്കുന്നതിനു ഹേതുഭൂതമായ ഈശ്വരേച്ഛാവിലാസം അചിന്ത്യമാകുന്നു. ഭാഗ്യവശാൽ ഈ സാമഗ്രികൾ നിനക്കു സ്വാധീനമാകകൊണ്ട് ആസന്നപാതമായ മായാമോഹത്തെ വിവേകത്താൽ സംഹരിക്കുക! അസാധാരണ ജ്ഞാനസിദ്ധി നിസ്സംശയമായി നിനക്കുണ്ടാകും. ഒരു രാജാവിനെപ്പോലെ അഭീഷ്ടനിർവഹണത്തിനു വേണ്ട സാമഗ്രികൾ നിനക്കു തികച്ചുമുണ്ട്. അതിനാൽ നിസ്സംശയമായി ഈ സംസാരക്ലേശം നിഷ്പ്രയാസം പരിഹരിക്കാവുന്നതാണ്. ശക്തരായ രാജാക്കൾ യുദ്ധം മുമ്പായ മഹാപത്തുകളിലും ഭൃത്യധനാദികളുടെ സ്വാധീനതയാൽ തീവ്രമായ ആജ്ഞപോലും നിറവേറിക്കാൻ ശക്തരാകുന്നു. അൽപസത്വന്മാരാണെങ്കിൽ നിസ്സാരമായ കേടുപാടുകൾ സംഭവിച്ചാൽ ഒന്നിനും ശക്തരാകാതെ സങ്കടപ്പെടുകയേ നിർവാഹമുള്ളു. ബോധം പുണ്യപരാധീനമാണ്. പല ജന്മങ്ങൾകൊണ്ടേ അതു പ്രാപ്തമാകയുള്ളു. അതിനാൽ ജീവന്മുക്തന്മാരെ നിദർശനമാക്കി പുണ്യസമാർജ്ജനത്തിൽ പ്രവർത്തിക്കേണ്ടതാണ്. പുണ്യവും ബന്ധകാരണമാകയാൽ തിരസ്കരണീയമാണെന്നു പക്ഷമുണ്ടെങ്കിൽ സമാധാനം പറയാം. യാതൊരു കർമ്മമാണോ ശത്രുഭാവത്തിൽ സ്ഥിതിചെയ്തു ബന്ധത്തെ ഉണ്ടാക്കുന്നത് അതുതന്നെ ബന്ധുത്വമാചരിച്ചു മോക്ഷത്തെയും പ്രദാനംചെയ്യും. പുണ്യം തന്നെ രാഗത്തോടുകൂടിയിരിക്കുമ്പോൾ ബന്ധത്തിനും, രാഗഹീനമായ അവസ്ഥയിൽ മോക്ഷത്തിനും കാരണമാകുന്നു. പുണ്യാതിശയത്താൽ പ്രാക്തനപാപങ്ങൾ നശിച്ച്, ശമദമാദമൃതമനുഭവിച്ചു പരിപുഷ്ടനായവൻ വർഷപാതത്താൽ ജീവജാലമെന്നപോലെ സർവതാപങ്ങളും ശമിച്ച് സുഖിക്കുന്നു.

ഹേ സ്നേഹിത! സംസാരചക്രാവർത്തത്തിൽ അകപ്പെടാതിരിക്കണമെന്നുണ്ടെങ്കിൽ കർമ്മങ്ങളെല്ലാം സന്യസിച്ച് ബ്രഹ്മപ്രണയിയായി ഭവിക്കൂ! ബ്രഹ്മപ്രണയം ഉണ്ടായിരിക്കുന്ന കാലത്തോളം വികൽപങ്ങളുദയം ചെയ്കയില്ല. സമുദ്രജലത്തെ കാറ്റിളക്കാതിരുന്നാൽ തിരകൾ ഉയരുമോ? വത്സ! വിവേകദൃഷ്ടിയെ മറയ്ക്കുന്നതായ ദുഃഖത്തെ നീ കാണുന്നു. ആ മറവു നീങ്ങുന്നതുവരെ, ബുദ്ധിയാകുന്ന വഴിയെ ആശ്രയമാക്കികൊൾക. ഹർഷശോകാദി തിരകളിൽ തൃണങ്ങൾപോലെ

അകപ്പെട്ടുഴലുന്നവർ മഹാന്മാരുടെ പട്ടികയിൽ കൊള്ളിക്കത്തക്കവരല്ല. സുഖദുഃഖവിഷമാവസ്ഥയാകുന്ന പല്ലക്കിൽ ആരോഹിച്ചിരിക്കുന്ന ഈ ജഗത്തിനെ, കാലം ഷഡൂർമ്മികളാകുന്ന ദോളായന്ത്രത്താൽ കളിയാടിച്ചുകൊണ്ടിരിക്കയാണ്! കളിക്കൂത്തിലുണ്ടാകുന്ന സംയോഗവിയോഗാദികളിൽ ദുഃഖത്തിനെന്തവകാശം? ജന്തുക്കൾ കാലസർപ്പത്തിന്റെ ആ ആഹാരസാധനമാണെന്നു സ്പഷ്ടംതന്നെ. അവറ്റിൽ വിശേഷദർശനത്തിനോ വിശേഷധർമ്മധർമ്മിത്വത്തിനോ പ്രസക്തിയില്ല. ദേവാദികൾപോലും കാലത്തിന്റെ കബളങ്ങളായിരിക്കേ, നിമിഷജീവികളായ മർത്ത്യജീവികളുടെ കഥയെന്ത്? ഹേ ഭരദ്വാജ! നീ മോദഖേദങ്ങൾക്കധീനനാകാതെ, നിത്യാനന്ദപദത്തിലിരുന്നുകൊണ്ട് സംസാരനാടകം നോക്കി രസിക്കുക! അനേകവിധ തരംഗങ്ങളോടുകൂടെ, ക്ഷണഭംഗുരമായി കാണപ്പെടുന്ന സംസാരസമുദ്രത്തെ മനസ്വികൾ ഭയപ്പെടുന്നില്ല. നീ അമംഗലമായ ശോകത്തെ ത്യജിച്ച് മംഗലങ്ങളെ ചിന്തിക്കൂ! സച്ചിദാനന്ദപരമാത്മസ്വരൂപത്തെ ധ്യാനിക്കൂ! ദേവബ്രാഹ്മണഗുരുപ്രഭൃതികളിൽ, ആദരാതിശയത്തോടുകൂടിയ ആചാരവാന്മാരിൽ, മഹേശന്റെ അനുഗ്രഹമുണ്ടാകും.

ഭരദ്വാജാനുശാസന 45-ാം സർഗ്ഗം കഴിഞ്ഞു.

ഉപസംഹാരം

ഭരദ്വാജൻ-ഭഗവാനേ, അങ്ങേ പ്രസാദത്താൽ ജ്ഞാനസാരം എനിക്കു മനസ്സിലായി. വൈരാഗ്യത്തിൽ പരമായ ഭാഗ്യമില്ല. സംസാരത്തേക്കാൾ വലുതായ ശത്രുവുമില്ല. ഇനി വസിഷ്ഠനാൽ ഉപപാദിതമായ ജ്ഞാനസാരം ആകെ ഒന്നു ചുരുക്കിപ്പറഞ്ഞു കേട്ടാൽ കൊള്ളാമെന്നുണ്ട്.

വാല്മീകി-കേൾക്കൂ! പറഞ്ഞുതരാം. അതു കേട്ടാൽ പിന്നെ സംസാരസമുദ്രത്തിൽ നിമർജ്ജിക്കേണ്ടിവരികയില്ല. ഏകനെങ്കിലും സൃഷ്ടിസ്ഥിതി സംഹാരഭേദങ്ങളാൽ അനേകരൂപത്തിൽ സ്ഥിതിചെയ്യുന്ന സച്ചിദാനന്ദമൂർത്തിക്കു നമസ്കാരം. പ്രപഞ്ചപ്രതീതി നശിച്ച് ആത്മതത്വം പ്രകാശിക്കുന്നതിനുള്ള ഉപായം അദ്ധ്യാത്മശാസ്ത്ര ശാസനമനുസരിച്ചു ചുരുക്കിപ്പറയാം. മനസ്സിനേയും ബാഹ്യേന്ദ്രിയവ്യാപാരത്തേയുമടക്കി, വിഷയേന്ദ്രിയ സംശ്ലേഷസുഖത്തിലും പാപകർമ്മങ്ങളിലും നിന്നു

നിവർത്തിച്ച് ശ്രദ്ധയോടെ മൃദ്വാസനത്തിൽ നിർവ്യാപരനായി ഇരുന്നു മനഃപ്രസാദമുണ്ടാകുന്നതുവരെ ഓം എന്നു ഉച്ചരിക്കണം. പിന്നീട് അന്തഃകരണവിശുദ്ധിക്കായി പ്രാണായാമമഭ്യസിച്ച്; ബലാൽക്കാരേണ വിഷയങ്ങളിൽ ചെന്നുപറ്റുന്ന ഇന്ദ്രിയങ്ങളെ, പതുക്കെപ്പതുക്കെ നിയന്ത്രിക്കണം. ശേഷിക്കുന്ന ദേഹം ഇന്ദ്രിയങ്ങൾ മനസ്സ് ബുദ്ധി ജീവൻ എന്നിവറ്റെ അതതിന്റെ മൂലകാരണത്തിൽ ലയിപ്പിക്കണം! ആദ്യമായി ഓംകാരത്തിലെ ആകാരാർത്ഥമായ വിരാട്ടിൽ, പിന്നെ ഉകാരാർത്ഥഹിരണ്യഗർഭനിൽ, പിന്നീട് മകാരാർത്ഥമായ അവ്യാകൃതത്തിൽ, അതിൽപ്പിന്നെ അർദ്ധമാത്രാലക്ഷിതമായ ബ്രഹ്മത്തിൽ ഇങ്ങനെ അനുക്രമമായി സ്ഥിതിചെയ്യണം. മാംസാദി ഭ്രമ്യംശത്തെ ഭൂമിയിലും, രക്താദി ജലാംശത്തെ ജലത്തിലും, പിത്താദ്യഗ്ന്യംശത്തെ അഗ്നിയിലും, പ്രാണാദിവായ്വംശത്തെ വായുവിലും അന്തരാളനഭോംശത്തെ നഭസ്സിലും ക്ഷേപിക്കണം. അനന്തരം ജീവന്റെ ശബ്ദാദിഭോഗസിദ്ധിക്കുവേണ്ടി, കർണ്ണാദി ഗോളകങ്ങളിൽ കടന്ന് അതീന്ദ്രിയിഭാവത്തിലിരിക്കുന്ന ദിഗാദിദേവതകളെയും അതതു ദേവതകളിൽ നിക്ഷേപിക്കണം. ശ്രോത്രത്തെ ദിക്കുകളിൽ, ത്വക്കിനെ വിദ്യുത്തിൽ, കണ്ണുകളെ ആദിത്യബിംബത്തിൽ, നാവിനെ ജലത്തിൽ, പ്രാണങ്ങളെ വായുവിൽ വാക്കിനെ അഗ്നിയിൽ, കൈകളെ ഇന്ദ്രനിൽ, പാദങ്ങളെ വിഷ്ണുവിൽ, വായുവെ മിത്രനിൽ, ഉപസ്ഥത്തെ കശ്യപനിൽ, മനസ്സിനെ ചന്ദ്രനിൽ, ബുദ്ധിയെ ബ്രഹ്മാവിൽ ഇങ്ങനെ നിക്ഷേപിക്കുക. ദേവതകളാണ് ഇന്ദ്രിയരൂപത്തിൽ സ്ഥിതിചെയ്യുന്നതെന്നുള്ള ശ്രുതിവാക്യത്തെ അനുസ്മരിച്ചാണ് ഞാൻ ഉപന്യസിക്കുന്നത്. സ്വന്ത അഭിപ്രായമൊന്നുമല്ല. ശരീരത്തെ ഇപ്രകാരം വിന്യസിച്ച് ഞാൻ വിരാട്ടാകുന്നു എന്നു ധ്യാനിക്കണം. ബ്രഹ്മാണ്ഡാത്മാവായ വിരാട്ടിന്റെ ഹൃൽപത്മത്തിൽ സ്ഥിതിചെയ്യുന്ന അർദ്ധനാരീശ്വരപ്രഭുവത്രേ സർവപ്രാണികൾക്കും മാതാപിതൃരൂപത്തിൽ കാരണഭൂതനായി വിളങ്ങുന്നത്. അദ്ദേഹം സ്വസൃഷ്ടമായ ജഗത്തിന്റെ അന്നപാനാദിജീവനോപായത്തിനു വൃഷ്ട്യാദി പോഷണഹേതുക്കളായ യജ്ഞങ്ങളേയും സൃഷ്ടിച്ചിരിക്കുന്നു.

അണ്ഡത്തിനു പുറമെ, ഉത്തരോത്തരം ഇരട്ടിയിരട്ടി വലിപ്പത്തിൽ ക്രമേണ ഭൂമി, ജലം, അഗ്നി, വായു, ആകാശം എന്നീ ആവരണങ്ങൾ ഭവിക്കുന്നു. ഇവ ഒന്നാകയും പ്രത്യേകമായും മഹത്തത്ത്വത്താൽ ഗ്രഥിതമാണ്. ഉള്ളിലുള്ളിലുള്ള ഓരോന്നിനേയും ക്രമേണ പുറമേപുറമേയുള്ളതിൽ ലയിപ്പിക്കണം. അതായത്; ഭൂമിയെ ജലത്തിലും, ജലത്തെ അഗ്നിയിലും, അഗ്നിയെ വായുവിലും, വായുവെ ആകാശത്തിലും, ആകാശത്തെ സമസ്തോൽപത്തികാരണമായ മഹദാകാശത്തിലും ക്ഷേപി

ക്കുക! എന്നിട്ട് ലിംഗ മാത്രശരീരനായി ആ മഹദാകാശത്തിൽ സ്ഥിതി ചെയ്യണം. വാസനാഭൂതതന്മാത്രങ്ങളാൽ, കർമ്മം, അവിദ്യ, പത്തിന്ദ്രിയങ്ങൾ, മനസ്സ്, ബുദ്ധി, ഇവയ്ക്കാണു ലിംഗമെന്നു പറയുന്നത്. ഇങ്ങനെ സ്ഥൂലോപാധികളെയെല്ലാം ലയിപ്പിച്ചശേഷം ബ്രഹ്മാണ്ഡത്തിൽനിന്നു ബഹിർഭൂതനായി ഇരുന്നുകൊണ്ട്, സൂക്ഷ്മഭൂതാത്മകമായ ലിംഗസമഷ്ടിദേഹത്തിൽ, ആത്മാധിഷ്ഠാതാവായ ഹിരണ്യഗർഭനാണ് ഞാൻ എന്നു ചിന്തിക്കണം. ബ്രഹ്മാണ്ഡത്തെ ലയിപ്പിക്കുംമുമ്പേ, ബ്രഹ്മാണ്ഡൈശ്വര്യങ്ങളെ ഭുജിക്കുന്നതിന്ചതുർമ്മുഖത്വം കൽപിച്ചിരിക്കയാൽ ഹിരണ്യഗർഭത്വം സംഗതമായിരിക്കുമെന്നും ധരിച്ചുകൊൾക. അനന്തരം ലിംഗശരീരത്തെ അതിസൂക്ഷ്മമായ അവ്യാകൃതത്തിലും അവ്യക്തത്തിലും വിന്യസിക്കണം. ജഡാംശത്തെ ജഡത്തിലും ചിദാഭാസാംശത്തെ ചിത്തിലും ലയിപ്പിക്കണമെന്നഭിപ്രായം. നാമരൂപാദികളോടുകൂടാത്ത അവസ്ഥയിൽ ഈ ജഗത്ത് യാതൊന്നിൽ സ്ഥിതിചെയ്യുന്നുവോ, അതിനെ പ്രകൃതിയെന്നും മായയെന്നും അണുക്കളെന്നും അവിദ്യയെന്നും ഇങ്ങനെ പലരും സംശയിതമനസ്കനായി പലവിധത്തിൽ പറയുന്നു. സർവവും ആ പ്രകൃതിയിൽ അവ്യക്തരൂപേണ ലയിച്ചിരിക്കുന്നു. ഉണർച്ചയോ അനുഭവപ്രതീതിയോ ഇല്ലാതെ, സൃഷ്ടികാലംവരെ അനേകരൂപത്തിൽ സ്ഥിതിചെയ്കയാണ്. അനുലോമഭാവത്തിലുള്ള ആകാശാദിവിവൃതി ക്രമേണ സൃഷ്ടിയും അതിന്റെ പ്രതിലോമഭാവത്തിൽ സംഹാരവും ഭവിക്കുന്നു അതിനാൽ സ്ഥൂലസൂക്ഷ്മകാരണരൂപേണയുള്ള മൂന്നവസ്ഥകളും ത്യജിച്ച്, അവ്യയമായ തുരീയപദത്തെ ധ്യാനിക്കയും ലിംഗശരീരത്തെ ലയിപ്പിച്ച് പരമപദത്തെ പ്രാപിക്കയും വേണം. അവ്യാകൃതത്തിൽ ലിംഗശരീരം ഇരിക്കവേ അതിന്റെ പ്രതിഷ്ഠകളായി ഭൂതസൂക്ഷ്മങ്ങൾ മനസ്സ്, ബുദ്ധി, വാസന, കർമ്മം, വായു, അജ്ഞാനം ഇവ ഉണ്ടായിരിക്കും. ഇപ്പോഴാകട്ടെ, ലിംഗശരീരച്ചങ്ങലയിൽനിന്നും ഞാൻ സർവഥാ മുക്തനാകയാൽ, ചിദംശത്വം ഹേതുവായി ചൈതന്യാനന്ദസമുദ്രത്തിൽ മജ്ജിച്ചു. ഘടം നശിക്കുമ്പോൾ ഘടാകാശം മഹാകാശമായിച്ചേരുന്നതുപോലെ സർവ്വോപാധികളിൽനിന്നും മോചിച്ച് അവിച്ഛക്തിയോടുകൂടാതെ ചിദേകഭാവനനായ ഞാൻ, സർവവ്യാപിയും കേവലനുമായ കൂടസ്ഥപരമാത്മാവായി ഭവിച്ചിരിക്കുന്നു. ഇപ്രകാരം ബ്രഹ്മഭൂതനായ എന്നെത്തന്നെ ശ്രുതികൾ കീർത്തിക്കുന്നത്. ഈദൃശമായ ഐക്യം, അഗ്നിയോട് അഗ്നിചേരുന്നതുപോലെ തുല്യഭാവത്തിൽ പരിണമിക്കുന്നതാകുന്നു. അതേ രൂപത്തിൽ അതേ നാമത്തിലായി തിരിച്ചറിയത്തക്ക പ്രത്യേകത ഒന്നുമില്ലാതെ ഭവിക്കുന്നു. ഉപ്പുപടന്നയിൽ നിക്ഷേപിച്ച തൃണാദികളും ഉപ്പായിത്തീരുന്നതുപോലെ, ചേതനത്തിൽ നിക്ഷേപിക്കപ്പെ

ട്ട അചേതനമായ ജഗത്തും തദ്രൂപമായിത്തീരുന്നു. സമുദ്രത്തിൽ വീണ ഇന്തുപ്പൂഖണ്ഡംപോലെ, അഥവാ ജലത്തോടുചേർന്ന നെയ്യുപോലെ, വിഭിന്നനാമരൂപങ്ങളില്ലാതെ, വിശേഷണഗൃഹ്യമല്ലാതെ, യോജിക്കുന്നു. അതുപോലെ ഞാൻ, നിത്യാനന്ദവും സർവജ്ഞവും പരമകാരണവുമായ ചൈതന്യത്തോട് ഏകീഭവിച്ച് നിത്യവും നിരഞ്ജനവും നിരവദ്യവും നിഷ്ക്രിയവും വിശുദ്ധവുമായ ബ്രഹ്മമായി; ഞാൻ കേവലസത്യസന്ധബ്രഹ്മം, പുണ്യപാപരഹിതവും ജഗൽക്കാരണവും അദ്വയവും അദ്വിതീയവുമായ ബ്രഹ്മം എന്നിങ്ങനെ സ്വധർമ്മനിഷ്ഠനായ പുരുഷൻ നിഖിലാത്മകവും നിർഗ്ഗുണവുമായ ബ്രഹ്മത്തെ എപ്പോഴും ധ്യാനിക്കണം! ഈ ധ്യാനം അഭ്യസിക്കുന്നവനു മനസ്സ് ഉടനെ നശിക്കുന്നു. മനോനാശം ആത്മപ്രകാശത്തെ ഉദിപ്പിക്കുന്നു. ആത്മപ്രകാശത്താൽ സർവദുഃഖങ്ങളും നശിക്കയും ആത്യന്തികസുഖോദയമായ ആത്മജ്ഞാനം സിദ്ധിക്കയും ചെയ്യുന്നു.

ഹേ ഭരദ്വാജ! ഇങ്ങനെ വസിഷ്ഠന്റെ ഉപദേശസാരം മുഴുവൻ നിന്നെ കേൾപ്പിച്ചു. ജ്ഞാനയോഗപ്രധാനമായ ഈ മാർഗ്ഗത്തെ ആശ്രയിച്ചാൽ നീ ആഗ്രഹിച്ചതു സാധിക്കും. ശാസ്ത്രചിന്തയും ഗുരൂപദേശവും വഴിനടത്തപ്പെടുന്ന അഭ്യാസത്താൽ സർവസിദ്ധികളും ഭവിക്കുമെന്നു വേദം വിധിക്കുന്നു. നീ സർവവും ത്യജിച്ച് ആ വക അഭ്യാസത്തിൽ ദൃഢമായി മനസ്സുവയ്ക്കുക!

ഭരദ്വാജൻ-ഭഗവാനേ, മഹാത്മാവായ രാമചന്ദ്രൻ ബാഹ്യപ്രപഞ്ചം വിസ്മരിച്ചു ബ്രഹ്മത്തിൽ ലയം പ്രാപിച്ചതിൽപിന്നെ വസിഷ്ഠന്റെ ഉപദേശത്താൽ വ്യവഹാരത്തിൽ ഏർപ്പെട്ടതെങ്ങനെ? അതു കേട്ടാൽ, ആത്മസിദ്ധിക്കായി പ്രയത്നിക്കുന്ന എനിക്കും ഒടുവിൽ വ്യവഹാരം ചെയ്വാനുള്ള മാർഗ്ഗം മനസ്സിലാക്കാമല്ലോ.

വാല്മീകി-രാമകുമാരൻ ആത്മസ്വരൂപത്തിൽ ലീനനായി ഭവിച്ചതു കണ്ട്, വിശ്വാമിത്രൻ വസിഷ്ഠനെ നോക്കി ഹേ ബ്രഹ്മപുത്ര! നിന്തിരുവടി മഹാത്മാവുതന്നെ. അനുഗ്രഹബുദ്ധ്യാ ആത്മതത്വം ഉപദേശിച്ച അങ്ങേടെ ശിഷ്യോദ്ധാരണസമാർത്ഥ്യം, അഥവാ യഥാർത്ഥ ഗുരുഭാവം പ്രകടിതമായി. ദർശനം, സ്പർശനം, ഉപദേശം ഇവയാൽ ശിഷ്യദേഹത്തിൽ ശംഭുസമാവേശം ജനിപ്പിക്കുന്ന മഹാത്മാവാണ് ദേശികപദത്തിനർഹൻ. സ്വതേ വിരക്തനും വിശുദ്ധഹൃദയനുമായ രാമൻ, അങ്ങേടെ ഉപദേശം കൊണ്ടു ഇപ്പോൾ വിശ്രാന്തിമാത്രകാംക്ഷിയായി, പരമപദത്തെ പ്രാപിച്ചു. ഗുരൂപദേശത്താൽ ബോധം ലഭിക്കുന്നതിന്, ശിഷ്യന്റെ പ്രജ്ഞയ്ക്കും ശുദ്ധിയുണ്ടായിരിക്കേണ്ടതാണ്. കാമം, കർമ്മം വാസന എന്നീ മൂന്നു മലങ്ങൾ ബാധിച്ചിരിക്കുന്ന ശിഷ്യൻ ബോധവാനാകയില്ല. ഇവിടെ

ഗുരുശിഷ്യന്മാർ രണ്ടുപേരും യോഗ്യതതികഞ്ഞവരാകകൊണ്ട്, ജ്ഞാനോപദേശത്തിനോ ഗ്രഹണത്തിനോ ബാധകമില്ല.

മഹർഷേ! അങ്ങു കൃതകൃത്യനാണ്. ഞങ്ങൾ വിവിധ കാര്യങ്ങളിൽ പ്രവൃത്തിയോടുകൂടി ഇരിക്കുന്നു. അതിനാൽ ലോകോപകാരത്തിനായി നിന്തിരുവടി രാമചന്ദ്രനെ ഇപ്പോൾ ഉണർത്തണം. എന്റെ കാര്യംതന്നെ ഓർത്തു നോക്കുക. എന്തുദ്ദേശ്യത്തോടെയാണു ഞാൻ വന്നു പ്രയാസപ്പെട്ടു രാജാവിനെ പ്രാർത്ഥിച്ചത് അതു വൃഥാവിലാക്കരുതേ! രാമനെ ഉണർത്തുന്നതുകൊണ്ടു സ്വന്തകാര്യം മാത്രമല്ല ദേവകാര്യവും നമുക്കു സാധിക്കാനുണ്ട്. കുമാരൻ എന്നോടൊരുമിച്ചു വന്ന് രാക്ഷസന്മാരെ നിഗ്രഹിച്ചശേഷം, കല്ലായ്ക്കിടക്കുന്ന അഹല്യയ്ക്കു ശാപമോക്ഷം കൊടുക്കും. അനന്തരം ശിവചാപം ഭഞ്ജിച്ചു സീതയെ വിവാഹം കഴിക്കും. മദ്ധ്യേമാർഗ്ഗം ഭാർഗ്ഗവരാമന്റെ താപസതേജസ്സ് തങ്കൽ പകർത്തും. പിന്നീട്, നിഃസ്പൃഹനായി രാജ്യമുപേക്ഷിച്ച് വനവാസവ്യാജേന ദണ്ഡകാരണ്യ വാസികളായ മുനിമാരുടെ സങ്കടശാന്തിവരുത്തി വസിക്കും. അനവധി തീർത്ഥങ്ങളെയും ദീജീവികളെയും സ്പർശനദർശനാദികളാൽ വിമലീകരിക്കും. അനന്തരം സ്ത്രീസംഗികളായ ജനങ്ങൾക്കു വന്നുകൂടുന്ന ആപത്തുകളെ സീതാപഹരണദൗർഗ്ഗത്യത്താലും രാവണാദികളുടെ വധത്താലും ഉദാഹരിക്കും. യുദ്ധത്തിൽ മരിച്ച വാനരന്മാരെ ഇന്ദ്രവരദാനത്താൽ ജീവിപ്പിച്ച്, ഭക്തപാലനനിഷ്ഠ സ്പഷ്ടമാക്കും. പിന്നീട് സീതാവിശുദ്ധിയാൽ ലോകസമ്മതിവരുത്തി തിരിച്ചുവന്നു സിംഹാസനം സ്വീകരിക്കും. കർമ്മാധികാരികൾക്കു മോക്ഷമാർഗ്ഗം കാണിച്ചുകൊടുക്കാൻ ക്രിയാകാണ്ഡപരായണനായി ഭവിക്കും. കാണുന്നവർക്കും സ്മരിക്കുന്നവർക്കും കേൾക്കുവർക്കും അറിയുന്നവർക്കുമെല്ലാം നിർഭേദമായി ജീവന്മുക്തി നൽകുകയും ചെയ്യും. ഇങ്ങനെ ത്രൈലോക്യത്തിന്റെയും എന്റേയും കാര്യം മഹാത്മാവായ ശ്രീരാമനാൽ നിർവഹിക്കപ്പെടേണ്ടതായുണ്ട്. ഹേ സദസ്യരേ! നിങ്ങൾ അനർഘനായ രാമചന്ദ്രനെ നമസ്കരിക്കുവിൻ! സർവ അഭീഷ്ടങ്ങളും അതൊന്നുകൊണ്ടു സാധിക്കും. നിങ്ങളിൽ ആരാവത് ഒരാളെങ്കിലും ഇതുപോലെ ജീവന്മുക്താവസ്ഥയെ പ്രാപിച്ചു വർദ്ധിക്കാറാകട്ടെ! എന്നു ഞാൻ ആശംസിക്കുന്നു. വസിഷ്ഠമഹർഷേ! ദയാപൂർവം അങ്ങ് രാമചന്ദ്രനെ വ്യവഹാരപരനാക്കിച്ചെയ്താലും!

വസിഷ്ഠൻ രാമചന്ദ്രനെ നോക്കിപ്പറഞ്ഞു. ഹേ മഹാപുരുഷ! വിശ്രമിക്കാനുള്ള കാലമായില്ല. ലോകാനന്ദകരനായി ഭവിച്ചാലും! ലോകത്തെ സംബന്ധിച്ച അധികാരഭാരങ്ങൾ നിർവഹിച്ചു കഴിയുന്നതുവരെ, യോഗികൾ സമാധിക്കർഹന്മാരല്ല. അതിനാൽ കുറച്ചുകാലം രാജ്യാദി

വിഷയങ്ങളിലേർപ്പെട്ട് ദേവകാര്യദികൾ നിർവഹിച്ചശേഷം, സമാധിസ്ഥനായി സുഖിക്കാം.

ഈ ഉദ്ബോധനമൊന്നും ബ്രഹ്മൈകതാനമനസ്സായ രാമചന്ദ്രൻ കേട്ടില്ല. ഉടനെ വസിഷ്ഠൻ സങ്കൽപശക്തിയാൽ രാമശരീരത്തിൽ കടന്ന്, സുഷുമ്നയുടെ ഹൃദയപുണ്ഡരികത്തിലെത്തി ജീവോപാധിയായ ലിംഗശരീരത്തെ ഘനീകരിച്ച് ബഹിർഭാഗത്തേയ്ക്കാകർഷിച്ചു. തൽഫലമായി, ജീവൻ പ്രാണാദിബീജഭൂതമായ ആധാരശക്തിയിലും പ്രാണങ്ങളിലും മനസ്സിലും അതുവഴി സർവ നാഡികളിലും അനുക്രമമായി പ്രവേശിച്ച്, ജ്ഞാനേന്ദ്രിയങ്ങളെയും കർമ്മേന്ദ്രിയങ്ങളെയും ആവിഷ്കരിച്ചു മെല്ലെ മെല്ലെ കണ്ണുകൾ രണ്ടും തുറന്ന്, അഗ്രഭാഗത്തു സ്ഥിതിചെയ്യുന്ന വസിഷ്ഠാദി പൂജ്യന്മാരെ നോക്കി, കൃത്യാകൃത്യ വിചാരശൂന്യനായി വസിച്ചു. വസിഷ്ഠൻ വീണ്ടും ഉദ്ബോധിപ്പിച്ചയുടനെ, ഗുരുവാക്യം ലംഘ്യമല്ലെന്നുള്ള ധർമ്മബോധം ഉണ്ടായി. ഹേ ഭഗവൻ! അങ്ങേപ്രസാദത്താൽ വിധിയെന്നും നിഷേധമെന്നുമുള്ള ഭേദകൽപന എനിക്കസ്തമിച്ചു. എങ്കിലും അങ്ങേ അനുശാസനം അനുസരിക്കാതിരിക്കാൻ നിവൃത്തിയില്ല. ഗുരുവാക്യം വിധിയാണെന്നും അതിനെ ലംഘിക്കുന്നതു നിഷേധമാണെന്നും വേദാഗമാദികൾ പറയുന്നു എന്നുണർത്തിച്ച് ഗുരുപാദങ്ങൾ ശിരസ്സിൽ ധരിച്ചുകൊണ്ട് സഭാസ്ഥിതന്മാരെ നോക്കിപ്പറഞ്ഞു. മഹാത്മാക്കളേ! ആത്മജ്ഞാനത്തെയും ആത്മജ്ഞനായ ഗുരുവിനെയുംകാൾ ഉപരിയായി ഇവിടെ ഒന്നുമില്ല.

സിദ്ധന്മാർ:-രാമചന്ദ്ര! പരമാർത്ഥമാണ്. ഈ ബോധം നിങ്ങളുടെ സംവാദത്താൽ ഞങ്ങൾക്കു ദൃഢപ്പെട്ടുകഴിഞ്ഞു. നിന്തിരുവടി സുഖിയായി ഭവിച്ചാലും! ഇനി, ഞങ്ങൾ പോകയാണ്. വസിഷ്ഠഭഗവാനോട് അനുജ്ഞവാങ്ങാത്ത താമസമേയുള്ളു. സിദ്ധന്മാർ യാത്രവഴങ്ങി രാമകീർത്തനങ്ങളും പാടി നടകൊണ്ടു. കൽപ്പകപ്പുതപ്പൂമഴ രാമശിരസ്സിൽ വീണുകൊണ്ടിരുന്നു.

ഹേ ഭരദ്വാജ! വസിഷ്ഠവചനരത്നങ്ങളാൽ ചിത്രീകൃതമായ ജ്ഞാനമാല്യം നിന്റെ ഹൃദയവേദിയിൽ ഞാൻ ചാർത്തിക്കഴിഞ്ഞു. ഇത് സകല കവികളാലും യോഗികളാലും അഭിലഷണീയവും ആരാധനീയവുമാണ്. ഈ മാല്യത്തെ വഴിപോലെ അലങ്കരിക്കുന്നവർ, നിത്യാനന്ദ നിരതിശയബ്രഹ്മത്തോടേകീഭവിക്കുമെന്നത് നിശ്ചയം. വത്സ! വസിഷ്ഠോപദിഷ്ടമായ ക്രമത്തെ അനുവർത്തിച്ച്, നീ സുഖയായി ഭവിച്ചാലും!

ജ്ഞാനവാസിഷ്ഠം സമാപ്തം

www.ingramcontent.com/pod-product-compliance
Lightning Source LLC
LaVergne TN
LVHW100429051026
849518LV00004B/1424
* 9 7 8 9 3 4 9 7 2 6 7 6 5 *